'लेस्ली टी. छांग यांचं मनात खोलवर रुतणारं हे पुस्तक चीनच्या भरभराटीमध्ये अदृश्य योगदान असलेल्या मनुष्यबळाच्या कथेवर प्रकाश टाकतं. लेखिकेची समृद्ध लेखनशैली आपल्याला झपाट्यानं वाढत्या आणि बदलत्या चीनमध्ये घेऊन जाते. लेखिका या लेखनात पुढच्या दिशेची किंवा परिणामाची पर्वा करत नाही आणि ती कुठलाही सोपा निष्कर्ष न काढण्याइतकी नक्कीच हुशार आहे.'

– द न्यू यॉर्क टाइम्स

'स्थलांतरित कामगार नेमके कोण आहेत आणि ते इतक्या संख्येने स्थलांतरित झाल्याने चीनसाठी काय परिवर्तन घडले, याचा वेध घेण्यासाठी छांग यांनी स्थलांतरित कामगारांच्या विश्वात सफर केली. छोटे यश आणि मोठ्या शोकांतिका असलेल्या व्यक्ती म्हणून छांग यांनी या स्थलांतरितांचे वर्णन कौशल्याने केले आहे. हे पुस्तक म्हणजे समाजातल्या बदलत्या प्रवाहाचा लेखिकेच्या अंतर्मनाला भावलेला अन्वयार्थ. छांग यांनी त्यांचे कुटुंब आणि स्थलांतरे याविषयी अतिशय संवेदनशीलपणे आणि शैलीदारपणे लिहिले आहे. ही कथा म्हणजे एका पुस्तकात असलेले जणू दुसरे पुस्तकच आहे. आणि त्यामुळेच लेखिकेने मागोवा घेतलेल्या स्थलांतरित कामगारांच्या कथेला एक भावस्पर्शी झालर लाभली आहे. यातून चीनचे हुबेहूब आणि परिपूर्ण चित्र साकारले गेले आहे.

– द वॉशिंग्टन पोस्ट

'अत्युत्तम.'

– शिकागो ट्रिब्यून

'चित्तवेधक... चीनमधलं स्थलांतर मानवी स्थलांतराच्या इतिहासात सर्वांत मोठं ठरलं. या १३० कोटी स्थलांतरित कामगारांमागचं व्यक्तिगत वास्तव छांग यांनी अतिशय सशक्तपणे रेखाटलं आहे.'

– द बोस्टन ग्लोब

'डगमगत्या दिशा असलेलं आणि चीनच्या सनातनी संस्कृतीवर अभूतपूर्व प्रभाव टाकणारं एक विश्व छांग यांनी उलगडलं आहे. फॅक्टरी गर्ल्स म्हणजे चीनमधल्या समकालीन जीवनावर बारकाईनं टाकलेला कटाक्ष आहे.'

– सॅनफ्रॅन्सिस्को क्रोनिकल

'मूळच्या चीनच्या असलेल्या आणि अमेरिकावासी छांग यांनी तोंगकुआन या औद्योगिक शहरातल्या अनेक तरुणींच्या जीवनाचा वेध घेत स्थलांतरितांचे अनुभवविश्व आणि 'चिनी असल्याचं ओझं' चितारलं आहे. स्वतःचा पुन्हा शोध घेण्याचा या तरुणींचा अखंड प्रयत्न रंजकही आहे आणि हृदयस्पर्शीही... छांग यांचं बहारदार लेखन आणि बारकाईनं तपशील टिपण्याची हातोटी, मध्येच विषयांतर झालं तरी खिळवून ठेवणारी आहे. हे पुस्तक म्हणजे विचित्र आणि अपिरिचित वास्तवाचं भावपूर्ण चित्र आहे.'

– द न्यूयॉर्कर

'क्वचितच समोर आलेल्या चीनच्या पैलूवर, तिथल्या वातावरणावर मनःपूर्वक प्रकाशझोत टाकला आहे.'

– बिझनेस वीक

'वॉल स्ट्रीट जर्नलची माजी पत्रकार छांग हिने आपल्या नव्या प्रभावी पुस्तकात, चीनमधील तरुण खेड्यांकडे पाठ फिरवत असतानाच; तेथील अर्थकारणाची वाढ होण्याच्या प्रक्रियेचा शोध घेतला आहे. खरं सांगायचं तर, हे सामूहिक स्थलांतर म्हणजे एक खूप मोठी आणि सुरेखपणे सांगितलेली कहाणी आहे; परंतु, छांग हिने या कहाणीला एक वैयक्तिक स्पर्शही दिला आहे. तिचे पूर्वज स्थलांतरित होते आणि ती कौशल्याने त्यांच्या स्थलांतराची प्रक्रिया उलगडत गेली आहे. हा विषय म्हणजे, अमेरिकेत जन्मलेल्या आणि वाढलेल्या एका लेखिकेने पत्रकार म्हणून चीनमध्ये प्रवेश केल्यावर या विषयाकडे लक्ष वेधून घेण्याचा केलेला दमदार प्रयत्न

आहे. त्याचबरोबर, लेखिका या प्रक्रियेमागील विस्तृत सामाजिक संदर्भ देण्यातही यशस्वी ठरली आहे, ज्यामधून ती या कारखान्यांत काम करणाऱ्या मुलींच्या आकांक्षा आणि चीनमधल्या समाजवादी संस्कृतीतला वाढता व्यक्तिवाद सूचित करते.'

– न्यूजवीक

'सुरेख... तोंगकुआनमधल्या असेम्ब्ली लाइनमधल्या तरुण मुलींच्या आयुष्यातला तपशील चव्हाट्यावर आणण्याऐवजी या मुलींना जाणून घेण्याचा छांग यांचा प्रयत्न दिसतो. फॅक्टरी गर्ल्समध्ये कामगारांच्या नजरेतून त्यांच्या कामाचं ठिकाण व्यक्त आणि उघड झालं आहे.'

– फायनान्शिअल टाइम्स

'एक झणझणीत वास्तव... छांग यांनी कारखान्यातलं विदारक वास्तव मांडण्यापेक्षाही आणखी बरंच काही आपल्यासमोर आणलं आहे. तिनं कामगारांचा स्थलांतराकडे पाहण्याचा दृष्टिकोन टिपला आहे, जे क्वचितच आपल्या कानावर पडलं आहे. हे पुस्तक विषयाचं गांभीर्य लक्षात घेऊनही खूपच वाचनीय आणि अनेक ठिकाणी मनोरंजक ठरलं आहे. या पुस्तकाच्या पानांमधून त्यामध्ये वर्णिलेल्या फॅक्टरी गर्ल्स जिवंत उभ्या राहतात.'

– ख्रिश्चन सायन्स मॉनिटर

'लेखिका लेस्ली छांग यांनी चीनमधल्या १३० कोटी स्थलांतरित कामगार– त्यामधील प्रामुख्याने ग्रामीण तरुणी– वैयक्तिक यश संपादन करण्यासाठी किती कष्ट उपसतात, याचं वर्णन सहानुभूतीपूर्वक व निःपक्षपातीपणे केलं आहे. तिनं इतिहासातील सर्वांत मोठ्या स्थलांतराच्या कहाणीला आवश्यक असलेला वैयक्तिक स्पर्शही दिला आहे. या स्थलांतरित कामगारांकडे पाहण्याचा तिचा तीक्ष्ण दृष्टिकोन आपल्याला हे दाखवून देतो की, या पिढीचा स्वतःचा नव्यानं शोध घेण्याचा प्रयत्न चीनच्या भवितव्याला कशा प्रकारे आकार देत आहे आणि तिच्या या प्रयत्नांमधून

आपल्याला चीन या आर्थिक साम्राज्यामागील खऱ्याखुऱ्या हातांचा शोध घेण्यात मदत होते.'

– मिनियापोलिस स्टार ट्रिब्यून

'फॅक्टरी गर्ल्स' हे पुस्तक वाचकांना चीनमधील तरुण आणि महत्त्वाकांक्षी स्थलांतरित कामगारांच्या आयुष्याची सफर घडवते. स्वतःच्या कुटुंबाच्या यशाचा, त्यांनी पत्करलेल्या धोक्याचा आणि केलेल्या त्यागाचा इतिहास प्रभावीपणे मांडत असतानाच, ती चीनचाही इतिहास आणि त्यातील काही महत्त्वाचे संदर्भ तिच्या कौटुंबिक आठवणींशी सांगड घालून आपल्यासमोर मांडते.'

– द सिएटल टाइम्स

'छांग यांनी शहरी भागातलं वास्तव आणि एका विशिष्ट समाजाची ग्रामीण भागातली पाळंमुळं यांचा वेध घेतला आहे, जो आजपर्यंत अज्ञात, बेदखल आणि अफाट आहे. जन्मतःच ओघवती लेखनशैली असलेल्या छांग यांनी वैश्विक महत्त्वाची कलाकृती निर्माण केली आहे.'

– पब्लिशर्स वीकली (तारांकित परीक्षण)

'हे अत्यंत तपशीलवार वार्तांकन चीनच्या विकासाबद्दलच्या आपल्या ज्ञानात लक्षणीय भर टाकणारे आहे.'

– कर्कस रीव्ह्यूज

'अनेकदा लोक मला विचारतात, आज घडीला चीनमधली स्त्री असणं, हा अनुभव कसा आहे? यापुढे मी त्यांना छांग यांचं 'फॅक्टरी गर्ल्स' हे पुस्तक वाचण्याची शिफारस करेन. हे पुस्तक अप्रतिमपणे अंतरंगाचा वेध घेणारं आणि विचारपूर्वक लिहिलेलं आहे. आपल्या देशातील लोकांसाठीच्या चपला, खेळणी, नाताळातील दागिने किंवा संगणक कसे तयार केले जातात, याची उत्सुकताही हे

पुस्तक शमवतं. या पुस्तकातील मुलींच्या कथा भारावून टाकणाऱ्या, दुःखद पण प्रेरक आहेतच, शिवाय प्रयत्नांतील सातत्य, चिकाटी आणि एकाकीपणाची उदाहरणंही आहेत. आणि यातच छांगनं तिच्या कुटुंबाची चीनमधील उत्तरेपासून दक्षिणेपर्यंतच्या प्रवासाची कथा गुंफली आहे. ही कथा या गुंतागुंतीच्या देशाचा इतिहास, वर्तमानकाळ आणि भविष्याचंही अवलोकन करते.'

– लिसा सी, 'स्नो फ्लॉवर अँड द सिक्रेट फॅन'च्या लेखिका

"खिळवून ठेवणारं... चीनच्या आर्थिक विकासाला खऱ्या अर्थानं चालना देणाऱ्या व्यक्तींच्या दैनंदिन जीवनातील नाट्य, भय आणि आकांक्षा यांचं अतीव देखणं आणि संवेदनापूर्ण चित्रण."

– न्यू यॉर्क टाइम्स पुस्तक परीक्षण

"अतिशय वाचनीय आणि वेधक पुस्तक."

– पीपल

वर्षातील आघाडीच्या दहा पुस्तकांमध्ये टाइमकडून स्थान आणि वर्षातील एक सर्वोत्तम पुस्तक.

– द वॉशिंग्टन पोस्ट बुक वर्ल्ड, द ख्रिश्चन सायन्स मॉनिटर, बिझिनेस वीक यांच्याकडून गौरव

"चीनविषयीच्या जवळजवळ सगळ्या नव्या पुस्तकांमध्ये उठून दिसणारं पुस्तक. चीनमधल्या सर्वसामान्य कामगारांचं जीवन आणि प्रेमभावना यांचं निश्चयी, बेधडक आणि अत्यंत तळमळीनं केलेलं या पुस्तकातलं चित्रण अविस्मरणीय आहे."

– सायमन विनचेस्टर, 'द मॅन हू लव्हड चायना'चे लेखक

"या पुस्तकामध्ये जगातील वास्तव, मनुष्याच्या संघर्षाच्या कालातीत कथा आणि कथा मांडण्याची अद्वितीय हातोटी यांचा उल्लेखनीय मिलाफ साधला आहे... छांग यांनी त्यांच्या कुटुंबाच्या चीनअंतर्गत स्थलांतराची आणि त्यानंतर पश्चिमेकडच्या स्थलांतराची कहाणी कुशलतेनं गुंफली आहे."

– सॅनफ्रान्सिस्को क्रॉनकिल

"मनोरंजक आणि मर्मभेदक... अपरिचित आणि अनभिज्ञ स्थितीचं तीव्र चित्रण, 'सातत्यपूर्ण हालचालींचं विश्व'."

– द न्यूयॉर्कर

"चित्तवेधक... या भव्य, पण योग्य पद्धतीने समजून न घेतलेल्या उप-संस्कृतीच्या आश्चर्यकारक, वैशिष्ट्यपूर्ण पैलूंना टिपणारे."

– द वॉशिंग्टन पोस्ट

आपल्या स्नेहीजनांना पुस्तके भेट द्या

फॅक्टरी गर्ल्स

बदलत्या चीनमध्ये खेड्याकडून शहराकडे

लेस्ली टी. छांग

अनुवाद

गौरी देशपांडे

मेहता पब्लिशिंग हाऊस

Please contact us at **Mehta Publishing House,** Pune 411030.
✆ +91 020-24476924 / 24460313 / Mob. No. 9545000513
Email : production@mehtapublishinghouse.com
Website : www.mehtapublishinghouse.com

- *या पुस्तकातील लेखकाची मते, घटना, वर्णने ही त्या लेखकाची असून त्याच्याशी प्रकाशक सहमत असतीलच असे नाही.*

FACTORY GIRLS by LESLIE T. CHANG

Translated into Marathi Language by Gauri Deshpande

फॅक्टरी गर्ल्स / अनुवादित कादंबरी

अनुवाद : गौरी देशपांडे

Email : author@mehtapublishinghouse.com

मराठी अनुवादाचे व प्रकाशनाचे हक्क : मेहता पब्लिशिंग हाऊस, पुणे.

प्रकाशक : सुनील अनिल मेहता, मेहता पब्लिशिंग हाऊस,
१९४१, सदाशिव पेठ, माडीवाले कॉलनी, पुणे – ४११०३०.

मुद्रक : ट्रिनिटी ॲकॅडमी फॉर कॉर्पोरेट ट्रेनिंग लिमिटेड

मुखपृष्ठ : फाल्गुन ग्राफिक्स

प्रथमावृत्ती : फेब्रुवारी, २०२१

किंमत : ₹ ४९५

P Book ISBN 9789353175290
E Book ISBN 9789353175306
E Books available on : amazonkindle Apple Books Google Play Books

---

माझ्या पालकांना समर्पित

अनुक्रमणिका

भाग एक : शहरात

भाग दोन : खेडं

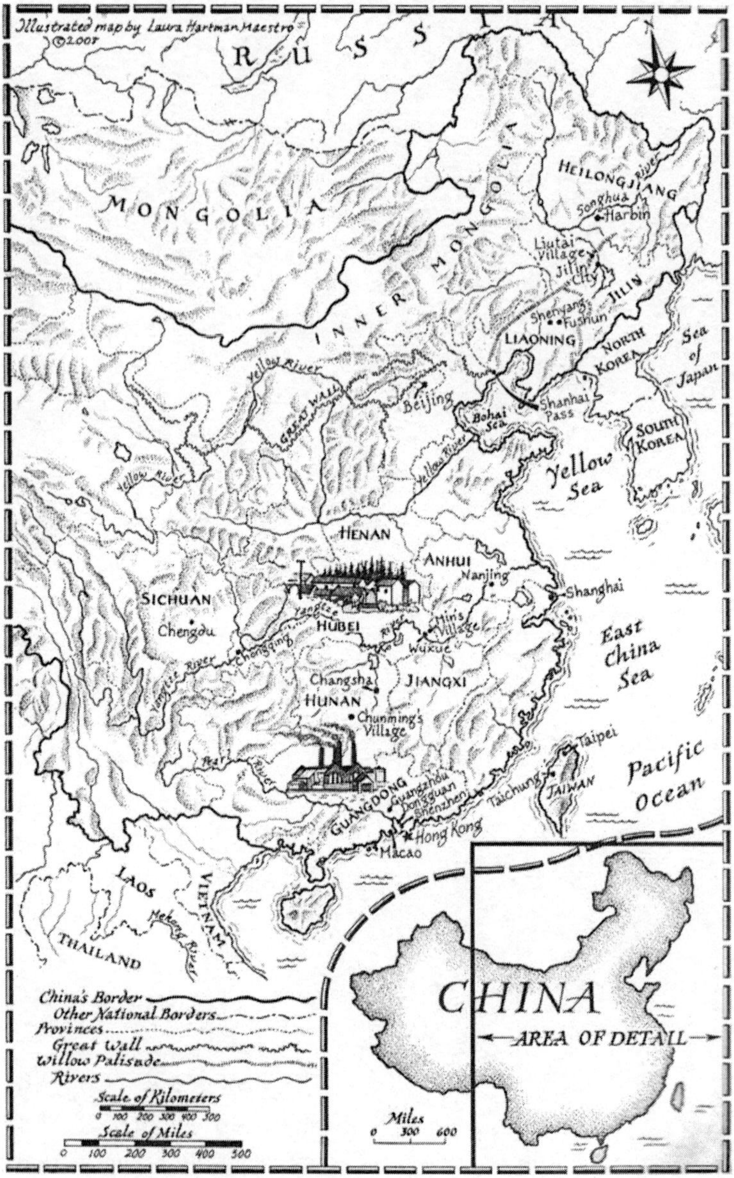
Illustrated map by Laura Hartman Maestro
©2008
RUSSIA
MONGOLIA
INNER MONGOLIA
HEILONGJIANG
Songhua River
Harbin
Liutai Village
Jilin City
JILIN
Shenyang
Fushun
LIAONING
NORTH KOREA
SOUTH KOREA
Sea of Japan
Shanhai Pass
Bohai Sea
Beijing
GREAT WALL
Yellow River
Yellow Sea
HENAN
ANHUI
Nanjing
Shanghai
SICHUAN
Chengdu
Yangtze River
HUBEI
Chongqing
Min's Village
Wuxue
East China Sea
Changsha
HUNAN
JIANGXI
Chunming's Village
Pearl River
GUANGDONG
Guangzhou
Dongguan
Shenzhen
Hong Kong
Macao
Taipei
Taichung
TAIWAN
Pacific Ocean
LAOS
VIETNAM
THAILAND
Mekong River
China's Border
Other National Borders
Provinces
Great Wall
Willow Palisade
Rivers
Scale of Kilometers
0 100 200 300 400 500
Scale of Miles
0 100 200 300 400 500
CHINA
AREA OF DETAIL
Miles
0 300 600

भाग एक : शहरात

बाहेर पडणं

अन्य कारखान्यातल्या एखाद्या मुलीशी भेट झाली, तर लागलीच तुम्ही तिची चौकशी करत असाल. तुम्ही एकमेकींना विचारलं असेल, 'तू कोणत्या वर्षातली?' तिच्याविषयी नाही, जणू एखाद्या कारच्या निर्मितीविषयी विचारताय, अशा थाटात हे बोलणं झालं असेल. महिन्याला किती कमावतेस? राहण्या-जेवण्यासह? ओव्हरटाइम किती मिळतो? त्यानंतर कदाचित ती कुठल्या राज्यातली आहे हे विचारलं असेल. तिचं नाव मात्र कधीही विचारलं नसेल.

कारखान्यात सच्ची मैत्रीण मिळणं तसं सोपं नव्हतं. एका खोलीत बारा-बारा मुली झोपायच्या आणि खोलीच्या चार भिंतींआड काही गुपितं लपवणंच बरं होतं. काही मुलींनी उसनी ओळखपत्रं आणून कारखान्यात कामं मिळवली होती. त्यांनी आपलं खरं नाव कधीही सांगितलं नाही. काही जणी फक्त आपल्या राज्यातून आलेल्या मुलींशीच बोलायच्या. पण त्यातही एक धोका होता : तिथली गुपितं आणि गॉसिप ताबडतोब त्यांच्या गावी पोहोचायचं आणि त्या गावी जायच्या तेव्हा तिथल्या काकू-मावशी-आजींना आधीच सगळ्या बातम्या मिळालेल्या असायच्या– तुम्ही किती पैसे कमावले आणि त्यांतले किती वाचवले, मुलांबरोबर कुठं फिरलात, वगैरे वगैरे.

तुमची एखादीशी चांगली गट्टी जमलीच, तर तुम्ही तिच्यासाठी काहीही केलेलं असेल. मैत्रिणीनं नोकरी सोडली असेल आणि तिला राहायला जागा नसेल तर तुम्ही सगळा धोका पत्करून तिला मदत केली असेल. पकडलो गेलो तर दहा

युआन, म्हणजे साधारण १.२५ डॉलर भुर्दंड बसण्याचा धोकाही नजरेआड केला जायचा. मैत्रीण फार लांब राहत असेल तर तुम्ही सकाळी लवकर उठून, बसचा मोठा प्रवास करून तिला भेटायला गेला असाल, तर कधी तुमची मैत्रीण सबंध दिवस तुमच्यासोबत घालवता यावा म्हणून कामाला दांडी मारत असेल– अशा वेळी दंड शंभर युआन असतो. तुम्ही इच्छा नसली तरी केवळ मैत्रीण सांगते म्हणून एखाद्या कारखान्यात टिकून राहिला असाल किंवा ती सांगतेय म्हणून एखादा आवडता कारखानाही तुम्ही सोडून दिला असेल. मैत्रिणी दर आठवड्याला एकमेकींना पत्र लिहायच्या. बराच काळ घरापासून लांब राहिलेल्या मुलींना हा बालिशपणा वाटायचा. त्यामुळे त्या पत्र पाठवण्याचा पोरकटपणा करण्याऐवजी मोबाइलवरून मेसेजेस पाठवायच्या.

काही वेळा मित्र-मैत्रिणी मागे पडायच्या. त्यांच्या एकंदर जीवनाची गतीच इतकी वेगवान होती. त्यामुळे हा गोतावळा अलगद मागे पडायचा.

महिन्यात सगळ्यात मस्त दिवस म्हणजे पगाराचा दिवस. पण एका अर्थी हा सगळ्यात वाईट दिवसही होता. महिनाभर कठोर परिश्रम घेतल्यावर क्षुल्लक गोष्टींसाठी किती पैसे गमावले, याची उत्सुकता असायची. क्षुल्लक गोष्टी म्हणजे : एखाद्या सकाळी कामावर पोहोचायला काही मिनिटं उशीर झाला किंवा बरं वाटत नसल्यामुळे अर्धा दिवस कामातून सुट्टी घेतली किंवा हिवाळी गणवेशानंतर उन्हाळी गणवेश घ्यायचे असल्यानं पैसे भरायचेत वगैरे. पगाराच्या दिवशी आपल्या घरी पैसे पाठवण्यासाठी पोस्ट ऑफिसजवळ एकच झुंबड उडायची. घरातून नुकत्याच बाहेर पडून नोकरीला लागलेल्या मुलींची तर घरी पैसे धाडण्यासाठी कोण लगबग सुरू असायची. घर सोडून बराच काळ झालेल्या मुली त्यांना पाहून हसायच्या. काही मुली आणि प्रामुख्यानं बॉयफ्रेंड असलेल्या मुली स्वतःसाठी बचत खातं सुरू करायच्या. बचत करण्यात तरबेज कोण आहेत आणि त्यांनी किती पैसे गाठीशी जमवले आहेत ते सगळ्यांना माहीत असायचं. फारशी बचत न करणाऱ्या मुलीही सगळ्यांना ठाऊक असायच्या. लिपग्लॉस, चंदेरी मोबाइल फोन, बदामाच्या आकाराची लॉकेट आणि उंच टाचांच्या चपलांचे त्यांचे अनेक जोड पुरेसे बोलके होते.

या मुली नेहमी कारखाना सोडण्याविषयी बोलायच्या. नोकरी सोडण्यासाठी त्यांना किमान सहा महिने काम करावं लागायचं आणि त्यानंतरही बाहेर पडण्याची मुभा मिळायचीच, असं नाही. सगळ्या कामगारांना दोन महिन्यांचा पगार कारखान्यात ठेव म्हणून ठेवावा लागायचा. नोकरी सोडण्याची अधिकृत परवानगी न मिळवता कारखाना सोडला तर या पैशांवर पाणी सोडावं लागायचं. आणि नव्या ठिकाणी पुन्हा नव्यानं सुरुवात करावी लागायची. कारखान्यात प्रवेश करणं तसं सोपं होतं, पण तिथून बाहेर पडणं महाकठीण होतं : कारखान्यातलं हे वास्तव बाहेरून समजू

शकणारं नव्हतं.

त्यामुळे चांगली नोकरी मिळण्याचा एकमेव मार्ग म्हणजे आत्ताची नोकरी सोडून द्यायची. कामातून वेळ काढून नोकरीसाठी मुलाखत द्यायची. त्यांनी तातडीनं काम सुरू करावं अशी नव्या कारखान्याची अपेक्षा असायची. हमखास नवी नोकरी मिळण्यासाठी हुकमी एक्का म्हणजे आधीची नोकरी सोडणं : राहण्या-जेवण्याची अत्यंत निकड वेळ न घालवता नवी नोकरी शोधायला भाग पाडायची. एकीचं बळ म्हणून या मुली नेहमी एकत्रित, गटानं नोकरी सोडून द्यायच्या. नव्या कारखान्यात सगळ्यांना एकत्र काम मिळेल, अशी भाबडी आशा त्यांना असायची. वास्तविक, असा योग जुळून येणं कठीणच असायचं. माणसांशी संपर्क हरवणं, ही त्यांच्या विश्वातली सहज घडणारी गोष्ट होती.

* * *

लु किंगमिन बराच काळ एकटी होती. तिची मोठी बहीण शन्चनमधल्या एका कारखान्यात काम करायची. शन्चन हे झपाट्यानं वाढतं शहर तिथून बसनं तासाभराच्या अंतरावर होतं. तिची मित्रमंडळी तिला मिन म्हणायची. गावाकडच्या तिच्या मित्र-मैत्रिणी चीनमधल्या ठिकठिकाणच्या कारखान्यांत विखुरल्या गेल्या होत्या आणि तिच्या संपर्कात नव्हत्या. तिच्यासाठी हे सोयीचं होतं : ती जिथं काम करायची तो कारखाना तिला अजिबात आवडायचा नाही आणि ती कुठं आहे हे तिला बाकीच्यांना कळू द्यायचं नव्हतं. त्यामुळे तिनं गायब राहणंच पसंत केलं.

ती कॅरिन इलेक्ट्रॉनिक्स या कारखान्यात काम करायची. हाँगकाँगमधली ही कंपनी गजराची घड्याळं, कॅल्क्युलेटर आणि इलेक्ट्रॉनिक कॅलेंडर बनवायची. ही उत्पादनं जगभरातल्या विविध शहरांतली वेळ दर्शवायची. मिन मार्च २००३ मध्ये मुलाखत द्यायला गेली तेव्हा हा कारखाना चांगला, व्यवस्थित वाटला होता; पण ही प्रतिमा मिनला नोकरी लागून ती कारखान्यात प्रवेश करेपर्यंतच टिकली. तिची नियुक्ती होईपर्यंत तिला आतमध्ये येण्याची परवानगी देण्यात आली नव्हती. बाथरूमच्या बाजूला असलेल्या एका छोट्याशा खोलीत बारा-बारा मुली झोपायच्या. ही खोली अतिशय घाणेरडी आणि दुर्गंधी येणारी होती. कॅन्टीनमधलं खाणंही वाईट असायचं. तिथल्या जेवणात भात, मटण किंवा व्हेज डिश आणि सूप असे पदार्थ होते. सूप 'पाणीदार' असायचं.

असेम्ब्ली लाइनमधला दिवस सकाळी आठ वाजता सुरू व्हायचा आणि मध्यरात्रीपर्यंत चालायचा. रोज तेरा तास काम करावं लागायचं. त्यामध्ये दोन वेळच्या जेवणाची सुटी मिळायची. कामगारांना आठवडाच्या आठवडा कामाला

जुंपलं जायचं. काही वेळा एखाद्या शनिवारी दुपारी त्यांना ओव्हरटाइम नसायचा. तेवढीच काय ती त्यांची सुट्टी. कामगारांना दरमहा चारशे युआन मिळायचे - म्हणजे, साधारण पन्नास डॉलर - आणि ओव्हरटाइमसह जवळजवळ त्याच्या दुप्पट रक्कम. पण पगार सहसा उशिराच व्हायचा. कारखान्यात हजारो कामगार होते. त्यातल्या बहुतांश महिला होत्या. एकतर, नुकत्याच घरातून कामासाठी बाहेर पडलेल्या किशोरवयीन किंवा तिशी ओलांडलेल्या विवाहित महिला. कामगार विश्वातला महत्त्वाचा घटक असलेल्या विशीतल्या तरुणी तिथे दिसत नसत : यावरूनच तिथल्या कामाची आणि एकंदर कारखान्यातली परिस्थिती समजून जायची. पुढची दहा वर्षं दररोज असेम्ब्ली लाइनमध्ये काम करण्याची कल्पना जरी मनात आली तरी मिनच्या अंगावर काटा उभा राहायचा. तेव्हा ती जेमतेम सोळा वर्षांची होती.

कारखान्यात प्रवेश केल्या केल्या मिनला तिथून पळून जावंसं वाटलं होतं. पण किमान सहा महिने तरी तिला ही मुभा नव्हती. तिला स्वतःला घडवायचं होतं, तयार करायचं होतं. तेव्हा तिच्यापुढे फार पर्यायही नव्हते. काम करण्याचं कायदेशीर वय अठरा वर्षं होतं. पण काही कामं मर्यादित तासांपुरती सोळाव्या व सतराव्या वर्षीही करता येत होती. या कायदेशीर नियमाचं उल्लंघन केवळ कारखानेच स्वतःहून करत आणि मिनइतक्या लहान वयातल्या मंडळींना कामावर ठेवत. मिनच्या वयाच्या कामगारांना सर्रास कामावर घेतलं जायचं. या वृत्तीच्या कारखान्यांना मिन 'अत्यंत काळे कारखाने' म्हणायची.

नोकरीतल्या पहिल्याच आठवड्यात मिन सतरा वर्षांची झाली. तिनं अर्ध्या दिवसाची सुट्टी घेतली आणि एकटीच फिरायला बाहेर पडली. मिठाई विकत घेऊन एकटीनंच फडशा पाडला. लोक धम्माल करतात म्हणजे नेमकं काय, याची तिला कल्पना नव्हती. प्रत्यक्ष शहरात येण्यापूर्वी तिनं कारखान्याविषयी केवळ कल्पना रंगवल्या होत्या. कारखाना म्हणजे एखादी जिवंत, हसती-खेळती जागा अशी तिची कल्पना होती. असेम्ब्ली लाइनमध्ये काम करणं मस्त असेल, असं तिला वाटलं होतं. ती म्हणायची, 'मला वाटलं होतं, भरपूर माणसं एकत्र काम करत असतील, एकमेकांशी गप्पा मारत असतील, मस्त मजा असेल. तिथलं वातावरण एकदम मोकळं असेल, अशी माझी कल्पना होती. पण तसं अजिबात नव्हतं. माझा भ्रमनिरासच झाला.'

कारखान्यात काम करताना बोलायला बंदी होती. कुणी बोललंच तर पाच युआन दंड भरावा लागायचा. बाथरूमला जायची सुट्टीही दहा मिनिटांसाठीच असायची आणि ती घेताना सांगून जावं लागायचं. मिन गुणवत्ता नियंत्रण (क्वालिटी कंट्रोल) विभागात काम करायची. असेम्ब्ली लाइनवर जात असलेल्या इलेक्ट्रॉनिक

उपकरणांमधली बटणं नीट चालताहेत का, तसंच प्लॅस्टिकचे तुकडे व्यवस्थित जोडले आहेत का, बॅटरी योग्य प्रकारे बसवल्यात का हे तपासायची. तिला शांतपणे काम करणं जमायचं नाही. काम करताना सतत टकळी सुरू असायची. असेम्ब्ली लाइनवरच्या अन्य महिलांसोबत गाणी गुणगुणायची. शांत बसायचं म्हणजे तिला तुरुंगात डांबल्यासारखं वाटायचं, पिंजऱ्यातल्या पक्ष्यासारखं. त्यामुळे ती वारंवार बाथरूममध्ये पळायची. तोंगकुआन हे गर्द हिरवळीत वसवलेलं औद्योगिक शहर आहे. तिला खरी उत्सुकता असायची बाथरूममधल्या खिडकीतून दिसणारे हिरवेगार डोंगर बघण्याची. ते डोंगर तिला तिच्या गावाची माया द्यायचे. मिनची इतकी वळवळ चालायची की काही वेळा तिच्या एकटीकडेच सगळ्यांचं लक्ष जायचं. तिच्या या सवयीमुळे कारखान्यानं ब्रेकची संख्या मर्यादित केली आणि कामगारांना दर चार तासांनी बाथरूम ब्रेक घेता येईल, असा नवा नियम केला. या नियमाचा भंग केला तर पाच युआन दंड ठरवण्यात आला.

सहा महिन्यांनी मिननं आपल्या बॉसकडे जाऊन नोकरी सोडायची असल्याचं सांगितलं. बॉस जेमतेम विशीतला होता. त्यानं सरळ 'नाही' असं सांगितलं. तिला म्हणाला, "असेम्ब्ली लाइनवरचं तुझं काम चांगलं नाही. तुला दिसत नाही का? आंधळी आहेस?"

"मी आंधळी असते तरी तुमच्यासारख्या कृतघ्न व्यक्तीसोबत काम केलं नसतं," मिननं प्रत्युत्तर दिलं.

या प्रसंगाचा निषेध म्हणून मिन कामावरून सरळ घरी निघून गेली. या कृत्याचा तिला शंभर युआन दंड भरावा लागला. दुसऱ्या दिवशी ती पुन्हा बॉसशी बोलायला गेली. या वेळची त्याची प्रतिक्रिया तिला चकित करणारी होती. त्याचं म्हणणं होतं की तिनं ल्युनार न्यू इयरच्या सुट्टीपर्यंत थांबावं आणि कारखान्याच्या ताब्यात असलेल्या तिच्या दोन महिन्यांच्या पगारासह नोकरी सोडावी. त्यासाठी सहा महिने अवकाश होता. हे बोलण्यामागचा बॉसचा हेतू मिननं नोकरी सोडू नये, हा होता. त्याहीमागचं खरं कारण हे होतं की, नववर्षानंतर तोंगकुआनसारख्या कारखान्यांच्या शहरात कामगारांचा ओघच्या ओघ यायचा. नोकरी मिळवण्यासाठी त्या वेळी तीव्र स्पर्धा असायची.

मिननं बराच संघर्ष केल्यानंतर तिचा बॉस काहीसा निवळला. तिनं नोकरी सोडू नये म्हणून त्यानं मिन्नतवाऱ्या केल्या. पगारवाढ होणार नसली तरी फ्लोअर क्लर्क म्हणून प्रमोशन देण्याचीही तयारी दाखवली. तरीही मिन बधली नाही. 'माझं अख्खं तारुण्य इथं वाया घालवावं इतकं सोनं तुमच्या कारखान्याला लागलेलं नाही', असं तिनं बॉसला तोंडावर सांगितलं. जवळच्या व्यावसायिक शाळेत तिनं कॉम्प्युटर वर्गांना प्रवेश घेतला. उशिरापर्यंत काम करायचं नसायचं तेव्हा ती रात्रीच्या

जेवणावर पाणी सोडून कीबोर्डवर टाइप कसं करायचं किंवा कॉम्प्युटरवर आपला अर्ज कसा भरायचा, हे शिकण्यासाठी काही तास घालवायची. कारखान्यात काम करणाऱ्या बऱ्याच मुलींना आपलं शिक्षण अपुरं आणि कमी दर्जाचं असल्याचं जाणवायचं. त्यामुळे केवळ कॉम्प्युटर क्लास करून काही उपयोग होणार नाही, अशी त्यांची भावना होती. मिन मात्र या सगळ्यांपासून वेगळी होती. 'काहीही न शिकण्यापेक्षा काहीतरी शिकलेलं केव्हाही चांगलं', असं तिचं मत होतं.

नोकरी सोडायच्या विचारात असल्याचं तिनं घरी फोन करून सांगितलं. हा निर्णय तिच्या पालकांना पटला नाही. तिच्या पालकांच्या मालकीचा जमिनीचा लहानसा तुकडा होता आणि शाळेत जाणाऱ्या तीन लहान मुलांची जबाबदारी होती. "तुला एका जागी स्थिर बसवत नाही. सारख्या इकडून तिकडे उड्या मारायच्या असतात," तिचे वडील रागावलेच. 'मुलींनी अशी धरसोड करू नये. एका जागी स्थिर राहावं आणि पैसे साठवावेत,' असा सल्ला त्यांनी तिला दिला.

मिनला तो सल्ला पटला नाही. ती वडिलांना म्हणाली, "तुम्ही माझी काळजी करू नका; मी स्वतःची काळजी घेऊ शकते."

मिनला कारखान्यात दोन सच्च्या मैत्रिणी मिळाल्या होत्या– लिआंग रोंग आणि हुआंग च्याव. दोघीही मिनपेक्षा वर्षभरानं मोठ्या होत्या. मिन रात्री कॉम्प्युटर वर्गांना गेली असताना त्या तिचे कपडेही धुवायच्या. या मुलींकडे कपड्यांचे फार जोड नसत. त्यामुळे लाँड्रीची सतत गरज भासे. दमट हवामानात कारखान्यातलं काम संपलं की रात्री मुलींची अक्षरशः रांग लागायची. त्यांच्या हातात पाण्याच्या बादल्या असायच्या.

चांगले मित्र मिळाले, तर कारखान्यातलं जीवन धमाल होऊन जायचं. क्वचित कधीतरी एखाद्या मोकळ्या संध्याकाळी या तिघी जणी रात्रीच्या जेवणाला सुट्टी द्यायच्या आणि रोलरस्केटिंगसाठी जायच्या आणि रात्री उशिरा कारखान्यात एखादा सिनेमा पाहण्यासाठी परतायच्या. शरद ऋतू बदलून हेमंत, हिवाळा ऋतू सुरू झाला की थंडीच्या कडाक्यानं या मुलींची रात्रीची झोप उडायची. खोलीमध्ये ऊब देण्यासाठी काहीही नसल्यानं थंडीत त्या रात्रभर जागायच्या. शरीरात ऊब निर्माण होऊन झोप लागण्यासाठी मिन तिच्या मैत्रिणींना बॅडमिंटन खेळायला न्यायची.

२००४ सालातलं ल्युनार न्यू इयर जानेवारीअखेरीस आलं. सगळ्या कामगारांना फक्त चार दिवस सुट्टी मिळाली. घरी जाऊन पुन्हा कामाला परत येण्यासाठीही त्यांना पुरेसा वेळ मिळाला नाही. मिन तिच्या खोलीतच थांबली होती. दिवसातून दोनदा घरी फोन करत होती. सुट्टी संपल्यावर ती पुन्हा बॉसकडे गेली. या वेळी मात्र त्यानं तिला अडवलं नाही आणि नोकरी सोडू दिली. मिननं ही बातमी सांगितल्यावर तिच्या जिवलग मैत्रिणी लिआंग रोंग आणि हुआंग च्यावला रडू कोसळलं. अनोळखी माणसांच्या या शहरात केवळ या दोघींनाच मिन जाणार असल्याचं

माहीत होतं. तिनं जाऊ नये म्हणून दोघींनी मन वळवण्याचा खूप प्रयत्न केला. बाकीच्या कारखान्यांतही यापेक्षा वेगळी परिस्थिती नाही आणि त्यामुळे ही नोकरी काय, किंवा दुसरी काय; सारखंच असल्याचं त्यांचं मत होतं. मिनला मात्र तसं वाटत नव्हतं.

नव्या नोकरीत पगार झाल्यावर भेटायला यायचं आश्वासन तिनं दोघी मैत्रिणींना दिलं. सुटका झाल्याच्या दिवशीच मिननं थोडेसे कपडे आणि कारखान्यानं आपल्या ताब्यात ठेवलेला दोन महिन्यांचा पगार सोबत घेऊन ती जागा सोडली. तिनं टॉवेल आणि अंथरूण-पांघरूण मात्र बरोबर घेतलं नाही. पैसे मोजूनच तिनं ते खरेदी केलेलं असलं तरी यापुढे ते तिला डोळ्यांसमोरही नको होतं.

ॲसेम्ब्ली लाइनमधल्या दहा महिन्यांच्या कामात मिननं घरी तीन हजार युआन - म्हणजे साधारण ३६० डॉलर - पाठवले होते आणि दोन खऱ्या मैत्रिणी जोडल्या होत्या.

त्या परिस्थितीत खरंतर तिला भीती वाटायला हवी होती; पण तेव्हा तिच्या मनात एकच विचार होता की, आपण आता मुक्त आहोत.

* * *

लु किंगमिन ज्या गावात जन्माला आली तिथल्या जवळजवळ सगळ्यांचीच आडनावं तिच्या आडनावासारखी होती. तिचं गाव नव्वद उंबऱ्यांचं होतं. गावकरी लहानशा जमिनीच्या तुकड्यावर तांदूळ, कापूस पिकवायचे. मिनच्या कुटुंबाकडे साधारण अर्धा एकर जमीन होती आणि त्यातून येणारं बहुतांश पीक त्यांना घरीच लागायचं.

बालपणातच तिच्या भविष्याची चाहूल लागलेली होती. ग्रामीण भागातल्या नियमाप्रमाणेच तिचंही भवितव्य असणार होतं : कुटुंबात वंशाचा दिवा असायलाच हवा. मिनच्या आईनंही चार मुलींनंतर मुलाला जन्म दिला होता. सरकारनं तेव्हा नुकतंच एक कुटुंब, एक मूल असं सक्तीचं धोरण अवलंबलं होतं. त्याची अंमलबजावणी ग्रामीण भागात काहीशी शिथिल होती; पण कुटुंबात पाच-पाच मुलं असणं आर्थिक ताण आणणारं होतं. १९८० च्या दरम्यान अर्थव्यवस्था खुली झाली होती आणि राहणीमानाचा खर्च वाढला होता. त्यामुळेच आर्थिक ओढाताण व्हायची. भावंडांमध्ये दुसऱ्या क्रमांकावर असलेली मिन यातला बराच ताण स्वतःच्या खांद्यावर घ्यायची.

तिला शाळा अजिबात आवडायची नाही आणि शिक्षणात फार गतीही नव्हती. तेव्हाच्या तिच्या आठवणीही फार चांगल्या नव्हत्या. एकदा ती प्लम चोरण्यासाठी

शेजाऱ्यांच्या झाडावर चढली होती. कुणाच्या तावडीत सापडली असती तर चांगला चोप मिळाला असता. एकदा आईनं मिनला घरातलं काहीतरी काम सांगितलं होतं. मिननं सरळ 'नाही' म्हणून सांगितलं. 'घरात इतकी माणसं असताना मीच का करायचं?' असं दुरुत्तर तिनं आईला दिलं. यामुळे आई संतापली आणि काठी घेऊन साधारण पाव मैल मिनचा पाठलाग करत गेली. मिन तावडीत सापडल्यावर आईनं तिला काठीनं बडवून काढलं.

मिन धम्माल करण्यात मात्र आघाडीवर होती. ती पोहायला आणि ट्रक चालवायला शिकली होती; तिला रोलरस्केटिंग फार आवडायचं. ते करताना झालेली दुखापत ती आईपासून लपवायची. 'जिथे जिथे पडता येऊ शकतं त्या सगळ्या ठिकाणी माझं पडून झालंय; पण त्याचा तुम्ही विचारही करू शकत नाही', असं मिन म्हणायची. ती वडिलांची लाडकी होती. एका उन्हाळ्यात तिच्या वडिलांनी एक ट्रक भाड्यानं घेतला आणि मिनला सोबत घेऊन त्यांनी आपल्या शेतातली कलिंगडं विकण्यासाठी ग्रामीण भागात भटकंती केली. दिवसा ते ट्रकनं फिरायचे आणि रात्री ट्रकमध्येच झोपायचे. हा मिनच्या आयुष्यातला अविस्मरणीय अनुभव होता. कारखान्यांत काम करणारे बहुसंख्य स्थलांतरित कामगार अतिशय दारिद्र्यातून आणि मागास भागातून आले होते. काही तर इतक्या बिकट स्थितीतून आले होते की त्यांची आपल्या गावाचं नाव घ्यायचीही तयारी नव्हती. मिन मात्र शहरात येऊन बरेच दिवस झाले तरी आपल्या गावाचेच गोडवे गायची. ती जणू एखाद्या सुंदर ठिकाणाहून आल्यासारखी गावाबद्दल बोलायची.

१९९०च्या उत्तरार्धात, मुलांच्या शिक्षणाचा खर्च भागवण्याकरिता अर्थार्जनासाठी मिनचे आई-वडील दोघंही काम करायचे. तिचे वडील बुटांच्या एका कारखान्यात काम करायचे. पण तब्येतीच्या तक्रारीमुळे त्यांना ते काम सोडावं लागलं. त्यानंतर वर्षभर तिची आई कामानिमित्त बाहेर पडली. मिन जवळच्या एका शहरातल्या शाळेत राहायची. पण वडील आणि लहान भावंडांकरिता जेवण्याच्या व्यवस्थेसाठी आणि त्यांचे कपडे धुण्यासाठी तिला प्रत्येक वीकेण्डला घरी यावं लागायचं.

तिच्या गावातली जवळजवळ सगळीच तरुण मंडळी कामाच्या निमित्तानं गावाबाहेर पडली होती. मिन शाळेत होती तेव्हाच तिची मोठी बहीण गुईमिन कारखान्यात नोकरी धरण्यासाठी तोंगकुआनमध्ये दाखल झाली होती. मिनला राष्ट्रीय हायस्कूल प्रवेशपरीक्षेत अपयश आल्यावर तिनंही मोठ्या बहिणीसारखं कारखान्यात काम करण्यासाठी बाहेर पडावं, असं तिच्या आई-वडिलांना वाटू लागलं. गुईमिनला मात्र हे पसंत नव्हतं. तिनं घरी फोन केला आणि मिनला शाळेतच राहू देण्याचा सल्ला दिला. तिला कारखान्यातून मिळणाऱ्या पगारावर मिनचा शिक्षणाचा खर्चही सुटेल, असा विश्वासही तिनं आई-वडिलांकडे व्यक्त

केला. तिच्या पालकांना गुईमिनचं म्हणणं पटलं. त्यामुळे मिननं दोन वर्षांसाठी व्यावसायिक हायस्कूलमध्ये प्रवेश घेतला. यामुळे मिन गावातली सगळ्यात जास्त शिकलेली व्यक्ती झाली, कुटुंबाला हातभार लावण्यासाठी स्वतःच्या शिक्षणाचा त्याग करणाऱ्या गुईमिनपेक्षाही जास्त शिकलेली.

२००३ मधल्या ल्युनार नववर्षानिमित्त सुट्टीवर आलेली गुईमिन सुट्टी संपवून परत जाताना मिनलाही सोबत घेऊन गेली. मिनचं शाळेतलं एक सेमिस्टर बाकी होतं; पण तिला नोकरी शोधणं जास्त गरजेचं वाटत होतं. घर सोडून शहरात जाताना तिला कमालीचं थरारक वाटत होतं. ती कधीही ट्रेनमध्ये बसली नव्हती की तिनं कधी कारखाना पाहिला नव्हता. "मला लवकरात लवकर बाहेर पडायचं होतं, काहीतरी शिकायचं होतं आणि जग पाहायचं होतं," मिन म्हणाली.

तोंगकुआनमध्ये गुईमिननं मिनसाठी अत्यंत स्वस्त हॉटेलात एक खोली भाड्यानं घेतली होती आणि तिच्यासाठी एका जपानी कंपनीत नोकरीही शोधून ठेवली होती. ही कंपनी लिक्विड क्रिस्टल डिस्प्ले बनवायची. मिननं महिनाभर तिथं काम केलं आणि नंतर नोकरी सोडून दिली. कोणीही ओळखीचं नसलेल्या ठिकाणी ती आतापर्यंत कधीच राहिलेली नव्हती. त्यामुळे अनोळखीपणा आणि एकटेपणा तिला इतका खायला उठायचा की, ती तिथे टिकूच शकली नाही. ती हॉटेलवर परतली आणि नवी नोकरी शोधू लागली. तिला नवं काम मिळालंही, पण तिनं ते स्वीकारलं नाही. हॉटेलचा खर्च तिची बहीणच करत होती. आपला भार बहिणीवर पडतोय, याचं मिनला दडपण यायला लागलं. एका बसस्टेशनवर तिनं एक जाहिरात पाहिली. इलेक्ट्रॉनिक्स कारखान्यात असेम्ब्ली लाइनमध्ये क्वालिटी कंट्रोलसाठी गरज असल्याचं त्यात म्हटलं होतं. जाहिरातीत दिलेला संपर्काचा क्रमांक तिनं फिरवला- अनेकदा अशा जाहिराती म्हणजे स्थलांतरितांकडून पैसे उकळण्याची क्लृप्ती असायची - आणि पलीकडून बोलणाऱ्या व्यक्तीनं तिला कारखान्यात कसं यायचं याची माहिती दिली. मिनला तीन तास बसचा प्रवास करून तोंगकुआनच्या आग्नेय टोकाला पोहोचायचं होतं. तिथल्या कॅरिन इलेक्ट्रॉनिक्स या कंपनीत मिननं एक वर्ष एकट्यानं काढलं.

या कारखान्यात प्रवेश केल्या केल्या मिनच्या लक्षात आलं की, तिनं तडकाफडकी सोडून दिलेल्या जपानी कारखान्यापेक्षा हा कारखाना अधिक भयावह आहे. पण मागे वळून पाहण्याची वेळ निघून गेली होती आणि तिला पुन्हा बहिणीकडे मदतीसाठी हात पसरायचे नव्हते. स्वतःच्या पायांवर उभं राहण्याचा ती कसोशीनं प्रयत्न करत होती.

* * *

स्थलांतरित कामगार आपल्या जीवनाची सोप्या शब्दांत व्याख्या करत : 'छुक्यू', म्हणजे बाहेर पडणं. गावात करण्यासारखं काही नव्हतं, म्हणून मी बाहेर पडलो. आणि अशा प्रकारे स्थलांतरितांची कथा सुरू होते.

शहरं त्यांची अक्षरशः परीक्षा बघत. कष्टांचं काम करणाऱ्या कामगारांसाठी पगार अतिशय कमी असतात. अनेकदा अधिकृत किमान पगारांपेक्षाही कमी, म्हणजे पन्नास ते ऐंशी डॉलर यादरम्यान. कामाचे तास दर आठवड्याला एकोणपन्नास तासांपेक्षाही लांबायचे. आजारी पडलात, दुखापत झाली किंवा गरोदर राहिलात तर तुमचं तुम्ही बघायचं. कामगारांच्या रक्षणासाठी स्थानिक सरकारच्या अत्यल्प तरतुदी आहेत. त्यांचं झुकतं माप कारखान्यांनाच. कारखान्यांच्या मालकांना खूश ठेवण्यात ते धन्यता मानतात, कारण त्यामुळेच जास्त गुंतवणूक आणि करविषयक महसूल मिळू शकतो. घरातून बाहेर पडणं आणि सगळं सोसत तोंडातून 'ब्र'ही न काढता कारखान्यात काम करणं, हे स्थलांतरित कामगारांसाठी सगळ्यात कठीण काम आहे. हा थरारही आहे. शहरात ते भीतीमुळे नाही, तर अभिमानामुळे टिकून राहतात : हातपाय गाळून लवकर घराकडची वाट धरणं म्हणजे पराभव मान्य केल्यासारखं असतं. घराबाहेर पडणं आणि बाहेर टिकून राहणं - 'छुक्यू' - हाच आपलं नशीब बदलण्याचा मार्ग असतो.

स्थलांतरित म्हणजे ग्रामीण भागातले उच्चभ्रू असतात. ते गावात मागे उरलेल्यांपेक्षा तरुण, चांगले शिकलेले आणि अधिक कामसू असतात. शहरानं त्यांच्यासाठी ठेवलेलं नाव - 'लिउतोंग रनखौ'- 'अस्थिर लोकसंख्या' - त्यांना 'विनाउद्दिष्ट जमाव' असं हिणवलं जातं; पण खरंतर बहुतांश स्थलांतरित विशिष्ट हेतू मनात घेऊन घरातून बाहेर पडतात आणि मार्गक्रमण सुरू केलेल्या नातेवाइकासह वा अन्य गावकऱ्यासह वाटचाल सुरू करतात. आणि म्हणूनच, आजचे बरेचसे स्थलांतरित शेती क्षेत्रातून आलेले नाहीत : ते शाळांमधून शिकून आलेले आहेत. शेती हा त्यांच्या पालकांचा व्यवसाय होता.

स्थलांतर हा आर्थिक सुधारणांचा अपघातानं झालेला परिणाम होता. सन १९५८ मध्ये, चिनी सरकारनं घरांच्या नोंदणीची मोहीम हाती घेतली आणि त्यातून प्रत्येकाची शहरी किंवा ग्रामीण वास्तव्य अशी नोंद केली. शहरांत राहणाऱ्यांना नोकरी, घर आणि अन्नधान्य व अन्य गरजांसाठी रेशन कुपनं देण्यात आली; ग्रामीण रहिवाशांना मात्र यांपैकी कोणताही लाभ मिळाला नाही आणि ते शेतीलाच चिकटून राहिले.

७०च्या दशकात झालेल्या काही सुधारणांमुळे, शेती करणाऱ्या घरांना त्यांचं पीक राज्याला पुरवण्याऐवजी त्यांपैकी काही भाग बाजारात विकण्याची मुभा मिळाली. कृषी उत्पादन वाढलं. अचानक, देशभरातल्या स्थानिक बाजारपेठांत

अन्नधान्य उपलब्ध झालं आणि पहिल्यांदाच ग्रामीण रहिवाशांना शहरात तग धरणं शक्य होऊ लागलं. सरकारनं सन १९८४ मध्ये जारी केलेल्या निर्देशामुळे शेतकऱ्यांना लहान शहरांमध्ये स्थायिक होण्यासाठी परवानगी मिळाली. असं स्थलांतर गुन्हा राहिला नव्हता. यामुळे स्थलांतराला वेग आला आणि सन १९९० पर्यंत स्थलांतरितांची संख्या सहा कोटींपर्यंत वाढली. यांपैकी बहुसंख्य स्थलांतर झपाट्यानं फोफावत्या कारखान्यांकडे आणि किनारपट्टीवरील शहरांकडे आकृष्ट झालं.

आज चीनमध्ये १३० कोटी स्थलांतरित कामगार आहेत. कारखाने, रेस्तराँ, बांधकामाची ठिकाणं, एलेव्हेटर्स, डिलिव्हरी सेवा, घराची स्वच्छता, बालसंगोपन, कचरा वेचणं, केशकर्तनालयं, कुंटणखाने अशा ठिकाणी जवळजवळ सगळे कामगार हे ग्रामीण स्थलांतरित आहेत. पैचिंग (बीजिंग) व शांगहाय (शांघाय) यांसारख्या मोठ्या शहरांत पाव टक्के लोकसंख्या ग्रामीण भागातून आलेल्या स्थलांतरितांची आहे; दक्षिण चीनमधल्या कारखान्यांच्या शहरांत देशाच्या निर्यातभिमुख अर्थव्यवस्थेच्या असेम्ब्ली लाइनची सूत्रं सांभाळत आहेत. या सगळ्या कामगारांचा एकत्रित विचार केला तर मानवी इतिहासातलं हे सर्वांत मोठं स्थलांतर आहे. शतकभरामध्ये युरोपातून अमेरिकेच्या दिशेनं गेलेल्या लोकसंख्येपेक्षाही चीनमधलं स्थलांतर तिप्पट इतकं प्रचंड आहे.

असं असलं तरी, स्थलांतरितांचं वास्तव जाणून घेण्यात आणि त्याला महत्त्व देण्यात सरकारची गती अजूनही धीमीच आहे. अनेक वर्षं, गावांकडून शहरांत आलेल्या स्थलांतरित कामगारांना पोलिसांना चकवा द्यावा लागतो आहे; योग्य परवान्याशिवाय सापडलेल्यांना मोठा दंड भरावा लागलाय किंवा त्यांना थेट गावी परत धाडण्यात आलंय. तब्बल २००३ मध्ये चिनी सरकारला जाग आली आणि स्टेट काउन्सिल या चीनच्या मंत्रिमंडळानं स्थलांतर हा देशाच्या विकासाचा गुरुमंत्र आहे, अशा आशयाची कागदपत्रं जारी केली. या निर्णयानुसार, स्थलांतरितांच्या बाबतीत नोकरीवरून होत असलेल्या भेदभावावर बंदी घालण्यात आली, तसंच कामाच्या ठिकाणी त्यांना चांगल्या सुविधा मिळाव्यात, त्यांच्या मुलांना शिक्षण मिळावं, अशा तरतुदी करण्यात आल्या. याचं प्रतिबिंब म्हणून गावातल्या विटांच्या भिंतींवर स्थलांतराचे गोडवे गाणारी घोषवाक्यं झळकू लागली : स्थलांतरित कामासाठी बाहेर पडा, विकास करण्यासाठी घरी परता. कामगारांचा ओघ जातो बाहेर, पैशांचा ओघ येतो गावात.

स्थलांतरामुळे गावंच्या गावं ओस पडू लागली, तरुण मंडळी शहरांकडे वळू लागली. मागे राहिली ती फक्त वयस्कर माणसं, नांगर आणि विळे हाती उरलेली. त्यांच्यावर शेतीची आणि अजूनही शाळेत जात असलेल्या लहान मुलांची जबाबदारी

पडली. चीनच्या ग्रामीण भागात पैसा येण्याचं किंवा पैसा साठवण्याचं एकमेव साधन उरलं ते म्हणजे गावातून शहरात स्थलांतरित झालेल्या या तरुणाईनं माघारी पाठवलेला पैसा. केवळ पैसे कमावण्यासाठीच तरुण शहरांकडे धाव घेतात, असं नाही. याविषयीच्या एका पाहणीत स्थलांतरित कामगारांनी म्हटलंय की, 'स्थलांतर करण्याची कारणं उत्पन्न वाढवण्याबरोबरच 'जग पाहणं', 'स्वतःचा विकास करणं' आणि 'नवी कौशल्यं आत्मसात करणं' हीसुद्धा आहेत. बऱ्याच जणांच्या बाबतीत, अठरा विश्व दारिद्र्य स्थलांतराला भाग पाडत नसून, रिकामं बसणं कारणीभूत असतं. शेतजमिनीचा तुकडा लहान असतो आणि तो कसण्यासाठी पालक सक्षम असतात, जवळच्या लहान-मोठ्या शहरांत नोकरीच्या फार संधी नसतात. त्यामुळे, घरी बसून करण्यासारखं काहीच नव्हतं म्हणून आम्ही शहरात आलो, अशी पार्श्वभूमी असलेलेच अधिक असतात.

* * *

मिन पहिल्यांदा या टॅलेंट मार्केटमध्ये गेली तेव्हाचं तिला फार काळ आठवत होतं.

कॅरिन कारखान्याला सोडचिठ्ठी दिल्यावर फेब्रुवारी २००४ मध्ये रविवारी सकाळी ती बाजारात गेली आणि चारेक तास तिथं भटकत होती. फारसा उत्साह नव्हता. सोबत काहीही नव्हतं. नोकरी शोधण्याची तिची संपूर्ण प्रक्रिया केवळ दोन शब्दांत सांगता येईल : अल्प उद्दिष्ट. क्लर्कची नियुक्ती करत असलेल्या अर्धा एक डझन कंपन्यांत तिनं मुलाखती दिल्या असतील. टाइप करणं, फोन घेणं, अर्ज भरणं, कागदपत्रं तयार करणं, पाहुण्यांचं आदरातिथ्य करणं आणि चहा देणं अशी कामं क्लर्कना करावी लागत. कार्यालयातल्या उतरंडीमध्ये क्लर्क सर्वांत तळाशी असत. मिन नंतर एकदा बोलताना म्हणाली, "एकदम टकाटक कंपनी शोधण्याकडे कल नसतो. तिथं आपला टिकाव लागणार नसतो. अर्ज केल्यावर तिथून नकार येतो आणि आपला आत्मविश्वास पत्त्याच्या बंगल्यासारखा कोसळतो."

कर्मचारीभरती करत असलेल्या यितोंग इलेक्ट्रॉनिक या कंपनीमध्ये मिनला रेझ्युमे विचारण्यात आला. तिनं रेझ्युमे बनवलाच नव्हता. तिनं आतापर्यंत केलेल्या कामांचा तपशील कंपनीतल्या महिलेनं एका अर्जावर लिहून द्यायला सांगितला. मिनकडे पेनही नव्हतं. त्या महिलेनं तिला पेन दिलं. ती महिला मिनकडे पाहून हसली. मिन म्हणाली "मला माहीत नाही काय झालं. ती महिला माझ्याकडे बघून हसली. केवळ इतकंच घडलं." पण यानंतर मिनला या दिवसाची पुनःपुन्हा आठवण येते आणि नशीब नेमकं कुठे पालटलं, याचा आतापर्यंत शोध घेण्याचा ती प्रयत्न करतेय.

त्या महिलेनं मिनला पुढच्या मुलाखतीसाठी कारखान्यात जायला सांगितलं; पण ती गेली नाही. कारखाना फार लांब होता. पण यितोंग इलेक्ट्रॉनिकच्या मुख्यालयातले ली पेंगजी हे मॅनेजर सगळ्या अर्जांची चाचपणी करत होते. अर्ज चाळता चाळता ते मिनच्या अर्जापाशी थांबले. तिचं हस्ताक्षर सुंदर होतं, ते त्यांच्या नजरेनं टिपलं होतं.

पारंपरिक चीनमध्ये 'कॅलिग्राफी' हे व्यक्ती 'शिक्षित' असल्याचं प्रतीक होतं. कॅलिग्राफीतून व्यक्तिमत्त्व प्रतीत व्हायचं. चांगल्या कॅलिग्राफीतून सफाईदारपणा अन् साहित्याकडे कल दिसायचा. तसंच, व्यक्तिमत्त्वातल्या बारीकसारीक उणिवाही दिसून यायच्या. ली पेंगजी यांच्या मनात काहीतरी वेगळाच विचार सुरू होता. कारखान्यातल्या यंत्रांविषयीच्या फायलींची जबाबदारी घेण्यासाठी त्यांना एका क्लर्कची गरज होती. या फायली हाती लिहिलेल्या होत्या. मोबाइल फोनसाठी कनेक्टर आणि बॅकलाइट बनवणाऱ्या या कारखान्यात हे खास कौशल्य अत्यंत महत्त्वाचं होतं.

मिनकडे स्वतःचा मोबाइल नसल्यानं ली पेंगजी यांनी मिनच्या चुलतभावाच्या मोबाइलवर फोन करून मिनला मुलाखतीला यायला सांगण्याचा निरोप दिला. ही मुलाखत साधारण तीन तास चालली.

मिनला कॉम्प्युटरची चाचणी सर करता आली नाही. ली पेंगजी तिला म्हणाले, "बाकीच्या मुलींना कॉम्प्युटरचं ज्ञान तुझ्यापेक्षा जास्त आहे."

त्यानंतर त्यांनी तिला कामाच्या अनुभवाविषयी विचारलं.

मिन म्हणाली, "मी या प्रकारचं काम केलेलं नाही. मला यातला अजिबात अनुभव नाही."

त्यानंतर त्यांनी तिची लेखी चाचणी घेतली आणि मिननं ती उत्तम पूर्ण केली. मिनची नियुक्ती करण्यात आल्याचं ली पेंगजी यांनी तिला सांगितलं. तेच तिचे नवे बॉस असणार होते.

त्यांनी तिला तिच्या वस्तू घेऊन यायला सांगितलं, जेणेकरून तिला त्याच दिवशी कारखान्यात काम सुरू करता येईल.

मिनसाठी हे इतकं अनपेक्षित होतं की काय बोलावं हेच तिला सुचेना. पण तिथून बाहेर पडण्यासाठी ती उठली असता अचानक म्हणाली, "ही नोकरी अनेक जणांना हवी होती. मला काहीही माहीत नसताना आपण माझी निवड कशी काय केली?" मिननं नव्या बॉसला थेट प्रश्न विचारला.

त्यावर बॉस म्हणाले, "तू फार सरळमार्गी आहेस आणि इतरांपेक्षा प्रामाणिक आहेस."

मिननं उपकरणं विभागात क्लर्क म्हणून दुसऱ्या दिवशीपासून काम सुरू केलं. ती काम करू लागली होती तो विभाग पंचेस आणि ग्राइंडरचा आणि रोलप्लेटिंग

लाइन्सविषयी काम करायचा. याचा वापर मोबाइल फोन बनवताना केला जायचा. बाउंड बुकमध्ये प्रत्येक यंत्राची स्थिती आणि पार्श्वभूमी नोंदवली जायची, एखाद्या मोठ्या मूक रुग्णाच्या वैद्यकीय इतिहासाप्रमाणे. या सगळ्या फायली व्यवस्थित ठेवण्याचं काम मिनचं होतं. एका खोलीत आठ कामगार राहायचे. जेवणात त्यांना भात, तीन मांसाहारी वा शाकाहारी पदार्थ, सूप मिळायचं. कार्यालयातलं रोजचं काम दहा तासांपर्यंत लांबायचं. काही वेळा शनिवार वा रविवार सुट्टीचा मिळायचा. मिन महिन्याला आठशे युआन – शंभर डॉलर - कमावत असे. जुन्या कारखान्यापेक्षा ही रक्कम दुप्पट होती.

तीन आठवड्यांनंतर मी मिनला पहिल्यांदा भेटले. ती बुटकी आणि मजबूत बांध्याची होती. कुरळे केस. सगळ्या गोष्टी अचूक टिपणारे काळेभोर डोळे. ग्रामीण चीनमधल्या अन्य तरुण मंडळींप्रमाणे मिनही होती त्यापेक्षा लहान दिसायची. ती पंधरा वर्षांची वाटली असती किंवा चौदाची किंवा अगदी बाराचीही कार्गो पँट आणि शूज घातलेली टॉमबॉय. कधी एकदा मोठी होतेय, याची उतावीळपणे वाट बघत असलेली. तिचा चेहरा लहान मुलासारखा होता. गोल. जगाकडे टुकूटुकू बघणारा. लहान मुलांच्या चेहऱ्यावर काही वेळा दिसणाऱ्या अपेक्षा असलेला.

माझी आणि मिनची भेट लिन श्युए यांच्या घरी झाली. श्युए यांनी स्थलांतरित वाचकांसाठीच्या एका स्थानिक मासिकासाठी लेख लिहिले होते. मला दि वॉल स्ट्रीट जर्नलसाठी स्थलांतरित तरुणींविषयी लिहायचं असल्याचं मी श्युए यांना सांगितलं होतं. त्यांची लहान बहीण एका कारखान्यात काम करायची. एक दिवस त्यांच्या बहिणीची एक सहकारी, म्हणजे मिन त्यांच्या घरी येणार होती. त्या दरम्यान मी अनेक स्थलांतरित मंडळींना भेटत होते. मिनची कहाणी मला साधारण कळलेली होती.

मिन म्हणाली, "मी हुपै प्रांतातल्या एका शेती कसणाऱ्या गावातली आहे, पाच भावंडांतली दुसऱ्या क्रमांकाची. आमचे आई-वडील शेतीत राबतात. घरची स्थिती तशी नाजूकच आहे.

"माझी मोठी बहीण शन्चनमध्ये काम करायची. मी तिच्याच बरोबर गावातून बाहेर पडले. आम्हाला दोघींना एकाच ठिकाणी काम करायचं होतं; पण ते शक्य नाही."

बोलताना ती क्षणभर थांबली.

"पण का शक्य नाही?" मी विचारलं.

"कारण आम्ही सारख्या भांडतो." असं म्हणून ती हसली.

मिन कोणत्याही विषयावर बोलायला तयार होती. मला माहीत असलेल्या बहुतांश चिनी मंडळींच्या बाबतीत मात्र माझा असा अनुभव नव्हता. स्वतःची कथा मला सांगायला तिला मजा वाटत होती, असं मला वाटतं. मी तिच्याविषयी जितकी उत्सुक होते तितकंच कुतूहल तिलाही माझ्याविषयी होतं : ती त्या दिवशी लिन श्युए यांच्या घरी आली होती याचं खास कारण होतं. 'अमेरिकन व्यक्ती कशी दिसते ते मला बघायचं होतं', हे मिननंच नंतर मला सांगितलं. ती कदाचित खूपच स्थिरस्थावर झालेली असेल, तिच्या हातात चांगली नोकरी असेल, तिच्या जीवनातले नाट्यमय प्रसंग घडून गेले असतील, अशी एकमेव चिंता माझ्या मनात डोकावली; पण हा विचार फार काळजी करण्यासारखा नव्हता.

आम्ही भेटलो त्या दिवशी मिननं मला तिच्या पुढच्या आयुष्यातल्या योजना सांगितल्या. ती शहरात सात वर्षं काम करणार होती, तिला आतापर्यंत वाढवल्याचे आई-वडिलांचे ऋण फेडण्यासाठी ही सगळी वर्षं त्यांना पैसे पाठवत राहणार होती. आपलं अस्तित्व आपल्या पालकांमुळेच आहे, याची जाणीव ठेवून मुलांनी आई-वडिलांचे पांग फेडावेत, ही चीनमधली पारंपरिक विचारसरणी होती. मिनच्या बोलण्यातूनही तीच भावना जाणवत होती. ती तेवीस वर्षांची झाली की या ऋणातून मुक्त झाली असती आणि मग गावी परतण्याचा आणि लग्नासाठी जोडीदार शोधण्याचा तिचा विचार होता.

त्या दिवशी मिन खुशीत होती. त्या दिवशी ती कारखान्यातून बाहेर पडली होती. स्थलांतरित मंडळी म्हणतात तसं, जे हातानं काम करतात आणि जे डोक्यानं काम करतात अशा दोन वर्गांतलं अंतर पार करणं. मिन म्हणाली, ''देव अजूनही आहे म्हणायचा. वर्षभर देवानं मला थकवलं, पण आता त्यानं मला नवी सुरुवात करायची संधी दिली आहे.'' मिन तेव्हा नुकतीच अठराची झाली होती आणि नव्यानं सुरुवात करण्यात तरबेज झाली होती.

शहर

वीस, तीस किंवा तब्बल पन्नास तासांचा प्रदीर्घ प्रवास कुआंगचौ रेल्वे स्थानकात येऊन संपतो अन् प्रवाशांचे घोळकेच्या घोळके ट्रेनमधून बाहेर येतात. त्यांपैकी अनेक जण तरुण वयाचे अन् एकटेच आलेले असतात. इतका लांबचा प्रवास संपवून प्रवाशांचे घोळकेच्या घोळके ट्रेनमधून बाहेर पडतात त्या कुआंगचौ रेल्वे स्थानकात दीर्घ प्रवास संपुष्टात येतो. यातील बहुतेकसे प्रवासी अतिशय तरुण असतात आणि ते एकटेच आलेले असतात. हातात एखादी सुटकेस असते, पाठीवर सॅक असते किंवा एके काळी तांदूळ भरायला वापरलेली गोणी असते. स्थानकासमोरची प्रचंड इमारत प्रवाशांनी गजबजून जाते. सगळ्यात आधी कानावर पडतात त्या नव्यानं आलेल्या आणि प्रवाशांच्या भाऊगर्दीत हरवलेल्या मंडळींसाठी सुरू असलेल्या घोषणा. 'हनानमधून आलेले अमुकअमुक, तुमचा भाऊ तुम्हाला शोधतो आहे. मोठ्या भावाची पत्नी, येथून बाहेर पडण्याच्या परिसरात या.' 'फुलांच्या सुंदर शहरात आपलं स्वागत आहे' : बस कंपनी टूरची जाहिरात करत असते. पण ना हे शहर सुंदर दिसणारं असतं, ना इथे फुलं दिसतात.

तीव्र चढणीनंतर असलेल्या संपूर्ण उड्डाणपुलावर लांब पल्ल्याच्या बसचं स्थानक आहे. तिथून दर दहा मिनिटांनी तोंगकुआनला जाणाऱ्या एक्सप्रेस सुटतात. तोंगकुआन तिथून तीस मैलांवर आहे. बस गच्च भरलेली असते. दिवसभर वापरलेला आणि रात्रीही त्यावरच झोपलेल्या कपड्यांच्या आणि घामाच्या वासानं बस गच्च भरलेली असते. हा स्थलांतरितांचा दर्प असतो. पुलावरून वेगानं बस

खाली येते आणि एकामागून एक कारखाने दृष्टीस पडू लागतात- छपाईचे कारखाने, पेंट आणि प्लॅस्टिकचे कारखाने, मोबाइल फोन व स्क्रू कारखाने आणि सोफा कारखाने. भव्य आकाराची सार्वजनिक शौचालये वाटावीत अशा पांढऱ्या टाइल्स बसवलेल्या इमारती; त्यामागे डोकावू लागतात आणि कामगारांसाठीच्या डॉर्मेटरी, वाळत घातलेल्या कपड्यांनी भरलेल्या त्यांच्या बाल्कनी दिसू लागतात. चीनमधल्या कारखान्यांची नावं त्यांच्या शुभ संकेतानुसार दिलेली आहेत आणि तोंगकुआनपर्यंतचा प्रवास म्हणजे उज्ज्वल भवितव्याच्या दिशेने केलेली वेगवान सफरच आहे : हाय रिफाइनमेंट एअर कंडिशनिंग, इटर्नल सिन्सेरिटी गारमेंट्स, न्यू इरा झिप्पर कंपनी.

सुरुवातीच्या काळात उभारलेल्या कारखान्यांना आता दोन दशकं लोटली असली तरी या सगळ्या घडामोडी अजूनही नव्याच वाटतात. डोंगरांच्या उदरावर कुऱ्हाड चालवून ते उघडे करण्यात आले. त्यावर स्फोट घडवण्यात आले. महामार्गावरून बाहेर पडण्यासाठीचे रस्ते दलदलीच्या प्रदेशात लुप्त झाल्यासारखे दिसू लागले.

तोंगकुआनमध्ये प्रवेश करण्यासाठी बसचा वेग कमी होतो. कारखाने आता आणखी जवळ दिसू लागतात. इमारतींच्या समोरच्या भागात लाल रंगाचे मोठ्ठाले फलक अदबीनं झुकलेले असतात आणि त्यावर झळकत असतं : अनुभवी महिला पाहिजेत. एका कारखान्याच्या दारापाशी स्थलांतरित मंडळी जमली आहेत आणि स्तब्ध होऊन एका फलकाकडे एकटक पाहत आहेत : दर दुपारी दीडला बाजूच्या गेटवर भेटा. 'जॉबहॉप लिमिटेड' ही कंपनी चांगल्या कामगारांच्या शोधात आहे. बस आणखी एका महाकाय बांधकामाच्या ठिकाणावरून पुढे गेली- नाही, हे बांधकामाचं ठिकाण नव्हतं, बस स्थानक होतं- आणि बसनं काही प्रवाशांना तिथे उतरवलं.

तोंगकुआन शहर जाणून घेण्याचा उत्तम मार्ग म्हणजे पायी फिरणं. रस्त्याच्या कडेलगत, मोटरसायकलचे भाग आणि प्लॅस्टिक पाइप विकणारी, तसंच दंतचिकित्सा सेवा देणारी दुकाने आणि त्यावर चकचकीत काचेच्या टॉवरमध्ये असलेली बँकांची मुख्यालये. शहरी कोंदट रस्त्याच्या जागी दहापदरी रुंदच्या रुंद रस्ते आणि वेगवान महामार्ग. खांद्यावर सूटकेस किंवा अंथरुण-पांघरुणाची वळकटी घेऊन स्थलांतरित कामगार शहरात पायी फिरत असतात, तर मागनं झुमकन वेगानं बस, ट्रक जातात. सगळीकडे बांधकामं आणि काही ना काही हालचाली सुरू, जॅकहॅमर आणि मोटरसायकली, खोदकामं आणि धूळ. कान किटतील, इतके आवाज रस्त्यावर सुरू असतात. रस्ते रुंद आणि उत्तम आहेत; पण पादचाऱ्यांसाठी दिवे किंवा क्रॉसवॉक नाहीत. हे शहर यंत्रांसाठी सजलेलं आहे; माणसांसाठी नाही.

चीनमधल्या अन्य शहरांत दर चौकात दिसणारी सरकारी प्रशासकीय कार्यालयं

या शहरात मात्र कुठेही दिसत नाहीत. मोटरसायकलवर बसलेले पुरुष पादचाऱ्यांना साद घालतात. प्रत्येकाचा प्रयत्न टॅक्सीकडे आकृष्ट करण्याचा असतो. हे सगळेच बेकायदा असते. रस्त्यावर कॉलेजांचे बनावट डिप्लोमा विक्रीला ठेवलेले असतात. तोंगकुआनमध्ये बनावट आयकिया आहे आणि मॅककेएफसी असं नाव असलेली फास्टफूडची साखळी आहे. मार्बल लॉबी असलेली आणि हयात हॉटेल या नावानं मिरवणारी एक दहा मजली इमारत आहे. कॉपीराइट कायद्याचं उल्लंघन केल्याबद्दल अगदीच ढिसाळ वृत्ती असलेली (फ्रंट डेस्कवरच्या एका महिलेनं या शिथिलपणाचं समर्थन करत सांगितलं, आम्ही आमच्या नावात 'आय' हे अक्षर वापरलंय, त्यामुळे ते वेगळं आहे.) शहर बत्तीस गावांमध्ये विभागलेलं आहे आणि त्यातल्या प्रत्येकाचा 'उत्पादना'मध्ये हातखंडा आहे. छांगआनमध्ये इलेक्ट्रॉनिक घटकांचं उत्पादन होतं, दलांग स्वेटरसाठी प्रसिद्ध आहे, तर हौच्यिएमध्ये बूट बनवले जातात. सॅमसंग आणि पायोनिअर यांचे उत्पादन प्रकल्प ल्यावपू इथे आहेत; नोकिया मोबाइल फोनचा कारखाना नानछंगमध्ये आहे. चीनमध्ये प्यायली जाणारी नेसकॅफे इन्स्टंट कॉफी डाऊनटाऊन तोंगकुआनमध्ये असलेल्या प्रकल्पात तयार होते. कारखाने म्हणजेच बसस्टॉप आणि स्मारकं आणि ओळखीच्या खुणा. प्रत्येक गोष्ट जणू कारखान्यांच्या सेवेसाठीच असते. तोंगकुआनचं महामार्गांचं जाळं आधीच विशाल आहे आणि जगाला वेगवान गतीनं वस्तू पोहोचवण्याच्या ईर्ष्येनं ते सतत विस्तारत असतं. कारखान्यांशी संबंधित ग्राहकांना सेवा देण्यासाठी आलिशान हॉटेल्स आणि गोल्फ कोर्स यांनी बाळसं धरलं आहे. जगभरातले ग्राहक सहसा शेरेटन तोंगकुआन हॉटेलमध्ये उतरतात. तिथे त्यांना गरजेच्या ठरतील अशा प्रत्येक ठिकाणाची यादीच दिली जाते :

कुआंगतोंग इंटरनॅशनल एक्झिबिशन सेंटर
तोंगकुआन इंटरनॅशनल एक्झिबिशन सेंटर
म्युझिअम ऑफ ओपिअम वॉर
थाय फिंग जेट्टी
वॉल-मार्ट
कॅरेफॉर
पार्क 'एन' शॉप
हार्बर प्लाझा गोल्फ क्लब
हिलव्ह्यू गोल्फ क्लब
लाँग आयलँड गोल्फ क्लब

इथे किती लोक राहतात ते नेमकं कोणालाच माहीत नाही. शहरातल्या सरकारच्या मते, तोंगकुआनची स्थानिक लोकसंख्या सतरा लाख आहे आणि अंदाजे सत्तर लाख स्थलांतरित कामगार आहेत. पण या सरकारी आकडेवारीवर फारसा कोणाचा विश्वास नाही. शहराची नेमकी लोकसंख्या किती असेल, याविषयी अनेक जण अंदाज वर्तवत असतात. तोंगकुआनमध्ये ऐंशी लाख स्थलांतरित आहेत. दर वर्षी त्यामध्ये दहा लाख स्थलांतरितांची भर पडते. तोंगकुआन शहरात एक कोटी स्थलांतरित वास्तव्यास आहेत, पण जास्त कर भरावा लागू नये म्हणून अधिकृतरीत्या केवळ सत्तर लाख हा आकडा सांगितला जातो. शहराच्या महापौरांना कदाचित यापेक्षा अधिक तपशील माहीत असावा, पण तो ते उघड करत नाहीत. सन २००५ मध्ये एका कार्यक्रमात पत्रकारांशी बोलताना ते म्हणाले होते, 'अधिकृतपणे जाहीर केलेल्या संख्येपेक्षा तोंगकुआनची लोकसंख्या कितीतरी जास्त आहे.' ही संख्या किमान एक कोटी असावी, असा त्यांचा वैयक्तिक अंदाज होता.

तोंगकुआन अद्याप अपूर्ण आहे. हे एक असं शहर, जिथली प्रत्येक गोष्ट जणू दुसरं काहीतरी बनण्याच्या प्रक्रियेत असल्यासारखी भासते. रस्त्याच्या बाजूला पदपथाच्या काही भागात दगडी लाद्यांचा मोठा ढीग ठेवलेला आहे. युरोपीय बाज असलेल्या राजवाड्यांच्या दर्जाच्या कार्यालयीन इमारतीचं आश्वासन देणारं चिन्ह असलेल्या. हे मध्यवर्ती व्यवसाय केंद्र उघड्या ठेवलेल्या खड्ड्यांनी स्वागत करतं. शहराच्या पूर्वेकडे नवं केंद्र आकार घेत आहे. इथे एक दिवस सरकारी कार्यालयं होतील, ग्रंथालय सुरू होईल, विज्ञानाचं संग्रहालय स्थापलं जाईल, आणि एक चित्रपटगृहही होईल. इतरही घडामोडी घडतील. सध्या त्या परिसरातले मुख्य रुंद रस्ते मोकळे आहेत. त्यांवर कारची भाऊगर्दी झालेली नाही. मॉल शांत आहेत. झुडपांचं कुंपण विशिष्ट भौमितिक आकारात कापण्यात आलं आहे. तोंगकुआनचं ब्रीद म्हणजे दर वर्षी एकच मोठं पाऊल उचलायचं आणि पाच वर्षांत एक नवं शहर आकाराला आणायचं.

नव्या जीवनाला आकार देणं फार वेगानं घडतं. कॉम्प्युटर शिकवणाऱ्या वर्गात जाऊन काही धडे घेतले तरी व्यक्तीच्या आयुष्याला नवे पैलू पडतात आणि एक निराळाच दर्जा मिळतो. टॅलेंट मार्केटमध्ये करिअरला नवी दिशा देण्यासाठी एक दिवस पुरेसा असतो. वीस युआन खर्च करून फोटो स्टुडिओतून आकर्षक फोटो काढून घेता येतात. कुंपणाजवळ किंवा उद्यानाजवळ फोटो काढल्याचं दाखवता येतं. रंगीतसंगीत पार्श्वभूमीवर फोटो काढता येतात. हौशीनं काढलेले हे फोटो घरी किंवा मित्रमंडळींना पाठवले जातात किंवा डॉर्मेटरीतल्या भिंतीवर लावले जातात. फोटोत दिसणारी व्यक्ती कोणीतरी नवीच आहे, याची जाणीव होण्यासाठीचा हा

खटाटोप असतो. शहरभरातल्या ठिकठिकाणच्या भिंती, गुप्तरोग क्लिनिक व नोकरीच्या जाहिरातींच्या बाजूला हरवलेल्या व्यक्तींबाबतच्या जाहिराती असतात. *'पाच वर्षांपूर्वी घर सोडलं, रंग सावळा, चेहऱ्यावर व्रण, बोलण्याचा वेग अधिक, व्हीडिओगेम खेळायला आवडतात.'* पोटाची खळगी भरण्यासाठी शहराच्या गजबजाटात हरवून गेलेल्या कुटुंबातल्या सदस्याच्या शोधासाठी अशा जाहिराती घरातली मंडळी चिकटवतात.

वीकेण्डला तोंगकुआनवर तरुणाईचंच राज्य पसरलेलं असतं. तिथल्या पार्कांत आणि मोकळ्या चौकांत खुली शाळा भरल्यासारखं वाटतं. मुली घोळका करून फिरतात. हात एकमेकींच्या खांद्यांवर टाकलेले असतात. घट्ट जीन्स आणि टॉप असा त्यांचा पोशाख असतो. मुलं मात्र छोट्या गटानं फिरताना दिसतात. कारखान्यातल्या शर्टच्या बाह्या काखेपर्यंत दुमडलेल्या असतात. जोडपी स्वतंत्र फिरत असतात. जोडीदारासोबत असल्याचा आनंद, अभिमान तरुणींच्या चेहऱ्यावर दिसत असतो. त्यांच्यासोबतचे तरुण मात्र नीरस, निरुत्साही दिसतात. सोमवारी सकाळी मात्र तोंगकुआनमधले पार्क आणि चौक भीषण, शांत, रिकामे असतात. कारखान्यांच्या परिसरात केवळ निर्विकार चेहरे दिसत असतात. कैक मुला-मुलींच्या भावनांना या महाकाय कारखान्यांनी गिळंकृत केलेलं असतं. उद्योगांना तरुणाईचा उत्साह अपेक्षित नसतो. रस्तोरस्ती केवळ नीरव शांतता पसरलेली असते.

रात्रीच्या वेळी महामार्गालगतचे कारखाने दिव्यांनी उजळलेले असतात. बारकाईनं पाहिलं तर काही वेळा खिडक्यांच्या काचांवर आतल्या माणसांच्या हलत्या सावल्याही दिसतात. अपरात्री, वेळी-अवेळी हे दृश्य दिसू शकतं- कारखान्यात जोपर्यंत प्रकाश दिसत असतो तोपर्यंत लोक काम करत आहेत, असं समजायचं. निळ्या रंगाने प्रकाशित झालेल्या काचांचा एक संच म्हणजे एक कारखाना असं ओळखू येत असे. प्रत्येक संच दुसऱ्या संचापासून वेगळा, जणू समुद्रात एकामागून एक येणाऱ्या लाटेप्रमाणे! दूरवरून ते सुंदर दिसतात.

* * *

मुली घरातून बाहेर पडून वीस दिवस झाले होते. त्यांच्यासाठी हे शहर इतकं अनोळखी होतं की त्या काम करायच्या तो कारखाना कोणाच्या मालकीचा होता हेदेखील त्यांना माहीत नव्हतं. सोबत काहीच घेतलेलं नव्हतं, ना खायला फळं किंवा स्नॅक्स, ना प्यायला काही. बुटांच्या लहान कारखान्यांसाठी नावाजलेल्या तोंगकुआन जिल्ह्यातल्या एका चौकात तळपत्या उन्हात त्या नुसत्या बसल्या होत्या.

त्यांची नावं होती थिएन योंगश्यिया आणि चांग ताली. दोघीही सोळा वर्षांच्या

होत्या आणि पहिल्यांदाच कामानिमित्त घराबाहेर पडल्या होत्या. ल्युनार नववर्षाच्या नवव्या दिवशी त्या हनान प्रांतातलं घर सोडून शहरामध्ये येण्यासाठी बाहेर पडल्या. तो दिवस बाहेर जाण्यासाठी शुभ मानला जातो. या दोघींच्या गावातली एक मुलगी तिथल्या एका कारखान्यात दरमहा आठशे युआन पगाराची नोकरी करत होती आणि या दोघींनाही अशाच नोकऱ्या हव्या होत्या. नोकरी मिळवण्याचं आश्वासन दिलेल्या एका जोडप्याला या दोघींनी प्रत्येकी चारशे युआन, म्हणजे अंदाजे पन्नास डॉलर दिले होते. तीन दिवसांचा बसप्रवास घडवत हे दाम्पत्य दोघींना शहरात घेऊन आलं खरं; पण तिथे नोकरीबिकरी काही नव्हती. दोघींनाही फसवून ते नवरा-बायको गायब झाले होते.

दोघींनी बस स्थानकात चार रात्री घालवल्या आणि शेवटी त्यांच्या गावाकडच्या कुणाच्या तरी संपर्कात आल्या. त्या व्यक्तीनं त्यांना एका इलेक्ट्रॉनिक कंपनीत दरमहा तीनशे युआन पगार देणारी नोकरी मिळवून दिली. हा पगार अगदीच बेताचा होता; पण परिस्थितीपुढे त्या इतक्या अगतिक होत्या, की मिळेल ते स्वीकारण्याशिवाय गत्यंतर नव्हतं. ''त्या वेळी मला काहीही करून कारखान्यात नोकरी मिळवायची होती; म्हणजे मला रात्री शांत झोप लागली असती,'' योंगश्यिया म्हणाली. रुंद चेहरा आणि लहान डोळ्यांची योंगश्यिया हसतमुख होती. खूप हसायची. बराच वेळ तीच बोलत होती. ताली बारीकशी, गोड होती. नाजूक दिसायची. दात मात्र ओबडधोबड होते तिचे.

कारखान्यातली उतरंड या दोघींनी चटकन अवगत केली आणि आपण त्याच्या तळाशी आहोत हेही. आदल्याच वर्षी कारखान्यात नोकरीला लागलेले कामगार या दोघींना कमी लेखायचे. त्यांच्याशी बोलायचेही नाहीत. त्या दोघी एका कंपनीच्या उपशाखेच्या कारखान्यात काम करायच्या. मुख्य कंपनीत काम करण्यासाठी विशिष्ट कौशल्यं गरजेची होती आणि मुख्य म्हणजे ओळखपत्र आवश्यक होतं. या दोघींनी तोपर्यंत स्वतःच्या ओळखपत्रासाठी अर्ज केलेला नव्हता. त्यामुळे त्यांनी उसनी ओळखपत्रं आणली. असेम्ब्ली लाइनमध्ये दिवसा आठ तास काम चालायचं. वीकेण्डला सुट्टी असायची. काहींना ही सुट्टी नको वाटायची, कारण ओव्हरटाइम केला की पैसे जास्त मिळायचे. शू फॅक्टरींमध्ये पैसे चांगले मिळायचे, पण तिथला दिवस खूपच मोठा असायचा. जास्त वेळ काम केल्यामुळे होणाऱ्या दगदगीच्या तुलनेत जास्तीचा पैसा मिळतो का, या विषयावर मुलींचा वाद रंगायचा. योंगश्यिया आणि ताली यांनी कारखान्यात प्रवेश केल्यावर लगचेच कारखाना कसा सोडायचा, याविषयी खलबतं करण्यास सुरुवात केली.

दोघींनी घरातून बाहेर पडण्यापूर्वी एक गोष्ट ठरवली होती : पहिल्या कारखान्यातल्या नोकरीत अपयश आलं तर सरळ घर गाठायचं. पण पहिल्या

कारखान्यातल्या नोकरीत अपयश येऊनही त्या तिथेच थांबल्या. कारण त्या आता शहरी झाल्या होत्या आणि आमूलाग्र बदलल्या होत्या.

त्या शहरातल्या माझ्या दुसऱ्याच दिवशी माझी आणि योंगश्यिया आणि ताली यांची भेट झाली. फेब्रुवारी महिन्यातली ती सकाळ गरम हवेची होती. आकाश मातकट पांढऱ्या रंगात माखलं होतं आणि गरम हवेच्या लाटा वाहत होत्या. पर्ल नदीच्या त्रिभुज प्रदेशात आणखी एका महिन्यानं उन्हाळा सुरू होणार होता. मी या मुलींना नूडल्स शॉपला घेऊन गेले. त्यांच्यासाठी कोक मागवला. गावातलं घर कसं सोडलं, याचा किस्सा त्यांनी स्ट्रॉनं सावकाश कोक पित असताना सांगितला.

मी वॉल स्ट्रीट जर्नलची रिपोर्टर असल्याचं त्यांना सांगितलं. योंगश्यिया माझं बिझनेस कार्ड पुन्हा पुन्हा उलटसुलट करून पाहत होती. त्यावरचा बीजिंगचा पत्ता पाहून तिला नवल वाटत असावं. ''आम्ही तुम्हाला पत्र पाठवू शकतो?'' तिनं अचानक प्रश्न विचारला. ''आम्हाला आईची फार आठवण येते. आम्ही एकट्या पडलोत.'' रेस्तराँच्या खिडकीतून बाहेर पाहताना एकीला काहीतरी दिसलं. दोघी ताडकन उभ्या राहिल्या. भेदरलेल्या पक्ष्यांसारख्या अस्वस्थ झाल्या. ''माफ करा, आम्हाला लगेच जावं लागणार आहे.'' असं म्हणून त्या तडक निघाल्याच.

मी त्यांना गाठेपर्यंत त्या निघूनही गेल्या. रस्त्याच्या बाजूला एका मुलीसोबत बोलत उभ्या राहिल्या. ती मुलगी त्यांच्या गावची होती. गेल्या वर्षी गावातून बाहेर पडलेली. महिन्याला आठशे युआन कमावायची. ती कुठेतरी जात होती आणि या मुली तिला या वेळी अजिबात सोडत नव्हत्या.

मी योंगश्यियाकडे तिच्या डॉर्ममधला फोन नंबर मागितला, पण ती अद्याप तिथे नवीन असल्यानं तिलाही नंबर माहीत नव्हता. तिनं मला पत्र लिहिण्याचं आश्वासन दिलं. आम्ही दोन आठवड्यांनी पुन्हा भेटायचं ठरवलं. त्या दिवशी सकाळी जिथे भेटलो होतो त्याच चौकात भेटायचं ठरलं. नंतर मात्र त्या जणू नाहीशाच झाल्या. दोघीही सोळा वर्षांच्या होत्या आणि चीनमधल्या एका गजबजाटाच्या, वाढत्या शहरात मोकाट सुटल्यासारख्या राहत होत्या. त्यांच्यावर घरात किंवा बाहेरही कुठे वडीलधाऱ्या माणसांचा अंकुश नव्हता. अत्यंत तोकड्या माहितीच्या जोरावर निर्णय घेणाऱ्या या मुली भामट्यांच्या जाळ्यात सहज अडकू शकल्या असत्या. त्यांना आईची आठवण यायची, पण स्वतःचं आयुष्य स्वतःच्या मर्जीनं मनमुराद जगायला मिळत होतं, तेही त्यांना आवडत होतं.

मी ठरल्याप्रमाणं दोन आठवड्यांनी बीजिंगहून तिकडे गेले आणि चौकात या मुलींची वाट बघू लागले. आम्ही दहा वाजता भेटायचं ठरवलं होतं. त्या दोघी

येणार नाहीत, असं मला वाटत होतं आणि त्यासाठी कारणंही बरीच होती. त्यांना ओव्हरटाइम देणारी चांगली नवी नोकरी मिळाली असेल आणि त्यामुळे बाहेर पडणं अशक्य झालं असेल. कदाचित, त्यांचा माझ्यावर विश्वास नाही, असा निष्कर्ष त्यांनी काढलेला असेल. किंवा कदाचित त्या विसरल्याही असतील किंवा इथे येण्यापेक्षा महत्त्वाचं दुसरं काही असू शकेल. कदाचित, एकाएकी गायब होणाऱ्यांच्या यादीत त्याही जाऊन बसल्या असतील. माझ्या डोक्यात विचारांचं मोहोळ उठलं होतं. त्यांना का बरं यावंसं वाटेल? एकमेव आशा मला दिसत होती ती म्हणजे, एकदा योंगश्यिया म्हणाली होती, "आम्हाला खूप एकटं वाटतं."

मी जवळजवळ दुपार होईपर्यंत त्यांची वाट बघत थांबले. आता त्यांची वाट बघत थांबण्यात अर्थ नाही; त्या काही येणार नाहीत, हे कळून चुकलं होतं. पण मी त्या चौकातून निघून गेले असते तर त्यांचा आणि माझा संपर्क कायमचा सुटला असता. त्यांची नावं आणि त्या हनान प्रांतातून आलेल्या सोळा वर्षांच्या मुली आहेत, इतकीच मला त्यांच्याबद्दल माहिती होती. फ्रीलचे टॉप, जीन्स आणि केसांचा पोनी अशा रूपात त्या ग्रामीण भागातून तोंगकुआनमध्ये भविष्य बदलण्यासाठी आलेल्या लाखो तरुणींमधल्याच एक वाटतात. मी त्या दिवशी बाकी कुणालाही भेटू शकले नाही. तळपत्या उन्हात बरेच तास भटकत राहिले. लोकांकडे बघत आणि स्वतःशीच बोलत. त्या मैत्रिणींच्या गोतावळ्यात असतील तर त्यांच्याशी बोलणं अवघड होतं. त्या काही खात-पित असतील तरीही हीच स्थिती होती. वैयक्तिक कथा फारशा महत्त्वाच्या नाहीत, असं मला वाटत होतं.

त्यानंतरही अनेक महिने मी जेव्हा जेव्हा या शहरात यायचे तेव्हा रस्त्यावर दिसणाऱ्या मुलींचे चेहरे बारकाईनं निरखायचे. कदाचित योंगश्यिया आणि ताली मला पुन्हा भेटतील, अशी अंधूक आशा होती. अनेक मुली माझ्याकडे वळून बघत. त्यांच्या चेहऱ्यावर उत्सुकता, प्रश्नचिन्ह दिसे. तिथे लाखो तरुणी होत्या आणि प्रत्येकीकडे सांगण्यासारखं खूप काही होतं. प्रत्येकीची एक कथा होती. मला पुन्हा नव्यानं सुरुवात करण्यासाठी त्यांच्यामधूनच शोधाशोध करावी लागणार होती.

फेब्रुवारी २००४ मध्ये मी पहिल्यांदाच तोंगकुआनमध्ये आले. चीनमधलं स्थलांतर दोन दशकं जुनं होतं आणि 'द वॉल स्ट्रीट जर्नल'सह बहुतांश परदेशी वृत्तपत्रांनी चीनमधल्या कारखान्यांमधल्या भयानक स्थितीविषयी लिहिलं होतं. मला या विषयावर वेगळं काहीतरी लिहायचं होतं- स्वतः कामगार स्थलांतराबाबत काय विचार करतात, याविषयी. मला सर्वाधिक उत्सुकता स्थलांतर केलेल्या महिलांविषयी होती. गाव सोडून शहराकडे आल्यामुळे सगळ्यात जास्त फायदा महिलांना झाला

होता आणि त्याच वेळी त्यांनी गमावलंही खूप होतं. चीनमधल्या कारखान्यांच्या शहरांतलं एक मोठं शहर असलेल्या तोंगकुआनच्या असेम्ब्ली लाइननं तरुण आणि अकुशल मनुष्यबळाला आकृष्ट केलं होतं आणि त्यामध्ये महिलांचं प्रमाण ७० टक्के होतं. त्यामुळे माझ्या लिखाणाला आणि अभ्यासाला इथूनच सुरुवात करावी, असं मला वाटत होतं.

नंतरच्या दोन वर्षांच्या वास्तव्यात मी दर महिन्यातले एक-दोन आठवडे तोंगकुआनमध्ये घालवले. मला काही तरुणींना नीट जाणून घेता आलं, तर काही जणी त्यांच्या कथा सांगून गायब झाल्या. चौकात मी ज्या दोन मुलींची वाट बघत ताटकळले होते, त्याही मला नंतर कधीही न भेटलेल्या मुलींमधल्या होत्या. या तरुणींची जोखीम पत्करायची क्षमता थक्क करणारी होती. एखादा कारखाना, तिथला बॉस किंवा सहकारी आवडला नाही तर त्या बेधडक नोकरी सोडून द्यायच्या आणि दुसरीकडे नोकरी मिळवायच्या. सोडलेल्या नोकरीकडे पुन्हा ढुंकूनही बघायच्या नाहीत. त्यामुळे त्यांनी मला त्यांच्या कथा सांगितल्या तेव्हा काळ-वेळेची दरी जाणवत राहिली. ती दरी त्यांनी सोडलेल्या आणि आता त्यांना आठवतही नसलेल्या कारखान्यांबद्दलची होती. आपल्या मुली काय करताहेत याची गावात राहत असलेल्या त्यांच्या पालकांनाही पुसटशीच कल्पना असायची. अस्तित्व टिकवून ठेवणं, हे त्यांच्यासाठी निरंतर वास्तव होतं. हे वास्तव त्यांना कमालीची मोकळीक, स्वातंत्र्य देणारं होतंच, पण तितकंच त्रासदायकही होतं. शहरात जाणं म्हणजे सगळ्या गोतावळ्यापासून दूर होणं होतं.

माझी ज्या तरुणींशी गट्टी जमली होती त्यांच्यामध्ये एक समान धागा होता. त्यांना त्यांच्या जीवनकथेतलं वेगळेपण, नाट्य माहीत होतं आणि मला त्यांच्याविषयी का जाणून घ्यायचं होतं तेही कळलं होतं. मला वाटतं माझ्या अपेक्षेपेक्षाही अधिक त्यांनी मला समजून घेतलं होतं. मी अमेरिकेहून आले होते, त्यांच्यापेक्षा जास्त शिकले होते. त्यांच्यापेक्षा माझी पार्श्वभूमी एकदम निराळी होती. पण तरीही एकटं राहणं, शहरात एकाकी असणं काय असतं, ते मला माहीत होतं. मीही चिनी पुरुषांची अरेरावी सहन केली होती, पोलिसांचं मोठ्या आवाजात ओरडणं ऐकून घेतलं होतं. बसचालकांनी माझीही फसवणूक केली होती. बॉयफ्रेंडबाबत होणारी भावनिक घालमेल आणि अजूनही अविवाहित असल्यानं पालकांना वाटणारी काळजी मीही अनुभवली होती. २००६ मध्ये मी लग्न केलं तेव्हा एका स्थलांतरित महिलेच्या प्रतिक्रियेनं चक्रावून गेले. "तुमच्या आईला आता खूप बरं वाटलं असेल ना? तुमची आई पारंपरिक चिनी महिला असेल असं मला सारखं वाटतं," अशी तिची पहिली प्रतिक्रिया होती.

या मुलींशी माझी नाळ जुळण्यासाठी आणखी एक घट्ट बंध होता, कदाचित

त्यांना तो माहीत नसावा : मीही घर सोडून बाहेर पडले होते. अमेरिकेतल्या एका कॉलेजातून पदवीधर झाल्यावर मी झेकोस्लोव्हाकियामधल्या 'प्राग' इथे गेले. एकंदर पंधरा वर्षं मी परदेशात राहिले. त्या काळात या स्थलांतरित तरुणींप्रमाणे मी काही वर्षांतून एकदा घरच्यांना भेटायला जायचे. बराच काळ मी चीनपासून लांब राहण्याचा शक्य तितका प्रयत्न केला. कॉलेजला असताना मी जाणीवपूर्वक चिनी-अमेरिकी संस्था टाळल्या आणि चिनी भाषेचा केवळ एकच क्लास घेतला. मी अमेरिकी इतिहास आणि साहित्य हा विषय निवडला होता आणि लॅरी मॅकमर्टी यांच्या कादंबऱ्यांवर पदवीपूर्व थिसिस लिहिला. प्रागमध्ये असताना मी एका परदेशी वृत्तपत्रासाठी 'झेक राजकारण आणि समाज' या विषयांचं वृत्तांकन करत असे. सन १९९२च्या हिवाळ्यातल्या एका दिवशी, मोठी सूटकेस हातानं ओढत नेत असलेल्या एका चिनी जोडप्यानं मँडरिन भाषेत मला पत्ता विचारला. त्यांना उत्तर देण्यापूर्वी मी काही क्षण स्तब्ध होते. मग शांतपणे, त्यांच्याच बोलीभाषेत मी त्यांना उत्तर दिले. मी जाणूनबुजून मागे सोडून आलेल्या विश्वात ते जोडपे मला पुन्हा ढकलून देत असल्याचा भास क्षणभर झाला.

सुरुवातीला, मला व्यावहारिक कारणानं चीन खुणावत होता. नव्वदच्या दशकाच्या सुरुवातीला चीनच्या झपाट्यानं वाढत्या अर्थव्यवस्थेनं जगाचं लक्ष वेधून घ्यायला सुरुवात केली. चिनी भाषेवर असलेलं माझं प्रभुत्व अचानक महत्त्वाचं ठरू लागलं. द वॉल स्ट्रीट जर्नलसाठी वार्तांकन करण्यासाठी १९९३मध्ये मी हाँगकाँगला गेले आणि पहिल्यांदाच चीनच्या इतिहासाविषयी पुस्तकं वाचायला सुरुवात केली. चीन हा माझ्यासाठी नेहमीच दुर्लक्षिलेला विषय होता. त्यानंतर दोन वर्षांनी मी तैवानला गेल्यानंतर तिथले बरेच जण मला 'छुक्यू' याविषयी, म्हणजे, 'घरातून बाहेर पडण्याविषयी' विचारायचे. मी कोणत्या वर्षी घरून बाहेर पडले आणि अमेरिकेला गेले, हे विचारायचे. जगातला प्रत्येक जण जणू चीनमध्ये जन्माला येतो, अशी त्यांची भावना त्यातून दिसून यायची. त्यानंतर मी चीनमध्ये गेले. तिथेही मला हाच प्रश्न विचारला जायचा. अगदी अलीकडेपर्यंत तांत्रिकदृष्ट्या युद्धात प्रतिस्पर्धी असलेले चीन आणि तैवान किती सारखे आहेत, याचा हा एक प्रत्यय होता.

चिनी-अमेरिकी मंडळी चीनला गेल्यावर सगळ्यात आधी आपल्या परंपरागत मूळ गावी जाऊन येतात. मी मात्र हाँगकाँग, तैवान आणि चीनमधल्या बारा वर्षांच्या प्रवासात आमच्या मूळ गावची वाट कधीच धरली नाही. मूळ गावी गेल्यानंतर जे काही गवसेल, त्याचा अर्थ लावण्याची माझी तयारी नसल्याची भीती वाटत होती. खरं सांगायचं तर तिथे काहीच नसेल, याच विचारानं मला दडपण आलं होतं. घराविषयीच्या भावना गुंतागुंतीच्या आहेत, असं कारखान्यांतल्या मुली का म्हणायच्या, हे मला तेव्हा प्रकर्षानं जाणवत असे.

ग्रामीण भागातून आलेल्या तरुणींनी मला शहराची ओळख करून दिली. कोणते कारखाने चांगल्या प्रकारे चालवले जात होते, ते मला या मुलींकडूनच कळलं. तोंगकुआनच्या बाहेर पायही न ठेवलेल्या या मुलींनी जगातल्या विविध देशांची उतरंड ओळखली होती. अमेरिकी आणि युरोपीय बॉस त्यांच्या कर्मचाऱ्यांना सर्वोत्तम वागणूक देत. त्यानंतर जपान, कोरिया, हाँगकाँग आणि तैवानच्या मालकीच्या कारखान्यांचा नंबर लागे. चीनमधले देशांतर्गत कारखाने सगळ्यात वाईट होते. याचं मुख्य कारण म्हणजे ते कायम दिवाळखोरीत असायचे. एका स्थलांतरित तरुणीनं मला ही माहिती दिली. काही कामगारांनी हेही सांगितले की, २००५च्या सुरुवातीला, महत्त्वाच्या धोरणांमध्ये काही बदल होणार होते तेव्हा त्याची अधिकृत घोषणा होण्यापूर्वीच त्यांचे किमान वेतन वाढवले जायचे.

चीनमधल्या स्थलांतरित कामगारांविषयी माझ्या वाचनात आलेल्या अनेक गोष्टी खऱ्या नव्हत्या. पोलिस धरपकड करतील अशा भीतीच्या सावटाखाली हे कामगार वावरत नव्हते. उलट, अधिकारी या मंडळींकडे दुर्लक्ष करायचे. स्थानिक रहिवाशांकडून भेदभाव केला जाणं, हाही त्यांच्यापुढचा ज्वलंत प्रश्न नव्हता. कारण, स्थानिकांशी त्यांचा विशेष संबंध कधीच आला नाही. नोकऱ्यांच्या बाबतीत होणाऱ्या हालचाली चकित करणाऱ्या होत्या. मी जितक्या कारखान्यांतल्या वरिष्ठ मंडळींना भेटले, त्यांपैकी जवळजवळ सगळ्यांचीच सुरुवात असेम्ब्ली लाइनपासून झालेली होती. माझी ओळख झालेल्या तरुणींनी शेतीची कामं कधीच केलेली नव्हती. त्यामुळे पुढेही त्या कधी शेतात राबताना दिसतील, असं वाटत नव्हतं. त्यांच्या कुटुंबाकडे किती जमीन आहे किंवा शेतात पेरणी-लावणी कधी केली जाते, याचाही अनेकदा त्यांना पत्ता नसायचा. नव्वदच्या दशकाच्या मध्यात चिनी स्थलांतरितांविषयी करण्यात आलेल्या अभ्यासांच्या वाचनातून माझी ही मतं तयार झालेली होती. त्यानंतर जवळजवळ दशकानंतर जग नक्कीच बदललेलं होतं; पण या बदलांचा वेग इतका प्रचंड होता, की ते कागदावर टिपण्यापुरतेही स्थिर नव्हते.

चीनच्या विचित्रपणाचं अत्यंत टोकाचं रूप वाटावं, अशा तोंगकुआनमध्ये मी गेले होते. भौतिकवाद, पर्यावरणाचा ऱ्हास, भ्रष्टाचार, प्रदूषण, गोंगाट, शरीरविक्रय, बेदरकार गाडी चालवणं, तात्पुरता विचार करणं, तणाव, उपासमार आणि अराजकता : इथे तग धरू शकलात तर कुठेही निभावून न्याल. या परिस्थितीशी जुळवून घेण्याचा मी यथाशक्ती प्रयत्न केला. दुपारच्या जेवणाला मी न्यूडल्स खायचे. सगळीकडे बसने फिरायचे. एम्ब्रॉयडरी केलेले शर्ट आणि उंच टाचांचे सँडल घालणाऱ्या स्थलांतरित तरुणींच्या तुलनेत मी अतिशय साधी राहायचे. तोंगकुआनमध्ये माझं ठळक असं अस्तित्वच नव्हतं आणि मला हेच जास्त आवडत होतं. अनोळखी व्यक्तीकडे एकटक पाहणाऱ्या आणि वहीत काहीतरी नोंदवून घेणाऱ्या

माझ्यासारख्या व्यक्तीकडे चीनमधल्या अन्य ठिकाणी लोकांचं चटकन लक्ष वेधलं गेलं असतं. इथे मात्र जो तो आपापल्या नादात दंग होता. त्यामुळे मी नजरेत भरण्याची तशी शक्यता नव्हती. एकदाच कुणीतरी माझ्या कामात हस्तक्षेप केला होता. मी टॅलेंट मार्केटमध्ये होते. भिंतीवर लावलेल्या एका चिन्हातली सूचना लिहून घेत होते. माझं नेमकं काय चाललंय ते तिथल्या सुरक्षारक्षकानं विचारलं होतं. मी इंग्रजीचा सराव करतेय असं त्याला सांगितलं होतं आणि त्याला ते पटल्यानं तो काहीच बोलला नव्हता.

तोंगकुआन शहर बाहेरून तसं कळत नाही. बीजिंगमधली माझी बहुसंख्य मित्रमंडळी या शहरावरून गेली होती. पण त्यांना या शहराविषयी नजर जाईल तिथे कारखाने आणि देहविक्रय या दोनच गोष्टी लक्षात राहिल्या होत्या. या गूढ विश्वात मी अपघातानंच आले होते आणि सत्तर लाख, ऐंशी लाख किंवा एक कोटी लोक राहत असलेल्या या शहरात मिसळून गेले होते. तोंगकुआनमध्ये राहणं म्हणजे इथे नव्यानंच आल्यासारखं होतं. तासाला सत्तर मैल या वेगानं महामार्ग गाठणं, पाहून मनात साठवेपर्यंत मागे पडणारी दृश्यं केवळं पाहणं. तोंगकुआन हे असं ठिकाण होतं जिथे स्मरणशक्ती काम करत नाही.

* * *

तोंगकुआन हे विरोधाभासाचंही शहर आहे. याचं मुख्य कारण म्हणजे आधुनिक चिनी इतिहासाची मुळं इथे आहेत. एकोणिसाव्या शतकात, चीनमध्ये अफूची तस्करी करणाऱ्या ब्रिटिशांनी हा देश उद्ध्वस्त करून टाकला आणि तिजोरी रिकामी करून टाकली. १८३९ सालच्या उन्हाळ्यात, छ्यींग घराण्याचे आयुक्त लिन त्झश्यू यांनी तोंगकुआनमधल्या हुमन या शहरातल्या बंदरावर अफूच्या वीसेक हजार पेट्या सर्वांसमोर जाळून टाकण्याचा आदेश दिला. या घटनेमुळे दोन्ही देशांमध्ये पहिलं अफू युद्ध छेडलं गेलं. हे युद्ध कुआंगतोंग प्रांतात झालं. ब्रिटिश युद्धनौका चिनी दलापेक्षा वरचढ ठरल्यानं हे युद्ध लवकरच संपुष्टात आलं. नानकिंगच्या तहानं हाँगकाँगला ब्रिटनच्या स्वाधीन केलं, चीनमधली बंदरं आंतरराष्ट्रीय व्यापारासाठी खुली करण्यास भाग पाडण्यात आलं, तसंच अन्य देशांना चीनमध्ये प्रचंड व्यावसायिक आणि कायदेशीर लाभ देण्यात आले. चीनमधल्या वर्गांत शिकवल्या जाणाऱ्या इतिहासात सांगितलं जातं की, हुमनमध्ये अफू पेटवून दिल्यानं आधुनिक कालखंडाची ठिणगी पडली : परदेशी शक्तीला शरण जाणं, त्यानंतर छ्यींग साम्राज्य कोसळणं, क्रांती, युद्ध आणि १९४९ मध्ये कम्युनिस्टांचा विजय.

पण या जागेचा अजून एक इतिहास होता. १९७८मधल्या शरद ऋतूमध्ये,

हाँगकाँगमधल्या थायफिंग हँडबॅग फॅक्टरीनं पहिला परप्रांतीय कारखाना तोंगकुआनमध्ये सुरू केला. या कारखान्याचं पहिल्या वर्षाचं उत्पन्न दहा लाख हाँगकाँग डॉलर होतं. या कारखान्यात हाँगकाँगमधून पाठवलेल्या कच्च्या मालाचं रूपांतर तयार वस्तूंमध्ये केलं जायचं आणि या वस्तू जगभर विकण्यासाठी पुन्हा हाँगकाँगला पाठवल्या जायच्या. या कारखान्यानं अन्य हजारो कारखान्यांसाठी नवा आदर्श घालून दिला. त्यानंतर दोन वर्षांत, परदेशी गुंतवणूक आणि करविषयक सवलती अशा धोरणांची चाचपणी करण्यासाठी चीननं चार 'विशेष आर्थिक क्षेत्रं' उभारली. सगळ्यात मोठे क्षेत्र तोंगकुआनपासून दक्षिणेकडे साधारण पन्नास मैल अंतरावरच्या शन्चनमध्ये उभारण्यात आलं आणि अल्पकाळातच ते 'चीन उद्योगांचं स्वागतशील' असल्याचं 'प्रतीक' बनलं. शन्चन हे दिमाखात उभं असलेलं नियोजित शहर होतं आणि ते साकारण्यासाठी बीजिंगमधली नेते मंडळी, सरकारमधली मंत्रालयं आणि त्या अंतर्गत असलेल्या कंपन्यांचा हातभार लागलेला होता.

तोंगकुआनच्या बाबतीत मात्र चित्र वेगळं होतं. या शहराच्या वाढीसाठी हेतुपुरस्सर कोणी प्रयत्न केलेला नव्हता. आपल्या आपण ते विस्तारलं होतं. शन्चनला अत्याधुनिक तंत्रज्ञान आणि नावीन्याची आकांक्षा होती, तर तोंगकुआननं जे मिळेल ते स्वीकारलं, म्हणजे हाँगकाँग आणि तैवानकडून आलेले कमी प्रतीचं तंत्रज्ञान असलेले कारखाने. हे कारखाने कपडे, खेळणी आणि बुटांची निर्मिती करत. या कारखान्यांना हवं होती केवळ स्वस्त जमीन आणि स्वस्त कामगार, तसंच त्यांना एकटं सोडून गेलेले स्थानिक अधिकारी! सुरुवातीला जे कारखाने उभारले त्यांना आधुनिक उद्योग असं चुकूनही म्हणता येणार नव्हतं. सुरुवातीचे अनेक कारखाने म्हणजे दोन किंवा तीन-मजली इमारती होत्या. तिथे डेस्कवर कामगार कामं करायचे, एकेका खोलीत पन्नास एक जण बसायचे. त्यांचं कामंही अगदी साधं होतं. म्हणजे, खेळण्यातल्या प्राण्यांचे कपडे शिवायचे किंवा बाहुल्यांना खोटे केस लावायचे. काही कारखाने तर पत्र्यापासून बनवलेल्या तात्पुरत्या ठिकाणी सुरू करण्यात आले होते. का तर म्हणे कारखान्यांच्या मालकांना प्रत्यक्षात इमारतबांधणीचा खर्च करायचा नव्हता.

प्रारंभीच्या काळात हाँगकाँगवरून रेल्वेसेवा उपलब्ध नव्हती. व्यावसायिकांना ब्रिटिश वसाहतीच्या शन्चनलगत असलेल्या सीमेपर्यंत जावं लागायचं, सीमा पायी ओलांडावी लागायची आणि तिथून तोंगकुआनमधल्या कारखान्यात जायला टॅक्सी पकडावी लागायची. जाताना शेतं ओलांडून जावं लागायचं. 'त्या वेळी इथे धड रस्ते नव्हते. कार, टीव्ही, पडदे काहीच नव्हतं. अशा वस्तू इथे मिळतच नव्हत्या.' १९८९ मध्ये या शहरात आलेल्या ॲलन ली या शू कारखान्यातल्या अधिकाऱ्यानं तेव्हाच्या आठवणी सांगितल्या. जून १९८९ मध्ये, थिएनआनमन स्क्वेअर इथं निदर्शकांवर झालेल्या गोळीबाराची बातमी टीव्हीवर पाहण्यासाठी हा अधिकारी

चाळीस मिनिटं सायकल पळवत गेला होता.

स्थानिक पातळीवरचा मनुष्यबळाचा पुरवठा केव्हाच संपला होता आणि उरलेली गरज पूर्ण करण्यासाठी आजूबाजूच्या प्रांतातून स्थलांतरित येऊ लागले. स्थलांतरितांविषयीच्या मासिकात लिखाण केलेली माझ्या माहितीतली लिन श्युए सिशुआनच्या ग्रामीण भागातून १९९० मध्ये तोंगकुआनमध्ये आली होती. आमच्या दोघींच्या गप्पांमध्ये ती म्हणाली होती, "आम्ही अक्षरशः अंधपणे इथे आलो. मी तिकीट विकणाऱ्या कुणाकडे तरी जाऊन विचारायचे 'मी कुठलं तिकीट काढू?' यावर ते जे सांगायचे तसं करायचे." लिन श्युएला एका कारखान्यात दरमहा सत्तर युआन पगाराची नोकरी मिळाली. तिची लहान बहीण फर्निचरच्या एका कारखान्यात प्लायवूड चिकटवण्याचं काम करायची.

९०च्या दशकात शहरात उत्पादन क्षेत्राचा कल इलेक्ट्रॉनिक्स आणि कॉम्प्युटरचे पार्ट्स यांच्या निर्मितीकडे वाढला. जगभरात पर्सनल कॉम्प्युटरमध्ये वापरल्या जात असलेल्या ४० टक्के मॅग्नेटिक हेड्सची आणि ३० टक्के डिस्क ड्राइव्हची निर्मिती तोंगकुआनमध्ये केली जाते. गेल्या दोन दशकांत झालेल्या आर्थिक वाटचालीनं दर वर्षी सरासरी पंधरा टक्के दर राखला. काही गोष्टी जराही बदललेल्या नाहीत. स्थलांतरितांचा ओघ येतोच आहे. कामगारांची आवश्यकता अधिक असलेल्या कारखान्यांचं प्रभुत्व आजही कायम आहे आणि त्यांच्या उत्पादनांमध्ये काहीशा सुधारणा झाल्या असल्या तरी कारखान्यांच्या कामामध्ये मात्र तसूभरही बदल दिसत नाही. अजूनही तिथे अनेक इमारती अशा आहेत, जिथे कामगार आजही डेस्कवर बसतात आणि हातानं सोपी सोपी कामं करतात.

त्यामुळे तोंगकुआनमध्ये भूतकाळाची परस्परविरोधी दोन रूपं दिसतात - एकीकडे, चीनमध्ये परकीयांच्या अस्तित्वाला तीव्र नकार, तर दुसरीकडे परकीयांची चोरीछुपे स्वीकारार्हता. चीनमधला प्रत्येक शालेय विद्यार्थी अफू पेटवण्याच्या प्रसंगाविषयी शाळेत शिकतो. पण कोणत्याही शालेय पुस्तकात समाविष्ट नसलेल्या थायफिंग हँडबॅग कारखान्याचा थेट संदर्भ तोंगकुआनमध्ये मी ज्यांना ज्यांना भेटले त्यांच्याशी असल्याचं आढळलं, अगदी मायक्रोसॉफ्ट वर्ड शिकत असलेल्या स्थलांतरितांपासून स्वयंसहायता शिकवणाऱ्या गुरूंपर्यंत, मर्सिडीजची विक्री करणाऱ्यांपर्यंत. एस आणि ई-क्लास या सर्वांत महागड्या गाड्या तोंगकुआनमध्ये भरपूर विकल्या जात असल्याचं मर्सिडीजच्या विक्रेत्यांनी सांगितलं. बॉसना थाटमाट करण्यासाठी आणि आपली पत वाढल्याचं दाखवण्यासाठी या गाड्या उत्तम वाटतात. या सर्वांसाठी आधुनिक इतिहासाची सुरुवात हँडबॅग कारखान्यापासून होते.

* * *

अनेक महिने माझी तोंगकुआनमधल्या स्थानिक रहिवाशांशी भेटच झाली नव्हती. या कारखान्याचं विश्व केवळ स्थलांतरितांनी तयार झालेलं होतं. सर्वोच्च अधिकारी काही वेळा हाँगकाँग किंवा तैवानचा असला तरी उच्चस्तरीय व्यवस्थापनापासून असेम्ब्ली लाइनपर्यंत केवळ स्थलांतरित लोकच होते. स्थानिक रहिवासी कँटोनीज ही बोलीभाषा वापरायचे. पण, कारखान्यातलं काम मात्र मँडरिन भाषेत चालायचं. कारण, विविध प्रांतांतून आलेल्या स्थलांतरितांमध्ये संवाद घडवू शकणारा भाषेचा हा एकमेव दुवा होता. स्थलांतर करून तोंगकुआनमध्ये आलेले तिथल्या स्थानिकांना कमी लेखायचे. स्थानिक रहिवासी म्हणजे अशिक्षित शेतकरी होते आणि कारखान्यांना शेतजमीन भाड्यानं देऊन ते निर्वाह करायचे. कारखान्यातल्या धावपळीच्या वातावरणात ते एक दिवसही टिकू शकणार नाहीत, असा टेंभा स्थलांतरित मिरवायचे. स्थानिक रहिवासी आणि स्थलांतरित होऊन आलेले यांच्यातलं नातं सांगताना लिन श्युएनं सांगितलं, ''दोघंही एकमेकांना तुच्छ लेखतात आणि एकमेकांचा तिरस्कार करतात.''

तोंगकुआनला यायला सुरुवात केल्यावर सहाएक महिन्यांनी मी उपमहापौरांची मुलाखत घेतली. त्यांचं नाव होतं चांग शनकुआंग. ते मूळचे तोंगकुआनचेच रहिवासी होते. स्थानिकांशी आलेला तो माझा पहिलाच संपर्क होता. आम्ही शहरातल्या सरकारी कार्यालयाच्या इमारतीत मोठ्या रिसेप्शन रूममध्ये बसून बोलत होतो आणि मध्ये मध्ये लहानशा पेपरकपमधला चहा घेत होतो. शनकुआंग यांचे अनेक सहायक तिथे आले होते आणि एकमेकांशी कँटोनीजमध्ये बोलत होते. मी तोंगकुआनमधल्या लोकांना कधीच भेटले नव्हते आणि त्या सरकारी कार्यालयात सगळेच तोंगकुआनकरच होते.

'तुम्हाला कँटोनीज येतं का?' एका सहायकानं मला विचारलं.

''माफ करा, मला नाही येत.'' मी उत्तर दिलं. शहरातल्या कुणीच मला यापूर्वी हा प्रश्न विचारलेला नव्हता.

''तुम्ही तोंगकुआनमध्ये पहिल्यांदाच येताय का?''

''नाही, मी यापूर्वी अनेकदा इथे आलेय.''

''बरं. त्या सगळ्या सिक्रेट ट्रिप्स होत्या का?''

''तुम्हाला त्याबद्दल माहीत नसेल तर त्यांना गुप्त फेऱ्या म्हणायचं का?''

आम्हाला आधीच एकमेकांकडे पाहून फारसं चांगलं वाटलेलं नव्हतं. मुलाखत सुरू असतानाच मी सहायकाकडे पाहिलं आणि तो निर्विकार चेहऱ्यानं माझ्याकडे एकटक पाहू लागला. त्याच्या बाजूला बसलेली तरुणी झोपी गेली होती. परस्पर अनादर हा शब्द पुन्हा माझ्या मनात आला.

ही मुलाखत माझ्या उपयोगाची ठरली. सरकारनं स्थलांतरितांकडे सपशेल दुर्लक्ष केलेलं होतं आणि जोवर मला स्वतःला त्याचा प्रत्यय आला नसता, तोवर

मी कधी त्यावर विश्वासच ठेवला नसता. स्थलांतरित लोकसंख्येविषयी उपमहापौरांकडे अचूक माहितीच नव्हती. हा विषय राष्ट्रीय जनगणनेच्या अख्यत्यारीतला होता. ते उपमहापौरांचं काम नव्हतं. कारखान्यातली स्थिती तपासण्याबाबत स्थानिक सरकारच्या बऱ्याच उणिवा असल्याचं मात्र त्यांनी मान्य केलं. ते म्हणाले, "मी एका दिवसात एकाच कारखान्याची पाहणी करायला लागलो, तर सगळ्या कारखान्यांची पाहणी पूर्ण करायला मला पन्नास वर्षं लागतील. कंपन्या स्वतःहूनच नियम पाळत आहेत यावर आम्ही विश्वास ठेवतो."

त्यानंतर उपमहापौरांनी तोंगकुआनमधल्या लोकांची गुणवत्ता वाढवण्यासाठीच्या योजनेविषयी सांगितलं. पण, जे स्थानिक रहिवासी नाहीत, त्यांचा मात्र त्यामध्ये विसर पडलेला दिसला. शहरातल्या अन्य लोकांप्रमाणे त्यांच्याही मनात स्थलांतरितांबद्दल एक प्रकारचा तिरस्कार होता आणि तो प्रतीत होत होता. स्थलांतरितांना वायतीरन म्हणजे बाहेरचे म्हटलं जायचं. उपमहापौर म्हणाले, "स्थलांतरितांचा दर्जा फार खास नाही; पण ही कंपनीची जबाबदारी आहे. कंपन्यांनी कामगारांसाठी आवश्यक ते वर्ग चालवायला हवेत."

"तोंगकुआनमधल्या कारखान्यांत स्थानिक रहिवासी कसे काय नाहीत, उच्च पदांवरही त्यांना स्थान कसं नाही," असं मी उपमहापौरांना विचारलं होतं. त्यावर त्यांनी स्वतःच्याच विधानाशी विरोधाभास दाखवणारं उत्तर दिलं होतं.

ते म्हणाले होते, "बाहेरून आलेल्या लोकांची गुणवत्ता अधिक आहे आणि ते कमी वेतनावर काम करतात."

मुलाखत झाल्यावर उपमहापौरांनी माझ्याशी हस्तांदोलन केलं आणि त्यांच्या शहराविषयी मला असलेल्या ज्ञानाचं कौतुक केलं. मला माहिती पुरवणाऱ्या सगळ्यात किशोरवयीन मुली होत्या- कमी गुणवत्तेच्या आणि अगदी कमी वेतनावर काम करणाऱ्या स्थलांतरित- हे मात्र मी त्यांना कळू दिलं नाही.

या शहराला भेट दिल्यानंतर साधारण वर्षभरानं मी डाऊनटाउनमध्ये वन-बेडरूम फ्लॅट भाड्यानं घेतला. त्याचं भाडं होतं दरमहा १६० डॉलर. त्या गगनचुंबी इमारतीचं नाव होतं 'तोंगकुआन सिटी हॉलिडे' आणि ती एकट्या राहणाऱ्या महिलांसाठी होती. शहरभर त्याविषयी गुलाबी रंगात जाहिराती करणारे फलक झळकले होते आणि त्यावर लिहिलं होतं, 'एका व्यक्तीसाठी घर, एका व्यक्तीचं वैभव.' तिथे तरुण महिला भेटतील आणि त्यांच्याकडून त्यांच्या जीवनाविषयी जाणून घेता येईल, अशी माझी अपेक्षा होती. त्यातल्या कुणाशीही एका शब्दानंही कधी संवाद झाला नाही. ना लॉबीत, ना एलेव्हेटरमध्ये. आणि कॉमन रूममध्ये मी

कधीही एकही व्यक्ती पाहिली नाही. प्रत्येक जण आपापल्या आयुष्यात इतका गुंग होता की बाकीच्यांकडे ढुंकून बघायलाही वेळ नव्हता. आमच्या संकुलात लावलेल्या सूचनाफलकावरूनच मला बहुतेकशा बातम्या कळायच्या. किरकोळ गुन्हे आणि सतत सुरू असलेलं बांधकाम या संकुलाला नवं नव्हतं.

रहिवाशांच्या शांततेसाठी १ जानेवारी रोजी नूतनीकरण थांबवले जाईल.
ते २ जानेवारी रोजी पुन्हा सुरू होईल.

दारावर कुणी टकटक केल्यास त्या व्यक्तीची ओळख
पटेपर्यंत दार उघडू नका.

नानछंग परिसरातल्या चोऱ्यांविषयी कुणालाही काही माहिती असल्यास
पोलिसांशी संपर्क साधावा.

माझी घरमालकीण बऱ्याच वर्षांपूर्वी कुआंगतोंगच्या ग्रामीण भागातून बाहेर पडून शहरात स्थिर झाली होती. ती माझ्याकडून भाडं घेण्यासाठी अनेकदा गुलाबी पायजमा आणि घरातल्या स्लिपर घालून यायची. एकदा तर, ती तिच्या नवऱ्याशी फोनवर बोलत असताना तिच्या तोंडून मी आईवरनं शिवीही ऐकली होती. तो कामानिमित्त बाहेरगावी गेला होता आणि तिथून घरी परत यायला उशीर होणार आहे, असं तिला म्हणाला. त्यावरून ती शिवी देत होती वाटतं. ती एका हॉटेलात रात्रपाळी करायची. विक्री करायची. अपरात्री आणि पहाटे सहा वाजता कसली विक्री केली जाते, याचंच मला नवल वाटायचं. पण तिला याबद्दल विचारायचं माझं धाडस झालं नाही.

शहरातल्या बहुतेक कुटुंबांत एकच मूल असायचं. त्यामुळे एकदा मी तिला विचारलं होतं, "तुम्हाला दोन मुलं कशी काय?"

"मला दोन मुलं असतील, असं तुला वाटलं तरी कसं?" तिनं उत्तर दिलं.

माझ्या इमारतीबाहेरचं बाजारातलं वातावरण सतत बदलत असायचं. एके दिवशी मी इमारतीत शिरले तर प्रवेशद्वारातच 'ब्रिक ओव्हन पिझ्झा' असा फलक पाहून अतिशय आनंद झाला होता. घरच्या चवीचं काहीतरी मिळणार, असं वाटलं होतं. पण पुढच्याच वेळी तो फलक जाऊन तिथे 'ग्रेट ॲम्बिशन्स मोबाइल फोन डिजिटल सुपरमार्केट' असा फलक लागला होता. चीनला कदाचित याचीच गरज होती, आणखी एका मोबाइल विकणाऱ्या स्टोअरची. त्यानंतरच्या दुसऱ्याच आठवड्यात, माझ्या फ्लॅटखालच्या जागेचं पूर्वीचं रुपडं छताला लटकत्या केबल असलेल्या

मोकळ्या जागेतून चकाचक मोबाइल फोन स्टोअरमध्ये पालटलं. यंत्रवत वावरणारे विक्रेते आणि रिकाम्या पार्किंग लॉटपर्यंत ऐकू येणारं, कानठळ्या बसवणाऱ्या भव्य स्पीकरमधून किंचाळणारं कर्कश संगीतही दाखल झालं. माझ्या पुढच्या वास्तव्यादरम्यान मार्केटिंगला सुरुवात झालेली दिसली. त्यासाठी एक तरुणी दुकानाच्या दारात उभी राहायची आणि एकामागून एक मोबाइल फोनचा मॉडेल नंबर आणि त्याची किंमत माइकवर वाचून दाखवायची. माझ्या इमारतीसमोर आणखी एक फलक झळकला: 'केएफसीचे शेजारी व्हा! काहीही न करता वर्षाला ८% व्याज मिळवा.' केएफसी माझ्या शेजारी आल्याचं मला कसलंही कौतुक नव्हतं. आमच्या शेजारी स्थिर राहिलेली एकमेव गोष्ट म्हणजे रस्त्यालगतचा नेसकॅफे प्रकल्प. उन्हाळ्याच्या दिवसांत, घराबाहेर पडल्याबरोबर कॉफीचा दरवळ यायचा. एकाच वेळी गोड आणि कडवट चव नाकाला जाणवायची.

बीजिंगमध्ये राहत असताना अनेक गोष्टींपासून संरक्षण मिळते, पण यासारख्या शहरांत आल्यावर चीनच्या विकासाचा ताण जवळून पाहता येतो. सरकारी बस काही वेळा आपल्या नियत वाट वाकडी करतात आणि गॅस भरायला जातात. इंधनाची टंचाई इथे नवीन नसल्यानं, बस प्रवाशांनी खचाखच भरलेली असली तरी, गॅस भरण्यासाठी थांबण्यात बसना गैर वाटत नाही. दिवसभर वीज जाणं तर सवयीचंच झालं होतं. माझ्या इमारतीतल्या सूचनाफलकावरची एक सूचना तर कधीच बदलली नाही : वीजपुरवठा करणारी मूळ ट्रंकलाइन विकासाच्या गरजा पूर्ण करू शकत नाही आणि ती बदलणे गरजेचे आहे.

२००५मधल्या उन्हाळ्यात, तोंगकुआनला माझ्या जितक्या फेऱ्या झाल्या, त्यातल्या प्रत्येक फेरीत किमान एक दिवस तरी वीज गायब होती. पूर्वसूचना मिळाली असेल तर मला आधीच काहीतरी नियोजन करता यायचं, पण काही वेळा कसलीच सूचना न देता वीज नाहीशी व्हायची. त्यामुळे तापलेल्या पाऱ्यात आणि कमीत कमी हालचालींमध्ये घरात अख्खा दिवस घालवणं जिवावर यायचं. संतापानं मी इमारतीच्या व्यवस्थापन कार्यालयाला धारेवर धरायचे, पण त्यात त्यांची काहीच चूक नसायची. खरंतर त्यात कुणाचीच चूक नसायची. चीनची अर्थव्यवस्था दर वर्षी १० टक्के या गतीनं घोडदौड करत होती. दक्षिणेकडे हा वेग अधिक होता.

* * *

मी सगळीकडे बसनं फिरायचे. त्यामागचा एक हेतू होता, स्थलांतरितांचं जग शक्य तितकं निरखणं. शिवाय, ते योग्यही होतं. तिथले टॅक्सीचालक एक नंबरचे लबाड

होते. काही वेळा तर, अंधाऱ्या रात्री महामार्गावरून येत असताना, टॅक्सीचालकानं माझ्याकडे जास्त पैसे मागितले होते आणि मी ते देण्याचे नाकारलं, तर तिथेच रस्त्याच्या कडेला उतरवण्याची धमकीही दिली होती. यावर आणखी एक उपाय होता. टॅक्सीवाल्याच्या मार्गावरच्या आणखी एखाद्या प्रवाशाला टॅक्सीमध्ये घ्यायचं. पण टॅक्सीचालक इतके अविचारी आणि घायकुतीला आलेले असायचे की एक वेळ कमी पैसे मिळाले तरी चालतील, पण त्यांना पैसे लवकर हवे असायचे.

बसचे कर्मचारी जोडीजोडीनं काम करायचे : बसचा चालक सहसा स्थानिक रहिवासी पुरुष असायचा आणि वाहक बहुधा स्थलांतरित महिला असायची. काही वेळा बसमध्ये प्रवासी असताना या दोघांचा मोठमोठ्या आवाजात एकमेकाशी संवाद सुरू असायचा. तर काही वेळा चालकाला बस चालवताना टीव्ही पाहता यावा म्हणून डॅशबोर्डवर छोटासा स्क्रीन असायचा. बसस्टॉप जवळ आला की, चालत्या बसमधूनच दाराबाहेर डोकावणारी तिकीटविक्रेती महिला कर्कश आवाजात त्या बसस्टॉपचं नाव पुकारायची. जोरात आवाज दिल्यानं स्टॉपवर उभ्या असलेल्यांपैकी काही जण बसमध्ये चढायचे.

बराच वेळ बाहेर राहावे लागणाऱ्या आणि एअरकंडिशनिंगची चैन न परवडणाऱ्या तरुण प्रवाशांच्या अंगाला घामाचा कुबट वास यायचा. तरुणी मात्र नेहमी टिपटॉप असायच्या. त्यांच्या अंगाला कसलीही दुर्गंधी यायची नाही. केस नेहमी चकाकते आणि बारीकसे असायचे. प्रत्येक बसमध्ये अनेक स्थलांतरितांच्या हातात प्लॅस्टिकच्या पिशव्या हमखास दिसायच्या. या पिशव्या ते तोंडाशी धरायचे आणि नंतर हळूच बाहेर टाकून द्यायचे. ग्रामीण भागातल्या लोकांना प्रवासात गाडी लागण्याची मोठी भीती असायची. त्यांना अशा प्रवासाची फारशी सवय नव्हती. अति पिकलेली केळी खराब व्हायला सुरुवात झाल्यावर जशी दिसतात तशा तपकिरी रंगाच्या प्लॅस्टिकच्या पिशव्यांचा गठ्ठा बसच्या छताला असलेल्या हूकला अडकवलेला असायचा. बसमध्ये बसलेल्या प्रवाशांकडे विविध प्रकारच्या वस्तू असायच्या. गावांतल्या रस्त्यात काहीच टाकून दिले जायचे नाही. बसमधून वेगवेगळ्या ठिकाणी केलेल्या प्रवासात मी प्रवाशांकडे जुने टीव्ही, विजेच्या केबल असलेली टोपली, चिखलाने माखलेले गवंडीकामाचे साहित्य अशा अनेक वस्तू पाहिल्यात. एका तरुणीकडे तर मी सहा फूट लांब दांड्याची केरसुणीही पाहिलीये.

बसस्टॉपवर कसल्याही खुणा नव्हत्या आणि मार्ग दाखवणारी चिन्हंही नव्हती. त्यामुळे बसमार्गांविषयी माहिती विचारावी लागायची. ही माहिती तोंडीच दिली जायची, जणूकाही आपण लेखनाचा शोध लागण्यापूर्वीच्या काळात जगत आहोत. बसचं वेळापत्रक असलेला शहराचा नकाशा मी दोनदा विकत घेतला. पण त्यातले बसमार्ग दोन्ही वेळा कालबाह्य झालेले होते. नोंदी करून घेण्याची उसंतही न देता

बदल घडत होते. बाकीचे प्रवासीही माझ्याइतकेच गोंधळलेले होते. मागे गेलेल्या स्टॉपची नावं पुकारत होते आणि संभ्रमात पडत होते. मी जिथे जिथे जायचे तिथे मला मार्ग विचारले जायचे. एकदा दुपारी, मार्गांच्या बाबतीत मी जरा गोंधळले. एका स्थलांतरित मुलीनं मला विचारलं, "तुम्ही हुबैच्या आहात का?" हा माझा अपमान होता की कौतुक? मला लवकरात लवकर तिथून निघून घरी पोहोचायचं होतं.

रात्री बससेवा लवकर बंद व्हायची. वाहतुकीचा अन्य मार्ग परवडत नसलेल्यांवर हा अन्याय होता. रात्रीचे आठ वाजले तर लोक मित्रमंडळींच्या डॉर्ममध्ये रात्र घालवणे पसंत करत. खरंतर, बहुतांश कारखान्यांमध्ये रात्रीच्या वेळी बाहेरच्या व्यक्तींना परवानगी नव्हती आणि गुपचूप आलेल्या व्यक्ती चुकून सापडल्याच तर मोठा दंड आकारला जायचा.

बसमध्ये मी कधीही वयस्कर व्यक्ती पाहिल्या नाहीत.

एका रात्री तोंगकुआनला परत येण्यासाठी मी शन्चनवरून बस पकडली. तोंगकुआनपर्यंतच्या अर्ध्या रस्त्यात आल्यावर बस अचानक थांबली आणि "इथून पुढे दुसऱ्या बसमध्ये बसा," असं बसचा चालक एकदम खेकसला.

असं करणं बेकायदा असलं तरी सर्रास चालायचं. रात्री उशिरा, अर्ध्या रिकाम्या असलेल्या बस नुकसानीत फिरवण्यापेक्षा प्रवाशांना अन्य बसमध्ये बसवलं जायचं. एका बसमधून दुसऱ्या बसमध्ये पाठवल्या गेलेल्या प्रत्येक प्रवाशामागे पहिल्या बसच्या चालकानं दुसऱ्या चालकाला किती पैसे द्यायचे, ते ठरलेलं असायचं.

दुसरी बस महामार्गाला लागल्यावर त्यातल्या तिकीट देणाऱ्यानं ही बस तोंगकुआनला जात नसल्याचं जाहीर करून टाकलं. हेही तिथे नवं नव्हतं. प्रवासी स्वीकारण्यासाठी दुसऱ्या बसला पैसे देऊन झाले, की या प्रवाशांपासून लवकरात लवकर सुटका करून घेण्याची घाई दुसऱ्या बसला झालेली असायची.

बस थांबली. होच्यिएला जाणारे सगळे प्रवासी तिथे उतरले. तिकीट देणारा हाडकुळा कँटोनीज होता. नाकातल्या आवाजात सगळ्यांवर ओरडत बोलत होता. बसच्या मार्गिकेतनं चालत जाऊन त्यानं काही लोकांकडे बोट दाखवून खाली उतरण्याची सूचना केली. त्यानं मलाही खाली उतरायला सांगितलं.

माझ्यापुढे उभा असलेला प्रवासी बसमधून उतरला आणि रात्रीच्या मिट्ट काळोखात नाहीसा झाला. मी बसच्या पुढच्या भागापर्यंत चालत गेले आणि बसच्या शेवटच्या पायरीवरून बाहेर वाकून पाहिलं. बस एका निर्मनुष्य बांधकामाच्या बाजूला थांबली होती. मी तिकीट विकणाऱ्याला म्हटलं, "बाहेर एकही टॅक्सी दिसत नाहीये. मी बसमधून उतरणार नाही."

''टॅक्सी आहेत बाहेर.'' तो खेकसलाच माझ्यावर!

''मी उतरणार नाही.''

तो माझ्या मागून चालत आला आणि माझ्या खांद्यावर हात ठेवला.

''मला हात लावू नका.'' मी झटकन पायऱ्या चढून मागे आले आणि पहिल्या रांगेतल्या आसनावर जाऊन बसले. बाकीच्या प्रवाशांपैकी कुणी तसूभरही हललं नव्हतं.

त्यानंतर पुन्हा बस सुरू झाली. प्रवाशांना उतरवून लावणं शक्य न झाल्यानं बसनं पुढचा प्रवास सुरू केला. काहीच न घडल्याप्रमाणे बसमधले प्रवासी आपला स्टॉप आला की उतरत होते. माझ्या शेजारी बसलेली तरुणी म्हणाली, ''या बसचं काही खरं नाही. चालकानी गणवेश घातलेला असेल, अशाच बसमध्ये चढलं पाहिजे.'' ती मला धडे देत होती, पण स्वतः चुकीच्याच बसमध्ये चढलेली होती.

''या बससाठी काम करणारी ही माणसं नाहीत, हैवान आहेत. त्यांचं बोलणं अश्लील असतं.'' ती मोठमोठ्यानं बोलत होती. ती माझ्याशेजारी बसली होती म्हणून मला जरा धीर वाटत होता. पण नंतर तीही उतरून गेली.

बस रस्त्याच्या बाजूला आली आणि पुन्हा थांबली. ''चला, उतरा सगळ्यांनी.'' तिकीट विकणारा पुन्हा खेकसला. या वेळी त्यानं मार्गिकेतून ये-जा केली आणि प्रत्येक प्रवाशाला दोन युआन दिले.

मार्गिकेत तो उभा होता तिथे मी चालत गेले. ''तोंगकुआनला जाण्यासाठी मी पंचवीस युआन मोजले होते आणि मला माझे पैसे परत हवेत.''

त्यानं वळून माझ्याकडे पाहिलं. निश्चितच, तो माझ्यापेक्षा उंच होता आणि पुरुष होता. मी किती हतबल आणि शक्तिहीन आहे, हे त्या क्षणी जाणवलं.

''तुम्ही शंभर युआन दिले म्हणजे तुम्हाला शंभर परत द्यायचे का? मी आत्ता इथे माझी पँट काढली तर मला शंभर युआन देणार का?''

तो निरर्थक बोलला होता आणि त्यात हसण्यासारखंही काही नव्हतं. तरी त्याला स्वतःचंच वाक्य आवडलं असावं. त्यानं ते पुन्हा उच्चारलं. ''मी आत्ता इथे माझी पँट काढली तर मला शंभर युआन देणार का?''

मी त्याला इंग्रजीत शिव्या घातल्या. असं बोलून मी चीनमध्ये राहण्याबाबतचा माझा मूलभूत नियम तोडला होता - अमेरिकेसारखा हुकमाचा एक्का इथे वापरायचा नाही. पण काही वेळा इंग्रजीत शिव्याशाप देणं गरजेचं आणि उपयोगाचं असतं. तिकीट विकणारा माझ्याकडे आ वासून पाहू लागला.

मी त्याला बसच्या पुढच्या भागाच्या बाजूला ढकलून दिलं आणि काहीतरी बाहेर फेकून देणार असल्याच्या आवेशात त्याच्याकडे पाहू लागले. त्यानं ठेवलेला पैशांचा पट्टा मला हिसकावून घ्यायचा होता आणि बाहेर फेकून द्यायचा होता. पण त्यानं तो जवळ सुरक्षित ठेवला होता. डॅशबोर्डवर मळका टॉवेल होता. मी तो

चालकाच्या तोंडावर फेकला. नंतर बसमधून उतरले आणि अक्षरशः धावत सुटले. माझं हृदय धडधडत होतं. तो माझा पाठलाग करेल, अशी शंका मनात येऊन गेली. अखेरीस धावता धावता थांबले. मी आधी मागे वळून बघायला तरी हवं होतं. मूर्खपणाच झाला माझा!

रस्त्याच्या बाजूला एक टॅक्सी दिसली. "तोंगकुआनपर्यंत किती घेणार?" मी टॅक्सीवाल्याला विचारलं. "ऐंशी युआन - म्हणजे, दहा डॉलर." मी टॅक्सीत बसले. मी इतकी वेड्यासारखं करत होते. अक्षरशः थरथरत होते. तिथे राहणाऱ्या माझ्या माहितीतल्या सगळ्या तरुणींचा विचार मनात आला. त्यातल्या प्रत्येकीची कशा प्रकारे फसवणूक झाली असेल, त्यांना त्रास देण्यात आला असेल किंवा जगावर चिडूनच सकाळी झोपेतून उठणाऱ्या काटकुळ्या कँटोनीज पुरुषासारखंच त्यांच्यावर कसं कोण ओरडलं असेल, असे विचार मनात भुंगा करू लागले. स्वतःच्या नाइलाजावर अश्रू आणि संताप व्यक्त करण्याशिवाय अन्य पर्यायही राहत नसेल. माझ्याकडे पैसे असल्यानं मी दुसरं वाहन बघून आरामात आणि सुरक्षितपणे माझ्या मार्गानं जाऊ शकले. या बिचाऱ्या तरुणींकडे तेही नसेल.

सगळेच लोक काही वाईट नव्हते. दयाळू, मदतीला धावणारेही होते. जसं की, बसमध्ये माझ्या शेजारी बसलेली ती तरुणी. माझ्या वतीनं चालकाच्या नावानं बोटं मोडणारी. अशा चांगल्यावरच भर द्यावा लागतो; अन्यथा, इथे कधीही निभाव लागणं शक्य नाही.

* * *

तोंगकुआन हे शहर भूतकाळ नसल्यासारखं भासत असेल कदाचित. शहरातल्या अधिकाऱ्यांना मात्र तसं वाटत नव्हतं. नव्या डाउनटाऊनमध्ये त्यांनी ऐतिहासिक वस्तुसंग्रहालय उभारलं होतं. संग्रहालयाची करड्या दगडांची भव्य इमारत बिनमालकीच्या जागेवर, कायमस्वरूपी उभी करण्यात आली होती. टॅक्सीचालकांना ही जागा माहीत नव्हती. त्यांनी मला चुकून व्यावसायिक प्रदर्शन केंद्रामध्ये सोडलं. २००५ मधल्या उन्हाळ्यात तीन वेळा माझं तिथे जाणं झालं, पण दर वेळी या संग्रहालयात जाणं राहूनच गेलं.

चिनी इतिहासाबद्दलची संग्रहालयं त्रासदायक वाटतात मला. अधिकृत माहितीनुसार, प्राचीन नागरीकरणाचा काळ उत्तम होता, पण तो सरंजामशाहीचा आणि मागास होता. परकीयांनी आधुनिक चीनची नासाडी केली; पण मानहानी आणि पराभव या बाबतीत चिनी लोक उठून दिसायचे. कम्युनिस्ट सत्तेत आल्यानंतर सन १९४९मध्ये चीन सर्वांच्या नजरेत आला, पण त्यापूर्वीची काही वर्षं- प्रामुख्यानं

१९५७, १९६६ आणि १९८९ - ठळक उल्लेख न होताच सरली. जी काही अव्यवस्था होती, असंबद्धता होती, ज्या गोष्टी अव्यक्त ठेवणं पसंत करण्यात आलं होतं त्या सगळ्यांना विवेकपूर्ण स्वरूप देणं गरजेचं होतं. याचं मुख्य कारण म्हणजे, कन्फ्युशिअसच्या काळापासून इतिहासाचा उद्देश नैतिकतेचे धडे एका पिढीकडून दुसऱ्या पिढीकडे संक्रमित करणे, हा होता.

तोंगकुआनमध्ये, वस्तुसंग्रहालयाची लॉबी प्रचंड होती. तिथे शक्तिशाली एअरकंडिशनर सुरू होता. इतिहास हा विभाग सरळ समोर आहे, तर अर्थशास्त्र हा विभाग दुसऱ्या मजल्यावर आहे, असं खुणांनी दर्शवलेलं होतं. पहिल्या खोलीत इतिहासपूर्व सागरी जीवाश्म यापासून छ्यींग घराण्यापर्यंतच्या काळाचा समावेश होता. काचेचा वापर इतक्या वैशिष्ट्यपूर्ण पद्धतीनं केला होता की खडकांची रास लावल्यासारखं दिसत होतं. जवळ गेल्यानंतर त्या खडकांवरच्या भयाण इंग्रजीतल्या ओळी नजरेस पडत होत्या. खोलीइतक्या आकाराच्या, महिला विणकरांच्या प्रतिकृतीतून तोंगकुआनचं हस्तकलेतलं कौशल्य अधोरेखित होत होतं. त्या खोलीत, विणकरांच्या मागाचा खरवडल्यासारखा आवाज सतत सुरू होता. तो फार भयानक वाटत होता.

त्यानंतर शिळांच्या आणखी राशी दिसल्या. नंतर आश्चर्यकारक तपशील असलेला इतिहास समोर येत गेला. मिंग राजघराण्याच्या (१४६२ ए. डी.) थिएनशन राजवटीच्या सहाव्या वर्षापर्यंत लोकसंख्या प्रचंड वाढली होती आणि १५०,३७८ पर्यंत पोहोचली होती. बाजारपेठा विकसित झाल्या. मीठ उद्योग भरभराटीला आला. कृषी उद्योगास सुगीचे दिवस आले. मोठ्या मोकळ्या खोलीत, कृत्रिम झाडाची सावली कृत्रिम तलावावर पडली होती. तिथे वल्हवायची कृत्रिम नौका होती, कमानीदार कृत्रिम पूल होता, दोन खोटी बदकं होती.

भूतकाळाविषयी सांगण्यामध्ये आणखी एक अडथळा होता. प्रत्येक ठिकाणामध्ये, चीनच्या पाच हजार वर्षांपूर्वीच्या इतिहासातली सलगता साधणं महत्त्वाचं होतं. पण प्रत्येक ठिकाणी तुटपुंजी माहिती होती. ठोस असं काहीच दिसत नव्हतं. मौल्यवान कृत्रिम वस्तूंवर बीजिंगनं दावा सांगितला असता किंवा त्या युद्ध आणि राजकीय मोहिमांमध्येही गमावल्या जाऊ शकल्या असत्या. त्यामुळे बाकीची जमवाजमव करण्याची जबाबदारी वस्तुसंग्रहालयावर सोपवण्यात आली होती. त्यांनी बनावट तोफा, घंटा, चिलखत दर्शवल्या, जुन्या कागदपत्रांमधला मजकूर छापून घेऊन भिंतींवर टांगला. प्रतिकृतींनी संपूर्ण खोली व्यापली होती. कोणतीही गोष्ट सादर करण्याची ही इथली खास पद्धत होती, कदाचित त्यामध्ये जागा जास्त व्यापली जाते म्हणून असेल. तोंगकुआन वस्तुसंग्रहालयातली एकमेव खरीखुरी वस्तू म्हणजे दगडांच्या राशी, हीच होती.

आधुनिक इतिहासाची सुरुवात एकोणिसाव्या शतकातल्या अफूच्या युद्धापासून

झाल्यापासून सगळं फार गोंधळात टाकणारं होतं. 'ब्रिटिशांविरोधी संताप' असं शीर्षक असलेल्या ठिकाणी ब्रिटिश नौदल अधिकाऱ्यांचे आणि संतप्त चिनींचे पुतळे ठेवलेले होते. अफूच्या युद्धात झालेला चीनचा पराभव चीनसाठी नेहमीच अपमानास्पद आणि संतापाचा विषय राहिला होता. पण व्यापाराला चालना मिळत असलेल्या शहरात ब्रिटिशांविरोधीचा संताप उघडउघड व्यक्त करणं अशक्य होतं. त्याचं प्रतिबिंब त्यापुढच्या प्रदर्शनात दिसत होतं. पुढे झळकत होतं, सन १८७८ मध्ये, हाँगकाँगच्या गव्हर्नरनी चिनी महिला व बालकांचं संरक्षण करण्यासाठी इन्फेरिअर प्रोटेक्शन ब्यूरो स्थापन करण्याची सूचना केली. त्यानंतर हे प्रदर्शन दुसऱ्या जागतिक महायुद्धापर्यंत आणि कम्युनिस्टांच्या विजयापर्यंत पुढे सरकलं. आनंदी चेहरे असलेला एक धुरकट फोटो तिथे लावला होता. लाखो जणांनी स्वातंत्र्याचा आनंद साजरा केला होता.

पुढच्या खोलीत, शीर्षक लांबच्या लांब दिसत होतं. 'दूरदृष्टी प्रत्यक्ष साकारली - कृषिप्रधान काउंटी ते माहिती तंत्रज्ञान शहर.' कम्युनिस्ट पक्षाच्या बैठकीचा एक फोटो तिथे लावला होता. बैठकीत श्याओफिंग यांनी आर्थिक सुधारणांविषयी आणि पाश्चिमात्यांना दारं खुली करण्याविषयी कार्यक्रम सादर केला. ते वर्ष १९७८चं होतं. एका खोलीपासून दुसऱ्या खोलीपर्यंत, प्रदर्शनानं तीस वर्षांचा कालावधी मागे टाकत मोठी झेप घेतली होती. कम्युनिस्ट चीनची स्थापना, जमीनविषयक सुधारणा, 'वर्गाचे शत्रू' यांच्याविरोधी हल्ले, कम्युनिजची स्थापना, दोन कोटी लोकांचा बळी घेणारा दुष्काळ, सांस्कृतिक क्रांतीचं दशक असे संदर्भ मात्र या एका खोलीतून दुसऱ्या खोलीत जाईपर्यंत निसटून गेले होते.

मी इतिहास आणि अर्थव्यवस्था ही दालनं पाहिल्यावर 'जीवन' या प्रदर्शनाकडे गेले. एका मोठ्या प्रतिकृतीमध्ये थायपिंग हँडबॅग कारखाना दाखवला होता. त्यामध्ये चार महिला टेबलाच्या दिशेनं ओणव्या होऊन बूट शिवत होत्या. सरकारी कार्यालयाची ही प्रतिकृती होती. त्यामध्ये एका व्यावसायिकानं परवाने मिळवण्यासाठी अर्ज केल्याचं दाखविलं होतं. त्यातली व्यक्ती तोंगकुआनमधल्या व्यक्तीसारखी दिसत होती, ढेरपोटी, ब्रिफकेस असलेली. इतिहासानं वेग धरला. दशकंच्या दशकं काही क्षणांत मागे पडली. महाकाय फोटोमध्ये महामार्गावरचा मोठा पूल, सांडपाण्यावर प्रक्रिया करणारा प्रकल्प आणि गुंतवणुकीबाबतची परिषद दिसू लागली.

इनपुट-आउटपुट-इनपुट यांचं चक्र

दहा लाख मोबाइल फोन सबस्क्रायबर असलेले पहिले प्रमुख शहर

अधिक रस्ते, पूल आणि ऊर्जा प्रकल्प यांसाठी निधी उभा करण्यासाठी
रस्ते, पूल आणि ऊर्जा प्रकल्प बांधा

एका संवादात्मक प्रात्यक्षिकामध्ये भरपूर माहिती दिली जात होती. म्हणजे शहराचा जीडीपी, निर्यात, कर उत्पन्न. सगळ्यात शेवटी एक फोटो दिमाखात झळकवलेला होता. २००१ मध्ये जागतिक व्यापार संघटनेत चीननं पदग्रहण करण्याबाबत स्वाक्षरी केलेला फोटो.

'नव्या काळाचं आगमन होत आहे.'

मी वस्तुसंग्रहालयातून बाहेर पडत असताना, तिसऱ्या आणि चौथ्या ग्रेडची पोरं लॉबीमध्ये रांग लावत होती. विद्यार्थ्यांनी शाळेनं दिलेल्या स्वेटपँट घातल्या होत्या. गळ्याभोवती स्कार्फ गुंडाळलेले होते. गाईड असलेल्या तिथल्या एका तरुणीनं हातात मेगाफोन घेतला.

"तिसऱ्या मजल्यावर शहराचं मॉडेल ठेवलंय. तुम्ही सगळ्यांनी या मॉडेलमध्ये तुमचं घर शोधून काढा. तुम्हाला सगळ्यांना सोंगशान लेक माहीत आहे का?" तिनं बोलायला सुरुवात केली.

"हो." विद्यार्थ्यांनी एका सुरात उत्तर दिलं.

"सोंगशान लेक म्हणजे आपल्याकडचा आधुनिक औद्योगिक भाग आहे. तोंगकुआनचं एक ब्रिद आहे : 'दर वर्षी एक मोठं पाऊल, पाच वर्षांत एक नवं शहर." सध्या आपण त्या योजनेच्या तिसऱ्या वर्षात आहोत.

बोलताना ती मध्येच थांबली. "तुम्हाला शहर उभारा, रस्ते बांधा, पर्वत नूतनीकरण करा, नद्या उपयोगात आणा हे माहीतेय का?"

हे कुणालाच माहीत नसल्यानं शांतता पसरली.

"हे सरकारचं धोरण आहे. तोंगकुआनमध्ये बंदरही आहे आणि ते परदेशी जहाजांसाठी खुलं आहे..."

सातव्या शतकामध्ये, थांग राजघराण्यातल्या सम्राटांनी इतिहासतज्ज्ञांना अगोदरच्या राजवटीविषयी बखर तयार करण्याचा आदेश दिला. तेव्हापासून प्रत्येक राजवटीनं आपल्या आधीच्या राजवटीचा इतिहास नोंदवला आहे. मात्र, सत्ताधारी राजवटीला आधार मिळण्यासाठी त्या इतिहासातल्या काही गोष्टी गाळल्या आहेत. सन १९४९ पासून कम्युनिस्ट पक्षानंही हेच केलं आहे आणि परकीय शक्तींचं लक्ष खिळवून ठेवण्यासाठी आधुनिक इतिहास शौर्याच्या अंगानं लिहिला आहे. पण इथे तोंगकुआनमध्ये

मात्र भूतकाळ अतिशय विस्मयकारक होता : उदारीकरण, बाजारपेठा आणि परकीय गुंतवणूक हा इतिहास होता. इतिहासाची सुरुवात हँडबॅग कारखान्यानं झाली. शाळेतल्या मुलांमध्येही चांगल्या पायाभूत सुविधांच्या फायद्यांचे विचार रुजवले असतील.

संग्रहालयातल्या गाइडनं मुलांना नीट वागण्याचं बजावलं आणि ती बच्चेकंपनी इतिहासाच्या दालनात शिरली. थोड्याच वेळात ती भव्य लॉबी रिकामी झाली. मीही चीनच्या इतिहासावरच्या या संग्रहालयाचा विचार करत तिथनं एकटीच बाहेर पडले. माओ त्सतोंग यांची साधी दखलही संग्रहालयाला घ्यावीशी वाटली नव्हती, याचं राहून राहून नवल वाटत होतं.

गरीब असणं जणू पाप

२५ मे, १९९४.
योंगथोंग कारखान्यातून मला काढून टाकल्यानंतर सुदैवानं माझा पगार पूर्ण देण्यात आला होता. माझ्याकडे शंभरहून जास्त युआन होते आणि मला किंचितही भीती वाटत नव्हती. मात्र माझ्याकडे ओळखपत्र नव्हतं, त्यामुळे मनात जरा धाकधूक होती. कसंबसं मला एक ओळखपत्र मिळवता आलं होतं; माझा जन्म १९६९ मध्ये झाला, हे सांगणारं. नशीब अजमावण्यासाठी ते महत्त्वाचं होतं. कोणी सांगावं, माझ्या नशिबात काही चांगलं लिहिलेलं असेल! या कारखान्याच्या प्लॅस्टिक मोल्ड्स विभागात मी नवा मार्ग मिळवला होता.

मी कुआंगतोंगला आल्यापासून, चार ते पाच कारखाने बदलले आहेत आणि प्रत्येक कारखाना आधीच्या कारखान्यापेक्षा उत्तम मिळालाय. सगळ्यात महत्त्वाचं हे होतं, की प्रत्येक नव्या अनुभवात मी केवळ स्वतःवर अवलंबून होते. कोणाकडेही मदतीची याचना केली नाही. अनेक चांगल्या मैत्रिणी असल्या तरी मला अत्यंत गरज होती तेव्हा त्यांच्यापैकी कोणीच मदतीला आलं नाही.

मी शन्चनमधून परत आले तो दिवस आठवतो. त्या वेळी खरंच माझ्याकडे काही नव्हतं. फक्त स्वतःशिवाय काहीही नव्हतं. महिनाभर

बाहेर फिरत होते. जवळ दमडीही नव्हती. एकदा तर दोन दिवस उपाशी काढले. कोणी ओळखीचंही नव्हतं... मोठा चुलतभाऊ आणि त्याची पत्नी लोंगयानमध्येच होते, पण त्यांचा तसा मला उपयोग होणार नव्हता. त्यामुळे त्यांना शोधावंसं वाटलं नाही. मला दुसऱ्यांवर अवलंबून राहायला बरं वाटायचं; पण ते दोघे अवलंबून राहण्यासारखे नव्हते. केवळ स्वतःवरच विश्वास ठेवण्यासारखी परिस्थिती होती.

हो, मी फक्त स्वतःवर विश्वास ठेवू शकत होते.

वू छुनमिंग पहिल्यांदा घराबाहेर पडली तेव्हा तिनं आई-वडिलांना सांगितलं नव्हतं. १९९२ सालचा उन्हाळा होता आणि स्थलांतर करणं म्हणजे काहीतरी भयानक आणि चाकोरीबाहेरचं होतं. हुनान प्रांतातल्या तिच्या गावात जायचं म्हटलं, की शहराकडे जाणाऱ्या मुलींना कुंटणखान्यात डांबलं जातं आणि पुन्हा त्यांचा कधीही पत्ता लागत नाही.

त्या उन्हाळ्यात छुनमिंग सतरा वर्षांची होती. तिनं मिडल स्कूल पूर्ण केलं होतं आणि घराजवळच्या शहरात ती फळं, भाज्या विकायची. तेव्हा शाळा शिकत असलेल्या चुलतभावासोबत ती शहरात गेली. दोघी बहिणींनी तोंगकुआनला जाण्यासाठी ट्रेनच्या तिकिटासाठी पैसे उसने घेतले आणि खेळण्यासाठी रंग बनवणाऱ्या कारखान्यात नोकरी मिळवली. तिथल्या रसायनांच्या वासामुळे दोघींचं डोकं दुखायचं. त्यामुळे ती नोकरी सोडली आणि दोघी घरी परतल्या. आधीइतक्याच उद्विग्न होऊन. त्यानंतरच्या वसंत ऋतूत छुनमिंग पुन्हा बाहेर पडली. तिच्या या निर्णयाला आई-वडिलांनी हरकत घेतली. त्यांनी तिच्याशी वाद घातला, आसवं गाळली; पण जवळच्या गावांतल्या काही मैत्रिणींसोबत गाव सोडून शहरात जायचंच, असं तिनं ठरवलेलं असल्यानं तिच्या आईनं ट्रेनच्या तिकिटासाठी पैसे उसने आणले.

१९९३ सालचं कुआंगतोंग आत्तापेक्षाही गजबजलेलं होतं. काम शोधण्यासाठी ग्रामीण भागातून स्थलांतर करून आलेल्या तरुण-तरुणींमुळे रस्ते फुललेले असायचे. ही मंडळी बसस्टेशनवर किंवा पुलाखाली झोपायची. कारखान्यांची दारं ठोठवणं, हा नोकरी मिळवण्याचा एकमेव मार्ग होता. कुओथोंग खेळण्यांच्या कारखान्यात नोकरी मिळण्यापूर्वी छुनमिंग आणि तिच्या मैत्रिणी अनेक कारखान्यांतून हात हलवत परत आल्या होत्या. तिथले सर्वसाधारण कामगार महिन्याला शंभर युआन, म्हणजे बारा डॉलर, कमवायचे. भूक भागवण्यासाठी त्यांनी इन्स्टंट नूडल्सचं भलंमोठं पाकीट आणलं होतं. त्यामध्ये मीठ आणि उकळतं पाणी घातलं जायचं. छुनमिंग म्हणाली, "आम्ही कधी महिन्याला दोनशे युआन कमावू शकलो ना तर

फार आनंद होईल.''

चार महिन्यांनी छुनमिंगनं पुन्हा नोकरी बदलली. पण शन्चनमध्ये यापेक्षा चांगली नोकरी असल्याचं तिच्यासोबत काम करणाऱ्या एकीच्या चुलतभावानं सांगितलं म्हणून तिनं लगेचच नवी नोकरी सोडूनही दिली. छुनमिंग आणि तिच्या काही मैत्रिणी तिकडे गेल्या. अखंड रात्र त्यांनी महामार्गावरच्या ओव्हरपासखाली काढली आणि दुसऱ्या दिवशी सकाळी तिच्या मैत्रिणीच्या भावाची भेट घेतली. तो त्यांना हेअर सलूनला आणि तिथून जिन्याने वर घेऊन गेला. तिथे एक प्रचंड मेकअप केलेली महिला ग्राहकांची प्रतीक्षा करत मसाज बेडवर बसली होती. ते दृश्य पाहून छुनमिंगला धडकीच भरली. छुनमिंग सांगत होती, ''मी अतिशय पारंपरिक वातावरणात वाढलेले होते.'' ती म्हणाली ''तिथला प्रत्येक जण वाईट होता आणि मला वेश्या बनवण्यासाठी टपलेला आहे, असं वाटत होतं. मी तिथे राहिले तर मीही त्यांच्यासारखीच वाईट होईन, असं मनात आलं.''

''इथेच थांबा आणि अंघोळ करा,'' असं या मुलींना सांगण्यात आलं. पण छुनमिंगनं नकार दिला. ती जिन्यावरून खाली निघून आली, पुढच्या दाराकडे एक कटाक्ष टाकला आणि तिथून जीव मुठीत घेऊन धावत सुटली. तिच्या मैत्रिणी आणि पैसे, सरकारनं दिलेलं ओळखपत्र, तिच्या आईचा फोटो असलेली सुटकेस सोबत घेण्याचाही विचार तिनं केला नाही. तिच्यामागून पावलांचा आवाज आला. छुनमिंग धावता धावता एका मोकळ्या जागी आली. तिथे कोंबड्या झाकण्यासाठी खुराडं ठेवलेलं दिसलं. छुनमिंग त्या खुराड्यात लपून बसली. संपूर्ण दिवस आणि संपूर्ण रात्र. दुसऱ्या दिवशी सकाळपर्यंत, डास चावल्यानं तिचे हात लालबुंद झाले होते. छुनमिंग रस्त्यावर गेली आणि रस्त्याच्या बाजूला बसून पैशांची मदत मागण्यासाठी हात पसरू लागली. पण कोणीही तिला छदामही दिला नाही. तिथून जाणाऱ्या एकानं तिला पोलिस ठाण्यात नेलं, पण त्या हेअर सलूनचं नाव आणि पत्ता माहीत असल्याशिवाय पोलिसही काही करू शकत नव्हते. पुन्हा कारखान्यात परतण्यासाठी, बसच्या भाड्यासाठी त्यांनी तिला वीस युआन दिले.

बसचालकानं तिला तोंगकुआनच्या वाटेवर अर्ध्यातच उतरवलं. छुनमिंग तशीच चालू लागली आणि रस्त्यावरचा एक जण तिच्या मागोमाग चालू लागला. कारखान्याच्या गणवेशात दिसलेल्या एका तरुणीला छुनमिंगनं थांबवलं आणि तिच्या कारखान्यात रात्र घालवता येईल का विचारलं. त्या तरुणीनं कुणाचं तरी ओळखपत्र उसनं आणलं आणि छुनमिंगला कारखान्यात घेतलं. रात्रभर ती आंघोळीच्या जागेमध्ये लपून बसली होती. तिथे सुकवण्यासाठी वाळत घातलेली पांढरी पँट आणि टी-शर्ट तिनं पळवला आणि तिथून सटकण्यासाठी कारखान्याच्या गेटवर चढली. तिनं दोन दिवस काहीही खाल्लं नव्हतं. एका बसचालकानं तिला ब्रेड

आणून दिला आणि पुन्हा तोंगकुआनला सोडलं. तिथे तिचा चुलतभाऊ आणि त्याची बायको काम करायचे.

छुनमिंगनं तिच्यासोबत काय घडलं ते भावाला सांगितलं नाही. एकटीच रस्त्यावर भटकत राहिली. एका बांधकाम सुरू असलेल्या ठिकाणी जेवण बनवणाऱ्याला तिनं मदत केली. त्याबदल्यात त्यानं तिला बाकी कामगारांसोबत खायला दिलं आणि रात्रीच्या वेळी ती पुन्हा कारखान्यातल्या मैत्रिणीच्या खोलीत शिरली. ओळखपत्र असल्याशिवाय तिला नोकरी शोधणं आणि मिळवणं कठीण होतं. महिनाभर सैरभैर भटकल्यानंतर, खेळण्यांच्या यिनहुई कारखान्यात असेम्ब्ली लाइनमध्ये नोकरीबाबतची जाहिरात छुनमिंगनं पाहिली. कोणाचं तरी ओळखपत्र राहिलेलं किंवा हरवलेलं तिला सापडलं आणि त्याचा वापर तिनं नोकरी मिळवण्यासाठी केला. त्यामुळे अधिकृतपणे तिचं नाव 'थांग त्सोंगयुन' होतं आणि जन्म १९६९ मधला होता. यामुळे तिचं वय होतं त्यापेक्षा पाच वर्षांनी वाढलं. पण अशा गोष्टींकडे इतक्या बारकाईनं कोणी पाहत नसे.

छुनमिंगनं यिनहुई कारखान्यात वर्षभर काम केलं. खेळण्यातली कार, विमान आणि रेल्वे तयार करण्यासाठी साच्यात ओतण्यासाठी प्लास्टिक व्हॅट्सचं मिश्रण करण्याचं काम तिच्याकडे होतं. ती हुशार होती. तिला बोलायला आवडायचं. तिची मैत्रीही पटकन होत असे. तिच्या नव्या मैत्रिणी तिला थांग त्सोंगयुन म्हणायच्या. खरंच तिची ओळख पार बदलून गेली होती.

कारखान्यातलं काम सोडल्यावर अनेक वर्षांपर्यंत थांग त्सोंगयुन याच नावानं तिला पत्रं येत होती. ती मुलगी कोण होती ते शोधण्याचा प्रयत्न छुनमिंगनं कधीही केला नाही.

छुनमिंगनं तिची ही कथा मला सांगण्याआधी दोन वर्षांपासून मी तिला ओळखत होते. २००६ सालच्या अखेरचा प्रसंग. ती रविवारची दुपार होती. दिवसभर वाढदिवसासाठी भेटवस्तूंची खरेदी केल्यानंतर ती तोंगकुआन ज्यूस बारमध्ये बसली होती. मिक्स्ड-फ्रुट ज्यूसचा घोट घेत म्हणाली, "माझ्याबरोबर काय घडलं ते मी आतापर्यंत कोणालाच सांगितलेलं नाही. हा प्रसंग आठवला की तो कालच घडला असल्यासारखं वाटतं."

"तू त्या हेअर सलूनमध्ये सोडून आलेल्या तुझ्या मैत्रिणींचं पुढे काय झालं ते जाणून घेण्याचा कधी प्रयत्न केलास का?" मी तिला विचारलं.

यावर ती म्हणाली, "नाही. ती जागा खरंच वाईट होती, की तुमच्या इच्छेनुसार मसाज गर्ल म्हणून काम करता येईल अशी होती, ते माहीत नाही. पण तिथली स्थिती

इतकी भयानक होती की त्यांनी आम्हाला इतक्या सहजासहजी जाऊच दिलं नसतं.''

छुनमिंग तिथेच सोडून पळून आलेल्या मैत्रिणींमध्ये तिची सगळ्यात जवळची मैत्रीणही होती. त्यांची भेट शहरात असेम्ब्ली लाइनमध्ये झाली होती. तिच्या मैत्रिणीच्या गावाचं नाव तिला माहीत नव्हतं किंवा तिला कसं शोधायचं तेही कळत नव्हतं. काही वर्षांनी, छुनमिंगची भेट एका मुलीशी झाली आणि ती मुलगी छुनमिंगच्या मैत्रिणीला ओळखत होती. ती म्हणाली की, छुनमिंगची मैत्रीण तिच्या घरी परत गेली आणि नंतर पुन्हा तोंगकुआनमध्ये आली. आपली मैत्रीण तिथून सहीसलामत निसटली असावी, असा निष्कर्ष छुनमिंगनं इतक्या त्रोटक माहितीवरून काढला. पण तिच्याविषयी यापेक्षा जास्त माहिती मिळवण्याचा कोणताही मार्ग नव्हता. गावातले लोक तर म्हणाले होते की, तिला कुंटणखान्यात अडकवली असेल. नंतर तिच्याबद्दल कधीच काही समजलं नाही. वाटेत भेटणारी अनेक माणसं जशी आपल्या मार्गानं निघून जातात, तसंच छुनमिंगनं एक चांगली मैत्रीण गमावली होती. तोंगकुआनमध्ये एक वर्षही इतकं मोठं वाटायचं आणि सरता सरायचं नाही. छुनमिंगनं तर तिथे तब्बल तेरा वर्षं घालवली.

* * *

२४ मे, १९९४

सकाळी सात वाजता आमच्या कामाला सुरुवात होते आणि रात्री नऊ वाजता काम संपतं. त्यानंतर आम्ही अंघोळ करतो आणि कपडे धुतो. साधारण दहा वाजता, पैसे जवळ असलेल्या मुली मध्यरात्री स्नॅक्स खायला जातात आणि ज्यांच्याकडे पैसे नाहीत त्या झोपून जातात. आम्ही पहाटे साडेसहापर्यंत झोपतो. कुणालाही उठावंसं वाटत नसतं, पण सात वाजता काम सुरू करायचं असतं म्हणून उठावंच लागतं. वीस मिनिटं उरलेली असतात : पांघरुणातून बाहेर पडायचं, सुजलेले डोळे चोळायचे, तोंड धुवायचं आणि दात घासायचे. दहा मिनिटं उरली : नाश्ता करायचा असेल त्यांना या दहा मिनिटांत खाणं आटपायचं असतं. पण माझ्या माहितीतल्या अनेक जणी सकाळी काही खात नाहीत. असं का ते माहीत नाही, म्हणजे त्यांना इच्छा नसते खायची म्हणून, पैसे वाचवायचे म्हणून की बारीक राहायचं म्हणून...

फक्त बारीक व्हायचं किंवा पैसे वाचवायचे म्हणून मी माझ्या आरोग्याकडे दुर्लक्ष नाही करू शकत. नाहीतर, इथे स्थलांतरित होऊन पैसे कमावण्यात अर्थ काय उरला?

शहरात आल्यावर लगेचच छुनमिंगनं डायरी लिहिण्याची सवय लावून घेतली. कारखान्यातलं जीवन, वेळेची नोंद ठेवणाऱ्याची निर्दयता आणि गॉसिप, स्नॅक्स, मुलगे याविषयीच्या चर्चांमध्ये निवांत घालवलेले दुर्मिळ क्षण, असं सगळं तिनं त्या गुलाबी रंगाच्या डायरीत लिहिलं होतं. तिनं लिहिलं होतं, 'पाहिलेल्या, ऐकलेल्या, जाणवलेल्या गोष्टी आणि विचार रोज लिहायला हवेत. यामुळे आपलं लिखाण सुधारतंच, शिवाय आपण कशा मोठ्या झालो, त्याचा मागमूसही राहतो.' याच काही पानांमध्ये तिनं, सातत्यानं स्वतःमध्ये सुधारणा करण्यासाठी काय प्रयत्न केले, ते लिहिलंय : कादंबऱ्या वाचणं, हस्ताक्षर सुधारणं, बोलण्याचा प्रयत्न करणं - हुनानमधल्या शैलीतले उच्चार बदलण्यासाठी आणि कारखान्यातल्या बॉस मंडळींच्या कँटोनिज या भाषेवर प्रभुत्व मिळवण्यासाठी. तिच्या मनात सगळ्यात मोठी भीती होती ती म्हणजे, आहे त्या ठिकाणी अडकून पडण्याची. वेळ हा छुनमिंगचा कट्टर शत्रू होता. आणखी एक दिवस वाया गेला आणि अजूनही ती तिच्या लक्ष्यापर्यंत पोहोचलेली नाही, याची जाणीव तिला टोचत होती. पण एका अर्थी वेळेचा कौल तिच्या बाजूनं होता, कारण ती अजूनही खूप तरुण होती.

डायरीमध्ये तिने केलेल्या नोंदींवर अनेकदा तारीख नसायची आणि त्यातलं लिखाणही उलट-सुलट असायचं. छुनमिंग पटापट लिहायची, दिवसभराविषयी लिहायची, तिच्या पालकांना पत्र लिहायची, प्रेरणादायी संदेश, गाणी लिहून घ्यायची आणि आणखी मेहनत करण्यासाठी स्वतःला प्रेरित करायची. काही वेळा तिचं लिखाण तिरकं तिरकं होत दोन पानांवर पसरायचं, प्रत्येक अक्षराचा आकार इंचाएवढा उंच होईपर्यंत वाढत जायचं. तिच्या डोक्यात आतून काहीतरी उमटत असायचं.

> आनंदी न राहण्यासाठी माझ्याकडे वेळच नाही, कारण मला खूप गोष्टी करायच्या आहेत.
>
> 'वेळ हेच जीवन आहे'
>
> आपण सर्वसामान्य असलो तरी चालेल; पण अश्लील असू नये. – वु छुनमिंग

आत्ता माझ्याकडे काहीही नाहीये. माझ्याकडचं निव्वळ भांडवल म्हणजे मी अजून तरुण आहे.

जवळजवळ एक वाजलाय. मायग्रंट वर्करचा हा अंक खाली ठेववत

नाहीये, पण मला संध्याकाळी सात वाजता पुन्हा काम करावं लागणार आहे. मी कदाचित झोपेनही.

खूप कमी वेळ आहे, याचा असला राग येतोय ना. मी रोज बारा तास काम करते. उरलेल्या बारा तासांमध्ये मला खायचं असतं, अंघोळ करायची असते, कपडे धुवायचे असतात आणि झोपायचं असतं. वाचन करण्यासाठी यातून कितीसा वेळ उरणार? रात्रीच्या वेळी काम करताना तर आणखी धावपळ होते : काम पूर्ण केल्यानंतर आणि खाल्ल्यानंतर अंघोळीसाठी तासभर वाया जातो. त्यानंतर रात्रीच्या जेवणासाठी आणखी एक तास जातो... रात्री वाचायला सुरुवात केली की मध्यरात्रीपर्यंत वाचन होतं. नंतर झोपायला सहा तासही उरत नाहीत. बाकीच्या गोष्टींसाठी फक्त तासभर उरतो.

मी फक्त हरतेय, हरतेय

जीवनातल्या या मार्गावर माझ्या नशिबात खरंच फक्त पराभव आहे का?

माझा विश्वासच बसत नाही

खरंच माझा अजिबात विश्वास बसत नाही

वु छुनमिंग, तू अशा प्रकारे रोज नाही जगू शकत. विचार कर : तू या कारखान्यात अर्धं वर्ष काढलं आहेस, पण तुला त्यातून काय मिळालं? संपूर्ण आयुष्य प्लॅस्टिक मोल्ड विभागात स्थलांतरित काम करण्यात काहीच तथ्य नाही, हे तुला माहीतेय, त्यामुळे नोकरी बदलायची असते आणि चांगली नोकरी मिळवायची असते. सगळ्यात आधी तुला कँटोनिज बोलायला शिकायला हवं. तू इतकी निरुपयोगी कशी आहेस? तू खरंच मूर्ख आहेस का?

बाकी लोक शिकत असलेल्या गोष्टी तू का शिकत नाहीस?

वू छुनमिंग, तूही एक व्यक्ती आहेस. तू निरुपयोगी वस्तू असू शकतेस का?

तुझ्याकडे दोन महिन्यांहून अधिक काळ होता; पण तू कँटोनिजमध्ये काहीही प्रगती केलेली नाहीस. या कारखान्यात प्रवेश केलास तेव्हा तुझं लक्ष्य कँटोनिज शिकणं हे होतं आठवतंय का? तू या वर्षी कँटोनिज शिकू शकली नाहीस तर तू मूर्ख आहेस, गाढव आहेस. तू तोंगकुआनमध्ये यापुढे काम करू नयेस. दरमहा दोन-तीनशे युआन घेण्यापेक्षा घरी बसलेलं काय वाईट?

२३ मार्च

खरंच मला इतक्या गोष्टी करायच्या आहेत आणि त्यासाठी वेळ इतका कमी आहे. काही लोक सांगतात की त्यांना मरणाचं दुःख दिलं जात आहे. लोकांना इतकं दुःख दिलं जातंय आणि मला व्यथित होण्यासाठीही वेळ नाहीये.

एक म्हणजे, माझ्या शरीराला व्यायामाची गरज आहे. जाड असणं मान्यच होण्यातलं नाही.

दुसरं म्हणजे, मी भरपूर वाचन करायला हवं आणि लिखाणाचा सराव करायला हवा, जेणेकरून मला आनंदी आणि समृद्ध जीवन जगता येईल.

तिसरं म्हणजे, मला कँटोनिज बोलायला शिकायला हवं. यासाठी घाई करायला नको, पण हळूहळू शिकणं सुरू ठेवायला हवं.

झोपेच्या वेळेचा विचार करता, जास्तीत जास्त सहा तास पुरेसे आहेत.

२९ मार्च

आज आमचा पगार झाला. मला ३६५ युआन मिळाले. पन्नास युआनचं कर्ज फेडल्यानंतरही हातात तीनशे युआन उरलेत. मला घड्याळ, कपडे आणि काही वैयक्तिक गोष्टी खरेदी करायच्या आहेत. मग हातात कसं काय काही उरेल?... उन्हाळा आलाय आणि त्यासाठी माझ्याकडे कपडेच नाहीत... मला घड्याळ खरेदी करायलाच हवंय. घड्याळ नसेल तर मला वेळेचा उत्तम वापर करता येणार नाही.

घरी पैसे पाठवणं तर फारसं शक्य दिसत नाही. पुढच्या महिन्यात पगार झाल्यानंतर, मी शॉर्ट-हँड सेक्रेटरिअल करस्पॉन्डन्स युनिव्हर्सिटीमध्ये नोंदणी करणार आहे. कॉलेज डिप्लोमा करायलाच हवा. दरमहा हे दोनशे किंवा तीनशे युआन कमावण्यासाठी मी नक्कीच तोंगकुआनमध्ये आलेले नाही... हा तात्पुरता थांबा आहे. मला कायमस्वरूपी थांबायला आवडेल, असं हे ठिकाण निश्चितच नाही.

मला कोणी समजून घेणार नाही आणि कोणी समजून घ्यावं, अशी गरजही वाटत नाही.

मी केवळ माझ्या मार्गावरून चालू शकते. बाकी लोकांना बोलू देत.

२२ मे

अनेक जण म्हणतात की मी बदलले आहे. मी बदललेय की नाही ते माहीत नाही... पण मी आता खूप शांत झालेय आणि आधीसारखं हसायला आवडत नाही. काही वेळा मी बळजबरीनं हसते. काही वेळा स्तब्ध झाल्याचं मला वाटतं. स्तब्ध. नाही! नाही! मी आता जशी आहे त्याचं वर्णन करण्यासाठी मी कोणता शब्द वापरावा तेच कळत नाहीये.

असूदे, मी फार थकलेय, खूप थकलेय.
खरंच, खरंच, मला फार थकल्यासारखं वाटतंय.
माझं शरीर आणि माझा आत्मा अतिशय थकला आहे.
प्रचंड थकलेय, प्रचंड थकलेय.
मला अशा प्रकारे अजिबात जगायचं नाही.
मला अशा प्रकारे अजिबात जगायचं नाही.
कधीच असं जगायचं नाही.
मी कसं जगू?

* * *

छुनमिंगनं कारखान्यातल्या विश्वातली तिची वाटचाल आखली असली तरी गावी असलेल्या पालकांना लिहिलेल्या पत्रांमध्ये मात्र तिने पारंपरिक विचारांची आदर्श मुलगी म्हणून राहण्याचा प्रयत्न केला आहे.

आई, मी तुझ्यासाठी स्वेटर विणलाय... मी हा स्वेटर विणत बसले नसते तर आजचा दिवस अनेक पुस्तकं वाचण्यात घालवला असता. पण आई, काही वेळा मला वाटतं : यापेक्षा मी आईची आज्ञाधारक मुलगी व्हावं, मला वाचण्याची प्रचंड ओढ असलेली ही पुस्तकंही फेकून द्यावीत.

आई, या स्वेटरमध्ये माझी मायाच विणली आहे. आई, तुला आठवतंय, मी घरी होते तेव्हा तू मला नेहमी म्हणायचीस की बाकीच्या लोकांच्या मुलींना स्वेटर विणता येतात, पण तुझ्यात चिकाटीच नाही. पण तुला

माहीतेय का, आज तुझ्या मुलीलाही स्वेटर विणता येतो ते? लक्षात घे, तुझी मुलगी बाकीच्या लोकांपेक्षा कधीच मूर्ख नसेल.

कुटुंबाच्या अपेक्षांचं ओझं तिच्या खांद्यावर होतं. ग्रामीण भागातल्या तरुण मुलींवर घराकडून विशिष्ट दबाव असायचा. या मुलींनी झटपट प्रगती केली नाही तर त्यांना घरी परत बोलावून लग्न करायला सांगितलं जायचं.

शेवटी, मला घरून पत्र आलं... वडिलांशिवाय दुसरं कोण मला पत्र लिहिणार? आईनं माझी आठवण येत असल्याची एक ओळही लिहिली नाही... शेवटच्या पत्रात तिनं एक ओळ लिहून शहरात बॉयफ्रेंड न शोधण्याची सूचना केली होती. तिनं एकच ओळ लिहिली होती, तरी मला फार आनंद झाला, जणू काही माझी आई माझ्यासोबत होती, मला सल्ले देत होती.

माझ्या मनात साचलेले सगळे शब्द मला आईशी बोलायचे होते, पण ते शक्य नाही. आई, तू अशिक्षित का आहेस? अशिक्षित आहेस हे ठीक आहे, पण तुला एखादं पत्रही का लिहिता येत नाही? तुला पूर्ण पत्र लिहिता आलं नाही तरी चालेल, पण काही शब्द तरी लिहिता आले असते तरी बरं झालं असतं. तुला मला काय सांगायचंय हे सुचवण्यासाठी तू काही शब्द लिहिले असतेस तरी मला तुझ्या भावना समजल्या असत्या.

आई, तुला खूप गोष्टी मला सांगायच्या असतील, पण बाबांनीच त्या लिहिल्या नसतील...

आई आणि बाबा, असं वाटतं की आपल्यात संवाद होऊ शकत नाही. तुमच्या मुलीच्या मनात नेमकं काय आहे हे तुम्हाला कधीच कळणार नाही आणि कधीच समजू शकणार नाही. कदाचित तुम्हाला वाटेल, महिन्याला तीनशे युआन देणाऱ्या या कारखान्यामुळे मला माझ्या स्वप्नातला कारखाना मिळाला असेल. मी पुन्हा कधीही कारखाने बदलणार नाही, असंही तुम्हाला वाटत असेल कदाचित. कदाचित तुमची इच्छा असेल की मी यापुढे कारखाने बदलू नयेत, दोन वर्षं इथेच काम करावं आणि नंतर लग्न करण्यासाठी, गावात बाकी मुलींचं असतं तसं माझंही कुटुंब निर्माण करण्यासाठी घरी परत यावं. पण मी यापैकी कशाचाच विचार करत नाहीये...

मला कुआंगतोंगमध्ये स्वतःचं विश्व निर्माण करायचंय... माझी योजना अशी आहे :

१. करस्पॉन्डन्स युनिव्हर्सिटीमध्ये शिकणं
२. कँटोनिज बोलायला शिकणं
३. माझ्या नावावर काहीही नसताना आणि काहीच साध्य केलेलं नसताना लग्नाचा विचारही न करणं.

शहरातल्या तिच्या पहिल्या तीन वर्षांच्या काळात, छुनमिंग एकदाही घरी गेली नव्हती. कारखान्यानं दिलेली सुट्टी फारच छोटी होती, असं तिनं मैत्रिणींना सांगितलं. पण तिनं डायरीत लिहिलं : नवीन वर्षानिमित्त मी घरी का जात नाहीये काय माहीत. पण मुख्य कारण आहे : मला खरंच वेळ वाया घालवायचा नाहीये. अभ्यास करायला हवाय. तिनं आईचा सल्लाही धुडकावला आणि एका चांगल्या दिसणाऱ्या मुलाला प्रेमपत्र लिहिलं. हा मुलगा फॅक्टरी फ्लोअरवर काम करायचा. कामाच्या ठिकाणी तरुण मुलगे दिसणं दुर्मिळच होतं आणि चांगले दिसणारे तर फारच कठीण. जे होते त्यांच्यावर असंख्य मुलींचा डोळा असायचा. या मुलाला छुनमिंगमध्ये काडीचाही रस नव्हता त्यामुळे त्यानं तिचं पत्र बाकीच्यांनाही वाचायला दिलं.

असेम्ब्ली लाइनवर सहा महिने काम केल्यावर, कारखान्यात क्लर्कची अंतर्गत नेमणूक होत असल्याची बातमी छुनमिंगला कळली होती. या पदासाठी आपण उत्सुक असल्याचं सांगणारं पत्र तिनं विभागप्रमुखांना लिहिलं. मुलांच्या मागे लागण्याची तिची सवय तिच्या बॉसला माहीत होती. त्यामुळे तिची बदली अन्य विभागात करण्यात आली. कसा कोण जाणे, पण बॉसच्या आदेशाचा वेगळाच अर्थ काढण्यात आला आणि छुनमिंगला क्लर्कचं काम देण्यात आलं. तिनं हे काम चोख बजावलं. तिच्या या कामगिरीमुळे बॉसचं तिच्याबद्दलचं मत बदललं. नव्या नोकरीतून तिला दरमहा तीनशे युआन मिळू लागले- वर्षभरापूर्वी छुनमिंगला मिळत होते त्यापेक्षा तिप्पट.

स्थलांतरित महिलांच्या कथांमध्ये अनेक गोष्टी समान होत्या. डोक्यात संभ्रम घेऊन त्या शहरात यायच्या आणि बऱ्याच वेळा कुणाकडून तरी फसवल्या जायच्या. एकटीच शहरात आले, असं स्थलांतरित महिला अनेकदा म्हणायच्या. खरं तर त्या बाकीच्या महिलांसोबत असायच्या, पण त्यांना एकटं वाटायचं. कारखान्यांची नावं त्या पटकन विसरून जायच्या. काही तारखा मात्र त्यांच्या मनावर कोरल्या जायच्या, जसं की, त्यांनी घर किती तारखेला सोडलं, वाईट कारखान्यातून केव्हा बाहेर पडल्या, कारखान्यामध्ये कशाचं उत्पादन केलं जातं, याच्याशी त्यांना काही देणं-घेणं नव्हतं; कारखान्यात घाम किती गाळावा लागतो किंवा तिथे काम

केल्यानं संधी काय मिळू शकतील, हे त्यांच्यासाठी महत्त्वाचं असायचं. आपल्या बॉसला आव्हान देणं, हा कोणत्याही स्थलांतरित महिला कर्मचाऱ्याच्या नशिबातला टर्निंग पॉइंट असायचा. कोणतीही जोखीम उचलण्यास सक्षम झालेली महिला गर्दीतून वेगळी उठून दिसायची आणि एक व्यक्ती म्हणून स्वतःच्या स्वतंत्र अस्तित्वाकडे लक्ष वेधून घ्यायची.

एकसारखी पार्श्वभूमी असलेल्या शेकडो तरुणींच्या गर्दीमध्ये स्वतः हरवून जाणं सहज शक्य होतं. एकाच गावात जन्मलेल्या, अपुरं शिक्षण असलेल्या आणि गरीब घरातल्या या तरुणी. लाखोंमधल्या एक असलो तरीही आपण स्वतः तितक्याच महत्त्वाच्या आहोत, हा विश्वास तुम्हाला निर्माण करायलाच लागत असे.

१ एप्रिल १९९४.

हो, मी इतकी सर्वसामान्य आहे की यापेक्षा जास्त सर्वसामान्य बनू शकत नाही. मी बाकी चारचौघींसारखीच सर्वसामान्य आहे. मलाही स्नॅक्स खायला आवडतात, मजा करायला आवडते आणि सुंदर दिसायला आवडतं.

मी असामान्य व्यक्ती होईन, अशी कल्पना करू नका.

तू अत्यंत सर्वसाधारण, अत्यंत सर्वसामान्य आहेस, कोणत्याही सुंदर किंवा रुचकर किंवा धमाल गोष्टीकडे आकर्षित होणारी.

सर्वसाधारण आणि सर्वसामान्य असण्यापासून मी नवी सुरुवात करणार आहे.

* * *

तोंगकुआन कारखान्यात स्त्री-पुरुष असं विभाजन लक्षणीय होतं. महिला क्लर्क म्हणून काम करायच्या किंवा मनुष्यबळ व विक्री या विभागांत काम करायच्या. असेम्ब्ली लाइनमधली बरीचशी कामं महिलांकडे होती. कारखान्यातल्या बॉसना वाटायचं या तरुणी अधिक कष्टाळू असतात आणि त्यांच्यावर नियंत्रण ठेवणं तुलनेनं सोपं जातं. तांत्रिक नोकऱ्यांमध्ये तरुणांचं वर्चस्व असायचं, जसं की मोल्ड डिझाइन आणि यंत्रांची दुरुस्ती. साधारणतः त्यांच्याकडे कारखान्यातली वरिष्ठ पदं असायची, पण त्याच वेळी काहींना कारखान्यातली कनिष्ठ पातळीची कामंही करावी लागायची- सुरक्षारक्षक, स्वयंपाकी, चालक अशी. कारखान्याच्या बाहेरच्या जगात महिला वेट्रेस, हेअरड्रेसर आणि वेश्या अशी कामं करायच्या, तर पुरुष बांधकामाच्या ठिकाणी काम करायचे.

नोकरीबाबत दिल्या जाणाऱ्या जाहिरातींमध्येही हा लिंगभेद ठळकपणे दिसायचा.

गावपू हँडबॅग कारखान्यात भरती

सेल्सपर्सन : केवळ महिला, ग्रेड चार इंग्रजी,
रिसेप्शनिस्ट : केवळ महिला, कँटोनिज बोलता यावे
सुरक्षारक्षक : पुरुष, वय ३० पेक्षा कमी, १.७ मीटर किंवा त्याहून अधिक. एक्स-मिलिट्री, अग्निशमनाचे ज्ञान असावे, बास्केटबॉल खेळत असल्यास उत्तम

या भेदभावातून काही गोष्टी अधोरेखित व्हायच्या. नोकरीच्या बाबतीत तरुण महिलांसाठी परिस्थिती अधिक प्रवाही होती. कारखान्यात असेम्ब्ली लाइनमध्ये काम सुरू केल्यावर त्यांना क्लर्क किंवा सेल्सपर्सनपर्यंत मजल मारता यायची. तरुण पुरुषांना कारखान्यात प्रवेश करणं कठीण होतं आणि एकदा आत शिरल्यावर एकाच ठिकाणी साचलेपणा येण्याची शक्यता जास्त असायची. कारखान्यातल्या किंवा त्या बाहेरच्या जगात वावरत असलेल्या महिलांचा संपर्क विविध प्रकारच्या लोकांशी यायचा. त्यामुळे त्यांनी शहरी लोकांचे कपडे, केशरचना, बोलण्याची लकब अशी वैशिष्ट्ये लवकर आणि सहज आत्मसात केली. शहरी जीवनात त्या सहज मिसळून गेल्या आणि शहरात टिकून राहण्यासाठी त्यांना तुलनेनं संधीही अधिक होती. तरुण पुरुष मंडळी मात्र त्यांच्या त्यांच्या कामात अडकून राहिली.

चीनमधल्या स्थलांतरामध्ये महिलांचं प्रमाण एक तृतीयांशाहून अधिक होतं. तरुणांपेक्षा तरुणींचं वयही कमी असायचं आणि बहुतांश जणी अविवाहित असायच्या. घरापासून त्या बऱ्याच लांब आलेल्या असायच्या. शहरात टिकायच्याही जास्त काळ. स्वतःमध्ये सुधारणा करण्यासाठी त्या पुरुषांपेक्षा जास्त प्रेरित असायच्या. आयुष्यात मोठे बदल होण्याच्या दृष्टीनं स्थलांतराकडे पाहायच्या. एका पाहणीत, स्थलांतरित होण्याचं मुख्य कारण पुरुषांनी 'जास्त उत्पन्न' असं नमूद केलं होतं, तर महिलांसाठी 'आयुष्यात जास्तीत जास्त अनुभव घेणं' ही प्रेरणा होती. चीनमधल्या प्रथेनुसार, विवाहानंतर मुलानं आपल्या पत्नीसह त्याच्या वडिलांच्या घरी परतणं अपेक्षित असायचं. पुरुष ज्या गावात जन्माला यायचे तिथे आयुष्यभरासाठी त्यांच्यासाठी घर असायचं. मुलींना मात्र माघारी परतण्यासाठी हक्काचं घर नसायचं. घरातल्या मुली एकदा मोठ्या झाल्या की पुन्हा आई-वडिलांच्या घरी येऊन राहत नसत. लग्न होईपर्यंत मुलींना स्वतःचं असं काहीच नसायचं.

चीनच्या समाजात खोलवर रुजलेला हा लिंगभेद काही प्रमाणात मुलींसाठी अनुकूलही होता. मुलगा मोठा झाला की त्यानं गावात आपल्यासोबत राहावं असं पालकांना वाटे. मुलानं गावाजवळच्या शहरात वस्तूंची वाहतूक करावी किंवा

फळं-भाज्यांची विक्री करावी, अशी त्यांची अपेक्षा असायची. कोणतंही ध्येय, प्रेरणा नसलेले हे तरुण अनेकदा प्रवाहाच्या दिशेनं जायला तयार व्हायचे- मिळेल ते काम करायचं, तोकड्या उत्पन्नातून मद्यपान, धूम्रपान, जुगार खेळायचा. कमी कोडकौतुक झालेल्या तरुणी घरापासून फार लांब जाऊ शकायच्या आणि स्वतःच्या योजना स्वतः आखायच्या. याचं मुख्य कारण म्हणजे, त्या काय करतात, त्यांनी काय ठरवलंय याच्याशी फारसं कुणाला देणं-घेणं नसायचं. त्यामुळे जीवनाची आखणी करायला त्या अधिक स्वतंत्र असायच्या.

पण ही सगळी परिस्थिती संदिग्ध होती. स्थलांतरामुळे गावातल्या महिलांना स्वातंत्र्याची दारं खुली झाली असली तरी याच दारानं त्यांना विचित्र वास्तवाकडे नेलं. गावाकडच्या मुलींची लग्नं विशीत येताच व्हायची. स्थलांतरित तरुणी मात्र लग्नाचं वय पुढे पुढे ढकलायच्या. यामुळे त्यांना जोडीदार निवडतानाही मर्यादा यायच्या. तोंगकुआनमध्ये स्त्री-पुरुषांचं प्रमाण कमालीचं व्यस्त होतं. महिलांची संख्या अंदाजे ७० टक्के होती. त्यांना मनाजोगता जोडीदार मिळवताना चांगलीच शोधाशोध करावी लागायची. शहरात अ‍ॅसेम्ब्ली लाइनमध्ये काम करणाऱ्या तरुणी गावातल्या तरुणांना कमी लेखायच्या. शहरातले तरुण या तरुणींना फार भाव द्यायचे नाहीत. स्थलांतरित याला गावपुछंग, तिपुच्यौ म्हणत - म्हणजे, उच्च पद मिळण्यासाठी अपात्र, पण खालच्या पदावर काम करण्यासही अनुत्सुक.

स्त्री असल्याबद्दल मिळत असलेल्या अन्याय्य वागणुकीबद्दल माझ्या माहितीतल्या स्थलांतरित महिलांनी कधीही तक्रार केली नाही. पालक मुलींपेक्षा मुलांना झुकतं माप देत असतील कदाचित, बॉसना सुंदर सहायक हव्या असतील आणि नोकरीबाबतच्या जाहिरातीत तर उघडउघड स्त्री-पुरुष भेद होत असेल; पण या तरुणींनी या सगळ्या अन्यायाकडे वेगळ्या दृष्टीनं पाहिलं. तीन वर्षांत तोंगकुआनमध्ये मी एकाही व्यक्तीला महिलामुक्ती किंवा तत्सम बोलताना पाहिलं नाही. कदाचित, प्रत्येकासाठी आयुष्य खडतर असतं, हे त्यांनी स्वीकारून टाकलं असेल. खेडं आणि शहर यांच्यातलं अंतर विचारात घेणं सगळ्यात महत्त्वाचं होतं. हे अंतर होतं : खेड्याची सीमा ओलांडून शहरात आल्यानंतर आपलं नशीब बदलण्याची मिळणारी संधी.

* * *

छुनमिंग कामामध्ये लीलया एक एक टप्पा पार करत गेली. सन १९९५ मध्ये तिनं तोंगकुआनमधल्या एकाकी भागात वॉटर पिस्टल्स आणि बीबी गन्स बनवणाऱ्या कंपनीत नोकरी मिळविली. कँटोनिज शिकण्याच्या तिच्या प्रयत्नांना अखेर यश आलं होतं. वर्षभरात तिचा महिन्याचा पगार तीनशे युआनवरून साडेसहाशे युआनपर्यंत

वाढला, नंतर आठशे आणि त्यानंतर हजार युआनपर्यंत. छुनमिंग आणि तिच्या विभागाचे प्रमुख एकसारखंच काम करत असले तरी त्यांना पगार जास्त मिळत असल्याचं तिच्या लक्षात आलं. तिनं सरळ बॉसला लिहिलं की, तुम्ही माझा पगार पंधराशे युआनपर्यंत वाढवला नाहीत तर यापुढे मला काम करायचं नाही. तिच्या अपेक्षेप्रमाणे पगार वाढवून मिळाला. आतापर्यंत कारखान्यात कुणालाच एका फटक्यात पाचशे युआनची पगारवाढ मिळालेली नव्हती. बढती मिळाल्यानंतरही छुनमिंग स्वस्थ बसण्यातली नव्हती. तिला एक नवं जग खुणावू लागलं होतं. तिथं शिकण्यासारखं खूप काही होतं.

बाकीच्यांबरोबरचे तिचे नातेसंबंध यानंतर अधिक गुंतागुंतीचे झाले. गावामध्ये लोकांमधली नाती, 'त्यांचा इतिहास आणि नातीगोती' यावरून ठरवली जायची. शाळेत आणि असेम्ब्ली लाइनवर सगळेच जण एकाच, खालच्या पातळीवर होते. पण कारखान्याच्या जगतात एखाद्या व्यक्तीनं वर-वर जायला सुरुवात केली की मात्र सत्तेची केंद्रं पटापट बदलत जायची. आपला मित्र उद्या आपला बॉस होऊ शकतो; एखादी तरुणी तिच्या बॉयफ्रेंडच्या वरच्या पदावर झेप घेऊ शकते.

२६ मार्च १९९६
या वेळच्या माझ्या बढतीमुळे माणसांचे असंख्य नमुने बघायला मिळाले, त्यांचे शेकडो अनुभव आले. काहींनी मला प्रोत्साहन दिलं, काहींच्या मनात असूया डोकावली. काहींनी माझं अभिनंदन केलं, मला शुभेच्छा दिल्या; काहींना मत्सर वाटला, काहींना हे सहनच झालं नाही...

माझा हेवा करणाऱ्यांना मी प्रगतीच्या वाटेतले अडथळे समजून पार करून जाईन, लाथेनं त्यांना बाजूला करीन आणि त्यांना पायाखाली चिरडून जाईन. भविष्यात तर यापेक्षा जास्त शत्रू असतील!

अनोळखी व्यक्तींवर चांगली छाप पाडणं महत्त्वाचं बनलं. एखादा बायोलॉजिस्ट आपल्यासमोरील नमुन्यांचा जितक्या तीव्रपणे अभ्यास करतो, तितका जीव ओतून छुनमिंग कारखान्यात तिच्या वरिष्ठांचं निरीक्षण करायची. मनुष्यबळ विभागाचा प्रमुख भाषण द्यायला उभा राहतो तेव्हा त्याचे हात अक्षरशः थरथरत असल्याचं तिनं पाहिलं होतं. नववर्षाच्या सुटीच्या दरम्यान छुनमिंगनं स्वतःहून, ठळकपणे शुभेच्छा देईपर्यंत तिच्या फ्लोअर मॅनेजरनं तिची दखलही घेतली नव्हती. या शुभेच्छांचा त्यानं स्वीकार केला आणि एका लाल लिफाफ्यात छुनमिंगला दहा युआनची पारंपरिक भेट दिली. या अनुभवावरून मी शिकले : ज्या व्यक्तींशी बोलण्यासाठी

दडपण येतं किंवा ज्या आपल्या संपर्ककक्षेच्या बाहेरच्या वाटतात, त्या खरंच तशा असतातच असं नाही. आपण स्वतःहून थोडा पुढाकार घ्यावा लागतो.

स्वतःमध्ये बदल करण्यासाठी तिनं आता आणखी जोर लावला होता. डायरीमध्ये रोजच्या घडामोडी लिहिणं बंद केलं होतं, पण काहीतरी बनण्याची आकांक्षा पूर्ण करण्यासाठीचे नियम मात्र लिहून ठेवले होते. हे साध्य करण्यासाठी तिनं वाचन प्रचंड वाढवलं होतं.

> प्रोफेशनल महिलांची प्रतिमा आत्मविश्वास, आत्मसन्मान आणि ऐटदारपणा अशी असायला हवी.
>
> बेंजामिन फ्रँकलिन यांनी सांगितलेले सदाचरणाचे तेरा नियम
> १. संयम : प्रमाणाबाहेर खाऊ आणि पिऊ नये
> २. मौन : अनावश्यक बोलण्यात वेळ घालवू नये
> ३. व्यवस्था : वस्तूंना एक जागा निश्चित करावी आणि ठरलेल्या वेळी ठरलेल्या गोष्टी कराव्यात
> ४. निश्चय : काय साध्य करायचं आहे ते ठरवून घ्यावं
> ५. मितव्यय : पैसे वाया घालवू नये. स्वतःला आणि इतरांना उपयोगी असलेल्या वस्तूंवरच पैसे खर्च करावेत...
>
> टीका स्वीकारणे
> १. बाकीचे लोक टीका करतात तेव्हा शांत राहावं आणि काळजीपूर्वक ऐकत असल्याचं दाखवावं.
> २. तुमच्याशी बोलत असलेल्यांच्या डोळ्यांत थेट पाहा.
> ३. तुमच्यावर टीका केली म्हणून केवळ तुम्ही कुणावर टीका करू नका
> ४. उदास होऊ नका
> ५. विनोद करू नका...

छुनमिंगनं डायरीमध्ये लिहिलेल्या या आदर्शवादाशी एकदम विसंगत विश्वात ती वावरत होती. तिच्याकडच्या आदर्शवादाच्या यादीमधील एका यादीचं शीर्षक होतं 'अपात्र नेत्याची पंधरा लक्षणे'. त्याऐवजी 'तोंगकुआनमधील बॉस कसे बनावे' असं शीर्षक दिलं असतं तरी चाललं असतं म्हणा. तिसऱ्या लक्षणात म्हटलं आहे :

लहान गोष्टींमध्ये स्वतःला गुंतवून घ्या आणि सगळ्यामध्ये सहभाग घ्या.

पंधरावं लक्षण आहे :

ग्रुपला पुरस्कार किंवा बोनस दिला की त्याचं नाव यादीमध्ये सर्वांत वर झळकू लागतं; कार्यकारी सदस्यांमध्ये त्याला पहिल्या रांगेत मानाचं स्थान मिळतं.

सचिवासाठी आवश्यक कौशल्य शिकून घेण्यासाठी छुनमिंगनं एका अभ्यासक्रमात प्रवेश घेतला. पण, त्यासाठीचा अभ्यासक्रम क्लिष्ट वाटल्यानं मध्येच तो सोडूनही दिला. पब्लिक रिलेशन्स शिकून घेण्याचा प्रयत्नही फसला.

पब्लिक रिलेशन्सचा अभ्यास करण्यासाठी कसे नियोजन करावे?

उत्तर : पब्लिक रिलेशन्सचे योग्य शिक्षण घेण्यासाठी आधी एक व्यक्ती म्हणून कसे वागावे ते शिकणे आवश्यक आहे.

एकदा छुनमिंगनं स्वतःच स्वतः इंग्रजी शिकायचं ठरवलं. तिनं शब्दांची यादी तयार केली -

Able
Ability
Add
Ago
Always
Agree
August
Baby
Black
Breath

- इंग्रजीतल्या सी या अक्षरापर्यंत पोहोचण्यापूर्वीच तिने हाही नाद सोडून दिला.

तिला बऱ्याच गोष्टी शिकायच्या होत्या. ही महत्त्वाकांक्षा पूर्ण करण्यासाठी गरजेचे असलेले नियम तिनं डायरीत लिहून ठेवले होते. साठ ठक्के लोकांसमोर

काही ध्येयच नसतं. सुंदर चमकदार अशा रूपासाठी काळा, करडा, सोनेरी, आकाशी आणि गडद लाल आयशॅडोचा मेळ साधायचा. कोणत्याही साबणाचा वापर करून ड्रायक्लीन करता येईल. संवाद सुरू करण्यासाठी शुभेच्छांची देवाण-घेवाण करणं उपयोगी ठरतं. सूप पिऊन झाल्यावर चमचा ताटलीत ठेवताना आवाज होऊ देऊ नये. पुस्तक न वाचणाऱ्या व्यक्तींचं बोलणं कंटाळवाणं वाटतं आणि व्यक्तिमत्त्व प्रभावी वाटत नाही.

* * *

स्थलांतरित तरुणींच्या आया त्यांच्याजवळ नसल्यानं वडीलकीच्या सल्ल्यासाठी त्या अन्यत्र शोधाशोध करायच्या. ९०च्या दशकात स्थलांतरित वाचकांसाठी, प्रामुख्यानं दक्षिण चीनमधल्या कारखान्यांचं प्राबल्य असलेल्या शहरांत मासिकं येऊ लागली. निकृष्ट प्रतीच्या कागदावर ही मासिकं छापली जायची आणि एक अंक साधारण चार युआन किंवा पन्नास सेंटना विकला जायचा. मासिकांमध्ये स्थलांतरित कामगारांच्या दयनीय स्थितीविषयी लिहिलं जायचं. कायदेशीर गोष्टी, नोकरीचा शोध आणि नातेसंबंध याविषयी सल्ले दिले जायचे. एखाद्या स्थलांतरित व्यक्तीच्या आयुष्याचा मागोवा घेणाऱ्या प्रथमपुरुषी कथांमध्ये दोन नायिकांच्या आयुष्याचा माग घेतला होता : एक तरुणी शहरात जाते, प्रचंड मेहनत करते, स्वतःचा व्यवसाय सुरू केल्यानं आणि स्वतःचं घर घेतल्यानं तिच्या आनंदाला पारावार राहत नाही. किंवा, एक तरुणी शहरात जाते आणि तिथे तिचं आयुष्य उतरणीला लागतं. कदाचित असं आळशी, अविश्वासू पुरुषामुळे घडतं. या थिओडॉर ड्रेझर, एडिथ व्हॉर्टन आणि हेन्री जेम्स यांच्या नायिका बनू शकतात. त्यांच्या कथांवर पाश्चिमात्य देशांत आधुनिक कादंबऱ्या होऊ शकल्या असत्या. पण, स्थलांतरित कामगारांसाठीच्या मासिकांत विषयाचं सार नेहमीच एकच असायचं- तुम्ही स्वतःशिवाय कोणावरही विश्वास ठेवू शकत नाही.

ज्यांनी यशाची चव चाखली त्यांच्या कथेतला आनंद आकडेवारीवरून स्पष्ट दिसून यायचा, म्हणजे व्यवसायांची दरमहा उलाढाल, घराची चौरस फूट मापं असा. 'ॲम्बिशन मेड मी हू आय ॲम'मध्ये एक तरुणी लिहायला आणि वाचायला शिकली. पॉप्सिकल्स विकून, वस्तू पोहोचत्या करून, केस कापून आणि विमा योजनांची विक्री करून तिनं स्वतःचं आणि भावाचं महाविद्यालयातलं शिक्षण पूर्ण केलं. तिच्या कथेच्या अखेरीस, ती विमा कंपनीच्या विक्री विभागाची प्रमुख झाली होती. तिचं स्वतःचं तेराशे चौरस फुटांचं घर होतं. 'बी युवर ओन मास्टर'मध्ये, व्यापार शिकण्यासाठी आणि स्वतःचं दुकान सुरू करण्यासाठी एक तरुणी एकही

रुपया न घेता दोन वर्षं हेअरड्रेसर म्हणून राबत होती. उलाढाल दरमहा तीन हजार युआनपेक्षा जास्त होती, भाड्यासाठी सहाशे युआन जायचे, शंभर युआन कर भरण्यासाठी वेगळे ठेवावे लागायचे, बाकीचे पैसे तिचे असायचे. 'द गर्ल हू वाँटेड टू मेक टेलिव्हिजन ड्रामाज' कथेमध्ये, एका तरुण मुलीनं हू की चू न करता एका कार्यालयात हलक्या प्रकारची कामं केली. ती अनेकदा जागची न हालता दहाएक तास टायपिंग करायची. इतके कष्ट करून ती मनोरंजन कंपनीची उपाध्यक्ष झाली, आठशे चौरस फूट जागेची मालकीण झाली.

यशाकडे जाणारा मार्ग लांब पल्ल्याचा आणि काटेरी होता. अनेक जणांचे पाय त्यावर डळमळायचे आणि भरकटायचे. एखाद्या तरुणीला तिच्यावर निस्सीम प्रेम करणाऱ्या, तिला भक्कम पाठिंबा देणाऱ्या पुरुषाची अपेक्षा असायची. प्रत्यक्षात मात्र भलतंच घडायचं.

मी घर घेतल्यावर जोरात हंबरडा फोडून अश्रूंना वाट मोकळी करून दिली. मला खरं वाटणारं प्रेम इतकं कोतं होतं, यावर विश्वासच बसेना.

त्यानं माझ्यामध्ये जे पाहिलं त्यावरून त्याला मला फसवणं किती सोपं आहे, असं मनात आलं असेल.

मी आत्ता जशी आहे, तसं मी त्याला सोडून दिलं तर नंतर मी कुणाला हवी असणारे?

स्थलांतरितांना रोजच्या आयुष्यात भोगाव्या लागणाऱ्या अपमानाचं यथोचित वर्णन लेखामध्ये केलं होतं. आपल्या इमारतीतलं बाथरूम कमालीचं खराब होतं म्हणून एका तरुणीनं मॅकडॉनल्डमधल्या बाथरूमचा वापर केला. म्हणाली, *मॅकडॉनल्डमधल्या बाथरूममधलं वातावरण चांगलं असतं. बाथरूम एकदम स्वच्छ, टापटीप असतातच, पण त्यामध्ये टॉयलेट पेपर आणि हँड ड्रायरपण असतात.* मोबाइल फोन घेणं परवडत नाही, हे बॉसला सांगताना एका स्थलांतरित कामगाराला वरमल्यासारखं वाटत होतं. डार्विननं ज्या प्रकारे वर्णन केलं होतं त्याच प्रकारचं वातावरण कार्यालयात नोकरी मिळवणाऱ्या नशीबवानांना अनुभवावं लागलं :

> माझ्या काही ग्राहकांनी पैसे भरण्यात दिरंगाई केली तर कंपनी म्हणते हे पैसे वसूल करण्याची जबाबदारी माझी आहे. थकलेली सगळी रक्कम मिळेपर्यंत कंपनी दरमहा माझ्या पगारातले तीस टक्के पैसे कापून घेणार आहे. हे योग्य आहे का?
>
> विक्रीची सर्वांत कमी आकडेवारी नोंदविलेल्या एका व्यक्तीला दर महिन्याला काढून टाकलं जातं. आमच्या कंपनीचं तसं धोरणच आहे. हे कायदेशीर

आहे का?

काही वेळा स्वतःवर लक्ष केंद्रित करण्याचा अतिरेक होतो. एका लेखात, शारीरिक छळ झालेल्या एका मोलकरणीने जाचक घरमालकाच्या तावडीतून स्वतःची कशी सुटका करून घेतली, याचे गोडवे गायले होते. पण, तिच्यासारख्या अन्य मोलकरणींच्या त्रासाला वाचा फोडली नाही, की त्यातून त्यांना मदत होईल असं काही केलं नाही. वांग लीची सुटका केवळ वांग लीच करू शकली असती. एका दुकानाला लागलेल्या भीषण आगीमुळे, आगीतून कसं वाचायचं, याच्या सूचना देण्यात आल्या : आगीचा दाह शरीराला बसू लागला की अंगातले कपडे काढून टाका आणि आगीच्या ज्वाळा विझवण्यासाठी जमिनीवर लोळा. खरंतर, ही आग निकृष्ट बांधकाम आणि अपुरे प्रतिबंधात्मक उपाय यामुळे लागली होती.

एकीकडे चीनमधली प्रसारमाध्यमं शांत असताना आणि केवळ उपदेशाचे डोस देत असताना, स्थलांतरितांसंबंधीच्या मासिकांनी नव्या विषयाला तोंड फोडलं. त्यातल्या कथांचे शेवट फारसे आशादायक नव्हते, अनेकदा तर संताप आणि संभ्रम असाच शेवट असायचा. लोक एकमेकाला फसवत असलेल्या, एकट्या आणि सैरभैर झालेल्यांना मदत करत नसलेल्या जगाचं वर्णन त्यांनी रेखाटलं. बदलायला हव्यात अशा कायद्यांविषयी त्यांनी माहिती दिली नाही की सुधारायला हवं अशा वर्तनाबद्दल लिहिलं नाही. कम्युनिस्ट पक्षाचा उल्लेख त्यांनी कधीही केला नाही. आहे त्या जगात काहीही बदल न करता कसं जगायचं याविषयी लिखाण त्यामध्ये होतं.

* * *

१९९६ सालच्या उन्हाळ्यात छुनमिंगनं तिच्या डायरीत लिहिलं :

मैत्रिणींनो, आपण दारिद्र्यामध्ये जन्माला आलो हा आपला दोष नाही. पण दारिद्र्यामध्ये मरण पावणं म्हणजे पाप आहे.

आजवरच्या वाटचालीत आपण कठोर परिश्रम केले नाहीत का? चिकाटीने संघर्ष केला नाही का? नेटवर्क सेल्समध्ये यशस्वी होण्यासाठी आपण पुढचे चार मुद्दे साध्य करतो :

१. चिकाटी
२. सुस्पष्ट ध्येय
३. सखोल अभ्यास आणि कंपनीची उत्पादने आणि योजना व्यवस्थित

समजून घेणे

४. नेटवर्क सेलिंगचं तंत्र अवगत करून घेणं

त्या उन्हाळ्यात, छुनमिंगची मैत्रीण तिला एका व्याख्यानाला घेऊन गेली. तिथे छुनमिंगच्या जीवनाला नवी दिशा मिळाली. व्याख्याते वान्मे डेली युज प्रॉडक्ट्स नावाच्या कंपनीत काम करायचे. वान्मेचा अर्थ 'अचूक', 'नेमकं'. ही कंपनी विकायची हेल्थ सप्लिमेंट्स, पण खरं तर छुआनश्याओ या गोंडस नावाखाली संपत्तीसंचय आणि वैयक्तिक आकांक्षांची स्वप्नं विकली जायची. चिनी भाषेत साधारणतः 'नेटवर्क सेल्स' या अर्थाचं एक वाक्य आहे. पण त्यातून कायदेशीर थेट विक्री आणि घोटाळेखोर पिरॅमिड स्कीम यांच्यातला फरक स्पष्ट केलेला नाही. चीनमधल्या हवेतच एकरूप झाल्यासारखा भासणारा भ्रष्टाचार चिनी लोकांच्या भाषेतही शिरल्यासारखा वाटायचा.

उत्पन्नाला जोड म्हणून छुनमिंगनं वान्मे आरोग्य उत्पादनं विकायला सुरुवात केली. कारखान्यात काम करणाऱ्या सहकाऱ्यांना ती ही उत्पादनं विकायची. तिनं वान्मे टेप्स आणल्या, त्यांची व्याख्यानं ऐकली. तिची डायरी म्हणजे वान्मेच्या उत्पादनांच्या विक्रीचं माहितीपत्रकच बनून गेली होती.

विक्रेत्याचं यश कोणत्याही भेटीतल्या पहिल्या तीन सेकंदांवर अवलंबून असतं.

बोलत असताना समोरच्या व्यक्तीच्या डोळ्यांत डोळे घालून बघावं.

ॲलो मिनरल क्रिस्टलमुळे मानवी शरीराच्या पाच यंत्रणा नियमित करता येतात.

तांब्याचे प्रमाण कमी झाले की व्यक्तीचे केस गळू लागतात.

सन १९९६ च्या अखेरपर्यंत, छुनमिंगनं कारखान्यात चांगली झेप घेतली होती. ती जनरल अफेअर्स डिपार्टमेंटची प्रमुख झाली होती, पण वान्मेची उत्पादनं विकण्यासाठी पूर्ण वेळ देण्यासाठी तिनं नोकरी सोडून दिली. याविषयी प्रशिक्षणं घेण्यासाठी, जागा आणि उपकरणं भाड्यानं घेण्यासाठी तिनं पदरमोड करून दहा हजार युआन ओतले. एकत्रितपणे श्रीमंत होण्याचं स्वप्न दाखवून विक्रीचं जाळं वाढविण्यासाठी तिनं आधीच्या कारखान्यातल्या सहकाऱ्यांना हाताशी घेतलं. तिच्या डायरीचं मागचं पान तिनं नियुक्त केलेल्या विक्रेत्यांच्या नावांनी भरून गेलं. त्यांतले बरेच जण किशोरवयातलेच होते. तिच्या या गोतावळ्यातली सगळ्यात जास्त वयाची व्यक्ती पंचवीस वर्षांची होती.

आपण आज एकत्र का जमलो आहोत? सोपंय. 'एखाद्या व्यक्तीने संपूर्ण आयुष्य कसे व्यतित करावे?' यावर चर्चा करता यावी म्हणून!

विचार करा : आपण अजूनही इतके सामान्य का आहोत? आयुष्यभर कष्ट उपसल्यावरही काही माणसं मनाजोगतं आयुष्य का जगू शकत नाहीत? आपण प्रत्येकानं स्वप्नं पाहिली आहेत. सगळ्यांनी संघर्ष केलेला आहे, कष्ट केलेले आहेत. पण मग आपण जे खर्ची केलं आहे त्यामध्ये आणि आपल्याला जे मिळालेलं आहे त्यामध्ये इतकी तफावत का आहे? किती पश्चात्ताप माथी मारले गेले आहेत.

हळूहळू एक सत्य आपल्या लक्षात आलंय : ज्याला पुढे जायचंय, त्यानं संधींचा लाभ घ्यायला हवा. केवळ स्वप्न बघून आणि चिकाटी बाळगून काही होत नाही... वाहनाची निवडच योग्य नाही केली तर आयुष्याचा प्रवास सुरळीत होणारच नाही. आपल्या आई-वडिलांनी शेती हा पर्याय निवडला : आयुष्यभर ते शेती करत आहेत, पण वार्धक्यामध्ये त्यांना घर चालवण्यासाठी, रोजच्या मीठभाकरीसाठीही भ्रांत पडणार आहे आणि कसोशीनं पै पै जोडावी लागणार आहे.

मित्रांनो, आपल्यालाही आपल्या आई-वडिलांच्या पावलावर पाऊल ठेवायचं आहे का?

अजिबात नाही!

स्वतःला एक चांगली संधी देऊन बघा!

दुसऱ्या महायुद्धानंतर आलेल्या आर्थिक सुबत्तेच्या लाटेत अमेरिकेत डायरेक्ट-सेल्स कंपन्यांचे पेव फुटले होते. ॲम्वे कॉर्पोरेशन आणि ॲव्हॉन प्रॉडक्ट्स यांनी दुकान थाटण्यापेक्षा स्वतंत्र वितरक नेमून उत्पादनविक्री करण्याला पसंती दिली होती. अशा प्रकारच्या वितरणामुळे दोन प्रकारे पैसे मिळायचे- एकतर स्वतः वस्तूंची विक्री करून आणि दुसरं म्हणजे, विक्रेत्यांची नियुक्ती करून आणि त्या नव्या विक्रेत्यांनी केलेल्या विक्रीवर बोनस मिळवून.

९०च्या दशकाच्या मध्यात, नेटवर्क सेल्सची लाट चीनमध्येही आली. काही छुआनश्याओ कंपन्यांनी अमेरिकेतल्या या विक्रीपद्धतीची तशीच्या तशी नक्कल करायला सुरुवात केली. काही कंपन्यांनी नवे कर्मचारी सामावून घेताना त्यांच्याकडून लठ्ठ शुल्क घेतलं आणि त्यांनी आणखी सदस्य जोडून दिले की श्रीमंत होण्याचं गाजर दाखवलं. या पद्धतीला पिरॅमिड स्कीम म्हणतात : या योजनांमधला पैसा वस्तूंच्या विक्रीतून नव्हे; ते आकारत असलेल्या मोठमोठ्या प्रवेशशुल्कांतून येत

होता. सुरुवातीची फौज उभी राहीपर्यंत या योजनांकडे पैसा आला; पण नवे सदस्य जोडले जाणे बंद झाल्यावर सदस्यांमध्ये फसवणुकीची भावना निर्माण व्हायला लागली.

नेटवर्क सेल्स ही पद्धत खरं तर चिनी समाजात एकदम सुसंगत ठरणारी होती. या समाजात पारंपरिक मूल्यांची चौकट केव्हाच ढासळली होती आणि 'कोणावरही विश्वास ठेवायचा नाही, झटपट पैसा कमवायचा' हे ब्रीद झालं होतं. कंपन्यांचा भर एकत्रित कुटुंब आणि मित्रमंडळींचा गोतावळा अशा पारंपरिक नेटवर्कवर होता. छुआनश्याओ विक्रेते, साधारणतः मित्रमंडळी आणि नातेवाइकांना आपल्याकडची उत्पादनं खरेदी करायला लावायचे. संपत्ती आणि अन्य महत्त्वाकांक्षा पूर्ण होण्याची आश्वासनं द्यायचे. यशाकडे जाण्याचा मार्ग त्यांच्या डोळ्यांसमोर स्पष्ट होता : 'रोज तीन लोकांना भेटा.' ही योजना लहान शहरांत आणि पर्ल नदीच्या खोऱ्यातल्या स्थलांतरितांमध्ये खोलवर रुजली. शहरी आणि ग्रामीण भागाचा संगम होत असलेल्या या ठिकाणी या योजनेने लोकांना झपाटलं होतं. एकमेकाचं यश त्यांना सहन होत नव्हतं आणि दुसऱ्याकडचं हिरावून घेण्याची वृत्ती निर्माण झाली होती. माहितीतल्या कोणी झटपट घबाड मिळण्याचं आणि जादूची कांडी फिरून सगळ्या आकांक्षा पूर्ण होण्याची भुरळ घातली की लगेच लोकांचं मन त्या दिशेला वळायचं.

छुआनश्याओ कंपन्यांची एकाएकी पसरलेली लाट केंद्र सरकारला चिंतेत टाकत होती. काही कंपन्या बनावट, तस्करीचा आणि हलक्या प्रतीचा माल विकायच्या. कंपन्यांच्या प्रशिक्षण कार्यक्रमांमध्ये, कंपन्यांतली अत्यंत प्रभावी मंडळी सदस्यांना विक्रीच्या जाळ्यात ओढण्यासाठी जी भाषणं करायची, ती अस्वस्थ करणारी असायची. त्यांचं बेताल कार्य सामाजिकदृष्ट्याही घातक होतं. १९९४ मध्ये, हिरेविक्रेती तैवानी योजना कोसळल्यानंतर जमलेल्या शेकडो संतप्त विक्रेत्यांना पांगवण्यासाठी पोलिसांना बोलावण्यात आलं. नेटवर्क-सेल्स व्यवसायावर अंकुश आणण्यासाठी बीजिंगमध्ये अनेक नियम करण्यात आले. पण स्थानिक सरकारनं त्यांची अंमलबजावणी क्वचितच केली. याचं एक कारण म्हणजे, या कंपन्या सरकारच्या तिजोरीत करांची भर टाकत होत्या, स्थानिकांना नोकऱ्या देत होत्या. आणि अन्य कारण म्हणजे, छुआनश्याओ वितरकांसारखं काम करणं सरकारी अधिकाऱ्यांसाठी आवडीचा जोडधंदा होता.

* * *

कंपन्यांच्या विक्रीसंबंधीच्या बैठका म्हणजे छुनमिंगसाठी, 'कसं बोलावं', याचे

प्रशिक्षण कार्यक्रमच होते. पारंपरिक चीनमध्ये सुंदर मजकूर मोहक कॅलिग्राफीमध्ये रेखाटणं जास्त महत्त्वाचं मानलं जायचं. वक्तृत्वकौशल्याला फारसं महत्त्व दिलं जायचं नाही आणि भाषणांनाही कायम दुय्यम स्थान मिळायचं. व्याख्याते अक्षरशः लिहून आणलेलं जसंच्या तसं वाचून दाखवायचे. ते लिखाण कंटाळवाणं असायचं. छुनमिंगसारख्या गावातून आलेल्या तरुणी-महिला त्यांच्यापेक्षा सरस व्यक्तींपुढे मौन बाळगत. पण व्यावसायिकता आणि स्पर्धा यांवर बेतलेल्या आधुनिक चीनमध्ये बोलण्याची कला अंगी बाणणं अत्यावश्यक झालं होतं.

नेटवर्क-सेल्स कंपन्यांनी अमेरिकी समाजातली मूल्यं थेट चीनमधल्या खालच्या वर्गामध्ये आणली. त्यांच्या बोलण्यामध्ये जुन्या काळातल्या धर्मोपदेशकांची, तसंच न थकता प्रेरणादायी भाषणं करणाऱ्यांची छटा दिसायची. व्यक्ती ही संकल्पना त्यांनी मोठी केली आणि प्रत्येक जण विजेता असतो, असे विचार चिनी समाजात पेरले. संपत्ती आणि मूल्य हातात हात घालून जाऊ शकतात, ही अमेरिकन विचारसरणीही त्यांनी चीनच्या मातीत आणली.

छुनमिंगनं तिच्या भाषणांचे काही तुकडे डायरीत एकत्र करून ठेवले होते :

> मी वु छुनमिंग. अतिशय सर्वसामान्य आणि साधी. पण भविष्यात एके दिवशी माझं नाव नक्कीच सर्वसामान्य नसेल...
>
> मित्रमैत्रिणींनो, भविष्यात तुम्हाला कोण व्हायचं आहे, या प्रश्नावर आवर्जून विचार करायला हवा. आज आपण कोण आहोत, हे महत्त्वाचं आहे का?
>
> अजिबात नाही!
>
> महत्त्वाचं काय आहे, तर भविष्यात तुम्हाला स्वतःला कशा प्रकारे घडवायचं आहे. हजारो किलोमीटरचा प्रवास करून आणि आपलं घर मागे सोडून आपण केवळ राबण्यासाठीच का आलो आहोत?
>
> की पैसे कमावण्यासाठी!
>
> बरोबर, पैसे कमवायला. पण आतापर्यंत हवाएवढा पैसा आपण मिळवलाय का?
>
> नाही!
>
> आज आपण ज्या प्रकारे जगतोय, ते आपल्या आवडीचं आहे की आपण जगू शकतोय ते आहे?
>
> बरोबर, आपण जगू शकतोय ते आहे...
>
> मित्रांनो, तुम्हाला कशा प्रकारची व्यक्ती व्हायचं आहे हे पूर्णपणे तुमच्यावर अवलंबून आहे. तुम्ही यशाची अपेक्षा कधीही केलीच नाहीत तर

तुम्ही कधीही यशस्वी होणार नाही... विचार करायला शिका, इच्छा बाळगण्याचं धाडस करा...

खरंच, आपल्यापैकी प्रत्येक जण खास आहे. आपण जन्माला आलो तेव्हा अपयशाचं प्रमाणपत्र घेऊन नाही आलो. आपण जन्मतःच विजेते आहोत.

मित्रांनो, माझ्यावर विश्वास ठेवा. पण त्याहीपेक्षा महत्त्वाचं म्हणजे, स्वतःवर विश्वास ठेवा. कारण, ठरवलंत तर तुम्ही जिंकू शकता.

वान्मेमध्येही छुनमिंग यशाच्या शिड्या चढत गेली. कमी काळात तिनं प्रशिक्षणार्थी ते मॅनेजर असा प्रवास केला. १९९७ मध्ये तिनं ही नोकरी सोडली आणि थांगचिंग सोल पॅगोडा गार्डन डेव्हलपमेंट कंपनी या तैवानी कंपनीत नोकरी मिळवली. मरण पावलेल्या व्यक्तींच्या अस्थी ठेवण्यासाठी टोलेजंग इमारती बांधणं हा या कंपनीचा व्यवसाय होता. या इमारतींना 'सोल पॅगोडा' असं म्हटलं जायचं आणि त्यांनी चिनी मंडळींची रिअल इस्टेटसाठीची आकांक्षा पूर्ण केली होती. थांगचिंग सोल पॅगोडा गार्डन डेव्हलपमेंट कंपनीनं मृत व्यक्तींसाठी उत्तम फेंगशुईसह चिरशांती देणारी जागा देण्याचं आश्वासन दिलं होतं. इमारतींकडे लोकांना आकृष्ट करण्यासाठी उद्यानाचं मोक्याचं ठिकाण, मर्यादित जागा आणि पर्ल नदीच्या त्रिभुज प्रदेशातली वाढती लोकसंख्या यावर भर देण्यात आला. एखाद्या गुंतवणूकदाराला संपूर्ण सोल पॅगोडा खरेदी करणं शक्य होतं आणि नंतर जास्त नफा मिळवण्यासाठी त्याची विक्री करता आली असती.

छुनमिंगचं काम कंपनीच्या विक्रेत्यांसाठी प्रशिक्षण घेणं हे होतं. ती बोलण्यात पटाईत झाली होती. इतरांनाही शिकवू लागली होती - कारखान्यांसाठी, नेमकं काय विकलं जातं ते फारसं महत्त्वाचं नव्हतं. छुनमिंगच्या बोलण्यामध्ये बौद्ध धर्म, अंत्यसंस्काराचं पर्यावरणाच्या दृष्टीनं महत्त्व आणि सोल पॅगोडाची किंमत तीनशे टक्क्यांनी वाढेल असा विश्वास हे संदर्भ असायचे. स्पष्ट सांगायचं तर तिथे मृत्यू ही दीर्घ काळासाठी मस्त गुंतवणूक होती.

आपल्या पूर्वजांचा अंतिम प्रवास अत्यंत स्वाभिमानी, भव्य, सुसंस्कृत पद्धतीनं व्हायला हवा.

एकट्या कुआंगतोंगमध्ये दर वर्षी दहा लाखांहून अधिक जणांचा मृत्यू होतो.

आमच्या कंपनीच्या पॅगोडांच्या ठिकाणी जुलै १९९५ मध्ये ३५०० युआन असलेली किंमत आज ५६०० युआन झालीय.

आम्ही सगळ्या प्रकारच्या सेवा देतो (अंत्यसंस्कारापासून पॅगोडामध्ये प्रवेश करण्यापर्यंत, मरण पावलेल्या व्यक्तीच्या पापांच्या प्रायश्चित्तासह).

आमचा कार्यकाळ ११ जुलै १९९४ ते १० जुलै २०४४ असा आहे.

छुनमिंगचं वेळापत्रक आणखी संक्षिप्त झालं होतं. १९९७ सालच्या उत्तरार्धात तिनं आणखी एक कंपनी बदलली. ती नव्या छुआनश्याओ कंपनीत गेली. तिबेटमधल्या पारंपरिक औषधांच्या एका खोक्यासाठी ही कंपनी नव्या सदस्यांकडून हजार युआन घ्यायची. ही पिरॅमिड योजना होती. छुनमिंग या योजनेत बऱ्यापैकी लवकर शिरली होती. त्यामुळं तिनं चांगला पैसा कमावला. डझनभर जणांची नियुक्ती केली. हे सगळे जण चांगले मिळाले. त्यांनी छुनमिंगला पैसा मिळवून दिला. काहीच महिन्यांत तिच्याकडे दहा हजार जणांच्या नेटवर्कचं नेतृत्व आलं. तोपर्यंत छुनमिंग महिन्याला चाळीस हजार युआन कमावू लागली होती, म्हणजे साधारण पाच हजार डॉलर. १९९च्या काळात, पर्ल नदीच्या प्रदेशातली ही लक्षणीय रक्कम होती. कंपनीतर्फे छुनमिंगला दर आठवड्याला मिळणाऱ्या पे स्लिप स्वच्छ प्लॅस्टिकमध्ये घालून ठेवायला सुरुवात केली. याचा उपयोग तिला नव्या व्यक्तींची नियुक्ती करताना झाला. नव्या मंडळींना प्रोत्साहन देण्यासाठी तिला याची फार मदत व्हायची. गावी घरी गेल्यानंतर तिनं आई-वडिलांना तीस हजार युआन दिले. घराचं नूतनीकरण करण्यासाठी, नव्या टाइल्स बसवण्यासाठी, घरात नवं साहित्य खरेदी करण्यासाठी आणि एकोणतीस इंची टीव्ही घेण्यासाठी. शहरात जाऊन मिळवलेल्या यशामुळे छुनमिंग तिच्या गावाबाहेरही लोकप्रिय झाली होती. म्हणाली, 'आमच्या भागात राहणाऱ्या प्रत्येकानं माझ्याबद्दल ऐकलंय.'

कालांतरानं हे क्षेत्र हाताबाहेर जाऊ लागलं. तोंगकुआनपासून साधारण चाळीस मैलांवर असलेल्या तानशुई नावाच्या शहरात फूट व्हायब्रेटर विकणाऱ्या तैवानी योजनेनं उग्र स्वरूप धारण केलं होतं. या योजनेत सहभागी होण्यासाठी एखाद्याला ३९०० युआन किंवा साधारण पाचशे डॉलर खर्चून फूट व्हायब्रेटर खरेदी करावे लागायचे. बाजारातल्या किमतीपेक्षा आठपट रक्कम अधिक मोजून. हे प्रवेश शुल्क होतं. नव्या सदस्यांनी आणखी एखाद्या व्यक्तीची नेमणूक केली तर या रकमेतली चाळीस टक्के रक्कम परत केली जाईल, असं गाजर सदस्यांना दाखवण्यात आलं होतं. स्थलांतरितांचा लोंढाच्या लोंढा तानशुईकडे चुंबकासारखा आकर्षित झाला. काहींनी यासाठी आपली घरं, फर्निचर विकलं आणि प्रवेशाचे पैसे जमवले. तानशुईसारख्या छोट्या शहरात ३९०० युआन किमतीला फूट व्हायब्रेटर विकणं सोपं नाही, हे हळूहळू त्यांच्या लक्षात आलं. विशेषतः आणखी हजारो लोक हेच

काम करून स्पर्धा निर्माण करत असताना तर ते आणखी अवघड होतं.

ही योजना कोलमडल्यानंतर यामध्ये हात पोळलेल्या काही व्यक्तींनी त्यांची नियुक्ती केलेल्यांवर हल्ले चढवले. काहींनी गमावलेले पैसे परत मिळण्यासाठी सरकारी कार्यालयांसमोर जाऊन निदर्शनं केली. गर्दीला पांगवण्यासाठी, सुव्यवस्था परत आणण्यासाठी आणि स्थलांतरितांना घरी परत धाडण्यासाठी पोलिसांना बोलावण्यात आलं. हे सगळं घडेपर्यंत योजनेचे सूत्रधार हुनान प्रांतातल्या एका शहरात पसार झाले होते. तिथेही त्यांनी तेच उद्योग सुरू केले. तीसेक हजार जण त्यांच्या गळाला लागले. तिथेही योजनेचा शेवट ती कोसळण्यातच झाला.

एप्रिल १९९८ मध्ये, प्रीमिअर चु रोंगची यांच्या मंत्रिमंडळानं सगळ्या छुआनश्याओ कंपन्या बंद करण्याचा आदेश दिला. दोन हजारहून अधिक कंपन्यांना टाळं लावण्यात आलं. अनेक वर्षं सरकारी नियम धाब्यावर बसवून फळफळत असलेलं हे क्षेत्र क्षणात जमीनदोस्त झालं. छुनमिंगची नोकरी गेली होती. तिची श्रीमंती दोन महिने इतकी अल्पजीवी ठरली होती. हा प्रकार तिच्या फारच जिव्हारी लागला होता. खापर कुणाच्या डोक्यावर फोडायचं ते तिला माहीत होतं. छुनमिंग म्हणाली, 'चु रोंगची आल्यानंतर त्यांनी नेटवर्क सेल्सला अजिबात थारा दिला नाही. मीही हा विषय थांबवला.'

व्यापार हाच गाभा असलेल्या, प्रत्येक जण विजेता असलेल्या आणि गरीब म्हणून मरणं जणू पाप असलेल्या पर्ल नदीच्या मुक्त त्रिभुज प्रदेशात सरकारचे लांब हात छुनमिंगपर्यंत येऊन पोहोचलेच. पहिल्यांदाच.

टॅलेन्ट मार्केट

संध्याकाळी मिनचं काम संपण्याच्या दरम्यान मी बस पकडून जायचे आणि तिच्या कारखान्याच्या पुढच्या गेटजवळ थांबायचे. सूर्य अस्ताला गेला की तोंगकुआनमध्ये जिवंतपणा येऊ लागायचा. दिवसभराची उन्हाची काहिली शांत होऊ लागली की अंधारात बुडणाऱ्या रस्त्यांवर तरुणाई अवतरायची. दिवसभराचा कामाचा भार हलका करून आलेली. माझ्या डोळ्यांसमोर त्यांचं रूपांतर कर्तव्यनिष्ठ कर्मचाऱ्यांमधून पुन्हा उत्सुक, उत्साही तरुणांमध्ये व्हायचं. मिन आणि मी तिच्या कारखान्याच्या आसपास चालत चक्कर मारायचो. जेवणासाठी एखादं स्वस्त रेस्तराँ बघायचो. मांसाहारी पदार्थ, स्टर-फ्राइड ग्रीन्स आणि दोघींसाठी अखंड मासा हे तिचे आवडीचे पदार्थ होते. नेहमीच हेच पदार्थ मागवायची. तिच्या पगाराच्या दिवशी आम्ही भेटलो तर जेवणाचे पैसे देण्याचा तिचा अट्टहास असायचा. खूप दिवसांत चांगलं जेवण मिळालं नसल्यासारखी ती तुटून पडायची. माझं जेवण झालं तरी तिचं सुरूच असायचं.

एकदा तिचा चुलतभाऊ काही कामासाठी शहरात आला होता. तो आम्हाला मॅकडोनाल्ड्सला घेऊन गेला. मिननं बिग मॅक मागवला. त्याच्याकडे एक कटाक्ष टाकला आणि तो संपायला येईपर्यंत मान खाली खुपसून मनमुराद आस्वाद घेत त्याचा फडशा पाडला. मॅकचा प्रत्येक थर ती चवीनं खात होती - बन, टॉमेटो, लेट्युस, गोमांस. मॅकडोनाल्ड्समध्ये येण्याची तिची पहिलीच वेळ होती. एकदा तिच्या वाढदिवसाची भेट म्हणून मी तिला दोन फोटोफ्रेम दिल्या होत्या. पण त्यामध्ये फोटो घालण्यासाठी मागच्या बाजूनं त्या कशा उघडायच्या, ते मला तिला

दाखवावं लागलं. शेअर म्हणजे काय, असं तिनं मला एकदा विचारलं होतं. राष्ट्रीय स्तरावरच्या गोष्टी समजून घेण्यात तिला तीळमात्र रस नव्हता. कारखान्यात एका दुपारी दोन ज्येष्ठ सहकाऱ्यांसोबत जेवण सुरू असताना, ७०च्या दशकात माओ त्सतोंग यांच्या काळात चीनची वाढ झाल्याची चर्चा सुरू होती. तिच्या सहकाऱ्यांपैकी एकानं मत व्यक्त केलं, 'आम्ही असंतुष्ट होतो. ८०च्या दशकापर्यंत आमची स्थिती अशीच होती.'

''आता अध्यक्ष माओंचे पद काय आहे? मला माहीतही नाही,'' मिन अचानक म्हणाली.

''हु चिंताओ,'' तिच्या एका सहकाऱ्यानं सांगितलं.

''आता चिआंग त्समिन नाहीयेत का?'' चर्चा करत असल्याचा आव आणत मिन पुढे म्हणाली.

मी तिला म्हटलं, चिआंग त्समिन निवृत्त झाल्यानंतर त्यांच्या जागी हु चिंताओ आले.

यावर मिन म्हणाली, ''असं होय; मला वाटलं चिआंग त्समिन मरण पावले. ही माणसं माझ्यापासून खूप दूर असल्यासारखं वाटतं.''

तिच्या स्वतःच्या आयुष्यातच इतकं काही घडत असायचं की बाकी गोष्टींसाठी वावच राहायचा नाही. माझी आणि तिची जेव्हा जेव्हा भेट व्हायची तेव्हा बहुतांश वेळा तिच्याकडे नवं काहीतरी सांगण्यासारखं असायचं. आजूबाजूच्या जगाचे नियम तिला लागू नसते तर ती केवळ नोकरी बदलणं, ब्रेक-अप या विश्वातच रमली असती, असं तिच्याकडे बघून मनात यायचं. काही दिवस ती आणि मी भेटलो नाही तर तिच्या आयुष्यात काहीतरी बदल झाला असण्याची शक्यता नाकारता यायची नाही. तिनं नोकरी बदललेली असायची किंवा तिला बढती मिळालेली असायची. ती मला हे सांगायलाही विसरून जायची. तिच्यासाठी या घटना इतक्या सवयीच्या झालेल्या होत्या की ती मनानं पटकन त्या विषयातून बाहेर यायची. त्याकडे मागे वळून बघण्याची तयारी नसायची. घर सोडून शहरात आल्यापासून तिच्या आयुष्यात इतक्या घडामोडी झाल्या होत्या की त्याचा भार मनात साठवून त्या चघळत बसायला तिला वेळच नव्हता. तिची तशी मानसिकताही नव्हती. तोंगकुआन शहरासाठी हे नवं नव्हतं. मागचा विचार करत बसलो तर पुढचा प्रवास खुंटेल आणि स्तब्ध होईल, अशी भीती या शहरवासीयांना कदाचित वाटत असावी.

मिनबद्दलचा माझा पहिला लेख दी वॉल स्ट्रीट जर्नलमध्ये प्रकाशित झाल्यावर मी तिच्यासाठी भाषांतरित प्रत घेऊन गेले. ही आमची भेट तिच्या कारखान्याजवळच्या एका पेस्ट्री शॉपमध्ये रात्री झाली होती. पाउंड केक आणि आइस्ड मंगबीन शेककडे ढुंकूनही न पाहता अधाश्यासारखी ती तो लेख वाचत होती. वाचता वाचता

तिसऱ्या पानावरच्या मजकुराविषयी म्हणाली, "तुम्हाला सगळं तपशीलवार आठवतंय." चौथ्या पानावरही तिला असाच अनुभव आला. तिनं एका दमात अख्खा लेख वाचून काढला आणि शेवटचं पान दाखवत म्हणाली, "बास, इतकाच?"

"हो, एवढाच," मी उत्तरले.

"तुम्हाला अजून लिहायचंय, असं यावरून समजतंय," मिन म्हणाली.

"मी आणखी लिहिणार आहे."

"खरंच? तुम्ही आत्ता लिहिताय का?"

"हो, तू आत्ता जे जगतेयस ते. आत्ता जे घडतंय ते." मी असं म्हटल्यावर मिनचा विश्वासच बसला नाही. तिची थट्टा करत असल्याच्या नजरेनं तिनं माझ्याकडे पाहिलं.

तिनं असंख्य वेळा तो लेख वाचला आणि मला ई-मेलद्वारा लिहिलं, 'मी कशी होते, याचं प्रतिबिंब पाहिल्यावर मी किती बदललेय ते जाणवतंय.'

असेम्ब्ली लाइनवर घालवलेलं वर्ष किती खडतर होतं, हे मात्र मिनच्या मनावरून अजून पुसलं गेलेलं नाही. कारखान्याच्या जगतात, असेम्ब्ली लाइनवरच्या दिवसांच्या आठवणी सर्रास निघायच्या. कमी चिंता आणि कमी जबाबदाऱ्यांचे ते दिवस होते, असं अनेकांना वाटायचं. मिनच्या भावना मात्र वेगळ्या होत्या. 'सर्वसामान्य कामगार असण्याइतकं कठीण काही नसतं', असं ती अनेकदा म्हणायची. ती कुठून कुठवर आली होती, ते ती कधीच विसरली नव्हती. तिच्याबद्दल हीच गोष्ट मला फार आवडायची.

* * *

एप्रिल २००४ मध्ये, मिनला नव्या नोकरीत दोन आठवड्यांचा पहिला पगार मिळाला. पण तिनं घरी पैसे न पाठवता मनाजोगती खरेदी केली. पगार झाल्यावर मिन मॉलमध्ये गेली आणि अंगाबरोबर बसणारा काळा शर्ट आणि पांढरी केप्री पँट घेऊन आली. जुन्या मैत्रिणींना भेटण्याचा दिलेला शब्द ती प्रामाणिकपणे पाळायची. मैत्रिणींना भेटायला जायला नवे कपडे हवे होते. दुसऱ्या दिवशी सकाळी मी आणि मिननं तोंगकुआनमधल्या एका दूरवरच्या जिल्ह्यात जाणारी बस पकडली. घरून बाहेर पडल्यावर पहिल्या वर्षी मिननं त्या जिल्ह्यात राहून काम केलं होतं. वीकेण्डसाठी फिरायला बाहेर पडलेल्या स्थलांतरित कामगारांनी बस गच्च भरली होती. जोडीजोडीनं तरुणी एकत्र बसल्या होत्या. रविवारी कारखान्यातल्या गणवेशाचं बंधन नसल्यानं शक्य तितके छान कपडे त्या मिरवत होत्या- पांढरा शर्ट, जीन्स, केसांची बारीकशी पोनी. गाडीचा त्रास होणाऱ्या काही जणींनी बसमधली दांडी घट्ट पकडली होती.

त्यावर डोकं ठेवून डोळे गच्च मिटले होते, बसमध्ये होणारा त्रास गिळून टाकल्यासारखे.

बसच्या संपूर्ण प्रवासात मिनची अखंड बडबड सुरू होती. तिनं जसा कारखाना बदलला, तसंच तिच्या मैत्रिणींनीही करावं म्हणून त्यांची मनवळवणी करण्याचे विचार तिच्या डोक्यात घोळत होते. बस ज्या ठिकाणांना मागे टाकून जायची, त्याविषयी माहिती देण्याचा मिनचा उत्साह सगळ्या प्रवासात तसूभरही कमी झाला नव्हता.

चांगमुथौ : ''याला छोटं हाँगकाँग म्हटलं जातं. चकचकीत आहे हे एकदम. नोकरी मिळवण्यासाठी मी इथे अनेकदा येऊन गेले, पण माझं काम झालं नाही.''

छ्यींगश्यी : ''इथे कॉम्प्युटर कारखाने भरपूर आहेत, पण तिथे प्रवेश मिळविण्यासाठी आपल्याकडे काही कौशल्यं असायला हवीत.''

फंगकांग : ''मी आत्ता जिथे काम करतेय तितकं हे विकसित झाल्यासारखं वाटत नाही ना?''

मला सगळी शहरं सारखीच भासत होती. बांधकामाची ठिकाणं आणि स्वस्त रेस्तराँ. कारखाने, कारखाने आणि कारखाने. मिन वेगळ्या नजरेतून हे शहर निरखत होती : प्रत्येक शहर तिला तिच्याकडे असलेल्या नोकरीपेक्षा जास्त चांगल्या, तिच्या मनासारख्या नोकऱ्यांची संधी असण्याची शक्यता असलेलं भासायचं. चांगली नोकरी, चांगलं जीवन या शोधासाठी बसनं ढुंडाळलेल्या तोंगकुआनमधल्या सगळ्या वाटा तिच्यासमोर पुन्हा उभ्या राहत होत्या.

मिनच्या दोघी मैत्रिणी महामार्ग पुलाच्या टोकाला आमच्यासाठी थांबल्या होत्या आणि चुकीच्या दिशेकडे आतुरतेनं पाहत होत्या. त्यांतली लिआंग रोंग उंच आणि सुंदर होती. हुआंग च्यॅओ बुटकी आणि जाडी, टपोऱ्या डोळ्यांची होती. तिचे गाल बाळासारखे गुबगुबीत आणि मऊ होते. या दोघीही मिनपेक्षा वर्षभरानं मोठ्या होत्या. तिघी भेटल्यानंतर एकमेकींचे हात पकडून हर्षभरानं अक्षरशः चीत्कारत होत्या, उड्या मारत होत्या. एखाद्या शोमध्ये मोठ्ठं बक्षीस जिंकल्यानंतर आनंद व्यक्त केला जातो, तसं त्यांचं चाललं होतं.

''बारीक झालीस गं!''

''तुझी उंची चांगली वाढलीय!''

''तू केस कापलेस वाटतं!''

''माझे कपडे नवे आहेत. मस्त आहेत ना?'' मिननं उत्साहानं विचारलं. तिच्या मैत्रिणींनीही पसंती दर्शवली.

महामार्गाच्या बाजूला प्लाझा असलेलं एक छोटंसं पार्क होतं. तिथले दगडी

बेंच उन्हामुळे पांढरे पडले होते, प्राचीन थडगं असल्यासारखे. तिथे सावली मिळावी म्हणून त्वचेच्या रंगाची काही झाडं होती, पण त्यांच्याकडे पाहिलं की ती शेवटचा श्वास घेत असल्यासारखी वाटायची. मोकळा बेंच बघून तिघी बसल्या आणि एकमेकींच्या केसांशी खेळू लागल्या. मिनच्या मैत्रिणींनी तिच्या नव्या कपड्यांची स्तुती केली आणि मिननं त्यांना प्रत्येक कपड्याची किंमत सांगितली.

"मी बदलल्यासारखी वाटतेय का?" मिननं विचारलं. तिला तिथून जाऊन बरोब्बर दोन महिने झाले होते.

"हो, तू बदलली आहेस," हुआंगनं मत नोंदवलं.

"काय बदल जाणवतोय?"

"तू आधीपेक्षा थोडी प्रगल्भ दिसतेयस."

लिआंग रोंग आणि हुआंग च्याओ यांनी मिनला कारखान्यातल्या सगळ्या बातम्या सांगितल्या : कुणाला नवी नोकरी मिळाली, कुणी केस कापले. कारखान्यातली वीज गायब असल्यानं त्या दोघींना त्या दिवशी सुट्टी होती. पगार अजूनही तितकाच होता आणि उशिरानंच मिळायचा, बॉसच्या लहरीनुसार.

मिन नव्या ठिकाणी जिथे काम करत होती त्याविषयी सांगण्याचा मोह तिला आवरला नाही. "या कारखान्यातले लोक खरंच खालच्या दर्जाचे होते. आत्ताचा मला मिळालेला कारखाना बराच चांगला आहे. तिथल्या बॉसकडे पैसाही आहे."

"माझ्या नव्या ठिकाणी तिथे तुम्हीही या ना." मिननं अचानक हे वाक्य फेकलं. "मी तुम्हाला रात्री जेवायला घेऊन जाईन. केव्हा याल तुम्ही?"

"पण आम्ही येऊ तेव्हा तुला कदाचित सुट्टी नसेल," लिआंग रोंगनं शंका बोलून दाखवली.

"तुम्ही तिथे आल्यावर आपण भेटू. मी तुमची ओळख तिथल्या तरुणांशी करून देते. माझ्या कारखान्यात भरपूर तरुण आहेत." मिन म्हणाली.

तिच्या दोन्ही मैत्रिणी डोळे विस्फारून पाहत राहिल्या. दोघीही एकदम म्हणाल्या 'असं होय' आणि तिघी खळखळून हसल्या.

तितक्यात तिथे एक भिकारी काठी टेकत आला. तशा या तिघी बोलायच्या थांबल्या. लिआंग रोंग थोडी गोंधळली. नंतर तिनं त्या वयस्क भिकाऱ्याच्या कटोरीत एक सफरचंद ठेवलं. तोंगकुआनमध्ये राहणं तितकं सोपं नव्हतं. त्यामुळेच लोक एकमेकांशी दयाळूपणे वागायचे बहुधा. चीनमधल्या अन्य कोणत्याही शहराच्या तुलनेत तोंगकुआनमध्ये भिकाऱ्यांप्रती सहानुभूती जास्त असल्याचं माझं निरीक्षण होतं. वयस्कर व्यक्तींविषयी किंवा शारीरिक व्यंग असलेल्यांविषयी कारखान्यातल्या कामगारांना दया होती, पण समवयस्कांप्रती मात्र ते कधी दयामाया दाखवत नसत. तरुण आणि निरोगी व्यक्तीला कोणत्याही कारणानं कामातून सुटका नसायची.

मिन आधी काम करायची तो कारखाना शहरापासून अर्ध्या तासाच्या अंतरावर होता. त्या भागात चीनच्या औद्योगिक अंगानं शेतांच्या माध्यमातून विस्तार साधला होता. गॅसोलिनच्या नदीप्रमाणे काळसर, मंद प्रवाह वाहत होता. रस्त्याचं रूपांतर चांगल्या पदपथातून धुळीनं माखलेल्या मार्गात झालं होतं. कडेला मोकळ्या हवेत नूडल्सचे स्टॉल होते. पूल टेबलं होती. कारखान्यातले तरुण कारखान्यातल्याच शर्टांवर आणि स्लिपरवर पूल खेळत होते. मिन तिच्या मैत्रिणींसह एका बाजूला गेली. मैदान गाजवून आलेल्या खेळाडूप्रमाणे ताठ मानेनं ती चालत होती. किशोरवयीन मुलं आणि मुली तिची आवर्जून चौकशी करत होते : 'केव्हा आलीस?', 'आता कुठे असतेस?' तिनं डाऊनटाऊन तोंगकुआनमध्ये काम मिळवलं होतं, तिथे बस्तान बसवलं होतं, याचं त्यांना कौतुक होतं.

"माझ्यात काही बदल जाणवतोय का?" चौकशी करणाऱ्या प्रत्येकाला उत्सुकतेनं मिन विचारत होती.

"हो, थोडी बारीक झालीयेस. उठून दिसतेयस," एका तरुणीनं तिची स्तुती केली.

मिनचा हिरमोड झाला. "मी इथे होते त्यापेक्षा अधिक प्रगल्भ दिसतेयस', असं तुम्ही म्हणावं, अशी माझी अपेक्षा होती."

लिआंग रोंग आणि हुआंग च्याओ त्यांचा पगार घेण्यासाठी कारखान्यात गेल्या. त्या दिवशी त्यांच्या बॉसचा मूड इतका चांगला होता की कामगारांनी त्या दिवशी काम केलेलं नसलं तरी त्यांना त्या दिवसाचा पूर्ण पगार देण्याचं त्यानं जाहीर केलं. मिन गेटच्या बाहेरच मैत्रिणींची वाट बघत थांबली होती. तिचं लक्ष इमारतीकडे आणि बाजूच्या परिसरात ठेवलेल्या मातीच्या ढिगाऱ्याकडे गेलं. कारखान्याच्या विस्ताराचं काम सुरू होतं.

"कारखाना कसा काय वाटला?" मिननं मला विचारलं.

"ठीक वाटला," मी माझं मत सांगितलं.

त्यावर मिन म्हणाली, "बाहेरून चांगलाच दिसतो; पण तिथे प्रत्यक्ष काम करायचं ठरवल्याशिवाय त्याचं आतलं रूप कळत नाही. ते कळल्यावर मात्र तिथून कुठेही पळून जाता येत नाही."

दुपारच्या वेळी या मुली कारखान्यातल्या आणखी दोघी मैत्रिणींना भेटल्या. सगळ्या जणी जवळच्या उद्यानात गेल्या. मोकळा वेळ कसा घालवावा, याची कित्येक स्थलांतरित कामगारांना कल्पनाच नव्हती. थांगश्यीया उद्यानाजवळ, एका उथळ पाण्यात पहुडलेल्या कासवाच्या डोक्यावर गोटीनं नेम धरणारी सहाएक

वर्षांची मुलगी या तरुणींनी पाहिली. पण या उद्यानातल्या मनोरंजनाच्या बहुतेकशा ठिकाणी पैसे आकारले जात. व्हिजिटर्सना तळ्यातल्या माशांवर एअर रायफल वापरता यायची. तळ्यामध्ये सुटकेकडे आशा लावून बसलेल्या माशांकडे पाहून मिन एकाएकी म्हणाली, "स्वातंत्र्य नसलं की अशीच परिस्थिती होते." एक केबल कार प्रवाशांना जवळच्या डोंगराच्या माथ्यावर नेऊन सोडते, पण त्यासाठी पंधरा युआन मोजावे लागतात. या सगळ्या मैत्रिणी एका भटकंतीच्या ठिकाणी जाऊन बसल्या आणि तिथून त्यांच्या डोक्यावरून, उंचावरून जाणारी केबलकार अनुभवत होत्या.

हुआंग च्याओनं कॉम्प्युटर क्लाससाठी प्रवेश घेतला होता. मिनच्या पावलावर पाऊल ठेवून, तिला सध्याची नोकरी सोडायची होती, चांगल्या ठिकाणी जायचं होतं आणि उत्तम नोकरी शोधायची होती. "काय काय करायचंय त्याचे बेत मी आधीच आखलेत," बुजरेपणाने हुआंग म्हणाली.

"ऑनलाइन कसं व्हायचं हे तरी तू शिकलीयेस का आतापर्यंत?" मिननं प्रश्न केला.

"मी आतापर्यंत कधीच ऑनलाइन गेलेले नाही."

"मी शिकवीन तुला," मनगटावरच्या घड्याळाकडे बघत मिन म्हणाली. तोपर्यंत चार वाजलेले होते. 'कदाचित आज नाही, पण पुढच्या वेळी नक्की.'

"तुला जितकं शक्य आहे तितकं शिकण्याचा प्रयत्न कर," मिननं आपल्या मैत्रिणीला सल्ला दिला. "नोकरी करत असताना काहीतरी नवीन शिकल्याचा उपयोग किमान पुढची नोकरी मिळवताना तरी नक्की होतो. असा निदान माझा तरी अनुभव आहे." तिनं कळकळीनं मैत्रिणीला सांगितलं. दिवसभराच्या सहवासात मिनला जाणवलं, आपल्या मैत्रिणींसाठी थोडीफार तरी मदत करायला हवी. पण, कारखाना सोडून नव्या वाटा शोधण्याचं धाडस ज्याचं त्यालाच जमवावं लागतं. जसं स्थलांतरित कामगार नेहमी म्हणायचे : तुम्ही फक्त स्वतःवर विश्वास ठेवू शकता.

पाच वाजता या मुलींनी एकमेकीला निरोप दिला. बसमध्ये आम्हाला बसायला जागा मिळाल्यावर मिन म्हणाली, "मी अजूनही दमलेले नाहीये. इतक्यात थकणारच नाहीये. प्रचंड उत्साह वाटतोय." मिन नोकरी शोधत जिथे जिथे फिरली होती त्या ठिकाणांना मागे टाकत बस पुढे जाईपर्यंत संध्याकाळ झाली होती, तसा मिनचा उत्साहही मावळत गेला. ती तिच्या जुन्या आयुष्यामध्ये जाऊन आली होती आणि तो आता तिचा भूतकाळ असल्याची तिला जाणीव होती. तरीही तिला नव्या जीवनाचीही ओढ होती. अंधार पडू लागल्यानं रस्त्यावर कारखान्यांचे दिवे लागण्यास सुरुवात झाली होती. भरधाव जाणाऱ्या बसच्या खिडक्यांवर मूक सावल्या नाचताना

दिसत होत्या. रविवारी रात्रीही लोक कारखान्यात काम करत होते. मिन म्हणाली, 'मी शाळेत गेले असते, शाळेतलं शिक्षण पूर्ण केलं असतं, काही वर्षं स्थलांतरित होऊन काम केलं असतं आणि घरी परतले असते, मग लग्न, मुलं झाली असती. कदाचित आयुष्य अशा चाकोरीत बांधून घ्यायला मला आवडलं नसतं.'

संधिप्रकाशात मी आणि मिन तिच्या कारखान्याच्या प्रवेशद्वाराबाहेर थांबलो होतो. इलेक्ट्रिशिअन असलेला तिचा मित्र आमच्यासोबत जेवायला येणार होता. तो कपडे बदलून येईपर्यंत आम्ही त्याची वाट बघत होतो. चांगला दिसणारा सुरक्षारक्षक - १.७ मीटर किंवा त्याहून उंच, बास्केटबॉल खेळता येत असेल तर उत्तम - आमच्यापाशी आला. आमच्याशी हसून आणि मिनकडे किल्ल्यांचा जुडगा देऊन निघून गेला. सुरक्षित ठेवण्यासाठी मिननं त्या किल्ल्या त्याच्याकडे दिल्या होत्या. रविवारची भटकंती संपवून कामगार कारखान्याकडे परतू लागले होते. मिननं एका तरुणीला हाक मारून बाहेर बोलावलं. ती जवळजवळ मिनवर खेकसलीच, ''मला भयानक भूक लागलीय.'' हॅलो म्हणण्यासाठीही बाहेर न येता ती तडक कारखान्यात निघून गेली.

त्या तरुणीच्या निर्दयीपणामुळे मिन शांत बसली असावी. मिननं मला या तरुणीविषयी सांगितलं होतं. तिनं गर्भपात व्हावा म्हणून हर्बल औषधं घेतली होती. पण त्याचा काही उपयोग झाला नाही. तिची शस्त्रक्रिया करण्यासाठी मिन तिच्यासोबत रुग्णालयात गेली होती. मिन म्हणाली, ''मी तिची चांगली मैत्रीण आहे, असं मी दाखवते, पण खरंतर आम्ही मैत्रिणी नाही.''

चश्मा असलेला आणि पोट बाहेर आलेला एक वयस्क माणूस कारखान्यात आमच्या दिशेनं चालत आला. ''कार्यालयाचं दार तू उघडं ठेवलंस का?'' त्यानं विचारलं.

''मी दिवसभर बाहेर होते.'' मिननं उत्तर दिलं.

तो मिनचा बॉस होता. तिला अजिबात आवडायचा नाही. ''त्याला फार अभिमान आहे. कारखान्यात एकालाही तो आवडत नाही,'' मिन म्हणाली. थोड्या वेळानं तिचा बॉस बाहेर जाताना पुन्हा दिसला. तिच्याकडे त्यानं कटाक्ष टाकला. मिननंही त्याच्याकडे पाहिलं आणि त्याला पाहून ती उभी राहिली. दोघांपैकी कोणीच काही बोललं नाही.

''तुम्ही कोण आहात ते तो मला विचारेल. नक्कीच विचारेल तो. मी त्याला सांगेन की तुम्ही माझी मैत्रीण आहात. इतकंच.'' मिननं सांगितलं. हळूच तिच्या तोंडून मी त्याचं नाव ऐकलं, लिउ लाओथौ, 'म्हातारा पुराणमतवादी लिउ.'

कारखान्याच्या प्रवेशद्वारातल्या दहा मिनिटांत मी जणू मिनचं विश्व न्याहाळलं होतं : सुरक्षारक्षकाबरोबरची मोकळी मैत्री, तरुणीचा निर्दयपणा आणि निष्काळजी गर्भपात, तिच्या बॉसची निष्कारण क्रूरता. ती तिच्या मतावर ठाम राहिली हे वास्तव.

मिनचा इलेक्ट्रिशिअन मित्र आला- दंड कमावलेले, पिळदार होते, मोकळा चेहरा आणि लाजरं हास्य. आम्ही रस्त्याच्या बाजूला असलेल्या रेस्तराँमध्ये गेलो. ग्रिल्ड गोमांस, शिजवलेले मासे आणि बिअर यावर ताव मारायला. दिवसभर इतकं काही केल्यानंतर, दिवसअखेरीस एकाएकी मिनचा असंतोष उफाळून आला. म्हणाली, ''माझ्या जुन्या कारखान्यात एकदा मी अर्धा तास रडत होते. माझ्या सहकारी मैत्रिणींनी मला समजावून सांगण्याचा प्रयत्न केला, पण मी ऐकत नव्हते. इथे या कारखान्यात मी दोनदा रडलेय; पण कुणाला मागमूसही लागला नाही.''

इलेक्ट्रिशिअन त्याच्या ताटातल्या भाताकडे पाहत होता. काहीही बोलला नाही.

मिनचा जळफळाट नंतर दुपारी तिच्यासोबत भेटलेल्या दोघी मैत्रिणींकडे वळला. ती म्हणाली, ''आम्ही जवळच्या मैत्रिणी नाही. आमची घट्ट मैत्री असल्याचं फक्त आम्ही भासवतो. ती जाडी मुलगी होती ना ती नेहमी बॉयफ्रेंडच्या शोधात असते. पगार झाला की ती रुपयाही घरी पाठवत नाही. बॉयफ्रेंडच्या मोबाइलची बिलं भरण्यावर किंवा मित्रांना जेवायला घेऊन जाण्यावर ती पगार उधळते. ती दिसायलाही बरी नाही. दुसरी मैत्रीण आहे तिला बॉयफ्रेंड आहे; पण तो तिला फसवत असल्याचं लक्षात आल्यावर तिनं त्याच्याशी नातं तोडून टाकलं. त्यानं तिला घड्याळ भेट दिलं होतं. ती अजूनही ते वापरते.

''महिन्याचा पगार मिळाल्यावर त्यांच्या चेहऱ्यावर जराही आनंद दिसत नाही, हे पाहिलंत तुम्ही? त्यांच्या मनात येत असेल : महिनाभर इतकं राबूनही इतकाच मोबदला? रोज कारखान्यात काम करणं कठीण होऊन बसतं.''

नंतर तिनं माझ्याकडे मोर्चा वळवला. ''ही भावना काय असते याची कल्पनाच तुम्हाला करता येणार नाही. ज्यानं हा अनुभव घेतलाय त्यालाच या वेदना कळतील.''

* * *

मिनला हव्या असलेल्या गोष्टी मिळवता मिळवता तिची दमछाक झाली. नव्या नोकरीमध्ये आपण सगळ्यात खालच्या स्तरावर आहोत, याची जाणीव झाल्यावर नव्या नोकरीचा आनंद हिरावला गेला. प्रत्येक जण आपल्या डोक्यावरचं काम नव्यानं आलेल्या आणि सगळ्यात लहान असलेल्या मिनवर ढकलायचा. मिनची

तिथली एकमेव सहकारी पसार झाली होती. मिनचा बॉस चांगला होता; पण ती तिथे गेल्यावर दोनच आठवड्यांत चांगली नोकरी मिळाल्यानं तो बीजिंगला गेला. एकट्या पडलेल्या मिनला पांढरपेशा जगातलं गुंतागुंतीचं राजकारण हळूहळू कळू लागलं होतं. तिच्या नव्या ढेरपोट्या बॉसनं मिस्ट्रेस ठेवल्याबद्दल अगोदरच्या वर्षी त्याला कारखान्यातून बाहेरचा रस्ता दाखवण्यात आला होता. त्याच्यावर कोणाचाच विश्वास उरला नव्हता. यामुळे मिनपुढची परिस्थिती आणखी बिकट झाली होती. तिचं अपयश पाहण्यासाठी तिचे सहकारी जणू हापापले होते. ती आत आली की त्यांचं बोलणं थांबायचं. नव्या ठिकाणी तिच्या मदतीसाठी कुणीच पुढे येत नव्हतं. एखादी व्यक्ती बोलायची एक, पण त्याचा अर्थ वेगळाच असायचा. मिनलाही हे कौशल्य आत्मसात करावं लागलं. मला म्हणाली, ''कारखान्यात काम करत असताना सगळे जण मैत्रीपूर्ण संबंध असल्याचा आव आणत असले तरी आपल्यामागनं मात्र वेगळंच बोलायचे. सगळं तोंडदेखलं होतं. त्या कारखान्यात एकही मैत्रीण मिळणं शक्य नव्हतं.''

समाजातल्या विविध स्तरांची भिंत ओलांडणं, या आव्हानामुळे मिनच्या एकटेपणात आणखी भर पडली. असेम्ब्ली लाइनवरचे कामगार तिच्या वयाचे आणि तिच्यासारखी पार्श्वभूमी असलेले असले तरी तिचं विश्व त्यांच्यापेक्षा निराळंच होतं. कारखान्यातले सहकारी तिच्यापेक्षा वयानं मोठे होते, अनेकांचं लग्न झालेलं होतं आणि त्यांना जोडणारा एकही समान धागा त्यांच्यात नव्हता. आठवड्याच्या सुट्टीच्या दिवशी तिथल्या मुली मित्राला किंवा नवऱ्याला भेटायला जायच्या. त्या दिवशी त्यांची राहण्याची खोली रिकामी होऊन जायची. मिन बिनधास्त असल्यासारखं दाखवायची. तिनं कधीच तिचे अश्रू बाकीच्यांना दिसू दिले नाहीत.

एप्रिलमध्ये तिच्या आधीच्या बॉसनं बीजिंगमधून मिनशी संपर्क साधून एक नोकरी देऊ केली. चीनमधल्या विविध प्रांतांत विक्री करण्यासाठी तो कॉम्प्युटरचे भाग एकत्र जोडण्याचं काम करायचा. दुकानाकडे लक्ष देण्यासाठी त्याला कोणाची तरी मदत हवी होती. तो तिशीच्या घरात होता. त्सिंगहुआ विद्यापीठात शिकला होता. तोंगकुआनमध्ये मिनला दयाळूपणा दाखवणारा तो एकमेव प्रौढ होता. तिला त्याच्याविषयी इतकंच माहीत होतं. तिनं ही नोकरी स्वीकारून तिकडे जायचं ठरवलं.

तिनं शन्चनमधल्या तिच्या मोठ्या बहिणीला कॉल केला.

''तू तिथे काय काम करणार आहेस?'' बहिणीनं मिनला विचारलं.

''दुकान सांभाळणार आहे.'' मिन तिला म्हणाली.

''पगार किती मिळणार आहे?''

''माहीत नाही. पण इथल्यापेक्षा जास्त असावा.''

''तुझा त्याच्यावर विश्वास आहे का?''

"हो."

"सावध राहा. काळजी घे."

मिननं तिच्या पुढच्या योजनेविषयी मला पत्र लिहिलं :

> स्वतःला एक संधी देण्यासाठी विचारांती मी बीजिंगला जायचं निश्चित केलं आहे. 'मोठा भाऊ' आणि 'लहान बहीण' यांच्यातल्या भावनांचे हिंदोळे मी सक्षमपणे हाताळीन. पण इथल्या कामाची आता इतकी सवय झालीये की इथून पाय निघत नाहीये...
>
> आयुष्यात फक्त आनंद असताना कोणतीही व्यक्ती मोठी होऊ शकत नाही. आनंदामुळे व्यक्ती खुजी बनते. त्रास, वेदनांमुळे आपण मोठे होतो, बदलतो. जीवनाचा खरा अर्थ आपल्याला उमजू लागतो.

प्रत्यक्ष बीजिंगला गेल्यावर मात्र मिनचा मूड पार बदलून गेला. बीजिंगला बॉससोबत काम करणं योग्य ठरणार नाही, असं तिला वाटलं. एक तर तो पुरुष होता, कुटुंबकबिला नसलेला. तिचा त्याच्यावर अजिबात विश्वास नव्हता. त्यापेक्षा आहोत तिथे राहिलेलं बरं, असा निर्णय मिननं घेतला.

कारखान्यातल्या उत्पादनात वाढ होत होती. मिन राहत होती त्या खोलीतल्या मुलींची संख्या सहावरून नऊपर्यंत वाढली. तिथे राहणाऱ्या मुली कारखान्यात वेगवेगळ्या पाळ्यांमध्ये कामं करत असल्यानं रात्रीची शांत झोप मिळणं दुरापास्त झालं होतं. असं जगण्यापेक्षा तिथून बाहेर पडलेलं बरं, असं मिनला वाटू लागलं. मिन काम करायची त्यापुढेच ह्युमन रिसोर्स विभाग होता. नोकरीसाठी मुलाखती द्यायला आलेले इच्छुक मिननं अनेकदा पाहिले होते. एका जागेसाठी दहाएक जण नशीब आजमावून पाहायचे. त्यातल्या बहुतांश जणांकडे कॉलेज डिप्लोमा असायचा. त्यांच्याकडे पाहिलं की मिन स्वतःला नशीबवान समजायची, तिच्याकडे किमान नोकरी तरी होती.

मिन काम करत असलेल्या कारखान्यातले असेम्ब्ली लाइनवरचे कामगार महिन्याला ३२० युआन मिळवायचे. तोंगकुआनमधला हा सगळ्यात कमी पगार होता आणि मिनला याचा त्रास व्हायचा. ती बाकीच्या कामगारांसोबत बोलायची, पण त्यांना चांगल्या प्रकारे जाणून घेऊ शकली नाही. "कारखान्यातले काही जण तर कामगारांसोबत बोलायचेही नाहीत. त्यांना कमी लेखायचे. पण मीपण कामगारच होते," मिन म्हणाली.

* * *

मे महिन्याच्या अखेरीस मिननं तिच्या मोबाइल फोनवरून मला मेसेज पाठवला. 'तुमच्यासाठी माझ्याकडे एक गंमत आहे. काय आहे ते मी आत्ताच सांगणार नाही. हा...हा...'

मी तिलाच भेटायला चालले होते. ही गंमत काय असेल, याच्या सगळ्या शक्यता मनात ताडून बघत होते. तिनं नोकरी सोडली असेल का... तिला बॉयफ्रेंड मिळाला असेल का... तिनं अखेरीस बीजिंगला जायचं ठरवलं असेल का...

मी तिला उत्तर दिलं : मला फार उत्सुकता आहे.

त्यावर तिचं उत्तर आलं : कदाचित तुम्हाला ते योग्य वाटणार नाही. हा...हा... बहुतेक तुमची निराशा होणार नाही.

ती कारखान्याच्या दारात माझी वाट बघत होती. ती दिसता क्षणी माझं लक्ष तिच्या केसांकडे गेलं. तिचे लांब कुरळे केस कुठे दिसत नव्हते. तिनं ते सरळ करून घेतले होते आणि मुलांसारखे लहान, वेडेवाकडे कापून टाकले होते. शंभर युआन खर्च करून तीन तासांची केमिकल ट्रीटमेंट करून घेतली होती. तिचा महिन्याचा पगारही नुकताच झाला होता.

कामाच्या ठिकाणी काय काय चालतं, याचं गॉसिप तिनं मला सांगितलं होतं. मिनपेक्षा काही वर्षांनी मोठ्या असलेल्या तिच्या बॉसचं त्याच्या गर्लफ्रेंडशी कडाक्याचं भांडण झालं होतं. ती छान होती एकदम. त्याच्यापेक्षा जवळजवळ दुप्पट कमवायची. हे कारखान्यात सगळ्यांना माहीत होतं आणि सगळे याबद्दल तिचं कौतुक करायचे. तिनं ऐंशी हजार युआनची बचत केली होती, हेही सगळ्यांना माहीत होतं. ते दोघे वेगळे होणार असतील तर त्याच्यासोबत असलेल्या सात वर्षांच्या नात्याबद्दल तिनं दहा हजार युआनची भरपाई मागितली होती. हा खास तोंगकुआन पद्धतीचा ब्रेक-अप होता : भावनिक वेदनेतून आर्थिक आकडेमोडीला चालना मिळाली. कारखान्यातल्या सगळ्यांना याविषयीही सगळा तपशील कळलेला होता. मिनचा तरुण बॉस कारखान्यातली नोकरी सोडत होता आणि त्याच्यासोबत आणखी अनेक जण तिथून बाहेर पडणार होते. आता तिथे राहण्यात अर्थ उरला नसल्याने मिननेही आदल्या दिवशी राजीनामा देऊन टाकला.

"तू नोकरी सोडणारेस?" मी तिला विचारलं. तिनं इतक्या सहजी घेतलेला हा निर्णय पाहून माझ्या काळजाचा ठोका चुकल्यासारखं वाटलं.

"मी कालच राजीनामा दिलाय." मिननं सहजपणे मला सांगितलं.

तिला अजिबात आवडत नसलेल्या बॉसनं तिला नोकरी सोडण्याचं कारण विचारलं होतं.

त्यावर "मला घरी जायचंय," असं मिननं खोटंच सांगितलं.

"तुला दुसरीकडे कुठे नोकरी मिळालीय का?" बॉसनं मिनला विचारलं

मिन म्हणाली, "नाही. मला घरी जाऊन काही जबाबदाऱ्या पूर्ण करायच्यात." मिननं आणखी एक थाप मारली.

"पण तुझं चांगलं चाललंय इथे. मग तुला नोकरी का सोडायचीये?" पहिल्यांदाच तो तिच्याशी कठोरपणानं बोलला नसेल, पण त्यानं तिला सहजासहजी जाऊ देण्याची तयारीही दाखवली नाही. महिनाभरात याबद्दल विचार करून निर्णय घेईन, असं त्यानं तिला सांगितलं.

माझ्यासाठी मिननं दिलेला आश्चर्याचा धक्का होता : तिनं कुरळे केस सरळ केले होते. तिनं नोकरी सोडण्यासाठी आणखी पावलं टाकली होती. पुन्हा एकदा अनोळखी जगतात उडी घेतली होती.

त्या दुपारी आम्ही मिनच्या कारखान्याजवळच्या छोट्याशा उद्यानात गेलो होतो. उद्यान इमारतींनी वेढलेलं होतं. त्यामध्ये माउंटन ड्यूसारख्या हिरवट पिवळ्या रंगाचं पाणी असलेलं तळंही होतं. लहान मुलं गुडघ्यापर्यंत वाकून त्या पाण्यानं ताटली आणि काचेच्या बरण्या भरून घेत होती. मिन म्हणाली, "आमच्या गावी आम्ही ज्या तळ्यांमध्ये पोहायला जातो ती तळी फार खोल आहेत. त्यातलं पाणी नितळ असतं."

घराकडच्या, गावाकडच्या आठवणी मिनच्या मनात ताज्या होऊ लागल्या. "मी लहान असताना, आम्ही उन्हाळ्यात कलिंगडाची लागवड करायचो. आमच्या घरापासून चालत दहाएक मिनिटांच्या अंतरावर घरातली मोठी माणसं शेताची निगराणी करण्यासाठी झाडाच्या फांद्यांपासून शेड बांधायची. लाकडाची फळी टाकून त्यावर थोडं गवत टाकलं जायचं. कलिंगडांची राखण करत आम्ही दिवसभर त्या शेडखाली बसून राहायचो. आमचे वडील रात्रभर तिथेच झोपायचे.

"माझी मोठी बहीण, चुलतभावंडं, माझ्या दोन लहान बहिणी आणि मी दिवसभर तिथे राखणीला असायचो. तिथे बसून पत्ते खेळायचो, मासे मारायचो आणि पोहायला जायचो. उन्हाळ्यात आम्हाला शाळेचा अभ्यास असायचा. अभ्यास करण्यासाठी आई आमच्या मागे लागायची. पण आम्ही त्याकडे दुर्लक्ष करायचो.

"आम्ही काही कलिंगडं नदीच्या प्रचंड वाहत्या प्रवाहात सोडून द्यायचो. कलिंगडांना दोरी बांधायचो आणि दोरीचं एक टोक नदीच्या काठाला बांधून ठेवायचो. दोरी बांधलेली असल्यानं कलिंगडं नदीत वाहून जायची नाहीत आणि खाताना थंडगार लागायची."

मिनसारखं, अन्य स्थलांतरितांना गावाविषयी बोलताना मी कधीही ऐकलं नव्हतं.

मिन पुढे म्हणाली, "मी तुमच्या जागी असते, माझ्याकडे तुमच्यासारखी शैक्षणिक पात्रता असती आणि तुमच्याइतका पैसा असता तर मी तरुणपणी भरपूर काम केलं असतं. वय वाढल्यावर गावाकडे गेले असते. लग्नासाठी चांगलासा मुलगा बघून तिथेच राहिले असते त्याच्याबरोबर, लहानसं घर बांधून! लहानशा झोपडीत राहता येईल. कोंबड्या पाळता येतील." ती क्षणभर गप्प बसली. ती रंगवत असलेल्या स्वप्नांमध्ये हरवून गेली. ही दिवास्वप्नं कधीही खरी होणार नाहीत, ते मलाही माहीत होतं आणि तिलाही.

* * *

जूनच्या सुरुवातीला, मिनच्या कारखान्यात नव्यानं लागलेल्या एका कामगाराची डाव्या हाताची चार बोटं सिंगल पंच मशिनमध्ये सापडून तुटली. या घटनेनंतर आठवडाभरानं आणखी एका नव्या कामगाराच्या तीन बोटांना याच मशिनमुळे दुखापत झाली. कामगारांना यंत्रांसंबंधी नीट प्रशिक्षणही दिलेलं नव्हतं. शहरातल्या कारखान्यांमध्ये उत्पादन करताना दुखापती होणं नवं नव्हतं. हिवाळ्यात कामाचा भार काहीसा कमी झाला की कामगारांना प्रशिक्षित करणं कारखान्यांना सोयीचं व्हायचं. वसंत ऋतूमध्ये कामाचा ओघ वाढू लागला की कारखान्यांना आपल्या कामगारांना प्रशिक्षण देण्यासाठी उसंत नसते. प्रशिक्षणाला कात्री मारली जाते. अप्रशिक्षित कामगारांचीही वर्णी लागते. असेम्ब्ली लाइनमध्ये प्रत्येक नगाप्रमाणे पैसे दिले जातात. त्यामुळे काम असतं तेव्हा शक्य तितक्या वेगानं हात चालवला तर पैसाही रग्गड मिळतो; त्या वेळी कामगारांना प्रशिक्षण देण्यात वेळ वाया घालवत बसणं कारखान्यांना व्यर्थ वाटतं. तोंगकुआनमधले कारखाने याच सूत्रानं चालायचे. इतरांना मदत करणं, म्हणजे स्वतःचं नुकसान करून घेणं ठरायचं.

त्याच महिन्यात नंतर, मिनला अनपेक्षितपणे कारखान्याच्या मनुष्यबळ विभागात बढती मिळाली. तिथे तिचं काम होतं, रस्त्याच्या बाजूला उन्हातान्हात उभं राहायचं आणि येणाऱ्या-जाणाऱ्यांना आपल्या कारखान्यात नोकरी धरण्यासाठी आवाहन करायचं. कामाच्या पहिल्या दिवशी तिनं दहा कामगारांचं लक्षं वेधून घेण्यात यश मिळवलं. नव्या कामगारांसाठी तिनं माहितीपर सत्रंही घेतली. त्यांच्यापैकी काही जण तिच्यापेक्षा वयानं मोठे होते. मिनला आता आठवड्याची सुट्टी मिळणं कठीण झालं होतं. त्यामुळे जूनच्या अखेरीस एका शुक्रवारी रात्री नऊच्या दरम्यान तिचा ओव्हरटाइम संपल्यावर आम्ही तिच्या कारखान्याच्या प्रवेशद्वाराबाहेरील सरबतांच्या दुकानात भेटलो. जुन्या कारखान्यातली तिची मैत्रीण हुआंग च्याओ लहानशी सुटकेस घेऊन तिथे आली. ती असेम्ब्ली लाइनमध्ये काम करण्यासाठी आली होती.

मिननं आम्हाला तिच्या नव्या नोकरीविषयी सांगितलं. "मी रस्त्याच्या बाजूला उभी राहते आणि आमच्या कारखान्यात येऊन काम करण्याबाबत लोकांचं मतपरिवर्तन करण्याचा प्रयत्न करते."

"तू त्यांना काय सांगतेस नेमकं?" मी विचारलं.

"बाकीचे कारखाने चांगले दिसतात, असं तुम्हाला वाटत असेल. पण प्रत्येक कारखान्याच्या स्वतःच्या अडचणी असतात. प्रथमदर्शनी तुम्हाला त्या दिसणार नाहीत. त्यापेक्षा इथे राहणं आणि स्थिरस्थावर होणं चांगलं नाही का? थोडे पैसे कमवा, जरा अनुभव घ्या आणि मग तुम्हाला काय करायचं आहे ते ठरवा,' असं मी पांथस्थांना सांगते," मिन म्हणाली. तिचे हे शब्द ऐकल्यासारखे वाटले. तिचे आईवडील नेहमी तिला हेच सांगायचे.

"पण हे तू जे केलंस त्याच्या बरोबर उलट आहे." मी म्हटलं.

"हो. माझ्या मतांच्या हे अगदी विरुद्धच आहे," असं म्हणत तिनं मान हलवली आणि हसली.

"मी तुला इतक्या अतिशयोक्तीनं बोलताना कधीही ऐकलेलं नाही." हुआंग च्याओ म्हणाली.

मिन बाजूच्या स्टॉलवर माझ्यासाठी रात्रीच्या जेवणासाठी नूडल्स घ्यायला गेली. "केवळ मिन आहे म्हणून मी इथे यायचा विचार केला." मिन नूडल्स आणायला गेल्यावर हुआंग च्याओ मला म्हणाली. दोन दिवसांपूर्वी हुआंग कारखान्यात जाऊन आली होती. पण तिला तिथली एकंदर परिस्थिती आवडली नव्हती. आधी ठरल्याप्रमाणं ती आदल्या दिवशीच तिथून जाणार होती; पण मनात धाकधूक होत होती. शेवटी, तिनं कुणालाही काही न विचारता, अगदी मागच्या दोन महिन्यांचा पगारही न घेता आज कारखाना सोडून दिला. कारखाना सोडण्याचे अनेक मार्ग असतात. कामगार आपल्या बॉसच्या परवानगीनं नोकरी सोडतात आणि मागचे पगाराचे सगळे पैसे मिळवतात. नोकरी सोडत असताना कामगारांना त्यांच्या पदानुसार मंजूर असलेल्या तात्पुरत्या रजा घेता येऊ शकतात. काही कामगार नोकरी सोडताना कारखान्यातून मिळणार असलेल्या पैशांबाबत बॉसशी घासाघीसही करतात आणि बॉसची टक्केवारी ठरवतात. पण खुआंगली- शब्दशः अर्थ म्हणजे, 'वेड्यासारखी नोकरी सोडणं' - याइतकी भयानक पद्धत नाही कुठली. हुआंग च्याओनं अशाच पद्धतीनं नोकरी सोडली.

तिनं किती काळ राहण्याचा विचार केलाय, हे मी तिला विचारलं.

ती म्हणाली, "बघू या. मी त्यांची चाचणी घेतेय आणि ते माझी चाचपणी करताहेत."

मिन नूडल्स स्टॉलवरून परत आली. "तू काम चांगलं केलंस तर नक्की पुढे

जाशील.'' असं सांगून तिनं हेही मान्य केलं, 'आमच्या कारखान्यात पगार जास्त नाहीत म्हणा. साधारण आठशे युआन. तू ओव्हरटाइम केलास तर माझ्यापेक्षा जास्त कमावशील.''

''पण मला प्रचंड थकवा आलाय.'' हुआंग च्याओ म्हणाली.

त्यावर मिन म्हणाली, ''थकण्याचे अनेक प्रकार असतात. माझ्या या नोकरीत माझं शरीर थकलंय आणि मनालाही थकवा आलाय.'' मिन आयुष्यात एक एक पाऊल पुढे टाकत होती. कारखान्यात आलेल्या ग्राहकांना चहा देणं, हा तिच्या नव्या कामाचा एक भाग होता. तिने आठवड्याच्या इंग्रजी शिकवणीतही नाव नोंदवलं होतं. ''तुला 'पार्डन' या इंग्रजी शब्दाचा अर्थ माहीत आहे का?'' मिननं हुआंग च्याओला विचारलं. हुआंगनं होकारार्थी मान हलवल्यावर मिनचा चेहरा अपेक्षाभंगानं उतरला.

हुआंगनं खोदून खोदून विचारूनही मिनच्या पुढच्या घडामोडी कळू शकल्या नाहीत. गावाकडून एक तरुण तोंगकुआनला आला. त्यानं असेम्ब्ली लाइनमध्ये नोकरी मिळवली. त्यानं आणि मिननं मिडल स्कूलमध्ये काही काळ डेटिंग केलं होतं. गेल्या तीन वर्षांत मिनची आणि त्याची भेट झाली नव्हती. गेल्या आठवड्यात तो तिला भेटायला आला होता.

''आम्हाला आजही एकमेकांबद्दल वाटतं.'' मिननं जाहीर केलं. लगेचच असंही म्हणाली, 'पण त्याची उंची फार कमी आहे. फक्त १.६५ मीटर.' मिननं त्याचा तपशील सांगायला सुरुवात केली : ''तो धूम्रपान करतो. मद्यपान करतो. मारामारी करतो. त्याची घरची परिस्थिती फार बरी नाही. त्याला सावत्र आई आहे.''

''त्याच्या घरचे काय करतात?'' मी तिला विचारलं.

त्यावर मिन म्हणाली, ''मला माहीत नाही. मला जाणूनही घ्यायचं नाही. शेवटी, आपण स्वतःवर विश्वास ठेवायला हवा.''

या दोघांनी सबंध दिवस एकमेकांबरोबर घालवला. मिनने जुन्या बॉयफ्रेंडला चहा दिला. एका रेस्तराँमध्ये त्याच्यासाठी चहा कपात ओतला. ती त्याला चहा देत होती आणि त्याचं लक्ष मात्र वर बसवलेल्या टीव्हीवर खिळलेलं होतं. चीनमधल्या स्वस्त रेस्तराँमध्ये कर्कश्श आवाजात टीव्ही सुरू असतो. रेस्तराँचा मालक आणि बाकी कामगारांचे डोळेही सहसा त्याकडेच रोखलेले असतात.

''आपण एकमेकांशी का बोलत नाही? तू सारखा टीव्हीकडे का बघतोयस?'' मिननं त्याला बोलतं करण्याचा प्रयत्न केला.

तो निघून गेल्यावर मिननं त्याला मोबाइलवर मेसेज पाठवला. 'आपण एकत्र

दिवस घालवल्यावर कसं वाटलं?'

त्यानं उत्तर दिलं, 'मला प्रचंड दडपण आलं होतं. माझ्या भावना अतिशय गुंतागुंतीच्या आहेत.'

आदल्या रात्री दोघांचं फोनवर बोलणं झालं होतं. मिन सरळ मुद्द्यावर आली. "आपल्या नात्याचं काही भविष्य आहे, असं तुला वाटतंय का?"

यावर विचार करायला त्यानं तिच्याकडे तीन दिवसांचा कालावधी मागितला असल्याचं मिननं सांगितलं.

"येत्या दोन दिवसांत मला उत्तर मिळेल काय ते. त्याचं जे काय उत्तर असेल ते मला मान्य असेल." पण तिनं आधीपासूनच एका मुलाभोवती स्वप्नरंजन सुरू केलं होतं. त्या मुलानं कूक म्हणून प्रशिक्षण घेतलं होतं. मिन म्हणाली, "आम्ही कदाचित घरी परत जाऊ आणि एखादं छोटंसं रेस्तराँ सुरू करू. हे स्थलांतरितांचं काम आयुष्यभर करत राहण्यात काही अर्थ नाही."

"तुला लग्न करायचंय का?" मी तिला विचारलं. आमचं एकंदर संभाषण मला चकित करणारं होतं.

त्यावर तिचं लगेचच उत्तर आलं, "असं काही नाहीये. मी आत्ता अठराची आहे. मला विनाकारण वेळ वाया घालवायचा नाही. त्याला माझ्यात काहीही रस नसेल तर त्यानं मला आत्ता सांगून टाकावं."

प्रत्येक गोष्ट जणू मिननं ठरवल्याप्रमाणं घडत होती. जुन्या बॉयफ्रेंडशी बोलणं होऊन तीन दिवस झाल्यावर सकाळी सातच्या दरम्यान तिच्या मोबाइलवर मेसेज आला : मी कारखान्याच्या दारापाशी आहे. तिचा यावर विश्वासच बसला नाही. हे स्वप्न आहे की वास्तव, हे पाहण्यासाठी ती अक्षरशः धावत गेली. रात्रपाळी पूर्ण केल्यानंतर तो बस पकडून थेट तिच्या कारखान्याजवळ आला होता. मिनला काम होतं. त्यामुळे ती लगेच येऊ शकत नव्हती. तो मुलगा सकाळी आठ वाजल्यापासून दुपारपर्यंत तिथे तिष्ठत होता. दोघांनी दुपारचं जेवण एकत्र घेतलं. नंतर तो निघून गेला आणि मिन कारखान्यात परतली.

"तुमच्या नात्याला भविष्य आहे असं म्हणाला का तो?" मी विचारलं.

मिन म्हणाली, "नाही. पण तो आला त्यामुळे कळलं मला."

मिन अलीकडेच दोन तासांचा बसप्रवास करून त्याला भेटायला गेली होती. दोघांनी दुपार एकत्र घालवली. मिन म्हणाली, "त्याची उंची फार नाही. तो देखणाही नाही. त्याच्याकडे पैसा नाही. शिवाय त्याची नोकरीही बरी नाही."

त्याच्यातल्या उणिवांविषयी तिला आणखी काही सांगायचं असेल म्हणून मी

क्षणभर थांबले.

ती काहीच बोलत नाहीये हे पाहून न राहवल्यानं म्हटलं, "पण तुला तो आवडतो ना?"

मिन यावर काहीच बोलली नाही; नुसतीच हसली.

त्या मुलानं घराच्या आसपास काम बघावं म्हणून तो तोंगकुआन सोडून परत चालला होता. मिनला जरा स्थिरता येऊ लागतेय तोपर्यंत तो माघारी जायच्या तयारीला लागला, पण मिन निश्चल होती. म्हणाली, 'मोबाइलमार्फत आम्ही संपर्कात राहू.' ती त्याला धड सोडूनही देत नव्हती. त्याच महिन्यात नंतर तिच्या बॉसनं तिला नोकरी सोडण्याची परवानगी दिली आणि दोन महिन्यांचा पगारही दिला. मिन पुन्हा नोकरीसाठी टॅलेंट मार्केटच्या गजबजाटात उतरली. तिनं कारखान्याच्या मनुष्यबळ विभागात बरोब्बर चोवीस दिवस काम केलं होतं. या शिदोरीवर ती करिअरची नवी क्षितिजं कवेत घेऊ शकत होती.

* * *

तोंगकुआनमधलं टॅलेंट मार्केट सगळ्यात कठीण, आव्हानात्मक होतं. साधारण दहा युआन, म्हणजे सव्वा डॉलर सोबत घेऊन कोणीही येऊ शकतं आणि कारखान्यांमध्ये असलेल्या केंद्रावर उपलब्ध असलेल्या शेकडो नोकऱ्यांसाठी मुलाखती देऊ शकतं. खरं धाडस लागतं ते अनोळखी व्यक्तींशी जाऊन बोलायला, स्वतःला चांगलं सादर करून समोरच्याला प्रभावित करायला, सगळे समोर असताना नकार स्वीकारायला. आपली जागा कोणीही सहज घेऊ शकतं या वास्तवामुळे मिन टॅलेंट मार्केटचा तिरस्कार करायची. नोकऱ्यांच्या जाहिरातींमध्ये माणसांचं मूल्य फक्त आवश्यक वैशिष्ट्य आणि गुणांपुरतं मर्यादित राहिलं होतं. क्वचित कधीतरी या जाहिराती वीस शब्दांपेक्षा जास्त असायच्या.

रिसेप्शनिस्ट. गोड आवाज. प्रसन्न व्यक्तिमत्त्व.
ऑफिस सॉफ्टवेअर व कँटोनीज येतं.

लेथ वर्कर. १८ ते २२ वर्षे वयाचा पुरुष.
परदेशी कारखान्यात अनुभव. लघुदृष्टी नसलेला.
त्वचा संवेदनशील नाही

सेल्स स्पेशालिस्ट. चिकाटी आणि कष्ट करण्याची तयारी.

ग्रामीण भागातील रहिवासी असलेल्या महिला व पुरुषांना संधी.
बालकांना संधी नाही.

एखाद्या शनिवारी, तोंगकुआनमध्ये नोकरीसाठी साधारण सात एक हजार जणांची झुंबड उडायची. हळूहळू गर्दी इतकी वाढायची की हालचाल करणंही कठीण व्हायचं. काही वेळा ही गर्दी विखुरली जायची. विशिष्ट केंद्रांभोवती केंद्रित व्हायची. एखाद्या नोकरीला अचानक इतका भाव का यायचा, ते मात्र कळायचं नाही. सगळ्यात लोकप्रिय केंद्रांवर लांबच्या लांब, विनाखिडक्या इमारतींची पोस्टर असायची. साध्या केंद्रांवर क्लिपबोर्ड असलेली महिला किंवा पुरुष असायचा. टॅलेंट मार्केटनं शहरातला विशिष्ट भाग व्यापला होता. चारमजली इमारत गच्च भरली होती. तिथे एके काळी कराओके लाउंज होतं. मनोरंजन उद्योगापेक्षाही लोकांच्या भविष्याबाबत व्यवहार करणारा उद्योग अधिक आकर्षक बनलेला होता.

सचिव. वय १८ ते २५. उंची १५५ सेंटिमीटर
वा अधिक. सर्वसाधारण व्यक्तिमत्त्व.

सुरक्षारक्षक. वय २० ते २६. उंची १७२ सेंटिमीटर
वा अधिक. सर्वसाधारण व्यक्तिमत्त्व.

भेदभाव सर्रास केला जायचा. बॉसना सुंदर, अविवाहित, महिला क्लर्क अपेक्षित असायच्या. विशिष्ट प्रकारच्या तांत्रिक कामांसाठीच पुरुषांचा विचार केला जायचा. एखादा कारखाना हनान प्रांतातल्या लोकांवर पूर्णतः बंदी घालायचा किंवा एखादा कारखाना आनहुईतून आलेल्या लोकांना नोकरी द्यायला नकार द्यायचा. काही वेळा, नोकरीसाठी अर्ज केलेल्यांच्या संपूर्ण कुटुंबाची चाचपणी व्हायची. याचं कारण म्हणजे, कठोर परिश्रम करण्यासाठी, कडवटपणा गिळून टाकण्यासाठी एकुलत्या एक मुलापेक्षा भावंडं असलेल्या व्यक्तींना अधिक सक्षम समजलं जायचं. १६० सेंटिमीटरपेक्षा कमी उंची असलेल्या किंवा पाच फूट तीन इंचांपेक्षा जास्त उंची असलेल्यांना टॅलेंट मार्केटमध्ये विफलता येण्याची शक्यता जास्त असायची.

चीनमध्ये उंचीबद्दल कमालीचं आकर्षण आहे. कुपोषण आणि दुष्काळाचे चटके सोसलेल्या या देशात चांगली उंची लाभलेली व्यक्ती नशीबवान समजली जाई. सगळ्यांचे नेतृत्व त्याच्याकडे चालून यायचे. कोणत्याही बांधकामाच्या ठिकाणी कार्यरत असलेली कामगारांची फौज शहरातल्या ज्या लोकांची घरं बांधत

असायची त्यांच्यापेक्षा उंचीनं कमी असायची. पश्चिमेकडच्या देशांत कामगार वर्ग तिथल्या व्हाइट कॉलर मंडळीपेक्षा कदाचित उंच असेल, पण चीनमध्ये याउलट चित्र दिसतं - शिकलेली, पुढारलेली माणसं खालच्या, कामगार वर्गाकडे अक्षरशः अवहेलनेच्या नजरेनं बघायची. उंच्यापुऱ्या महिलांना अधिक चकाचक कामं मिळण्याची शक्यता असायची. हेअर सलूनमध्ये काम करणारी एक तरुणी एकदा मला म्हणाली होती, ''मी फक्त दहा सेंटिमीटर उंच असते ना तर आज कारविक्री करत असते.''

वय हा आणखी एक पात्रता निकष होता. जसजसं वय वाढेल तशी वाढ खुंटण्याची भीती असायची. पस्तीस वर्षं ही बऱ्याच नोकऱ्यांसाठी कमाल पात्रता होती. 'पस्तीशी ओलांडलेले लोक आचारविचारांमध्ये मागे पडतात', असं एका कारखान्यातल्या मॅनेजरनं त्या कारखान्यानं प्रसिद्धीसाठी प्रकाशित केलेल्या वृत्तपत्रात म्हटलं होतं. त्यामध्ये असाही सल्ला दिला होता : 'सतत मागच्या अनुभवांविषयी बोलत राहू नका. शून्यापासून सुरुवात करण्याची तुमची मानसिक तयारी असायला हवी.' एका अर्थी, वय हे करिअरमधल्या पायऱ्या चढण्याचं साधन होतं. बेडसाठी हेडबोर्ड बनवणाऱ्या कंपनीच्या केंद्रावर नमूद केलेल्या नोकऱ्या आणि त्यासाठी अपेक्षित वय म्हणजे करिअरमधल्या वाटचालीचा आलेखच होता :

कॉस्ट अकाउंटंट : २५ वर्षं
मार्केटिंग डिपार्टमेंट मॅनेजर : ३०
प्रॉडक्शन डेप्युटी मॅनेजर : ३५

क्लर्क, रिसेप्शनिस्ट, सेल्सपीपल, सुरक्षारक्षक आणि कूक या पदांसाठी सहसा अधिक भरती करायची असायची. मोल्ड डिझाइन आणि मशिन दुरुस्ती करणाऱ्यांसाठीही मोठी मागणी असायची. एकदा एका कंपनीला 'मित्सुबिशी व फुजित्सु मशिनरी वापरू शकणारे कुशल कर्मचारी' हवे होते. भरती करायची पदे विशिष्ट असत आणि काही वेळा अस्वस्थ करणारी असत : पॅटर्न ग्रुपर्स. ॲलिक वर्कर्स. प्रेशर व्हेसल वेल्डर्स. आधुनिक चीनची औद्योगिक ताकद तुकड्यांमध्ये विखुरलेली होती आणि हे तुकडे म्हणजे माणसं होती.

टॅलेंट मार्केटमधल्या मुलाखती थोडक्यात आणि प्रामाणिकपणे घेतल्या जायच्या. क्वचित एखादी मुलाखत पाच मिनिटांच्या वर चालायची. कामगार नेमण्याची प्रक्रिया तिथल्यातिथे केली जायची आणि एखादा कामगार घेताना आधीचे संदर्भ, ओळख पडताळून पाहिली जायची नाही.

हंगफंग मोल्ड्स कारखान्याच्या केंद्रात एक तरुणी बसली होती.

''आमच्याकडे पगार फार दिले जात नाहीत'', नेमणुका करणाऱ्यानं लगेच

सांगून टाकलं आणि विचारलं : "तू कॉम्प्युटरवर काम केलं आहेस का?"

"हो, मी शाळेत कॉम्प्युटर शिकलेय."

"बरं. तुझा पगार सहाशे असेल."

आणखी एका केंद्रावर दुसऱ्या एका महिलेसोबतचा संवाद : "तू काय काम करू शकतेस?"

"मी प्रामुख्यानं ई-मेलमार्फत ग्राहकांशी संपर्क ठेवते आणि कधी ते आपल्या कार्यालयात आले तर त्यांचे स्वागत करते. पण काम गुंतागुंतीचे किंवा तांत्रिक असेल तर मात्र मला अनुभव नाहीये."

कॉलेज डिप्लोमा, पैसा आणि ओळख आवश्यक असलेल्या चीनमधल्या बहुतांश शहरांत "तू काय काम करू शकतेस?" हा प्रश्न फार क्वचित विचारला जायचा. तोंगकुआन टॅलेंट मार्केटमध्ये मात्र 'तुझी शाळा कुठली होती? ओळख कुणाशी आहे?' किंवा फार तर 'तू या आजूबाजूच्या परिसरातला आहेस का?' असे प्रश्न कधीतरीच विचारले जायचे. सर्रास विचारलं जायचं ते : 'तुम्ही काय काम करू शकता? कॉम्प्युटर वापरता येतो का? इंग्रजी येतं का?' साधारणतः, आधी छपाई केलेल्या कार्डवर हातानं लिहिलेल्या नोकरीविषयक जाहिरातींमध्ये सर्वसाधारण जाहिरात श्रेणींचे उल्लेख असायचे. फार तर, 'निवास' या रकान्यात कंपन्या कदाचित महिला की पुरुष हवे आहेत ते लिहायच्या. प्रोफेशनऐवजी अपेक्षित उंची लिहिली जायची.

टॅलेंट मार्केटमध्ये नशीब आजमावण्यासाठी आलेल्या प्रत्येकाचंच त्यामध्ये प्रवेश करण्याचं धाडस व्हायचंच असं नाही. रस्त्याच्या बाजूला नोकरीविषयक जाहिरातींच्या भव्य इलेक्ट्रॉनिक फलकासमोर जमलेल्या गर्दीकडे पाहून वाटायचं की या फलकाकडे पाहूनच या लोकांना समाधान करून घ्यावं लागतंय. उराशी बाळगलेल्या स्वप्नातील ठिकाणी प्रत्यक्ष जायचं मात्र त्यांच्या नशिबात नाही. विविध शेअर्सचे भाव दाखवणारा फलक जसा वरवर जायचा तशा नोकरीच्या या जाहिरातीही एकामागून एक वरवर जायच्या. ते पाहून लोक स्तिमित झालेले असायचे.

* * *

टॅलेण्ट मार्केटमध्ये दुसऱ्यांदा प्रवेश करताना मिनला नेमकं काय करायचं याचा अंदाज आलेला होता. मिननं समोर मोठं लक्ष्य ठेवलं होतं. मनुष्यबळ विकास विभागात भरती असलेल्या कंपन्यांमध्येच केवळ ती नोकरीसाठी प्रयत्न करत होती. 'क्लर्क हे अगदी खालचं पद आहे. त्यामुळे मला ते मिळवण्यासाठी प्रयत्न

करायचा नाही.' असं तिचं स्पष्ट ठरलेलं होतं. नोकरीच्या मुलाखतींमध्ये ती कर्मचाऱ्यांची उलाढाल आणि कंपनीचा आकार याविषयी विचारायची. खूश ठेवण्यासाठी कमी पर्यवेक्षक असतील असा लहानसा कारखाना तिला हवा होता. जुनी नोकरी का सोडली, हा प्रश्न तिनं बाजूला ठेवला होता. हा माझा वैयक्तिक प्रश्न आहे आणि त्याविषयी नाही बोललो तर बरं होईल, असं मिन सांगायची.

या वेळी मात्र तिनं बाकीच्यांच्या तुलनेत प्रामाणिकपणा थोडा बाजूलाच सारला होता. शनश्यींग रबर प्रॉडक्ट्स कंपनीमध्ये नोकरीसाठीच्या मुलाखतीच्या वेळी तिनं मनुष्यबळ विभागात काम करण्याचा वर्षभराचा अनुभव असल्याचं बिनधास्त सांगून टाकलं. 'मी यापेक्षा कमी सांगितला असता तर मला पुरेसा अनुभव नाही, असं त्यांना वाटलं असतं'. मिननं हे मला नंतर सांगितलं. महिना सहा डॉलरची नोकरी तिला मिळाली. तिच्याआधी त्या जागी काम करत असलेल्या व्यक्तीपेक्षा मिनला पगार वाढवून मिळाला.

दोन दिवसांनी मिननं त्या कंपनीच्या मनुष्यबळ विकास विभागात काम करायला सुरुवात केली. ती कंपनी मोबाइल फोन आणि कॉम्प्युटर कीबोर्डसाठी रबराचे भाग बनवायची. तिचं रोजचं काम आठ तासांचं असायचं. रविवारी सुट्टी असायची. तिच्या पातळीवरचे कामगार एका खोलीत चार याप्रमाणे राहायचे. तिच्या खोलीत बाथरूम, स्वतंत्र फोन होता. तिच्या आधीच्या नोकरीप्रमाणे राहण्याच्या सोयीसह तिला महिन्याला आठशे युआन मिळत होते. काम चांगलं केलं तर तिला नोकरीत पुढे जाण्यासाठीही संधी होती.

नव्या नोकरीमध्ये मिन कारखान्यातल्या चारशे कामगारांच्या नोकरीसंदर्भातील नोंदी, कामगिरी, उणिवा आणि पगार यांच्या नोंदी ठेवायची. एके काळी मशिनसोबत काम करणारी मिन आता सगळ्या मनुष्यबळाची धुरा सांभाळत होती. हे काम तिला जास्त भावणारं होतं. कामगार नोकरीसाठी कारखान्यात येत तेव्हा मिन त्यांचं मूल्यमापन करायची. 'ओळखपत्र आहे का? इथे किती काळ नोकरी करायचा विचार आहे?' असे जुजबी परंतु महत्त्वाचे प्रश्न करायची.

तिच्या अपेक्षेनुसार उत्तर न दिलेल्यांची ती 'आत्ता आमच्याकडे नोकऱ्या उपलब्ध नाहीत. धन्यवाद!' असं म्हणून बोळवण करायची.

दर महिन्याच्या दहा तारखेला कारखान्याच्या मालकाची तैवानी पत्नी कामगारांचे पगार द्यायला आणि बुद्धाचे आशीर्वाद घ्यायला यायची. ती कारखान्यात असायची तेव्हा मिन सतत तिच्यासोबत असायची. कारखान्यातल्या कँटीनमध्ये, धोकादायक यंत्रांपाशी आणि प्रवेशद्वारात सगळीकडे मिन तिच्यासोबत सावलीसारखी असायची. नंतर दोघीही बुद्धापुढे हात जोडून कामगारांच्या रक्षणाची आणि कारखान्याच्या व्यवसायाच्या भरभराटीची प्रार्थना करायच्या. मिन बुद्धाकडे हळूच आणखीही

मागणं मागायची. आपले सगळे कुटुंबीय, मित्रमंडळी, आजी-आजोबा यांना सुखी ठेवण्याचं गाऱ्हाणं घालायची. बॉसच्या पत्नीला मात्र ती हे सांगायची नाही.

कारखान्यातल्या राजकारणात ती मुरू लागली होती. ती रुजू झाल्यानंतर काहीच दिवसांनी सर्वोच्च पदावर असलेल्या बॉसनं तिला आपल्या कक्षात बोलावून घेतलं. मिनच्या आधी त्या जागी असलेली व्यक्ती प्रचंड बडबड करायची आणि कामात चुकाही करायची, असं या बॉसनं मिनला सांगितलं. 'तू फार बोलत नाहीस', असं त्याचं निरीक्षणही नोंदवलं.

'हो', तिनंही सहमती दिली.

बॉस हसला आणि म्हणाला, ''जेव्हा बोलायची गरज असते तेव्हा बोल. जेव्हा बोलायची आवश्यकता नसते तेव्हा नको बोलू.'' चीनमध्ये नोकरीत टिकून राहायचं असेल तर हा अलिखित नियम आहे, पण आतापर्यंत मिनला हे कोणीही सांगितलं नव्हतं.

या वेळी मिननं एखाद्या गुणी मुलीसारखं तिच्या आई-वडिलांना हाताळलं. नोकरी सोडतेय, हे तिनं त्यांना सांगितलंच नाही. वेगळीच शक्कल लढवली. घरी १२० डॉलर पाठवून दिले आणि त्यानंतर नोकरीविषयी सांगायला आई-वडिलांना फोन केला. तिनं पैसे पाठवलेले असल्यानं घरचे काहीच बोलू शकले नाहीत. मिन मला म्हणाली, ''बाहेर काय घडतंय याची त्यांना कल्पना नसते. त्यामुळे मला हवंय ते मी करते आणि नंतर त्यांना कळवते.''

मिनच्या माहितीतले बरेच जण नोकऱ्यांमध्ये बऱ्यापैकी पुढे गेले होते, तर काही जण त्या दिशेनं वाटचाल करत होते. शन्चनमध्ये असलेली मिनची बहीण आता कार्यकारी सचिव झाली होती, तर चुलत बहीण कुआंगचौमध्ये मॅनेजर झाली होती. जुन्या कारखान्यातल्या तिच्या दोन्ही मैत्रिणी विखुरल्या गेल्या होत्या. लिआंग रोंग तिच्या आई-वडिलांच्या पसंतीच्या मुलाशी लग्न करण्यासाठी गावी परतली होती. मिनच्या कारखान्यात नोकरीसाठी आलेल्या हुआंग च्याओनं मिननं सोडली त्याच दिवशी तिथली नोकरी सोडली होती. शहरात कुठेतरी प्रॉडक्शन क्लर्क म्हणून नोकरी करत होती. मिनचा जुना बॉस तोंगकुआनमध्ये परतला होता. तैवानी सॉकेट कारखान्यात काम करण्यासाठी तो बीजिंगहून परत आला होता, पण मिनला त्याला भेटायची इच्छा नव्हती. त्याला मिन आवडत असावी, असा तिच्या जुन्या कारखान्यातल्या कामगारांचा कयास होता. त्यानं तिच्या मोबाइलवर पाठवलेले जुने मेसेजेस तिनं पुन्हा वाचून काढले. 'तुझ्या मोठ्या भावाला तुझी फार आठवण येतेय', असे काही मेसेज वाचल्यावर तिला बाकीच्यांचं म्हणणं पटू लागलं. तिच्याशी चांगलं वागणारा एकमेव मोठा माणूसही विश्वास ठेवण्यासारखा नाहीच निघाला, असं मिनला वाटून गेलं.

लहान कारखान्यांचे स्वतःचे वेगळे प्रश्न होते. मिननं ते शोधलेही होते.

कामाच्या ठिकाणी सावळा गोंधळ होता. तिच्या नेमक्या जबाबदाऱ्या काय आहेत, हे तिलाही धड माहीत नव्हतं. डोक्यावर टाकलेली सगळी कामं आटोपण्याचा तिचा प्रयत्न असायचा. जुन्या बॉसप्रमाणे नव्या बॉसमध्येही असुरक्षितपणाची भावना होती. त्याच्या दर्जाबद्दल जागरुकता होती. चीनमधल्या बऱ्याच पुरुषांमध्ये हे दिसून येत असल्याचं मिनचं निरीक्षण होतं. प्रत्येक गोष्ट मिननं त्याला आधी विचारून करावी, अशी त्याची अपेक्षा होती. सुरक्षारक्षकांबरोबर मिन मोकळेपणे बोलते, हे बॉसला आवडायचं नाही. यावर त्याची उमटलेली प्रतिक्रिया म्हणजे, मिनच्या नकळतच तिच्या जागेवर दुसरं कोणीतरी नेमण्यासाठी त्यानं मुलाखती घ्यायला सुरुवात केली होती. तिला कार्यालयातल्या रिसेप्शनिस्टकडून हे समजलं होतं.

ऑगस्ट २००४ मध्ये, ती आल्यावर दोन महिन्यांनी मिननं दोन महिन्यांचा पगार घेतला आणि कुणाला काही न सांगता नोकरी सोडून दिली. तिच्या एका जुन्या सहकाऱ्यानं शन्चनमधल्या कारखान्यात नोकरी स्वीकारली होती. मिननं त्याच्यासोबत काम करावं असं त्यानं सुचवलं होतं. तिलाही ते मान्य होतं. मिननं कारखान्याजवळच्या एका हॉटेलात रात्र काढली. रात्री ती झोपलेली असताना हॉटेलच्या त्या खोलीतलं दार चोरांनी फोडलं. तिच्याकडचे नऊशे युआन आणि मोबाइल फोन चोरीला गेला. त्या फोनमध्ये मिनचे सगळे महत्त्वाचे नंबर होते : नवीन नोकरी मिळवण्यासाठी एकमेव मार्ग असलेला तिचा तो जुना सहकारी, घर सोडून शहरात आल्यापासून तिनं जोडलेली मित्रमंडळी आणि गावी परत गेलेला तिचा मित्र.

* * *

मोबाइल फोन ही बहुतांश स्थलांतरितांची पहिली मोठी खरेदी असायची. मोबाइल असल्याशिवाय मित्रमंडळींसोबत नातं टिकवून ठेवणं आणि नव्या नोकऱ्या मिळवणं जवळजवळ अशक्य होतं. एका कारखान्यातून दुसऱ्या कारखान्यात पाठवलेली पत्रं सहसा गहाळच व्हायची. कामगार राहायचे त्या ठिकाणी असंख्य जणांसाठी एकच फोन असण्याची शक्यता असल्यानं, तिथेही फोन करणं सोयीचं नव्हतं. कारखान्यातल्या फोनमध्ये अनेकदा बाहेर कॉल करता येणार नाहीत किंवा विशिष्ट मिनिटांनी फोन आपोआप बंद होईल, अशी तरतूद करून ठेवलेली असायची. तसंही कामगार इतक्या वेळा नोकऱ्या बदलायचे की कार्यालयातले किंवा डॉर्ममधले नंबर निरुपयोगी व्हायचे. अशा निरंतर हलत्या विश्वामध्ये एकमेव मोबाइल फोन हा उत्तर दिशेसारखा होता, व्यक्तीचा ठावठिकाणा स्थिर ठेवणारा.

हे सगळं पचवायला मला जरा त्रासच झाला. तोंगकुआनमधल्या माझ्या

सुरुवातीच्या दिवसांमध्ये तिथे नव्यानं आलेल्या स्थलांतरितांशी माझी चांगली मैत्री झाली होती. पण, त्यांच्या हातात तोपर्यंत मोबाइल फोन आलेले नव्हते. त्यामुळे एकेकाशी संपर्क सुटत गेला. मिनची आणि माझी भेट झाल्यावर मी तिच्यासाठी पेजर घ्यायचं ठरवलं. पण पेजरची पद्धत इतकी अचानक कालबाह्य झाली आणि पाचेक वर्षांत पेजर दिसेनासेच झाले. मी तिच्यासाठी पेजर घ्यायला गेले तर त्या इलेक्ट्रॉनिक्सच्या दुकानातले विक्रेते माझ्यावर हसायलाच लागले. मिनशीही संपर्क तुटू नये म्हणून मी तिला मोबाइल घेऊन दिला.

स्थलांतरितांच्या विश्वात मोबाइल फोन हे शहरातल्या अखंड गजबजाटाचं प्रतीक होतं. एका शू फॅक्टरीतल्या अधिकाऱ्यानं स्थलांतरित कामगारांच्या जगतातला बदल नेमक्या शब्दांत सांगितला : 'गावांमध्ये असताना त्यांच्याकडे फोन नसतात, नंतर अचानक ते इथे येतात आणि त्यांच्या हातात नोकिया ६८५० असतो.' विमा योजनांची विक्री करणाऱ्या एका तरुणीनं ग्रामीण भागातल्या स्थितीविषयी मला सांगितलं, 'गावी घरी गेल्यावर मोबाइल फोन एकाच्या हातातून दुसऱ्याच्या हातात फिरत असतो.' लोक एकमेकाशी बोलताना मोबाइलच्या भाषेत बोलायचे : मला रिचार्ज करायचंय. मी स्वतःला अपग्रेड करतोय. स्थलांतरित मुलींच्या आई-वडिलांचा मोबाइलवर मुळीच विश्वास नसायचा. काहींनी तर आपल्या मुलींना मोबाइल वापरण्यावर बंदी घातली होती. मोबाइल फोनमुळे अनोळखी लोकांसोबत ओळख आणि सलगी वाढवण्याची संधी मिळायची आणि काही वेळा उत्तेजनही. गावातल्या सर्वसाधारण जीवनात मात्र हे असं काहीही नव्हतं.

आपल्या आवडत्या तरुणाचं मोबाइल बिल भरायची तयारी दाखवून एखादी तरुणी मनातल्या भावना व्यक्त करायची. शेअर्ड फोनमार्फत जोडपी एकमेकाबद्दलची निष्ठा व्यक्त करायचे. अन्य कोणासाठी तरी लिहिलेले टेक्स्ट मेसेज चोरून वाचल्याने त्यांच्या नात्याला सुरुंग लागायचा ही गोष्ट अलाहिदा. मला माहीत असलेले स्थलांतरित, 'मोबाइल फोन' या मुद्द्यावरून प्रचंड वेळ काढायचे - स्वस्त कॉलिंग प्लॅनचा लाभ घेण्यासाठी सतत मोबाइल नंबर बदलायचे, रोमिंगचे पैसे मोजावे लागू नयेत म्हणून नोकरीचं शहर बदलताना मोबाइलमधलं सिमकार्ड बदलायचं. थोडके पैसे वाचवायचे, मग त्यामुळे काही चांगल्या लोकांशी संपर्क तुटला तरी बेहत्तर, अशी तोंगकुआनमधली मानसिकता होती.

चीनमधली मोबाइल फोनची बाजारपेठ अवाढव्य आणि जगातली सगळ्यात मोठी असण्यामागे 'स्थलांतरित कामगार' हे एक मुख्य कारण आहे, तरीही त्यांच्याबद्दल या क्षेत्राच्या भावना संमिश्र आहेत. बाजारातल्या अर्थकारणामागे स्थलांतरित कारणीभूत होते. दूरसंचार क्षेत्रातल्या एका मित्रानं मला सांगितलं होतं, स्थलांतरित कामगारांची केवळ स्वस्त मोबाइल सेवा खरेदी करण्याची तयारी

असल्यामुळे मोबाइलच्या किमती पडल्या. याचा फटका म्युझिकलाही बसला होता. स्थलांतरितांना मोबाइल रिंगटोन म्हणून असभ्य गाणी आवडायची. त्यामुळे गेल्या काही वर्षांत चिनी पॉप म्युझिकचा दर्जा घसरल्याचंही माझ्या कानावर आलं होतं.

तोंगकुआनमधले शेकडो कारखाने मोबाइल फोनचे पार्ट्स बनवायचे. शहरातला दर तिसरा किरकोळ विक्रेता मोबाइल फोन विकणारा असायचा. चोरलेल्या फोनचाही जोरदार व्यवसाय शहरात चालायचा. काही जिल्हे मोबाइलचोरीच्या सर्वाधिक प्रमाणासाठी नावाजलेले होते. मोबाइल चोरण्याची एक पद्धत होती. रस्त्याच्या कडेनं मोबाइलवर बोलत चालणाऱ्या पादचाऱ्यांजवळून मोटरसायकलवरून झुमकन जायचं. जाता जाता त्यांच्या हातातला मोबाइल हिसकावून घ्यायचा. चोरीच्या फोनचं कव्हर बदलायचं आणि नवा म्हणून विकून टाकायचा. उत्पादित केलेले, विकलेले, चोरलेले, रंगरूप बदललेले आणि पुनर्विक्री केलेले मोबाइल फोन म्हणजे तोंगकुआनच्या अर्थव्यवस्थेला चालना देणारा कधीही न मरणारा स्रोत होता.

याच ध्येयानं मिनही या शहराशी जोडली गेली होती. मोबाइल चोरीला गेल्यानं दीड वर्षांपासूनचे तिचे मित्रमैत्रिणी तुटले गेले होते, जणू काय त्यांची कधी मैत्रीच झाली नव्हती. ती पुन्हा एकटी पडली होती.

फॅक्टरी गर्ल्स

रनिंग शू तयार करण्यासाठी दोनशे जणांचे हात राबलेले असतात. शू बनवण्याच्या प्रक्रियेची सुरुवात 'कटर' या व्यक्तीपासून होते. जिगसॉ पझलप्रमाणे कटर मेश फॅब्रिक शीटवर आखणी करून त्याचे तुकडे कापतो. त्यानंतर स्टिचरचं काम असतं. स्टिचर हे तुकडे ठरल्याप्रमाणे एकत्र करून शूचा वरचा भाग शिवतात. त्यावर प्लॅस्टिक लोगो, शूलेस आयलेट्स लावतात. नंतर सोल-वर्कर सोलचे तुकडे गरम करण्यासाठी आणि एकत्र चिकटवण्यासाठी इन्फ्रारेड ओव्हन्सचा वापर करतात. असेम्बलर वरचा भाग माणसाच्या पायाप्रमाणे दिसणाऱ्या प्लास्टिक मोल्डवर खेचून घेतात. या कामासाठी मोठी ताकद पणाला लावावी लागत असल्याने साधरणतः असेम्बलर पुरुष असतात. बुटाच्या वरचा भाग ते घट्ट बांधतात, तळव्याकडच्या भागावर गोंद लावतात. वरचा आणि तळव्याचा भाग एकत्र घट्ट दाबतात. प्रत्येक शूवर यंत्राद्वारा नव्वद पाउंड दाब टाकला जातो. फिनिशर उरलासुरला कचरा काढून टाकतात आणि काही चुका राहिल्या नाहीत ना हे पाहण्यासाठी प्रत्येक शू तपासतात. योग्य असलेले बुटांचे जोड पुठ्ठ्याच्या खोक्यांमध्ये ठेवतात. ही खोकी एका क्रेटमध्ये ठेवली जातात. एका क्रेटमध्ये दहा खोकी मावतात. तीन दिवसांच्या आत हे क्रेट जगभर पाठवले जातात. प्रत्येक बुटावर 'मेड इन चायना' हा शिक्का असतो.

तुम्ही खेळांसाठीचे शूज वापरत असाल तर ते तोंगकुआनमधल्या युए युएन कारखान्यात तयार केलेले असण्याची शक्यता नाकारता येत नाही. तैवानींच्या

मालकीचा हा कारखाना नाइके, अदिदास, रीबॉक या अत्यंत लोकप्रिय आणि प्युमा, ॲसिक्स या लहान ब्रँडसाठी उत्पादन करणारा सर्वांत मोठा उत्पादक आहे. या सगळ्या ब्रँडनी काही वर्षांपूर्वीच स्वतः उत्पादन करणं बंद केलं आणि अतिशय स्वस्तात निर्मिती करणाऱ्या कारखान्यांकडे उत्पादनाची जबाबदारी सोपवली. युए युएनचं रहस्य होतं ते म्हणजे एकात्मीकरण : कारखान्यात उत्पादन प्रक्रियेतील प्रत्येक टप्प्याचं नियंत्रण केलं जातं- सुरुवातीच्या डिझाइनपासून गोंद, तळवे, साचे बनवण्यापर्यंत, तसंच कटिंग, स्टीचिंग, तयार उत्पादनावर शेवटचा हात फिरवण्यापर्यंत. जगभरातल्या एक तृतीयांश शूजचे उत्पादन कुआंगतोंग प्रांतात होते. त्यामध्ये युए युएन उत्पादन प्रकल्पाचं योगदान लक्षणीय आहे.

तोंगकुआनमधल्या कारखान्यात सत्तर हजार जण काम करतात. म्हणजे, सँटा फे, न्यू मेक्सिकोमधली तीस वर्षांखालची संपूर्ण लोकसंख्या विचारात घ्या आणि ती ॲथलेटिक शूज बनवण्यात गुंतलीय, अशी कल्पना करा. कुंपणाच्या विटांच्या बांधाच्या आतमध्ये कामगार कारखान्याच्या डॉर्ममध्ये झोपायचे, कारखान्याच्या कॅफेटेरियामध्ये खायचे आणि कारखान्यातल्याच दुकानात खरेदी करायचे. कर्मचाऱ्यांच्या लहान मुलांसाठी युए युएनमध्ये किंडरगार्टन चालवलं जातं. तिथे १५० कर्मचारी वर्ग असलेलं रुग्णालय, परफॉर्मन्स थिएटर आणि परफॉर्मन्स ट्रूप आहे, इंग्रजीचे वर्ग आहेत. कारखान्याचा स्वतःचा ऊर्जाप्रकल्प आहे. अग्निशमन विभागही आहे. या कारखान्याकडे अग्निशमनाकरिता वापरली जाणारी सर्वांत उंच शिडी असल्यानं काही वेळा तोंगकुआन शहरात आग विझवण्यासाठी युए युएनकडून शिडी नेली जाते. युए युएन पाण्याच्या बाटल्याही तयार करते. स्थानिक लोक सांगतील, कारखाना स्वतःसाठी अन्नधान्याचंही उत्पादन घेतो; पण त्यात तथ्य नाही. अन्नधान्यासाठी कंपनीनं एकदा त्या परिसरातल्या शेतकऱ्यांशी करार केला होता, इतकंच.

युए युएन कारखाना तरुण स्थलांतरितांना स्थिरता देतो. असेम्ब्ली लाइनमधली नोकरी किरकोळ पगाराची असते. शहरातला किमान पगार म्हणजे सगळ्या कपाती वजा करून महिन्याला साधारण बहात्तर डॉलर. कमी असला तरी दर महिन्याला वेळेवर पगार व्हायचा. रोजच्या कामाची मर्यादा अकरा तास होती, आठवड्याला साठ तास आणि रविवारी सुट्टी. तिथल्या कारखान्यांच्या जगतात हे जरा वेगळंच होतं. काही कारखान्यांमध्ये तर रात्रीच्या वेळीही काम केलं जायचं. युए युएनमधले कामगार खोलीतल्या बंकमध्ये एका खोलीत दहा असे झोपायचे. कारखान्यांतल्या सरासरी संख्येपेक्षाही ही संख्या तुलनेनं बरी होती. इथे नोकरी मिळवून देण्यासाठी तरुणी, उमेदवार मध्यस्थाला शंभर युआन द्यायच्या. तरुणांना त्यापेक्षा कितीतरी पट अधिक रक्कम मोजावी लागायची. युए युएन कारखान्यातल्या कामगारांमध्ये महिलांचं प्रमाण अंदाजे ऐंशी टक्के आहे. त्यातल्या बहुतांश महिला अठरा ते पंचवीस या वयोगटातल्या आहेत.

युए युएन कारखान्यात काम केलेल्या स्थलांतरित कामगारांना त्यानंतर अन्य कारखान्यांतलं काम कदाचित कधीच रुचणार नाही. कालांतरानं एखादी कामगार, आजारी नातेवाइकाला पाहणे, साखरपुड्याचा विषय आटपणे, आराम करणे किंवा बाळाचा जन्म यासाठी नोकरी सोडू शकते आणि नंतर पुन्हा युए युएनमध्ये परतू शकते. एखादा कामगार आपलं सख्खं किंवा चुलत भावंडं, गावातले अन्य ओळखीचे यांना कारखान्यात नोकरीसाठी घेऊन येऊ शकतो आणि ही कंपनीही त्यासाठी प्रोत्साहन देते. एक उदाहरण म्हणजे, या कारखान्यात एकदा एकाच कुटुंबातले दहा जण काम करत होते. कामगारांनी नोकरी सोडण्याचं आणि नवे कामगार येण्याचं प्रमाण इथे प्रचंड आहे. महिन्याला पाच टक्के असेल साधारण! म्हणजे, वर्षाला जवळजवळ निम्मे कामगार बदललेले असतात. पुन्हा याच कारखान्यात परत येण्यासाठी इथली नोकरी तात्पुरती सोडलेले कामगार यामध्ये गृहित धरलेले नाहीत. चौ यिनफंग सन १९९१ मध्ये, वयाच्या सतराव्या वर्षी युए युएनमध्ये दाखल झाली. तिची आणि तिच्या नवऱ्याची ओळख याच कारखान्यात झाली. नंतर तिनं बाळंतपणासाठी कारखान्यात मोठी सुट्टी घेतली. त्यानंतर तिची पुढची वाटचाल बढतीनं झाली. आता ती कारखान्याची प्रमुख म्हणून पंधराशे कामगारांना हाताळते. मला म्हणाली, ''मी निवृत्त होईपर्यंत मला इथेच राहायला आवडेल.'' तिचं वय तीस वर्षं होतं, पण तिचा आवाज एखाद्या प्रौढ स्त्रीच्या कठोर आवाजासारखा होता. वर्षानुवर्षं यंत्रांच्या घरघराटामध्ये ओरडून बोलून युए युएनमधल्या सगळ्या बॉसचा आवाज कर्कश झाला होता, असं तिथले कामगार सांगायचे.

कारखान्यामध्ये नोकरीच्या शिड्या चढत जाणं शक्य होतं. या कारखान्याकडे उत्पादनाची मागणीच इतकी अफाट होती की तिथल्या कामगारांनाच बढती देऊन अधिक जबाबदारी देणं सोयीचं होतं. कंपनीतले जवळजवळ सगळेच व्यवस्थापक, म्हणजे सिंगल लाइनच्या पर्यवेक्षकांपासून ते संपूर्ण कारखान्याच्या प्रमुखांपर्यंत, ग्रामीण भागातून शहरांकडे स्थलांतरित झालेले होते आणि त्यांनी असेम्ब्ली लाइनपासून सुरुवात केली होती. कारखान्यांच्या विश्वामध्ये अतिशय क्लिष्ट पदस्तर होता.

व्यवस्थापकांचं विभाजन प्रशिक्षणार्थीपासून व्यवस्थापकीय संचालकांपर्यंत एकूण तेरा स्तरांमध्ये केलेलं होतं. ते एकमेकांना नावानं हाक न मारता पदानं हाक मारायचे. एक कॅफेटेरिया केवळ प्रॉडक्शन लाइनच्या प्रमुखांसाठी राखीव असायचा, तर दुसरा पर्यवेक्षकांसाठी असायचा. मूल हा प्रतिष्ठेचा विषय होता : केवळ लाइन लीडर आणि त्यावरच्या पदाच्या लोकांना कारखान्यात विवाहित जोडपं आणि सोबत मूल असं राहता यायचं. सर्वसामान्य कामगार मात्र आपल्या मुलांना गावीच ठेवायचे. त्यांचे आजी-आजोबा त्यांना सांभाळायचे.

कारखान्यातला समाज प्रांतानुसार विभागला जातो. एकाच प्रांतातले कामगार

एकमेकाला धरून असतात. त्यांच्या गावच्या बोलीभाषेत बोलतात. बाहेरच्यांना ही भाषा समजणार नाही. मोठ्या संख्येने स्थलांतरित लोकसंख्या असलेल्या प्रांतांमधल्या कामगारांमध्ये त्यांच्या काउंटीनुसार आणखी गट पडतात. आनहुई, हनान, शानश्यी आणि शानतोंग अशा लगतच्या प्रांतांतून आलेले कामगार एकमेकाशी आपल्या बोलीभाषेत बोलू शकतात. ते एकमेकाला 'हाफ-फेलो प्रोव्हिन्शिअल' म्हणतात. यातून त्यांच्यामध्ये एक प्रकारची आपलेपणाची भावना निर्माण होते. कंपनीही या प्रादेशिक प्रेमाच्या आड येत नाही. म्हणूनच कॅफेटेरियामध्ये कामगारांना त्यांच्या आवडीनुसार हुनान, सछुआन किंवा कँटोनीज पदार्थांचे पर्याय दिले जातात. व्यक्तिमत्त्वातलं ठरावीक वैशिष्ट्य एकाच मातीतल्या कोट्यवधी लोकांमध्ये असू शकतं, असं एखाद्या बॉसला वाटलं तर तो त्या प्रांतातल्या कामगारांवर कायमची फुली मारू शकतो. जसं की, हनानमधले लोक भांडखोर असतात. आनहुईमधले लोक परिश्रमी असतात, पण विश्वासू नसतात, वगैरे!

सुरक्षारक्षकांचा पहारा असलेल्या कारखान्याच्या प्रवेशद्वाराबाहेर पाऊलही न ठेवता इथले कामगार असंख्य दिवस काढू शकतात आणि त्यांच्यातले बरेच जण असं करतातही. बाहेरचं जग लुआन म्हणजे भयानक, कलकलाटाचं आहे, असं त्यांना वाटत असतं. पण युए युएनमधलं अंतर्गत आयुष्यही त्रासदायक असू शकतं. कामगारांकडचे पैसे चोरीला जाणं तर सर्रास घडतं. हे प्रकार रोखण्यासाठीच कामगारांना काम सुरू असताना मध्येच डॉर्ममध्ये जायला मनाई होती. कारखान्याच्या कार्यक्षमतेच्या सोयीसाठी प्रॉडक्शन लाइनमधल्या कामगारांनी एका खोलीत राहणं गरजेचं असायचं. त्यामुळे कारखान्यात काम करताना झालेली भांडणं पुढे डॉर्ममध्येही सुरू ठेवली जायची. युए युएनमध्ये कामगारांच्या टोळ्या होत्या. काही जण पगाराच्या दिवशी कामगारांच्या पैशांवर डल्ला मारायचे, तर काही जण कारखान्यात तयार होणाऱ्या शूजचे भाग चोरायचे. या टोळ्यांची स्वतःची कार्यपद्धती होती. एखादी टोळी कदाचित कारखान्यातल्या शूलेस बाहेर विकायची, तर एखादी टोळी सोलची तस्करी करायची. हे भाग एकत्र करून शूज बनवले जायचे आणि शहरातल्या दुसऱ्या भागातून विकले जायचे. चीनमधल्या बनावटगिरीच्या विश्वाची एक खासीयत आहे- अस्सल भाग बेकायदा जुळवणे. या टोळ्याही प्रांतांच्या पायावर तयार झालेल्या असायच्या. हुनानमधल्या कामगारांची टोळी सर्वांत भीतिदायक होती.

विवाहाशिवाय दिवस राहणं आणि गर्भपात करणं याइतकेच प्रेमत्रिकोण आणि विवाहबाह्य संबंध हे प्रकारही बोकाळलेले होते. प्रेमात अपयश आल्यामुळे काही वर्षांपूर्वी एका महिलेनं आत्महत्या केली. एकीनं डॉर्ममधल्या बाथरूममध्ये बाळाला जन्म दिला आणि ते बाळ टॉयलेटमध्ये फेकून दिलं. ते बाळ मरण पावलं. बाळाच्या आईला घरी पाठवून देण्यात आलं. 'आमच्या कारखान्यात सत्तर हजार

जण आहेत. हे शहरच आहे जणू. कोणत्याही शहरात जे प्रश्न असतात तेच आम्ही कारखान्यातही अनुभवतो', असं युए युएनममध्ये कामगारांचे आरोग्य आणि सुरक्षा अधिकारी यांची जबाबदारी असलेल्या ल्युक ली यांनी सांगितलं.

* * *

वीकेण्डला प्रॉडक्शन लाइन बंद असतात. त्यामुळे युए युएनच्या परिसरात वेगळंच वातावरण असतं. आठवडाभर जबाबदारीनं वागणाऱ्या आणि निर्विकार चेहरा घेऊन वावरणाऱ्या तरुणी काहीशा ढिल्या आणि निवांत होतात. एकमेकींच्या हातात हात गुंफून, कारखान्यातल्या ओळखपत्राचा पट्टा गळ्यात अडकवून किंवा बेल्टला जोडलेल्या चेनवर टाकून त्या भटकत असतात. त्यांच्या गावच्या बोलीभाषेत मोठमोठ्यानं गप्पा मारत असतात. अंगप्रदर्शन करत असतात. टँक टॉप किंवा पार्टीसारखा काळा ड्रेस आणि उंच टाचांच्या सँडल हा त्यांचा साधारण पोशाख असतो. काही वेळा मैत्रिणींचा घोळका एकसारखे कपडे घालवून मिरवत असतो. सगळ्या जणी आइस्क्रीम कोनवर ताव मारतात. गवतामध्ये दोघी-तिघींच्या गटानं अनवाणी, बसून मासिकं वाचतात किंवा एकमेकींचा विश्वास संपादन करतात, एकमेकींसोबत उत्तम प्रकारे वेळ घालवतात. काही वेळा एखादी मुलगी शून्यात नजर लावून दिवास्वप्न बघत एकटीच बसलेली असते.

डॉर्ममध्ये खासगी असं काहीच नसतं. शाम्पू लावून धुतलेले केस मुली डॉर्मच्या दारात उभं राहून हातातल्या आरशात बघून विंचरत. वरच्या मजल्यांवर राहणाऱ्या तरुणी बाल्कनीच्या कठ्ठ्यावर रेलून तळमजल्यावर काय-काय चाललंय ते बघायच्या आणि तिथल्या मैत्रिणींना इतक्या वरून आवाज द्यायच्या. उन्हाळ्यातल्या दमट सकाळी मोठ्या आवाजात गाणी सुरू असायची. मुलींनी धुतलेल्या कपड्यांचा वास तिथे दरवळत राहायचा. ब्लीच, साबण, ओलावा असे वास युए युएन कारखान्यातून नेहमीच येत.

जून २००४ मधल्या एका रविवारी सकाळी अनेक तरुणी 'जे' बिल्डिंगमधल्या ८०५ क्रमांकाच्या खोलीत गप्पा मारत पहुडल्या होत्या. खोली पिंजारलेल्या केसांसारखी अस्ताव्यस्त झालेली होती. सकाळी अकरा वाजले तरी मुली निवांत लोळत होत्या.

एका मुलीनं सांगितलं, "गावाबाहेरच्या एखाद्या पुरुषाशी बोलायचं म्हणजे त्याचं नेमकं वागणं आपल्याला माहीत नसतं. त्याच्या कुटुंबाचीही माहिती नसते."

गावातून बाहेर पडल्यावर मुलीनं बॉयफ्रेंड निवडला तर गावात तिच्या आई-वडिलांना याचे परिणाम भोगावे लागायचे.

कुणाशी मैत्री केली तर गावी परत गेल्यावर मित्रमंडळींशी संपर्क राहत नाही.

गावी गेल्यानंतर, तिथल्या लोकांना तुमच्याविषयी सगळ्या प्रकारची माहिती असल्याचं लक्षात येईल.

'जे'८०५ मध्ये दहा मुली एकत्र राहायच्या. आठव्या मजल्यावरची ही खोली जेमतेम दोनशे चौरस फुटांची होती. त्यामध्ये धातूच्या बंक बेडच्या दोन रांगा होत्या. युए युएनमध्ये अन्यत्र यायचा तसा या खोलीतही कपडे धुतल्याचा वास यायचा. प्रत्येक मुलीला एक भिंतीतलं कपाट दिलेलं होतं. त्यामध्ये कपडे, खाऊ, मेक-अप साहित्य, दागिने ठेवलेले असायचे. अमेरिकेतल्या हायस्कूलमधल्या मुलींच्या लॉकरसारखा, या मुलींनी कपाटाचा आतला भाग मासिकात छापून आलेल्या सिनेतारकांच्या फोटोंनी सजवला होता. बंकच्या खालची जागा म्हणजे चपलांचं भांडार होतं. उंच टाचांच्या, स्नीकर, हॅलो किट्टी, फ्लिप-फ्लॉप असे असंख्य प्रकार तिथे असायचे. 'जे'८०५ खोली एकसारख्या असलेल्या खोल्यांच्या लांबलचक मार्गिकेवर होती. दोन्ही टोकांना बाथरूम आणि शॉवर होते. त्या इमारतीत २००० कामगार राहत होते.

गावी शेतीच्या दृष्टीने अतिशय महत्त्वाचा काळ सुरू होता. उन्हाळी पिकं काढण्याची आणि उन्हाळी लागवड करण्याची वेळ आली होती. शू उत्पादनाचं जगभरातलं चक्र मंदावत होतं. 'जे'८०५ मध्ये राहणाऱ्या मुली युए युएनच्या ८व्या क्रमांकाच्या कारखान्यात काम करायच्या. हा कारखाना आदिदास आणि सोलोमन यांसाठी शूज बनवायचा. आता त्या दररोज केवळ साडेदहा तास आणि शनिवारी अर्धा किंवा पूर्ण दिवस काम करायच्या. तोंगकुआनमधल्या उत्पादन जगतात हा मंदीचा काळ समजला जायचा. काही मुलींनी सुट्टी घेऊन घरी जाण्याचा विचार केला होता, पण त्या बुटाचा कोणता भाग तयार करण्यासाठी काम करायच्या यावर त्यांचे मार्ग ठरलेले होते. शू सोलसाठी काम करणाऱ्या मुलींना सुट्टी घेणं शक्य होतं. कटर आणि स्टिचरना मात्र कामातून मुभा मिळणारी नव्हती.

सोल विभागात काम करणारी आणि मूळची हनान प्रांतातली च्यीआ च्यीमे खरेदी करून परतली. आल्या आल्या उत्साहानं तिनं सगळी खरेदी दाखवायला सुरुवात केली. ट्रेनमधल्या प्रवासात खायला खाऊ आणि घरच्यांसाठी कॅसेट प्लेअर आणला होता तिनं! तिला एक महिना घरी जाऊन येण्यासाठी नुकतीच सुट्टी मिळाली होती. म्हणाली, "गेल्या दोन रात्री मी झोपू शकले नाहीये. एकदा घरी जायचं असलं की बाकी काहीही सुचत नाही." तिच्या गोल चेहऱ्यावर नकटं नाक आणि रुंद डोळे उठून दिसायचे. तिच्या बंक बेडवर बसून, पांडाशी खेळत ती बोलत होती.

आनहुइ प्रांतातून आलेली चांग छ्यीएनछ्यीएन ही सर्व तयारी पाहत होती. अंगापिंडानं ती मजबूत होती. रुंद बांधा आणि जराही हास्य नसलेला शिष्ट चेहरा. तिनं जीन्स घातली होती. मनगटावरच्या काळ्या स्पोर्ट्स वॉचमुळे ती आणखी

मजबूत दिसत होती. छ्यीएनछ्यीएन म्हणाली, "घरी गेले की मला टोकाचा कंटाळा येतो. घरात टीव्हीही नाही आणि कॅसेट प्लेअरही नाही. घरातला जवळजवळ प्रत्येक जण ज्याच्या त्याच्या कामासाठी बाहेर गेलेला असतो. दिवसभर मी एकटीच असते."

ती पुढे म्हणाली, "माझी आजी नाश्ता बनवण्यासाठी पहाटेच उठते. खाण्यासाठी मलाही उठवते. अनेकदा तोपर्यंत माझी झोपच उडलेली नसते. मी झोपूनच राहते. मग यावर माझे वडील म्हणतात, 'तू अजून अंथरुणातच घोरत पडलीयेस? तुझ्या आजीनं केलेला नाश्ता खायलाही तू आलेली नाहीस.' घरी जो तो नुसता टोमणे मारत असतो."

"एकदा घरी गेलो ना की तिथे राहवत नाही." हुनानमधून आलेल्या तिच्या रूममेटला, लि श्यावयानलाही छ्यीएनछ्यीएनचं म्हणणं पटलं. ती 'कटर' म्हणून काम करायची. या मुलींची गावातल्या घरच्यांसोबतची नाती अतिशय गुंतागुंतीची होती. गावातून शहरात आल्यावर त्या एकाकी असायच्या, थकलेल्या असायच्या आणि सतत घरी जायचा विषय काढायच्या. घरी गेल्यावर मात्र लगेचच त्यांना कंटाळा यायचा. कधी एकदा तिथून बाहेर पडतोय, असं व्हायचं. एखाद्या मुलीनं कारखाना सोडायचं ठरवलं तर तिच्याभोवती असलेल्या सगळ्यांना जोरदार धक्का बसायचा. अनिश्चिती वाटायची. स्थलांतरित असणं म्हणजे अगदी जवळच्या माणसांनी असं सोडून देण्यासारखं होतं. घरी जाणं आणि परत येणं या बाबतीत छ्यीएनछ्यीएनला मोठा अनुभव होता. ती तीन वर्षांपूर्वी गाव सोडून शहरात आली होती. वर्षभर तिनं युए युएनमध्ये काम केलं आणि काही काळासाठी ती घरी परत गेली. तोंगकुआनला परत आल्यावर तिनं छोट्याशा इलेक्ट्रॉनिक कंपनीत नोकरी पत्करली. तिथली परिस्थिती युए युएनपेक्षा भयानक होती. तिनं ती नोकरी सोडली आणि तिच्या आजीच्या ऐंशीव्या वाढदिवसानिमित्त गावी परत गेली. चारच महिन्यांपूर्वी ती युए युएनमध्ये परत आली होती. म्हणाली, "मी इकडे-तिकडे बरीच फिरले; पण दर वेळी याच कारखान्यात परत आले."

च्यीआ च्यीमेला पुरेशी शाश्वती नव्हती. ती म्हणाली, "मी कदाचित युए युएनमध्ये परत येईनही. पण मला अजूनही त्याबद्दल खात्री नाही." आठवडाभरानं, परत येणार आहे की नाही, हे रूममेटना न सांगताच ती घरी निघून गेली.

* * *

मानवी इतिहासातलं सर्वांत मोठं स्थलांतर चीनमध्ये गेली पंचवीस वर्षं सुरू आहे. स्थलांतरित होणाऱ्या लोकांमध्ये कमालीचे बदल होत आहेत. ८०च्या दशकात

आणि ९०च्या दशकाच्या सुरुवातीला ग्रामीण भागातून बाहेर पडलेली मंडळी दिशाहीन भरकटली होती. कुटुंबाच्या रोख पैशांच्या गरजा पूर्ण करण्यासाठी आणि गावी घर बांधण्याची इच्छा पूर्ण करण्यासाठी हे लोक गावांतून बाहेर पडले होते. एकट्या बाईनं गावाबाहेर पडणं जोखमीचं, शरमेचं समजलं जाई. सुरुवातीच्या काळातल्या या स्थलांतरितांना सहसा हंगामी काम मिळत असे. हे हंगाम शेतीप्रमाणे होते. पेरणीच्या काळात आणि नंतर पिकं तयार झाल्यानंतर मदत करण्यासाठी या स्थलांतरितांची पावलं गावाकडे वळायची. बाहेर पुरेसे पैसे गाठीशी जमले की ते गावामध्ये परत यायचे.

नवी पिढी मोठी होईपर्यंत, स्थलांतर हा पर्याय अधिक चांगल्या आयुष्यासाठी गवसलेला आणि स्वीकारला गेलेला होता. ही तरुण आणि आधीच्या पिढीपेक्षा जास्त शिकलेली पिढी ग्रामीण भागातल्या गरिबीपेक्षा शहरात उपलब्ध असलेल्या मुबलक संधींमुळे स्थलांतरासाठी अधिक प्रेरित झाली. स्थलांतर करणं लज्जास्पद उरलं नव्हतं. किंबहुना तोपर्यंत तर स्थलांतर न करणं कमी दर्जाचं मानलं जाऊ लागलं होतं.

नव्यानं स्थलांतर होणाऱ्यांचे गावाशी असलेले बंध विरळ झाले होते. गावी येण्या-जाण्याच्या त्यांच्या फेऱ्या शेतीच्या कामांशी संबंधित उरलेल्या नव्हत्या, की ल्युनार नववर्षासारख्या पारंपरिक सुट्यांशी जोडलेल्या नव्हत्या. स्थलांतरित तरुण, नोकऱ्या बदलणं किंवा कामातून सुट्या मिळणं अशा आपल्या सोयीनुसार शहरातून गावात फेऱ्या मारायचे. आणि हे सगळं अनेकदा उत्पादनचक्रावर अवलंबून असायचं. त्यामुळे स्थलांतरितांचं आयुष्य आता शेतीतल्या हंगामानुसार नाही, तर कारखान्यातल्या हंगामानुसार ठरतं.

स्थलांतरित शहरातल्या माणसांप्रमाणे दिसतात आणि वागतात. नव्वदच्या दशकात सुरू झालेली स्थलांतरितांविषयीची मासिकं बंद पडू लागली आहेत किंवा तग धरून ठेवण्यासाठी धडपडत आहेत. त्यांना वाचकांचीच वानवा आहे. स्थलांतरितांच्या अनुभवासंबंधीची गाणीही आता दक्षिणेकडच्या शहरांतल्या कारखान्यांतून कानावर येत नाहीत. असेम्ब्ली लाइनवरचे कामगारही आता शहरांतल्या तरुणांप्रमाणे पॉप गाण्यांवर माना डोलावतात. आज, स्थलांतरित तरुणाई अत्यंत निकड असेल तरच गावी घरी पैसे पाठवते; अन्यथा, त्यांच्याकडचा पैसा मोबाइल, केशरचना, कपडे अशा शहरी चोचल्यांवर उडवला जातो. नव्यानं स्थलांतरित झालेले तर जुन्या मंडळीपेक्षा जास्त महत्त्वाकांक्षी आहेत. नव्वदच्या दशकात शहरांकडे स्थलांतरित झालेल्या लोकसंख्येपैकी केवळ १२ टक्के लोक त्यांच्या एकंदर जीवनाविषयी समाधानी होते, असं एका पाहणीत आढळलं आहे. त्यापूर्वीच्या दशकात मात्र समाधानी लोकांचं प्रमाण २७ टक्के होतं. याचा अर्थ असा नाही की नव्या

स्थलांतरितांना गावाला परत जायची इच्छा होती. पण ते तुलना करण्यासाठी शहर हा पाया गृहीत धरायचे, हे मात्र यातून दिसून येतं. कदाचित, या मोठ्या अपेक्षांमुळे यशाची मोठी शक्यता निर्माण व्हायची. किंबहुना, नव्या पिढीच्या नशिबी केवळ निराश होणं होतं, असाही अर्थ काढता येऊ शकतो.

युए युएनमधल्या मुलींना समजून घेणं अजिबात सोपं नव्हतं. तिथल्या मुली मला भेटण्यासाठी तारीख-वेळ ठरवायच्या, पण प्रत्यक्षात यायच्याच नाहीत. नंतर कधी त्या भेटल्याच तर त्यांना या गोष्टीची जाणीवच नसायची. त्यामुळे माझी माफी मागण्याचा किंवा मला स्पष्टीकरण द्यायचा प्रश्नच यायचा नाही. संपर्क टिकवून ठेवण्यासाठी मी दिलेला मोबाइल फोन स्वीकारण्याची कुणाचीच तयारी नव्हती; कुणाला जबाबदारीच घ्यायची नव्हती. एखाद्या दिवशी आणि कदाचित दुसऱ्याही दिवशी त्या माझ्याशी मैत्रीनं वागायच्या आणि मी डॉर्ममध्ये एखादीशी गप्पा मारत बसले तर खोलीतल्या बाकीच्या मुली माझा नाद सोडून द्यायच्या. एका मुलीला तर तिच्या रूममेटनं माझ्याशी खोटं बोलायला सांगितलं होतं. तिनं नोकरी सोडलीय, असं मला खोटंच सांगण्यात आलं. का तर म्हणे मी विश्वासार्ह नाही, असं त्या मुलीला कुणीतरी सांगितलं होतं. डॉर्मेटरीमध्ये जाण्याचे अधिकार मला कंपनीनं दिले होते. त्यामुळे मी कुठेही फिरू शकत होते. पण त्या डॉर्ममध्ये राहत असलेल्या मुलींचा विश्वास जिंकणं महाकठीण होतं.

तिथल्या मुली एकमेकींपासून कमालीच्या सावध असायच्या. अनेकदा एकमेकींशी रुक्षपणे बोलायच्या. त्या ज्यांच्यासोबत राहायच्या आणि काम करायच्या त्यांच्याविषयी त्यांना बऱ्याचदा काही माहीतही नसायचं. माझी त्यांच्याशी चांगली ओळख झाल्यावर बाकीच्या मुलींविषयी त्या मलाच बातम्या विचारायच्या. प्रत्येक मुलीला साधारण एक किंवा दोन सच्च्या मैत्रिणी असायच्या आणि त्या सहसा त्यांच्यापासून फार लांब राहायच्या. खूप वेळा इतर कारखान्यांमध्ये काम करत असायच्या. पण सोबत असलेल्या मुलींपेक्षा लांबवर असलेल्या मैत्रिणींवर या मुलींचा गाढ विश्वास असायचा. अनोळखी लोकांमध्ये सुरक्षितपणे राहण्यासाठी त्यांनी जाणीवपूर्वक स्वीकारलेलं हे धोरण असावं. आज रात्री आपल्या बंकच्या कडेच्या बंकवर झोपलेली मुलगी उद्या रात्री तिथेच असेल असं नाही, ती निघूनही गेलेली असेल, असं कदाचित त्यांच्या मनात रुतलेलं असावं.

आपल्या परिस्थितीमध्ये बदल करण्यासाठी कोणत्याही स्थलांतरित तरुणीला प्रचंड मानसिक बळ लागायचं. युए युएनसारख्या मोठ्या कारखान्यामध्ये जुळवून घेण्याचं दडपण कमालीचं होतं. शहरात बॉयफ्रेंड मिळाला नाही, असा दावा

एकमेकींच्या समोर केला जायचा. पण त्यांच्यापैकी अनेकींचे अगोदरच बॉयफ्रेंड होते. पुढे शिक्षण घेणं व्यर्थ आहे, असं त्या इतरांसमोर बोलायच्या खऱ्या; त्यातल्या काही जणी मात्र स्वतःमध्ये सुधारणा करण्यासाठी गुपचूप शिकत असायच्या. काम करण्यासाठी युए युएन हे ठिकाण चांगलं आहे, असं तिथे काम केलेल्या प्रत्येकीचं म्हणणं होतं. पण यापेक्षा वेगळं काही हवं असेल तर तिथून मुक्त होण्यासाठी सगळी ताकद एकवटावी लागायची.

* * *

जुलैमध्ये शेतकऱ्यांच्या कामाची प्रचंड धांदल होती. तेव्हाच युए युएनमधलं काम कासवाच्या गतीवर आलं होतं. बरेचसे कामगार सुट्टी घेऊन घरी गेलेले असल्यानं डॉर्ममधल्या काही काही खोल्या शांत होत्या. जे कामगार घरी न जाता तिथेच थांबले होते, ते दिवसाला फक्त आठ तास काम करत होते. त्यांचा आठवडाही पाच दिवसांचा झाला होता. पाश्चिमात्य देशांत मिळतं तसं कामाचं वेळापत्रक मिळणं म्हणजे स्वर्गसुख होतं इथे!

छ्वीएनछ्वीएनला मी रविवारी भेटायला गेले होते. मी तिथे गेल्यावर, सकाळी दहानंतर ती आरामात उठली. जांभया देत, आळस झटकत आणि हळूहळू झोपेला पळवून लावत ती सगळ्यात वरच्या बंकवरून खाली उतरली. तिनं हिरवा टँक टॉप, पायापर्यंत फुलाफुलांची एम्ब्रॉयडरी केलेली जीन्स घातली होती. त्यावर टोकदार टाचा असलेल्या सँडल घातल्या होत्या. 'संपूर्ण वर्षात या काही महिन्यांतच भरपूर मजा करता येते.' ती म्हणाली. एका बंकवर तिची रूममेट इंग्रजी म्हणी वाचत बसली होती. तिनं कारखान्यात चालवल्या जात असलेल्या इंग्रजीच्या साप्ताहिक वर्गांना प्रवेश घेतला होता. तिच्या वहीतली वाक्यं विचित्रच होती.

हे बाथरूम आहे. तो पेरूहून आला आहे.

त्यातलं एक वाक्य बरं होतं :

संधी वाया घालवू नका.

छ्वीएनछ्वीएन पायऱ्या उतरून खाली गेली. डॉर्मिटरीची इमारत आणि कारखान्याचं प्रवेशद्वार ओलांडून बाहेर गेली. सूर्याची किरणं इतकी प्रखर होती की रस्त्यावरच्या इमारती चमकत होत्या, प्रकाश अति झाल्यामुळे एखादा फोटो खराब आल्यासारख्या.

छ्वीएनछ्वीएन दुकानात गेली. तिथल्या उंच टाचांच्या सँडलकडे आकृष्ट झाली. व्हॅलेंटाइन डे कँडीसारखे तीन चकाकते गुलाबी बदाम असलेली पट्टी असलेल्या पिवळ्या सँडलकडे तिची नजर खिळली. म्हणाली, 'यंदा हा प्रकार खूप लोकप्रिय आहे.' भेटवस्तूंच्या विभागात तिनं गुलाबाची खोटी फुलं असलेली फोटोफ्रेम दाखवली. तिनं तिच्या एका मैत्रिणीला वाढदिवसाची भेट म्हणून तशी फ्रेम दिली होती.

दुकानातून बाहेर पडल्यावर तिनं एका मुलीला जोरात ओरडून हाक मारली. 'छ्यु च्यीमे. तू आहेस कुठे?'

रंगवलेले केस असलेली एक मुलगी चालता चालता थांबली. तिच्याकडे नायलॉनची नाइके सॅक होती. ''मी घरी जातेय,'' ती म्हणाली.

''तू घरी चाललीयेस? आत्ता?''

''हो. आत्ता.''

छ्वीएनछ्वीएननं तिचा हात हातात घेतला काही क्षण. म्हणाली, ''ठीक आहे. चल मग, भेटू.''

''अशा कारखान्यात इतक्या मैत्रिणी भेटतात. आणि मग त्या घरी निघून जातात.''

''तुमचा संपर्क राहतो का?'' मी तिला विचारलं.

''संपर्कात राहणं फारच कठीण असतं. आम्ही एकमेकींना पत्ते देतो.''

युए युएनमध्ये नवीन असताना तिची एका मुलीशी ओळख झाली होती. तीच तिची घट्ट मैत्रीण होती. त्या दोघींनी एकाच वेळी कारखान्यातलं काम सोडलं, आपापल्या गावी गेल्या आणि ठरवून एकत्र परत शहरात आल्या. सुटीच्या दिवशी छ्वीएनछ्वीएन कित्येकदा या मैत्रिणीला भेटायला जायची. मैत्रिणींशी संपर्क टिकवून ठेवण्यासाठी करावा लागणारा खटाटोप पाहिला की कारखान्यात काम करणाऱ्या मुलींना फार कमी खऱ्या मैत्रिणी का आहेत, ते लक्षात यायचं. एखादीशी संपर्क, नातं हरवून जाणं, हेच या जगात जास्त सोपं होतं.

दुकानाच्या बाहेर आम्ही आइस्क्रीम कोन खाल्ले. निळ्या-पांढऱ्या पट्ट्या असलेला शर्ट घातलेली, छ्वीएनछ्वीएनला भेटायला आलेली ती मुलगीही आमच्यासोबत बसली. ''मी कारखान्यातली नोकरी सोडली.'' छ्वीएनछ्वीएनच्या मैत्रिणीनं जाहीर केलं. हा धक्का इतका अनपेक्षित होता की कुणीच काही बोललं नाही. दोघी मुली शांत बसल्या होत्या. मी वहीत लिहीत होते ते बघत बसल्या होत्या.

''तुला इंग्रजी वाचता येतं का?'' छ्वीएनछ्वीएननं मैत्रिणीला विचारलं.

खी खी हसत ती म्हणाली, ''मी एलिमेंटरी शाळेपर्यंतचं शिक्षणही पूर्ण केलेलं नाही.''

छ्वीएनछ्वीएन तिची मैत्रीण निघून गेल्यावर म्हणाली की त्या दोघींनी जवळच्याच एका कारखान्यात एकत्र काम केलं होतं. ''युए युएन कारखाना बराच बरा आहे.

लाभ चांगले मिळतात. तिथे ग्रंथालय आणि अन्य काही उपक्रमांचं केंद्र आहे. कामगार बुद्धिबळ खेळू शकतात किंवा हुला-हूप क्लबमध्ये सहभागी होऊ शकतात,'' ती म्हणाली. तिनं त्यातल्या कोणत्या उपक्रमात भाग घेतला होता का, असं मी विचारल्यावर तिचं 'नाही' असं उत्तर आलं.

तिच्या काही मैत्रिणी काम सोडून घरी चालल्या होत्या. ती त्यांना भेटायला गेली. त्यातल्या काही जणी कदाचित तिला पुन्हा कधीच भेटणार नव्हत्या. त्यांची विचारपूस करायला आणि त्यांना निरोप द्यायला ती त्या गोतावळ्यात गेली. लांब गावात बसून छ्यीएनछ्यीएनचे पालकही तिच्यावर नोकरी सोडून घरी ये म्हणून दडपण आणत होते. तिने जास्त पैसे पाठवावेत, अशीही त्यांची अपेक्षा होती. पहिल्या दोन वर्षांत तिनं आई-वडिलांकडे जवळजवळ पाच हजार युआन पाठवले होते. त्यानंतर मात्र एक पैही पाठवली नव्हती. तिच्या गावातल्या परंपरेनुसार, आई-वडील आपल्या मुलाला विवाहानंतर राहण्यासाठी घर बांधायचे. छ्यीएनछ्यीएनचा लहान भाऊ केवळ चौदा वर्षांचा होता, पण तिच्या पालकांना तेव्हापासूनच घरासाठीच्या खर्चाची मोठी चिंता होती.

तिचे वडील तिला म्हणाले, ''गावातल्या बाकी सगळ्यांची घरं बांधून झाली आहेत. माझंच घर कसं नाही झालं अजून?''

''मीही तुम्हाला हेच विचारणार होते.''

तिच्या गावातल्या घराघरात मुलींच्या निर्णयांवर, जीवनावर अंकुश ठेवण्याचा बराच प्रयत्न केला जायचा. घरी पैसे पाठव, तिकडे बॉयफ्रेंड शोधू नकोस, लवकर लग्न कर, घरी परत ये, असं त्यांना सांगितलं जायचं. छ्यीएनछ्यीएनच्या घरच्यांना कारखान्यातला तिचा फोन नंबरही माहीत नव्हता. तिला जेव्हा त्यांच्याशी बोलावंसं वाटायचं, तेव्हा ती स्वतः त्यांना कॉल करायची. ते नेहमी घरीच असायचे. त्यामुळे बोलणं शक्य होतं.

* * *

युए युएन कारखान्याभोवतीचे रस्ते सढळ हातानं खर्च करायला किंवा स्वतःमध्ये सुधारणा करण्याला उत्तेजन देणारे होते. साप्ताहिक सुटीच्या दिवशी दुपारी वर्ड आणि एक्सेल शिकण्यासाठी कॉम्प्युटरसमोर बसलेल्या कामगारांनी 'होपफुल कॉम्प्युटर ट्रेनिंग सेंटर' फुलून गेलेलं असतं. (बाहेर लावलेल्या जाहिरातीच्या फलकामध्ये इंग्रजीत मायक्रोसॉफ्ट वर्ब असं लिहिलेलं होतं.) एका दुकानात पुरुषांसाठीचे पांढरे शर्ट वीस युआनला विकले जायचे, तर फोटो स्टुडिओमध्ये वेगवेगळी पार्श्वभूमी वापरून स्वप्नातल्या ठिकाणी फोटो काढण्याचा आनंद दिला

जायचा : रमणीय भूप्रदेश, शहरातला बंगला वगैरे. घराच्या आठवणीनं अस्वस्थ झालेल्यांना दुकानदार त्यांच्या गावांशी, प्रदेशांशी संबंधित गोष्टी देऊन खूश करायचे. हनान चौखौ ससेम केक्स. वुहान बार्बर. एका दुकानात तर भिंतीलगत प्लॅस्टिक फोनबूथची रांगच होती. स्थलांतरितांचं प्रमाण भरपूर असलेल्या शहरांत हा व्यवसाय तेजीत होता. त्याच्या विरुद्ध भिंतीला, चीनमध्ये सर्वत्र जाणाऱ्या रेल्वे गाड्यांचं वेळापत्रक लावलेलं होतं : निंगपोला जायला पंचवीस तास, छंगतुसाठी चाळीस. 'शांगचिआंग सिटी हेल्थ स्टेशन'मध्ये एका मिनिटात गर्भधारणेबाबत चाचणी, मैथुनसंबंधी आजार बरे करणे आणि गर्भपात याबाबतची जाहिरात लावली होती. युए युएनमधल्या रुग्णालयात गर्भपातही केले जायचे; परंतु तिथे जवळजवळ कोणीच कधी गेलं नाही. रस्त्याच्या बाजूला असलेल्या दवाखान्यांमध्येही ही सोय होती आणि त्याची वाच्यताही झाली नसती.

एकदा युए युएनच्या प्रवेशद्वाराबाहेर मी एका पुरुषाला मायक्रोफोन हेडसेट लावून कुणाशी तरी अतिशय भरभर बोलताना पाहिलं. 'पोटात दुखलं, पाठ दुखली तर तसंच व्हायला हवं तुला.' तो बोलल्यावर अल्कोहोलचा भपका येत होता. रस्त्याच्या कडेला ठेवलेल्या ब्लँकेटमध्ये पकडून ठेवलेले साप, तारामासा आणि आइस्ड टीसारख्या मातकट रंगाचा द्रवपदार्थ होता. प्लॅस्टिकच्या बादलीत पकडून ठेवलेले साप तो माणूस काठीनं हलवत होता. ते साप कदाचित मेलेले असतील. तो माणूस भकाभक सिगारेट फुंकत होता. खोकतही होता. वैद्यकीय बाबतीत मत देण्यासाठी त्याची जराशीही पात्रता किंवा अधिकार नसल्याचं त्याच्याकडे पाहून वाटत होतं. तरीसुद्धा तो वाटत असलेली पत्रकं घेण्यासाठी महिला आणि पुरुषांचा घोळका धडपडत होता.

किडन्यांच्या पोषणासाठी स्नेक वाइन

प्रिस्क्रिप्शन : या उत्पादनातील मुख्य घटक किंग कोब्रा, क्रेट, सिल्व्हर-रिंड साप आणि असेच एकूण सात प्रकारचे विषारी साप आणि अनेक प्रकारची हर्बल औषधे हे आहेत.

वापर : सकाळी आणि संध्याकाळी अर्धे किंवा एक लिअँग घ्यावे.

आणखी एके दिवशी, रस्त्याच्या कडेला त्याच ठिकाणी, एक माणूस पाय पोटाशी दुमडून उपडा झोपला होता. हातात खडूचा तुकडा घेऊन रस्त्यावर काहीतरी लिहीत होता. तो काय लिहितोय ते वाचण्यासाठी तरुण स्थलांतरितांचा घोळका जमला होता. त्या माणसाची पत्नी मरण पावली होती. मुलगा आजारी होता. पैसे मागत मागत तो घरापासून फार लांब आला होता. त्याच्याकडे थोडेसे पैसे जमले होते.

मी पाहिलं तेव्हा आणखी दोघे जण त्याला पैसे देत होते.

युए युएन कारखान्यासमोरच्या मुख्य रस्त्यापासून काही गल्ल्या आत जात होत्या. दोन गल्ल्यांच्या दरम्यान दुकानं होती. तिथे कचऱ्याचं साम्राज्य होतं. इमारतींच्या भिंतींवर गुप्तरोग क्लिनिकच्या जाहिराती चिकटवलेल्या होत्या. वेश्याव्यवसाय बोकाळलेल्या परिसरांमध्ये अशा जाहिराती फोफावल्या होत्या. त्यातल्याच एका गल्लीतल्या एका इमारतीच्या खिडकीतून मी वाकून पाहिलं. काही तरुणी सावलीत बसल्या होत्या. त्यांच्या माना वाकलेल्या होत्या; शिवणकाम करण्यासाठी. तो पण एक कारखानाच होता. भयानक स्थिती असलेल्या कारखान्यांपैकी एक असलेला.

युए युएनमध्ये काम केलेल्या तरुणी अगदी क्वचित अशा ठिकाणचा मार्ग धरायच्या. या गल्ल्यांच्या टोकाशी सहसा शेती असायची. कॉम्प्युटर शिकवणाऱ्या शाळा किंवा हेअर सलून वगैरे नव्हती. कारखान्यांपासून जवळच असलेल्या पालेभाज्यांच्या शेतांमध्ये स्त्रिया आणि पुरुष राबत असायचे. आभाळात ढग जमा झालेले असले तरी ते सूर्याच्या प्रखर किरणांपासून या मंडळींना वाचवू शकत नव्हते.

पारंपरिक चिनी कॅलेंडरमध्ये वर्षाचे चोवीस भाग केले जातात. दर दोन आठवड्यांनंतर शेतीविषयक सूचना दिलेल्या असतात. वर्षाची सुरुवात लिछुननं होते. चार आणि पाच फेब्रुवारीला वसंत ऋतूची सुरुवात होते. वसंतातल्या पेरण्या या दरम्यान सुरू होतात. खरबूज, बीन्स, तृणधान्यं, बीट्स, द्राक्षं यांची लागवड केव्हा करायची, गहू, तांदूळ, सफरचंद, बटाटे, मुळा, कोबी यांची काढणी केव्हा करायची; याविषयी कॅलेंडरमध्ये लिहिलेलं असतं. उन्हाळा आणि मुसळधार पाऊस यांचा अंदाज वर्तवला जातो. वाऱ्यापासून पिकांचं रक्षण करण्यासाठी, कीटकांना मारण्यासाठी आणि खत घालण्यासाठी, तण काढण्यासाठी, सिंचनासाठी, कुंपण घालण्यासाठी, तसंच नवीन वर्षाचं स्वागत करण्यासाठी योग्य वेळ सांगितली जाते. हान साम्राज्याच्या काळात हे कॅलेंडर प्रमाणबद्ध करण्यात आलं. वेगवेगळ्या प्रदेशांची वैशिष्ट्यंही त्यामध्ये सामावण्यात आली. गेली दोन हजार वर्षं, शेतामध्ये होणाऱ्या हालाचाली या कॅलेंडरच्या तालावर ताल धरत आहेत.

युए युएनमधल्या मुलींना शेतीच्या चक्रामधलं ओ की ठो माहीत नव्हतं. त्या घरी जायच्या तेव्हा सहसा आई-वडील त्यांना कामाला जुंपत नसत. या मुली शेतात काम करायला गेल्या तर उन्हाचा तडाखा सोसू शकायच्या नाहीत. काम सवयीचं नसल्यामुळे त्यांना फोड उठायचे. घरी गेल्यानंतर दिवस कसा असतो, ते एका स्थलांतरित तरुणीनं मला सांगितलं. ती जास्तीत जास्त वेळ टीव्ही बघण्यात घालवायची.

'मी सकाळी ६.३० वाजता उठते. मी टीव्ही बघते - न्यूज फोकस, नंतर मालिका.
दुपारी एक किंवा दोन वाजेपर्यंत मी टीव्ही पाहते. नंतर एक झोप काढते.
एखादा फेरफटका मारून येते. रात्री जेवण होतं आणि दहा वाजता झोपते.

शू उत्पादनाचं जागतिक कॅलेंडरही वसंत ऋतूत ऐन भरात असतं. मार्चमध्ये सगळी यंत्रं कामासाठी सज्ज होतात. एप्रिल, मे, जून या महिन्यांमध्ये त्यांना कमालीची गती मिळते. अमेरिका आणि युरोपातल्या उन्हाळी खरेदीला सुरुवात होण्यापूर्वी फूटवेअर विक्रीसाठी तयार करायचे असतात. जुलैमध्ये मात्र शू कारखान्यातली धावपळ कमी होते. त्या दरम्यान, पावसाळा येण्यापूर्वी शेतात उन्हाळी काढणी करण्यासाठी पटापट हात चालवण्याची सूचना शेतकऱ्यांचं कॅलेंडर देत असतं. ऑगस्टमध्ये वस्तूंसाठी ऑर्डर सर्वांत कमी असते. काही वेळा उत्पादनक्षमतेपैकी केवळ वीस टक्के क्षमताच वापरात असते. सप्टेंबर आणि ऑक्टोबर या महिन्यांमध्ये उद्योगाला तेजीचे दिवस येऊ लागतात. यंत्रं पुन्हा भिरभिरू लागतात. नोव्हेंबर महिन्यात आणि डिसेंबरच्या सुरुवातीच्या दिवसांत कारखान्यात कुणाला उसंत नसते. ख्रिसमससाठीची मागणी पूर्ण करण्यासाठी ओव्हरटाइम केला जातो. ख्रिसमसच्या सुट्या संपल्या की पुन्हा वसंत ऋतूचं आगमन होईपर्यंत कारखान्यात निवांतपणा असतो.

शू कारखान्याचं चक्र या मुलींना तोंडपाठ होतं. तिथला दैनंदिन कारभारही त्यांना माहीत होता. युए युएनमध्ये स्नीकर बनवणं, हे जणू विज्ञान होतं. घड्याळ्याच्या काट्यावर मोजता येईल असं. असेम्ब्ली लाइनवर कामाच्या प्रत्येक ठिकाणी ठेवलेल्या प्लॅस्टिक खुणेवर वेळेचं गणित होतं. दिलेलं काम पूर्ण करण्यासाठी कामगारांना किती सेकंद आहेत, ते त्यावरून कळायचं. एक शू तयार करण्यासाठी युए युएन कारखान्याला दहा तास लागायचे. चार वर्षांपूर्वी या कामासाठी पंचवीस तास लागायचे. इतकी लक्षणीय प्रगती या कारखान्यानं साधलीय. दर कामगारामागे शूची निर्मिती करण्याचं प्रमाणही दहा टक्के वाढवलंय.

कारखान्यात स्वतःचा असा पदस्तर असतो. विकास विभागातली नोकरी सगळ्यात मस्त. इथे कामगार नमुन्यासाठी काही शूज बनवतात. उत्पादनाची संख्या कमी असल्यानं कामाचा ताण कमी असतो. त्यानंतर कटर आणि सोल-वर्कर लक्ष वेधून घेतात. असेम्ब्ली लाइनवरचे सगळ्यात पहिले कामगार असतात ते. कामाची गती ठरवणारे. जास्त स्वातंत्र्य असलेले. स्टीचिंग आणि असेम्ब्ली या दोन जबाबदाऱ्या प्रचंड ताण देणाऱ्या असतात. यातले कामगार एकंदर उत्पादन प्रक्रियेच्या मध्ये अडकलेले असतात. त्यांना दोन्ही बाजूंनी दबाव सोसावा लागतो, या प्रक्रियेत त्यांच्या आधी असलेल्यांकडूनही आणि नंतरच्यांकडूनही. आधीचे लोक

त्यांच्यावर कामाचा बोजा टाकतात. तर, नंतरचे लोक पटापट हात चालवण्यासाठी त्यांच्या मागे लागतात. इथे चूक होण्याची शक्यता असते. कामगार म्हणतात :

स्टीचिंगमध्ये असलेल्यांना मरणाचं ओरडलं जातं.
शू असेम्ब्लीमध्ये असलेल्यांना मरणाचं काम करावं लागतं.
कटिंगमध्ये असलेल्यांना मृत्यूशी खेळ करावा लागतो.

युए युएनने सन १९८९ मध्ये चीनमध्ये पहिला कारखाना सुरू केला तेव्हा जागतिक स्नीकर बाजारपेठेत दक्षिण कोरियाचं वर्चस्व होतं. कारखाना सुरू झाल्यानंतरच्या पहिल्या दशकात युए युएननं कर्मचाऱ्यांना अनेकदा मध्यरात्रीपर्यंत काम करायला लावलं. महिन्यातून एखादा दिवसच सुट्टी दिली. 'तुम्ही ब्रँडना विशिष्ट किमतीला वस्तू बनवून देत आहात तोपर्यंत त्यांना कशाचाही फरक पडत नाही. तुमचा कारखाना तुम्ही कसा चालवताय याच्याशी त्यांना देणं-घेणं नसतं', असं आदिदाससाठी युए युएनमधल्या उत्पादनाचे तोंगकुआनमधले प्रमुख ॲलन ली यांनी सांगितलं. त्यांनी आणखीही माहिती दिली. 'ओव्हरटाइम द्यायचा का, किंवा टॉयलेट पेपर बाथरूममध्ये ठेवायचा का, किंवा कामगारांनी त्यांचे हात धुवावेत का, किंवा एका डॉर्ममध्ये किती कामगार झोपायचे, यावर आम्ही बोललो नाही. आम्ही व्यवस्थापनाचं दडपशाहीचं तंत्र वापरायचो. म्हणजे, तुम्हाला हे विशिष्ट काम करायचंय आणि पुढच्या तीन दिवस आणि तीन रात्री इथे टिकून राहायचं असेल तर ते काम पूर्ण करा.'

शूज बनवण्यासाठी मोठ्या प्रमाणात मनुष्यबळ गरजेचं असायचं. या व्यवसायासाठी चीनमधले स्वस्तात मिळणारे, काम करण्यासाठी उत्सुक असलेले कामगार अगदी साजेसे होते. नव्वदच्या दरम्यान चीननं जगात बाजी मारली. कारखान्यांमधल्या प्रतिकूल स्थितीमुळे मोठमोठ्या अमेरिकन ब्रँडवर कामगार आणि संघटनांनी हल्लाबोल चढवल्यानंतर नाईके आणि आदिदास अशा नावाजलेल्या ब्रँडनी कारखान्यातली परिस्थिती सुधारण्यासाठी त्यांच्या पुरवठादारांवर दडपण आणायला सुरुवात केली. युए युएननं काराखान्यातले कामाचे तास अकरापर्यंत कमी केले. सगळ्या कामगारांना रविवारची सुट्टी द्यायला सुरुवात केली. ओव्हरटाइम केल्यानंतर दिले जाणारे पैसे अपुरे आहेत, असं सांगून अनेक कामगारांनी कारखान्याला सोडचिठ्ठी दिली. कारखान्यातल्या प्रश्नांना हाताळण्यासाठी कंपनीनं एक युनिट स्थापन केलं. कामगारांना मदत व्हावी, त्यांच्या तक्रारी नोंदवता याव्यात म्हणून समुपदेशन केंद्रही सुरू करण्यात आलं. या सगळ्या प्रयत्नांचा भाग म्हणून सुरक्षेसाठी केल्या जाणाऱ्या उपाययोजना सुधारण्यात आल्या, घातक रसायनांवर बंदी घालण्यात आली,

लष्करासारख्या कवायती बंद करण्यात आल्या. या ब्रँडनी, कामगारांना चांगली वागणूक मिळावी म्हणून कारखान्यांवर दबाव आणला असला तरी खर्चात कपात करावी म्हणूनही दडपण आणलं. आदिदाससाठीचा युए युएनच्या प्रकल्पातर्फे, कामगारांना गणवेश मोफत दिले जायचे. आदिदासकडून खर्चात कपातीसाठी तगादा सुरू झाल्यावर कारखान्यानं गणवेशासाठी कामगारांकडून पैसे घ्यायला सुरुवात केली. पण त्यावरही आदिदासनं आक्षेप घेतला. शेवटी, युए युएनने गणवेशाची अटच काढून टाकली. त्यामुळे कामगारांना कारखान्यात त्यांच्या पसंतीचे कपडे घालून वावरता येऊ लागलं.

२००१ मध्ये, युए युएनमध्ये कार्यक्षमता वाढवण्यासाठी आणि कचऱ्याचं प्रमाण कमी करण्यासाठी आदिदासनं लीन मॅन्युफॅक्चरिंग नावाचा कार्यक्रम सुरू केला. कामगारांच्या सांगण्यानुसार, कामाच्या वेळा जरी कमी झाल्या तरी ताण मात्र प्रचंड वाढला होता. वेळेशी स्पर्धा करावी लागायची. असेम्ब्ली लाइनवरच्या कामाचं नियोजन नव्यानं करण्यात आलं. कामगारांचे लहान लहान गट करण्यात आले. आधी कामगार महिनोन्‌महिने तेच तेच काम करत राहायचे. पण नव्या नियोजनामुळे दर थोड्या दिवसांनी कामगारांच्या कामात बदल होऊ लागला. यामुळे उत्पादनाच्या कामात अधिक लवचिकता आली, पण त्यामुळे कामगारांची चांगलीच दमछाक होऊ लागली. कार्यक्षमतेच्या नावाखाली कामगारांच्या राहण्याच्या व्यवस्थेतही बदल करण्यात आला. मित्रमंडळींसोबत राहण्याऐवजी कामगारांना आता उत्पादनाच्या गरजेनुसार, असेम्ब्ली लाइनवरच्या सहकाऱ्यांसोबत राहावं लागलं.

जगभरातल्या फॅशनमध्ये झपाट्यानं होणाऱ्या बदलांमुळे ताण आणखी वाढतो. दशकभरापूर्वी, उत्पादन तयार करण्यासाठी एका मोठ्या ॲथलेटिक-शू ब्रँडनं कारखान्यांना ऑर्डर मिळाल्यापासून नव्वद दिवसांचा कालावधी दिला. काही वर्षांपूर्वी हा कालावधी साठ दिवस होता आणि आता तीस दिवस. फॅशन बदलली की तिची तातडीनं दखल घेता यावी म्हणून ऑर्डरचा आकार कमी होतोय. ऑर्डरचं चक्र कसं असेल हे कामगारांनाही ठाऊक नसतं. शनिवारी जास्तीचं काम करायचं आहे की नाही, हे त्यांचा बॉस गुरुवारी त्यांना सांगतो. भरपूर कामाच्या वेळी, सोलचा विभाग दोन पाळ्यांत काम करायचा. कामगार महिनाभर दिवसपाळीत काम करायचे, तर पुढच्या महिन्यात रात्रपाळीत. त्यांच्या शरीराचं चक्र बदलत होतं आणि त्याच्याशी जुळवून घेण्यासाठी ते झगडत होते.

बाजारातल्या मागणीमुळे युए युएननं अधिकाधिक सुधारणा केली होती, असं अधिकाऱ्यांचं म्हणणं होतं. ॲलन ली म्हणाले, "आपल्यावर दबाव नसेल तर आपल्यात सुधारणा होणार नाही. डार्विनने म्हटल्याप्रमाणे, केवळ सक्षम असणारेच तग धरू शकतात." लीन मॅन्युफॅक्चरिंग कार्यक्रमामुळे कामगारांना सुरुवातीला

दडपण जाणवलं; पण कालांतरानं त्यांना त्याची सवय झाली, असं आदिदासच्या पाहणीत निदर्शनास आलं.

* * *

ऑगस्ट म्हणजे मक्याला सिंचन करण्याचा आणि हिवाळी गहू पेरण्यासाठी जमिनीची मशागत करण्याचा काळ असतो. युए युएन कारखान्यात एक नवा हंगाम अपेक्षेपेक्षा आधीच सुरू होत होता : ख्रिसमसचे वेध. उन्हाळा तसा निवांतच गेला. उन्हाळा सरल्यावर मात्र मुली वेगानं कामाला लागल्या. आठवडाभर मुलींचे हात धडाधड चालत होते, अगदी शनिवारीही ते थांबत नव्हते. रोज ओव्हरटाइम सुरू होता. असेम्ब्ली लाइनवरची त्यांची बडबड कमी झाली होती. कामाचा वेग वाढला होता. त्यांची देहबोली मात्र पुरेशी बोलकी होती.

ऑगस्टच्या सुरुवातीला एके दिवशी सकाळी मिन म्हणाली, ''माझं डोकं अक्षरशः ठणकतंय. हा मंदीचा काळ असेल असं वाटलं होतं, पण बऱ्याच ऑर्डर मिळाल्यात.'' आदल्याच दिवशी ती बावीस वर्षांची झाली होती. तिनं जवळच्या मैत्रिणीबरोबर दिवसभर धमाल करायचं ठरवलं होतं, पण तिच्या इच्छांवर पाणी पडलं आणि वाढदिवसालाच तिला नेहमीच्या कामाबरोबरच ओव्हरटाइमही करावा लागला.

'जे'८०५ खोलीत, घरी गेलेली च्यीआ च्यीमे कारखान्यात परतली होती. ती सगळ्यात खालच्या बंकवर बसली होती. शांत. जराही न हसता.

''घरी जाऊन कसं वाटलं? सगळं ठीक ना?' मी तिला विचारलं.

ती थोडंसंच हसली. म्हणाली, ''हो. ठीक.''

''काय काय केलंस तिकडे?''

''काही नाही. मी परत न येण्याचा विचार केला होता.'' च्यीमे हळूच म्हणाली, एखाद्या स्वप्नातून बाहेर यावं तशी. ''घरी मला करण्यासारखं काहीच नव्हतं. घराच्या जवळपास काही काम असतं ना तरी घरापासून जवळ राहता आलं असतं; पण असं काहीच तिथे शक्य नाही. इथे परत येताना मला कसंसच वाटतंय. खरंच पुन्हा तिथे काम करायला जायची इच्छाच नाहीये.''

च्यीमे बसली होती त्याच्या वरच्याच बंकवर बसलेली वु योंगली उत्साहात दिसत होती. ती एकोणीस वर्षांची होती. दिसायला छान होती. लहानसा चेहरा उठून दिसायचा. उकडत असल्यानं तिनं स्पॅगेटी स्ट्रॅपवर काळा ड्रेस घातला होता. गळ्यात बदामाच्या आकाराचं लॉकेट असलेला चोकर होता. म्हणाली, ''तिचं बोलणं मनावर घेऊ नको गं. इथे परत येणं तिला अजून पचलेलं नाहीये.'' पण

यापेक्षा मोठा बदल अद्याप घडायचा होता. कंपनी वर्षातून एकदा कामगारांना नव्या डॉर्ममध्ये हलवायची. वर्षभरात किती कामगार आले आणि किती सोडून गेले, याचा हिशेब यातून लागायचा आणि उत्पादनासाठी गरजेच्या असलेल्या कामगारांना एकत्र ठेवता यायचं. यामुळे कारखान्याची सोय व्हायची, पण कामगारांचं आयुष्य मात्र ढवळून निघायचं. च्यीआ च्यीमे म्हणाली, ''आमच्या मैत्रिणी झाल्यात इथे आता. आम्ही कदाचित पुन्हा विखुरल्या जाऊ.''

त्याच महिन्यात नंतर कामगारांना नव्या डॉर्ममध्ये हलवण्यात आलं. युए युएनच्या आकाराच्या कारखान्यांमध्ये दररोज एकमेकींना भेटणाऱ्या मुली अचानक हरवून जायच्या आणि पुन्हा आपल्या मैत्रिणींना कसं शोधायचं या संभ्रमात पडायच्या. असं संपर्क हरवणं काही जणींच्या मात्र पथ्यावर पडायचं.

कारखान्यात या हालचाली झाल्यावर छ्यीएनछ्यीएन जणू नाहीशीच झाली. संपूर्ण सप्टेंबर महिना मी तिचा शोध घेतला. तिच्या नव्या डॉर्ममध्ये अनेकदा फेऱ्या मारल्या; पण ती कुठे गेलीय ते तिच्या रूममेटनाही माहीत नव्हतं. त्यांचा बाकी मैत्रिणींशीही संपर्क तुटला होता आणि त्यांच्याविषयी त्या मलाच विचारत होत्या. आनहुइमधल्या छ्यीएनछ्यीएनच्या गावी मी तिच्या वडिलांना फोन केला. ती अजूनही युए युएनमध्येच काम करते, इतकंच मला त्यांच्याकडून कळलं. कारखान्यात विचारलं असता, चांग छ्यीएनछ्यीएन, कर्मचारी नंबर २८१०३, कारखाना क्रमांक ८, ब इमारत, सेकंड कटिंग ग्रुप, अशी नोंद होती. ती अजूनही कारखान्यात कामगार म्हणून नोंदणीकृत असल्याचं कळलं. कागदोपत्री ती डॉर्ममध्ये राहत होती, असेम्ब्ली लाइनवर काम करत होती, आदिदास शूंच्या अपर भागासाठी साहित्याचं कटिंग करत होती. प्रत्यक्षात मात्र ती गायब होती.

* * *

मुख्य रस्त्यावर उघडत असलेल्या युए युएन कारखान्याच्या प्रवेशद्वाराच्या बाजूला आणि रेस्तराँ, दुकानांची रांग असलेल्या धुळीनं माखलेल्या रस्त्यालगत लाल रंगाच्या फरश्या असलेली इमारत होती. इमारतींतल्या घरांची दारं धातूच्या तुकड्यांपासून बनवलेली होती. या परिसरात अर्ध्या तयार झालेल्या इमारती आणि आराखडा केलेल्या रिकाम्या जमिनी होत्या. एकेक वेळा हा परिसर गर्दीनं भरलेला असायचा. थोड्याच वेळात ही गर्दी पांगूनही जायची. कमालीच्या उकाड्यात शेजारची मंडळी बनियन-लेंग्यामध्ये माहजोंग खेळत बसले होते. त्यांच्या पायाशी कोंबड्या धुळीत खेळत होत्या.

ऑक्टोबरच्या मध्यात एका रविवारी दुपारी, छ्यीएनछ्यीएनच्या जुन्या डॉर्ममध्ये भेटलेली एक तरुणी मला इथे घेऊन आली होती. ती मला या इमारतीत घेऊन गेली. जिने चढून आम्ही धातूच्या तुकड्यांपासून बनवलेलं दार बाजूला करून एका घरात गेलो. ते घर म्हणजे एकच खोली होती. खोलीत डबल बेड होता. भिंतीवर एक पोस्टर लावलेलं होतं.

यश

यश तुमच्यापासून फार फार लांब असल्यासारखं वाटतं, याउलट अपयश मात्र सावलीसारखं सतत सोबत असल्याचं भासतं. तुम्ही एकामागून एका अपयशावर मात करा आणि नंतर यश स्वतःहून तुमच्याकडे चालत येईल.

या पोस्टरच्या बाजूला कॅलेंडरमधनं फाडून लावलेलं टॉपलेस बाईचं चित्र होतं. टी-शर्ट, कट-ऑफ शॉर्ट्स घालून उघड्या पायानं बेडवर छ्यीएनछ्यीएन बसलेली होती. मला बघितल्यावर ती माझ्याकडे पाहून हसली, पण ते हास्य क्षणिक आणि नाइलाजाचं होतं. माझी आणि तिची पुन्हा भेट झाल्याचा आनंद न झाल्यासारखं होतं.

ऑगस्टचा पगार झाल्यावर कुणालाही न सांगता तिनं युए युएन कारखाना सोडला. कुणाचीही परवानगी न घेता आणि कारखान्याच्या ताब्यात असलेल्या पगाराची पर्वा न करता ती बाहेर पडली. तेव्हापासून ती वेगवेगळ्या मैत्रिणींबरोबर राहत होती. त्यांतलीच एक म्हणजे बॉयफ्रेंडसह त्या खोलीत राहणारी क ली. घरी जाण्याचा किंवा अन्य एखाद्या कारखान्यात नोकरी धरण्याचा तिचा विचार होता.

"तू युए युएनमधली नोकरी का सोडलीस?" मी तिला विचारलं.

"तिथे राम राहिला नव्हता." तिनं सांगितलं. तिला वेगवेगळ्या प्रकारे खोदून विचारूनही ती यापेक्षा एक शब्दही जास्त सांगणार नाही, याची कल्पना आली होती मला.

त्यानंतरच्या काही आठवड्यांमध्ये, ख्रिसमसचे वेध लागल्यानं कारखान्यांमधलं उत्पादन चांगलंच वाढलं होतं. ग्रामीण भागात लितोंग काळ सुरू झाला होता, म्हणजे हिवाळ्याची सुरुवात. नोव्हेंबरमध्ये रविवारी दुपारी मी त्या लाल फरश्या असलेल्या इमारतीत, धातूच्या तुकड्यांचं दार असलेल्या घरात गेले. छ्यीएनछ्यीएनची

काही खबरबात कळली का ते क लीला विचारलं.

इतक्यात त्या दोघींची भेट झालेली नव्हती. क ली म्हणाली, ''घरी जायचं की पुन्हा कारखान्यात यायचं याचा तिचा निर्णय अजूनही झालेला नाही. हा पेच सोडवायचा ती प्रयत्न करतेय.''

''ती नेमकं काय ठरवण्याचा प्रयत्न करतेय?'' मी तिला विचारलं.

क ली मान हलवत म्हणाली, ''तिच्या मनात काय चाललंय, ते मलाही माहीत नाही. आम्ही त्याविषयी कधीही बोललो नाही.'' क लीनं अलीकडेच युए युएनमधली नोकरी सोडली होती. तिच्या नव्या बॉयफ्रेंडची घरच्यांना ओळख करून देण्यासाठी ती लवकरच घरी जाण्याच्या बेतात होती. एकदा ती निघून गेली असती तर छ्यीएनछ्यीएनला शोधणं अशक्यच झालं असतं. एखादी घटना किंवा दुःखद अनुभवाचं नाव न देता येणं, तर एखादी व्यक्ती नजरेआड जाईपर्यंत जे घडतंय ते सावकाश घडू देणं, कदाचित यालाच स्थलांतरितांच्या विश्वातलं अपयश म्हणता येईल.

युए युएनमध्ये माझी शेवटची फेरी जानेवारी २००५ मध्ये झाली होती. कारखान्यातल्या मुलींनी पातळ सुती जाकिट घातलं होतं. थंडीमुळे त्यांचे खांदे आखडले होते. पण, तोंगकुआनमधला हिवाळा फार काळ टिकत नसे. त्यामुळे थंडीपासून बचाव करण्यासाठी उबदार कोटवर खर्च करण्यात काही अर्थ नव्हता. मी पाहिलं तेव्हा च्यीआ च्यीमे नुकतीच खोलीत परतत होती. मला बघून हसली. तिनं केसांना नुकताच रंग लावला होता.

ख्रिसमस संपल्यावर कारखान्यातलं काम पुन्हा मंदावलं. सगळ्यांना चीनमधल्या स्थानिक उत्सवाचे वेध लागले. नववर्षाच्या स्वागतासाठी स्थलांतरितांची पावलं गावाकडे वळू लागल्यानं रस्ते फुलून गेले होते. गावांतून नुकतेच शहरांत आलेले कामगार शहराच्या चमचमाटात हरवून जायचे. पण गावाकडे जाणं वेगळंच होतं. ते मुद्दामहून घोळक्यानं फिरायचे, अत्यंत खूश होते आणि त्यांना रस्ताही माहीत होता. खिसे रोख पैशांनी भरलेले होते आणि हातात घरच्यांसाठी खरेदी केलेल्या भेटवस्तूंची पिशवी. त्या पिशवीत सीडी प्लेअर, रग, कँडी अशा वस्तू असायच्या. त्या वेळी घरी ताहान हंगाम असायचा, म्हणजे प्रचंड थंडी. नववर्षाचं स्वागत करण्याचा काळ. तोंगकुआनच्या कॅलेंडरनुसार मात्र वर्षभराच्या अपार कष्टांची गोमटी फळं खाण्याचा काळ असायचा.

निनावी थडगं

स्थलांतरितांच्या पालकांचा एकंदर स्वभाव, प्रवृत्ती काहीशी विचित्र होती. प्रत्येक टप्प्यावर त्यांनी चुकीचा सल्ला दिला. त्यांच्याकडची माहिती कालबाह्य झालेली होती. त्यांच्यामध्ये डोकावणारा पुराणमतवादीपणा भयापोटी आलेला होता. काहींनी तर सुरुवातीला आपल्या मुलांना गावांकडून शहरांकडे जायला बंदीच घातली होती. हा निर्बंध विशेषतः मुलींवर होता. पण एकदा ही मुलं घरातून बाहेर पडून शहरात प्रवेश करती झाली, की मात्र पालकांची सल्ल्याची भाषा पूर्ण बदलायची : घरी पैसे पाठव हां नक्की. जितके जास्त पाठवता येतील तितके बरे होईल. काही पालकांनी आपल्याच प्रांतातल्या मुलांशी लग्न करण्यासाठी त्यांच्या मुलींवर दडपण आणलं. हे म्हणजे, न्यू यॉर्कमध्ये राहणाऱ्या व्यक्तीला फक्त मूळच्या ओहयो राज्यातल्या व्यक्तीशीच डेटिंग करण्याचं बंधन घातल्यासारखं होतं. नोकरीच्या बाबतीतही त्यांचे सल्ले तितकेच वाईट होते. सारखे कारखाने न बदलण्याबद्दल त्यांनी मुलांना बजावलं होतं. वास्तविक, प्रगती करण्यासाठी कारखाने बदलणं हाच सर्वोत्तम मार्ग होता.

पालकांना कसं हाताळायचं याच्या युक्त्या स्थलांतरितांनी झटपट अवगत केल्या. त्यासाठी त्यांनी पालकांच्या सूचना धुडकावल्या, त्यांच्याशी संघर्ष केला, थापा मारल्या. त्यांनी घरच्यांपासून बऱ्यापैकी अंतर राखलं. शहरात आल्यापासून पहिली तीन वर्षं छुनमिंग गावीच गेली नव्हती. मिन म्हणाली, "बाहेर काय परिस्थिती आहे ते गावातल्या आमच्या आई-वडिलांना माहीत नसतं. त्यामुळे मला हवंय ते मी करते आणि नंतर त्यांना कळवते." या मंडळींनी गावातून शहरात पाय ठेवताच

त्यांचा नव्या आयुष्यात प्रवेश झाला. हे नवं विश्व अबाधित राखण्यासाठी त्यांनी आवश्यक ते ते सगळं केलं. भूतकाळाची पर्वा नव्हती, वर्तमान म्हणजे सर्वस्व होतं. पुरेशी सावधगिरी बाळगली नाही तर कुटुंब म्हणजे पाय मागे खेचणारा सापळा होता.

मी चीनला राहायला गेल्यानंतर, कुटुंबानं मला मागे ओढू नये म्हणून मीही पराकाष्ठा केली होती. आणि याची कारणं काही प्रमाणात समान होती. माझ्या पालकांच्या नजरेतला चीन किमान पन्नास वर्षं जुना होता. चीननं बुद्धिवंतांचा कायम आदर केला आहे आणि व्यापाऱ्यांची उपेक्षा केली आहे, असं मी लहान असताना त्यांनी सांगितलं होतं. पण या काळात मी ज्यांना ज्यांना भेटत होते, त्यातून मात्र पूर्णतः वेगळा अनुभव येत होता. चीनमधल्या माझ्या वास्तव्यात, अजूनही चीनमध्ये राहत असलेल्या माझ्या नातेवाइकांचा शोध घेण्याचा मी प्रयत्न केला नाही. मला माझ्या पद्धतीनं हा देश समजून घ्यायचा होता. कुटुंबाच्या पार्श्वभूमीच्या मार्गानं जायचं, त्यांच्याकडून आयती माहिती घ्यायची म्हणजे जुनाटपणाच्या सापळ्यात अलगद सापडणं होतं. त्यामुळे चीनकडे पाहण्याचा माझा दृष्टिकोनच बदलून गेला असता. सध्याच्या घडामोडींचा त्यामागे मागमूसही नसता.

मी तोंगकुआनमधल्या स्थलांतरित कामगारांना भेटायला सुरुवात केली, त्याच दरम्यान माझ्या कुटुंबाचा इतिहास खणून काढायचा प्रयत्नही सुरू केला. सुरुवातीला ही दोन्ही कामं स्वतंत्र होती आणि वेगवेगळी होती. परस्परविरोधी अभ्यास होता हा. दक्षिण चीनमधल्या कारखान्यांचा गजबजाट आणि दुसरीकडे, पोलाद कारखाने आणि दिमाखात उभ्या असलेल्या दगडी स्मारकांसह ईशान्येकडची शांत शहरं. मी दक्षिण आणि तिथून उत्तरेपर्यंत प्रवास केला, भविष्याकडून भूतकाळाकडे, तिथून पुन्हा भविष्याकडे प्रवास केला. या प्रवासाची गती मनमुराद अनुभवली.

मी जितका अभ्यास करत जात होते, तितके एकमेकाशी जोडलेले धागेदोरे गवसत होते. साधारण शंभर वर्षांपूर्वी माझे आजोबाही स्थलांतरितांपैकी एक होते. त्यांनी त्यांचं गाव सोडलं, नाव बदललं आणि आधुनिक जगासाठी साजेसं ठरण्यासाठी स्वतःमध्ये प्रचंड बदल करण्याचा प्रयत्न केला. आजोबांच्या तारुण्याच्या काळात, स्वेच्छेनं जगापासून दीर्घ काळ एकाकी असलेला चीन पुन्हा जगाच्या जवळ येऊ पाहत होता- आजही हेच घडतंय. आयुष्याला चांगली दिशा देण्यासाठी आजोबांनी वयाच्या सोळाव्या वर्षी घर सोडलं. घरातून बाहेर पडून कुठे जायचं, काय करायचं हे कदाचित तेव्हा माहीतही नव्हतं. आजच्या स्थलांतरितांचीही स्थिती यापेक्षा वेगळी नाही. छुक्यू, म्हणजे घराबाहेर पडूनच माझ्याही कुटुंबाची कहाणी सुरू झालेली होती.

* * *

मी अमेरिकेत लहानाची मोठी झाले. माझ्या बालपणी भूतकाळातल्या गोष्टींविषयी आई-वडील क्वचितच कधीतरी बोलले असतील. गमावलेल्या प्रत्येक गोष्टीसाठी एक सोयीचं धोरण होतं, सगळं जुनं मागे टाकण्याचं! संधीप्रकाशात न्हालेला राजधानीतला मोठा रस्ता, भलंमोठं घर, नोकरचाकर, उद्यानं सगळं मनाच्या कोपऱ्यात दडवून ठेवलेलं. सध्याचं सरकार पायउतार झालं की आम्ही पुन्हा परत येऊ आणि ज्या गोष्टींवर आमचा हक्क आहे, त्यांच्यावर पुन्हा दावा करू, असं काहींना वाटत असे. पण कम्युनिस्टांपासून दूर पळालेल्या चिनी मंडळींना असली दिवास्वप्नं क्वचितच पडत असत. जे घडलं ते मागे विसरून पुढे चालत राहायचं, नवीन आयुष्य घडवायचं, इतकेच विचार त्यांच्या डोक्यात घोळत असायचे. गमावलेल्या गोष्टींविषयी पश्चात्ताप करत बसणं अनाठायी होतं. माझ्या माहितीतल्या भटक्या आणि स्थलांतरितांमध्ये हा व्यवहारी विचार होता. चिनी व्यक्तीच्या व्यक्तिमत्त्वात तो खोलवर रुजलेला असावा. भूतकाळ ढळून गेलेला असतो आणि केवळ वर्तमान महत्त्वाचा असतो.

मी लहान असताना वडिलांकडून आमच्या कुटुंबाच्या पार्श्वभूमीचे केवळ काही तुकडे ऐकले होते. त्या प्रत्येक तुकड्याची एक स्वतंत्र कथा बनेपर्यंत, तिचं गूढ उकलेपर्यंत आणि ती पूर्ण होईपर्यंत मनातल्या मनात उजळणी केली होती. या कथा एकत्र जुळून एकसंध कहाणी कधीच बनली नाही किंवा त्या जुळल्या असतील पण माझ्या नकळत.

अमेरिकेतल्या चार सर्वोत्तम खाणकामविषयक शाळा मिशिगन, कोलोरॅडो, न्यू मेक्सिको आणि वेस्ट व्हर्जिनिया इथे आहेत.

आम्ही प्रवासात आमच्या पट्ट्यामध्ये सोन्याचे बार ठेवले होते.

आम्ही तिथून निघून जायचं ठरवलं तेव्हा आमचा तिकिटांचा संग्रह मागे सोडून दिला. आमचं सगळंच मागे सुटून गेलं.

दररोज मी थायफैतल्या अमेरिकन दूतावासात जायचो आणि तिथले अधिकारी माझं नाव कधी पुकारतील, याची वाट पाहत बसायचो.

चीनचे आणखीही काही संदर्भ होते, तुकड्यातुकड्यांतले. माझ्या आईच्या आईनं तैवानहून स्वेटर पाठवला होता. त्यातही चीन सामावलेला होता. तो स्वेटर ज्या खोक्यामध्ये ठेवलेला होता त्याला घरातल्या पोटमाळ्याला यायचा तसा वास यायचा. तो स्वेटर घालून शाळेत गेल्यावर मला वाटायचं, मी इतरांपेक्षा प्रचंड वेगळी दिसते. माझ्या अंगाचा गंध वेगळा आहे. चीनमध्ये खुओमिनथांग नावाचं वृत्तपत्र तैवानहून यायचं. ते अशा प्रकारे घडी घालून घट्ट ठेवलेलं असायचं की

उघडलं तर स्प्रिंगसारखं बाहेर यावं. इतक्या लांबवरून वृत्त देण्यासाठी कमालीची उत्सुकता असावी, असं वाटायचं त्याकडे पाहून. १९७५ मध्ये, माओ हयात असताना, रिपब्लिक ऑफ चायनाला केलेल्या पहिल्या ट्रिपमध्ये माझ्या वडिलांनी चीनच्या आठवणी सोबत आणल्या, पुस्तकाच्या रूपात.

पूर्वेकडे सूर्य उगवतो आहे,
पीपल्स रिपब्लिक वाढतो आहे;
आमचे सर्वोच्च नेते माओ त्सतोंग
सदैव पुढेच जात आहेत.
आमचे आयुष्य दिवसेंदिवस सुधारते आहे
आमचे वैभवशाली भवितव्य झळाळते आहे

'माझ्या मातृभूमीची स्तुती' असं हे गाणं आहे. सहा वर्षांची असताना मी ते पहिल्यांदा ऐकलं. त्यामध्ये केलेला कम्युनिस्टांचा गौरव अनेक वर्षांपूर्वीच अस्ताला गेलाय. तरीही गाण्याच्या सुरुवातीच्या ओळी माझा थरकाप उडवतात.

अशी अनेक गाणी मला तोंडपाठ आहेत. चिनी ही माझी प्रथम भाषा होती. याच भाषेतली अंगाई, गाणी यांनी माझं बालपण व्यापलेलं होतं. माझ्या सध्याच्या जीवनापूर्वीच्या सगळ्या जुन्या आठवणी त्यातच सामावलेल्या होत्या. माझ्या वडिलांचं कुटुंब मूळचं मंचुरियाचं. या प्रदेशाला चिनी मंडळी तोंगपै म्हणतात, म्हणजे ईशान्येकडचा प्रदेश. मला येणारी बरीचशी गाणी या भागातली आहेत. वाढत्या वयात चीनशी नाळ जुळलेली असल्यासारखं फारसं मला जाणवलं नाही, पण आम्ही तोंगपैचे आहोत, हे मात्र मला माहीत होतं.

माझं घर ईशान्येकडे सोंगहुआ नदीच्या काठी आहे
या भागात जंगलं आणि कोळशाच्या खाणी
डोंगरउतारावर आणि शेतात सोयाबीन घेतलं जातं
माझं घर ईशान्येकडे सोंगहुआ नदीच्या काठी आहे
तिथे माझे देशबांधव आहेत
आणि माझे वृद्ध आई-वडीलही आहेत...
मी माझं गाव सोडलं होतं
तिथला अक्षय खजिना सोडून.
खिंडीमध्ये सगळे दिवस
भटकत, भटकत घालवले.

ही खिंड होती शानहाय नावाची. म्हणजे, चीनच्या पूर्व किनाऱ्यावर, चीनची भिंत समुद्राजवळ मिळते तिथे बांधलेली दगडी तटबंदी. मिंग साम्राज्याच्या काळात चीनच्या उत्तर सीमेचे रक्षण करण्यासाठी बांधलेल्या या तटबंदीमुळे नागरी वस्ती कुठे संपते आणि मंचुरियाचा ओसाड, निर्मनुष्य भाग कुठे सुरू होता, ते समजतं.

माझ्या दृष्टीनं सगळ्यात दुःखी गाणं होतं ते या भिंतीबद्दलचं, जपानच्या हल्ल्याच्या वेळी घरातून बाहेर काढल्या गेलेल्या एकानं गायलेलं. उत्तरेकडच्या शत्रूंकडून चीनचं रक्षण करण्यासाठी शतकभरात या भिंतीवरचे निरीक्षण मनोरे आणि छोट्या संरक्षक भिंतींची बांधणी करण्यात आली. जपानच्या सैन्यानं सन १९३१ मध्ये मंचुरियावर हल्ला केल्यानंतर या भिंतीला वेगळा अर्थ प्राप्त झाला. जपानच्या गुलामगिरीखाली असलेला प्रदेश या भिंतीनं दाखवून दिला. शत्रू अगोदरच तोंगपैमध्ये दाखल झालेला असल्यानं ही संरक्षक भिंत अपयशी ठरली, अशी मूक मान्यता या गाण्यात दिली होती.

भिंत दहा हजार मैल लांबीची आहे
भिंतीच्या बाहेरच्या बाजूला माझं मूळ गाव आहे.
सोरघम पीक दाटीवाटीनं आहे, तर सोयाबिन खंडांमध्ये आहे
सर्वत्र सोनं पिकलंय, आणि नैसर्गिक संकटं क्वचित कधी येतात.
अचानक महासंकटाची नांदी झाल्यापासून
बलात्कार, लूट, कैद करणं, दुःख सहनशक्तीच्या बाहेरचं होतं.
कुटुंबांची ताटातूट झाली, पालक मरण पावले
आयुष्यभर मनात शत्रुत्व आणि तिरस्काराचे विचार येताहेत
दिवस-रात्र फक्त घरी परतण्याचे वेध लागलेत...

चारशे दशलक्ष कंपन्यांचा एकत्रितपणे उदय होऊ दे :
आमच्या हृदयातली भिंत दहा हजार मैल लांब असेल.

माझ्यासारखंच, माझ्या आई-वडिलांनीही त्यांच्या बालपणी ही गाणी ऐकली होती. या गाण्यांतून त्यांच्या पालकांच्या पिढीची कहाणी मांडली आहे. ही पिढी घरापासून फार लांब राहायची. युद्धामुळे त्यांचा एकदा संपर्क तुटला तो कायमचाच. चिनी परंपरेत, कवितेला विशिष्ट साच्यामध्ये अडकवून टाकलेलं होतं. कवितेच्या अनुभवामध्ये स्वत्व विरघळून गेलं. या कवितांच्या कडव्यांमध्ये भावना ओतप्रोत भरलेल्या होत्या. दबलेल्या होत्या. त्या कधीच व्यक्त झाल्या नाहीत.

अनेक वर्षांचे गाण्यांचे विखुरलेले तुकडे आणि विस्कटलेल्या आठवणींचा गुंता असह्य झाल्यानं एक दिवस मी वडिलांना समोर बसवलं. आपल्या कुटुंबाच्या पार्श्वभूमीबद्दल जे जे माहीत असेल ते सगळं सांगण्याचा हट्ट त्यांच्याकडे धरला. छ्यींग साम्राज्याच्या ऱ्हासाच्या काळात, आमच्या कुटुंबाच्या उदयापासून प्रगतीपर्यंत त्यांनी सगळं सांगितलं. घर सोडण्याची आणि बाहेरचं जग बघण्याची माझ्या आजोबांना किती तीव्र इच्छा होती तेही त्यांनी सांगितलं. जपानी सैन्यानं घेतलेली माघार आणि जोरानं वाजणारे भोंगे त्यांना आठवत होते. हे भोंगे वाजले म्हणजे आज शाळा नाही, हे समजून जायचं. पण माझ्या वडिलांनी सांगितलेला तपशीलही तुकड्या-तुकड्यांचा होता. त्यांच्या चीनविषयीच्या आठवणी त्यांच्या बालपणीच्या काळातल्या होत्या. त्यांच्या वयातलं बालक ज्या प्रकारे जग समजून घेऊ शकतं तितपतच होत्या.

> आम्ही लपाछपी खेळत होतो. आमचे वडील झोपले होते. ते जिथे झोपले होते तिथल्या बेडच्या दुसऱ्या बाजूला खिडकीत मी लपलो होतो. तिथून बाहेर यायला भीती वाटत होती. पण मी तिथे लपलोय हे त्यांनी ओळखलं आणि म्हणाले, 'बाहेर ये'. त्यानंतर तेही आमच्याबरोबर खेळले. त्यांच्याबद्दलची ही एकमेव आठवण माझ्याजवळ आहे.

मी माझ्या वडिलांच्या भावांशी आणि बहिणींशी बोलले. ते सगळेच जण विशीमध्ये असताना अमेरिकेला स्थायिक झाले होते. प्रत्येक व्यक्तीचा दृष्टिकोन वेगळा असल्याने पन्नासेक वर्षांपूर्वीच्या घटनांच्या प्रत्येकाच्या आठवणींचे पैलू वेगळे होते. प्रत्येकाचा विचार ठोस आणि निरनिराळा होता. चीनमधून अमेरिकेला जाताना त्यांनी मनात साठवून नेलेले चीनचे तुकडेही इतक्या वर्षांत बदलले होते. चीनमध्येच राहिलेल्या माझ्या काही कुटुंबीयांना भेटले. त्यामध्ये माझ्या वडिलांची चुलतभावंडं आणि लांबचे नातेवाईकही होते. त्यांनी आमचं मूळ गाव अजूनही सोडलेलं नव्हतं. त्यांपैकी काहींना भूतकाळातले धागेदोरे शोधणं जमत होतं, तर काहींना नव्हतं. तुम्ही चीन सोडून अन्यत्र गेलेला असाल किंवा चीनमध्येच राहिला असाल, काही गोष्टी विसरणं किंवा सोडून देणंच त्यातल्या त्यात कमी दुखावणारं होतं.

माझ्या नातेवाइकांना स्वतःविषयी बोलायला आवडत नव्हतं. आमच्याकडे सांगण्यासारखं काही नाही, असं सांगून ते या विषयाला बगल द्यायचे. कधी काही बोललेच तर त्याची सुरुवात दुर्लक्ष, नाकारणं, किंवा मृत्यू अशा विषयांनी व्हायची, जणू काही त्यांच्या कथेला नीट सुरुवात होण्यापूर्वीच शेवट करायचा असावा. त्यांच्या आठवणी महत्त्वाच्या ठरू शकतात, यावर त्यांचा कदाचित विश्वास

नसावा, असं मला वाटायचं. 'खरंतर चीनविषयी माझा अनुभव अतिशय मर्यादित आहे,' हे माझी आत्या नल्लीचं पहिलं वाक्य होतं. 'कुटुंबाच्या इतिहासाबद्दल मला फारसं काही माहीत नाही. कारण याविषयी बोलायची तशी संधीच मिळाली नाही,' असं माझे काका लुख म्हणाले. आमच्या आजोबांच्या वडिलांचं नाव कुणालाच माहीत नाही, अशा नन्नाच्या पाढ्यानं माझ्या वडिलांनी आठवणींना उजाळा द्यायला सुरुवात केली. त्यांनी आठवेल तितका तपशील सांगितला. त्यातलं नाट्य काहीसं गाळलं. काही वेळा, त्यातला एखादा संदर्भ वेदनादायी असला की ते हसायचे. असंख्य जणांनी आघात सोसलेले असताना केवळ एखाद्याचं दुःख विशेष महत्त्वाचं नव्हतं. त्यांनी सोसलेल्या गोष्टींमुळे ते इतरांपैकी एक झाले होते, इतकंच.

दक्षिणेकडच्या कारखान्यांच्या शहरांतल्या तरुणी अशा प्रकारे विचार करणाऱ्या नव्हत्या. भूतकाळातल्या चटक्यांमुळे होरपळ होत नसलेल्या या शहरात प्रत्येक जण स्वतःची एक कथा जगत होता, सांगत होता, लिहीत होता. लाखो जणांच्या एकाकी संघर्षामध्ये, व्यक्तिवाद मूळ धरू लागलेला होता. याचं प्रतिबिंब स्वतःतल्या सुधारणांसाठीचे वर्ग, टॅलेंट मार्केट, पालकांशी झालेल्या संघर्षात आणि वहीत नोंदवून घेतलेल्या धड्यांमध्ये दिसायचं. संधी दवडू नका. गरीब म्हणून मरणं पाप आहे. या तरुणींचा जीवनपट सर्वसामान्य आणि निष्ठुर असू शकायचा, पण त्यांचं आयुष्य फार महत्त्वाचं असल्याच्या थाटात त्या माझ्याशी बोलायच्या.

* * *

खांगश्यी सम्राटाच्या काळात केव्हा तरी, साधारणतः १७०० च्या काळात, उत्तर चीनमधल्या दाटीवाटीच्या प्रदेशाला, गर्दीला कंटाळून चांग हुआलोंग या शेतकऱ्यानं आपलं घर सोडलं. त्यानं मंचुरिआतल्या गवताळ प्रदेशात जायचं ठरवलं. तिथे लागवडीखाली न आणलेली जमीन इतकी विपुल होती, की नव्यानं सुरुवात करणं सहज शक्य होतं. त्या काळात, उत्तर चीनमधल्या प्रत्येक गावातून कोणी ना कोणी स्थलांतरित झालेलं असायचं. अनेकदा तरुण आणि काहीतरी करायची इच्छा असणारी मंडळी घरातून बाहेर पडलेली असायची. चांग हुआलोंग यांना दोन मुलगे होते. च्यीलिनमधल्या मंचुरिअन प्रांतातल्या लिउथाय गावात स्थायिक होण्यासाठी ते घरून बाहेर पडले आणि आणखी उत्तरेकडे गेले. प्रतिकूल हवामान आणि दलदलीची जमीन असलेलं पॉपरचं खोरं हे ठिकाण त्यांनी राहण्यासाठी निवडलं. चांग यांच्या चौदा पिढ्यांनी तिथे वास्तव्य केलं. मी त्यातल्या अकराव्या पिढीतली होते.

ऐंशीच्या दशकातल्या स्थलांतरितांप्रमाणेच, ज्ञात असलेल्या माझ्या पूर्वजांनी

केलेलं स्थलांतर कायदेशीर नव्हतं. सन १६४४ मध्ये, चीनच्या ईशान्य सीमेलगत राहणाऱ्या मंचू या वांशिक गटानं चीन जिंकून घेतला आणि छ्यींग साम्राज्य स्थापन केलं. त्यानंतर लगेचच, छ्यींग राजांनी मंचुरिआ हान चिनींच्या कक्षेच्या बाहेर असल्याचं जाहीर करून टाकलं. हान चिनी हा उर्वरित चीनमधला बहुसंख्याक वांशिक गट होता. त्यांचं उद्दिष्ट होतं, त्या प्रदेशातल्या नैसर्गिक संसाधनांच्या बाबतीत मक्तेदारी प्रस्थापित करायची आणि मातृभूमीचं रक्षण करायचं. सीमा जोपर्यंत अबाधित राहतील तोपर्यंत तिथल्या लोकांमध्ये त्यांचं महत्त्व टिकून राहील, असं त्यांना वाटायचं. भ्रष्टाचाराला, ऱ्हासाला आटोक्यात ठेवता येईल, असंही त्यांचं मत होतं. याच कारणांमुळे घराणी लयाला गेलेली होती. मंचुरिआची सीमा बंदिस्त करण्यासाठी सम्राटांनी दोनशे मैलांची चिखलभिंत बांधण्याचा आदेश दिला. त्यावर विलो प्रकारची झाडंही लावायला सांगितली. ही भिंत ईशान्येकडच्या चीनच्या भिंतीपासून सध्याच्या काळातल्या ल्याओनिंग आणि च्यीलिन प्रांतापर्यंत विस्तारली होती. भिंतीच्या संपूर्ण लांबीमध्ये भक्कम बांधकाम केलेले तपासणी नाके होते.

या सीमेला विलो पलिसेड (Wiòo Palisade) म्हटलं जायचं. ही भिंत चीनच्या भिंतीपेक्षाही अधिक सच्छिद्र होती. भिंत सन १६८१ मध्ये बांधून पूर्ण झाली. कदाचित, त्यानंतर वीस वर्षांनी माझ्या पूर्वजानं लिउथायमध्ये स्थिरावण्यासाठी ही भिंत पार केली असावी. लिउथाय म्हणजे 'सहावे पोस्ट' - माझ्या पूर्वजांसारख्या लोकांना दूरवरच रोखण्यासाठी सीमेच्या लगत बांधलेल्या भक्कम मनोऱ्यांपैकी एक मनोरा. शेती करण्यासाठी बेकायदा प्रवेश केलेल्या चिनींना लिउमिन, म्हणजे भटके म्हटलं जायचं. त्यानंतर दोन शतकं माझ्या पूर्वजांनी तिथे शेती केली. प्रामुख्यानं ते सोयाबिन आणि ज्वारी पिकवायचे. प्राचीन जंगलांनी वेढलेल्या लाकडी खोल्यांमध्ये राहायचे.

एकोणिसाव्या शतकाच्या उत्तरार्धात मंचुरिआची लोकसंख्या प्रचंड वाढू लागली. दुष्काळ आणि दुर्भिक्ष यांचा फटका बसलेले उत्तर चीनमधले शेतकरी मंचुरिआकडे स्थलांतर करू लागले. पुढचं अर्धशतकभर चाललेलं हे स्थलांतर तब्बल अडीच कोटी जणांना सामावून घेणारं होतं. सध्याच्या लाटेपर्यंतचं, देशाच्या इतिहासातलं आतापर्यंतचं सर्वांत मोठं स्थलांतर असावं. या प्रदेशातली अर्थव्यवस्था भरभराटीला आली. नव्या लोहमार्गांमुळे देशातले अंतर्गत भाग किनारवर्ती आणि परदेशी बाजारांशी जोडले गेले. आणि परदेशी मंडळींनी भविष्यवाण्या केल्या, ज्या आजही ऐकू येतात. सन १९१० मध्ये, थिएनच्यीनमध्ये कार्यरत असलेल्या ब्रिटिश वकिलातींनी लिहिलं :

नजीकच्या भविष्यात, युरोपातील बाजारपेठांना कृषी उत्पादनांचा पुरवठा करण्याबाबत मंचुरिआ अमेरिकेचा स्पर्धक बनेल, यात शंकाच नाही. हालपिनमधल्या पीठगिरण्या ज्या किमतीला त्यांची उत्पादने स्थानिक बाजारपेठेत आणत आहेत, त्या दराशी स्पर्धा करणं अमेरिकेला केवळ अशक्य आहे. कृषी उत्पादनांच्या विक्रीची झालेली घट अमेरिकेला उत्पादित वस्तूंच्या वाढीव विक्रीतून भरून काढता येईल.

आर्थिक सुबत्तेच्या प्रवाहात आमच्या कुटुंबाची भरभराट झाली. माझे पणजोबा चांग यानान यांनी ऑइल प्रेस आणि पीठगिरणी विकत घेतली. यातून मिळालेल्या पैशांतून त्यांनी जमिनी खरेदी केल्या. यामुळे ते लिउथायमधले सर्वांत मोठे जमीनमालक बनले. १८९० च्या दरम्यान, चांग यानान यांच्या देखरेखीखाली कुटुंबासाठी घर बांधण्यात आलं. घराच्या मध्यवर्ती भागात पाच मोठ्या खोल्या बांधण्यात आल्या. त्याच्या बाजूला आठ खोल्यांची रचना करण्यात आली. मधल्या मोठ्या खोल्यांमध्ये पूर्वजांच्या तसबिरी, स्मारकांसारख्या वास्तू होत्या. भोवताली बाकी सगळे जण राहायचे, जेवायचे, झोपायचे. चिनी कुटुंबं अशाच प्रकारे राहायची. या घराला नाव दिलं होतं, श्यीनफायुआन. म्हणजे, 'नवा उगम'. त्याभोवती उंच भिंती होत्या. प्रत्येक कोपऱ्यावर विशिष्ट प्रकारच्या पिस्तूल बसवल्या होत्या. डाकूंपासून रक्षण करण्यासाठी सशस्त्र सैनिक तैनात होते. कुठल्याही कुटुंबाच्या सधनतेचं मूल्यमापन त्यांच्या जेवणातल्या पदार्थांवरून केलं जायचं. श्यीनफायुआनमध्ये तर कामासाठी बोलावलेली माणसंही गोड बीन पेस्ट घातलेला स्टीम्ड बन खायची. तिथे इतका दानशूरपणा होता की त्यावरून एक गाणंही तयार केलं होतं. माझ्या वडिलांना शतकभरानंतरही हे गाणं आठवत होतं.

श्यीनफायुआन, एक अप्रतिम ठिकाण
कुत्रे रस्ता दाखवतात, माणसं जेवण आणतात

छ्यींग साम्राज्याच्या शेवटच्या काही वर्षांत, माझ्या पणजोबांना सम्राटाच्या लोकसेवेची पदवी बहाल करण्यात आली. वंशपरंपरागत मंदिर बांधण्यासाठी इम्परिअल न्यायालयाकडून चांदीचे तीनशे चिनी औंस देण्यात आले. ही तिथली परंपराच होती : एखादी व्यक्ती अधिकृत झाली की तिला पूर्वजांसाठी कन्फ्युशिअन पद्धतीनं योग्य तो मानसन्मान द्यावा लागायचा. माझ्या पणजोबांनी चार पत्नींना सोबत घेऊन- हीसुद्धा तिथली प्रथाच होती- आपल्या नऊ मुलांच्या शिक्षणासाठी घराच्या आवारातच शाळा बांधली. माझ्या पणजोबांच्या प्रगतीमुळे न्यायालयानं

त्यांच्या वडिलांना छ्यींग साम्राज्यातलं तिसऱ्या श्रेणीतील जनरल हे लष्करी पद बहाल केलं. तसंच, आपल्या संततीप्रती त्यांनी दाखवलेल्या या जबाबदारीच्या भावनेचं कौतुक करणारं कमानीदार स्मारक उभारण्यासाठी पैसेही देऊ केले. त्यामुळेच आमच्या घराण्याच्या वंशावळीचं इतकं ठसठशीत प्रतीक शून्यातून उभं राहिलं. एक शेतकरी जनरल बनला आणि एक गिरणी मालक सरकारी अधिकारी.

माझ्या पणजोबांनी कन्फ्युशिअन कुटुंबप्रमुखाच्या अन्य जबाबदाऱ्याही पूर्ण केल्या. मंचुरिआला स्थलांतरित झालेल्या आपल्या पूर्वजांपासूनची कुटुंबाची संपूर्ण वंशावळ लिहून काढण्याची जबाबदारी त्यांनी पार पाडली. त्यांचे वारसदार पुढच्या वीस पिढ्या पाहतील अशा प्रकारे त्यांनी सर्व वारसदारांची नावं लिहून काढली. ही नावं अशा प्रकारे लिहिली की त्या नावांतून एक कविता तयार झाली.

फंग ली थोंग श्यींग दिएन
होंग लिएन यु पाओ छाओ
वान छुआन च्यीआ छ्यींग यान
च्यौ यांग कुओ अन चाओ

फिनिक्स एकत्रितपणे भरभराट करणाऱ्या राजमहालात थांबतो
राजहंस खजिन्याच्या साम्राज्याला एकत्र जोडतो आणि जोपासतो
दहा हजार पिढ्या कौटुंबिक जल्लोष पुढे संक्रमित करतात
नऊ दागिन्यांतून देशाची पसंती दिसून येते

माझ्या कुटुंबाची भरभराट उशिरा झाली. छ्यींग जीवनपद्धती संपुष्टात येण्याच्या वेळी वैभवाची झळाळी वाढली. मालमत्ता, मंदिर, तसबिरी, स्मारकं, वास्तू या सगळ्या वैभवाला येत्या शतकात दृष्ट लागणार होती. अनेकांचं जीवन घटणार होतं; प्रत्येक गोष्ट काही वाया जाणार नव्हती. माझं चिनी नाव आहे थोंगह. नावातलं पहिलं अक्षर मी कधीच न पाहिलेल्या माझ्या पणजोबांनी ठरवलं होतं.

* * *

१८९९ मध्ये, माझे आजोबा चांग छुनन यांचा जन्म ज्या गावात झाला तिथे जवळजवळ प्रत्येकाचं आडनाव त्यांच्यासारखंच होतं. लहान असताना ते त्यांच्या वंशपरंपरागत शाळेत गेले होते. तिथे त्यांनी कॉन्फशिअसच्या काळावर आधारित पाच क्लासिक्स आणि चार पुस्तकांतले मोठमोठे उतारे पाठ केले. या उताऱ्यांतलं

एक अक्षरही त्यांना कळलं नसलं तरी ते महत्त्वाचं नव्हतं. त्या काळी मुलांमध्ये चांगल्या वर्तनाची बिजं रुजवण्यावर भर देण्याकडे शिक्षणाचा कल असायचा. त्यामुळेच त्यांच्यामध्ये आज्ञाधारकपणा, आदर आणि निग्रह हे गुण रुजवले जायचे. शिक्षणाचं अंतिम ध्येय लोकसेवा परीक्षा उत्तीर्ण करणं आणि प्रशासकीय अधिकारी बनणं, हे असायचं. ही यंत्रणा जवळजवळ हजार वर्षं तशीच कायम होती.

पण माझे आजोबा लहान होते तेव्हाचा काळ या जगाच्या दृष्टीनं केव्हाच मागे पडला होता. एकोणिसाव्या शतकामध्ये पाश्चिमात्यांशी संबंध आला. तो वेदनादायी होता. १८४० आणि १८५० च्या दशकात अफू युद्धामध्ये चीनचा पराभव झाल्यावर साम्राज्याला 'विषमतेचे तह' करावे लागले. त्यानुसार, परराष्ट्रांशी व्यापार करण्यासाठी बंदरं खुली करावी लागली, तसंच पाश्चिमात्य देश आणि जपान यांना कायदेशीर आणि आर्थिक विशेष हक्क द्यावे लागले. चीनला अशी अपमानकारक भूमिका घ्यावी लागल्याचं खापर सुधारकांनी पारंपरिक शिक्षणावर फोडलं. त्यांच्या प्रयत्नांमुळे सन १९०५ मध्ये लोकसेवा परीक्षा रद्द करण्यात यश आलं. आधुनिक विषय शिकवणाऱ्या शाळांचा प्रसार सुरू झाला. सन १९११ मध्ये, माझे आजोबा किशोरवयात पदार्पण करत होते तेव्हा छ्यींग साम्राज्य संपुष्टात आलं. साम्राज्याची जागा प्रजासत्ताकनं घेतली.

लहान असतानाच माझ्या आजोबांनी घर सोडून जाण्याचं पक्कं केलेलं होतं - आत्तासारखंच तेव्हाही यशाकडे जाणारे मार्ग गावांकडे फिरकत नव्हते. त्यांचे मोठे बंधू चांग फंगन मोठे झाल्यावर कुटुंबाचा डोलारा सांभाळणार होते. परंतु, पहिल्या पत्नीचा दुसरा पुत्र असणं- म्हणजे धाकटं असणं माझ्या आजोबांसाठी सोईचं होतं : त्यांना घरातून बाहेर पडणं शक्य होतं. १९१३ सालच्या वसंत ऋतूमध्ये त्यांनी च्यीलिन प्रोव्हिन्शिअल मिडल स्कूलमध्ये प्रवेश घेतला. नव्या प्रकारचं शिक्षण म्हटलं जाणारे धडे देणारी ही या प्रांतातली पहिली शाळा होती. शाळेत गणित, इतिहास, भूगोल आणि नैसर्गिक विज्ञान असे विषय शिकवले जायचे. त्यानंतर तीन वर्षांनी आजोबांनी पेकिंग युनिव्हर्सिटीमध्ये प्रवेश घेण्यासाठी घर सोडलं. हे विद्यापीठ आधुनिक शाळांच्या देशभरातल्या जाळ्याच्या प्रमुखपदी होतं.

तिथले बहुसंख्य विद्यार्थी किनारवर्ती भागातल्या व्यापाऱ्यांच्या श्रीमंत कुटुंबांतले होते. माझे आजोबा मात्र त्यांच्यासाठी बाहेरून आलेले होते. जसं कोलोरॅडोतला खाणकामातला एखादा मुलगा हार्वर्डमध्ये शिकायला जावा! प्रगतीकडे वाटचाल करण्यासाठीचं शिक्षण घेण्यासाठी त्या प्रांतातले महत्त्वाकांक्षी तरुण या विद्यापीठाकडे आकृष्ट झाले होते. माझ्या आजोबांचे समकालीन असलेले माओ त्सतोंग शाळेच्या ग्रंथालयात काम करायचे. नव्या पद्धतीचं शिक्षण आत्मसात करण्यासाठी माझ्या

आजोबांना कदाचित मोठे प्रयत्न करावे लागले. पेकिंग युनिव्हर्सिटीच्या अर्काइव्हमध्ये मला एक पुस्तक मिळालं. दोऱ्यानं बांधलेलं. त्यामध्ये १९१७ सालातल्या परीक्षेचा निकाल होता. माझ्या आजोबांना परदेशी विषय तितकेसे साजेसे नव्हते.

पाश्चिमात्य इतिहास : ७०
इंग्रजी साहित्य : ७०
चिनी भाषा : ८०
तर्कशास्त्र : ९०
वर्तन : १००

पारंपरिक मूल्यव्यवस्था अबाधित राहिली असती तर माझ्या आजोबांनी विद्यापीठातली सर्वोच्च पदवी नक्की मिळवली असती. त्यानंतर त्यांना सरकारी नोकरीही मिळाली असती. पण नवी शिक्षणपद्धती त्यांना अनपेक्षित दिशेकडे ओढत नेत होती : अमेरिकेमध्ये शिकण्यासाठी माझ्या आजोबांना प्रांतिक शिष्यवृत्ती मिळाली. त्यामुळे त्यांनी दुसऱ्या वर्षानंतर शाळा सोडली. घरच्यांनी ठरवलेल्या लि श्यीऊलान या मुलीशी त्यांनी विवाह केला. लग्नानंतर तीन दिवसांनी ते जहाजानं अमेरिकेला रवाना झाले.

आजोबा अमेरिकेला निघून गेल्यावर माझ्या आजीनं पेकिंग विमेन्स नॉर्मल कॉलेजमध्ये शिक्षण सुरू केलं. महिला विद्यार्थ्यांना स्वीकारणाऱ्या देशातल्या सुरुवातीच्या काही महाविद्यालयांपैकी हे एक महाविद्यालय होतं. संगीत आणि शारीरिक शिक्षण हे आजीचे मुख्य विषय होते. विद्यार्थ्यांच्या निषेधमोर्चात आजीचा सहभाग होता. ती सिगारेट ओढायची. तिनं नावही नवं निवडलं होतं, लि श्यीआंगहंग. तिच्या जुन्या नावापेक्षा जरा वेगळं, नवं होतं म्हणे. पदवी पूर्ण झाल्यानंतर ती च्यीलिन शहर या आमच्या प्रांताच्या राजधानीतल्या हायस्कूलमध्ये शिकवायची.

सात वर्षं ती अमेरिकेला पत्रं पाठवत होती. ऐन विशीमध्ये तिच्यावर एकटेपण लादलेल्या आणि नंतर एक एक करून तिच्या बाळांना हिरावलेल्या त्या भूमीला पत्र पाठवत होती. तिची पत्रं टिकाव धरू शकली नाहीत. माझी आजी म्हणजे, आजोबांच्या डायरीतल्या संक्षिप्त मजकुराच्या रूपापुरती उरली, एखाद्या जंगलात झाडाच्या मागून एखादा प्राणी पटकन दर्शन देऊन गायब व्हावा त्याप्रमाणं.

माझी आई आजारी असल्यानं श्यीआंगहंगचा घरी परत जाण्याचा विचार आहे.
श्यीआंगहंगसाठी घरी पाठवायला मी बुटांचा जोड आणलाय.

श्यीआंगहंगच्या पत्रांमध्ये तिने नाराजी व्यक्त केलीये. तिच्यासोबत अतिशय चुकीचं घडलं असल्याचं तिचं म्हणणं आहे.
मला श्यीआंगहंगची तीन पत्रं मिळाली. तीनही पत्रांमध्ये मला घरी जाण्याचं आर्जव केलेलं होतं. पण नियोजित कामं अजून झालेली नसल्यानं मी घरी जाऊ शकत नाही.

माझ्या आजीलाही अमेरिकेला जायची इच्छा होती. पण माझ्या पणजोबांनी खोडा घातला. महिलांनी परदेशी जाणं योग्य नाही. महिलांनी घरीच राहावं, असं त्यांचं मत होतं.

* * *

१ जानेवारी, १९२६.
चीनमधला अंतर्गत गोंधळ ही अतिशय चिंतेची बाब आहे. चीनच्या भविष्यात एक दिवस नक्की येईल जेव्हा हा देश भरभराटीला आलेला असेल. माझ्या हयातीतच मला हे पाहायला मिळणार आहे. हा दिवस लवकर येण्यासाठी प्रत्येकानं भरपूर परिश्रम करायला हवेत.
प्रत्येकाचं वर्तन अत्यंत आदरणीय असायला हवं, खर्च करताना काटकसर करायला हवी.
मी घरमालक हॅरी वॉर्ट यांच्यासोबत दुपारचं जेवण घेतलं. त्यांच्या शेजारी राहणाऱ्या वृद्ध दाम्पत्याला पक्षी आणि कुत्र्यांसोबत खेळायला आवडतं. ते आपल्या पाळीव प्राण्यांशी बोलत असतात. मला असले प्रकार अजिबात आवडत नाहीत.

माझे आजोबा सन १९२० मध्ये अमेरिकेत दाखल झाले. तो बाथ टब, जिन, पेटिंग पार्ट्या आणि Al Caponeसारख्या गँगस्टरचा काळ होता; पण माझ्या आजोबांना त्यामध्ये जराही रस नव्हता. शिकण्यासाठी योग्य अभ्यासक्रमाचा शोध आणि चीनमधली राजकीय स्थिती याविषयी त्यांनी डायरीमध्ये लिहून ठेवलेलं आढळलं. हे दोन्ही विषय एकमेकांशी संबंधित होते : अमेरिकेमध्ये योग्य कौशल्यं आत्मसात करून त्याचा वापर मायदेशाच्या प्रगतीसाठी करण्याचा त्यांचा विचार होता. खाणकाम अभियांत्रिकी या विषयावर लक्ष केंद्रित करण्यापूर्वी त्यांनी साहित्य आणि अर्थशास्त्र याचा मोठा अभ्यास केला. चीनच्या भरभराटीसाठी औद्योगिक विकास हा कदाचित योग्य पर्याय असावा.

२६ जानेवारी

चांग त्झुओलिन यांनी अगोदरच इव्हानोव्ह (चिनी ईस्टर्न रेल्वेचे रशियन संचालक) यांना मोकळं ठेवलं होतं, जेणे करून हालपिनचा प्रश्न तात्पुरता सोडवला जाईल. हालपिनमधल्या घटनेचं कारण फंग युश्यीआंग यांनी ईशान्येकडे परतण्याशी थेट संबंधित होतं. एकाला रशियासोबत सहयोग करायचा आहे, तर एकाला जपानशी हातमिळवणी करायची आहे. प्रत्येक जण स्वतःचं हित जपण्याचा प्रयत्न करतोय.

यंत्रांची निर्मिती करणारा उत्पादक चीनमध्ये अजूनही नाही. भविष्यात ही सुरुवात माझ्यापासून झाली तर मस्तच होईल.

२८ जानेवारी

आज भरपूर बर्फ पडत होता. वारंही होतं. रस्ते जवळजवळ बंद झाले होते. आज पाच वाजता बॅकलँड या माझ्या सहकाऱ्याचा विवाह झाला...

मंचुरिआ आणि मंगोलिया हे जगातले दोन गंभीर प्रश्न बनले आहेत. आपण ते योग्य प्रकारे हाताळले नाहीत तर त्यांचं रूपांतर कोरिआमध्ये होण्यापासून थांबवू शकणार नाही. ही माझ्या पूर्वजांची मायभूमी आहे. मी ती अन्य कोणाला तरी कशी बळकावू देईन? मी शपथ घेऊन सांगतो की माझ्या भूमीचं रक्षण आणि तिथल्या लोकांचं कल्याण ही माझी स्वतःची जबाबदारी मानेन.

४ मार्च

माझा चष्मा तुटला म्हणून नवा करून घेण्यासाठी मी डोळ्यांच्या डॉक्टरकडे गेलो. त्यासाठी चोवीस डॉलर खर्च येणार होता. किती महाग!

च्यीलिनमधली जंगलं कागदाच्या उत्पादनासाठी निसर्गतःच साजेशी आहेत. च्यीलिनमधून दर वर्षी मोठ्या प्रमाणात लेदर उत्पादनांची आणि त्याहीपेक्षा जास्त फरची निर्यात केली जाते. तिथले लोहमार्ग अत्यंत सोयीचे आहेत. मी कागद उद्योगात काम करण्याबाबत लक्ष घालीन.

४ जून

आज मी माउंट फ्रँकलिन इथे पाहणी केली. झाडं हिरवीगार होती. हवेत तजेला आणि सुगंध होता. पहाटेच्या वेळी कडाक्याची थंडी असायची आणि रात्रीच्या वेळी घसा दुखायचा अक्षरशः ...

चीनला मजबूत आणि वैभवशाली बनायचं असेल तर देशातल्या पोलाद उद्योगाचा विकास करावा लागणार आहे; अन्यथा, चीनला बाकी देशांचा शिरकाव रोखणं शक्य होणार नाही. सध्या यंत्रसामग्रीची भिस्त पूर्णपणे आयातीवर आहे. युद्धाला सुरुवात झाली आणि अन्य देशांतून मिळणारी संसाधनं बंद झाली तर चीनचा पराभव निश्चित आहे.

१२ नोव्हेंबर
आज मी कोळसा कापणारं मशिन स्वच्छ केलं आणि ते उघडलं पण! मजा आली एकदम.

देश चालवण्यासाठी आणि देशवासीयांना शिकवण्यासाठी किंवा जागा भरून काढण्यासाठी चांगला सिद्धान्त असायला हवा. केवळ लष्करी बळावर भिस्त ठेवला, तर पराभवाला सामोरं जावं लागू शकतं.

विसाव्या शतकातल्या पहिल्या दोन दशकांमध्ये हजारो चिनी विद्यार्थी अमेरिकेला गेले. इतक्या मोठ्या प्रमाणात परदेशी शिकायला जाणारा हा पहिलाच मोठा लोंढा होता. चीनच्या कल्याणासाठी पाश्चिमात्य शिक्षण हा त्यांना उत्तम पर्याय वाटला. हे विद्यार्थी अर्थशास्त्र, नैसर्गिक शास्त्रं आणि प्रामुख्यानं अभियांत्रिकी अशा विषयांकडे आकर्षित झाले होते. १९०५ ते १९२४ या काळात चीनमधून अमेरिकेत शिकायला गेलेल्या अंदाजे एक तृतीयांश विद्यार्थ्यांनी हेच विषय अभ्यासाचे मुख्य विषय म्हणून निवडले. माझे आजोबा कॅनडा सीमेजवळील जुन्या तांबे खाणींच्या भागात असलेल्या मिशिगन कॉलेज ऑफ माइन्समध्ये शिकले. १९२५ मध्ये ते पदवीधर झाले. चाळीस जणांच्या वर्गात ते तेहतिसावे आले. शेवटी, नवं शिक्षण त्यांना अजूनही त्रास देतच होतं.

आजोबांची डायरी मला अपघातानं मिळाली. माझ्या वडिलांनी सांगितलं की, कुटुंबाकडे जे जे काही होतं ते दुसरं जागतिक युद्ध, यादवी युद्ध, तैवानशी संघर्ष आणि अमेरिकावारी यादरम्यान कुटुंबानं सोडून दिलं होतं. माझ्या कुटुंबाच्या इतिहासाचा मी पुन्हा शोध घ्यायला सुरुवात केल्यावर साधारण वर्षभरानंतर, माझं आणि वडिलांचं फोनवर बोलणं सुरू होतं. आजोबांच्या काही वस्तू त्यांच्याकडे आहेत का, असं मी त्यांना विचारलं. अनपेक्षितपणे, त्यांच्याकडून सकारात्मक उत्तर आलं. त्यांच्याकडे आजोबांच्या दोन डायऱ्या असल्याचं ते म्हणाले. त्यांतली एक, आजोबा अमेरिकेत होते तेव्हाची आणि दुसरी, आमचं कुटुंब युद्धकाळात छोंगछ्यींगमध्ये

राहत होतं तेव्हाची. या डायऱ्या जवळजवळ हजार पानांच्या होत्या.

माझे वडील म्हणाले, ''त्यात वाचण्यासारखं काही नाहीये. त्यांनी केवळ घटना लिहिल्यात. 'आज जपानी सैन्य शहराच्या जवळ येऊ लागलंय,' असं सपक लिहिलय त्यांनी.''

मी म्हटलं, ''खरं तर यातच गंमत आहे.''

मी कधीही न पाहिलेल्या माझ्या आजोबांची ओळख त्यांच्या डायऱ्यांमधल्या मजकुरातून झाली. माझे आजोबा म्हणजे, जीवनाच्या उद्दिष्टाचा शोध घेणारा आणि विविध प्रकारच्या करिअरची स्वप्नं पाहणारा धडाडीचा तरुण होता. स्थलांतरित करतात तशी नोकऱ्यांची धर-सोड त्यांनीही केली. नवी नोकरी शोधायची, मग ती सोडून द्यायची, काहीच दिवसांत नोकरीत कंटाळायचं आणि पुरेसं शिकायला मिळत नाहीये या विचारानं अस्वस्थ व्हायचं. आजोबा एकटे होते आणि मुक्त होते.

१४ जुलै
कारखान्यात मोकळा वेळ मिळतो, तेव्हा मनात वेगवेगळ्या प्रकारच्या अडचणींचा विचार येतो. विशाल सागरात एकच बोट तरंगत असल्यासारखं मला वाटतं. मनाला शांतता हवीशी वाटली तरी मिळत नाही.

१८ नोव्हेंबर
मी साधारण दोन वर्षं काम केलं. काही वेळा मला वाटतं की या कामात मला रसच नाहीये. कामात जराही राम वाटत नसला तरीही ते स्वतःच करावं लागतं. सध्या चीनची स्थिती इतकी दयनीय आहे की स्वतःची कंपनी स्थापन करण्यासाठी पुरुषांनी ठोस विचार करण्याची वेळ आली आहे. मला प्रचंड मेहनत करायला हवीय. १२० टक्के द्यायला हवेत स्वतःचे.

स्वतःमध्ये सुधारणा याचा पुनरुच्चार डायरीत सतत केलेला होता. शाळा पूर्ण केल्यानंतर आजोबांनी ईशान्य आणि मध्य-पश्चिमेकडच्या खाणी आणि कारखान्यांमध्ये दोन वर्षं प्रत्यक्ष प्रशिक्षण घेतलं. विद्युत यंत्रसामग्रीचा अभ्यास करण्यासाठी त्यांनी शिकागो रात्रशाळेत प्रवेश घेतला. आजोबा शिकत असलेल्या नव्या परिभाषेतल्या, नव्या इंग्रजी शब्दांचा उल्लेख डायरीत वारंवार केलेला होता : गुडमॅन स्टँडर्ड शॉर्टवॉल मशिन. सिमेंट वाळू आणि दगडांच्या भुयाचं गुणोत्तर. पिरॅमिड, पंप, ओपन हर्थ, मिक्सर ब्लास्ट, फर्नेस, कॉऱ्युगेटेड अंडरफ्रेम डोअर.

त्यांनी अमेरिकेतल्या उद्योग क्षेत्रातल्या प्रभावशाली व्यक्तींचे प्रेरक सल्ले

लिहून काढले होते.

मार्शल फिल्ड यांच्या लक्षात ठेवण्याजोग्या दहा गोष्टी

१. वेळेचं मूल्य
२. चिकाटीचं यश
३. कामाचा आनंद
४. चारित्र्याचं मोल
५. साधेपणातली प्रतिष्ठा
६. बुद्धिमत्तेत वाढ
७. निर्मितीचा आनंद
८. सहनशीलतेचा गुण
९. अर्थकारणातला विवेक
१०. दयाळूपणाची ताकद

इतक्या लांब अंतरावरूनही आजोबांचं कुटुंब त्यांना घरी परतण्यासाठी दडपण आणत होतं. आजोबांनी डायरीत लिहून ठेवलं होतं, 'मला घरी जायची तीव्र ओढ आहे; पण माझा इथला अभ्यास अजून संपलेला नाही.

हे वाचून मला छुनमिंगची आठवण झाली. तिनंही साधारण असेच विचार व्यक्त केले होते. तिनं डायरीत लिहिलं होतं, 'या नववर्षाला मला घरी जावंसं का वाटत नाहीये कळत नाही. मुख्य कारण म्हणजे : मला खरंच वेळ वाया घालवायचा नाहीये. मला अभ्यास करायला हवाय.'

पण या दोघांच्याही प्रवासाचा गाभा वेगळा होता. कारखान्यातल्या मुली त्यांचं आयुष्य अधिक चांगलं होण्यासाठी शहरांत यायच्या. माझ्या आजोबांनी घर सोडलं, कारण एके दिवशी माघारी येता येईल आणि मातृभूमीची सेवा करता येईल, अशी त्यांची भावना होती. माझ्या आजोबांनी घरासाठीच घर सोडलं; स्थलांतरित तरुणी मात्र स्वतःसाठी घर सोडायच्या. छुनमिंग तिच्या डायरीत गोल गोल फिरून तिच्या आवडत्या विषयावर, म्हणजे स्वतःविषयीच लिहायची : शहरात आल्यामुळे तिच्यामध्ये काय बदल झाले, सगळे जण तिच्याकडे कसे पाहत असतील- तिच्या दिसण्या-वागण्यामध्ये होणाऱ्या बदलांचा तपशील अन् तपशील. तिनं लिहिलं होतं, 'माझ्या डोळ्यांवर दुहेरी पापण्या नाहीत, पण ते फार लहानही नाहीत. ते एकेरी पापण्या असल्यानं डोळ्यांच्या दृष्यक्षमतेवर दुष्परिणाम झालेला नाही. माझे ओठ बारीक नाहीत, पण तरीही मी प्रभावी बोलू शकते. मी खूप मोठ्यानं आणि ठसक्यात बोलते. हळू बोलणं जमतच नाही. पण मुळातच माझी बोलण्याची पद्धत

अशीच आहे.’

माझ्या आजोबांच्या डायऱ्यांमधल्या शेकडो पानांतून मात्र त्यांच्याविषयी असं काहीही वाचनात आलं नाही. त्यांच्या लिखाणाचा बाज वेगळाच होता. त्यामध्ये सामाजिक कविता होत्या, थोडक्यात आणि नियंत्रित.

अमेरिकेत राहत असताना, माझ्या आजोबांनी त्यांचं चिनी नाव बदलून टाकलं. त्यांनी धारण केलेल्या ‘शन्फु’ या नव्या नावातली अक्षरं शनशनचंगफू या प्राचीन वाक्यावरून घेतली आहेत. याचा अर्थ ‘अनेक मेहनती पुरुषांनी सेवेला वाहून घेतले.’ माझ्या आजोबांना असंच बनण्याची आकांक्षा होती : सेवेला समर्पित असलेल्या लोकांची फौज, नावामध्ये स्वत्व विसरून गेलेली.

* * *

माझे आजोबा १९२७ मधल्या उन्हाळ्यात चीनला परतले. ते घरी परतले त्या दिवशी आजोबांच्या वडिलांनी हा आनंद दणक्यात साजरा करायचं ठरवलं. अमेरिकेला जाऊन कुटुंबाची मान ताठ केलेल्या आपल्या लाडक्या लेकासाठी त्यांनी गावात समारंभ करायचं निश्चित केलं. दुसऱ्या दिवशी, वडीलधाऱ्यांनी च्यीआफा नावाची लाकडी काठी घेऊन आजोबांना झोडपून काढलं. या काठीचा परंपरागत उपयोग घराघरांत लहान मुलांना, नोकरांना शिस्त लावण्यासाठी केला जायचा. अमेरिकेत असताना माझ्या आजोबांनी घरातल्या मोठ्या माणसांना न विचारताच अभ्यासाचा विषय साहित्याऐवजी खाणकाम अभियांत्रिकी निवडला. आजोबांचे वडील सात हजार मैल दूर आहेत आणि त्यांना अमेरिकन विद्यापीठ व्यवस्थेतलं काहीही कळत नसलं तरीही त्यांनी वडिलांची परवानगी न घेण्याची चूक केली होती. चिनी कुटुंबात वडिलांचा शब्द कायद्यासारखा असायचा. माझ्या आजोबांना इतकं झोडण्यात आलं होतं की पुढचे बरेच दिवस त्यांना नीट बसताही येत नव्हतं.

माझ्या आजोबांनी घरी थांबावं आणि घरचे व्याप सांभाळण्यासाठी मदत करावी, अशी त्यांच्या वडिलांची अपेक्षा होती. पण आजोबांनी स्पष्ट नकार दिला : आजोबांना घराच्या आवारातल्या पारंपरिक चौकटीत बंदिस्त झालेल्या आयुष्याचा तिटकारा होता. त्यापेक्षा त्यांना तिथून सटकावंसं वाटत होतं. त्यांनी देशाच्या अति-ईशान्येकडे, हालपिनजवळ मुलिंग कोळसा खाणीमध्ये खाणकाम प्रमुख म्हणून नोकरी पत्करली.

१९३१ मध्ये, जपानी सैन्य दक्षिण मंचुरिआमध्ये चालून आलं. सहा महिन्यांच्या आत, सैन्यानं हा संपूर्ण प्रदेश ताब्यात घेतला. नाममात्र स्वतंत्र असलेलं मंचुकुओ नावाचं राज्य स्थापन केलं. खरंतर ही एक जपानी वसाहत होती. जपानी सैन्य

जसजसं जवळ येऊ लागलं, माझे पणजोबा तिथून खिंडीमध्ये निघून गेले. ते मंचुरिआला उर्वरित चीनपासून विलग करणाऱ्या सीमेच्या दक्षिणेला गेले. १९३७ मध्ये, जपानी सैन्यानं चीनवर चढाई केली. उत्तर आणि पूर्वेकडच्या शहरांचा ताबा मिळवण्यासाठी जपाननं रस्ते आणि लोहमार्गांद्वारा आगेकूच केली. ताबा न मिळवलेला चीन किनाऱ्यापासून दूर, आतल्या भागात गेला. सोबत आमचं कुटुंबही. मंचुरिआतलं घर दूरचं, स्वप्नातलं ठिकाण बनून राहिलं. मुलांसाठी ते कहाण्या आणि गीतांमध्येच उरलं.

मी माझं मूळ गाव सोडलंय,
तिथल्या अमूल्य खजिन्याचा त्याग केलाय.
खिंडीमध्ये प्रत्येक दिवस भटकतो, भटकतोय
आणि भटकतोच आहे.

युद्धामुळे कोट्यवधी स्थलांतरितांच्या प्रवासाला सुरुवात झाली. जपानच्या आक्रमकतेपुढे टिकाव धरण्यासाठी सुरू असलेल्या युद्धाच्या आठ वर्षांच्या काळात– या युद्धाला चिनी लोक दुसरं जागतिक युद्ध म्हणायचे– चीनची राजधानी दोन वेळा बदलली. नानचिंगवरून वुहान आणि १९३८ च्या उत्तरार्धात छोंगछ्यींग. छोंगछ्यींग नैर्ऋत्येला होतं, आधुनिक दळणवळण सुविधांच्या कक्षेच्या ते परिघातही नव्हतं. सगळ्या पुरवठा सुविधा जोखमीत ढकलल्याशिवाय ते जपानी सैन्याच्या सहजासहजी ताब्यात येणारं नव्हतं. कठीण पर्वतराजीचं प्रभुत्व असलेल्या भागात चिनी सरकारनं झपाट्यानं कूच केलं. जपानचा पराभव करण्यासाठी मदतीला येणार असलेल्या सैन्याची प्रतीक्षा करायला सुरुवात केली.

सन १९३७ मध्ये युद्धाची ठिणगी पडली तेव्हा माझ्या आजोबांनी हनान प्रांतात कोळसा खाणीतल्या जहाज उपकरणांना मदत केली. तेव्हा ते तिथे फॅक्टरी मॅनेजर होते. युद्धासाठी देशात औद्योगिक पाया रचण्याची जबाबदारी असलेल्या राष्ट्रीय संसाधने आयोग या सरकारी यंत्रणेतील अधिकारी म्हणून त्यांना दूरवरच्या खाणींच्या परिसरात उत्पादनाची पाहणी करण्यासाठी पाठवलं जायचं. आजोबा आधी त्या ठिकाणी पुढे व्हायचे आणि नंतर परिस्थिती, सुरक्षितता बघून योग्य वेळी आजीला पत्र लिहून यायला सांगायचे. त्या दोघांच्या पाचही मुलांचा जन्म दूरवरच्या, खाणींच्या शहरात झालेला आहे. सगळ्यात मोठी मुलगी नल्ली हिचा जन्म हालपिन कोळसा खाण इथे झाला. अमेरिकेहून चीनला परतल्यावर आजोबा तिथे काम करत होते. लुख काका आणि माझे वडील मध्य हनान प्रांतात जन्माला आले.

माझी आत्या आयरिन, सछुआनच्या कोळसा खाणीत आणि माझे काका लिओ, हुनानमधल्या पाऱ्याच्या खाणीत. इतक्या दूरच्या, एकांतातल्या ठिकाणच्या वास्तव्यातून माझ्या आजोबांचा आदर्शवाद दिसून येतो. परदेशातून परतलेले बहुतांश विद्यार्थी मोठमोठ्या शहरांत स्थायिक झाले होते. माझ्या आजोबांनी मात्र वेगळा रस्ता निवडला. त्यांच्या कामाची गरज देशातल्या मागास भागाला अधिक असल्याचं त्यांचं मत होतं.

नातीगोती मागे पडली. युद्धाच्या छायेत असताना नाती लांब जाणं, संपर्क हरवणं ही साहजिक गोष्ट होती. कुटुंब एका ठिकाणाहून दुसरीकडे स्थायिक व्हायचं, मुलांना नव्या शाळांमध्ये घातलं जायचं, त्यानंतर काही महिन्यांनी कुटुंब पुन्हा दुसऱ्या ठिकाणी स्थलांतरित व्हायचं. लुख काकांनी मला सांगितलं, त्यांच्या सहा वर्षांच्या प्राथमिक शाळेच्या काळात त्यांनी सात ठिकाणं बदलली. गावात असलेल्या घरासोबत संपर्क ठेवणं अतिशय कठीण असायचं. मंचुरिआला पत्र पाठवायचं म्हणजे शत्रूची नजर चुकवत गोल-गोल फिरून पोहोचवावं लागायचं. लोक एकमेकांना परत कसे भेटायचे, हे त्यापेक्षा चकित करणारं होतं. युद्धसमाप्तीच्या दरम्यान एक दिवस, चाओ होंगच नावाचा देखणा महाविद्यालयीन विद्यार्थी छोंगछ्यींगमधल्या खाणकाम ब्यूरो कर्मचाऱ्यांसाठीच्या कॅन्टीनमध्ये आला. त्यानं माझ्या आजोबांना ओळखलं. हनान कोळसा खाणीत असताना, दशकभरापूर्वी त्याच्या आणि आमच्या कुटुंबाची मैत्री होती. चाओला रात्री जेवायला बोलावलं होतं. त्यानं नल्ली आत्यावर प्रश्नांचा भडिमार सुरू केला. लहान असल्यापासून त्यानं आत्याला पाहिलं होतं.

युद्धाच्या दरम्यान कुटुंबाचे बंध पुन्हा जुळले गेले. माझ्या आजोबांचा मोठा भाऊ घरचा व्याप सांभाळण्यासाठी घरीच थांबला होता, तर त्यांचा मुलगा चांग लिच्याओ आमचं कुटुंब तिथे राहत असताना बीजिंगमध्ये शाळेत शिकत होता. पारंपरिक चिनी कुटुंबात, सख्खे आणि चुलत भाऊ सारखेच जवळचे मानले जातात. माझ्या आजी-आजोबांनी लिच्याओला घर दिलं. त्याच्या शाळेचा खर्च केला. लहान असल्यापासून लुख काका आणि माझ्या वडिलांनी मोठा भाऊ लिच्याओची काळजी घेतली. जपानी सैन्यापासून वाचण्यासाठी आमचं कुटुंब छोंगछ्यींगला राहायला गेलं तेव्हा लिच्याओही त्यांच्यासोबत गेला.

युद्धाचा काळ माझ्या आजोबांसाठी नैराश्याचा काळ होता. युद्धामुळे प्रचंड जीवितहानी आणि संहार झाला, तसंच कामाचा खोळंबा झाला, त्यात अडथळे आले, बसची मोडतोड झाली. कधीमधी आजोबांना वाटे, आपण जितके कष्ट घेतोय तितके या कामाकरिता खरोखरीच गरजेचे आहेत ना?

१७ जुलै, १९४०

मधली काही वर्षं पटापट आणि तशी निरर्थक गेली. एक तर, मला मित्रमंडळी नाहीत; कारण मी बराच काळ डोंगरांमध्ये राहत होतो, बाकीच्या जगापासून विलग. दुसरं म्हणजे, आयुष्यात माझा कोणीही आदर्श नाही. खाणकाम आणि खाणीतलं काम इतकंच माझं विश्व आहे. आयुष्याचं अंतिम उद्दिष्ट काय आहे? मी अजूनही याबाबत काही ठरवलेलं नाही. बेचाळीस वर्षं अशीच निघून गेली. याची दया येते आणि पश्चात्तापही होतो.

१९३९ सालच्या उन्हाळ्यात, माझे पणजोबा चांग यानान आजारी पडले. आजारपणामुळे च्यीलिन शहरातनं घरी परतले. महत्त्वाच्या कुटुंबातल्या प्रमुखाचं निधन झाल्यास त्याच्या अंत्यविधीला भव्य स्वरूप यायचं. पण माझ्या पणजोबांनी याबाबत आधीच सूचना देऊन ठेवली होती. पांढरं वस्त्र, पांढरी टोपी आणि स्ट्रॉ सँडल अशा साधूंच्या साध्यासुध्या कपड्यांमध्ये दफन करावं, असं त्यांनी बजावून ठेवलं होतं. टोपीवर पाओहन चोंगथिएन असं लिहायचं होतं. याचा अर्थ, 'शेवटच्या क्षणापर्यंत पश्चात्ताप असणे.' आपली मातृभूमी अजूनही जपानच्या आधिपत्याखाली असल्याचं अतीव दुःख व्यक्त करण्यासाठी हे लिहिलं होतं. पणजोबांच्या मृत्यूची बातमी माझ्या आजोबांना पुढच्या वर्षीपर्यंत कळलीच नाही. आई-वडिलांचे अंत्यसंस्कार योग्य प्रकारे करणं, हे मुलाचं आद्यकर्तव्य असायचं. पण युद्धजन्य परिस्थितीमुळे आजोबांना त्यांच्या घरी परतणं अवघड झालं होतं.

२४ मार्च, १९४०

पाच तारखेला माझ्या घरातल्या वडीलधाऱ्यांचं निधन झाल्याचं कळल्यावर आश्चर्य वाटलं. गेल्या उन्हाळ्यात त्यांना पोटाचा ट्युमर झाला होता. हिवाळ्यातल्या तीन महिन्यांत त्यांना रोज फक्त दुधाच्या पावडरीचे पर्यायी पदार्थ घेता येत होते. यंदा त्यांचं वय पंचाहत्तर झालं असतं. त्यांची तब्येत ठणठणीत असल्यानं ते ऐंशी किंवा नव्वदीपर्यंत नक्की आमच्यासोबत असतील, असं आम्हाला वाटायचं. आमच्या देशावर ओढवलेल्या संकटांमुळेच ते निराश असतील आणि त्यांची जगण्याची इच्छा उरली नसेल. या शत्रूच्या सावटाखाली आम्ही फार काळ तग धरू असं वाटत नाही...

१८ सप्टेंबर १९३१ नंतर मी घर सोडलं. आधीच नऊ वर्षं झालीत. माझे वडील आणि आजोबा दोघंही वारले. माझ्या आयुष्यात कितीतरी बदल झाले. मुलगा आणि नातू म्हणून मी या देशाचे पांग कसे फेडू, माझ्या आजोबांचे आणि वडिलांचे पांग कसे फेडू?

छ्यींग साम्राज्य लयाला गेलं तेव्हा चांग यानान, माझे पणजोबा पंचेचाळिशीचे होते. त्यांना दीर्घायुष्य लाभलं. या काळात त्यांनी आजवरच्या त्यांच्या ओळखीच्या असलेल्या विश्वाचा कायापालट झाल्याचं पाहिलं. अशा एका जगाचा जन्म त्यांनी अनुभवला होता, ज्यामध्ये, विचित्र, अनोळखी ठिकाणी काम करण्यासाठी मुलींना प्रवास करण्याची इच्छा होती आणि मुलांना त्यांच्या वयस्कर वडिलांना एकटं सोडून जायचं होतं. त्यांना समाजातले हे बदल अजिबात मान्य नव्हते. त्यांचा मुलगा घरातून बाहेर पडला तेव्हा त्यांचा प्रचंड संताप झाला. यावरून बाप-लेकामध्ये कडवटपणा आला. पण अशा खासगी गोष्टी लिहिण्यासाठी पारंपरिक चिनी डायरी ही योग्य जागा नव्हती आणि त्यांच्या मुलानं अशा गोष्टींविषयी लिहिलं नाही.

* * *

जपानी सैन्यानं ऑगस्ट १९४५ मध्ये शरणागती पत्करली तेव्हा आमचं कुटुंब छोंगछ्यींगमध्ये राहत होतं. मंचुरिआतल्या सुविकसित औद्योगिक पायाभूत सुविधांवर पुन्हा नियंत्रण मिळवणं, हेच सरकारचं प्राधान्य होतं. ईशान्येकडील खाणी पुन्हा चीनच्या ताब्यात आणण्याची जबाबदारी पार पाडण्यासाठी माझे आजोबा आणि त्यांचे सहकारी आणि मित्रही असलेले सुन युएछ्यी यांची नियुक्ती करण्यात आली. त्या प्रदेशातली मौल्यवान संपत्ती फुशुन नावाच्या दूरवरच्या एकाकी शहरात जमिनीखाली दडली होती. फुशुन म्हणजे देशातली सगळ्यात मोठी कोळशाची खाण होती आणि त्या वेळची जगातली सर्वांत मोठी ओपन पिट खाण होती.

हे काम जोखमीचं होतं. एक युद्ध संपलं होतं, पण दुसऱ्याला नुकतंच तोंड फुटत होतं. केएमटी सरकार आणि कम्युनिस्ट यांच्यातला बेबनाव समोर येऊ लागला होता. ईशान्येकडच्या परिसराला युद्धभूमीचं स्वरूप येऊ लागलं होतं. कम्युनिस्टांचं पारडं जड होतं. युद्धाच्या शेवटच्या दिवसांत ईशान्येकडच्या परिसरात आलेल्या सोव्हिएत तुकड्यांचं कम्युनिस्टांना पाठबळ होतं. मंचुरिआ भूमी आणि आधीच्या हल्लेखोरांनी मागे ठेवलेलं युद्धसाहित्य ताब्यात घेण्यासाठी कम्युनिस्ट गनिमी काव्यानं वेगानं या प्रदेशात शिरले. देशाच्या दुसऱ्या भागात, केएमटी सैनिकांना युद्धकाळातल्या तळापासून पुरेशा वेगानं मागे फिरणं शक्य झालं नाही.

सुरुवातीला, फुशुन खाण पुन्हा ताब्यात घेण्यासाठी सुन युएछ्यी यांचं नाव निश्चित करण्यात आलं होतं; पण अन्यत्र काम असल्याचं सांगत त्यांनी बहाणे केले आणि त्यांच्या जागी माझ्या आजोबांना पाठवण्याची शिफारस केली. हे काम माझ्या आजोबांच्या नशिबातच होतं जणू. आतापर्यंत त्यांनी निभावलेल्या वेगवेगळ्या भूमिकांचा कस लागेल, असं काम शेवटी त्यांना मिळालं होतं : परदेशी विद्यार्थी,

खाणकाम तज्ज्ञ, मंचुरिआतला विजनवादी, चिनी देशभक्त. माझ्या आजोबांनी हे आव्हान स्वीकारलं. ते नेमकं कुठे जाणारेत हे मात्र त्यांनी माझ्या आजीला कळू दिलं नाही. छोंगछ्यींगमधनं बाहेर जाताना त्यांच्या मुलीचा, नल्लीचा निरोप घ्यायला तिच्या हायस्कूलजवळ थांबले. त्या वेळी ती पंधरा वर्षांची होती आणि त्याविषयी तिनं फारसा विचार केला नाही. आयुष्यभर तिनं तिच्या वडिलांना कामानिमित्त कुठेतरी बाहेर जातानाच केवळ पाहिलं होतं.

आजोबा ७ जानेवारी १९४६ रोजी शनयांग या ईशान्येकडच्या सर्वांत मोठ्या शहरात आले. पंधरा वर्षांनी ते त्यांच्या मातृभूमीत येत होते. तेव्हा तिथले महापौर असलेले आणि माझ्या आजोबांचे जुने मित्र तोंग वनछ्यी यांनी त्यांना सावध राहण्याची सूचना केली होती. वनछ्यी आजोबांना म्हणाले, ''तू छोंगछ्यींगवरून आला आहेस. इथली काय परिस्थिती आहे ते तुला माहीत नाही.'' सोव्हिएतमध्ये असलेल्या एका संपर्काकडूनही माझ्या आजोबांना काळजी घेण्यास सांगण्यात आलं होतं. फुशुनमधली सुरक्षेची स्थिती सुधारेपर्यंत वाट बघा, असं रशियननं आजोबांना सांगितलं होतं. आजोबा आठवडाभर शनयांगमध्येच थांबले होते.

नंतर अफवांना पीक आलं. आजोबांना बाहेर पडण्यासही भीती वाटते, अशी आवई उठली. आजोबा तिथे येऊन काहीही करणार नाहीत, अशी कुजबुज लोकांमध्ये सुरू झाली होती. चौदा जानेवारीच्या सकाळी ईशान्य आर्थिक आयोगातल्या आजोबांच्या बॉसनं त्यांना फोन केला. काम खोळंबल्याबद्दल त्यांच्याकडे विचारणा केली. भित्रटपणाच्या चर्चांवरून संतापलेल्या आजोबांनी त्याच दिवशी सहा खाणकाम अभियंते आणि स्थानिक रेल्वेतले काही रक्षक सोबत घेऊन खाणींमध्ये जायचं ठरवलं. खाणींमध्ये गेल्यावर त्यांना अप्रत्यक्षपणे कैदी बनावं लागलं. सोव्हिएत सैनिक आणि चिनी कम्युनिस्ट पोलिसांचा त्यांच्यावर पहारा होता. दोन दिवसांत आजोबांना काहीच साध्य करता आलं नाही. त्यांना तिथून निघून जाण्यास सांगण्यात आलं. सोळा जानेवारीला संध्याकाळी आजोबा आणि त्यांचा चमू शनयांगला परतण्यासाठी सोव्हिएत रेल्वेनं निघाला. रात्री नऊ वाजता, फुशुनच्या पश्चिमेला असलेल्या एकाकी स्टेशनात सशस्त्र सैनिक गाडीत चढले. त्यांनी माझ्या आजोबांना आणि त्यांच्या सहकाऱ्यांना ट्रेनमधून उतरायला सांगितलं. त्यांना जवळच्या डोंगराच्या दिशेनं नेण्यात आलं. हिवाळ्यातल्या त्या काळोख्या रात्री, मंचुरिअन वन्य जीव आणि जंगलामध्ये त्या सैनिकांनी प्रत्येकाला संगिनीनं भोसकलं.

त्या वेळच्या स्थानिक वृत्तपत्रानं दिलेल्या वृत्तानुसार, माझ्या आजोबांनी शेवटचा श्वास घेत असताना म्हटलं, 'मी केंद्र सरकारच्या सेवेत आहे. माझं कर्तव्य पार पाडत असताना मरण आलं तरी माझी काही तक्रार नाही.'

* * *

छोंगछ्यींगमध्ये याबद्दल काहीच वृत्त नव्हतं. पतीचा काहीच पत्ता लागत नसल्यानं अखेर एक दिवस आपल्या पतीविषयी चौकशी करण्यासाठी माझी आजी मंदिरात गेली होती. मंदिरात येणाऱ्यानं लाकडाचे दोन तुकडे फेकायचे असतात. ते विशिष्ट प्रकारे पडेपर्यंत टाकत राहायचं असतं. त्यानंतर एक आकडा लिहिलेली बांबूची काठी तिथे काढायची असते. तो आकडा काव्याच्या माध्यमातून भविष्याची सूचना देणारा असतो. अनेकदा त्याचा अर्थ संदिग्ध असायचा. त्यातून आजोबांचं भविष्य 'अतिशय उत्तम' ते 'अतिशय वाईट' असं आलं.

त्या दिवशी माझ्या आजीचं नशीब 'अतिशय वाईट' असं आलं. काव्याचा अर्थ अगदी स्पष्ट होता. माझे वडील तेव्हा दहा वर्षांचे होते. साठ वर्षांनंतरही त्यांना कवितेतला शब्दन्‌शब्द लख्ख आठवतो :

> काही दिवसांपूर्वी सफर करत असताना सुकाणू नाहीसं झालं,
> त्याचा शोध आजही समुद्राच्या मध्यात सुरू आहे.
> मूळ गोष्ट पुन्हा एकदा सापडली, तरी
> यासाठी प्रचंड कष्ट ओतावे लागतील आणि मनावर ओरखडेही उमटतील.

माझे आजोबा आणि त्यांच्या सहा सहकाऱ्यांना मारण्यात आलं, अशी अफवा शनयांगमध्ये होती. माझ्या आजोबांचे मित्र आणि तिथले महापौर तोंग वनछ्यी यांना त्या परिसरातल्या सोव्हिएत लष्करी कमांडरचा फोन आला. तोंग वनछ्यी मुख्यालयात गेले. चाळीस वर्षांनी तो प्रसंग पुन्हा एकदा त्यांच्यासमोर तरळला :

> अंगणाच्या मध्यभागी उभा असलेला ट्रक मी पाहिला. आतमध्ये शवपेटी ठेवली होती. काळ्या कापडात गुंडाळलेली. मी ट्रकमध्ये जवळजवळ उडीच मारली आणि शवपेटी उघडून पाहिली. तो शन्फु आहे, यात शंकाच नव्हती. त्यानं आणि मी पैफिंगमध्ये (बीजिंग) एकत्र शिवून घेतलेला गडद निळा चोंगशान सूट त्यानं तेव्हाही परिधान केलेला होता. त्याच्या शरीरावर अठरा वेळा भोसकण्याच्या खुणा होत्या.

माझ्या आजोबांचा मृतदेह धुण्यात आला. त्याचे फोटो काढण्यात आले. त्या फोटोंमधून त्यांच्या शरीरावरच्या असंख्य वारांच्या खुणा आणि दोरीनं हात बांधल्याचे वळ दिसत होते. त्यांचा मृतदेह शनयांगमधल्या युद्धदेवतेच्या मंदिरात आणण्यात आला. दर्शनासाठी तिथे तीन महिने ठेवण्यात आला. तोंग वनछ्यी यांनी लिहिलं होतं, 'त्यांच्यावर ज्या कपड्यांमध्ये अठरा वार करण्यात आले ते रक्ताने माखलेले

कपडे लोकांना पाहण्यासाठी मंदिरात लावण्यात आले होते. शत्रूविषयी असलेली लोकांची कट्टर भावना अधिक तीव्र करण्यासाठी हा निर्णय घेण्यात आला.' त्यांच्या मृतदेहाचे फोटोही मोठ्या प्रमाणात वितरित करण्यात आले. त्यांच्या हत्येचं वृत्त फेब्रुवारी १९४६ मध्ये सगळीकडे पसरलं तेव्हा चीनमधल्या मुख्य शहरांमध्ये विद्यार्थ्यांनी निदर्शनं केली. मंचुरिआतून सोव्हिएत तुकड्या हटवण्याची मागणी केली. छोंगछ्यींगमध्ये अंदाजे वीस हजार विद्यार्थ्यांनी माझ्या आजोबांच्या हत्येचा आणि ईशान्येत असलेल्या सोव्हिएतच्या अस्तित्वाचा निषेध केला. पाच मार्च रोजी विन्स्टन चर्चिल यांनी फुल्टन, मिसुरीमध्ये त्यांचं लोकप्रिय भाषण दिलं आणि सोव्हिएतच्या क्रूर हेतूंचं उदाहरण म्हणजेच मंचुरिआतील घटना असल्याचं त्यांनी म्हटलं.

हत्यांचा गुंता कधीच सुटला नाही. मंचुरिआपासून लांब राहा, असा इशारा सरकारला देण्यासाठी माझ्या आजोबांना आणि त्यांच्या सहकाऱ्यांना कम्युनिस्टांनी मारलं, असा दावा केएमटीनं केला. तर कम्युनिस्टांचं म्हणणं होतं की, कम्युनिस्टांविरोधी जनक्षोभ उसळवण्यासाठी केएमटीनंच हत्या घडवून आणल्या. सोव्हिएत युनियननं या प्रकारासाठी स्थानिक डाकूंच्या टोळ्यांकडे बोट दाखवलं. निःशस्त्र लोकांना मारण्याची जबाबदारी कोणीच स्वीकारली नाही. हे भेकड कृत्य चिनी राजकीय कृत्य असल्याचंही वाटत होतं. या कृत्यामागचा हेतू गुलदस्तात होता, पण त्यातून दिला गेलेला संदेश सुस्पष्ट होता : जुनं युद्ध संपलं आहे आणि नवं सुरू झालं आहे. माझ्या आजोबांची हत्या ही पुढच्या अनेक हत्यांची नांदी होती.

मुलांपर्यंत ही बातमी कशी आली ते त्यांना अजूनही आठवतं. हिवाळ्यातल्या एका दुपारी, त्यांच्या आईला एका मित्राच्या घरी बोलावून घेण्यात आलं होतं. तिथून परत आल्यावर ती तिच्या खोलीत गेली. खोलीत जाताच तिनं धाय मोकलून रडायला सुरुवात केली. ती इतक्या मोठ्यानं रडत होती की तिचा आवाज मुलांपर्यंत गेला. थोडी सावरल्यावर ती खोलीतून बाहेर आली. सगळ्या मुलांना एकत्र बोलावून घेतलं. तुमच्या वडिलांची हत्या झालीय, हे तिनं सगळ्या मुलांना सांगून टाकलं. मुलांना म्हणाली, "काळजी करू नका मुलांनो; मी आहे तुमच्यासोबत." त्यानंतर या मुलांनी कधीही आपल्या आईला अश्रू गाळताना पाहिलं नाही.

माझ्या आजोबांच्या मृत्यूनंतर आजीनं सार्वजनिक आयुष्यात प्रवेश केला. तसं पाहता, प्रचंड इच्छाशक्ती असलेल्या तिच्या व्यक्तिमत्त्वाला साजेसाच हा निर्णय होता. तिची निवड नॅशनल असेम्ब्ली प्रतिनिधी म्हणून झाली. तिचा बराचसा वेळ नानचिंग या राजधानीच्या शहरात जायचा. कुटुंबाच्या उत्पन्नाला हातभार लागण्यासाठी

तिनं कोळसा वितरण व्यवसाय सुरू केला. ती बोलली ते खरंच होतं, मुलांनी कधीही तिला रडलेलं पाहून चालणार नव्हतं. पण तिचे केस पांढरे होऊ लागले होते. ती प्रचंड प्रमाणात धूम्रपान करत होती. रातोरात ती वृद्ध झाल्याचं तिच्या मुलांना वाटलं. मंदिरात सांगितली गेलेली भविष्यवाणी खरीच ठरली, मूळ गोष्ट पुन्हा एकदा सापडली, तरी यासाठी प्रचंड कष्ट ओतावे लागतील आणि मनावर ओरखडेही उमटतील.

आजोबांची हत्या कम्युनिस्टांनी केली आहे, यावर माझ्या आजीचा ठाम विश्वास होता. फुशुनला जाण्याचं टाळणारा माझ्या आजोबांचा मित्र सुन युएछ्यी माझ्या आजोबांच्या ऐवजी मरायला हवा होता, असं ती म्हणायची. पण सुन युएछ्यी जिवंत होता. सन १९४९ मध्ये त्यानं कम्युनिस्टांना सोडचिठ्ठी दिली. त्यानं चायनिज खुओमिनथांग या पक्षाच्या क्रांतिकारी समितीचं प्रमुखपद स्वीकारलं. हा पक्ष निष्प्रभ होता. चीन म्हणजे केवळ एकपक्षीय देश नाही, असा भास निर्माण करण्यापुरतं या पक्षाचं अस्तित्व होतं. काही वर्षांनी, सुन युएछ्यीनं माझ्या वडिलांना संपर्क केला होता, असं माझ्या वडिलांनी मला सांगितलं.

> अमेरिकेत मी आयबीएममध्ये काम करत असताना सुन युएछ्यीनं मला ख्रिसमसच्या शुभेच्छा पाठवल्या होत्या. पुढच्या वेळी 'मी बीजिंगला आलो की भेटू या' म्हणाला होता.
> पण मी त्याला परत कधीच भेटलो नाही. मी त्याला भेटायला नकार दिला.

सुननं सरकारमध्ये दीर्घ काळ नोकरी केली. तो १०२ वर्षं जगला.

* * *

माझ्या आजोबांच्या अंत्यसंस्कारालाही वर्षभराहूनही अधिक विलंब झाला. १९४६ सालच्या उन्हाळ्यात नागरी युद्ध अधिकृत सुरू झाल्यानंतर लिउथाय गावात युद्धाची ठिणगी पडली. युद्धाच्या पहिल्या वर्षात या परिसरातलं नेतृत्व तीन वेळा बदललं. अखेरीस, सरकारनं माझ्या आजोबांना शनयांग पार्क इथे दफन करायचं ठरवलं. छ्यींग साम्राज्यातल्या पहिल्या सम्राटाचं थडगंही तिथेच होतं. आजोबांच्या अंत्यसंस्कारांना केवळ त्यांच्या तीन मुलांना उपस्थित राहता आलं. माझ्या आत्याला, आयरिनला अजूनही– साठ वर्षांनंतरही– तो प्रसंग आठवतो. आजोबांच्या अंत्यसंस्कारांच्या वेळी, पहिल्यांदाच माझे वडील, त्यांचा एक भाऊ लुख आणि दुसरा अवघा तीन वर्षांचा भाऊ लिओ मंचुरिआला जायला खिंडीबाहेर पडले होते. पेकिंग विद्यापीठात

लेक्चरर असलेला, या तीन भावांचा चुलत भाऊ लिच्याओही माझ्या आजीच्या सोबत होता.

सशस्त्र संरक्षक दलाच्या कवचामध्ये आजोबांची अंत्ययात्रा सुरू झाली. या संपूर्ण कुटुंबाला संपवून टाकण्याचा कम्युनिस्टांचा इरादा होता, अशी तेव्हा अफवा होती. सम्राटकालीन या शिक्षेच्या पद्धतीला 'मेमन' असं म्हणतात. अंत्ययात्रेत दहा हजारहून अधिक जण सहभागी झाले होते. माझ्या आजोबांना मानवंदना देत होते. चंदनाच्या लाकडाच्या शवपेटीचं दर्शन घेत होते. त्या वेळी माझे वडील दहा वर्षांचे होते. इतकी गर्दी पाहून त्यांना थरारक वाटत होतं. 'बीलिंग'मधल्या- अर्थात, 'उत्तरेकडचं थडगं' म्हणवल्या जाणाऱ्या - सम्राटकालीन पार्कमध्ये माझ्या आजोबांना 'स्पिरिट वॉक'जवळ चिरनिद्रेसाठी कायमचं विसावण्यात आलं. 'स्पिरिट वॉक' म्हणजे, मृत्यूनंतरच्या प्रवासात, सम्राटांना साथ देणाऱ्या मनुष्य आणि प्राणी सहायकांच्या भव्य दगडी पुतळ्याजवळ असलेला मार्ग. 'श्री. चांग शन्फू यांचं थडगं' असं कोरलेला काळ्या रंगाचा लहानसा मार्बल इतकंच केवळ त्या थडग्यावर लिहिलेलं होतं. थडग्याच्या उजव्या बाजूला, उंच अशी उभी शिळा होती. अशा शिळेवर त्या व्यक्तीच्या जीवनातली यशोगाथा कोरलेली असायची. त्या व्यक्तीच्या बुद्धिमत्तेची आणि कर्तृत्वाची स्तुती केलेली असायची. परंपरेनं असंच चालत आलेलं होतं.

माझ्या आजोबांविषयी सरकारनं तयार केलेल्या मजकुरामध्ये आजोबांच्या मृत्यूसाठी कम्युनिस्टांना जबाबदार धरण्यात आलं होतं. पण आमच्या कुटुंबीयांनी सरकारची ही भूमिका नाकारली. लिच्याओ त्या वेळी अत्यंत हुशार आणि बुद्धिवंत तरुण म्हणून ओळखला जायचा. कम्युनिस्टांचा सच्चा समर्थक होता. आपल्या काकांच्या मृत्यूबद्दलचं सरकारचं हे मत त्याला अमान्य होतं. माझ्या आजीचाही सरकारच्या या मताला विरोध होता. यासाठी तिची कारणं मात्र वेगळी होती. कम्युनिस्ट कदाचित युद्ध जिंकतील, असं तिला वाटत होतं. तसं झालंच, तर त्यांच्या अधिपत्याखाली, राजकीय हत्येच्या बाबतीत कम्युनिस्ट पक्षाला जबाबदार धरणं तिला योग्य वाटत नव्हतं. त्यामुळे काहीच न बोललेलं बरं, असा विचार तिनं केला.

अंत्यसंस्कार झाल्यानंतर, १९४७ च्या उत्तरार्धात आमचं कुटुंब बीजिंगला स्थलांतरित झालं. पुढच्या वर्षी कम्युनिस्टांनी शनयांगचा ताबा घेतला असता; आणि त्यासोबतच ईशान्येचाही. पण तोपर्यंत आमचं कुटुंब तैवानकडे गेलं असतं. कम्युनिस्टांच्या विजयानंतर, लिच्याओची बदली हालपिनला झाली असती. देशात जोरदार राजकीय लाट आली असती. त्यानंतर प्रवासाच्या स्वातंत्र्यावर गदा आली असती. माझ्या आजोबांच्या थडग्याकडे लक्ष द्यायला आमच्या कुटुंबातलं कुणीच

तिथे उरलं नाही. आजोबांच्या थडग्याच्या बाजूची शिळा जवळजवळ अर्ध शतक कोरीच होती. आजोबांविषयी माहिती असलेली शनयांगमधली मंडळी एक तर तिथून दुसरीकडे गेली किंवा मरण पावली. शहरातल्या रहिवाशांना हे थडगं म्हणजे 'वुमिंग पै' म्हणून माहीत होतं, म्हणजे 'निनावी थडगं'.

* * *

१९४६ च्या उन्हाळ्यात, कम्युनिस्ट क्रांतीच्या लाटेनं लिउथायलाही भारून टाकलं. पक्ष संयोजकांनी मंचुरिआतल्या सगळ्या गावांत फिरून प्रत्येक कुटुंबाचा 'सामाजिक स्तर' मापण्याचा आदेश दिला. गरीब घरांमध्ये वाटण्यासाठी श्रीमंत घरांमधून जमीन आणि गुरं हिसकावून घेण्याचंही फर्मान सोडलं. १९४७ सालातल्या जमीनविषयीच्या सुधारणांच्या दुसऱ्या टप्प्यात, 'डिग आउट दी सेलर्स' ही चळवळ सक्रिय होती. कुटुंबांनी लपवून ठेवलेल्या अतिरिक्त मालमत्तांना हुडकून काढण्याचा सपाटा या चळवळीनं लावला. सार्वजनिक ठिकाणी जमीनमालकांच्या नावानं बोटं मोडायला कम्युनिस्टांनी गावकऱ्यांना शिकवलं. १९४८ मध्ये हिवाळ्यात आलेली लाट सगळ्यात तीव्र होती आणि तिनं 'क्रांतीच्या असंख्य शत्रूं'चे बळी घेतले. जुनी व्यवस्था मोडीत काढण्यासाठी वाढती हिंसा आवश्यक म्हटली जात होती. शेतकऱ्यांच्या क्रांतीविषयी माओ त्सतोंग यांनी १९२७ सालच्या निबंधात म्हटलं होतं, 'चुकीच्या गोष्टी दुरुस्त करत असताना टोकाला जाणं गरजेचं असतं, अन्यथा चुकीची गोष्ट बरोबर कधीच करता येणार नाही.'

लिउथायमध्ये, कम्युनिस्ट कार्यकर्ते आणि गावकऱ्यांनी आमच्या कुटुंबाच्या श्यीनफायुआन संपत्तीवर हल्ला चढवला. त्यांनी इमारतीच्या लाकडी ओरीचं नुकसान केलं. ग्रंथालयातल्या पुस्तकांना आग लावली. माझ्या आजोबांनी विद्यार्थिदशेत जमा केलेला खाणींविषयींच्या नमुन्यांचा संग्रह त्यांनी नदीत फेकून दिला. गावातल्या नव्या सरकारनं घराच्या मुख्य हॉलची पूर्वेकडची बाजू आपल्या कार्यालयासाठी ताब्यात घेतली. पश्चिमेच्या बाजूचं रूपांतर गोदाम आणि तांदूळ दळण्याची जागा यामध्ये करण्यात आले. असंख्य गरीब कुटुंब पश्चिम बाजू आणि मागच्या हॉलमध्ये राहायला आली. या जागी एके काळी माझे कुटुंबीय त्यांच्या पूर्वजांना आदरांजली वाहत असत.

हल्ले सुरू झाल्यावर माझ्या आजोबांचे मोठे बंधू चांग फंगन यांनी गाव सोडण्याचा निर्णय घेतला. ते लिच्याओ आणि उर्वरित कुटुंबासोबत राहण्यासाठी बीजिंगला गेले. भावंडांमध्ये फंगन सगळ्यात थोरले होते. त्यांनी संपूर्ण आयुष्य जमीनदारी करण्यात घालवलं होतं. पण बीजिंगमध्ये त्यांच्या या दर्जाला काहीही

अर्थ नव्हता. त्यांच्या मागासलेपणाबद्दल आणि रिकामटेकडेपणाबद्दल माझी आजी त्यांच्यावर टीका करायची. लादीवर थुंकण्याच्या त्यांच्या सवयीवरून भडकायची. ते शांतपणे हे सारं सहन करायचे. राजधानीतल्या शहरात त्यांना त्यांची जागा माहीत होती. तिथे ते केवळ गावाकडून आलेले एक वृद्ध होते, जन्मसिद्ध अधिकारापेक्षा अधिक काळ जगलेले!

मुलांना मात्र ते आवडायचे. घरी एकटेच असताना ते मुलांना कुटुंबाच्या भव्य थाटमाटाबद्दल गोष्टी सांगायचे. मुलांनी ते वैभव कधीच पाहिलं नव्हतं.

'पत्नीव्यतिरिक्त तुमच्याकडेही अनेक स्त्रिया होत्या का?' मुलांनी उत्सुकतेनं त्यांना विचारलं.

"नाही ना, फक्त आमच्या वडिलांकडे होत्या." आजोबांनी काहीशा पश्चात्तापानं उत्तर दिलं.

कम्युनिस्टांच्या काळात, क्रांतीचं लोण लिउथायसारख्या ग्रामीण भागात पसरण्यानं ही क्रांती अधिक व्यापक होण्यासाठी जणू एक साचाच तयार झाला होता. राजकीय मोहिमा लाटांप्रमाणे येत. पहिल्यापेक्षा पुढची लाट अधिक तीव्र असायची. क्रांतीच्या शुद्धतेचं प्रतीक म्हणून हिंसक कृत्यांचं स्वागत केलं जायचं. १९४०च्या दरम्यानच्या जमीन सुधारणांविषयी इतिहासात फारसा उल्लेख नाही. त्यामुळे देशोधडीस लागलेल्या व्यक्तींविषयीही फारसं लिहिलेलं नाही. कदाचित त्यानंतरची चळवळ शहरांमध्ये झाली. त्यातही अनेक बळी गेले. इतिहास अभ्यासकांनी माझ्या काकाआजोबांसारख्या व्यक्तींची दखल घेतली नाही. परिस्थितीनं काकाआजोबांना घर सोडण्यास भाग पाडलं आणि दुसऱ्याच्या घरात आश्रितासारखं राहायला लावलं. त्यांच्या पत्नीनं तर फार सोसलं. काकाआजोबा घर सोडून बीजिंगला गेल्यावर गावात ती एकटीच मागे राहिली. इथेही पारंपरिक विचारसरणी आड आली : महिलांनी प्रवास करू नये. महिलांनी घरातच राहावं. माझ्या काकूआजीला जीव जाईपर्यंत मारण्यात आलं. तिच्यावर हात उचलणारी बहुतेकशी माणसं तिच्या ओळखीचीच होती. क्रांतिकारी हिंसेच्या लाटेमध्ये १९४०च्या काळात माझ्या अखंड गावाला फटकारलं. मला तर काकूआजीचं नावही माहीत नाही.

* * *

माझ्या वडिलांसाठी असलेला बीजिंगचा नकाशा माझ्यासाठी असलेल्या नकाशापेक्षा भिन्न आहे. अनेक वर्षांपूर्वी, माझे आई-वडील मला तिथे येऊन भेटले होते. त्यानंतर आम्ही शहराच्या ईशान्येकडील ग्रामीण भागात गेलो होतो. कारमधून जात असताना, माझ्या वडिलांनी त्या रस्त्याचा नकाशा उघडला. त्यातली शहरांची नावं

मोठ्यानं वाचून दाखवली : कुपैखौ, श्यीफंगखौ. मिंग सम्राटांनी बांधलेल्या चीनच्या भिंतीमधल्या या लोकप्रिय खिंडी होत्या. मला ही ठिकाणं पर्यटनस्थळं म्हणून माहीत होती. उन्हाळ्यात पर्यटकांनी खचाखच भरून जाणारी. माझ्या बाबांसाठी या ठिकाणांचं महत्त्व वेगळं होतं. ते बारा वर्षांचे असताना, पीपल्स लिबरेशन आर्मीनं बीजिंगभोवतीचा फास आवळायला सुरुवात केल्यावर या ठिकाणांनी लढा न देताच एकामागून एक शरणागती पत्करली होती.

माझे वडील म्हणाले, "बीजिंगसाठी युद्ध झालंच नाही. का माहीतेय? इथे तैनात असलेले जनरल कधीही छिआंग-खाय-शक यांच्याशी एकनिष्ठ नव्हते. कोणताही लढा न देता त्यांनी कम्युनिस्टांपुढे नांगी टाकली."

१९४८ सालातला शरद ऋतू सुरू होता. माझ्या आजोबांचं म्हणणं खरंच होतं : युद्धात कम्युनिस्टांची सरशी होत होती. सैन्याचा पराभव होऊ लागल्यावर आश्रयासाठी, सुरक्षेसाठी लोकांनी देशाच्या सभोवतालच्या परिसराकडे धाव घेतली. चीनच्या किनाऱ्यापासून साधारण शंभर मैलांवर असलेले तैवान बेट हा आश्रयासाठीचा एक पर्याय ठरू शकत होता. शांघायमधल्या व्यापारी कुटुंबीयांनी हाँगकाँगच्या ब्रिटिश वसाहतीचा आधार घेतला. काही लोकांनी, जपानबरोबरच्या युद्धात चीनचं रक्षण केलेल्या नैर्ऋत्य भागात जाण्याचा विचार केला : चीनच्या व्हिएतनाम सीमेवरच्या छोंगछ्यींग आणि कुआंगश्यी प्रांतांतल्या डोंगराळ भागातून तिकडे गेलेले लोक नंतर कदाचित देशाच्या मुख्य भूमीत पुन्हा येण्यासाठी संघर्ष करू शकतात.

कम्युनिस्टांची आगेकूच होण्यापूर्वी कुटुंबांची शकलं उडू लागली. कदाचित, वडील मोठ्या मुलांना घेऊन निघून जायचे आणि आई आणि लहान भावंडं माघारी राहायची किंवा कुटुंब आपल्या सगळ्यात लहान अपत्याचा सांभाळ करण्यासाठी त्यास आजी-आजोबांकडे ठेवायचे आणि बाकी कुटुंब पुढे व्हायचं. कुटुंब असं विलग होणं तात्पुरत्या काळासाठी मानलं जात होतं. बराच उशीर होण्यापूर्वी केएमटी लष्करी कारवाई पुन्हा सुरू करेल, अशी आशा लागली होती. कुठे जायचं, असा प्रश्न माझ्या आजीला पडला होता. कौल मिळवण्यासाठी पुन्हा ती मंदिरात गेली आणि या वेळी बांबूच्या काठीनं तिला आदेश दिला : तैवानला जा.

१९४८ सालच्या शरद ऋतूत छिआंग-खाय-शक आणि त्यांची पत्नी सूंग मेलिंग बीजिंगला गेले. त्यांनी शहराच्या वायव्येकडच्या थोड्या बाहेरच्या भागात बांधलेल्या 'समर पॅलेस'ची सफर केली. उन्हाळ्यातल्या कमालीच्या उष्म्यापासून थोडा दिलासा मिळण्यासाठी छ्यींग सम्राटांनी हे पार्क बांधलं होतं. त्या दिवशी योगायोगानं माझी आत्या नल्लीचा बॉयफ्रेंड चाओ होंगची 'समर पॅलेस'मध्ये आला होता. त्यानं चीनचे अध्यक्ष आणि त्यांच्या पत्नीचा फोटो घेतला. ते दोघे जण उद्यानातून, पॅव्हेलिअनमधून, तसंच विलो झाडं असलेल्या तळ्याच्या काठावरून

फेरफटका मारत होते. पुढच्या वर्षी, बहुतेकसा देश आधीच गमावल्यानंतर, छिआंग-खाय-शक यांनी देशाची राजधानी पुन्हा छोंगछ्यींगमध्ये हलवली. अनेक कुटुंबं त्यांच्यासमवेत तिकडे गेली. त्यानंतर राजधानी पुन्हा एकदा हलवण्यात आली. छंगतू या जवळच्या शहरात. अखेरीस, १९४९ मधल्या डिसेंबर महिन्यात, छिआंग-खाय-शक यांनी तैवानकडे जाणारं विमान पकडलं. तिथे त्यांनी नवं सरकार स्थापन करण्याची योजना आखली होती. शेवटपर्यंत त्यांना साथ दिलेली माणसं मात्र मागे राहणार होती.

प्रत्येकालाच सोडून जायचं होतं, असं नव्हतं. माझ्या आजीनं लिच्याओ आणि चाओ होंगची यांनाही तैवानला येण्याचं आवाहन केलं; पण त्या दोघांनी नकार दिला. चाओ कॉलेजात शिकत होता, तर लिच्याओ प्राध्यापक होता. त्या वेळच्या बहुतांश बुद्धिवंतांप्रमाणे या दोघांचाही कम्युनिस्टांना पाठिंबा होता. नव्या राष्ट्रनिर्मितीची आस होती. राजकीय मत असण्यासाठी माझे वडील आणि काका लुख तेव्हा फार लहान होते. चाओ आणि लिच्याओ मात्र पुरेसे मोठे होते आणि या प्रगल्भतेमुळेच त्यांचं नशीब त्यांनी ठरवलं.

आमच्या कुटुंबीयांच्या सांगण्याप्रमाणे नल्ली आत्यालाही जायची इच्छा नव्हती. कुटुंबाची इच्छा आणि तिचा कम्युनिस्टांकडे असलेला कल यामध्ये तिची मानसिक ओढाताण होत होती. ती ज्याच्या प्रेमात पडली होती त्या चाओचाही क्रांतीला पाठिंबा होता. त्यामुळे त्यानं तिथेच राहायचे ठरवलं होतं. माझ्या आत्यानं मात्र चार लहान मुलं पदरात असलेल्या माझ्या आजीला मदत करण्यासाठी कुटुंबासोबत जावं, हे त्यानं तिला पटवून दिलं. त्या दोघांनीही ठरवून टाकलं की पुन्हा एकमेकाला शोधून काढण्यासाठी प्रत्येकानं शहरातल्या सर्वांत मोठ्या वृत्तपत्रात 'शोधतो आहे' अशी एखाद्या व्यक्तीच्या शोधाबाबतची जाहिरात द्यायची.

मी तिला यासंदर्भात विचारलं असता म्हणाली, ''मूर्खपणा होता तो. त्याला वाटत होतं की मी मुलांसोबत तैवानला जावं आणि नंतर पुन्हा चीनला यावं.''

कुटुंबातलं सगळ्यात मोठं अपत्य असल्यानं नल्ली आत्या तिच्या वडिलांची अतिशय लाडकी होती. मनाचा मोठेपणा कायम दाखवावा लागणार, हे तिनं स्वीकारून टाकलं होतं. असं असलं तरी तिला स्वतःची मतंही होती. १९४८ च्या शरद ऋतूत 'आत्याला खरंच चीन सोडून जायचं नव्हतं का' असं मी विचारलं, तेव्हा तिनं मोघम उत्तर दिलं. म्हणाली, ''मला जायचं होतं की नाही, याचा मी विचारच केला नव्हता. मला लहान भावंडांची काळजी घ्यायची होती, इतकंच माहीत होतं.''

एका उन्हाळ्यात दुपारच्या वेळी बीजिंगमध्ये मी चाओ होंगची या आत्याच्या

जुन्या बॉयफ्रेंडला भेटायला गेले. त्यांचं वय ऐंशी होतं. मी राहत होते त्याच इमारतीत खालच्याच मजल्यावर ते नुकतेच राहायला आले होते. त्यांची पत्नी घरीच होती आणि मी त्यांना पहिल्यांदा भेटले. आमची ओळख झाल्यावर त्यांच्या चेहऱ्यावर कोणतेही भाव दिसले नाहीत : त्यांच्या पतीच्या जुन्या प्रेमिकेची मी भाची होते आणि त्यांच्या पतीच्या खूप वर्षांपूर्वीच्या प्रेमाविषयी बोलायला आलेली होते.

बाहेरच्या खोलीत चाओ त्यांच्या बालपणाविषयी आणि आमच्या कुटुंबाशी असलेल्या संबंधाविषयी काळजीपूर्वक बोलत होते. त्यांची पत्नी संपूर्ण घरात फिरून आली. अखेर आमच्या बाजूच्याच खोलीतल्या जेवणाच्या टेबलावर वृत्तपत्र वाचत बसली. मध्येच ती वृत्तपत्रांच्या पानांचा आवाज करायची. ती अजूनही तिथे बसून वाचतेय ते आम्हाला जाणवून द्यायची. त्यांच्या नव्या घरातला एसी नीट बसवून झालेला नव्हता. त्यामुळे उकाड्यानं हैराण व्हायला होत होतं.

मी चाओंना विचारलं, ''नल्ली आत्या कम्युनिस्ट उपक्रमांत सहभागी होती का?''

ते म्हणाले, ''नाही. तेव्हा ती जेमतेम हायस्कूलमध्ये होती.''

''पण मी नेहमीच ऐकत आलेय की तिला चीन सोडून जायची इच्छा नव्हती.''

''हो, तिला चीनमधून कुठेही जायचं नव्हतं.''

मी चाओ यांच्यावर एक कटाक्ष टाकला. ते एकदम ताठ, सरळ बसले होते. एखादा तरुण जवान कमालीच्या आत्मविश्वासानं बसावा असा. काही न बोलता त्यांनी स्वतःकडे निर्देश केला. त्यांनी छातीच्या दिशेनं अशा प्रकारे अंगठा दर्शवला, जणू एखाद्या कट्यारनं बरोब्बर लक्ष्य साधावं. बाजूच्या खोलीतून वर्तमानपत्रांची जाणीवपूर्वक होणारी फडफड, त्याचा आवाजही थांबला होता.

१९४८ मधल्या त्या शरद ऋतूत, नॅशनल असेम्ब्लीचं सत्र अजूनही सुरूच होतं. माझी आजी तेव्हा नानचिंगमध्ये होती. कम्युनिस्ट तुकड्या शहराच्या दिशेनं वाटचाल करत असल्यानं तिच्या मुलांना बीजिंगच्या बाहेर नेण्यासाठी हर तऱ्हेनं प्रयत्न करत होती. शांघायला जाणाऱ्या बोटीची तिकिटं विकली गेली होती. पालिकेचा विमानतळ बंद झाला होता. माझ्या आजीनं हवाई दलातले जनरल चौ चिरौ यांची भेट घेतली. तिथे तिनं शेवटचा हुकुमाचा एक्का वापरला. आजी त्यांना म्हणाली, ''माझ्या पतीनं देशासाठी त्यांचे प्राण वेचले. मला मुलांना इथून सुखरूप बाहेर घेऊन जायचंय.'' आजीच्या मुलांनी डीसी-३ लष्करी वाहतूक विमानातून बीजिंगमधून नानचिंगकडे प्रयाण केलं. या विमानानं शहरातल्या सर्वसाधारण रस्त्यावरूनच उड्डाण केलं आणि हा रस्ताच विमानाची धावपट्टी झाला होता.

ऑक्टोबर १९४८ मध्ये, बीजिंगमधून बाहेर उड्डाण केलेल्या अखेरच्या काही विमानांपैकी ते एक होतं.

चाओ होंगची आजीच्या कुटुंबाला सोडायला आले होते. डीसी-३ वरून घोंघावत जात असताना ते दुचाकीवरून आपल्या घरी जात होते. काही वर्षांनी या प्रसंगाविषयी त्यांनी लिहिलं होतं :

> मी बालपणीच्या माझ्या आवडत्या मुलीला निरोप दिला. मला आवडू लागली तेव्हा ती थिएनचिन नानखाय गर्ल्स मिडल स्कूलमध्ये शिकत होती. विमानानं उड्डाण केल्यावर ते माझ्या डोक्यावरून गेलं तेव्हा मी नुकताच विमानतळावरून निघालो होतो आणि बीजिंग प्राणिसंग्रहालयावरून पुढे चाललो होतो. एखाद्या आठवड्यात मी निर्बंध नसलेल्या परिसरात जाईन, असं तिला म्हणालो होतो. माझं हे धाडस एखाद्या नायकासारखं आणि थरारक वाटेल, असं तेव्हा मला वाटलं होतं.

चाओंना माझ्या आत्यानं तैवानवरून एक पत्र पाठवलं होतं. नल्ली आत्यानं परकीय भाषा मुख्य विषय म्हणून निवडायचं ठरवलं होतं. महिलांसाठी हा विषय साजेसा असल्याचं चाओंचं म्हणणं होतं. त्यानंतर मात्र त्यांचा काहीच संपर्क झाला नाही. तैवान आणि चीन यांच्यामध्ये चार दशकं काहीही संपर्क नव्हता. आत्या चीन सोडून गेल्यावर चाओ यांनी महाविद्यालय सोडलं आणि बरोबरच्या विद्यार्थ्यांबरोबर ते बीजिंगबाहेरच्या 'निर्बंधमुक्त परिसरा'त फिरायला गेले. तेव्हा बीजिंग पूर्णपणे कम्युनिस्टांच्या ताब्यात आलेलं होतं. चाओंनी स्वतःचं नावही बदलून घेतलं. त्यांचं नवं नाव होतं लिशंग. याचा अर्थ, 'जीवन प्रस्थापित करणं.' भूतकाळाशी काहीही नातं सांगणार नाही, असा अर्थ असलेलं नाव स्वीकारण्याची त्या वेळची पद्धतच झाली होती. त्यानंतर आलेल्या हिवाळ्यात या विद्यार्थ्यांनी, राजधानीत कम्युनिस्ट सैनिकांच्या बरोबरीनं कवायत केली. शहरातल्या शिक्षण ब्यूरोमध्ये चाओ यांना नोकरी मिळाली. १९५७ मधल्या उजव्यांविरोधी चळवळीत, त्यांनी प्राध्यापक पदाची नोकरी गमावली. मजुरी करण्यासाठी त्यांना ग्रामीण भागात पाठवून देण्यात आलं. तिथे ते वीस वर्षं राहिले. त्यांना पुन्हा नोकरी आणि कम्युनिस्ट पक्षाचं सदस्यत्व मिळालं, तेव्हा ते पन्नाशीत होते. तेव्हा त्यांना पक्षात राहायची अजिबात इच्छा नव्हती, पण ते नाकारायचं धाडसही झालं नाही.

चीनमध्ये राहिल्याचा पश्चात्ताप झाल्याचं चाओंकडून मी कधीही ऐकलं नाही. पश्चात्ताप व्यक्त करण्याची चिनी मंडळींची तशी पद्धतही नव्हती. ते माझ्याशी बोलताना म्हणाले, "चीनला मदत करण्यासाठी मला तिथेच थांबायचं होतं. आम्ही

तेव्हा अतिशय आदर्शवादी होतो. कोण म्हणतं आम्ही चुकीचे होतो?''

* * *

यादवी युद्धातल्या निर्वासितांना तैवानला घेऊन आलेल्या जहाजाला प्रॉस्परिटी म्हटलं जायचं. नल्ली सुरुवातीला तीन भाऊ आणि कुटुंबातल्या एका चाकराला घेऊन गेली. ही चाकर म्हणजे, माझ्या वडिलांची नर्स होती. मुलं तिला ममा वांग म्हणायचे. जहाजाचा प्रवास दोन दिवस आणि दोन रात्रींचा होता. जवळजवळ प्रत्येकालाच सागरातल्या त्या प्रवासाचा वीट आला होता. जहाज तैवानमधल्या कीलंग बंदरात आल्यावर, त्यांना भेटायला आलेले नल्लीच्या वडिलांचे जुने सहकारी आणि विद्यार्थी नल्लीला दिसू लागले; पण, योग्य ओळखपत्र दाखवल्याशिवाय कुणालाही जहाजाच्या बाहेर पडायची परवानगी नव्हती. नल्लीसोबतच्या एकाही मुलानं कागदपत्र पूर्ण केलेली नव्हती. युद्धाच्या अगदी शेवटच्या काळातही चिनी प्रशासन कमी कटकटं नव्हतं. नल्ली धडाडीची होती. जहाजाच्या एका बाजूला असलेल्या दारानं जहाजावरचे कर्मचारी सामान जहाजातून बाहेर आणत असल्याचं नल्लीनं पाहिलं. तिनं भावांना त्याच मार्गानं बाहेर काढलं. ममा वांग मागे राहिली. अरुंद मार्गातनं जाताना पडायला होईल, अशी भीती तिला वाटत होती. 'तुला चालावंच लागेल, नाहीतर आपण मागे जाऊ.' नल्लीनं फर्मान सोडलं आणि ममा वांगनं ते पाळलं. बऱ्याच प्रवाशांना तसंच परत घेऊन जहाज चीनला गेलं. तैवानपासून काही फूट अंतरावर येऊनही ते कम्युनिस्ट चीनचे रहिवासी बनले. माझी आजी आणि आत्या आयरिन त्यानंतर दोन आठवड्यांनी तैवानला आल्या.

तैवानमध्ये त्यांना स्वतःच्या घरी असल्यासारखं कधीच वाटलं नाही. चीनची मुख्य भूमी त्यांना राहण्यासाठी सुरक्षित बनेपर्यंतचा काळ घालवण्यासाठीची ती तात्पुरती सोय असल्याचं त्यांना वाटायचं. चीनहून तैवानला आश्रय घेण्यासाठी आलेल्यांना वायशंगरन, म्हणजे प्रांताबाहेरचे लोक म्हटलं जायचं. ते स्थानिक तैवानींपासून वेगळे राहायचे. त्यांनी स्थानिकांची बोलीभाषा कधीही अवगत केली नाही. शाळेत त्यांच्या मुलांनी चीनमधले पर्वत आणि नद्या तोंडपाठ केल्या. कदाचित ते कधीच पाहू शकणार नसलेल्या चीनच्या भिंतीविषयी गाणी म्हटली. *'आमच्या हृदयातली चीनची भिंत दहा हजार मैल लांब असेल.'* त्यांच्या बालपणीचा आणि त्यांच्या पूर्वजांचा देश केवळ त्यांच्या आठवणीतला उरला होता. केवळ कल्पनेतच पुन्हा उभा करायला हवा होता.

माझे वडील तैवानमध्ये अकरा वर्षं राहिले. साधारण तितकीच वर्षं त्यांनी चीनमध्ये घालवली होती. त्यांनी आमच्या कुटुंबाची कथा मला सांगितली तेव्हा

चीनविषयी ते तासन्‌तास बोलत होते. तैवानचा विषय मात्र त्यांनी तीन वाक्यांत संपवला.

> आम्ही थायफैमध्ये साधारण सहा महिने राहिलो, त्यानंतर थायछुंगला गेलो. आम्ही केवळ ल्युनार नववर्षाच्या वेळी चिकन खायचो. उन्हाळ्यात दोन किंवा तीन कलिंगडं. माझ्या आईचा मृत्यू झाला तेव्हा ती कायदेमंडळाची सदस्य होती.
>
> एक एक करून आम्ही अमेरिकेत आलो.

माझ्या आजोबांची हत्या झाल्यावर कुटुंबाला साहाय्य करण्यासाठी सरकारनं देणगी निधी स्थापन केला होता. त्यातनं मिळालेल्या पैशांचा उपयोग आजीनं चिनी सरकारचे बाँड्स आणि सोनं खरेदी करण्यासाठी केला. रोखे निरुपयोगी ठरले, पण सोन्यामुळे कुटुंबाला अनेक वर्षं आधार मिळाला. 'प्रवासाच्या वेळी आम्ही सोनं आमच्या पट्ट्यांमध्ये ठेवलं होतं,' माझ्या वडिलांनी सांगितलं. माझे वडील आणि त्यांची भावंडं हुतात्म्याची अपत्यं असल्यानं त्यांच्या महाविद्यालयीन शिक्षणाचा खर्च सरकारनं उचलला. शाळेच्या गणवेशासाठीही त्यांना पैसे द्यावे लागले नाहीत.

नुकतीच कॉलेजला जायला लागलेल्या नल्लीनं आजोबांच्या चौथ्या पुण्यतिथीच्या निमित्त लिहिलेली कविता सेंट्रल डेली न्यूज या केएमटीच्या वृत्तपत्रात प्रकाशित झाली होती :

> बाबा, आता चार वर्षं झाली,
> तुमच्या थडयावरचं गवत आता उंच वाढलंय,
> देशाच्या उत्तरेकडचा सपाट भाग पुन्हा एकदा बर्फाच्छादित झालाय,
> समुद्रातल्या बेटावर भटकणारं तुमचं मूल
> तुमच्याकडे मनापासून इच्छा व्यक्त करतंय.
>
> ज्या वस्तू हरवल्या आहेत त्या
> पुन्हा एकदा मिळवता येऊ शकतात,
> पण मी जे गमावलंय ते म्हणजे
> माझ्या वडिलांचं प्रेम.
> फाटलेले कपडे
> पुन्हा शिवता येऊ शकतात,
> पण माझ्या बाबतीत,
> हृदयाच्याच चिंध्या झाल्यात!

१६ जानेवारी, आजपासून चार वर्षांपूर्वी,
त्या दिवशी जेव्हा लोकांनी विजयगान गायलं,
तुम्ही पहिला त्याग ठरलात,
लाओनिंग, फुशुन कोळसा खाण -
या जागी जायचं धाडस कोणीही केलं नाही,
पण तुम्ही...

कदाचित तुम्ही अनेकदा म्हणायचात तसं,
''जगायचं असेल तर तुम्ही क्षमतेनिशी जगायला हवं,
मरायचं असेल तर तुम्ही कुठल्या तरी उद्देशानं मरावं.''
''व्यक्तीच्या पावलांनी एखादा रस्ता तयार होतो,
यश तुमच्या परिश्रमावर अवलंबून असतं''...

हो,
डोळ्यांतून ओघळणारे अश्रू कधीही थांबणार नाहीत,
कडवट बोल कधीही संपणार नाहीत,
रक्ताचं ऋण कधीही फिटणार नाही,
जखम कधीही भरणार नाही,
मग याच वेदनेला जगण्याची ताकद बनवायला हवं!
पण मला ते पसंत नाही,
बाबा.

'तुझी कविता मनाला स्पर्शून गेली', अशा आशयाची पत्रं नल्लीला अनेकांनी लिहिली. एका तरुणानं नल्लीला स्वतःच्या अनेक रचना पाठवल्या. त्याच्या कविता तिच्याच दुःखाशी संबंधित होत्या. नल्लीच्या वडिलांच्या हत्येमुळे राष्ट्रनिर्मितीच्या कार्यासाठी प्रत्येकाला प्रोत्साहन मिळेल, असं त्यानं लिहिलं होतं. त्या तरुणाला नल्लीचा पत्ता माहीत नव्हता. त्यामुळे लिफाफ्यावर त्यानं इतकंच लिहिलं : चांग आयले, थायफै शहर, राष्ट्रीय तैवान विद्यापीठ.

जोरात ओरडणं वेडेपणा असतो
कारण शांततेमध्ये मोठं सामर्थ्य असतं
आक्रोश करत दुःख व्यक्त करणं म्हणजे नाउमेद होणं
तावून सुलाखून निघाल्यावरच पोलादी होता येतं

वादळ उसळतं तेव्हा
सागरात लाटा नसतात
खोल ठिकाणी
वाहतं पाणी आवाज करत नाही

सगळा त्रास एकवटायचा
साधं पेनही बंदूक बनतं

हा तिरस्कार आहे
हे रक्ताचं ऋण आहे
हो, हे रक्ताचंच ऋण आहे!

हे केवळ तुझं नाही
हे केवळ त्याचं नाही
हे केवळ माझं नाही

हे प्रत्येकाचं आहे
ज्याला हाडं आहेत
ज्यामध्ये रक्त आणि मांस आहे
ज्याला मानवी आकार आहे, आणि हृदय आहे
ज्याला आत्मा आहे
अशा आपल्या प्रत्येकाचं हे आहे!

नल्लीनं ही कविता जपून ठेवली. तिच्या कवितेपेक्षा ही उत्तम होती, असं तिला वाटलं. पुढच्या वर्षी, तो तरुण राष्ट्रीय तैवान विद्यापीठात नवा सदस्य म्हणून आला. त्या निमित्तानं नल्ली आणि त्याची भेट झाली. त्याचं नाव होतं चाओ यानछ्यी. नंतर त्यांच्या ओळखीचं रूपांतर विवाहात झालं.

* * *

चीनमध्ये मागे राहिलेल्या आमच्या कुटुंबासाठी ती वर्षं वाईट होती. कम्युनिस्टांच्या विजयानंतर वर्षभरानं, सन १९५० मध्ये, बाबांचा चुलतभाऊ लिच्याओनं चु शुलान नावाच्या नर्सशी विवाह केला. लग्न करून दोघंही हाळपिनला राहायला गेले. तिथे

त्याला कृषी महाविद्यालयात प्राध्यापकाची नोकरी मिळाली. त्यांना दोन मुलगे आणि एक मुलगी झाली. सन १९५७ मध्ये, माओ त्सतोंग यांनी कम्युनिस्ट पक्षाच्या कामगिरीचं मूल्यमापन करण्याचं आवाहन बुद्धिवंतांना करणारं भाषण केलं. त्या वेळी लिच्याओ कॉलेजातल्या डीनच्या कार्यालयाच्या प्रमुखपदापर्यंत पोहोचला होता. कम्युनिस्ट पक्षानं बुद्धिवंतांच्या कौशल्याचं आणि ज्ञानाचं मोल जाणावं, असं मत त्यानं उघडपणे व्यक्त केलं. व्यक्तीची शैक्षणिक पातळी क्रांतीतल्या त्याच्या समर्पिततेचं परिमाण असू शकत नाही, असंही तो म्हणाला.

खरंतर हे सर्वसाधारण, सौम्य विधान होतं, पण त्या वेळची परिस्थिती लक्षात घेता ते विषारी होतं. कम्युनिस्ट पक्षाबद्दल टीकेची भावना निर्माण होत असल्याचं जाणवून देशातल्या नेत्यांना रुचलं नाही. स्वतः माओ त्सतोंग यांनीही आधी ज्या लोकांना बोलण्यासाठी प्रेरित केलं होतं त्यांच्या विरोधात भूमिका घेतली. पाच लाखांहून अधिक लोकांवर 'उजव्या विचारां'चे असा शिक्का मारण्यात आला. त्यांना नोकरीवरून काढून टाकण्यात आलं किंवा ग्रामीण भागात मजुरीचं काम करण्यासाठी धाडण्यात आलं. लिच्याओनं डीनचं पद गमावलं. त्याचा पगारही कमी करण्यात आला. स्पष्टवक्तेपणा हा त्याचा गुन्हा त्याच्या कौटुंबिक पार्श्वभूमीमुळे आणखी गंभीर झाला : त्याचे वडील आणि आजोबा मंचुरिआमध्ये जमीनदार होते. त्याच्या काकाचं कुटुंब तैवानला राहायला गेलं. लिच्याओच्या या कौटुंबिक पार्श्वभूमीमुळे कम्युनिस्ट पक्षाच्या नजरेत तो सदैव संशयित बनला होता.

पुढचं चित्र किती भीषण असणार आहे, ते लिच्याओच्या मुलांना प्राथमिक शिक्षण सुरू करेपर्यंत पुरतं कळलेलं होतं. शाळेत त्यांनी भरलेल्या प्रत्येक अर्जात, 'सामाजिक वर्ग' हा रकाना कायम रिकामा ठेवला जायचा. मुलांनी त्या रकान्यात 'जमीनदार' असं लिहिणं अपेक्षित होतं, पण कुटुंबाचं हे वैभव त्यांच्या जन्माआधीच नाहीसं झालेलं होतं. शिक्षक जमीनदारांच्या मुलांना आणि मुलींना फार त्रास देत असत, वर्गातली बाकीची मुलं टोमणे मारत. टोमणेही समाजातल्या विचारप्रवाहांवरून मारले जायचे : तुझे वडील उजवे आहेत. तुमचं कुटुंब जमीनदार आहे. माओंच्या नेतृत्वाखाली चीन म्हणजे उलट दिशेनं जाणारं अमीर-उमरावांचं राज्य होतं. वंशावळ हा एके काळी राष्ट्रीय अभिमानाचा मुद्दा होता; पण आता कुटुंबाची पत जितकी जास्त, तितकी ती त्रासदायक बनली होती.

सन १९६६ च्या उन्हाळ्यात सुरू झालेल्या सांस्कृतिक क्रांतीनं प्रस्थापित विचारसरणीला उखडून टाकलं. शतकाहून अधिक काळ, चिनी नेते आणि विचारवंतांनी आपल्या परंपरा आधुनिक जगामध्ये कशा सामावून घ्यायच्या, यासाठी वादविवाद, चर्चा केल्या होत्या. सांस्कृतिक क्रांतीनं एक सोपं उत्तर सुचवलं : प्रत्येक गोष्ट फेकून द्या. त्यानंतरच्या दशकभरात, रेड गार्ड्स नावाचा कट्टर विद्यार्थ्यांचा गट

स्वतःच्याच शिक्षकांना झोडून काढायचा. काही वेळा त्यांच्या हत्याही करायचा. गरिबाच्या शेतामध्ये राबण्यासाठी १.७ कोटी विद्यार्थी खेड्यांकडे गेले– असं जीवन जगायला, ज्यापासून ग्रामीण भागातले शेतकरी अनेक शतकं पळून जात होते. यशाचं प्रतीक मानलं जाणारं शिक्षण क्रांतिविरोधक मानलं जाऊ लागलं. चिनी मंडळींनी असंख्य वर्षं पवित्र मानलेल्या, जपलेल्या गोष्टी सांस्कृतिक क्रांतीनं काढून घेतल्या आणि त्यांचे तुकडेतुकडे करून टाकले. माझ्या आजोबांनी, त्यांच्यापूर्वीच्या असंख्य पिढ्यांनी आणि त्यांच्या डोळ्यांसमोर जन्माला आलेल्या अनेक पिढ्यांनी पाहिलेलं नैतिकता आणि कन्फ्युशिअन मूल्यांचं विश्व या क्रांतीनं मोडीत काढलं.

आणि ती जागा कशानं घेतली? काही काळ कट्टर विचारांचं जोरदार वारं होतं. पण जेव्हा सांस्कृतिक क्रांतीची लाट शांत झाली आणि तंग श्याओफिंग अशा नेत्यांनी ताबा घेतल्यावर चिनींना एका पोकळीमध्ये जगत असल्यासारखं वाटत होतं- विविध प्रकारच्या विचारांचा मारा झालेले, पण नवजात बालकासारखे निरागस, अनभिज्ञ असलेले. भग्न झालेल्या अवशेषांतून पुन्हा विश्व उभारण्याची आस असलेले.

सन १९६८ मध्ये, रेड गार्ड्स शनयांगमधल्या माझ्या आजोबांच्या थडग्यापाशी आले. त्यांनी थडग्याजवळची जागा खोदून काढली आणि आजोबांची शवपेटी उघडली. आजोबांच्या शरीराचे अवशेष सर्वत्र विखुरले. त्यांनी थडग्याची नासधूस करून टाकली. थडग्याजवळच्या उभट शीळेच्या पायाला तडे जाईपर्यंत त्यांनी त्यावर वार केले. पण त्यांनी उभ्या शिळेला मात्र काहीही नुकसान होऊ दिलं नाही. ते काय आहे, हे कुणालाच कळलेलं दिसत नव्हतं. त्यांच्या निर्विकार चेहऱ्यावरून तरी तसं वाटत होतं.

* * *

वडिलांप्रमाणे एक एक करून मुलंही अमेरिकेला निघून गेली. पण माझे आजोबा एक दिवस परत येण्यासाठी आणि चीनला मदत करण्यासाठी अमेरिकेला गेले होते. त्यांच्या मुलांनी स्वतःचं करिअर घडवण्यासाठी देश सोडला आणि अमेरिकेचा रस्ता धरला. पुन्हा चीनला येण्याचा विचारही तेव्हा त्यांच्या मनात नव्हता. इमिग्रेशनसाठी आवश्यक असलेले पैसे मित्रमंडळींकडून जमवण्यात आले. काही रक्कम सोन्याचा थोडा भाग विकून उभारण्यात आली. माझ्या आजोबांची हत्या झाल्यानंतर आमच्या कुटुंबाला देण्यात आलेल्या पैशांतूनच हे सोनं खरेदी करण्यात आलं होतं. आजोबांच्या मृत्यूचं रूपांतर अमेरिकाप्रवासात रूपांतरित होत होतं.

(माझे वडील सांगत होते) त्या काळी, तुम्हाला अमेरिकेला यायचं असेल तर पदवीधर होईपर्यंत तुमच्या बँक खात्यात २४०० डॉलर रक्कम असावी लागायची. माझी बहीण फारसा त्रास न होता अमेरिकेला गेली. आमच्या गाठीशी असलेले पैसे आणि उसने घेतलेले यातून आम्ही २४०० डॉलर उभे केले. त्यातले काही तिनं खर्च केले, पण तिनं पैसे कमावलेही आणि २४०० डॉलर परत केले. त्यामुळे ते पैसे घेऊन लुख अमेरिकेला जाऊ शकला. त्या दोघांच्या अमेरिकावारीत चार वर्षांचं अंतर होतं. मी मात्र लुखनंतर दोन वर्षांनी गेलो. त्यामुळे अमेरिकेला जायची माझी वेळ येईपर्यंत पैसे जमले नव्हते...

एका पिवळ्या खोक्यात आम्ही सोन्याच्या वड्या ठेवल्या होत्या. एक एक करून त्या सगळ्या संपल्या. आम्ही मित्रमंडळींकडे हात पसरले, पण कोणीही मदतीची तयारी दाखवली नाही. माझे वडील वारलेले होते, मग मित्रांनी कशाला मदत केली असती आम्हाला!

मीच बाहेर जायचो आणि पैसे उसने मिळताहेत का ते बघायचो. मला आठवतंय, मी एका मित्राच्या घरी गेलो होतो. त्यांच्या घरात बसलो होतो. त्यांनी माझ्याकडे दुर्लक्ष केलं. शेवटी, मित्रानं मला सांगितलं की त्याचे वडील नाहीयेत घरी. पण मला माहीत होतं, ते घरातच होते; आतमध्ये बसून जेवत होते.

पुरेसे पैसे हातात आल्यावर पुढचं काम होतं व्हिसा मिळवण्याचं. तैवानमधून बाहेर जाऊ इच्छिणाऱ्या व्यक्तीला यासाठी फार खटपट करावी लागायची. शिक्षण संपल्यावर आपण लगेचच परत येणार आहोत हे पटवून देत, अमेरिकन दूतावासातल्या अधिकाऱ्यांच्या हाता-पाया पडावं लागे.

मी सन १९५७ मध्ये महाविद्यालयातून पदवीधर झालो. दीड वर्षं लष्करी सेवा केली. जानेवारी १९५९ मध्ये लष्करी सेवा संपली. मी दररोज थायफैमध्ये असलेल्या अमेरिकन दूतावासात जाऊन बसायचो. ते माझं नाव कधी पुकारताहेत, याची वाट बघत बसायचो. साधारण संध्याकाळी पाचच्या दरम्यान ते माझं नाव पुकारायचे; पण 'आता उशीर झालाय' असं म्हणून बोळवण करायचे. अखेर सहा महिन्यांनी माझी प्रतीक्षा संपली.

माझ्या आजीनं तिच्या मुलांना अमेरिकेला जायला भाग पाडलं. तैवान अतिशय लहान आहे, पुढच्या शिक्षणासाठी अमेरिका हेच योग्य ठिकाण आहे, असं आजीचं मत होतं. पण प्रशांत महासागरातून जहाजामार्गे अमेरिकेचा प्रवास अतिशय महागडा होता. सारखासारखा परवडणाराही नव्हता. प्रत्येक वेळी आपल्या अपत्याला निरोप देत असताना तिला वाटायचं की ही शेवटची भेट आहे.

महासागराच्या पल्याड तिची मुलं त्यांच्याकडून अपेक्षित असलेल्या गोष्टी करत होती. मुलींना मनाजोगतं शिक्षण घेण्यासाठी अमेरिकेत जास्त स्वातंत्र्य होतं. नल्लीनं शिक्षणात आणि आयरिननं इंग्रजीमध्ये मुख्य शिक्षण घेतलं. माझ्या वडिलांचा ओढा राजकारण आणि कायदा याकडे अधिक होता. पण या मुलांकडून त्यांच्या वडिलांप्रमाणे आणि परदेशी शिकायला गेलेल्या अन्य हुशार विद्यार्थ्यांप्रमाणे विज्ञान आणि अभियांत्रिकी शिकण्याची अपेक्षा होती. लुख हायस्कूलमधून पदवीधर झाल्यावर त्याची आई म्हणाली, "तुला काय शिकायचं आहे? तू वडिलांच्या पावलावर पाऊल ठेवशील, अशी आशा आहे." त्याच्या आईनं त्याला फिल्ड जिऑलॉजी नावाचं पुस्तक दिलं. तीस वर्षांपूर्वी त्याचे वडील अमेरिकेत शिकत असताना त्यांनी हेच पुस्तक वापरलं होतं. भविष्याविषयी लुखचं त्याच्या आईशी झालेलं ते शेवटचं बोलणं होतं.

माझी आजी तिच्या मुलांच्या क्षमता आणि कमतरता जाणत होती. त्या तिनं मुलांना सांगितल्याही होत्या. नल्लीला वैद्यकीय क्षेत्रात जायचं होतं. ती स्मार्ट होती, पण वैद्यकीय क्षेत्रासाठी आवश्यक असलेली चिकाटी तिच्याकडे नव्हती. लुख जिद्दीचा होता. शैक्षणिक क्षेत्रासाठी साजेसा होता. माझे वडील स्मार्ट होते, पण स्वतःविषयीच भरभरून बोलायचे. आयरिन परिश्रमी होती; पण रडुबाई होती. लिओ बिचारा गरीब होता, पण व्यवसायाच्या बाबतीत सरस ठरला असता. आजीची ही सगळीचं विधानं खरी ठरली. नल्लीनं वैद्यकीय क्षेत्राचा नाद सोडला. ती प्राथमिक शाळा आणि विशेष शाळेत शिक्षिका बनली. लुख भूरचनाशास्त्राचा प्राध्यापक झाला. नंतर युनिव्हर्सिटी ऑफ मेरिलँडमध्ये विभागप्रमुख झाला. माझे वडील इलेक्ट्रिकल इंजिनिअरिंग शिकले. नंतर भौतिकशास्त्राकडे वळले. त्यांनी आयबीएममध्ये संशोधन केलं. 'हाँगकाँग युनिव्हर्सिटी ऑफ सायन्स अँड टेक्नालॉजी'मध्ये डीन आणि उपाध्यक्ष ही पदं भूषवली. मोठ्या भावंडांनी खोड्या काढल्या की लहानपणी सारखी रडणारी आयरिन नंतर कणखर झाली. फार्मास्युटिकल क्षेत्रात अधिकारी पदापर्यंत गेली. नंतर तिनं एका बायोटेक कंपनीचं नेतृत्वही केलं. माझा धाकटा काका लिओ तैवानमधला यशस्वी आणि श्रीमंत उद्योजक बनला. अशा प्रकारे माझ्या आजीनं तिच्या पाचही मुलांची भविष्यं घडवली.

सन १९६५ मध्ये एम्फीसेमानं (फुप्फुसाच्या विकारानं) माझ्या आजीचा मृत्यू झाला. त्या वर्षीच्या उन्हाळ्यात आयरिन तिला तैवानला भेटायला जाणार होती. तिच्या बाकी भावंडांनी तिच्या तैवान फेरीसाठी पैशांचं योगदानही दिलं होतं. आजी मरणासन्न असताना, तिनं आयरिनला तिच्याजवळ बोलवून घेतलं. आजीला तिच्या मुलांनी अमेरिकेतून पाठवलेले सगळे पैसे तिनं वाचवून ठेवले होते. ते तिच्या सगळ्यात धाकट्या मुलाला द्यायची तिची इच्छा होती. तिच्या पाच मुलांपैकी फक्त लिओ एकटाच परदेशी गेला नव्हता. लिओच्या चारही भावंडांनी तैवानला परतण्याचा शब्द मोडला होता. त्यामुळे अमेरिकन दूतावासानं लिओला व्हिसा नाकारला होता. आजीला ज्या कपड्यांमध्ये अंत्यसंस्कार करून घ्यायचे होते, ते कपडे कुठे ठेवलेत ते तिला आजीनं सांगितलं. ''मला ते कपडे घाल. माझ्या मृत्यूनंतर ते घालणं कठीण होईल.'' आजीला तिच्या अंताची चाहूल लागली होती. शेवटच्या श्वासापर्यंत तिनं सगळं सक्षमपणे सांभाळलं होतं.

* * *

माझे वडील १९७५ मध्ये पहिल्यांदा चीनला परतले. यूएस अॅकॅडमी ऑफ सायन्सेसनं निवडलेल्या फिजिसिस्टच्या शिष्टमंडळाचे ते सदस्य होते. चीन आणि अमेरिका या दोन्ही देशांमध्ये राजनैतिक संबंध नसतानाच्या काळात चीनमध्ये आलेल्या अमेरिकेच्या सुरुवातीच्या काही शिष्टमंडळांपैकी हे एक होतं. विज्ञान या विषयाकडे तटस्थपणे, सर्वसाधारण विषयासारखं पाहिलं जायचं आणि त्या विषयासंदर्भात सरकारचा हस्तक्षेप गरजेचा नव्हता. विज्ञान या विषयामुळेच माझे वडील चीनहून अमेरिकेला गेले होते आणि त्याच विषयामुळे ते पुन्हा चीनमध्ये येत होते. तेव्हा माझ्या वडिलांचं वय एकोणचाळीस होतं. बाराव्या वर्षी त्यांनी चीनच्या मुख्य भूमीला अखेरचा सलाम केला. आता ते पाहत होते तो चीन म्हणजे जणू वेगळाच देश होता. राष्ट्रीय अॅथलिट परिषदेत 'च्यीलिन प्रांत' अशी घोषणा झाल्यावर त्यांना कोण आनंद झाला होता. ते ऐकल्यावर त्यांना वाटलं, तैवानमधल्या वास्तव्यात चीनविरोधी ऐकलेल्या सगळ्या वाईट गोष्टी एका क्षणात गळून पडल्या. ते मला म्हणाले, ''ती घोषणा ऐकल्यावर मला वाटलं की हीच खरी चीनची भूमी आहे. इतकी वर्षं तैवानमध्ये तो चीन असल्याचं बिंबवलं जात होतं. पण खरा चीन हाच आहे.''

कट्टरपणाचा तो विषारी काळ आता अस्ताला जात असल्याचं त्यांनी पाहिलं. माझे वडील आले होते त्या शिष्टमंडळानं बोलणी केली- नंतर त्यांना कळलं की ते सगळं बनावट होतं. व्हिजिटरवर छाप पाडण्यापुरतं होतं. शाळांच्या संकुलांना

भेट देताना, विद्यार्थी त्यांच्या शिक्षकांशी बोलताहेत, हे पाहून माझ्या वडिलांना आश्चर्य वाटलं होतं. हा सांस्कृतिक क्रांतीचा परिणाम होता, पण तरीही त्यांना वाटत होतं की, जुन्या पद्धतींमध्ये झालेली ही सुधारणा होती. एके दिवशी माझे वडील त्यांच्या जुन्या मिडल स्कूलमध्ये गेले. ही शाळा 'फॉरबिडन सिटी'च्या पूर्वेला अर्ध्या मैलावर होती. प्रवेशद्वारातून त्यांनी वाकून पाहिल्यावर स्लिपर आणि टी-शर्ट घातलेला एक पुरुष त्यांच्याशी बोलायला पुढे आला. शाळेच्या क्रांतिकारी समितीचा तो प्रमुख होता. हे पद शाळेच्या मुख्याध्यापकाच्या दर्जाचं होतं. त्याला एकच प्रश्न पडला होता : 'ट्रेननं अमेरिकेला जायला किती वेळ लागतो?'

माझ्या वडिलांनी त्यांच्या चुलतभावाला, लिच्याओला भेटण्याची विनंती केली. त्यांनी शिष्टमंडळातल्या संबंधित व्यक्तींनाही सांगितलं की, लिच्याओ १९४०च्या दरम्यान पेकिंग युनिव्हर्सिटीत शिकवायचा, पण त्यानंतर त्याचं काय झालं ते माहीत नाही. लिच्याओला वायव्येकडच्या एकाकी परिसरात पाठवण्यात आलंय आणि त्याची भेट होणं अशक्य आहे, असं उत्तर आलं. ते खोटं होतं. माझ्या वडिलांना नंतर कळलं की लिच्याओ आणि त्याची बायको हाळपिनच्या ईशान्येकडच्या शहरात राहत होते. पण तेव्हा परदेशी पाहुण्यांना भेटणं त्यांच्यासाठी राजकीयदृष्ट्या धोक्याचं ठरलं असतं.

सांस्कृतिक क्रांती शेवटच्या टप्प्यात होती, तरीही त्यामुळे प्रचंड नुकसान होणं अशक्य नव्हतं. राष्ट्राचे प्रमुख चौ एनलाय यांना कर्करोग झाल्यानं रुग्णालयात भरती केलं होतं. एके दिवशी, आधुनिकीकरण आणि सुधारणा यांसाठी स्वतःला वाहून घेतलेल्या तंग श्याओफिंग या अधिकाऱ्याला लवकरच पदच्युत केलं जाईल, हे कळल्यावर माझ्या वडिलांना कमालीचं आश्चर्य वाटलं. सरकारमधले अधिकारी स्वतःच्या भविष्याबद्दल इतके काळजीत होते की त्याविषयी माझ्या वडिलांसमोर बोलतानाही त्यांना काही वाटलं नाही. त्यानंतरच्या एप्रिलमध्ये तंग यांना पक्षनेतृत्वावरून तिसऱ्यांदा आणि शेवटचं घालवून देण्यात आलं. न्यू यॉर्कच्या उपनगरातल्या आमच्या घरात, वडिलांनी चीनहून आणलेल्या रेकॉर्ड्स आम्ही कित्येकदा ऐकल्या असतील.

पूर्वेकडे सूर्य उगवतो आहे,
पीपल्स रिपब्लिक वाढतो आहे;
आमचे सर्वोच्च नेते माओ त्वतोंग
पुढच्या दिशेने जात आहेत.
आमचे आयुष्य दिवसेंदिवस सुधारते आहे
आमचे वैभवशाली भवितव्य झळाळते आहे

सन १९७९ मध्ये माझे वडील दुसऱ्यांदा चीनला आले. अमेरिका आणि चीन यांच्यामध्ये राजनैतिक संबंध प्रस्थापित झाले होते. तंग श्याओफिंग ठामपणे त्याची धुरा सांभाळत होते, सांस्कृतिक क्रांतीच्या कोट्यवधी बळींचं पुनर्वसन करत होते. देशाचा चेहरामोहरा बदलून टाकतील, अशा आर्थिक सुधारणा राबवत होते. माझ्या वडिलांनी पुन्हा एकदा लिच्याओला भेटण्याची इच्छा व्यक्त केली आणि या वेळी ती पूर्ण झाली. माझ्या वडिलांची लिच्याओ आणि त्याच्या पत्नीशी भेट घालून देण्यासाठी त्या दोघांना शनयांगला आणण्यात आलं. माझ्या वडिलांची ट्रेन स्टेशनात थांबत असताना त्यांनी प्लॅटफॉर्मवर वाट पाहत बसलेल्या लिच्याओला पाहिलं. तो रडत असल्याचं त्यांना दिसलं.

मागच्या तीस वर्षांत काय काय घडलं ते सगळं लिच्याओला जाणून घ्यायचं होतं. तैवानमध्ये जगणं किती कठीण होतं, माझ्या आजीनं एकटीनंच पाच मुलांना कसं वाढवलं आणि माझ्या आजोबांचा मृत्यू झाल्यावर बऱ्याचशा मित्रमंडळींनी कशी पाठ फिरवली, ते वडिलांनी त्याला सांगितलं. कम्युनिस्टांच्या आधिपत्याखाली आयुष्य बरंच सुसह्य असल्याचं लिच्याओनं माझ्या वडिलांना सांगितलं. सांस्कृतिक क्रांती सुरू झाली तेव्हा वर्ग-शत्रू म्हणून लिच्याओला रस्त्यावरून रपेट करायला लावली होती. नंतर सोव्हिएत सीमेजवळ भाताच्या शेतात राबण्यासाठी पाठवून देण्यात आलं, हे त्यानं सांगितलं नाही. ग्रामीण भागात मजूर म्हणून दहा वर्षं कष्ट केल्यावर त्याचे दोन्ही मुलगे नुकतेच शहरात परतले होते. त्यांच्यापैकी कोणीही आठव्या ग्रेडच्या पुढे गेलेलं नाही, हेही त्यानं मनातच ठेवलं. त्याचे आई-वडील कसे मरण पावले, याविषयीही तो काही बोलला नाही.

काही वेळानं लिच्याओच्या पत्नीनं माझ्या वडिलांना विचारलं, "इथे चीनमध्ये काय घडतंय ते तुम्हाला माहीत आहे का?"

"हो, तुमच्यापेक्षा जास्त माहीतेय." माझ्या वडिलांनी तिला उत्तर दिलं.

चीन आणि पाश्चिमात्य यांच्यामध्ये शास्त्रीय देवाण-घेवाणीला चालना मिळाल्यानं माझ्या वडिलांचं अनेकदा चीनला जाणं झालं. सन १९८२ मध्ये ते हाळपिनमध्ये लिच्याओच्या घरी राहिले. 'छे, मी खोट्या बातम्या बघू शकत नाही,' असं नेहमीच संध्याकाळच्या बातम्या काही मिनिटे बघून लगेचच उद्गारणारे माझे वडील, लिच्याओच्या धाकट्या मुलाच्या स्मरणात राहिले आहेत. सन १९८४ मध्ये, कम्युनिस्ट क्रांतीच्या पस्तिसाव्या वर्धापनदिनाच्या कार्यक्रमानिमित्त माझे वडील थिएनआनमन स्क्वेअरमध्ये व्यासपीठावर उपस्थित होते.

२००० मध्ये मी बीजिंगला राहायला गेल्यावर माझे आई-वडील वर्षातून एकदा तरी माझ्याकडे यायचे. काही वेळा मला वाटायचं की चिनी लोकांबरोबर कसं वागावं हे ते आता विसरलेत. लोकांमध्ये मिसळताना अखंड गप्पांसाठी त्यांना

उत्साह नसायचा. त्यांच्यासाठी आतुरतेनं वाट बघत असलेल्या काही नातेवाइकांकडे जाणं ते मुद्दाम टाळायचे. काही वेळा ते मलाही अडचणीत आणायचे : एकदा त्यांनी माझ्या मित्राकडच्या स्वच्छता करणाऱ्या महिलेला 'युंगरन'म्हणाले होते. याचा शब्दश: अर्थ 'वापरून झालेली व्यक्ती' असा होतो. नोकरासाठी वापरला जाणारा अतिशय जुना शब्द कम्युनिस्ट क्रांतीपासून ऐकिवातच नव्हता. पण त्यांना अजूनही चीनचा इतिहास, साहित्य, भाषा आणि संस्कृती याविषयी सगळं आठवतं. कसं कोण जाणे, पण शहरात कोणती रेस्तराँ सगळ्यात उत्तम आहेत, हे त्यांना बरोब्बर ठाऊक असायचं.

माझ्या अमेरिकन मित्र-मैत्रिणींना मी जेव्हा आमच्या कुटुंबाची कथा सांगते, तेव्हा ते मला विचारतात, 'तुझे वडील चीनला कसे काय जातात आणि त्यांच्या वडिलांची हत्या करणाऱ्या पक्षातल्या लोकांशी कसे काय बोलू शकतात?' प्रागमध्ये असताना मी झेकहून स्थलांतरित झालेल्यांच्या अमेरिकेत जन्मलेल्या मुलांना भेटले. त्यांचा कम्युनिस्ट आधिपत्याला प्रचंड विरोध होता; इतका की त्यांनी त्यांच्या मुलांना वाढवत असताना झेक शिकूही दिलं नाही. क्यूबन नागरिक कॅस्ट्रोच्या इतके विरोधात आहेत, की कॅस्ट्रो सत्तेत असेपर्यंत त्यांना मायदेशी परतायचंही नाही. पण चिनी इमिग्रंट वेगळे आहेत : 'चीनमध्ये त्यांच्या कुटुंबाला मरणयातना भोगायला लागल्या असू देत, ते परत जातात. काही प्रमाणात हा त्यांच्यात खोलवर भिनलेला व्यवहारवाद आहे, जो त्यांना भूतकाळ विसरायला लावतो. त्यांच्यासाठी चीन म्हणजे केवळ राजकीय व्यवस्था किंवा मूठभर नेत्यांचा गट नाही, त्याहीपेक्षा मोठं काहीतरी अधिक असतं; आता अस्तित्वातही नसलेल्या ठिकाणांच्या अमिट आठवणी असतात. चीन त्यांना माघारी खुणावतं- परंपरांची श्रीमंती, भाषेची समृद्धी, काही वेळा शोकांतिका आणि वेदना यांचे फेरे वाटणारा पाच हजार वर्षांचा इतिहास यांसह चीन त्यांना साद घालतो. ही साद इतकी शक्तिशाली असते, म्हणूनच मी शक्य तितका काळ त्यांच्यापासून लांब राहण्याचा प्रयत्न केला.

* * *

घर क्रमांक सहा फनच हुथोंग इथे होतं. फेस पावडर ॲले : मिंग राजवटीच्या काळात हा बीजिंगमधला एक लालबत्तीचा परिसर होता. प्रचंड मेकअप करून वावरणाऱ्या तिथल्या शरीरविक्रय करणाऱ्या स्त्रियांवरून या परिसराला हे नाव पडलं होतं. हे घर आता वृद्ध मंडळींसाठी 'फ्लरिशिंग गार्डन होम' झालं होतं. कम्युनिस्ट पक्षाच्या स्थानिक शाखेमार्फत तिथे नर्सिंग होम चालवलं जात होतं. ती

लाल रंगाची एकमजली इमारत होती. छताला पिवळ्या सिरॅमिक फरश्या होत्या. मी त्या घराचं पुढचं दार उघडलं. मंद प्रकाशातल्या खोलीत चालत गेले. एके काळी पारंपरिक पद्धतीच्या चिनी घराच्या मध्यभागी असलेल्या अंगणात जाऊन पोहोचले.

साठ वर्षांपूर्वी माझे वडील इथे राहिले होते. १९४८ मधल्या शरद ऋतूत चीनचा अखेरचा निरोप घेण्यापूर्वी त्यांच्या कुटुंबाचं हे शेवटचं घर होतं. आणि याच ठिकाणी, जानेवारी २००४ मधल्या एका थंड आणि स्वच्छ दुपारी मी चीनमधल्या आमच्या कुटुंबाची पाळंमुळं शोधून काढायला सुरुवात केली. माझे मार्गदर्शक होते ऐंशी वर्षांचे आणि एके काळी माझी आत्या नल्लीचे प्रियकर असलेले चाओ होंगची. आता अंगणाला छप्पर घालण्यात आलं होतं. त्या काळी शोभा देणारी झाडं नाहीशी झाली होती. छतावर खोट्या वेली आणि प्लॅस्टिकची फुलं सोडलेली होती. दोन वृद्ध व्यक्ती वृत्तपत्र वाचत तिथे बसल्या होत्या. त्यातल्या एकाच्या पाठीला बाक आल्यामुळे ते कमरेतून वाकले होते. त्यामुळे प्रश्नचिन्हासारखे दिसत होते.

चाओ माझ्यामागून अंगणात आले. त्यांनी डावीकडे रांगेत असलेल्या खोल्यांकडे बोट केलं. ''त्या बाजूला स्वयंपाकघर होतं.'' उजीवकडे हात करून म्हणाले, ''त्या सगळ्या बेडरूम होत्या.''

''कृपया जरा हळू बोला. ही त्यांची विश्रांतीची वेळ आहे.'' नर्सनं मला विनंती केली.

चाओंनी पुन्हा बोट दाखवलं. जणू काय, ते लोकांच्या अस्तित्वाचे ठसे पाहत होते आणि ते फक्त तेच पाहू शकत होते. ''तिथे तुझी आजी झोपायची. काही वेळा मी त्यांच्या बेडरूमच्या बाजूला असलेल्या खोलीत झोपायचो. तुला माहीतेय, मी त्यांचा गॉडसन होतो.''

आम्ही घर क्रमांक सहामधून बाहेर पडलो. सोसाट्याचा वारा वाहत होता. चाओ झपाझप पावलं टाकत चालत होते. ते उंचेपुरे होते. केस पांढरे झाले होते. उंच नाक. आखीव-रेखीवपणे साकारले असावेत असे गाल. आतापर्यंत इतकं सगळं सोसल्यानंतर, वयाच्या ऐंशीव्या वर्षी, इतका दीर्घ काळ फ्लरिशिंग गार्डन होममध्ये राहिल्याबद्दल त्यांना कोणी काही म्हणणार नव्हतं. पण त्यांच्या मनात वेगळं काहीतरी चाललं होतं.

''तुझ्या आत्याबरोबर असलेलं माझं प्रकरण तुला माहीत आहे?'' चाओंनी विचारलं.

मी काहीसं अवघडून 'हो' असं उत्तर दिलं.

"तिनं चाओ यानछ्यी, म्हणजे तुझे काका, यांच्याशी लग्न केलं. बॉलरूम डान्ससाठी त्यांनी अनेक बक्षिसं मिळवली. मला अजिबात नाचता येत नाही." त्यांनी असं सांगितलं, जणू या एका वैगुण्यामुळे त्यांचं अख्खं आयुष्य बदलून गेलं असावं.

काही घरं ओलांडल्यावर आम्ही त्यांच्या घरी पोहोचलो. कामानिमित्त त्यांची पत्नी थोडे दिवस बाहेर गेली होती. त्यांना भरभरून बोलायचं होतं. फोटो ठेवलेला लिफाफा त्यांनी बाहेर काढला. पहिल्या फोटोतलं ब्लॅक-अँड-व्हाइट स्टुडिओ पोर्ट्रेट माझे वडील आणि त्यांच्या भावंडांचं होतं. चीनमधून बाहेर पडताना त्यांनी हा फोटो काढला होता. चाओ मागच्या रांगेत उभे होते. देखणे, बारीक फ्रेमचा चश्मा घातलेले. त्यांच्या बाजूला गोल चेहऱ्याची, स्वेटर घातलेली माझी पोरकट आत्या होती. पुढच्या बाजूला बारकुड्या चेहऱ्याचे माझे वडील होते. त्यांचं डोकं एका बाजूला कललं होतं. आणखी एका फोटोत माझ्या आत्याचा ओट्टावामधल्या त्यांच्या घराच्या मार्गिकेतला फोटो होतो. तेव्हा ती साठीत होती. चिनी पद्धतीच्या लाल फुलं असलेल्या हस्तिदंती रंगाच्या ड्रेसमध्ये छान दिसत होती.

"तुमच्या पत्नीला हा विषय आवडत नाही का?" मी त्यांना विचारलं.

"ती मोकळ्या विचारांची आहे." याचा पुरावा म्हणून त्यांनी आणखी एक फोटो दाखवला : ते आणि नल्ली एकमेकांच्या शेजारी उभे होते. "तिनं तर आम्हाला एकत्र फोटोही काढू दिला."

चाओ होंगच्यी यांना काही कारणांनी विवाहामार्फत भले माझ्या कुटुंबाशी नातं जोडता आलं नसेल, पण त्यांनी आमच्या कुटुंबाचा इतिहास जपला होता. माझ्या आत्या किंवा काकांपैकी कोणी बीजिंगला आलं तर नक्की चाओंची भेट घ्यायचं. आमच्या कुटुंबातले लांबचे कोणी नातेवाईक वारले तर ते सगळ्यात आधी चाओंना कळायचं. मला घर क्रमांक सहा पाहायचं होतं तेव्हा माझ्या वडिलांनी चाओ होंगची यांना भेटण्याची सूचना केली. याचं कारण म्हणजे, एक तर चाओ तेव्हा बीजिंगमध्येच राहत होते आणि दुसरं म्हणजे, केवळ त्यांनाच घराचा रस्ता नक्की माहीत असणार होता.

चाओ यांनी राजकीय उलथापालथीतही माझ्या कुटुंबाशी असलेले बंध काळजीपूर्वक जपून ठेवले होते. क्रांतीच्या वेळी त्यांनी लिशंग हे नाव स्वीकारलं तेव्हा ते त्यांना नव्यानं गवसलेल्या राजकीय निष्ठेपेक्षाही बरंच काही सुचवणारं होतं. आमच्या कुटुंबातल्या, माझ्या वडिलांच्या पिढीतल्या सगळ्या पुरुषांनी लि ही अक्षरं स्वीकारली होती. राजकीय कारणाच्या निमित्तामध्ये वैयक्तिक अर्थही दडलेला होता : कम्युनिस्ट म्हणून चाओ यांचा नव्यानं जन्म झाला होता आणि आमच्या कुटुंबाचे सदस्य म्हणूनही.

विचित्र पद्धतीनं घर क्रमांक सहा आमच्या ताब्यात आलं होतं. युद्धाच्या काळात, या घराचा वापर चीनवर चालून आलेल्या जपानी सैन्याकडून केला जात असे. त्यानंतर फुशुनला न गेलेल्या सुन युएछ्यी या माझ्या आजोबांच्या मित्रानं हे घर ताब्यात घेतलं. माझ्या आजोबांच्या मृत्यूनंतर, सुन युएछ्यी यांनी अतिशय कमी किमतीला हे घर माझ्या आजीला विकलं. खरंतर, त्यांनी कधीही बोलून दाखवलं नसलं तरी हा एक प्रकारे त्यांनी व्यक्त केलेला पश्चात्ताप होता.

माझ्या कुटुंबानं हे घर दोनदा गमावलं. आम्ही चीन सोडून गेलो तेव्हा ऑक्टोबर १९४८ मध्ये हे घर सुटलं. त्यानंतर आर्थिक विकासाच्या काळात पुन्हा आम्ही या घरापासून तुटलो. जुन्या घराची दुरवस्था झाली होती. ते पुन्हा उभारून त्याचं रूपांतर रेस्तराँमध्ये करण्यात आलं. त्यानंतर त्याचं किंडरगार्डन झालं. नंतर कम्युनिस्ट पक्षाचं स्थानिक कार्यालय आणि आता नर्सिंग होम. तिथले रहिवासी दरमहा शंभर डॉलर द्यायचे. एके काळी माझं कुटुंब नांदलेल्या या घरात तीस खाटांसाठी जागा होती. सध्या तिथे राहत असलेल्यांनाही लवकरच जावं लागणार होतं : सबवे लाइन बांधण्यासाठी ते घर पाडलं जाणार होतं.

१९९०च्या दशकात, सांस्कृतिक क्रांतीच्या वेळी ताब्यात घेतलेली घरं परत करण्याबाबतच्या कायद्यानुसार, आमच्या कुटुंबानं घर परत मिळण्यासाठी शहरातल्या सरकारकडे अर्ज केला. सरकारनं हा अर्ज फेटाळला; पण भरपाई म्हणून नव्वद हजार डॉलर इतकी रक्कम दिली. आमच्या कुटुंबानं या रकमेचं विभाजन सात वाट्यांमध्ये केलं : परदेशात राहत असलेले माझे वडील आणि त्यांची चार भावंडं, लिच्याओचं कुटुंब आणि बीजिंगमधली आत्याआजी. आम्हाला पैशांचं इतकं महत्त्व नव्हतं. माझ्या आत्याआजीची मुलगी अमेरिकेला शिकायला जायच्या बेतात होती आणि तिच्या खर्चासाठी या पैशांची मदत झाली. जवळजवळ संपूर्ण शतक आमचं कुटुंब चीन सोडून अमेरिकेला जात होतं. माझे आजोबा चीनला परतले आणि त्यांच्या मृत्यूमुळे घर क्रमांक सहा आमच्या कुटुंबानं खरेदी केलं. अर्ध्या शतकानंतर चीन ते अमेरिका असा आणखी एक प्रवास होत होता. आणि तो सार्थही होता, कारण एखाद्यानं घर सोडलं की नव्या इतिहासाला सुरुवात होते.

चौकोन आणि गोल

तोंगकुआनमधल्या कारखान्यातल्या कोणालाही त्यांच्या कामाचं योग्य शिक्षण दिलेलं नव्हतं. भूतकाळात, चीनमधलं शिक्षण वाखाणण्यासारखं होतं. हे शिक्षण नेमकं आणि विशिष्ट गोष्टींवर लक्ष केंद्रित करणारं होतं. छ्यींग राजवटीच्या काळात, राजघराण्याच्या लोकसेवेत भरती होण्यास पात्र ठरण्यासाठी कुटुंबातले पुरुष चार पुस्तकं आणि पाच अभिजात पुस्तकांचा अभ्यास करत. तैवानमध्ये माझे वडील आणि त्यांच्या भावांनी अमेरिकेला जाता यावं म्हणून विज्ञान हा विषय निवडला होता. सांस्कृतिक क्रांतीच्या काळात चीनच्या मुख्य भूमीतल्या विद्यार्थ्यांना माओंच्या राजकीय मोहिमेतून स्वतःची सोडवणूक करून घेण्यासाठी लाल रंगाची लहान पुस्तकं पाठ करावी लागायची. तोंगकुआनमध्ये मात्र कोणताही अभ्यासक्रम नव्हता. कारखान्याला कसलीही परंपरा किंवा कुळ नव्हतं. स्वतःला कसं घडवायचं ते तिथे काम करणाऱ्यांना स्वतःचं स्वतःच शिकावं लागायचं. काम करायला सुरुवात करण्यासाठी बहुतांश तरुण आणि तरुणींनी शालेय शिक्षणाच्या वर्षांना कात्री लावली होती. माझ्या माहितीतल्या पदवीधरांनी त्यांच्या सध्याच्या नोकरीशी दुरान्वयेही संबंध नसलेल्या विषयांत शिक्षण घेतलं होतं. राज्यशास्त्राचा अभ्यास केलेल्या एका शिक्षकानं कारखान्यातल्या व्यवस्थापकांना प्रशिक्षित केलं, तर स्थानिक वृत्तपत्रातल्या एका वार्ताहरानं अकाउंटिंगचं शिक्षण घेतलं होतं आणि फॉरेस्ट्री मॅनेजमेंटमध्ये काम केलं होतं. तोंगकुआनच्या नजरेतून पाहिलं तर चीनची अर्थव्यवस्था इतक्या झपाट्यानं बदलत होती, की तो वेग साधण्याचा नाद शिक्षण

व्यवस्थेनं केव्हाच सोडून दिला होता.

राष्ट्रीय अभ्यासक्रमच निरर्थक ठरल्यावर शहरात व्यावसायिक शाळांचं पेव फुटलं. रात्रीच्या वेळी आणि आठवड्याच्या सुट्यांना मंद प्रकाशात उजळलेले वर्ग कारखान्यातल्याच शर्टवर आलेल्या तरुणांनी भरून जायचे. शाळेत कधीच शिकायला न मिळालेली कौशल्यं अंगी बाणण्यासाठी ही तरुण मंडळी तिथे यायची. इंग्रजी आणि कॉम्प्युटर हे सगळ्यात लोकप्रिय विषय होते. पण तिथे शहरातल्या उत्पादनाशी जोडलेल्या अर्थकारणाचेही धडे दिले जायचे. काही व्याख्यानांमध्ये तर प्लॅस्टिकचे भाग कसे बनवतात, याचंही शिक्षण दिलं जायचं. इंजेक्शन मोल्डिंगवर सेमिनार घेतले जायचे. या वर्गांमध्ये आकलनावर भर देऊन व्यवस्थित शिक्षण दिलं जात नसे- साधारणतः यामध्ये विद्यार्थ्यांना त्यांच्या कारखान्यांतल्या कामांसाठी आवश्यक असलेल्या गोष्टी शिकवल्या जायच्या. अशा गोष्टी जे ते कोणतंही अधिकृत शिक्षण न घेता रोज करत होते. तोंगकुआनमधल्या शिक्षणपद्धतीची ही खासीयतच होती : तुम्हाला आणखी जे काही शिकायचंय, ते नंतरदेखील शिकता येऊ शकतं.

'तुम्हाला जे माहीत असायला हवंय त्यापैकी सगळं तुम्हाला माहीत नाहीये. पण काम करता करता तुम्ही शिकू शकाल', याची जाणीव शिक्षक त्यांच्या विद्यार्थ्यांना वारंवार करून द्यायचे.

सुरेन एन्टरप्राइज मॅनेजमेंट कन्सल्टिंग कंपनीतर्फे चालवल्या जात असलेल्या शाळेत शिकत असल्याचं एका स्थलांतरित तरुणीनं मला सांगितलं. सुरेन हे नाव माझ्या डोक्यात पक्कं बसलं. सुरेनचा अर्थ 'लोकांमध्ये बदल घडवणे'. तिथल्या वर्गांमध्ये असेम्ब्ली लाइनवर काम करणाऱ्या कामगारांना कार्यालयात कसं वागायचं ते शिकवलं जायचं. पदवीधर सचिव, 'कारकून आणि विक्री सहायक' अशा नोकऱ्या पाहायचे. मी मुलाखत घ्यायला गेले असताना शाळेतले अधिकारी हुआंग आनकुओ यांनी सांगितलं, ''चार महिन्यांमध्ये आम्ही त्यांच्या गुणवत्तेत वाढ केली. अशा प्रकारचं प्रशिक्षण देणारी आमची ही एकमेव शाळा आहे.'' ६८० युआन शुल्क म्हणजे सर्वसामान्य कामगारांचा महिन्याचा पगार असलेल्या या शाळांच्या शिकवणीत चार क्रमिक पुस्तकांचा समावेश असायचा. काहीशा निरीच्छेनं हुआंगनी ही पुस्तकं माझ्या हातात दिली :

एन्टरप्राइज मॅनेजमेंट
बिझनेस सेक्रेटरिअल स्किल्स
एटिकेट अँड क्वालिटी
सोशल इंटरॅक्शन अँड एलोक्वन्स

हुआंग म्हणाले, अभ्यासक्रम इतका नावीन्यपूर्ण, चाकोरीबाहेरचा होता, की आमच्या शिक्षकांना त्यासाठी साजेशी पुस्तकं मिळतच नव्हती. शिक्षकांनी स्वतःच ही पुस्तकं लिहून काढली. त्यांनी मला एक दिवस वर्गात येऊन बसण्याचं आमंत्रण दिलं. मलाही यायला आवडेल, असं मी त्यांना म्हटलं होतं.

आलेल्या संधीचा लाभ घ्यायला हवा; नाहीतर तुम्ही बाकी सर्वांच्या मागे पडाल.

दुसऱ्या दिवशी मी आणखी एका शाळेत गेले. ती शाळा तोंगकुआन चिथोंग टॅलेण्ट इंटलिजन्स डेव्हलपमेंट कंपनीकडून चालवली जायची. 'व्हाइट-कॉलर सेक्रेटरिअल स्किल्स स्पेशल ट्रेनिंग' हे वर्गही कार्यालय जगतात शिरू इच्छिणाऱ्या कारखान्यांतल्या तरुणींसाठी चालवले जायचे. 'या विद्यार्थ्यांना शिकवण्यासाठी आम्ही स्वतःचं शैक्षणिक साहित्य विकसित केलं आहे', असं प्रशिक्षण विभागाचे व्यवस्थापक लिउ लिच्युन यांनी सांगितलं. त्यानंतर त्यांनी पुस्तकांचा एक संच दिला :

एन्टरप्राइज मॅनेजमेंट
बिझनेस सेक्रेटरिअल स्किल्स
एटिकेट अँड क्वालिटी
सोशल इंटरॅक्शन अँड एलोक्वन्स

अशाच प्रकारची पुस्तकं आणि नियोजन असलेल्या स्पर्धक शाळेला मी नुकतीच भेट दिल्याचं लिउ लिच्युनना बोलले नाही. एका शाळेनं दुसऱ्या शाळेचा अभ्यासक्रम चोरल्याचं मी त्यांना अजिबात सुचवलं नाही. त्यापेक्षा, या दोन्हीही शाळांनी हा अभ्यासक्रम कुठूनतरी चोरलेला असण्याची शक्यता नाकारता येत नव्हती. पुस्तकांबद्दल मी लिउ लिच्युन यांचे आभार मानले आणि सेमिस्टरभर 'व्हाइट-कॉलर सेक्रेटरिअल स्किल्स स्पेशल ट्रेनिंग' वर्गात येऊन बसण्याचं त्यांचं आमंत्रण स्वीकारलं.

इतरांच्या मतांचा आदर करा आणि वारंवार त्यांच्या चुकांवर बोट ठेवू नका.

* * *

"मी पंधरा वर्षांची असताना घराबाहेर पडले. आधी, घराजवळच्या शहरात विक्री विभागात काम केलं. त्यानंतर तोंगकुआनला आले. इथे आल्यावर मी सर्वसामान्य कामगार होते आणि त्यानंतर शिच्यीए याश्यीन टेलिव्हिजन

कारखान्यात सहायक बनले.

"एक हजार किंवा दहा हजार जण काम करत असलेल्या कारखान्यात बॉसचं लक्ष स्वतःकडे वेधून घेणं अतिशय कठीण होतं. आधी स्वतःला स्वतःचा शोध घ्यावा लागायचा. कारखान्यातून बाहेर पडण्यासाठी अभ्यास करणं गरजेचं आहे.

"तुम्ही इथे आहात कारण सर्वसामान्य कामगारांसारखं निरर्थक आयुष्य तुम्हाला घालवायचं नाही. कंपनी स्वतःहून तुमच्या आयुष्याचं सोनं करेल, याची वाट पाहत बसलात तर वाट बघता बघता म्हातारे व्हाल."

हे भाषण थिएन फेयान करत होती. ती सतरा वर्षांची होती. निळा ब्लेझर आणि लाल पट्ट्यांचा टाय घालून आली होती, जणू काय न्यू इंग्लंड बोर्डिंग स्कूलमधून नुकतीच बाहेर पडली होती. ती बोलू लागली की तिचे गाल खुलायचे. तिच्या वाक्याच्या तालानुसार तिच्या श्वासाचा आवाजही स्पष्ट ऐकू यायचा. शर्यत सुरू असल्यासारखा. एखाद्या किशोरवयीन मुलीनं वय वाढत जाण्याबाबत लोकांना सल्ला देणं खटकणारं वाटू शकतं, पण हिच्या बाबतीत तसं जाणवायचं नाही.

आणखी एकीनं सर्वांसमोर विचार व्यक्त केले. छन यिंगनं. छंग कॉर्डलेस टेलिफोन बनवणाऱ्या व्हीटेक नावाच्या कंपनीच्या असेम्ब्ली लाइनवर काम करायची. तिचा चेहरा रुंद होता. ओठ मोठे. वीस वर्षांच्या छन यिंगला स्वतःमध्ये सुधारणा करण्याची घाई झाली होती. कारखान्यातले लोक तिला म्हणायचे, 'तू विशीची झालीस तरीही अजूनही सर्वसामान्य कामगारच राहिलीस.'

"मीपण तुमच्यासारखीच एक आहे. मिडल स्कूलमध्ये शिकले. संवेदना बोथट होईपर्यंत मी असेम्ब्ली लाइनवर काम केलं. मी कसला विचार करत होते तेही मला कळत नव्हतं.

एके दिवशी माझ्या मैत्रिणीला विचारलं : "जीवन म्हणजे काय आहे? आपण कशाला इतकी मेहनत करतो?" माझ्या मैत्रिणीला उत्तर नाही देता आलं.

मी ते पुस्तकांत शोधण्याचा प्रयत्न केला. त्यातही उत्तर सापडलं नाही. माझ्या मनात आलं, असेम्ब्ली लाइनवर काम करत असताना जीवनाला काही अर्थ उरतो का? नाही.'

त्यामुळेच मी या वर्गांना यायला सुरुवात केली. अवघ्या एका महिन्यात मला बरंच शिकायला मिळालं. यापूर्वी मी कोणाही समोर एक शब्द बोलू शकत नव्हते. लाजायचे, घाबरायचे. माझ्या वक्तृत्वाविषयी तुम्हाला काय

वाटतं आता?

मला वाटतं, मी जे शिकले ते तुम्ही सर्वांनी शिकायला हवं. असेम्ब्ली लाइन सोडून द्या. आता लोकांना तुमच्याकडे कमी लेखण्याच्या नजरेनं पाहू देऊ नका. तुम्हीच ताठ मानेनं उभं राहायला आणि म्हणायला हवं, 'आपणही यशस्वी होऊ शकतो.' ''

२००५ मध्ये वसंत ऋतूतल्या एका उबदार संध्याकाळी, कामगार नववर्षाच्या सुट्या संपवून शहरात परतल्यानंतर चिथोंग स्कूलनं व्हाइट कॉलर वर्गासाठी विद्यार्थ्यांची नियुक्ती केली. वर्ग भरवले जाणार होते त्या ठिकाणी शिक्षकांनी शहरात मोफत माहिती सत्रं आयोजित केली. ही सत्रं अनेक रात्री सुरू होती. सत्रांना तोबा गर्दी असायची. संभाव्य विद्यार्थ्यांनी पुन्हा पुन्हा हजेरी लावली. नेमका कुठे प्रवेश घ्यावा, असा संभ्रम त्यांना होता.

नुकतीच पदवी घेतलेले तरुण उभे राहिले आणि त्यांनी कारखान्यातलं काम कसं मागे सोडलं त्याविषयी सांगितलं. असेम्ब्ली लाइनवर काम करून तेही संवेदनाहीन झाले होते. शिक्षणाच्या बाबतीतही पुरतेपणा नव्हता. त्यांनी व्हाइट-कॉलर वर्ग शोधून काढला. या वर्गामुळे त्यांना स्वतःचा शोध घ्यायला मदत झाली. 'माझी ओळख आधी कुठेतरी हरवली होती, पण पुन्हा गवसली आहे. क्लर्क म्हणून मला आता महिन्याला बाराशे युआन मिळतात. माझ्या वक्तृत्वाविषयी काय वाटतं तुम्हाला? प्रत्येक विद्यार्थ्याच्या भावनांमध्ये एक कळकळीची सूचना होती : लवकरात लवकर बदल करा, नाहीतर फार उशीर होईल.'

तीन महिन्यांचा कोर्स होण्यापूर्वीच आमचे अनेक विद्यार्थी नव्या नोकऱ्या मिळवतात. त्यातल्या काहींना महिन्याला बाराशे युआन मिळतात. गुंतवणुकीवरचा परतावा एकास पाच असा आहे. ही दोन-तीन वर्षं प्रचंड मेहनत घेतली नाही तर अखंड आयुष्य समाजातल्या या सर्वांत खालच्या स्तरावर काढावं लागण्याची भीती असते. वयाची चोविशी वा पंचविशी आल्यावर आणि कुटुंब सुरू करण्याचा विचार केल्यावर तुम्हाला जोडीदारही सर्वसामान्य कामगारच मिळू शकतो. पण तुम्ही स्वतःमध्ये वेळीच सुधारणा केल्या तर तुमचा विवाह एखाद्या मॅनेजरसोबतही होऊ शकतो. तुमचं पूर्ण विश्वच बदलून जाईल.

वर्गाच्या मुख्य संघटकाचं नाव होतं तंग शनचांग. त्याचं वय चाळीस होतं. हुनान प्रांतात हायस्कूलमध्ये शिकवणं, स्थानिक सरकारसोबत काम, वृत्तपत्र जाहिरातींची

विक्री, म्युझिक कॅसेटची विक्री करणारं दुकान अशी वेगवेगळी कामं केल्यानंतर तो पर्ल नदीच्या खोऱ्यात नशीब आजमावयला आला होता. तोंगकुआनमध्ये त्यानं खेळणी, शू सोल, बनावट ख्रिसमस ट्रीज आणि प्लॅस्टिकचे सँताक्लॉज बनवणाऱ्या अशा वेगवेगळ्या कारखान्यांमध्ये व्यवस्थापनाची जबाबदारी सांभाळली होती. पण तो कारखान्यांतल्या अन्य बॉससारखा दिसायचा नाही. सावळ्या रंगाच्या बारक्या चेहऱ्यावर त्याचे ठळक डोळे उठून दिसायचे. पेकिंग ऑपेरा परफॉर्मरसारख्या विशिष्ट हावभावांनी नाटकी बोलायचा. तो कधीच आवाज चढवून बोलला नाही. ऋतू कोणताही असो, तो कायम सूट, जाकीट आणि टाय अशा कपड्यांत असायचा.

स्थलांतरित मंडळींना तोंगकुआनमध्ये पहिल्यांदाच शिक्षक तेंगसारखा प्रौढ माणूस भेटला होता. आतापर्यंत मनात दडवून ठेवलेले बरेच प्रश्न ही मंडळी त्याला माहितीसत्रांमध्ये विचारायची. 'बॉसकडून लैंगिक शोषण होत असेल तर काय करायचं? चीन हा भांडवलवादी देश आहे की समाजवादी? तुमच्यावर कोणी ओरडलं आणि तुम्हाला रडू आलं, याचा अर्थ तुम्ही कमकुवत आहात, असं म्हणायचं का?' शिक्षक तंगनं सगळ्या प्रश्नांची उत्तरं शांतपणे दिली.

वाट पाहता पाहता वार्धक्य येईल.
असेम्ब्ली लाइन सोडून द्या.
स्वतःचा नव्यानं शोध घ्या.
मीपण तुमच्यापैकीच एक आहे.

'व्हाइट कॉलर सेक्रेटरिअल स्किल्स स्पेशल ट्रेनिंग क्लास'च्या वसंत ऋतूतल्या सत्रासाठी दोनशेहून अधिक तरुणींनी प्रवेश घेतला. प्रत्येक विद्यार्थ्यानं शिकवणीसाठी ७८० युआन मोजले. त्यांच्यातल्या अनेकांच्या मासिक पगारापेक्षाही ही रक्कम जास्त होती. पुढचे तीन महिने हे विद्यार्थी आठवड्यातून तीन रात्री या वर्गांना येणार होते. स्वतःमध्ये बदल करण्यासाठी हा वेळ पुरेसा होता.

* * *

हे वर्ग कार्यालयीन इमारतीच्या सहाव्या मजल्यावर भरायचे. व्हीटेक कॉर्डलेस-फोन कारखान्यापासून जवळच. शाळेच्या तळमजल्यावर मोबाइल फोनची विक्री करणारं दुकान होतं. व्हीटेक आणि डीव्हीडी प्लेअर बनवणाऱ्या जवळच्या पायोनिअर प्रकल्पामध्ये मिळून एकूण सोळा हजार कर्मचारी कार्यरत होते. त्यामुळे तिथे कामाच्या वेळा स्थिर असलेल्या संभाव्य विद्यार्थ्यांची अफाट संख्या होती. तोंगकुआनमधल्या बाकी सगळ्या गोष्टींप्रमाणेच इथलं शिक्षणही उत्पादनाच्या गरजांभोवती फिरणारे होते. वर्ग रात्री साडेआठ ते रात्री साडेदहा या वेळेत चालवले जायचे, जेणे करून वर्गांच्या

वेळा ओव्हरटाइमच्या आड येऊ नयेत. ज्या कारखान्यातल्या कामाच्या वेळा उशिरा असायच्या त्यांचा चुकलेला अभ्यासक्रम शिक्षक नंतर भरून द्यायचे.

कारखान्यात दहा तास काम केल्यानंतर तिथल्या तरुणी शाळेतल्या वर्गांना जायच्या. प्रकल्पाभोवती असलेल्या रस्त्यांवर तळलेले पदार्थ, फळांचे रस, हेअर ॲक्सेसरीज आणि कप्सवाल्या पॅडेड ब्रा विक्री करणारे स्टॉल लागलेले असायचे. या स्टॉलमध्ये केवळ बल्ब लागलेले असायचे. सूर्यास्तानंतर, रात्रीच्या दमट वातावरणात त्या दिव्यांच्या प्रकाशात या स्टॉलचा झगमगाट उठून दिसत असे. मुली मोबाइलच्या दुकानातनं मार्ग काढत चालत होत्या. या दुकानात भपकेदार दिवे लावलेले होते. तिथे सतत गर्दी असायची. बिकिनी घालून समुद्रकिनारी उभ्या असलेल्या तीन स्त्रिया असलेली भलीमोठी जाहिरातही होती. त्यातल्या प्रत्येकीच्या हातात मोबाइल होता. त्या नव्या नोकियाची जाहिरात करत होत्या.

वर्गामध्ये कमी उंचीची धातूची स्टूल होती आणि लहान मुलांसाठी असावेत असे डेस्क होते. दोन-दोनच्या रांगेत त्यावर विद्यार्थी बसायचे. व्हाइट-कॉलर वर्गातली पाठीमागची भिंत जाहिरातीने व्यापलेली होती. 'प्रशिक्षणाने स्पर्धात्मकता वाढते' अशा घोषवाक्याखाली मिनिस्कर्ट घातलेली सेक्रेटरी, असं दृश्य त्यात होतं. बाथरूममध्येही शिष्टाचाराच्या सूचना लिहिलेल्या होत्या : लाजिरवाणे वाटू नये म्हणून कृपया तुमच्या मागचा दरवाजा बंद करा.

प्रत्येक वर्गाची सुरुवात शाळेचे मुख्याध्यापक लिउ च्यीएयुआन यांच्या संदेशानं व्हायची. रात्री उशिरा टीव्हीवर लागणाऱ्या इन्फोमर्शिअलमध्ये कुकवेअरची विक्री करणाऱ्या विक्रेत्यासारखं च्यीएयुआन जोषपूर्ण बोलायचे. सेमिस्टरच्या पहिल्या दिवशी, त्यांनी पंचवीस तरुणींनी भरलेल्या वर्गावर नजर फिरवली आणि म्हणाले, 'वर्गाला येताना तुम्ही गणवेश नाही घातला तरी चालेल.'

''पण आम्ही कारखान्यातून थेट इथे येतो,'' एका विद्यार्थिनीनं हरकत नोंदवली.

''मला वाटतं तुम्ही सर्वतोपरी प्रयत्न करा. एकही कारण देऊ नका. कळलं?''

त्या दिवशीचा धडा होता 'शिष्टाचाराचे पालन करणे आणि आपल्या व्यक्तिमत्त्वाची छाप पाडणे.' शिक्षक फु म्हणजे पांढरा शर्ट, काळी पँट आणि टाय घातलेला गंभीर दिसणारा तरुण होता. तिथे प्रत्येक शिक्षकानं टाय घालणं गरजेचं होतं. पुढच्या तीन महिन्यांत विद्यार्थ्यांना आणखी काही नियम शिकायचे होते. फु यांनी वर्गाची सुरुवात एका कथेनं केली.

''तुझं स्वप्न काय आहे? शेवटच्या रांगेतली मधली विद्यार्थिनी.''

एक मुलगी उभी राहिली. ''मी घरातून बाहेर पडल्यापासून...' तिनं कचरत बोलायला सुरुवात केली. भेदरून इकडे-तिकडे बघत होती. मलाच का बोलायला उठवलं म्हणून भीतीनं हात-पाय गार पडले होते तिचे!

फु तिला म्हणाले, "सरळ उभी राहा. घाबरू नकोस. आत्मविश्वास ठेव."

ती नीट उभी राहिली. बोलायला लागली, मध्येच थांबली आणि शेवटी, सगळा धीर एकवटून एका दमात तिनं बोलून टाकलं, "मी घरातून बाहेर पडल्यापासून मला विक्री विभागात सहायक बनायचं होतं."

वर्गातल्या सगळ्यांनी टाळ्या वाजवल्या. ती मुलगी खाली बसली.

शिक्षक म्हणाले, "बरं. माझं काय स्वप्न होतं ते मी सांगतो."

"लहान असताना मला इतिहास हा विषय फार आवडायचा. इतिहासाच्या पुस्तकात माझं नाव यावं, असं वाटायचं. मातृभूमीसाठी मोठं योगदान देण्याचं माझं स्वप्न होतं.

हे शक्य नसल्याचं मोठा झाल्यावर माझ्या लक्षात आलं. नंतर ठरवलं की मी थिएनआनमन स्क्वेअरमध्ये उभा राहणार आणि तिन्ही सैन्यांना सलाम करणार. हे स्वप्न कदाचित साकारलं जाणार नाही, असं मला वाटलं. थिएनआनमन स्क्वेअरमध्ये जाऊन सैनिकांना सलाम ठोकणं खेड्यातून आलेल्या माझ्यासारख्याच्या आवाक्याबाहेरचं होतं. त्यामुळे मी तेही सोडून दिलं.

त्यानंतर मी माझ्या कुटुंबाला गावातून शहरात आणायचं ठरवलं. माझ्या मुलांना शहरात लहानाचं मोठं करणं आणि त्यांचा योग्य विकास करणं, असा माझा हेतू होता. स्वतःमध्ये बदल करून एका उंचीवर जायचं ठरवल्यावर आपल्या कुटुंबालाही विशिष्ट उंचीवर आणायचं असतं.

तुम्ही याच कारणानं तोंगकुआनला आला आहात, असं मला वाटतं. तुमच्या मनावरही हेच दडपण असेल. तुम्हालाही कुटुंबीयांना खेड्यांतून शहरात आणायचं असेल, त्यांच्यासाठी काहीतरी करायचं असेल, नाही का?

ग्रामीण भागातून बाहेर पडलात तर कुटुंबाचा स्तर उंचावू शकाल. तुमच्या यशामुळे तुमच्या पालकांच्या जीवनात लक्षणीय बदल होतील.

तोंगकुआनला आल्यापासून मी बरेच चढ-उतार पाहिलेत. सगळं सोडून घरी निघून जावं, असंही अनेकदा वाटलं. तरीही जिद्दीनं इथे टिकून राहायला हवं. तुम्ही हात-पाय गाळून घरी गेलात तर पुन्हा कधीही तिथून परत बाहेर पडू शकणार नाही.

फु मागे असलेल्या फळ्याकडे वळले आणि लिहू लागले : सभ्य असल्याची प्रतिमा कशी घडवावी? : कपडे.

'तुमच्या कपड्यांचा रंग अतिशय महत्त्वाचा असतो. विविध रंगांच्या कपड्यांतून तुमच्या व्यक्तिमत्त्वाबद्दल काय विचार केला जाऊ शकतो, ते पाहू या. लिहून घ्या.'

लाल रंग उत्साहाचं प्रतीक आहे
केशरी रंगातून औत्सुक्य दिसून येते.
पिवळा रंग हुशारी दर्शवतो.
जांभळा रंग गूढता दर्शवतो.
हिरवा रंग ताजेपणाचं प्रतीक आहे.
काळा रंग शांतता दर्शवतो.
पांढरा रंग शुद्धतेचं प्रतीक आहे.
निळा रंग शिष्टसंमत आचार दर्शवतो.

फु यांनी त्या दिवशी विषयाची बरीच पार्श्वभूमी विशद केली. आत्मविश्वास कसा निर्माण करायचा, याविषयीही सांगितलं. स्वतःला बेधडक व्यक्त करण्याचा सराव करा. आपल्याच मालकीची खोली असल्यासारखा आत प्रवेश करा. विद्यार्थ्यांना प्रोत्साहन देण्यासाठी ते इतिहासात शिरले. माओ त्सतोंग माझे आदर्श आहेत. जपानी सैन्याची वाटचाल मंदावण्यासाठी छिआंग खाय-शक यांनी पीत नदीवरच्या भिंती पाडल्या : स्वतःहून ठाम निर्णय घेणं धाडसाचं होतं. जपानी सैन्याला रोखणाऱ्या पुरानं लाखो चिनी शेतकऱ्यांचेही प्राण घेतले; हे मात्र शिक्षक फु यांनी सांगितलं नाही. त्यांनी सांगितला तो शिष्टाचार होता, इतिहास नव्हता.

सव्वानऊ वाजता त्यांनी अल्पविराम घेतला. एका लोकप्रिय गाण्यातल्या काही ओळी गाण्यासाठी! त्याचे तात्पर्य असे : 'एखाद्या गोष्टीचा आनंद घेत असाल, तर तुम्ही स्वतःला व्यक्त करायला हवं.' साडेनऊ वाजता एका विद्यार्थिनीनं प्रश्नाचं उत्तर देण्यासाठी हात वर केला. पहिल्यांदाच कुणीतरी स्वतःहून बोलण्याचं साहस केलं होतं. सव्वादहा वाजता वर्ग नेहमीच्या वेळेपेक्षा काहीसा लवकर संपला. प्रोत्साहनपर आणि एक शेवटचा संदेश देण्यासाठी मुख्याध्यापक लिऊ हजर झाले. त्यांनी विद्यार्थ्यांना सांगितलं : "तुम्ही व्हाइटकॉलर वर्गाचा अविभाज्य भाग झाला आहात. रस्त्यावरच्या इतर लोकांसारखे नाही आहात, हे स्वतःला सांगा."

विविध कल्पनांची इतकी विचित्र सरमिसळ मी कधीही पाहिली नव्हती. एकाच वेळी आधुनिक आणि कठीण वाटणाऱ्या नियमांनी व्यक्तीची प्राधान्यता, श्रेष्ठत्व यांचा मेळ घालायचा : जांभळा रंग गूढता दर्शवतो. यातला संदेश आधुनिक होता - स्वतःला व्यक्त करा, आत्मविश्वास बाळगा. पण त्याच वेळी त्याला पारंपरिक

विचारांची झालर होती : तुम्ही तुमच्या संपूर्ण कुटुंबाचं उत्थान कराल. तोंगकुआनमधल्या या वर्गातून इतिहासाचे संदर्भ डोकावलेच. कारखान्यात काम करणाऱ्या अवघ्या सतरा वर्षांच्या मुलीनं जपानी सैन्याला पुरामध्ये ढकलणाऱ्या आणि आपल्या स्वतःच्या देशातल्या लाखो शेतकऱ्यांना जलसमाधी देणाऱ्या छिआंग खाय-शककडून शिकावं, अशी अपेक्षा कशी करता येईल?

त्यानंतरच्या काही आठवड्यांत बाकीचे नियम पटापट पूर्ण करायचे होते. चहा ओतत असताना कप सत्तर टक्केच भरावा. सगळ्या आशियायी महिलांना जांभळट आयशॅडो साजेशी दिसते. यश मिळवताना ज्ञानाचं योगदान तीस टक्के असतं आणि व्यक्तिगत संबंधांचं सत्तर टक्के. रिसिव्हर डाव्या हातात पकडा आणि उजव्या हातानं नंबर फिरवा. हसत असताना तोंड मोठं उघडावं, म्हणजे दात दिसत नाहीत. ओठ पूर्ण पसरावेत. दुपारच्या विश्रांतीच्या वेळी खुर्ची किंवा टेबलावर आडवं झोपू नये. यापैकी कुठल्याही कृतीला सूचनांची गरज नव्हती. काही वेळा हा वर्ग म्हणजे मंगळवासीयांना मानव म्हणून घडवण्यासाठीचे प्रयत्न असल्यासारखं वाटायचं. इतिहासातले नायकही कधी बदलले नाहीत. कायम छिआंग खाय-शक आणि माओ त्सतोंग यांचे उल्लेख व्हायचे, हिटलरला जरा अंतरावरच ठेवलं होतं. हिटलर त्याच्या वक्तृत्वासाठी नावाजला जायचा. नाझींचा हा नेता अप्रतिम वक्ता होता. शिष्टाचार. इतिहास नाही.

एक गोष्ट माझ्या लक्षात आली होती, वर्ग सुरू असताना विद्यार्थी झोपत नाहीत. कंटाळा येत असल्याचं त्यांच्याकडे पाहून वाटायचं नाही. शिकवण्यातला एखादा भाग चुकू नये म्हणून दोन तासांच्या वर्गात कोणी बाथरूमला जायलाही उठायचं नाही. आधुनिक जगासाठी पात्र ठरण्यासाठी आयुष्यभर या तरुणींना शिक्षक आणि पुस्तकं धडे देत राहायची. त्यांना नियमांमधली असंबद्धता, स्वयंसाहाय्य आणि कन्फ्युशिअन विचार तोंडपाठ होते. त्यांतलं त्यांना जे हवंय तेच त्या घ्यायच्या. पूर्वी मी अवलंबलेलं मुख्य तत्त्व त्यांनी केव्हाच अवलंबलं होतं : उच्चभ्रू वर्गातले असल्यासारखे तुम्ही दिसलात आणि वागलात तर तुम्हीही त्यातले बनाल.

पहिल्या दिवसानंतर, मी एकाही मुलीला कारखान्यातले शर्ट वर्गात घातलेलं पाहिलं नाही.

माझ्या सुरुवातीच्या भेटीत, पुन्हा शहरात येण्यासाठी मी शिक्षक फु यांच्यासोबत टॅक्सी केली. त्या दिवशी सकाळी घेतलेला वर्ग आणि आजचा, असं मिळून त्यांनी फार फार तर दुसऱ्यांदा वर्गात शिकवलं असेल. शिकवण्यासाठीचं त्यांचं बरचसं

साहित्य इंटरनेटवरून घेतलेलं असायचं. शिक्षक फु म्हणजे तोंगकुआनमधल्या शिक्षण व्यवस्थेच्या पायाचं मूर्त रूप होतं : एखादं काम करता करता ते शिकता येतं. महाविद्यालयात ते अजूनही वरिष्ठ होते. वर्ग लवकर संपवून ते एक काम पूर्ण करण्यासाठी बाहेर आले होते. शहरातल्या बाकीच्यांप्रमाणेच त्यांचं आयुष्यही वेगात घोडदौड करत होतं. मनुष्यबळ व्यवस्थापन हा त्यांचा मुख्य विषय होता. त्यांचे आदर्श असलेले एक तैवानी मॅनेजमेंट गुरू एका व्याख्यानासाठी बाराशे युआन आकारायचे. त्यांचे दुसरे आदर्श माओ त्सतोंग यांच्याशी हे कसं मेळ खायचं माहीत नाही.

शिक्षक फु किती काळापासून तोंगकुआनमध्ये आहेत ते मी त्यांना विचारलं.

"आज तारीख-वार काय आहे?"

"२९ मार्च."

"मला इथे येऊन वीस दिवस झाले." फु म्हणाले.

काळ्याकुट्ट महामार्गावरून वेगानं टॅक्सी पळत असताना त्यांनी मला ते नुकतेच या शहरात आल्यानंतर पाहिलेली एक गोष्ट सांगितली. दोन रस्त्यांच्या मधोमध एक कार लाल सिग्नल तोडून जाताना त्यांनी पाहिली. शिक्षक फु यांनी रस्त्यावर एका मोटरसायकलवाल्याला रक्ताच्या थारोळ्यात पडलेलं पाहिलं. दोन्ही गोष्टी एकमेकांशी संबंधित आहेत, असं त्यांना वाटलं. या घटनेबद्दल कोणाला तरी माहिती द्यायला हवी, असं त्यांच्या मनात आलं. पण कोणाला सांगावं ते त्यांना समजेना. 'कदाचित माझ्याप्रमाणेच त्या व्यक्तीचंही इथे कोणी नसावं. त्याच्याबाबत काय घडलंय ते त्याच्या कुटुंबीयांना कळायला कदाचित बराच वेळ लागेल', असा अंदाज फु यांनी त्या मोटरसायकलवाल्याविषयी बांधला.

फु अन्य चार शिक्षकांसोबत राहायचे त्या इमारतीपर्यंत आम्ही आलो. गावाकडचे लोक निरोप घेताना क्वचितच कधी शुभरात्री किंवा अच्छा म्हणतात. शहरात राहतात म्हणून त्यांची ही जुनी सवय बदलण्याची शक्यता धूसर असते. माझा निरोप घेताना त्यांनी तोंगकुआनमध्ये राहायला आलेले लोक एकमेकाला म्हणतात तसं म्हटलं, "बाहेर असताना स्वतःची काळजी घ्या."

* * *

तोंगकुआनमधले शैक्षणिक वर्ग निकृष्ट प्रतीच्या ठिकाणी भरवले जात. वर्ग काळोखी आणि यथातथा होते. वीजपुरवठा विस्कळित होता. तिथले कॉम्प्युटर धूळ खात पडलेले आणि इतके जुनेपुराणे होते की प्राचीन काळातले अवशेष मिळाल्यासारखं वाटायचं. विद्यार्थी गरीब होते. त्यांचं शिक्षण विखुरलेलं होतं. शिक्षकांच्या बोलण्यातही

ग्रामीण उच्चारांचा प्रभाव होता. जवळजवळ एकाही शिक्षकाकडे योग्य पदवी नव्हती. शिक्षक तंग यांप्रमाणे अनेकांना अपयशी व्यवसायाची पूर्वपीठिका होती. पण ते सगळे क्रांतिकारी होते.

चिनी शालेय व्यवस्थेत विद्यार्थी वर्गात बोलत नसत. इतकंच काय, शिक्षक त्यांना लिहून घ्यायला सांगेपर्यंत विद्यार्थी नोट्सही लिहून घेत नसत. सरकारी समितीनं ठरवून दिलेला अभ्यासक्रम त्यांना शिकवला जायचा. विद्यार्थ्यांनी जोरदार मेहनत करावी म्हणून शिक्षक त्यांच्यात स्पर्धा निर्माण करायचे. संपूर्ण व्यवस्था परीक्षांवर आधारित होती- या सगळ्या परीक्षा चांगल्या मिडल स्कूलमध्ये जाण्यासाठी, नंतर चांगल्या हायस्कूलसाठी आणि नंतर चांगल्या किंवा एकंदर कोणत्याही महाविद्यालयासाठी गरजेच्या होत्या. राजघराण्याच्या लोकसेवा परीक्षेप्रमाणे शैक्षणिक व्यवस्थाही काही जणांसाठीच होती. दर वर्षी मोजकेच विद्यार्थी महाविद्यालयात प्रवेश करायचे. यामध्ये येऊ न शकणारे विद्यार्थी व्यावसायिक शाळांत जायचे. तिथे रोजगारासाठी उपयोगी पडतील अशी कौशल्यं शिकायचे, जसं की, मशिन टूल ऑपरेशन, गाड्यांची दुरुस्ती. पण यासाठीचा अभ्यासक्रम सहसा इतका कालबाह्य झालेला असायचा, की विद्यार्थी तिथून बाहेर पडून कामाला लागेपर्यंत शाळा काहीतरी शिकवल्यासारखं करायच्या नुसतंच.

चीन आपल्या शिक्षण व्यवस्थेत बदल करण्याचा प्रयत्न करतोय. काही शिक्षकांनी विद्यार्थ्यांच्या सर्जनशीलतेला, हिरिरीनं शिकण्याला महत्त्व देण्याऐवजी पाठांतरावर भर देऊन दर्जेदार शिक्षणाची व्याख्याच बदलून टाकलीय. श्रीमंत आणि पुरोगामी शाळांनी संगीत आणि कला असे विषय उपलब्ध केलेत. उच्च शिक्षण जास्तीत जास्त जणांपर्यंत पोहोचवणं हे आणखी एक उद्दिष्ट आहे. गेल्या काही वर्षांत सरकारनं महाविद्यालयात होणाऱ्या प्रवेशांचं प्रमाण लक्षणीय वाढवलंय. असं असूनही शिक्षण हा चिनी समाजातला अतिशय मागास आणि संकुचित भाग राहिला आहे. खो घालणारे शिक्षक आणि प्रशासक, राजकीय अडथळे, परीक्षांतल्या गुणांवर भर देणारी जुनी मानसिकता यांच्या ओझ्यानं वाकलेला आहे.

तोंगकुआनमधल्या व्यावसायिक शाळा हे निराळंच विश्व आहे. इतिहासाचं बंधन या शाळांवर नसल्यानं त्यांना मनाजोगते विषय शिकवण्याची मुभा होती. त्यांनी प्रत्यक्षात उपयोगात येणाऱ्या कौशल्यांवर भर दिला. शिक्षक थेट इंटरनेटवरून माहिती उचलायचे किंवा कारखान्यात वा कंपन्यांत काम करण्याच्या त्यांच्या अनुभवावरून साहित्य तयार करायचे. ते विद्यार्थ्यांमध्ये चुरस निर्माण करायचे नाहीत आणि ग्रेडही द्यायचे नाहीत. तिथला प्रत्येक विद्यार्थी नोकरीच्या बाबतीत उज्ज्वल भवितव्य घडवण्यासाठी तिथे आलेला असल्यानं, वर्गातली क्रमवारी फिजूल होती. वक्तृत्वाच्या महत्त्वापुढे त्यांनी पारंपरिक शिष्यवृत्त्यांसाठी महत्त्वाचा

घटक असलेल्या लिखाणाकडे दुर्लक्ष केलं. बोलायचं कसं, या कौशल्यामुळे विद्यार्थ्यांना उत्तम नोकरी मिळवण्यासाठी, कमी किमतीचं कोटेशन मिळवण्यासाठी किंवा आधीपेक्षा जास्त विक्री करण्यासाठी मदत व्हायची. 'आपण सगळे विक्री व्यवसायात आहोत. आपण काय विकतो? आपण स्वतःची विक्री करतो.' व्हाइट-कॉलर शिक्षक त्यांच्या विद्यार्थ्यांना वारंवार जाणीव करून द्यायचे.

शिक्षक उद्योगांतल्या मध्यम आणि निम्न स्तरातले असायचे. शिक्षक तंग यांनी तोंगकुआन कारखान्यात दशकभर काम केलं होतं. वक्तृत्वकलेचं प्रशिक्षण देणारे शिक्षक तुआन मु इलेक्ट्रॉनिक कंपनीत विक्रेते होते. लॉ फर्ममध्ये काम केलेली एक तरुणी आता शिष्टाचार आणि मेकअप कौशल्य शिकवायची. बरेचसे शिक्षक विशीतले होते. त्यांच्या विद्यार्थ्यांप्रमाणे तेही उत्तम आयुष्य घडवण्यासाठी तोंगकुआनला आले होते. फार शिकलेले चिनी या स्थलांतरित कामगारांकडे ढुंकूनही पाहायचे नाहीत. हे शिक्षक तसे नव्हते. पहिल्या वर्गानंतर शिक्षक तुआन मु माझ्याशी बोलताना म्हणाले, "या मुली माझ्याहीपेक्षा कितीतरी सक्षम आहेत. घरून बाहेर पडण्यासाठी आणि कारखान्यात काम करण्यासाठी स्वतःवर प्रचंड विश्वास असावा लागतो."

तोंगकुआनमधल्या वर्गात मुलींचं प्रमाण प्रचंड होतं. जवळच्या शन्चनमधल्या अंदाजे चार हजार कामगारांच्या पाहणीतून आढळलं की, या कामगारांपैकी अंदाजे एक तृतीयांश जणांनी व्यावसायिक वर्गांना प्रवेश घेतला होता. वर्गांना मुलांपेक्षा मुलींची हजेरी जास्त असायची. चिनी समजात लेकीबद्दल परंपरागत असलेला भेदभाव औपचारिक शिक्षणातही उतरलेला होता. त्यांचं औपचारिक शिक्षण मुलांच्या तुलनेत कमी असायचं. मुलींना एक एक शिडी चढायची अधिक घाई असायची. कारण, मुलींनी लवकर घरी परतावं आणि लग्न करावं, असं घरच्यांचं दडपण असायचं. पण त्यांना चांगली नोकरी मिळाली तर घरच्यांचं तोंड बंद करता यायचं. चांगला जोडीदार मिळण्याची शक्यताही वाढायची. तोंगकुआनमधली ही स्त्री-पुरुष प्रमाणातली असमानता कारखान्यांमध्येही दिसून यायची. तिथे महिलांचं प्रमाण भरपूर होतं. भाऊगर्दीत हरवून न जाण्यासाठी अभ्यास हा एक पर्याय त्यांच्यासमोर होता. एक हजार किंवा दहा हजार जण काम करत असलेल्या कारखान्यात बॉसचं लक्ष स्वतःकडे वेधून घेणं अतिशय कठीण होतं. आधी स्वतःला स्वतःचा शोध घ्यावा लागायचा.

मी व्हाइट कॉलर वर्गांना सेमिस्टरभर बसले. चिनी शिक्षण व्यवस्थेमध्ये होत असलेली गुप्त क्रांती मी अनुभवत असल्याची जाणीव होत होती. पारंपरिक शालेय व्यवस्थेनं ज्यांना नाकारलेलं होतं, त्यांना यामुळे दुसरी संधी मिळाली होती. इथल्या कारखान्यांमध्ये कामगारांना आकार देण्याचा व्यवसाय सुरू होता. ग्रेड आणि परीक्षा

या वर्गांना माहीत नव्हत्या आणि ते तसंच असायला हवं होतं. खरी परीक्षा वर्गातून बाहेर पडल्यावर असायची, 'जीवनाची परीक्षा'!

* * *

व्हाइट कॉलर वर्गांमध्ये मुलींना कपड्यांच्या रंगांपासून हातवारे कसे करायचे, उभं कसं राहायचं, कसं बसायचं-चालायचं, कागदपत्रं कशी हाताळायची, कार्यालयात काही खाली पडलं असेल तर ते कसं उचलावं, हे सगळं शिकवलं जायचं. स्त्रीनं एक तृतीयांश ते अर्ध्या खुर्चीवर बसावं. ओढूनताणून हावभाव करण्याऐवजी नैसर्गिक हावभाव उमटू द्यावेत. मे महिन्याच्या सुरुवातीला, शिक्षक फु यांनी एक वर्ग खाणं, पिणं आणि मेजवानीला जाणं अशा शिष्टाचारांसाठी ठेवला होता. बफे डिनरला गेल्यावर पाळायचे शिष्टाचार यासंबंधीचे नियम त्यांनी फळ्यावर लिहून काढले.

१. जेवण घेण्यासाठी रांगेत उभे राहावे.
२. पदार्थ क्रमानुसार घ्यावेत.
३. पदार्थ घ्यायला अनेकदा जावे; पण प्रत्येक वेळी थोड्या प्रमाणात घ्यावेत.
४. एका वेळी कमी पदार्थ घ्यावेत, जेणे करून ते एकमेकांत मिसळणार नाहीत.
५. उरलेले अन्न घरी घेऊन जाऊ नये.

कामाच्या ठिकाणी सामाजिक प्रथा म्हणून मद्यपान करणे हा चीनमधला शिष्टाचार बनला होता. पण काही वेळा याचं प्रमाण इतकं व्हायचं की त्यातला आनंद निघून जायचा. मद्यसेवनाबद्दल शिक्षक फु यांच्या सूचना तपशीलवार आणि सक्त ताकिदीच्या होत्या. त्यांच्या दृष्टीनं मात्र मद्यपान त्यांच्या कामासारखं होतं.

> ग्लासला स्पर्श करण्याचा क्रम हस्तांदोलन करण्याच्या क्रमासारखा असावा. तुम्ही सुरुवात सगळ्यात महत्त्वाच्या किंवा सर्वांत वयस्क व्यक्तींपासून करावी आणि उतरत्या क्रमानं पुढे जावं.
>
> मद्यधुंद होणं टाळायलाच हवं.
>
> चीनमध्ये सामाजिक जीवनात वावरायचं असेल तर मद्यपान कसं करावं ते शिकावं लागेल, जसं तिथल्या पुरुषांना धूम्रपान शिकावं लागतं.
>
> तुम्हाला पार्टीला जायचं असेल आणि अल्कोहोलची ॲलर्जी असेल

तर जाण्यापूर्वी औषध घ्यावं.

त्यानंतर फु यांनी पाश्चिमात्य जेवणासंबंधीचे शिष्टाचार सांगितले. त्यांनी फळ्यावर लिहिलं :

ॲपेटायझर - ब्रेड - सूप - मुख्य जेवण - डेझर्ट - फळं - गरम पेय

फु म्हणाले, ''मला ही माहिती इंटरनेटवरून मिळाली. मी स्वतः कधीही पाश्चिमात्य पद्धतीचं जेवण घेतलं नाहीये. पण आज आपल्याकडे वार्ताहर चांग आल्या आहेत. त्या अमेरिकेत लहानाच्या मोठ्या झाल्यात.'' त्यांनी माझा उल्लेख केला. मी उभी राहिले आणि सगळ्यांसमोर गेले. खोलीत असा प्रवेश करा की तुम्हीच मालक आहात.

वाइनचा ग्लास कसा मागवायचा, ते मी वर्गापुढे सांगितलं. त्यांना म्हटलं, काही वेळा ॲपेटायझर आणि सूप दोन्हीही नसू शकतं. तुम्हाला वाटेल किती जेवण आहे हे आणि ते असतंही तितकं. म्हणूनच अनेक अमेरिकनांचं वजन प्रमाणापेक्षा जास्त असतं. विद्यार्थी माझं सगळं बोलणं लिहून घेत होते.

''तुम्हाला काही प्रश्न विचारायचेत का?''

शिक्षक फु यांनी हात वर केला. ''मला अनेकदा प्रश्न पडतो, ॲपेटायझर म्हणजे नेमकं काय असतं?''

मी त्यांना विविध प्रकारचं सॅलड आणि सीफूडविषयी सांगितलं.

फु यांनी पुन्हा हात वर केला आणि भांडी वापरण्याविषयीचे वेगवेगळे नियम विचारले. मी त्यांना फळ्यावर आकृती काढून दाखवली. सूपसाठीचे चमचे आणि डेझर्टसाठीचे चमचे, सॅलडसाठी काटा आणि मुख्य जेवणासाठी काटा, याविषयी माहिती दिली. तुकडा कसा मोडायचा, डाव्या हातात काटा आणि उजव्या हातात सुरी कशी धरायची आणि शेवटच्या क्षणी काटा दुसऱ्या हातात कसा घ्यायचा, ते सांगितलं.

''हे फार किचकट वाटतंय का?''

''हो!''

त्यावर मी म्हटलं, ''कसं खायचं ते तुम्हाला माहीत नसेल तर आजूबाजूचे लोक कसं खातात ते पाहा आणि त्यांचं अनुकरण करा.''

'तुम्ही काही चुकीचं केलंत तरी काही फरक पडत नाही', असं मी म्हणणार होते; पण तितक्यात माझ्या लक्षात आलं आणि हे वाक्य मी गिळलं. अचूक वर्तन ही यशाची गुरुकिल्ली आहे, हा त्या वर्गाचा गाभा होता. उत्स्फूर्तता हे अमेरिकन मंडळींचं वैशिष्ट्य आहे. त्या दिवशीचा वर्ग मद्यपानाविषयीच्या शिकवणीनं संपला.

‘तुमच्या व्यवस्थापकानं मद्यपान केलेलं असेल तर तुम्हाला त्याच्या जबाबदाऱ्या पेलायला हव्यात’, असं शिक्षक फु यांनी सांगितलं. त्यांनी फिंगर-क्रॉसिंग खेळ आणि हँड-स्लॅपिंग खेळ यासाठीचे नियम सांगितले. चीनमध्ये वेळ घालवण्यासाठी हे दोन्ही खेळ लोकप्रिय होते. त्यानंतर फु यांनी सगळ्या विद्यार्थ्यांचं विभाजन लहान गटांत केलं.

सेमिस्टरचे दोन आठवडे झाल्यावर, वर्गात सगळ्यात मागे मी जिथे बसायचे तिथे एक तरुणी आली. मी तिला वर्गात बोलताना कधी पाहिलं नव्हतं. मला ओळख करून देताना ती थोडी लाजत होती. एखाद्याच्या स्वयंसुधारणा प्रयत्नांचा मी भाग बनले असल्यासारखं मला वाटलं.

तिचं नाव होतं जिआंग हाययान. तिचा चेहरा रुंद, गोड होता. चेहऱ्यावर स्वप्नाळू हावभाव होते. मातकट-सोनेरी रंगाच्या केसांचा बांधलेला पोनी. वयाच्या जेमतेम सोळाव्या वर्षी ती व्हीटेकच्या असेम्ब्ली लाइनवर काम करत होती. तिला आणि तिच्या मोठ्या भावाला शिकवण्यासाठी खर्च करण्याची तिच्या पालकांची परिस्थिती नव्हती. ‘आमच्या दोघांपैकी कुणी काम करायचं, याचा आम्ही विचार केला. पण त्याची दृष्टी थोडी अधू असल्याने मीच काम करणं सोयीचं होतं. म्हणून, ‘मला शाळेत जायचं नाही,’ असं मी आई-वडिलांना खोटंच सांगितलं.’ आमची भेट झाल्यानंतर काहीच वेळात, जेवताना तिने मला हे सांगितलं. तिचा भाऊ तेव्हा महाविद्यालयात डिझाइन शिकत होता.

त्याग करण्याच्या स्वभावामुळे पुढे जाण्याची तीव्र इच्छा कुंठित झाली होती. व्हीटेकमध्ये काम करत असलेल्या चुलतभावामार्फत जिआंग हाययाननं असेम्ब्ली लाइनवर काम मिळवलं. कॉर्डलेस फोन तयार करण्यासाठी छोटे छोटे इलेक्ट्रॉनिक्स भाग एकत्र करण्याचं काम तिच्याकडे देण्यात आलं. प्रशिक्षणाच्या तिसऱ्या दिवशी, बॉसनं उत्पादन विभागात काम करण्यासाठी कोण इच्छुक आहे, असं विचारलं. उत्पादन विभाग म्हणजे काय असतं ते जिआंग हाययानला माहीत नव्हतं, पण तिनं धडाडीनं बिनधास्त हात वर केला. असेम्ब्लीचं कंटाळवाणं काम करण्यापेक्षा नवं काहीतरी करणं तिला बरं वाटलं. उत्पादन विभागात तिनं थाप मारली आणि तोंगकुआनमधल्या एका कारखान्यात क्लर्कचं काम केलेलं असल्याचं नव्या बॉसला सांगितलं.

“तू किती काळ क्लर्कचं काम केलं आहेस?” बॉसनं विचारलं.

“एक वर्ष”, जिआंग हाययान म्हणाली.

“मग इथे सर्वसाधारण कामगार म्हणून तू नोकरी का धरलीस?” बॉसनं

प्रतिप्रश्न केला.

काय उत्तर द्यायचं, या तणावाखाली अचानक तिचं वक्तृत्व बहरून आलं. "मला या क्षेत्रात स्वतःला घडवायचं होतं." जिआंगनं उत्तर दिलं. बॉसनं तिला तयार झालेल्या फोनमधल्या चुका तपासण्याच्या कामी नेमलं. महिनाभरानंतर, कारखान्यातल्या साहित्याच्या कॉम्प्युटरवर नोंदी ठेवण्यासाठी तिची बदली गोदामात करण्यात आली. जिआंगची कथाही मी ऐकलेल्या बाकी स्थलांतरितांच्या कथांसारखी होती : बिनधास्त बोलून आणि खोटं बोलून ती पुढे पुढे सरकत होती.

जिआंग हाययान केवळ सोळाची असल्यानं तिनं कारखान्यात रुजू होण्यासाठी चुलत बहिणीकडून ओळखपत्र उसनं घेतलं. म्हणाली, "कारखान्यात सगळे जण मला छन हुआ म्हणून ओळखतात. माझी चुलत बहीण आणि जवळच्या काही मित्र-मैत्रिणींनाच फक्त माझं खरं नाव जिआंग हाययान असल्याचं माहितेय."

"दुसऱ्या कुणाच्या तरी नावानं हाक मारली जाणं जरा विचित्र नाही वाटत?" मी तिला विचारलं.

"नाही, आता मला हे माझंच नाव असल्यासारखं वाटतं. कारखान्यात मी छन हुआ असते. कोणी जिआंग हाययान म्हणून हाक मारली तर ती मलाच आहे, हे लक्षात यायला मला काही क्षण विचार करावा लागतो," ती म्हणाली.

नवं काही करण्याचा आणि पुढाकार घेण्याचा तिला भारी उत्साह होता. तिने कॉम्प्युटरचा कोर्स आधीच पूर्ण केला होता. शरीर सुडौल राहावं म्हणून ती डॉर्मच्या हॉलमध्ये व्यायाम करायची. रिकाम्या वेळेत वाचण्यासाठी तिच्याकडे खिशात राहील असं इंग्रजी शब्दांचं पुस्तक असायचं. जेवणानंतर आम्ही एकमेकींचा निरोप घेतला. तिला डॉर्ममध्ये परतल्यावर कारखान्याच्या वाचनालयातून आणलेलं सेल्स प्रमोशनविषयीचं पुस्तक वाचायचं होतं. कार्यालयात सचिव व्हायचं तिचं स्वप्न होतं.

एक विषय वर्गात कधीही उल्लेखला गेला नाही. 'नीतिमत्ता' नावाचा. कार्यालयाचं काम कसं चालतं, याचे धडे विद्यार्थ्यांनी घेतले. त्याचा उपयोग ते पात्र नसलेल्या नोकऱ्या मिळवण्यासाठी, खोटं बोलण्यासाठी केला जाणार होता. हा प्रयत्न सफल झाला तर - आणि तो व्हायचाच - त्यानंतर जुन्या शिक्षकांना भेदरलेल्या विद्यार्थ्यांचा फोन यायचा : आता मी काय करू? एका रविवारी सकाळी एका शाळेत जात असताना शिक्षक तंग माझ्यासोबत होते. नेमका तेव्हाच त्यांचा मोबाइल वाजला.

त्यांनी विचारलं, "कशी आहेस तू? उत्पादनक्षमता समन्वयक? बरं. समज, कारखान्यामध्ये उत्पादनाचे तीन विभाग आहेत. प्रत्येक विभागाची दरमहा दहा

हजार टीव्ही बनवण्याची क्षमता आहे- याला उत्पादनक्षमता म्हणतात. समजा, एखादा उत्पादन विभाग संपूर्ण क्षमतेनं कार्यरत आहे, पण तरीही त्याला ऑर्डर पूर्ण करण्यासाठी क्षमता वाढवावी लागणार असेल तर उसनी उत्पादनक्षमता घेण्यासाठी तो अन्य उत्पादन विभागाबरोबर समन्वय साधू शकतो. तुझा पुढचा प्रश्न काय आहे?''

बराच वेळानंतर त्यांनी काय घडलं ते मला सांगितलं. त्यांच्या एका जुन्या विद्यार्थिनीला नुकतीच नोकरी मिळाली होती. पण तिला तिचं कामच समजलेलं नव्हतं. नव्या सहकाऱ्यांसमोर तिला अज्ञान उघड होऊ द्यायचं नव्हतं. फु म्हणाले, ''माझे जुने विद्यार्थी सल्ला घेण्यासाठी एक-दोन वर्षांनी मला कॉल करतातच.'' शिक्षक विद्यार्थ्यांना अप्रामाणिक व्हा, असं उघड आणि स्पष्ट सांगत नसत. तो जीवनाचा सहज भागच बनला होता. शिक्षक तंगशी माझी चांगली ओळख झाल्यावर मी त्यांना याविषयी विचारलं होतं.

मी म्हटलं, ''मुलाखतीमध्ये अनेकदा मुलींना त्यांना अनुभव आहे का, असं विचारलं जातं. त्या बेधडक 'हो' म्हणून टाकतात, पण खरंतर त्यांना काहीच अनुभव नसतो.''

मी या मुद्द्याला अतिशय काळजीपूर्वक हात घालत होते. शिक्षक तंग मात्र मोकळेपणे बोलू लागले. 'हो. आणि पुढचा प्रश्न असतो : 'जुन्या नोकरीमध्ये तू काय काम केलं आहेस?' आम्ही त्यांना कारखान्याची तपशीलवार माहिती देतो, जेणे करून त्यांना ठोस आणि पटतील अशी उत्तर देता यावीत.''

''पण त्या तर खोटं बोलतात.'' मी म्हटलं.

''हो.''

''त्यांना खोटं बोलायचं नसेल तर?''

''हे त्यांच्यावर अवलंबून असतं. या समाजात अति प्रामाणिक लोकांचं आयुष्य खडतर असतं.'' शिक्षक तंग यांनी सांगितलं. नंतर शिक्षक तंग यांच्याकडून नाही; त्यांच्या एका विद्यार्थ्याकडून कळलं की चिथोंग शाळेत बनावट डिप्लोमा विकले गेले. हे डिप्लोमा लहानशा पुस्तकासारखे होते, प्लॅस्टिक कव्हर घातलेले. मुलींकडे अतिशय स्वस्त फोटो अल्बम असतात तसे. एका व्यावसायिक शाळेत बनावट पदवीसाठी साठ युआन- साडेसात डॉलर- मोजावे लागायचे, तर एका व्यावसायिक हायस्कूलमध्ये त्यापेक्षा निम्मी रक्कम. तोंगकुआनमध्ये औपचारिक शिक्षणाचं काहीच मूल्य नव्हतं, पण तोपर्यंत ते किती कमी प्रमाणात महत्त्वाचं आहे, हे मलाही समजलेलं नव्हतं.

* * *

जूनच्या सुरुवातीच्या काळात एका संध्याकाळी, छन यिंग पिवळा लांब स्कर्ट आणि त्याला साजेसा टॉप घालून वर्गात आली. पहिल्या माहितीपर सत्रात सर्वांसमोर बोललेली हीच मुलगी होती. तोपर्यंत ती बाकी मुलींप्रमाणे जीन्स आणि टी-शर्ट घालायची. कपड्यांमधला हा बदल म्हणजे तिच्यात आता काहीतरी बदल झाला असल्याची घोषणा होती. तिनं कारखान्यातली नोकरी सोडली होती आणि क्लर्क किंवा विक्री विभागातली सहायक म्हणून नोकरी मिळण्याच्या अपेक्षेनं आठवड्यातून तीनदा ती टॅलेंट मार्केटमध्ये जात होती. मला म्हणाली, 'शिक्षक तंग म्हणतात तसं : निराश होण्याची अजिबात आवश्यकता नाही. खरंतर, मुलाखती देण्यातही मला मजा येतेय.'' पुढच्या वेळच्या वर्गाला तर छन यिंग आणखी वेगळा पोशाख करून आली होती : लेस लावलेला झिरझिरीत पिवळा-हिरवा स्कर्ट, पांढरे स्टॉकिंग्स, हील्स. वर्ग सुरू होण्यापूर्वी, अन्य वर्गातली एक मुलगी छन यिंगपाशी आली. तिनं स्वतःची ओळख करून दिली. छन यिंग उभी राहिली. तिनं त्या तरुणीशी हस्तांदोलन केलं. दोघी काही क्षण एकमेकींशी बोलल्या.

मी यापूर्वी कोणत्याही स्थलांतरिताला अनोळखी व्यक्तीबरोबर बोलताना आणि हात मिळवताना पाहिलं नव्हतं. शहरात राहणाऱ्या चिनी मंडळींनाही हे सहजगत्या जमायचं नाही. चिनी लोकांना अनोळखी व्यक्तींसोबत वागणं-बोलणं सुचायचं नाही. एखादी व्यक्ती, त्यांचं कुटुंब, वर्गमित्र किंवा सहकारी अशा मर्यादित विश्वात न बसणारी आहे, असं वाटलं की ते सरळ तिच्याकडे दुर्लक्ष करून मोकळे होत. बीजिंगमधल्या माझ्या चिनी मित्रमंडळींचा पार्टीत मला वाईट अनुभव यायचा. ते ज्यांच्यासोबत आलेले असत त्यांनाच चिकटून राहत.

व्हाइट-कॉलर वर्गात विद्यार्थ्यांना त्यांच्या गटांच्या ठरलेल्या चौकटी मोडण्यास भाग पाडण्यात आलं. सेमिस्टरच्या काळात प्रत्येक विद्यार्थिनीला स्वतःची ओळख करून देणारं छोटंसं भाषण करायचं होतं. सगळ्या एकाच पद्धतीनं बोलायला सुरुवात करायच्या : मी तुमच्यासारखीच एक आहे. स्वतःबद्दल बोलताना अशी सुरुवात करणं गमतीशीर होतं आणि चुकीचंही. पण छन यिंगनं त्या दिवशी अनोळखी व्यक्तीशी हस्तांदोलन करून मला अमेरिकन व्यक्तींची आठवण करून दिली.

लोकांसमोर बोलण्याची विद्यार्थिनींची भीती पळून गेली होती. प्रश्नांची उत्तरं देण्यासाठी त्या आता तयार झाल्या होत्या. शिक्षकांना अभिवादन करण्यासाठी त्यांनी पुढाकार घेतला. त्यांनी मलाही अभिवादन केलं. त्या सगळ्या जणी बडबड्या आणि उच्छृंखल होत्या. एकमेकींच्या चांगल्या मैत्रिणी झाल्या होत्या.

आता हे जग मागे टाकून जाण्याची वेळ जवळ आली होती. त्या एकमेकीला भेटल्या की पहिला प्रश्न असायचा : 'तू टॅलेंट मार्केटमध्ये जाऊन आलीस का?' ज्या जाऊन आल्या होत्या त्यांनी बाकीच्यांना तिथले अनुभव सांगितले, जणू त्या निर्दय आणि क्रूर माणसं राहत असलेल्या दूरवरच्या प्रदेशाचा प्रवास करून आल्या असाव्यात :

तिनं मला विचारलं, "तू एखाद्या ग्राहकाला विक्री करण्याचा प्रयत्न केलास आणि त्यानं नकार दिला तर तू काय करशील?"

काय उत्तर द्यावं ते मला माहीत नव्हतं. मी म्हटलं, "हे असं घडणं स्वाभाविक आहे."

मुलाखतीत त्यांनी मला विचारलं, "एकाच वेळी तीन फोन वाजले तर काय करशील?"

मी उत्तर दिलं, "मी तीनही फोनना उत्तर देईन. त्यांतला सगळ्यात महत्त्वाचा कोणता आहे ते ठरवीन आणि तो आधी हाताळीन."

मुलांसारखे केस कापलेल्या एका सडपातळ तरुणीनं हवाई टेक्नॉलॉजिज नावाच्या दूरसंचार कंपनीत दिलेल्या मुलाखतीविषयी सांगितलं :

मला नेहमीच हवाईमध्ये काम करायची इच्छा होती. त्यामुळे मी त्यांच्या नोकरभरतीमध्ये सहभागी झाले. एका खोलीत काही जण बसले होते. नियुक्ती करणारी अधिकारी व्यक्ती एका व्यक्तीकडे बोट दाखवायची आणि प्रश्न विचारायची. नंतर म्हणायची, 'ठीक आहे, तुम्ही जाऊ शकता.'

शेवटी, तिथे तीन पुरुष आणि मी इतकेच जण उरलो. त्या अधिकाऱ्यानं माझ्याकडे पाहिलं आणि म्हटलं, "तू या नोकरीसाठी साजेशी नाहीस. तू गेलीस तरी चालेल."

मला वाटलं : माझ्यासाठी हे किती मोठं नुकसान होतं. पण नंतर मनात आलं, ही अधिकारी व्यक्ती मला ओळखतही नाही. मी योग्य उमेदवार आहे की नाही, हे तिनं कशावरून ठरवलं? त्यामुळे मी तशीच बसून राहिले. ढिम्म हलले नाही.

नंतर त्या अधिकाऱ्यानं एका पुरुषाला विचारलं, "तुझ्या सगळ्यात अभिमानाच्या क्षणाविषयी सांग."

तो अतिशय निराश होता. अजूनही काम शोधत असल्याचं आणि

अभिमान वाटेल असं अजून तरी काही साध्य केलं नसल्याचं त्यानं सांगितलं.

मी त्याला हळूच म्हटलं, ''शाळेतल्या एखाद्या गोष्टीविषयी विचार कर. अशी एखादी गोष्ट ज्याचा तुला अभिमान वाटला असेल.'' अधिकाऱ्यानं माझं बोलणं ऐकलं आणि माझ्याकडे पाहिलं.

शेवटी त्या तीनही पुरुषांवर फुली मारण्यात आली. मी एकटीच उरले. अधिकाऱ्यानं माझ्याकडे पाहिलं आणि म्हटलं, ''ते तिघेही तुझे स्पर्धक होते. तरीही तू त्यांना मदत करण्याचा प्रयत्न केलास. असं का?''

मी म्हटलं, ''मी त्यांच्याकडे स्पर्धक म्हणून पाहिलं नाही. आमची निवड झाली तर भविष्यात आम्ही एकमेकांचे सहकारी असू आणि आम्हाला एकमेकांना मदत करावी लागेल.''

अधिकारी म्हणाली, ''तू या नोकरीला योग्य नाहीस, असं मी तुला म्हटलं, तरीही तू इथून निघून गेली नाहीस. का?''

मी म्हटलं, ''तुम्हाला माझ्याविषयी काहीही माहीत नाही. मी पात्र आहे की नाही, हेही तुम्हाला माहीत नाही. हवाईविषयी माझ्यासमोर नेहमीच एक चांगली प्रतिमा होती, पण नोकरीसाठी आलेल्यांबरोबरचं तुमचं आजचं वागणं बघून माझा भ्रमनिरास झाला. मी हवाईची कर्मचारी असेन वा नसेन; पण हवाईची ग्राहक म्हणून माझा अपेक्षाभंग झाला.''

ती अधिकारी हसली. माझं उत्तर तिला आवडलं. त्यामुळे मला नोकरी मिळाली.

दोन जून रोजी, वक्तृत्वाचे धडे देणाऱ्या शिक्षक तुआन मु यांनी जोरदार घोषणा केली- ''मी एक चांगली बातमी घेऊन आलोय. एका विद्यार्थिनीला आधीच नोकरी मिळाली आहे.'' वर्गात एकच जल्लोष झाला. मा श्याओनान या तरुणीला रिसेप्शनिस्ट म्हणून नोकरी मिळाली होती. नवी नोकरी मिळवणारी ती वर्गातली पहिलीच विद्यार्थिनी होती. यामुळे बाकीच्यांना, आता हात-पाय हलवायला हवेत, याची आठवण करून देण्यात आली होती. त्या दिवशीचा वर्ग आणि त्यापुढची सगळी सत्रं नोकरीच्या शोधावर भर देणारी होती. नेमणुका करणाऱ्यांसमोर आपली ओळख कशी करून द्यायची, शक्य तितक्या मुलाखती कशा द्यायच्या, पिरॅमिड योजना ओळखायच्या कशा आणि त्या टाळायच्या कशा, याविषयी शिक्षक तुआन मु यांनी मार्गदर्शन केलं. वर्ग संपल्यावर प्रत्येक मुलीनं उभं राहून आपली उद्दिष्टं स्पष्ट केली :

उद्दिष्टं आणि स्वप्नं नसलेली व्यक्ती जगातील सगळ्यात दुःखी व्यक्ती असते.

तुम्ही तरुण आहात, त्यामुळे आत्मविश्वास बाळगा.

जगातील सगळ्यात महत्त्वाची व्यक्ती आहे- तुम्ही स्वतः.

मा श्याओनान पुन्हा कधीही वर्गात आली नाही. तिच्या यशाचं एकमेव प्रतीक होतं : ती गायब होणं.

जिआंग हाययानलाही सोडून जायचं होतं. मुलाखतीच्या सरावांसाठी तिनं टॅलेंट मार्केटला जायला सुरुवात केली. याला व्हीटेकमधल्या तिच्या बॉसनं हरकत घेतली. तो म्हणाला, "कारखान्यात माणसांची कमतरता आहे. त्यामुळे तिची मदत लागणार आहे." जिआंग हाययान सराईतपणे पुढचं खोटं बोलून गेली - 'शन्चनमध्ये काम करत असलेल्या चुलतबहिणीनं तिच्या कारखान्यात रिसेप्शनिस्ट हवी असल्याचं कळवलंय.' पण याचा तिच्या बॉसवर काही परिणाम झाला नाही. त्यानं तिला नोकरी न सोडण्याची विनंती केली.

ती मला म्हणाली, "मला नोकरी सोडायची आहे. पण हे सांगणं तितकं सोपं नाही."

"तुझा बॉस चांगला नाहीये का?" मी तिला विचारलं. "तो वाईट असेल असं वाटत तरी नाही."

"नाही, तो खरंच चांगला आहे; पण असंख्य मुलींनी इथली नोकरी सोडली आहे. त्यामुळे माणसं इथे खरंच कमी आहेत."

यावर मी तिला म्हटलं, "तुला इथे राहायची इच्छाच नसेल तर तू तसं बॉसला सांगून टाक ना. त्याला तुला नोकरी सोडण्याची परवानगी द्यावीच लागेल." तिच्या मनात सुरू असलेलं द्वंद्व मला पक्कं चिनी असल्याचं जाणवलं. नोकरी मिळवण्याच्या वाटचालीत ती खोटं बोलली होती. नंतरही एक एक शिडी चढताना तिनं खोट्याचाच आधार घेतला होता. तिला याची तसूभरही रुखरुख नव्हती. पण आपला ग्रुप सोडून जात असल्याबद्दल तिच्या बॉसनं तिच्या मनात अपराधीपणाची भावना निर्माण केली होती. या परिस्थितीशी सामना करण्यासाठी ती दुबळी ठरत होती. पारंपरिक चिनी समाजात, इतरांबरोबर सलोखा राखणं ही तिथल्या विश्वात टिकाव धरण्याची गुरुकिल्ली होती. योग्य की अयोग्य हा प्रश्न नसायचाच अनेकदा; आजूबाजूच्या लोकांबरोबरचं नातं महत्त्वाचं असायचं. यातून मुक्त होण्यासाठी सगळी शक्ती पणाला लागायची.

एक दिवस वर्ग संपल्यावर, जिआंग हाययाननं शिष्टाचार आणि मेकअप

शिकवणाऱ्या वु छन यांचा सल्ला घेतला. शिक्षक वु यांनी लगेच संवादाचा ताबा घेतला. त्यांनी विचारलं, "तू कुठे काम करतेस?"

"गोदामात."

"तू कधी टॅलेंट मार्केटमध्ये गेली आहेस का?"

"हो."

"नोकरी सोडणं, हा तुझा अधिकार आहे." वु यांनी मत मांडलं.

"पण त्यांनी माझा एका महिन्याचा पगार अडवून ठेवलाय." जिआंगनं अडचण सांगितली.

"अशा कात्रीत सापडलेले अनेक जण मला माहीत आहेत," वु लगबगीनं म्हणाले. "पण खरंच तुझा अंतिम निर्णय झाला असेल तरच तू पुढे जा. वाटलं तर महिन्याच्या पगाराचाही विचार करू नको. उद्दिष्ट साध्य करण्यासाठी परिश्रम तर करावे लागतात."

हा सल्ला धाडसी होता. व्हाइट कॉलर वर्गाला हाच बाणा आपल्या विद्यार्थ्यांमध्ये रुजवायचा होता. अजूनही जिआंग हाययानला काय करावं ते सुचत नव्हतं. जून सरून जुलै महिना आला. सेमिस्टर संपायला आलं होतं. नवी नोकरी मिळत असल्यानं प्रत्येक सत्रात एक एक विद्यार्थिनी गळू लागली होती. जिआंग हाययाननं व्यावसायिक हायस्कूलमधून बनावट पदवी आणली खरी, पण मुलाखतीच्या वेळी तिचा प्रत्यक्ष वापर करायला ती धजावत नव्हती. बॉसबरोबरच्या तिच्या चर्चेतून काहीच निष्पन्न झालं नाही. तिनं आणखी एका वर्गासाठी प्रवेश घ्यायचं ठरवलं. या वेळी तिला इंग्रजी शिकायचं होतं.

जिआंग हाययान घाबरली होती, असं दिसत होतं. काही प्रमाणात ते खरंही होतं. परिस्थितीही वरवर दिसत होती त्यापेक्षा गुंतागुंतीची होती. अन्य व्यक्तींसोबत कसं वागावं, ते तिला शिकायचं होतं आणि प्रामुख्यानं हे की, चिनी मानसिकतेतले पारंपरिक नियम कारखान्यांतल्या आधुनिक विश्वात कसे बसवायचे. व्हाइटकॉलर वर्गांच्या अभ्यासक्रमाबाहेरचा हा मुद्दा होता.

* * *

पर्ल नदीच्या खोऱ्याकडे प्रत्येक प्रकारचे प्रेरणादायी वक्ते आणि मॅनेजमंट गुरू आकृष्ट झाले होते. बाजारात तैवानमधल्या कॉर्पोरेट तज्ज्ञांचं वर्चस्व होतं. अधिकाऱ्यांसाठीचे काही सेमिनार तर केवळ आमंत्रितांसाठी असायचे. आत्मसुधारणेची भाषा सर्वसामान्य व्यावसायिक जीवनातही पसरली होती. थेट विक्री करणाऱ्या कंपन्या, हेडहंटर आणि मॅचमेकर यांची विक्रीविषयीची व्याख्यानं प्रेरणात्मक

शब्दांनी भारलेली असायची. तोंगकुआनमधल्या पुस्तकांच्या दुकानांत कपाटंच्या कपाटं आत्मसुधारणेच्या पुस्तकांनी भरलेली असायची. काही दुकानांत तर बाकी कुठल्याही विषयावरची पुस्तकंच ठेवलेली नसायची. डेल कार्नेजी हे अतिशय लोकप्रिय नाव होतं. त्यामध्ये निष्काळजीपणे काही मजकूर ढापून घुसवलेला होता तरीही. *मित्रांना कसं जिंकून घ्यावं आणि इतरांना प्रभावित कसं करायचं. चिंता संपवून जगायला सुरुवात कशी करायची. प्रभावी वक्तृत्वासाठी जलद आणि सोपा मार्ग.* अशी काही लोकप्रिय नावं होती. चिनी मंडळींच्या व्यावसायिक यशाची गमकं भरपूर विकली जायची. जसं की, *वनचौ पीपल्स थर्टी-सिक्स स्ट्रॅटाजेम्स टू मेक मनी.* अंकांचा समावेश असलेल्या पुस्तकांवर तर गाढ विश्वास होता. उदाहरणार्थ, *सेव्हन सिक्रेट्स ऑफ ए सेल्फमेड लीडर. फिफ्टी-नाइन डिटेल्स टू डिसाइड सक्सेस ऑर फेल्युअर इन सेलिंग.* काही पुस्तकं नातेसंबंधांविषयी सल्ले द्यायची - *व्हाय मेन लव्ह बिचेस.* व्यवसाय किंवा उद्योगाच्या पुस्तकांची वैयक्तिक विषयांवरच्या पुस्तकांपेक्षा जास्त चलती होती. दहास एक प्रमाण असेल साधारण. सेल्फ-हेल्प ही संकल्पना कदाचित अमेरिकेनं शोधून काढली असेल, पण चिनींनी त्याला योग्य आकार दिला. या पुस्तकांच्या प्रकाराला त्यांनी नवं नावही दिलं : छंगकुंग श्युए - म्हणजे यशाचा अभ्यास.

मे २००५ मधल्या एका संध्याकाळी, माझ्या घराजवळच्या पादचारी मार्गावरून जाताना मी एक पुस्तकांचं दुकान पाहिलं. दुकानासमोर उभारलेल्या तात्पुरत्या स्वरूपाच्या व्यासपीठावरून एक व्यक्ती संबोधित करत होती. समोर विसंगत सूट जॅकेट आणि पँट घालून आलेले शेकडो-हजारो पुरुष ऐकत उभे होते. ते कदाचित स्थलांतरित पुरुष असणार. बोलणारी ती व्यक्ती म्हणाली, ''मला पुस्तक लिहायचं होतं. ते लिहायला घेण्यापूर्वी सगळं शिकेपर्यंत मी थांबायला हवं होतं का? नाही. लिहिता लिहिता माझं शिकणं सुरू होतं आणि शिकता शिकता मी लिहीत होतो. मी चुकीचे लिहिलेले शब्द कॉम्प्युटरमधलं सॉफ्टवेअर अचूक टिपत होतं. संपादकांचं काम हेच असतं.'

प्रेक्षकांमध्ये हशा पिकला. ही व्यक्ती मध्यम उंचीची होती. केस काहीसे मागे सरकलेले. चेहरा पांढरा, जाडजूड आणि तजेलदार. यशाचा मार्ग दाखवण्यासाठी प्रोत्साहन देणाऱ्या व्यक्तीची आपल्या डोळ्यांसमोर जी प्रतिमा असते, त्यात तो बसणारा वाटत नव्हता.

त्यानं बोलणं पुढे सुरू ठेवलं, ''तर, तुम्हाला उद्योजक बनायचंय. त्यासाठी आदर्श परिस्थिती निर्माण होण्यासाठी तुम्ही वाट बघताय. पण खरंच सर्वथा अनुकूल स्थिती निर्माण होईल का? नाही होणार. आतापासून कृती करून तुम्ही तशी स्थिती साध्य करू शकाल. तुम्हाला माहीत असायला हव्यात, अशा सगळ्या

गोष्टी तुम्ही जाणता का? तर, नाही. पण प्रत्यक्ष काम करता करता तुम्ही त्या शिकू शकता आणि अशा प्रकारे मिळालेलं शिक्षण अत्यंत मौल्यवान असतं.''

त्याच्या भाषणानं अचानक विस्मयकारक वळण घेतलं. ''आता मी नक्कल करण्याविषयी थोडं बोलणार आहे. मला वाटतं, नक्कल करणं अतिशय महत्त्वाचं आहे. नावीन्य किती महत्त्वाचं आहे, याविषयी प्रत्येक जण बोलत असतो. पण त्यासाठी वेळेची मोठी गुंतवणूक करावी लागते. शिवाय, जोखीमही बरीच असते. मग, आधीच सिद्ध झालेल्या गोष्टींचा वापर अन्य ठिकाणी काम करण्यासाठी का करू नये? याला नक्कल करणं असं म्हणतात.''

भाषण देणाऱ्या या व्यक्तीचं नाव होतं तिंग यानची. काही काळापूर्वी त्यानं हायस्कूलमध्ये शिकवलं होतं. त्याच्या चौकोन आणि गोल या पुस्तकाच्या लाखो प्रती खपल्या होत्या. आता तिंग यानची यशाचा मार्ग कसा चोखाळायचा, याचं मार्गदर्शन करत देशभर भ्रमण करत होता.

> रोज तुम्हाला एक प्रकारचं दडपण जाणवेल. हे अदृश्य दडपण तुम्हाला संघर्ष थांबवू देणार नाही. काही लोक महागड्या रेस्तराँमध्ये जातात आणि तुम्ही मात्र कमी दर्जाच्या हॉटेलात जात असल्याचं तुम्हाला अधोरेखित करून दाखवतात... तुम्ही कमी प्रतीच्या गोष्टींचा आनंद घेत असताना, ही मंडळी मोठ्या रेस्तराँतल्या बडेजावाचा मनसोक्त उपभोग का घेऊ शकत नाहीत? हा विचार मनात आल्यावर तुम्हाला अपमानित झाल्यासारखं वाटत नाही का?
>
> रस्त्यावरून दररोज असंख्य मर्सिडिज बेन्झ जात असतात. आपल्याकडे एकही नाही, याचं दुःख नसतं. दुःखाची गोष्ट ही आहे की, त्यातली एक तरी घेण्यासाठी धडाडी दाखवण्याचं धाडस करत नाही.

चौकोन आणि गोल पुस्तक म्हणजे अमेरिकेतल्या स्वयंसहायता पुस्तकाचा विपर्यास होता. या पुस्तकानं लोकांना स्वतःचा शोध घेण्याचं, भौतिक यशाच्या पलीकडे जाऊन विचार करण्याचं किंवा त्यांच्या अपयशाबाबत आणि त्यांच्या नातेसंबंधांमध्ये प्रमाणिक राहण्याचं आवाहन केलेलं नव्हतं. पुस्तकानं वाचकांना बदलण्याचा प्रयत्न केला नाही. उलट, लोकांना आधीपासून चांगल्या माहीत असलेल्या गोष्टी आणखी चांगल्या कशा करायच्या हे पुस्तकात सांगितलं होतं : दयाळूपणा, भौतिकवाद, स्पर्धा, मत्सर, चापलुसी आणि छळ. चौकोन आणि गोल म्हणजे शब्दशः तोंगकुआनमधल्या एखाद्या रस्त्यावरच्या कोपऱ्यात उभं राहायचं आणि प्रकाशनहक्क भंगाविषयी शिकवण देण्यासारखं होतं. आयती गर्दीही मिळालेली असायची.

स्क्वेअर अँड राउंड्समध्ये गुंतागुंतीची नाती, कामाच्या ठिकाणचं प्रचंड राजकारण, दुतोंडी मैत्री, भ्रष्ट व्यवहार आणि एखाद्याच्या नशिबावर पूर्णतः अंकुश ठेवणारे बॉस अशा उदास विश्वाचं चित्रण केलेलं आहे. आपल्या वरिष्ठांसमोर सहकारी एकमेकाला खाली पाडायचे. लाच घेण्यासाठी आणि इतरांना कमी लेखण्यासाठी बॉस आपल्या अधिकारांचा सर्रास गैरवापर करायचे. चिडचिडे पुरुष अतिशय आकर्षक महिलांना आकृष्ट करून घ्यायचे. पैसा आणि दर्जा ही आनंदाची परिमाणं होती. प्रामाणिकपणाला काही किंमतच नव्हती. सरकारचं जरा जरी लक्ष असतं तरी सरकारनं या पुस्तकावर बंदी घातली असती. चिनी समाजाच्या इतक्या कुरूप प्रतिमेला फार शांतपणे वास्तववादी मानलं गेल्याचं मी आतापर्यंत कधीही पाहिलं नव्हतं. एक चांगली व्यक्ती म्हणून समाजाशी कसं जुळवून घ्यायचं याची शिकवण म्हणजे चौकोन आणि गोल हे पुस्तक होतं. या पुस्तकानं नैफांग वाययुआन- म्हणजे आतून चौकोनी, बाहेरून गोल, म्हणजेच परस्परांशी कौशल्यानं संबंध राखताना सचोटी राखणारी व्यक्ती - असा पारंपरिक आदर्श सल्ला दिला होता. या पुस्तकात सचोटी, सत्यनिष्ठा सत्तर पानांत संपवून टाकण्यात आली होती. सामाजिक कौशल्यांसाठी मात्र दोनशे पानं खर्च केलेली होती. यातूनच पुस्तकाचं प्राधान्य कशाला होतं, ते जाणवतं.

चिनी समाजात सामाजिक आयुष्यात परस्परांशी साधला जाणारा संवाद विनाकारण किचकट असल्याचं, मला सतत वाटत आलं होतं. व्यक्तीवर नाही, तर गुंतागुंतीच्या उतरंडीमध्ये व्यक्तीची असलेली भूमिका, यावर भर देणाऱ्या कन्फ्युशिअन परंपरेत दर्जा, आदर दर्शवणं यांना जास्त महत्त्व दिलेलं होतं. चिनी मंडळी घनदाट लोकसंख्या असलेल्या समुदायात हजारो वर्षं राहत आली होती आणि त्यांनी उदात्त सौजन्याच्या गोंडस नावाखाली दुर्बलांना ओळखणं, अप्रत्यक्ष पद्धतीनं ताकद संपादित करणं आणि स्वतःच्या फायद्यासाठी परिस्थितीचा फायदा करून घेण्याचं कसब अवगत केलेलं होतं. खुद्द चिनी मंडळीही काही वेळा स्वतःच्याच समाजात राहणं ले- म्हणजे दमछाक करणारं असल्याची तक्रार करत. हे पुस्तक वाचेपर्यंत मी त्यांच्या या तक्रारीकडे सकारात्मकतेनं पाहिलं नव्हतं. या पुस्तकात हसावं कसं याविषयी आठ पानं लिहिलेली होती. इतरांशी कसं वागायचं याच्या क्लृप्त्या तब्बल पंचेचाळीस पानांत लिहिलेल्या होत्या.

हस्तांदोलन : हस्तांदोलन केल्या केल्या इतरांपेक्षा तुमचे वेगळेपण दिसून येते.

लाच देणं : एखाद्यानं मदत केल्यावर प्रत्येक वेळी त्याला काहीतरी देण्याची सवय लावू नका.

झुकत्या मापाची अपेक्षा करणं : तुमची एखादी लहानशी विनंती असेल तर आधी मोठ्या गोष्टीची विनंती करून पाहा आणि त्या व्यक्तीला ती नाकारू दे. त्या

व्यक्तीला अपराधी वाटल्यावर लहान गोष्टीसाठी विनंती करण्याच्या संधीची वाट बघा.

खुशामत करणं : विभागप्रमुख आणि जुने ग्राहक, त्यांची पत्नी, आई-वडील, मुलं यांचे वाढदिवस व लग्नाचे वाढदिवस आवर्जून लक्षात ठेवावेत.

आणखी खुशामत करणं : एखाद्यानं दोनशे युआन किमतीचे कपडे घातले असतील तर म्हणावं, "या कपड्यांची किंमत किमान तीनशे युआन असेल ना?"

घासाघीस : तुम्हाला स्वस्तात कपडे घ्यायचे असतील तर आधी महागड्या कपड्यांची किंमत विचारा. तुम्हाला महागडे कपडे घ्यायचे असतील तर आधी स्वस्तातल्या कपड्यांची किंमत पाहावी.

इतरांना मदत करणं : आभार म्हणून भेटवस्तू आणि आभाराच्या जेवणाचं आमंत्रण स्वीकारू नका... त्यापेक्षा लोकांसाठी तुम्ही केलेल्या गोष्टी लक्षात ठेवू द्या आणि त्या ऋणांचं ओझंही बाळगू द्या.

आणखी खुशामत करणं : लोकांचा उत्साह वाढवण्यासाठी ते किती महत्त्वाचे आहेत, याची जाणीव करून द्या.

एखाद्या व्यक्तीचा आत्मविश्वास डळमळवण्यासाठी सगळ्यात चांगला उपाय म्हणजे ती व्यक्ती तुमच्याशी बोलत असताना इतरत्र बघणं. स्वतःचं महत्त्व वाढवण्यासाठी हाताखालच्या लोकांना काम करू द्यावं आणि स्वतः अनुपस्थित राहावं. पुरवठादारांबरोबरची बोलणी जास्तीत जास्त आपल्या मनासारखी करून घेण्यासाठी बैठकीदरम्यान बनावट ग्राहकांच्या कॉलची सोय करावी. त्यांची निष्ठा मिळवण्यासाठी कंपनीच्या काही आर्थिक बाबी उघड कराव्यात. संबंध प्रस्थापित करण्यासाठी एखादी व्यक्ती आजारी असताना तिला रुग्णालयात भेटायला जाणं हा तर उत्तम मार्ग असतो. एखाद्या व्यक्तीला एखाद्या तरुणीवर चांगली छाप पाडायची असेल तर ती आजारी असण्याच्या संधीचा योग्य उपयोग करून घ्यावा. हा उपाय नक्की प्रभावी असतो. अशा वेळी ती कमकुवत असते आणि तिला आरामाची सगळ्यात जास्त गरज असते.

चौकोन आणि गोल म्हणजे चिनी परंपरेनं दोन हजार वर्षं आचरणात आणि शिकवणीत आणलेल्या एक एक मूल्याचं दहन होतं.

शिष्यवृत्ती : सर्वोत्तम ग्रेड मिळालेल्या व्यक्ती इतरांसाठी काम करतात; दुसऱ्या पातळीवरच्या ग्रेड मिळालेल्या व्यक्ती बॉस असतात.

विनम्रपणा : इतरांनी अजूनही तुम्हाला ओळखलं नसेल तर तुमचा विनम्रपणा हे चांगल्या मूल्याचं लक्षण नसून, अकार्यक्षमता आहे.

कुटुंब : शन्चन विद्यापीठानं एकाला तात्पुरत्या काळासाठी नियुक्त केलं. पण त्याच्या पत्नीनं त्याला घरी यायला सांगितलं. म्हणाली, 'तू घरी आला नाहीस तर आपला घटस्फोट होईल.' त्याला त्याच्या कामापेक्षा पत्नी अधिक महत्त्वाची वाटली. तो काम सोडून देऊन घरी परतला. पण तरीही तिनं त्याला घटस्फोट दिला.

निष्ठा : तुमच्या आणि तुमच्या जवळच्या मित्राचं एकदम जमत असेल तर सध्या तरी तुम्ही एकमेकाचे सच्चे मित्र आहात. पण दहा लाख डॉलर इतक्या मूल्याचा व्यवहार करायचा असेल आणि तुम्ही त्याला किंवा त्यानं तुम्हाला बाजूला नाही केलं तर तुम्हाला काहीतरी मानसिक समस्या असणार.

प्रामाणिकपणा : काही वेळा खोटं बोलणं चांगलं असतं; किंबहुना गरजेचं असतं. जसं की, एखाद्याला कधीही बरा न होणारा आजार असेल तर तुमच्या प्रामाणिकपणामुळे समोरची व्यक्ती खचून जाऊ शकते. तुम्ही खोटं बोलल्यामुळे त्याचं आयुष्य वाढायला मदत होऊ शकते. त्याचं उरलेलं आयुष्य आनंदात जाऊ शकतं.

पुस्तकातल्या अगदी किरकोळ पानांमध्ये नातेसंबंध हा विषय हाताळला होता. उद्योगासाठीचा संघर्ष वैयक्तिक जीवनातही लागू केला जाऊ शकतो. तुमचा प्रतिस्पर्धी स्वीकारू शकेल अशी उद्दिष्टं सर्वप्रथम सुचवावीत, हे तत्त्व आव्हानात्मक वाटाघाटींसाठीही वापरता येऊ शकतं किंवा पहिल्यांदा डेटवर जातानाही वापरता येऊ शकतं. गर्लफ्रेंडसोबतचं नातं संपवून टाकण्याचा चांगला मार्ग म्हणजे 'विनयशील असणे' : तो अचानक त्याच्या गर्लफ्रेंडसोबत अतिशय विनम्रपणे वागू लागला. तिनं त्याला मदत केली तर तो धन्यवाद म्हणेल. लोक सोडून गेले तर तो त्यांना निरोप देईल. अशा प्रकारच्या अति विनयशीलतेमुळे व्यक्ती भावनाशून्य आणि संपर्क साधायला कठीण बनते. मेहेरनजर अपेक्षित असलेल्या मित्राचं म्हणणं टाळण्यासाठीही ही क्लृप्ती उपयोगी पडते.

सगळे उपाय थकल्यानंतर लेखकानं बाकीच्यांच्या स्वसंरक्षणाच्या भिंती फोडण्यासाठी स्वतःची हुकमी पद्धत सांगितलीय :

> बाकीच्यांना जागृत करण्यासाठी, त्यांचा विवेक जागा करण्यासाठी आणि त्यांच्या चांगल्या हेतूंना चालना देण्यासाठी सगळ्यात प्रभावी तंत्र म्हणजे रडणं... दातानं खालचा ओठ दुमडा आणि स्थिर नजरेनं समोर बघत असताना डोळ्यांच्या कडा ओलावू देत. पुढच्या वेळी परत तुमची चूक असेल तेव्हा ही परिस्थिती आठवा. मला वाटतं, त्याकडे दुर्लक्ष कोणी करू शकणार नाही.

सदसद्विवेक बुद्धी गहाण टाकून मानसिक शोषण करणारं हे लिखाण करणाऱ्या या लेखकाच्या शन्चनमधल्या घरी मी गेले होते. आखूड बाह्यांचा शर्ट, खाकी पँट आणि अनवाणी पाय अशा वेषात त्यांनी दार उघडलं. जवळून अधिक वयस्कर आणि दुःखी दिसले. नाका-तोंडावर सुरकुत्या होत्या. त्यांनी माझ्यासाठी ग्लासात पेप्सी ओतलं. काचेच्या टेबलावर अलगद ग्लास ठेवला.

मूळचे हुपै प्रांतात हायस्कूल फिजिक्स शिक्षक असलेले तिंग युआन्ची सन १९८७ मध्ये शन्चनला आले. तिथे त्यांनी शिक्षकाची नोकरी पत्करली. अर्थातच, खोटेपणा करून. त्यांना ज्या शाळेत काम करायचं होतं तिथल्या मुख्याध्यापकांना द ड्रीम ऑफ द रेड चेम्बर या अठराव्या शतकातल्या कादंबरीबद्दल निस्सीम प्रेम होतं, त्यांनी ऐकलं होतं. एका संध्याकाळी तिंग युआन्ची यांनी मुख्याध्यापकांच्या घरी जाऊन त्यांची भेट घेतली. त्यांनी भेटीचं कारण त्यांना सांगितलंच नाही, त्याऐवजी त्यांनी चौकोन आणि गोलमध्ये नमूद केल्याप्रमाणं मुख्याध्यापकांना कादंबरीविषयीच्या लांबच्या लांब गप्पांमध्ये खिळवून ठेवलं.

> जितकं आपण बोलू तितकी ओळख वाढत जाते. गप्पांच्या नादात किती तास उलटले तेच कळलं नाही. मुख्याध्यापकांचं अचानक घड्याळाकडे लक्ष गेलं. दहा वाजून गेल्याचं लक्षात आलं. तितक्यात, आल्यासरशी त्यांनी मला एकाएकी विचारलं, "अहो, पण तुमचं माझ्याकडे काम काय होतं?"
>
> इतक्या तासांच्या आमच्या संवादातून मी मुख्याध्यापकांचं मन जिंकून घेतलंच होतं. त्यामुळे शन्चनला कामासाठी येण्याच्या माझ्या आकांक्षेबद्दल बोलून दाखवल्यावर मला नाकारण्यासाठी त्यांच्याकडे सबळ कारणच उरलं नव्हतं. मी शिकवू शकतो हे त्यांनी मान्यच केलं...
>
> शन्चनला बदली करून जाण्यासाठी मी अनेक स्पर्धकांना नामोहरम केलं होतं. यासाठी मला दमडीही मोजावी लागली नव्हती.

त्यानंतर लवकरच, तिंग युआन्ची आणि त्यांच्या एका मित्रानं पब्लिक रिलेशन्स कंपनी सुरू केली. त्यांचं हे पाऊलही मोजूनमापून टाकलेलं होतं. तिंग युआन्ची माझ्याशी बोलताना म्हणाले, "आम्हाला वाटलं की आम्ही चीनमधली पहिली पब्लिक रिलेशन्स कंपनी आहोत, हे सांगणं सोयीचं असेल. आम्ही तयार केलेला व्यावसायिक ब्यूरो म्हणजे काय हे कुणालाच कळणार नाही, त्यामुळे त्यासाठी मंजुरी मिळवणंही सोपं जाईल." मेख इथे होती की, तिंग युआन्ची आणि त्यांच्या मित्रालाही पब्लिक रिलेशन्सविषयी फारशी माहिती नव्हती. त्यांनी प्रसिद्धीसाठी एक

कार्यक्रम करून पाहिला, पण त्यातून नवा व्यवसाय त्यांना मिळवता आला नाही. त्यानंतर तिंग युआन्ची यांनी अधिकाऱ्यांसाठी पब्लिक रिलेशन्स प्रशिक्षण द्यायला सुरुवात केली. आपल्याकडे यातलं कौशल्य आहे, असा साक्षात्कार झाला. त्यांनी डेल कार्नेजी यांची पुस्तकं वाचायला सुरुवात केली आणि टीव्हीवर झळकायला सुरुवात केली.

सन १९९६ मध्ये चौकोन आणि गोलचं प्रकाशनही अशा प्रकारेच करण्यात आलं. तिंग युआन्ची यांनी प्रकाशनाबाबत कोणताही कायदेशीर करार केला नव्हता. त्यांनी प्रकाशकाकडून अनुक्रमांक आणला आणि स्वतःचं पुस्तक छापून त्याची विक्री केली. एका वीकेण्डला ते शन्चनला गेले. तिथल्या पुस्तकांच्या दुकानांच्या आसपास त्यांनी एक फलक झळकवला आणि दुकानाच्या प्रवेशद्वाराबाहेरच एक टेबल थाटलं. तिथे पुस्तकांवर स्वाक्षरी द्यायला त्यांनी सुरुवात केली. चौकोन आणि गोल पुस्तकाची भाषा मिडल स्कूल पातळीवरची होती, जेणे करून कारखान्यातल्या कामगारांनाही ती समजावी. तिंग युआन्ची म्हणाले, ''स्थलांतरित कामगारांनी विश्वास बाळगायला हवा. यश साध्य होऊ शकतं, असं त्यांनी मानायला हवं. हे पुस्तक त्यांना यशाची खात्री देईल.''

चीनमध्ये विकल्या जात असलेल्या यशाविषयीच्या अन्य पुस्तकांबद्दल काय वाटतं, ते मी त्यांना विचारलं. त्यांतलं एकही पुस्तक त्यांनी वाचलेलं नव्हतं. ''चीनमधली सगळी पुस्तकं बाहेरच्या देशांतल्या पुस्तकांतून कल्पना घेतात. चीनमध्ये खरंच मूळ, अस्सल कल्पनाच नाहीत.'' त्यांनी मला सांगितलं.

त्यांना त्यांच्या पुढच्या प्रकल्पाविषयी विचारताच ते खोलीतून बाहेर गेले आणि कॉम्पिटिटिव्ह ॲडव्हान्टेज या मायकल पोर्टर यांच्या पुस्तकाची चिनी आवृत्ती घेऊन आले. ''या पुस्तकातल्या कल्पनांवर नवा मुलामा चढवणार आणि हेही पुस्तक मिडल स्कूल पातळीवरच्या सोप्या भाषेत लिहून काढणार,'' असं त्यांनी विनम्रपणे सांगितलं. ते म्हणाले, ''माझ्या पुस्तकात पोर्टर यांचं लिखाण अतिशय साध्या, सोप्या स्वरूपात मांडलेलं असेल. शन्चनमधल्या अनेक बॉसचं शिक्षण फक्त प्राथमिक शाळेपर्यंत झालंय. पण त्यांना शिकण्याची फार हौस आणि इच्छा आहे.'' याला म्हणतात नक्कल करणं.

तिंग युआन्ची यांची भेट अपेक्षाभंग करणारी होती. यशाविषयी शिकवण देण्यासाठी त्यांच्याकडे कोणतीही शैक्षणिक पात्रता नव्हती. त्यांचं वक्तृत्वही ओघवतं किंवा प्रभावी नव्हतं. आकर्षक कल्पनांचाही दुष्काळ होता. त्यांचा पब्लिक रिलेशन्स व्यवसाय कधीच कुठेही वाढला नाही. आणि तरुणींना आकर्षित करण्यासाठी त्यांनी दिलेल्या सल्ल्यांकडे कुणीही फारशा गंभीरपणे पाहायचं नाही. पण जे बाकीच्यांना जमलं नाही ते करण्याचं धाडस मात्र तिंग युआन्ची यांनी करून

दाखवलं. त्यांनी कंपनी उभारली होती. भाषणं दिली. यशस्वी कसं व्हायचं यावर पुस्तक लिहिलं. यशस्वी लोक केवळ त्यांच्या कृतीमुळे वेगळे ओळखू यायचे. त्यांनी लिहिलं होतं, 'यशस्वी लोक किंवा अपयशी यांच्यातला फरक त्यांच्या कल्पनांच्या दर्जामध्ये नसतो किंवा त्यांच्या क्षमतांच्या परिमाणामध्ये नसतो, हा फरक ते स्वतःच्या अंदाजांवर विश्वास ठेवतात का आणि कृती करण्याचं धाडस करतात का, यावर अवलंबून असतो.' छन यिंगनं नव्या नोकरीमध्ये उडी मारण्याचं धाडस केलं, तर च्यीआंग हाययाननं ते नाही केलं. शेवटी, या दोघींमधला हाच फरक अतिशय मोक्याचा होता.

* * *

जुलै २००५ मधल्या एका रविवारच्या रात्री, 'व्हाइट कॉलर सेक्रेटेरिअल स्किल्स स्पेशल ट्रेनिंग क्लास'च्या दुसऱ्या सत्रातले विद्यार्थी पदवीधर झाले. विद्यार्थ्यांना पदवी देण्याच्या समारंभासाठी वर्गातले सगळे डेस्क चौकोनात लावण्यात आले आणि मध्ये मोकळी जागा ठेवण्यात आली. प्रत्येक डेस्कवर दाणे, जेली कँडी, बिस्किटं आणि गरम पाणी असलेले कप ठेवले होते. शिक्षकांनी टीशर्ट, गडद पँट आणि टाय असा पोशाख केला होता. साधारण पन्नास विद्यार्थी उपस्थित होते. त्यामध्ये नव्यानं पदवीधर झालेले, आधीच्या वर्गातून पदवीधर झालेले आणि नव्यानं सेमिस्टर सुरू करणार असलेले विद्यार्थी होते. समारंभांच्या बाबतीत हातखंडा असलेले मुख्याध्यापक लिउ यांनी एकेका शिक्षकाची औपचारिक ओळख करून दिली. प्रत्येकाच्या ओळखीनंतर टाळ्या पडत होत्या. शिक्षक यांग यांनी 'आपण वीस वर्षांत पुन्हा भेटू' अशा आशयाचं गाणं म्हटलं.

वीस वर्षांत पुन्हा भेटू,
आपली महान मातृभूमी तेव्हा किती सुंदर असेल
स्वर्ग नवा असेल, पृथ्वी नवी असेल, वसंतातली दृष्यं आणखी मनोहर असतील,
शहरं आणि गावं भरभराटीला आलेली असतील.

मुख्याध्यापक लिउ म्हणाले, "मला वाटतं आपण वीस वर्षांत पुन्हा भेटलो तर तुम्ही सगळे करोडपती आणि बडे अधिकारी झालेले असाल." नव्या नोकऱ्या मिळालेल्या आणि त्या रात्री वर्गात यायला न जमलेल्या सगळ्या पदवीधरांची नावं त्यांनी पुकारली. यामध्ये जवळजवळ अर्धा वर्ग समाविष्ट होता. या यादीत छन

यिंगचं पण नाव होतं. तिला एका हार्डवेअर कारखान्यात क्लर्कची नोकरी मिळाली होती. 'त्यांचे काम सुरळीत सुरू राहावे, अशी आम्ही आशा करतो.'

"दहा वर्षांमधला, हा माझा सर्वांत अभिमानाचा क्षण आहे. यापूर्वी मी कधीही कोणत्याही पदवीदान समारंभात भाग घेतलेला नाही. आता मी एका कंपनीत विक्रीचं काम करत आहे. हे काम थकवणारं आहे. संपूर्ण दिवस बाहेर जातो. मला इथे खूप शिकायला मिळतंय.'

'माझं नाव ये फांगफांग. मला वाटतं, मी तुमच्या लक्षात राहीन. तुम्ही मला एका घाबरट व्यक्तीपासून आत्मविश्वासपूर्ण व्यक्ती बनवलंत. स्वतःला कसं सादर करावं, ते इथे शिकायला मिळालं. यालाच चौकोन आणि गोलांचं एकात्मीकरण म्हणतात. तुम्ही माझ्या कायम लक्षात राहाल.'

कार्यक्रम सुरू असताना मध्येच वीज गेली. काही विद्यार्थी मेणबत्त्या लावायला गेले. स्कर्ट, स्टॉकिंग आणि उंच टाचांच्या सँडल घातलेल्या च्यीआंग हाययाननं एका गाण्यावर अप्रतिम सादरीकरण करून आणि सगळ्यांना ताल धरायला लावून मला आश्चर्याचा सुखद धक्का दिला. 'टाळ्यांचा आवाज' हे गाणं सुरू असताना पदवीधरांनी, मेणबत्त्यांनी उजळलेल्या त्या वर्गात फेर धरला. शिक्षकांचे आभार मानत त्यांच्याशी हस्तांदोलन केलं. व्हाइट कॉलर सत्र आठवडाभरात सुरू होईल, अशी घोषणा मुख्याध्यापक लिउ यांनी केली.

नवी नोकरी मिळालेले केवळ चार पदवीधर आवर्जून या कार्यक्रमासाठी आले होते. अनेक तरुणींची अनुपस्थिती, पर्ल नदीच्या खोऱ्यात विविध ठिकाणी त्यांचं विखुरलं जाणं, करिअरच्या वाटचालीत पुढची वाट धरल्यानं या कार्यक्रमाला यायला न जमणं : शाळेच्या यशाचं हे खरं मापक होतं. शिक्षकही तिथून बदलून जायचे. शिक्षक फु शाळेतूनच पदवीधर झाले. त्यांनी ही शाळा सोडली आणि त्यांच्या प्रेयसीकडे, शांघायला गेले. शिक्षक तुआन मु यांना बढती मिळाली होती आणि ते व्यवस्थापनाच्या जबाबदाऱ्या अधिक सांभाळत होते.

येत्या वर्षात, माझ्या माहितीत असलेले चिथोंग शाळेतले सगळे जण आयुष्यातल्या मोठ्या बदलांना सामोरं जाणार होते. छन यिंग चिकटपणासंबंधीच्या उत्पादनाच्या कारखान्यात विक्रीच्या नोकरीबाबत झेप घेणार होती. त्यानंतर एअर कंडिशनर बनवणाऱ्या प्रकल्पात जाणार होती. तिथे तिला खरेदी आणि उत्पादन विभागाचं प्रमुख केलं गेलं असतं. तिच्या हाताखाली वीसेक कामगार असते. वर्षभरानं, रात्री जेवणानिमित्त तिच्याशी भेट झाली तेव्हा ती पूर्णतः बदलून गेलेली होती. जेवायला

आली तेव्हा मोजूनमापून विशिष्ट पद्धतीनं बोलत होती. हातात स्टायलिश हँडबॅग होती. अतिशय आत्मविश्वासानं तिनं जेवणाची ऑर्डर दिली. ती महिन्याला सोळाशे युआन, म्हणजे दोनशे डॉलर, कमावू लागली होती. तीन पुरुष तिच्याभोवती रुंजी घालत होते. तिघेही तिचे मॅनेजर होते. त्यांतला कोण पहिल्यांदा कार खरेदी करतो, अशी पैज तिनं मैत्रिणीशी लावली होती. ती म्हणाली, ''मी ज्या मार्गावरून वाटचाल करत होते तिथे मला पुन्हा जायला सांगितलं तर तसं करण्याचं धाडस माझ्यात आहे, असं वाटत नाही.''

च्यीआंग हाययान घरी जाणार होती आणि नोकरी शोधण्यासाठी लगेच परत येणार होती. त्यानंतर पुन्हा घरी जाऊन अन्नधान्य आणि स्टेशनरी विकणाऱ्या घरच्या छोट्याशा दुकानाला मदत करणार होती. तोंगकुआन हे शहर सुरक्षित नाही, या भावनेनं तिचं तोंगकुआनला राहणं तिच्या आई-वडिलांना पसंत नव्हतं. पालकांच्या दबावाखाली आलेल्या च्यीआंग हाययानला उघडउघड पालकांना आव्हानही द्यायचं नव्हतं. ती घरी असताना तिला मी एकदा कॉल केला होता तेव्हा म्हणाली, ''मी अमुक करावं किंवा तमुक करावं, हे मला माझ्या कुटुंबीयांना ठरवू द्यायचं नाही. कुणालाही हे आवडणार नाही.''

शिक्षक तंग यांचा चिथोंग शाळेला सोडचिठ्ठी देऊन अधिकाऱ्यांना व्यवस्थापनाचे धडे देण्याची आकर्षक नोकरी मिळवण्याचा विचार होता. एका सत्राला पाच हजार युआन देणारी. मला म्हणाले, ''माझं वय चाळीस आहे. म्हातारपणाचाही विचार करायला हवाय मला.'' एकदा रात्री वर्ग संपल्यानंतर टॅक्सीनं जाताना तंग सूटकेस आणि मोबाइल फोन टॅक्सीतच विसरले. मोबाइलमध्ये त्यांचे सगळे महत्त्वाचे नंबर होते. पण तोच हरवल्यानं त्यांचा सगळ्या जुन्या विद्यार्थ्यांशी संपर्क कायमचा तुटला.

कार्यक्रम संपायला आल्यानंतर खोलीतले दिवे परत आले. त्यानंतर विद्यार्थ्यांनी शेवटचं गाणं म्हटलं 'मित्र'. शिक्षक तंग यांनी त्यांचं बिझनेस कार्ड पदवीधरांना देताच आणि मुख्याध्यापक लिउ यांनी लाल रेशमामध्ये गुंडाळलेले छोट्या पुस्तिकेच्या रूपातले डिप्लोमा प्रदान करताच वर्गामध्ये संगीताचे स्वर घुमू लागले. साधारणतः शाळेचं नाव जिथं लिहिलं जातं तिथे या डिप्लोमावर तोंगकुआन चिथोंग टॅलेंट इंटलिजन्स डेव्हलपमेंट कंपनीचं नाव आणि लोगो होता.

मित्रा, रे मित्रा,
तू माझाच विचार करतोयस का,
तू आनंद साजरा करत असशील, तर
कृपया मला विसरून जा.

मित्रा, रे मित्रा,
तू माझीच आठवण काढतोयस का,
तू दुर्दैव सहन करत असशील, तर
कृपया मला सांग.

मित्रा, रे मित्रा,
तू माझीच आठवण काढतोयस का,
तुला तुझा किनारा मिळाला असेल तर
मला सोडून दे, मला मागे ठेवून जा.

आठ मिनिटांची भेट

नवरा शोधण्यासाठी अनेक मार्ग होते. एखादी स्थलांतरित महिला नोकरीमध्ये स्थिरावली की पुढचं काम नवरा शोधण्याचं असायचं. काही मुली गावातल्या लग्न जुळवणाऱ्या अनुभवी मंडळींची मदत घेत. खरंतर यामध्ये एक जोखीम होती. ही मंडळी घरापासून कधी फारसा लांब न गेलेला, पाहताक्षणी साजेसा न वाटणारा जोडीदार सुचवण्याची शक्यता असायची. तोंगकुआनमध्ये काही काळ राहिलेल्या मुली मैत्रिणींमार्फत माहिती, ओळखी काढायच्या. पण शहरातल्या एखाद्या पुरुषाला भेटल्यावर त्याच्याबद्दल मुलींना पुरेशी माहिती असायचीच असं नाही. त्याच्या गावी त्याची बायको आहे का, त्याला मुलं आहेत का, असे तपशील त्यांना माहीत नसायचे. काही मुलींनी डेटिंग सेवा देणाऱ्यांसोबत करार केला होता. पण अनेकांना ही पद्धत फारच थेट असल्यासारखं वाटायचं. काहीशा बेधडक मुली पुरुषांना ऑनलाइन भेटायच्या. अशा प्रकारे भेटण्यामध्ये असलेल्या धोक्यांवरून एक गाणं लोकप्रिय झालं होतं 'क्यूक्यू लव्ह' नावाचं. क्यूक्यू म्हणजे चिनी इंटरनेटवरची सगळ्यात लोकप्रिय चॅट सेवा होती.

> हा देखणा असल्याचा दावा करतोय
> चांगल्या मनाचा आणि नीट वागणारा
> मी किती वर्षांची आहे आणि
> मी केवळ एका रात्रीची सोबत किती जणांना केलीय ते विचारतोय

त्याच्या या प्रश्नानं मी अवाक झालेय
हा असला कसला ई-कालखंड आहे?
आटप लवकर आणि त्याला टाटा कर
अरे, क्यूक्यू लव्ह
खरं की खोटं, कोण सांगणार?

शहरातलं आयुष्य एकाकी होतं. कोणी सोबत असेल तर हे एकटेपणाचं ओझं कमी व्हायचं. विवाह हे प्रत्येकाचं न टाळण्यासारखं कर्तव्य होतं. स्थलांतरित कामगारांच्या वयाची विशी जवळ आली की दोनाचे चार हात करण्यासाठी आई-वडिलांकडून तगादा सुरू व्हायचा. कोणालाही 'तालिंग छ्यींगनिएन' बनण्याची इच्छा नसायची. याचा शब्दशः अर्थ 'वयस्कर तरुण'. म्हणजेच, 'अठ्ठावीस ते पस्तीस वयातले अविवाहित पुरुष आणि स्त्रिया.' शहराच्या आधुनिक विचारांमध्ये गावाकडचा एक पारंपरिक विचार झक्क बसायचा : तरुण स्त्रीचं मूल्य उच्चांकावर असताना लवकरात लवकर तिनं लग्नबंधनात अडकावं.

तोंगकुआन 'मेकिंग फ्रेंड्स क्लब' ही शहरातली सगळ्यात मोठी डेटिंग एजन्सी होती. शहरात महिलांना जोडीदार शोधण्यासाठी मदत करण्याच्या हेतूनं स्थापन झालेल्या या क्लबमध्ये साधारण सत्तर टक्के महिला होत्या. क्लबच्या सदस्यांची संख्या पाच हजारांच्या वर पोहोचली. हा क्लब ऑल-चायना विमेन्स फेडरेशन या राष्ट्रीय संघटनेमार्फत चालवला जायचा. या राष्ट्रीय संस्थेत असंख्य हौशी मार्गदर्शक भरलेले होते. लोकांना मार्गदर्शन करणं हे त्यांना कर्तव्य वाटायचं, मग बाकीच्यांना त्यांच्या सल्ल्याची गरज असो वा नसो. क्लबमध्ये महिलांची संख्या पुरुषांपेक्षा कमालीची जास्त होती, दोनास एक अशी. या संस्थेच्या मते शहरातल्या स्त्री-पुरुष प्रमाणापेक्षा हे प्रमाण बरं होतं. शहरात हे गुणोत्तर चारास एक किंवा पाचास एक किंवा कदाचित तीनास दोन असं होतं. तोंगकुआनची लोकसंख्याही अशीच होती, तिथलं लिंगगुणोत्तर फारच वैविध्यपूर्ण होतं.

अमेरिकेत, अनोळखी सदस्याला भेटीसाठी विचारण्यासाठी अवघडल्यासारखं वाटू नये म्हणून डेटिंग एजन्सी स्थापन केल्या जातात. पण बहुतांश चिनी मंडळींना हे निर्लज्जपणासारखं वाटायचं. त्यामुळे क्लबचे सदस्य क्लबच्या मुख्यालयाच्या जीर्ण इमारतीच्या दुसऱ्या मजल्यावर दर रविवारी दुपारी भेटायचे. या भेटीला 'माहितीची देवाण-घेवाण' असं सोयीचं नाव दिलं जायचं. सदस्यांसाठी क्लबतर्फे आठवड्याच्या सुटीच्या दिवशी बाहेर फिरायला जायचा बेत आखला जायचा. चीनमध्ये डेटिंग म्हणजे सामूहिक कार्यक्रम होता.

माझ्या शेजारचा पुरुष उभा राहिला. ''नमस्कार, माझा सदस्य क्रमांक २७४०.'' इतकंच बोलून तो खाली बसला. जोड्या जुळवण्याचा क्लबचा विभाग सांभाळणाऱ्या लि फंगफिंग या मध्यम वयाच्या महिलेनं हरकत घेतली. 'इतकंच? स्वतःची व्यवस्थित ओळख करून द्या.'

तो पुरुष पुन्हा उभा राहिला. ''मी मूळचा हुनानचा आहे. खरंतर, मी केवळ व्यावसायिक महाविद्यालयात शिक्षण घेतलंय. त्यानंतर माझं मीच शिकलो. त्यामुळे पदवी मिळवू शकलो.'' असं सांगून खाली बसला.

२००४ सालातल्या त्या रविवारी दुपारी क्लबच्या बैठकीच्या मुख्य खोलीत तीस जण जमले होते. फ्लुरोसंट दिवे आणि प्लॅस्टिकच्या खुर्च्या यामुळे ती खोली म्हणजे शाळेतला वर्ग असल्यासारखी वाटत होती. कदाचित म्हणूनच तिथे जमलेले सदस्य शाळेतल्या मुलांसारखे बसले होते. पुरुष भिंतींलगत रांगेत बसले होते, तर महिला सुरक्षेच्या दृष्टीनं घोळक्यानं बसल्या होत्या.

''मी मूळची कुआंगतोंगची आहे. विक्री विभागात एक सर्वसामान्य कामगार आहे.''

''मी च्यीआंगश्यीची आहे. मी अतिशय सरळमार्गी आहे.''

पिवळट हिरवा स्वेटर आणि पांढरी जीन्स घातलेली तरुणी उभी राहिली. ''नमस्कार, मी गेला काही काळ तोंगकुआनमध्ये राहतेय. विक्री विभागात काम करते. मी हुनानची आहे. स्वतःला अधिक संधी देण्यासाठी आज इथे आलेय.''

बऱ्याच जणांनी अगदी त्रोटक ओळखी करून दिल्या. त्याही लाजाळूपणे. सदस्य ओळख करून देताना क्लबच्या सदस्यत्वाचा क्रमांक सांगायचे आणि कोणत्या प्रांतातून आलेत ते सांगायचे; परंतु स्वतःची नावं कुणी सांगितली नाहीत. ते स्वतःला 'सर्वसामान्य' म्हणायचे. पुरुष इलेक्ट्रिशिअन्स, वकील, जाहिरात क्षेत्रातले कार्यकारी आणि असेम्ब्ली लाइनमधले कामगार होते; तर महिला नर्स, कारकून, शिक्षिका, विक्रेत्या आणि असेम्ब्ली लाइनमधल्या कामगार होत्या. त्यांच्यातल्या अनेक स्त्रिया आणि पुरुषांचा घटस्फोट झालेला होता. मध्येच कधीतरी सेल्फ-हेल्प शाळेतल्या विद्यार्थ्यांचा आवाज यायचा.

> ''मी बऱ्याच प्रसंगांतून गेलो. अनेक जखमा सोसल्या. आज, मी त्या सगळ्यातून बाहेर आलोय.''

> ''मी महाविद्यालयातला पदवीधर आहे. कॉम्प्युटरचा अभ्यास केला. सध्या कार्यालय व्यवस्थापक म्हणून कार्यरत आहे. मी प्रेम करू शकेन आणि माझ्यावर प्रेम करेल, अशी व्यक्ती शोधणं हे माझं उद्दिष्ट आहे.''

सगळ्यांनी आपापली ओळख करून दिल्यावर लि फंगफिंग म्हणाल्या ''आता, ओळखींचा कार्यक्रम संपलाय. प्रत्येकाला आपल्या इच्छेनुसार कोणत्याही व्यक्तीशी जाऊन बोलता येईल.''

कुणीही जागचं हललं नाही.

बराच वेळ पसरलेली कमालीची शांतता मोडत पिवळट हिरव्या स्वेटरमधली मुलगी म्हणाली, ''मला एक सूचना करावीशी वाटते. यापुढे असे कार्यक्रम आयोजित करताना व्यावसायिकपणे करावेत, जेणे करून संकोच वाटल्याने निर्माण होणारी आत्तासारखी नीरव शांतता पुन्हा निर्माण होणार नाही आणि आमचा वेळही वाया जाणार नाही.''

तिच्याशेजारी बसलेला पुरुष तिची री ओढत म्हणाला, ''हो, आणखी नियोजन अपेक्षित आहे.'' एकमेकाचा जीवनसाथी शोधण्याचा कार्यक्रम उघडउघड टीका करण्याकडे वळू लागला. चिनी व्यक्तींना समूहामध्ये एकमेकाशी संवाद साधताना पाहिलं की मला सांस्कृतिक क्रांती कशी झाली असेल ते आठवू लागतं. लोकांना एकटं पडण्याची भीती असायची, पण समूहाच्या सुरक्षेसाठी एखाद्यावर ते इतक्या वेगानं आणि रानटीपणं तुटून पडायचे की पाहताना आपला श्वास रोखला जायचा.

काळेभोर डोळे असलेली, अतिशय सुंदर प्राथमिक शिक्षिका अचानक उभी राहिली.

भिंतीलगतच्या खुर्चीत आरामात रेलून बसलेल्या एका पुरुषाला तिनं विचारलं, ''तुमचं नाव काय?''

तो आधी खुर्चीत सरळ बसला आणि त्यानं या प्रश्नाचं उत्तर दिलं.

''तुम्ही कुठून आला आहात?'' तिनं विचारलं.

''कुईचौ.''

''मला तुम्ही खूप आवडलात.''

ती खाली बसली. टाळ्यांचा कडकडाट झाला.

पुन्हा शांतता पसरली.

माझ्याशेजारी बसलेला, २७४० सदस्यक्रमांक असलेला पुरुष उठला. सरळ चालू पडला. मी लि फंगफिंगकडे पाहिलं आणि सगळ्यांना खोलीत चालू-फिरू द्यावं असं सुचवलं. ''आपण संगीत सुरू करू शकतो का?'' एकानं विनंती केली. शेवटी, त्या खोलीत हालचाल करण्याचं आणि तीस जणांच्या नजरेच्या कक्षेत अनोळखी व्यक्तीशी बोलायला जाण्याचं धाडस करण्याचं दडपण सदस्यांना असह्य होऊ लागलं. बहुतांश सदस्यांनी तिथून काढता पाय घेतला. शाळेतल्या शिक्षिकेनं ओळख करण्याचा प्रयत्न केलेल्या त्या पुरुषानं तिला प्रतिसाद देण्यासाठी फारशी

काही हालचाल केली नाही. तीही बसून राहिली. मनात कसला तरी निश्चय केल्याचा भाव चेहऱ्यावर आणून सरळ समोर बघत राहिली.

भेटण्याचा कार्यक्रम संपल्यानंतर मी त्या पिवळट हिरवा स्वेटर घातलेल्या मुलीजवळ गेले. लांबून दिसत होती त्यापेक्षा तिची उंची कमी होती. जेमतेम पाच फूट उंचीची असावी ती. बदामासारख्या सुंदर चेहऱ्यावर काळेभोर डोळे. तिनं गुलाबी लिपस्टिक लावली होती. केसात स्फटिकाचा चाप लावला होता. ती २९ वर्षांची होती आणि विक्री विभागात तिनं काम केलं होतं. मला म्हणाली, "कामावर लक्ष केंद्रित करण्यासाठी मी स्वतःकडे फार दुर्लक्ष केलं. पण आता ही चूक सुधारतेय. म्हणूनच इथे आलेय."

तिला कसा जोडीदार हवाय ते मी विचारलं.

ती म्हणाली, "त्या पुरुषाचं शिक्षण किंवा नोकरी काय आहे किंवा तो किती पैसे कमावतो, याच्याशी मला काही देणं-घेणं नाही. माझ्या दृष्टीनं भावना जास्त महत्त्वाच्या आहेत."

ही तरुणी होती वु छुनमिंग. त्या दिवशी तिला पहिल्यांदा भेटल्यानंतर, तिनं सगळ्या सदस्यांसमोर बोललेलं वाक्य माझ्या लक्षात राहिलं- स्वतःला अधिक संधी देण्यासाठी आज मी इथे आलेय. तिचा आवाजही मी विसरले नव्हते. खणखणीत आवाज. तितकेच जोरदार उच्चार. शहरातून अनेक वर्षं पुसले जाणार नाहीत असे. याच दमदार आवाजात तिनं अनेक वादविवाद जिंकले होते आणि बांधकामाच्या ठिकाणी अनेक कामं तडीस लावली होती. पुरुषांची बोलती बंद केली होती आणि स्वतःची दखल घेण्यास भाग पाडलं होतं.

हळूहळू मला छुनमिंगची सगळी पार्श्वभूमी समजली. खेळण्यांच्या कारखान्यात तिनं काम कसं सुरू केलं, कुंटणखान्याच्या दारापर्यंत कशी धाडली गेली, व्यवस्थापनामध्ये जाण्याचा मार्ग कसा मिळवला आणि तिबेटी औषधं आणि अंत्यसंस्कारांसाठी जमिनीची विक्री करण्यापर्यंत कशी पोहोचली, याची माहिती मिळाली. सरकारनं थेट विक्रीवर बंदी घातल्यावर छुनमिंगला चायना इन्स्पेक्शन अँड क्वारन्टाइन टाइम्समध्ये वार्ताहर म्हणून नोकरी मिळाली. आयात-निर्यातीची पाहणी करणाऱ्या सरकारी यंत्रणेमार्फत हे वृत्तपत्र चालवलं जात असे. तिच्या कामाचं स्वरूप पत्रकारितेतल्या कोणत्याही व्यक्तीला अनोळखी वाटलं असतं, असं होतं. छुनमिंगनं एका कंपनीविषयी लेख लिहायचं ठरवलं. सीमाशुल्क विभागाकडून वस्तू ताब्यात घेताना येणारा थरारक अनुभव या तिनं निवडलेल्या विषयावर सकारात्मक लेख लिहिला तर तिच्या वृत्तपत्रासाठी पैसे मिळणार होते.

अनुकूल वार्तांकनासाठी रक्कम ठरवण्यात आली. ही रक्कम जाहिरातीच्या दरांसारखी ठरवली गेली. नुसता उल्लेख केला तर दोन हजार युआन निश्चित करण्यात आले. व्यवस्थित मोठ्या लेखासाठी साधारण पन्नास हजार युआन ठरले. ही पत्रकारिता खंडणीखोरीकडे वळणारी होती. छुनमिंगनं कमिशनवर काम केलं आणि उत्तम केलं. त्यानंतर दोन वर्षं तिनं इमारतीच्या साहित्यविषयक कंपनीच्या विक्री विभागात काम केलं. आणि सन २००१ मध्ये तिनं आणि तिच्या पहिल्या बॉयफ्रेंडनं इमारतीसाठी घाऊक साहित्य पुरवण्याचा व्यवसाय थाटला. हा व्यवसाय सहा महिने चालला. त्या काळात छुनमिंगनं हजारो युआनची गुंतवणूक गमावली. हा सगळा पैसा तिनं थेट विक्री करतानाच्या दिवसांत पै पै करून जोडलेला होता. शिवाय तिने त्यांच्या कुटुंबाच्या घराच्या नूतनीकरणासाठीही काही रक्कम खर्च केली होती. माझी तिची भेट झाली तेव्हा तिनं रंग आणि इमारतीच्या पृष्ठभागावर वापरल्या जाणाऱ्या अन्य कोटिंगची निर्मिती करणाऱ्या एका स्वीडिश कंपनीत सेल्सपर्सनची नोकरी मिळवली होती.

छुनमिंगच्या पालटलेल्या नशिबामध्ये दक्षिण चीनमधल्या भरभराटीचं आणि दिवाळखोरीचं प्रतिबिंब दिसत होतं. तिच्या कथेतला अविश्वसनीय वाटणारा भाग म्हणजे, ती अजूनही मनासारख्या जोडीदाराची वाट बघत होती. तिला हवा होता तसा पुरुष- मी प्रेम करू शकेन आणि माझ्यावर प्रेम करेल, अशी व्यक्ती शोधणं.

* * *

तिचा पहिला बॉयफ्रेंड, ती काम करत असलेल्या इमारतीसाठी लागणाऱ्या साहित्यविषयक कंपनीत चालकाचं काम करायचा. सुरुवातीला छुनमिंगला तो फारसा आवडला नव्हता, पण दोघांनी एकमेकांसोबत बराच वेळ एकत्र घालवला. तरुणींचं लक्ष वेधून कसं घ्यायचं, यामध्ये त्याची हातोटी होती. तोपर्यंत छुनमिंग पंचविशीची झाली होती आणि पुरुषाशी शय्यासोबत करण्याचा अनुभव तिनं कधी घेतला नव्हता.

दोघांचं प्रेमप्रकरण सुरू झाल्यावर काहीच दिवसांत तो योग्य जोडीदार नसल्याचं छुनमिंगच्या लक्षात आलं. तो सारखा त्याच्या आईवडिलांकडून पैसे उसने घ्यायचा. परिश्रमाचा गंधही नव्हता. छुनमिंग त्याच्या बाबतीत म्हणायची, 'त्याला मोठ्या गोष्टी कधीही साध्य करता आल्या नाहीत आणि लहान गोष्टींकडे लक्ष द्यायची तमा त्यानं बाळगली नाही.' दोनदा त्यांचं वाजल्यानंतर तिनं त्याला कायमचं सोडून दिलं.

'त्यानं हात उगारला. माझ्या जोरात थोबाडीत मारली.' छुनमिंगनं हात उगारून दाखवत मला हे सांगितलं. 'त्यानं पहिल्यांदा मारल्यावर मी खूप रडले. पुन्हा असं

करणार नाही, असं त्यानं मान्य केलं होतं. दुसऱ्यांदा त्यानं मारल्यावर मी काहीही प्रतिक्रिया दिली नाही. एकदम शांत होते. एकदा हात उगारणारा पुरुष पुन्हाही मारायला कमी करत नाही, असं परंपरागत म्हटलं जातं, ते तंतोतंत खरं असल्याचा अनुभव मी घेतला.' ही घटना सन २००२ मध्ये घडली. त्यानंतर दीड वर्षं छुनमिंगनं हे नातं टिकवून ठेवलं. ते दोघं तोंगकुआन डाऊनटाऊनमध्ये तीन बेडरूमचं घर भाड्यानं घेऊन एकत्र राहत होते.

"मला त्याच्यापासून वेगळं व्हायचंय, असं जेव्हा जेव्हा मी सांगायचे तेव्हा एकतर तो लक्षच द्यायचा नाही आणि उत्तर दिलंच तर मी त्याच्या भावनांशी खेळत असल्याची ओरड करायचा. त्याच्यापासून सुटका कशी करून घ्यायची, हेच मला समजत नव्हतं. 'आपण वेगळं होऊ या,' असं मी त्याला म्हणायचे आणि मी कामावरून परत येईपर्यंत तो माझ्या घरी हजर असायचा. काय करावं हेच कळत नव्हतं." छुनमिंग सांगत होती. शेवटी तिनं थेट या विषयावर न बोलता अप्रत्यक्षपणे हा विषय हाताळायचं ठरवलं. डायरीत त्याच्यासाठी पत्र लिहिलं : *या वेळी मात्र मी हे नातं पुढे न नेण्याचं ठरवलं आहे. आपल्या नात्याला काहीही भवितव्य नाही.* लिहिताना छुनमिंगचे अश्रू डायरीतल्या पानावर ओघळत असल्यामुळे डायरीतली अक्षरंही ओलावली होती आणि शाई पसरत होती. स्वयंपाकघरातल्या टेबलावर तिनं डायरी ठेवून दिली. त्यानं ती वाचली असती तर तिला कधीही असं करू दिलं नसतं.

हा गुंता सोडवण्यासाठी एका महिलेचा प्रवेश झाला. एके दिवशी, छुनमिंगच्या गावातल्या एका स्त्रीनं छुनमिंगला फोन केला आणि त्या दोघांचं प्रेमप्रकरण सुरू असल्याचं सांगितलं. छुनमिंगनं सुटकेचा निःश्वास टाकला. दुसऱ्या प्रेयसीबद्दल माहीत असल्याचं छुनमिंगनं दाखवल्यानंतर मात्र तिच्या बॉयफ्रेंडनं काहीही वाद न घालता गाशा गुंडाळला. तेव्हापासून छुनमिंगनं कधीही नात्यात समर्पित भावनेनं अडकण्याची चूक केली नाही. प्रेमात पडलीच नाही असं नाही; पण ते तेवढ्यापुरतंच. तिनं पुन्हा पैसे जमवले. स्वतःच्या घराचं, गाडी घेण्याचं आणि तिची इच्छा असेल तेव्हा प्रियकर आजूबाजूला असल्याचं स्वप्न पाहिलं. क्षणिक प्रेमप्रकरणांमुळे ती आणखी एकटी पडत चालली होती. मला म्हणाली, "तात्पुरते प्रियकरसोबत असणं म्हणजे समुद्रात हेलकावे खाण्यासारखं आणि बंदरात कधीही न पोहोचण्यासारखं असतं."

* * *

२५ वर्षीय अकाउंटंटसाठी व्यावसायिक कौशल्य, स्वतःचं घर,
प्रेमळ स्वभाव आणि जबाबदारीची जाणीव असलेला
कुआंगतोंगमधील पुरुष हवा.

महिलांना चांगली नोकरी आणि स्थिर उत्पन्न असलेला पुरुष अपेक्षित असायचा. पुरुषांना तरुण आणि निरोगी स्त्री हवी असायची. १.७ मीटर - म्हणजे पाच फूट सात इंच उंची असलेला आणि स्वतःचं घर असलेला पुरुष महिलांना भावायचा. पुरुषांना स्त्रियांच्या उंचीविषयी किंवा मालमत्तेविषयी फारसं देणं-घेणं नसायचं, त्यांना लाघवी स्त्री अपेक्षित असायची. काही महिला कुआंगतोंग प्रांतातल्या पुरुषांना प्राधान्य द्यायच्या. हे पुरुष तिथले स्थानिक रहिवासी असल्याचा त्यांना फायदा व्हायचा. काहींना मात्र, स्थानिक पुरुषांवर जबाबदाऱ्या अधिक असल्याचं वाटायचं. पुरुष रहिवासाविषयी विचारच करायचे नाहीत. पुरुषांच्या तुलनेत महिलांच्या मागण्या, अटी अधिक असायच्या.

'मेकिंग फ्रेंड्स क्लब'च्या सदस्यांनी इंडेक्स कार्डात त्यांची वैयक्तिक माहिती भरली. जोडीदाराविषयीच्या अपेक्षाही लिहिल्या. कार्डामध्ये सदस्याची नोकरी आणि वैवाहिक स्थिती, तसंच उंची, वजन, आणि आरोग्य असा वैयक्तिक तपशील भरला. स्थळं जमवण्याकरिता फक्त चिनी परंपरेतच आढळतील, असे राजकीय ओळख, मालकीचं घर आणि कुटुंबातल्या सदस्यांची आर्थिक व आरोग्यविषयक स्थिता, हे मुद्देही त्यामध्ये असायचे. राजकीय ओळख म्हणजे संबंधित व्यक्ती कम्युनिस्ट पक्षाची आहे की नाही. वयस्कर आई-वडील किंवा लहान भावंडांची जबाबदारी आहे का, हेही जाणून घेतलं जायचं. अशा जबाबदाऱ्या नसलेल्या व्यक्ती, पालक निरोगी आहेत किंवा भावंडं मोठी झाली आहेत, असं नमूद करायच्या.

प्रत्येक कार्डाच्या मागे फोटो लावला जायचा. स्कर्ट आणि उंच टाचांच्या सँडल घातलेल्या महिला उद्यानामध्ये किंवा कृत्रिम तलावाच्या मध्ये असलेल्या दगडावर रेलून अशा खास पद्धतीनं फोटो काढून घ्यायच्या. पुरुषांचे फोटो डोंगरावर उभं राहून काढलेले असायचे. पुरुष आणि स्त्रियांचे फोटो उच्चभ्रू इमारतीसमोर काढलेले असायचे. त्यांच्यापैकी कोणीही तिथे नक्कीच राहत नसणार हे फोटो बघूनच कळायचं. बरेचसे फोटो रस्त्याच्या कडेच्या फोटो स्टुडिओमध्ये काढलेले असायचे. तिथे हवे तसे फोटो काढून मिळायचे. चीनच्या ग्रेटवॉलच्या प्रतिकृतीवर किंवा खोट्या मॅपल झाडाखाली उभं राहून, कुंपणाशेजारी उभं राहून. नृत्याचा छंद असल्याचं लिहिलेल्या एका पुरुषानं मॅकडॉनल्डची खूण असलेल्या एका चित्राजवळ डिस्को नृत्य करत असल्यासारखं उभं राहून फोटो काढून घेतला होता. ही सगळी कार्ड्स स्त्री-पुरुषांनुसार आणि त्यांच्या जन्मतारखेनुसार ठेवली होती. बहुतेकशा महिला घटस्फोटित होत्या. काहींना मुलंही होती. अधिक वय असलेल्या महिलांचा समावेश चाळिशीवरच्या स्त्रिया या एका विभागात केलेला होता.

बऱ्याचशा सदस्यांना प्रेमाची आस नव्हती. त्यांना सागरकिनारी भटकण्याची किंवा हॉट एअर बलूनमधून फिरण्याची इच्छा नव्हती. त्यांच्या दृष्टीनं महत्त्व वेगळ्याच गोष्टींना होतं. जसं की, उद्योजकतेचे विचार असणं. आर्थिक स्थिती उत्तम असणं. स्थिर नोकरी आणि स्थिर उत्पन्न आहे. कितीही कडवट प्रसंगांना तोंड देता येणं. स्त्रियांना पुरुषांच्या उंचीविषयी फार आकर्षण असायचं. टॅलेंट मार्केटमध्येपण हे दिसून यायचं. शारीरिक वैशिष्ट्य गुणवत्तेचं प्रतीक होतं. पुरुष निरोगी, स्थिर, नशीबवान असल्याची खात्री मिळायची. बऱ्याचशा महिलांना किमान पाच फूट सात इंच उंचीचा पुरुष हवासा असायचा. फार तर त्या आपली अपेक्षा पाच फूट पाच इंचांपर्यंत कमी करायच्या. पण पाच फूट तीन इंच उंचीच्या पुरुषासोबत डेटवर जायची कुणाचीही तयारी नसायची.

आतापर्यंतच्या नात्यांना का सुरुंग लागला ते या कार्डांवरून कळून यायचं. त्यात नमूद केलेल्या अपेक्षांवरून. वय २८ ते ३४ वर्षं, मोकळा स्वभाव, जुगार खेळत नाही, असा पुरुष अपेक्षित. मद्य आणि महिला यांचा नाद नसलेला सुसंस्कृत पुरुष अपेक्षित. एखादी महिला वेगळ्या विचारांची दिसायची. तिच्या अपेक्षांवरून हे जाणवायचं. ३५ ते ४५ वर्षांचा पुरुष अपेक्षित, बाकी सगळं नशिबावर आधारित. अनेक महिलांच्या दृष्टीनं डेटवर जाण्यासाठी स्वतःचं घर असणं, हा प्रमुख निकष होता. चीनमध्ये हे विशेष नव्हतं. काही वेळा या जाहिराती म्हणजे रिअल इस्टेटच्या जाहिराती वाचल्यासारखं वाटायचं. ग्रामीण महिलांसाठीच्या एका मासिकात जाहिरात होती :

> २७ वर्षीय पुरुष... घटस्फोटित... मोकळ्या स्वभावाचा... फर्निचर, आधुनिक उपकरणं आणि मोटरसायकल यासह स्वतःचं पाच बेडरूम टाइल हाउस. आयुष्यभरासाठी जीवनसाथीची अपेक्षा.

स्वतःची मालमत्ता असणं हे वाटतं तितकं स्वार्थी नव्हतं. उंचीप्रमाणेच, एखाद्या पुरुषावर किती अवलंबून राहायचं ते ठरवण्यासाठी स्वतःचं घर हा एक निकष होता. शहरात अन्य एक विवाहमंडळ चालवणारे थांग आओ म्हणाले, ''स्त्रियांना गडगंज श्रीमंत व्यक्तीची अपेक्षा नसते. त्यांना केवळ एक प्रकारची सुरक्षितता हवी असते.''

'मेकिंग फ्रेंड्स क्लब'च्या ज्या ज्या सदस्यांशी मी बोलले त्यांच्या मनात क्लबविषयी असमाधान खदखदत होतं. पुरुष सदस्य अशिक्षित आणि खालच्या वर्गातले असल्याचं मला सांगण्यात आलं. लग्न झालेलं असतानाही प्रेमात पडण्याची खुमखुमी असलेले पुरुष स्वतःची आणखी एक ओळख निर्माण करत.

"क्लबचं प्रशासन पाहण्याची जबाबदारी काही आज्यांकडे होती," छुनमिंग म्हणाली. मी जेव्हा जेव्हा या क्लबमध्ये चक्कर टाकायचे तेव्हा कोणी ना कोणी सदस्य जोडीदाराच्या शोधासाठी तिथे आलेले असायचे.

* * *

छुनमिंगनं जोमानं वाटचाल करत अनेक जणांना मागे टाकलं. असेम्ब्ली लाइनवरच्या सुरुवातीच्या दिवसांतल्या तिच्या मैत्रिणी लग्न करण्यासाठी आणि मुलांना जन्म देण्यासाठी घरी परतल्या होत्या. उत्तम चालणारे अनेक कारखाने पंचविशीच्या पुढच्या महिलांना सर्वसामान्य म्हणून कामावर ठेवत नसत. अधिक वय असलेल्या महिलांना चांगल्या न चालणाऱ्या कारखान्यांत काम मिळायचं किंवा स्वच्छतेसारखी पुरुषी कामं करावी लागायची. स्थलांतरित महिलेसाठी, असे सामाजिक बदल स्वीकारणं गरजेचं होतं. तारुण्याची महत्त्वाची वर्षं सरली की शहरात टिकून राहण्यासाठीचा हा आधार होता.

छुनमिंगच्या मैत्रिणी, तिशीकडे झुकलेल्या किंवा तिशी सुरू झालेल्या महिला या बदलांतून गेलेल्या होत्या. त्यात टिकून राहिल्या होत्या. काही जणी शहरातच लहानाच्या मोठ्या झालेल्या असल्या, काही महाविद्यालयात शिकलेल्या असल्या तरी बऱ्याचशा तिच्याप्रमाणेच ग्रामीण भागातून आलेल्या होत्या. तोंगकुआनपासून जगभर विस्तारलेल्या महाकाय पुरवठा साखळीमधले अत्यंत सूक्ष्म भाग निर्माण करणाऱ्या कारखान्यांशी त्या जोडलेल्या होत्या. एक महिला आणि तिचा पती हँडबॅग सजवण्यासाठी धातूचे छोटे तुकडे बनवायचे. आणखी एक जोडपं बुटाच्या टाचा बुटाच्या वरच्या भागाला चिकटवण्यासाठी लागणारा गोंद बनवायचं. सव्वीस वर्षांची तरुणी शू-सोलचा व्यवसाय करायची. आणखी एकीचा हातखंडा लाकडी फ्लोअरिंगमध्ये होता. एक जण इमारतीसाठी लागणारं साहित्य विकायची. ती हा व्यवसाय सोडून अंतर्वस्त्रांची घाऊक विक्री करण्याच्या उद्योगात शिरण्याचा विचार करत होती. मित्र-मैत्रिणींचा हा परिवार छुनमिंगला कुटुंबासारखा वाटायचा. विक्रीनिमित्त दौऱ्यावर असताना ती अनेकदा न कळवताच मैत्रिणीच्या घरी जायची. काही दिवस तिथे राहायची. तिच्या इतक्या मैत्रिणी होत्या की कितीतरी शहरांत कुणा ना कुणाकडे तिचे कपडे, दात घासायला ब्रश ठेवलेला असायचा. एकदा ती मला अचानक शन्चनला भेटली. घरापासून पाच दिवस लांब होती. पण मोबाइल आणि लिपस्टिक ठेवण्याइतकी छोटी पर्स वगळता तिनं काहीही सामान आणलेलं नव्हतं. तिला गरजच पडली नसेल.

छुनमिंगच्या मित्रपरिवारासोबत वेळ घालवणं म्हणजे एकाच वेळी दोन प्रतिमा

दाखवणाऱ्या ऑप्टिकल भ्रामक प्रतिमेकडे पाहण्यासारखं होतं. शहरात ते लाघवी मध्यमवर्गीय वाटायचे. त्यांनी घर किंवा कार खरेदी केलेली असायची किंवा ही खरेदी करण्याचं नियोजन केलेलं असायचं. ते गाडी चालवण्याचं प्रशिक्षण घ्यायचे, सुट्या घ्यायचे. मॅनिक्युअर करून घ्यायचे. डाएट करायचे. लॅटिन नृत्य शिकायचे. नव्यानं सुरू झालेल्या ब्राझिलिअन बार्बेक्यू रेस्तराँविषयी किंवा फ्रोझन योगर्टसाठी उत्तम ठिकाणाविषयी माहीत असायचं. अन्य वेळी, ते भलेही शहरी असल्यासारखे वागोत, पण गावाकडच्या मातीचं मूळ त्यांच्यात भिनलेलं होतं. त्यांची घरं भलेही विचारपूर्वक सजवलेली असतील, पण त्यांच्या घरातलं शौचालय गावातल्या पद्धतीसारखं होतं. त्यांचा औषधोपचार आजीबाईच्या बटव्यावरच आधारित होता. आजारातून बरं होण्यासाठी ते गिनसेंग नावाची औषधी वनस्पती वापरून चिकन वाफेवर शिजवायचे. हिवाळ्यामध्ये श्वसनविषयक संसर्ग होऊ नये म्हणून ते पोर्क लंग सूप करायचे. अजूनही ते लांबचा प्रवास बस आणि ट्रेननं करायचे. त्यांच्यापैकी जवळजवळ कोणीच कधी विमानात बसलेलं नव्हतं. नव्या वर्षासाठी घरी आल्यावर आपसूकच त्यांच्या मनात परंपरा घोळू लागायच्या. इतक्या वर्षांचं अंतर क्षणात विरून जायचं.

छुनमिंग कारखान्यातल्या तिच्या सुरुवातीच्या दिवसांविषयी क्वचितच कधीतरी बोलायची. तिला त्याची लाज वाटत असेल, असं नाही वाटत मला. खेळण्यांच्या असेम्ब्ली लाइनवर काम करणारी, डायरी लिहिणारी, कँटोनीज शिकण्यासाठी जिवाचं रान करणारी आणि बेंजामिन फ्रँकलिन यांचे नैतिकतेचे तेरा नियम पाठ करणारी मुलगी आणि आताची ही बदललेली छुनमिंग यांमध्ये प्रचंड तफावत होती. अजूनही ती स्वतःमध्ये सुधारणा करण्यासाठी कमालीचे प्रयत्न करायची. तिच्या घरातली पुस्तकांची जागा सेल्फ-हेल्प पुस्तकांनी भरलेली असायची : वन हंड्रेड सक्सेस स्टोरीज, मेरी केज नाइन लीडरशिप कीज टू सक्सेस आणि टोन व क्रॅस अशी इंग्रजी नावं असलेली शिष्टाचारावरची पुस्तकांची मालिका. लिव्हिंग रूममधल्या भिंतीवर छुनमिंगचं प्रचंड मोठं आणि अतिशय मोहक छायाचित्र लावलं होतं. त्यात तिनं ओठांना चकाकतं गुलाबी लिप ग्लॉस लावलं होतं, केसाला खडे असलेली क्लिप लावली होती. छुनमिंगचं घर तिच्या व्यक्तिमत्त्वाचं प्रतिबिंब होतं, काळजीपूर्वक सजवलेलं, सतत आत्मपरीक्षण करणारं.

प्रत्येक गोष्ट काहीतरी शिकण्याची संधी देणारी होती. खाताना चमचा डाव्या हातात आणि काटा उजव्या हातात धरायचा, हे ती कोरिअन सोप ऑपेरामुळे शिकली. कोरिअन टीव्हीवरच तिनं सर्वप्रथम टप्परवेअर डबे पाहिले. मी एकदा

तिला ‘रोमन हॉलिडे’ची डीव्हीडी दिली होती. तिनं मला काही अमेरिकन सिनेमांविषयी विचारलं होतं. या सिनेमांतून तिनं मार्क्सवादी नैतिकतेचे धडे घेतले होते. ‘त्या गरीब पत्रकारानं राजकुमारीच्या कथेतून भरपूर पैसे मिळवले असते. पण त्यानं पैसे कमावण्याच्या संधीवर पाणी सोडलं तेव्हा नैतिकतेच्या बाबतीत त्याचं स्थान फार उंचावलं होतं.’ तिनं मला कथेचा सारांश सांगितला. ऑड्री हेपबर्न कोण ते तिला माहीत नव्हतं; पण तिनं ज्युलिया रॉबर्ट्सइतकं सुंदर प्रकारे तिचं नाव उच्चारलं नाही.

तिचं निरीक्षण प्रचंड होतं. मी जशी तिच्याविषयी माहिती टिपून घ्यायचे, तशीच तीही निरखत असायची. आमच्या पहिल्या भेटीसाठी तिनं युरोपीय शैलीच्या कॉफी वेस्टर्न रेस्तराँची निवड केली. माझ्याप्रमाणेच स्पॅगेटी बोलोनीजची ऑर्डर दिली. रात्री जेवताना बिअर घ्यायला मला अनेकदा आवडायचं, हे तिनं टिपलं होतं. एकटीच असताना तीही माझं अनुकरण करते. आत्ता माझ्यासोबत एखादा ग्लास घ्यायला हरकत नाही, असं तिनं एकदा रात्री जेवताना जाहीर करून टाकलं. मला माशाचा तुकडा आवडला का, इतरांच्या भावना समजून घेणाऱ्या पुरुषांची संख्या कोणत्या देशात जास्त आहे, अमेरिकेतल्या आया त्यांच्या बाळांना कसं वाढवतात... ती विचारायची. ती सतत तिच्यामध्ये काहीतरी नवे बदल करत असायची : केसाला रंग द्यायचा किंवा ते कुरळे करायचे किंवा कधी सरळ करायचे. दर वेळी तिचे कपडे नवेच असायचे. तिनं एकदा घातलेले कपडे मी पुन्हा कधीच पाहिले नाहीत.

मी तोंगकुआनला येईपर्यंत माझ्या माहितीतले बहुतांश चिनी शिक्षित वर्गातले होते. आमच्यातला फरक त्यांना जाणवायचा. मी स्वतःला अमेरिकी समजते की चिनी, हे जाणून घ्यायची त्यांना फार उत्सुकता असायची. मला चिनी भाषा नीट वाचता येत नाही किंवा मी अमेरिकन पुरुषांसोबत डेटिंग केलं हे कळल्यावर त्यांना नवलही वाटायचं आणि वाईटही वाटायचं. लोकशाही आणि इराक युद्ध, तसंच चीनला समजून घेण्याची परदेशी प्रेसची अक्षमता याविषयी मला ते सुनवायचे. त्यांच्या देशानं १५० वर्षं पाश्चिमात्यांपुढे मान झुकवलेली होती आणि आम्ही बोलत असताना हा वेदनादायी इतिहास डोकं वर काढायचा. या विश्वामध्ये माझे आजोबा, माझे सगळे नातेवाईक जगत होते. असंख्य चिनी मंडळीही अजूनही याच विश्वात होती.

छुनमिंग आणि तिच्या मित्रपरिवाराला मात्र यातल्या कुठल्याही गोष्टीशी देणं-घेणं नव्हतं. माझं चिनी फार खास नाही किंवा मला लोकप्रिय चिनी लेखकांची नावं माहीत नाहीत, याचं त्यांना काही वाटायचं नाही. त्यांनी मला लोकशाहीविषयीही मतं विचारली नाहीत. *त्यांना भरपूर असे फायदे मिळाले नाहीत, पण शिक्षित, विशेषतः शिक्षित पुरुषांना अधिक भाव देणाऱ्या देशाचं दडपण तरी त्यांना वावगावं*

लागत नाही. छुनमिंगच्या एका मित्राला भेटायचे तेव्हा सहसा हे विचार उफाळून वर यायचे. आह छ्वीआंग नावाच्या तिच्या सर्जन मित्रानं मी काय करते असं एकदा विचारलं होतं. मी स्थलांतरित महिलांविषयी पुस्तक लिहीत असल्याचं उत्तर दिलं होतं.

एका चिनी मासिकाचं नाव घेत तो म्हणाला, "नानफंगछुआंगमध्ये याविषयी बरंच लिखाण येतं. तुम्ही त्यातून मजकूर घेऊ शकता. तुमचा मोठा वेळ वाचेल यामुळे."

हे ऐकून छुनमिंग मोठ्यानं म्हणाली, "वेगवेगळ्या लोकांचा दृष्टिकोन वेगवेगळा असतो. अन्य लोकांपेक्षा त्या वेगळ्या दृष्टीनं याकडे पाहतील. आणि तेच त्यांना लिहायचं असेल."

उभं राहावं आणि टाळ्या वाजवाव्यात, अशी इच्छा मला झाली.

ती माझ्याकडे पाहून म्हणाली, "बरोबर आहे ना?"

"एकदम बरोबर."

आह छ्वीआंग पुन्हा बोलू लागला. "तुम्ही चिनी बांधकामांसंबंधीच्या समस्यांवर लिहायला हवं. आमच्या देशाकडे उत्कृष्ट राज्यघटना आहे; पण ती सरकारमधल्या सर्वांत खालच्या स्तरापर्यंत पोहोचते तेव्हा अधिकारी घटनेविरुद्ध असलेली कृती करताना दिसतात."

"या जे लिहिताहेत त्यापेक्षा हा फारच भिन्न विषय आहे." छुनमिंग काहीसं चिडून म्हणाली. तिनं हातात मोबाइल घेतला आणि त्यातले मेसेज बघायला सुरुवात केली. हा विषय आणि संवाद आता संपला असल्याची ती सूचना होती.

छुनमिंग मला जाणत होती, असं म्हणावं लागेल. कारण, तिचाही माझ्यासारखाच प्रयत्न सुरू होता. वेगळ्या दृष्टिकोनातून ती जगाकडे पाहत होती आणि स्वतःची कथा स्वतः लिहीत होती. घरातून बाहेर पडल्यापासूनची तिनं भरलेली प्रत्येक डायरी तिनं जपून ठेवली होती. मला म्हणाली, "कधी संधी मिळालीच तर मला लिहायला आवडेल. मी अगदी सोप्या, अत्यंत सामान्य गोष्टींविषयी लिहीन."

* * *

डिसेंबर २००४ मध्ये एका रविवारी संध्याकाळी छुनमिंगनं तिच्या काही मित्र-मैत्रिणींना भेटण्यासाठी मला हुनान रेस्तराँमध्ये बोलवलं होतं. त्यात आह निंग नावाची एक नर्स होती. फार गोरी आणि लक्ष वेधून घेईल असा मोठ्ठा आवाज असलेली. सोबतचे दोन तरुण कारखान्यात पर्यवेक्षक होते. छुनमिंग काळा स्वेटर, लोकरी पँट घालून नजरेत भरण्यासारखी दिसत होती. दोघे तरुण कारखान्यातलेच

शर्ट घालून आले होते.

मी तिथे गेल्यावर बसतेय तोच त्यांच्यातला एक तरुण मला म्हणाला, "तुमच्या मते, केरी आणि बुश यांच्यामध्ये काय फरक आहे?"

"तुम्ही कोणाला मत दिलंत हे जाणून घ्यायचा त्याचा प्रयत्न आहे." छुनमिंग म्हणाली.

"केरींना मत दिलं." मी थेट सांगून टाकलं. या दिशेनं आमचा संवाद पुढे सरकावा, असं मला वाटत नव्हतं.

"लोकशाही स्वीकारण्यासाठी चीनची तयारी आहे, असं तुम्हाला वाटतं का?" त्यानं विचारलं. चीनची तयारी नसल्याचं त्याला वाटत होतं. माझ्याशी त्यानं संवाद पुढे सुरू ठेवला. "आम्हाला मतदान करण्याची संधी मिळाली तर मी छिआंग खाय-शक यांना मत देईन. मला वाटतं ते चांगले नेते आहेत." नंतर म्हणाला, "तुम्हाला जास्त अमेरिकन असल्यासारखं वाटतं की चिनी?'

बिअरच्या तीन बाटल्या टेबलावर आल्या. माझ्यासोबत चर्चा करत असलेले तरुण फारच उत्साहित झालेले होते. केवळ राजकारण या विषयावर माझ्याशी वाद घालण्यापेक्षा माझ्याशी बिअर सोबत घेऊन राजकारणावर वाद घातलेला बरा. तो म्हणाला, "मी आज रात्री कदाचित मद्यधुंद होईन."

छुनमिंग माझ्या सुटकेसाठी धावून आली. म्हणाली, "एकमेकाला मद्यपानासाठी अति आग्रह करणं किंवा दबाव आणणं मूर्खपणाचं वाटतं."

आह निंगनं पटकन विषय बदलला. हेल्थ क्लबच्या आधुनिक नृत्य वर्गाला नुकताच प्रवेश घेतल्याचं तिनं सांगितलं.

त्यावर छुनमिंग म्हणाली, "मलाही नृत्य शिकायचंय."

"मला योग शिकायचाय." आह निंग म्हणाली.

माझ्याकडे वळून तिनं विचारलं, "पेयाचं मिश्रण कसं करायचं माहितेय का?"

"कसलं पेय?" मी विचारलं.

"म्हणजे कॉकेटलसारखं." ती म्हणाली.

काही साधे प्रकार माहीत असल्याचं मी सांगितलं.

"पेयाचं मिश्रण कसं करायचं ते खरंच मला शिकायचंय. फक्त शिकण्यासाठी मला एखाद्या बारमध्येही काम करायला आवडेल." आह निंग म्हणाली.

छुनमिंग म्हणाली, "अलीकडेच एका हॉटेलात ग्राहकांसोबत पार्टी होती. पार्टीत बरीच परदेशी मंडळी होती. आम्ही थंडगार वाइनचा आस्वाद घेत होतो. वाइनचा ग्लास मी खालच्या बाजूने धरला होता, पण कुणीतरी मला सांगितलं की ग्लास त्याच्या वरच्या बाजूने हातात पकडायचा. या सगळ्या बाबतीतले अनेक

शिष्टाचार असतील ना! आयुष्यात केव्हा ना केव्हा अशा पार्टीला जायची वेळ येऊ शकते. त्यामुळे हे शिष्टाचार जाणून घेतलेले बरे.''

छुनमिंग कशा प्रकारचं काम करते हे विचारून तिच्या मित्रानं पुन्हा आधीच्या विषयाला हात घालायचा प्रयत्न केला. ''माझ्या कंपनीत परदेशी गुंतवणूक आहे.'' त्यानंतर संपूर्ण जेवणभर त्या दोघांपैकी एकही जण शब्दही बोलला नसेल. जेवण झाल्यावर छुनमिंग आणि आह निंगनं त्या दोघांसाठी टॅक्सी पकडण्यासाठी लगबग सुरू केली. दोघे शहरातल्या तशा एकाकी भागात राहायचे. तिथून त्यांना तासभर तरी प्रवास करायचा होता.

योग वर्ग घेणाऱ्या हेल्थ क्लबची चौकशी करण्यासाठी आम्ही दुसरी टॅक्सी घेतली. टॅक्सीत आरामात, मोकळेपणे बसत छुनमिंगनं निःश्वास सोडला. छुनमिंगनं सांगितलं की तो मुलगा हुनानचा होता. त्या दोघांचं जमावं म्हणून प्रयत्न करणाऱ्या एका मित्रामार्फत त्यांची ओळख झाली होती. त्या पुरुषानं त्याच दुपारी छुनमिंगला फोन केला होता आणि त्या दिवसापुरताच तो शहरात असल्याचं म्हणाला होता. ती म्हणाली, ''हुनानमध्ये माझं घर जिथे आहे त्याच भागात त्याचंही घर आहे. नाहीतर मी त्याला आत्ता जेवायला बोलवलंच नसतं.''

''तो किती बालिश आहे.'' आह निंगनं मत नोंदवलं.

छुनमिंग म्हणाली, ''तो खरंच असह्य आहे. त्याच्याकडे बोलण्यासारखंही काही नसतं. मुख्य म्हणजे तो माझ्यापेक्षा तीन वर्षांनी लहान आहे.'

मी काहीच बोलले नाही. त्या दोघींचं बोलणं ऐकून एव्हाना मला त्या मुलाबद्दल सहानुभूती वाटू लागली होती.

हेल्थ क्लबमध्ये नृत्याचा वर्ग संपला होता. योग वर्ग आठवड्यातून दोनदा होत. तिथे एकही प्रशिक्षक दिसत नव्हता. आपण 'मेकिंग फ्रेंड्स क्लब'च्या जवळपास आलोय, हे आह निंगच्या अचानक लक्षात आलं. ''आज रात्री तिथे काही उपक्रम असेल की नाही, माहीत नाही. चला बघू या.'' आम्ही त्या क्लबच्या दिशेनं गेलो. मुख्य खोलीत कोणीच दिसत नव्हते. छुनमिंग आणि आह निंग तिथे बसून पुरुष सदस्यांची माहिती चाळू लागल्या. छुनमिंग म्हणाली, ''किती सुंदर मुलींची माहिती इथे आहे आणि हे पुरुष बघा!''

छुनमिंगचा हात पटापट चालू लागला. 'फोटोंवर माझी नजर झटकन जाते. केवळ फोटोकडे पाहून कळतं की ती व्यक्ती बरी आहे का. पण खरंच, अतिशय वाईट असलेल्यांसाठी केवळ फोटोच पाहून निर्णय घेणं सोपं पडतं. खोट्या कुंपणामागे चेहऱ्यावर असहाय भाव असलेल्या बुटक्या लठ्ठ पुरुषाकडे बोट

दाखवत ती म्हणाली. ''फक्त अगदी खालच्या वर्गातले लोक स्टुडिओमध्ये फोटो काढून घेतात. मी असा फोटो दहा वर्षांपूर्वी काढला होता! यापेक्षा उद्यानात किंवा नैसर्गिक ठिकाणी फोटो काढलेले चांगले दिसतात.''

तिथल्या बहुतांश पुरुष सदस्यांसोबत भेट झाल्यासारखं आह निंग बोलत होती. झाडाशेजारी असलेल्या एका पुरुषाचा फोटो तिनं मला दाखवला. ''इथे तो उंच दिसतोय, पण प्रत्यक्षात फार उंच नाहीये. तो झाडाच्या बाजूला उभा आहे म्हणून उंच वाटतोय इतकंच.''

तिनं आणखी एक फोटो दाखवला. ''हा चेहऱ्यावरून दयाळू वाटतो, पण तो तितका चांगला नाहीये.''

आणि एक फोटो बघत ती म्हणाली, ''याचं वय अठ्ठेचाळीस वर्षं आहे. मी त्याला म्हटलं होतं की एक वेळ मी त्याला स्वीकारलं तरी माझे आई-वडील स्वीकारणार नाहीत.''

आणखी एक फोटो- ''याला मानसिक त्रास आहे.''

आह निंगचा नुकताच घटस्फोट झाला होता. ती हिरिरीनं बॉयफ्रेंड शोधत होती. क्लबमधल्या वीसहून जास्त पुरुषांना ती भेटली होती आणि एकाच दिवशी ती चार जणांसोबत ब्लाइंड डेटवर गेली होती. आह निंग मला म्हणाली, ''एका मुलानं तर तो आठ चौरस मीटरच्या खोलीत एकदम खूश असल्याचं सांगितलं. त्यावर, 'अरे वा, आठ चौरस मीटरच्या खोलीत तुम्ही खरंच आनंदात आहात का?' असं मी त्याला विचारलं.' एका शिक्षकासोबतची ब्लाइंड डेटही निरर्थक ठरली. 'त्याचं च्युइंगम खाऊन झाल्यावर ते तो बोटांवर घेऊन खेळत होता. आणि असा हा शिक्षक! हा मुलांना शिकवतो!''

आह निंग म्हणाली, ''मी जेव्हा केव्हा यांपैकी एखाद्या पुरुषाला भेटायचे तेव्हा जोरात रडावंसं वाटायचं.''

छुनमिंग म्हणाली, ''मी जेव्हा अशा पुरुषांना भेटायचे ना तेव्हा त्यांना फेकून द्यावंसं वाटायचं.'' तिचा स्वतःचा फोटो मला दाखवण्यासाठी तिनं फिमेल्स ७४ नावाची फाइल हातात घेतली. लग्नाळू मुलीसारखा तिचा फोटो होता. ब्लॅक-अँड-व्हाइट. त्याच्यावर विशेष प्रक्रिया केल्यासारखा. छुनमिंगला केवळ दोनच पुरुषांनी फोन केलेला होता. त्यामुळे फोटो देताना तिनं काळजी घेतली होती. जोडीदाराविषयी तिनं दयाळू, प्रामाणिक, विनोदी, स्वतःचे घर असलेला, अशा अपेक्षा व्यक्त केल्या होत्या. केवळ तिच्याच अपेक्षांमध्ये 'विनोदबुद्धी असावी' असा मुद्दा मी पाहिला.

ती म्हणाली, ''घर ही सक्तीची अपेक्षा नाही. आम्ही एकत्र मिळून घर खरेदी करू शकतो. घर असेल तर मी प्राधान्य देईन इतकंच.'' पण १.७ मीटरपेक्षा कमी उंचीच्या मुलाकडे ढुंकूनही बघायचं नाही, हे तिनं पक्कं ठरवलं होतं. कमी उंचीच्या

मुलामुळे तिला एक प्रकारची असुरक्षितता वाटायची.

आम्ही क्लबमधून बाहेर पडल्यावर आह निंगनं त्या मानसिक त्रास असलेल्या मुलाविषयी विस्तारानं सांगितलं. ''मी त्याला भेटायला गेले होते. त्याच्या मनात सारखे आत्महत्येचे विचार येत असल्यानं त्याला दोन आठवडे रुग्णालयात भरती केल्याचं त्यानं सांगितलं. एक नर्स म्हणून त्याला मदत करावी, असं मला क्षणभर वाटलं. पण पुढच्याच क्षणी, मी यामध्ये अडकू नये, असा विचार मनात आला.''

तो पुरुष तिला वेळी-अवेळी मोबाइलवर मेसेज पाठवायचा. आह निंग म्हणाली, ''मानसिक समस्या असलेली एखादी व्यक्ती एखाद्या पंचतारांकित हॉटेलात मुख्य वित्तीय अधिकारी कशी असू शकते, याचं मला राहून राहून नवल वाटतं.''

आम्ही 'टीसीबीवाय फ्रोझन योगर्ट' दुकानात गेलो. नेमकं काय घ्यावं, हे ठरवता येत नसल्यानं छुनमिंग वैतागली होती. शेवटी तिनं ब्लूबेरी चीझकेक फ्रोझन योगर्ट सन्डे मागवलं. आह निंगची पाळी सुरू होती, म्हणून तिनं तिला थंड न खाण्याची सूचना केली. त्यामुळे तिच्यासाठी तिच्या मैत्रिणीनं गरम स्ट्रॉबेरी मिल्क मागवलं. त्यामध्ये औद्योगिक कचऱ्याप्रमाणे, रासानिक गुलाबी रंग घातला होता.

'मेकिंग फ्रेंड्स क्लब'ला मारलेली फेरी अगदीच निष्फळ नाही ठरली. तिथे 'आठ मिनिटांची डेट' नावाचा नवा उपक्रम आयोजित करण्यात आला होता. झटपट डेटिंगविषयी काय ऐकलं होतं ते आह निंगनं आम्हाला सांगितलं. या उपक्रमाला जायची छुनमिंगला फार उत्सुकता होती. तिला नव्या गोष्टी अनुभवायला आवडत. तिचा स्वभाव आशावादी होता. तिच्या या गुणांमुळेच तिला तोंगकुआनमध्ये टिकून राहण्यास मदत झाली होती.

आह निंग म्हणाली, ''पेच असा आहे की, काही वेळा आठ मिनिटंही फार वाटायची.''

* * *

खेड्यांतून शहरांकडे आल्यावर, शहरात राहिल्यावर तरुणींच्या विवाहाकडून असलेल्या अपेक्षाच बदलायच्या. पाहणीतून आढळलंय की, स्थलांतरामुळे ग्रामीण भागातील तरुणी स्वतःच स्वतःचा जोडीदार निवडण्याची, विवाह उशिराने करण्याची, कमी मुलं जन्माला घालण्याची, बाळाला जन्म रुग्णालयात देण्याची, विवाहात समानता राखण्याची आणि घटस्फोटाकडे एक स्वीकारार्ह पर्याय म्हणून पाहण्याची शक्यता अधिक असायची. पाहणीतल्या अंदाजे साठ टक्के स्थलांतरित तरुणींनी लग्नाचं

उद्दिष्ट एक तर 'सुखी घर थाटणं' किंवा 'करिअर घडवण्यासाठी संघर्ष करत असलेला जोडीदार निवडणं' हे सांगितलं, दहा टक्क्यांहूनही कमी युवतींनी लग्न म्हणजे 'आयुष्यभर ज्याच्यावर अवलंबून राहता येईल, अशी व्यक्ती निवडणं' असं सांगितलं.

पारंपरिक समाजात, विवाहानंतर तरुणी पतीच्या कुटुंबासोबत राहायची आणि आपल्या सासूचं ऐकायची. सासू-सासऱ्यांच्या घरीच ती बाळाला जन्म द्यायची. यामुळे तिच्या बाळावर सासरचे लोक हक्क सांगू शकायचे. स्थलांतरामुळे मात्र तरुण पिढी या जुन्या विचारांच्या चौकटीतून मुक्त होऊ लागली. शहरात राहणारी जोडी त्यांच्या लग्नाचा खर्च सहसा स्वतःच करणं पसंत करायची आणि बाळंतपणासाठी महिलांना नवऱ्याच्या घराऐवजी स्वतःच्या आई-वडिलांकडे यायला बरं वाटायचं.

बराच काळ बुद्धिवंतांना वाटायचं की, बहुसंख्य स्थलांतरित महिला लग्न करण्यासाठी, मुलांना जन्म देण्यासाठी आणि शेतात काम करण्यासाठी शेवटी गावी परतायच्या. १९८० आणि १९९०च्या दशकातल्या अनेक स्थलांतरित महिला सर्रास हाच मार्ग स्वीकारायच्या. नव्यानं स्थलांतरित होणाऱ्यांचं भवितव्य मात्र वेगळं होतं. बऱ्याचशा स्थलांतरित तरुणी बरोबरच्या पुरुष स्थलांतरितांपैकी साजेसा जोडीदार निवडायच्या आणि शहरात घर थाटायच्या. चुकून कधी त्या परत आल्याच तर त्यांच्या मूळ गावी जाण्यापेक्षा प्रांतातल्या शहरात जाणं पसंत करायच्या. विवाह म्हणजे स्थलांतराचा शेवट नसायचा. तरुण जोडपी अनेकदा लग्न करण्यासाठी घरी यायची आणि दोघे एकत्र पुन्हा शहरात जायची.

बहुतांश स्थलांतरित महिला शेवटी आपल्या गावीच परत येतात, हा पारंपरिक समज चुकीचा असल्याचं छुनमिंग आणि तिच्या मित्र-मैत्रिणींबरोबर वावरल्यावर मला जाणवलं आणि पटलं. त्यांच्यातला प्रत्येक जण घरापासून कित्येक वर्षं दूर राहत होता. ते पुन्हा गावी परतण्याचा विचार करणार नाहीत, हे स्पष्टच होतं. वास्तव्याच्या तपशिलामध्ये बदल करणं महागडं होतं. जिकिरीचंही. पण त्यांना तोंगकुआनचे अधिकृत रहिवासी असंही समजलं जात नसे. गावी परतलेल्या स्थलांतरितांचा अभ्यास करणाऱ्या अभ्यासकांनी नेहमीच त्यांचं संशोधन ग्रामीण भागात जाऊन केलं. त्यामध्ये त्यांचा निष्कर्ष असायचा की, छुनमिंगसारख्या मुली काही काळापुरत्या घरातून बाहेर पडतात. पण छुनमिंगनं आधीच अन्यत्र बस्तान बसवलं होतं, हे मात्र त्यांना दिसत नव्हतं.

* * *

'मेकिंग फ्रेंड्स क्लब'च्या माध्यमातून छुनमिंग दोन पुरुषांना भेटली. पहिल्या भेटीतला पुरुष तोंगकुआनमधल्या कुठल्याशा भागातून टॅक्सी करून तिला भेटायला आला होता. त्याला भेटण्यासाठी ती तिच्या इमारतीच्या बाजूला, रस्त्याच्या कडेला गेली. त्यांनी एकमेकाकडे कटाक्ष टाकला.

"नमस्कार." तो म्हणाला.

"नमस्कार." तीही म्हणाली.

"तुम्ही सुंदर आहात." त्यानं स्तुती केली.

"आपण फक्त मित्रच राहू या." ती त्याला म्हणाली. टॅक्सी तोपर्यंत तिथेच उभी होती. त्यामुळे तो पुरुष त्याच टॅक्सीनं परत निघून गेला.

छुनमिंगच्या घराजवळच्या एका रेस्तराँमध्ये दुसऱ्या पुरुषाशी भेट ठरली. त्या पुरुषाला रेस्तराँचा पत्ता नीट सापडला नाही. तो शोधत बसल्यामुळे त्याला यायला अर्धा तास उशीर झाला. तोपर्यंत छुनमिंगनं एकटीनंच खायला सुरुवात केली. सकाळचे नऊ वाजले होते. त्या पुरुषाला शेवटी ते रेस्तराँ सापडल्यानंतर छुनमिंगला एकटीलाच खाताना पाहून तो निराश झाला. त्यानं तिच्यासाठी सूप मागवण्याचा विचार केला, पण ती नको म्हणाली.

छुनमिंग नंतर मला म्हणाली, "त्यानं गरम सूप आणि गार सॉयमिल्क मागवलं. एक गरम द्रवपदार्थ आणि एक गार द्रवपदार्थ एकदम? कल्पनाही करवत नाही. पण तो सकाळचा नाश्ता असाच घ्यायचा."

हे द्रवपदार्थ घेऊन झाल्यावर त्यानं, 'दोघांनी फेरफटका मारून यायचं का?' असं विचारलं. "सकाळी नऊ वाजले होते आणि त्याला फिरून यायचं होतं!"

तिला काही महत्त्वाची कामं आहेत, असं छुनमिंगनं त्याला सुचवलं. पण त्याच्या लक्षातच आलं नाही. "आपण फक्त मित्रच बरे." छुनमिंग त्याला म्हणाली. शेवटी एकदाचं समजलं त्याला. या अनुभवानंतर छुनमिंगनं 'मेकिंग फ्रेंड्स क्लब'चा नाद सोडून दिला. तिनं इंटरनेटमार्फत जास्तीत जास्त जणांना भेटण्यावर भर दिला. या पर्यायावर तिचा जास्त विश्वास होता. यातून दर्जेदार पुरुषांशी भेट होते, असं तिचं म्हणणं होतं.

एकदा मी छुनमिंगच्या घरी गेले होते तेव्हा तिनं क्यूक्यू चॅट सुविधा म्हणजे काय असतं ते दाखवलं. आपण ऑनलाइन आल्यानंतर त्या वेळी अन्य कोण कोण ऑनलाइन आहे, याची यादीच पाहता येते. ही यादी आपल्या प्रांतातले, आपल्या शहरातले, लिंग, वय यानुसार चाळता येते. लोक शारीरिक संबंधांविषयी भरपूर बोलतात, याची पूर्वसूचना छुनमिंगनं मला दिलेली होती. ती म्हणाली, "आपण अशा विषयांवर प्रत्यक्ष बोलू शकत नाही, म्हणून ऑनलाइन त्यावर चर्चा केल्या जातात."

ती ऑनलाइन होऊन काही मिनिटं होताहेत तोच एका पुरुषानं तिच्याशी संवाद साधण्याचा प्रयत्न केला. तो तिच्या मित्राचा मित्र होता आणि बॉयफ्रेंड म्हणून बरा होता म्हणून छुनमिंगची त्याच्याशी ओळख करून देण्यात आली होती.

'तुझं काम सुरू आहे का?'
'हो, तुझं?'
'नाही, मी घरी आहे.'
'कुठे आहेस?'

हा पुरुष तोंगकुआनमध्ये शहर नियोजनाचं काम करायचा. तो मूळचा शनतोंग प्रांतातला होता. वय सत्तावीस होतं. छुनमिंगनं तिचं वय पंचवीस वर्षं सांगितलेलं असलं तरी तो तिच्यापेक्षा तीन वर्षांनी लहान होता. काही क्षणांत, दोघांना एकमेकांना पाहता यावं म्हणून कॉम्प्युटरचे व्हीडिओ कॅमेरे सुरू करण्यापर्यंत त्यांचं बोलणं सरकलं. चश्मा घातलेला, जाडजूड असलेला तो तरुण फारच गंभीर दिसत होता.

'माफ कर, पण मी कुरूप दिसतो. तुला भीती वाटली का?'

छुनमिंग माझ्याकडे बघून म्हणाली, ''हा अतिशय प्रामाणिक वाटतो.''

तिनं लिहिलं, 'अजिबात नाही. ठीक दिसतोस तू.'

'तुझं लग्न झालंय का? तुला बॉयफ्रेंड आहे का?'

'नाही.'

'बरं, म्हणजे तू जरा रूढीवादी आहेस का?'

'नाही, मी रूढीवादी नाही, पण पारंपरिक आहे.'

'कशा प्रकारे?'

ती खूर्चीत मागे रेलून बसली. काहीतरी विचार करत माझ्याकडे बघून मोठ्याने म्हणाली, 'कशा प्रकारे?'

तो तरुण उतावळा होता. 'शरीरसंबंध?' दोघांच्या संभाषणात छुनमिंग सारखी मागे पडत होती. तो तिच्यापेक्षा पटापट टाइप करत होता. सुशिक्षित मंडळींना टाइप करण्यात अडचण येत नसे, पण छुनमिंगनं औपचारिक शालेय शिक्षण फार कमी घेतलं होतं.

तिनं लिहिलं, 'नाही, शरीरसंबंधांच्या बाबतीत नाही. बॉयफ्रेंडला भेटण्यासाठी मी ऑनलाइन येते.'

'लग्न हेच अंतिम उद्दिष्ट का असावं लागतं?'

'मला नाही वाटत तसं. मित्रांना भेटणंही चांगलं असतं.'

'तू कुठपर्यंत स्वीकारू शकतेस?' त्याला यातून विचारायचं होतं की, केवळ

मित्र असलेल्या पुरुषाबरोबर शरीरसंबंध ठेवशील का, छुनमिंगनं त्यामागचा अर्थ मला उलगडून सांगितला.

'आपण केव्हा भेटू या? काम संपलं की मला वेळ असतो.'

'अरे बापरे! तो मला भेटायचं म्हणतोय!' छुनमिंग जवळजवळ किंचाळलीच.

त्या रात्री छुनमिंग त्या तरुणाला भेटली वाटतं. माणूस म्हणून तो चांगला वाटत होता. त्याची नोकरीही चांगली होती, असं तिनं मला नंतर सांगितलं. पण तो फारच कुरूप होता. पोट सुटलेलं होतं. नाकपुड्यांजवळ डाग होता. पुढचे काही महिने, तिच्या मनात विचारांची आंदोलनं सुरू होती. त्याच्याविषयीच्या चांगल्या आणि वाईट गोष्टींचा संघर्ष हैदोस घालत होता. तो दिसायला अजिबात चांगला नाही. त्याचं शिक्षण नामांकित शाळेत झालंय. वयाच्या मानानं तो प्रगल्भ वाटतो. असे विचार तिच्या मनात उसळत होते. त्याच्या घरासाठी सोफा खरेदी करण्यासाठी ती त्याच्यासोबत गेली होती. एकदा तिनं त्याला शय्यासोबतही केली, पण त्याच्याबरोबर मनापासून नात्याचे बंध काही करून जुळत नव्हते. ती म्हणाली, "चीनमधले बरेचसे विवाह प्रेमावर उभारलेले नसतात. माझंही लग्न कदाचित तसंच असेल. पण, तडजोड करायची माझी सध्या तयारीच नाहीये."

* * *

तोंगकुआनमध्ये नशीब आजमावण्यासाठी आणि बदलण्यासाठी केवळ तरुणींचेच पाय या शहराकडे वळायचे, असं नाही. वय वाढलेल्या महिलांनाही आयुष्याला नव्यानं आकार देण्यासाठी हे शहर खुणावायचं. एकदा मी 'तोंगकुआन सिटी मेट्रोपोलिस डेस्टिनी प्लॅनिंग कंपनी' नावाच्या डेटिंग सर्व्हिसमध्ये गेले होते. हा क्लब मेकिंग फ्रेंड्स क्लबपेक्षा लहान होता. क्लब अत्यंत खास असल्याचा क्लबचा दावा होता. तिथे सदस्यत्व मिळण्यासाठी व्यावसायिक महाविद्यालयातून पदवीधर असणं किंवा दरमहा किमान दोन हजार युआन उत्पन्न असणं आवश्यक होतं. मी कंपनीच्या व्यवस्थापकीय संचालकांना आणि त्यांच्या दोन महिला सहायकांना भेटले. त्यांचे मोबाइल फोन सतत खणखणत होते. त्यांना भेटणं हा फार वैताग आणणारा अनुभव होता. एकीकडे, ते फक्त आपापसात बोलत बसले होते. दुसरीकडे, सतत त्यांचा मोबाइल खणखणत होता. दोघींपैकी एक सहायक तरुण आणि मृदू बोलणारी होती. दुसरी श्यीआंग यांग नावाची स्त्री मध्यम वयाची, सुदृढ शरीरयष्टीची, मुद्दाम स्वतःकडे लक्ष वेधून घेणारी होती. तिचा चेहरा लालसर होता. फर हॅट घातली होती. तिची नजर फार आक्रमक होती. दोघीही अविवाहित होत्या. त्यांचा कंपनीसोबत काम करण्याचा हेतू त्यांचं स्वतःचं लग्न जुळवण्यासाठी

खटपट करणं, हा होता.

व्यवस्थापकीय संचालकानं फ्रेंचाइजी मॉडेलचा वापर करून शहरभर विवाहमंडळाच्या शाखा सुरू करण्याचं नियोजन केलं होतं. पण त्याचं बिझनेस कार्ड पाहून त्याचे इतरही जोडधंदे असल्याचं माझ्या लक्षात आलं.

सर्वंकष नियोजन
पर्यटन व्यवसाय
रिअल इस्टेट नियोजन
खासगी शिक्षक व हाउसकीपर्स
लायसेन्स ॲप्लिकेशन एजन्सी
क्रिएटिव्ह डिझाइन
कलेचे प्रशिक्षण
मार्केटिंग एजन्सी
मालमत्ताविषयक एजन्सी
वार्षिक मालमत्ता पाहणी
सीआयएस इनपुट
परंपरा व समारंभ
हेडहंटिंग
कायदेशीर सल्ला
वित्तीय लेखापरीक्षण
व्यवस्थापन सल्ला
विवाहाचं नियोजन
जॉब्ज सेंटर
सिव्हिल इन्व्हेस्टिगेशन
कर लेखापरीक्षण

आमचं बोलणं सुरू असताना एक मध्यमवयीन महिला क्लबतर्फे दिल्या जात असलेल्या सेवांविषयी चौकशी करण्यासाठी आली. देखणी होती. तिने काळा ब्लेझर आणि साजेशी पँट घातली होती. क्लबचे उपक्रम पाहण्यासाठी श्यीआंग यांग आम्हाला दोघींना एके ठिकाणी घेऊन गेली. कार्यालयातून बाहेर पडताना समोरच्या खिडकीवर रिअल इस्टेटची यादी लिहिलेली मी पाहिली.

त्या महिलेचं नाव सुन त्सुईफिंग होतं. ती आनहुई प्रांतातली होती. डिपार्टमेंट स्टोअरमधली तिची नोकरी गेलेली होती. नवऱ्याचं बाहेर प्रेमप्रकरण सुरू असल्याचं

कळल्यावर तिनं घटस्फोट दिला होता. तोंगकुआनमधल्या तिच्या मित्र-मैत्रिणींनी तिला तोंगकुआनमध्ये येऊन ते शहर कसं वाटतंय ते पाहण्याचा सल्ला दिला होता. गेले वीस दिवस ती तोंगकुआनमध्ये होती.

मी तिला म्हटलं, ''तुम्ही खूप धीराच्या आहात.'' पतीच्या बाहेरख्यालीपणामुळे जीवन उद्ध्वस्त झालेली एक महिला तोंगकुआनला आली होती, याचं मला नवल वाटत होतं.

''तुम्ही मध्यम वयाच्या महिलांविषयी लिहायला हवं. आमच्यासाठी जगणं किती आव्हानात्मक असतं. मी आत्ताच मोठी बहीण सुनना भेटले. त्यांच्या आयुष्यातला काहीच भाग मला कळला, पण जे कळलं त्यातून त्यांनी किती जखमा सहन केल्यात ते समजलं.'' श्यीआंग यांगनं मला सांगितलं.

सुन रडत असल्याचं मी पाहिलं तेव्हाही ती बोलतच होती. आम्हाला पाहताच सुन रस्त्याच्या कडेला स्तब्ध झाल्या. डोळ्यांतले अश्रू आम्हाला दिसू नयेत म्हणून सुन जरा बाजूला जाऊन आमच्याकडे पाठ करून चेहरा लपवण्याचा प्रयत्न करत होत्या. सुन पर्समध्ये चाचपू लागल्या. मी त्यांना डोळे पुसायला टिशू दिला. 'स्वतःला सावरण्यासाठी थोडा वेळ द्या. सगळं सावकाश होऊ दे.' मी तिला धीर देत म्हटलं.

आम्ही पुढे चालायला सुरुवात केली. श्यीआंग यांग नाइलाजानं जरा वेळ गप्प होती. थोड्या वेळानं पुन्हा तिची बडबड सुरू झाली. आता तर सुन तिथे नाहीचेत, असं समजून तिच्या बोलण्याचा जोर वाढत गेला. म्हणाली, ''सुन साठीच्या दशकातल्या पिढीच्या आहेत. त्या दिसायला सुंदर आहेत. उंचपुऱ्या आहेत. सक्षम आहेत. असं असूनही या समाजानं त्यांना नाकारलं आहे. आता त्यांचं वय झालंय, पण एके काळी त्या अत्यंत सुंदर होत्या. वाढतं वय रोखणं त्यांच्या हातात नाही. पांढरे होणारे केस, पडणाऱ्या सुरकुत्या त्या थांबवू शकत नाहीत.''

ती बोलतच सुटली होती. सुन यांचं व्यक्तिमत्त्व डोळ्यांसमोर उभं करत होती. तिचं बोलणं कानाला कठोर वाटत होतं. पण मी सुन यांच्याकडे कटाक्ष टाकला तर त्याही सहमतीनं हळूच मान हलवताना दिसल्या. त्या म्हणाल्या, ''माझ्या अनेक मित्रमंडळींचा या वयात घटस्फोट होतोय.''

श्यीआंग यांग मोठ्यानं म्हणाली, ''पुढे जाऊन हे आणखी कमी वयात घडू शकतं!''

सुन म्हणाल्या, ''या वयात पुरुष आर्थिकदृष्ट्या अधिक स्थिर असतात. त्यांना करण्यासारख्या अनेक गोष्टी असतात. पुरुष हॉटेलमध्ये गेला तरी तिथे तरुणी असतात. तो वाफ घेण्यासाठी स्नानगृहामध्ये गेला तरी तिथे तरुण मुली असतात. त्यानंतर तो हेअर सलूनमध्ये गेला तरी तिथेही तरुणी असतात.''

"आज समाजात पुरुषांची आर्थिक स्थिती सुधारतेय. त्यांची नैतिकता मात्र उतरणीला लागलीये. सुनसारख्या मध्यमवयीन महिलांना पाठबळ देण्यासाठी आपण समाजाला मार्गदर्शन करायला हवं." श्यीआंगनं मत व्यक्त केलं.

आम्ही वेगवेगळ्या उपक्रमांसाठीच्या केंद्रात गेलो. तिथे व्यायाम करण्यासाठी सामग्री होती, माहजोंगसाठी टेबल होतं. वाचन करण्यासाठीही जागा होती. श्यीआंग यांगची टिप्पणी सुरूच होती. म्हणाली, "ही वेळ अत्यंत महत्त्वाची आहे. सुन यांना आत्ता मदत करून त्यांची यातून सुटका केली नाही तर सागराच्या लाटेत कायमच्या हरवून जाणाऱ्या शेवाळ्यासारखी त्यांची स्थिती होईल."

मी तिच्या बडबडीकडे अजिबात लक्ष दिलं नाही. सुन अजूनही एकट्या का आहेत, याविषयी माझ्या डोक्यात तर्कवितर्क सुरू होते. मला सुनसोबत आणखी वेळ घालवायला आवडला असता. पण मध्येमध्ये श्यीआंगची व्यर्थ बडबड नको होती. एकीकडे सुन रडत असल्याचं आणि दुसरीकडे त्यांची तुलना शेवाळ्याशी केली जात असल्याचं पाहणं असह्य होत होतं. पुन्हा कधीतरी भेटता येईल म्हणून त्यांनी तोंगकुआनचा मोबाइल नंबर दिला. तिथून माझ्या घरी पोहोचल्यानंतर, इतका वेळ तापदायक, दुःखद भावनिक अनुभवातनं जात असल्याचं मला जाणवलं. रस्त्याच्या बाजूला उभं राहून जणू काय माझ्याच अश्रूंचा बांध फुटला होता.

त्यानंतरच्या काही महिन्यांत मी सुन यांचा नंबर अनेकदा फिरवला; पण तो एकदाही लागला नाही. तोंगकुआनमध्ये ती जे काय शोधत बसली होती ते तिला सापडलं की नाही, तेही मला समजलं नाही.

* * *

तोंगकुआन म्हणजे चीनची वेश्याव्यवसायाची राजधानी होती. तिथे उद्योग आणि देहविक्री व्यवसाय हातात हात घालून होते. भागीदार किंवा ग्राहकासोबत एक रात्र बाहेर असण्याचा शेवट अनेकदा शहरातल्या एखाद्या कॅरओकी बारमध्ये, मसाज पार्लरमध्ये, हेअर सलूनमध्ये किंवा स्नानगृहांमध्ये व्हायचा. ही सगळी ठिकाणं वेश्या व्यवसायामध्ये बरबटलेली होती. या व्यवसायाचे नित्याचे ग्राहक अनेकदा तैवान आणि हाँगकाँगमधल्या कारखान्यांचे मालक असायचे. हे पुरुष बायकोपासून लांब राहत असलेले, अशा ठिकाणी उधळण्यासाठी बक्कळ पैसा असणारे होते. बीजिंगमध्ये राहत असलेल्या माझ्या मित्रपरिवाराला तोंगकुआनची ही अपकीर्ती माहीत होती. जे या शहरात पूर्वी आले होते, त्यांना हॉटेलच्या लॉबीतच याविषयीचा प्रस्ताव अनुभवायला मिळाला होता. रात्री त्यांच्या खोलीतला फोनही खणखणला होता, 'साहेब, तुम्हाला मसाज हवा आहे का?' असं विचारण्यासाठी. या विश्वाविषयी

जाणून घेण्याची मला कमालीची उत्सुकता होती. पण त्यामध्ये शिरण्यासाठी एखाद्या पुरुषाची मदत गरजेची होती.

शहरातला बेन शॉल नावाचा एक अमेरिकन माझ्या माहितीत होता. त्याची शरीरयष्टी एखाद्या रग्बी खेळाडूसारखी होती. त्यानं तैवानमध्ये हिऱ्यांच्या व्यापारामध्ये काम केलं होतं. तेव्हा तो तोंगकुआनमध्ये काही व्यवसाय चालवायचा. त्यामार्फत सुरक्षा यंत्रणा, लायटिंग फिक्शर आणि मोबाइल फोनची विक्री करायचा. मी त्याला फोन केला. 'वेश्याव्यवसाय करत असलेल्या काही कॅरओकी मुलींशी ओळख करून देशील का?' असं विचारलं. बेन बऱ्यापैकी काळ चीनमध्ये व्यवसाय करत होता. माझ्या विनंतीचा त्यानं गंभीरपणे विचार केला. एका संध्याकाळी त्याच्या स्थानिक उद्योजक मित्रासोबत भेटायचं ठरलं. 'ही मंडळी जरा रांगडी आहेत', त्यानं आधीच मला सावध करून ठेवलं.

बेनचा मित्र आम्हाला नव्याकोऱ्या होंडा मिनीव्हॅननं आणायला आला होता. त्यामध्ये आठ जण आधीच बसले होते. गाडीची किंमत २८०,००० युआन असल्याचं त्यानं आम्ही गाडीत बसल्यावर सांगितलं. तशीच आणखी एक गाडी त्याच्याकडे होती. शिवाय एक बीएमडब्ल्यूही होती.

"तुझी बायको आहे का?" त्यानं बेनला विचारलं.

"नाही, आम्ही फक्त मित्र आहोत."

"म्हणजे मला संधी आहे." तो हसून म्हणाला. त्याचं नावं होतं कोंग यावफै, पण सगळे त्याला लाओ कोंग, म्हणजे वयस्कर कोंग म्हणायचे. नवरा यासाठीही अशाच प्रकारचा शब्द वापरला जायचा. त्याचं वय साधारण पंचेचाळीस असावं. त्याचा चेहरा सुकल्यासारखा, भकास दिसायचा. डोळे थकलेले. हसल्यावर तो आणखी थकलेला दिसायचा. माझ्या माहितीतले बरेचसे चिनी उद्योजक असेच दिसायचे.

लाओ कोंग काय करतो, ते मी त्याला विचारलं. त्यानं आकलनापलीकडलं काहीतरी उत्तर दिलं. अन्नातल्या काही सूक्ष्म घटकांची तपासणी करण्यासाठी स्वच्छताविषयक निरीक्षक वापरत असलेल्या कसल्याशा शास्त्रीय उपकरणाविषयी बोलला.

"इतक्या विशेष प्रकारच्या व्यवसायाकडे तुम्ही कसे वळलात?" मी विचारलं. त्यानं याचं थेट उत्तर दिलं नाही. त्यानं पूर्वी दीर्घ अंतर मोजण्यासाठी सर्व्हेअर वापरत असलेल्या इन्फ्रारेड उपकरणांची विक्री केली होती, असं म्हणाला. संधीसाधू नसाल तर चिनी उद्योजकता पचनी पडणार नाही. बरेचसे उद्योजक त्यांच्याशी अजिबात संबंधित नसलेल्या, अतिशय खास अशा उद्योगांत कार्यरत असायचे. माझ्या एका चिनी मित्राचा वर्गमित्र रेस्तराँ चालवायचा, औषध दुकानांची साखळी

सांभाळायचा आणि इंग्रजी शाळा चालवायचा.

लाओ कोंग आम्हाला आठ हजार चौरस मीटर इतक्या मोठ्या जपानी रेस्तराँमध्ये घेऊन गेला. आठ हजार चौरस मीटर असणं हेच या रेस्तराँचं मुख्य आकर्षण होतं. ही जागा अक्षरशः महालासारखी होती. लांबच्या लांब लाल कार्पेट, कृत्रिम बांबूंचे स्टँड, शिंपले आणि विंचवांसाठी भव्य टाक्या हे सगळं नजरेत भरत होतं. पाहुण्यांचं स्वागत करणाऱ्या ललना लाओ कोंग येताच लगबगीनं त्याच्या स्वागतासाठी आल्या. सम्राटासमोर मान खाली घालून, पाठ न दाखवता एक एक पाऊल मागे टाकत जाणाऱ्या दासींप्रमाणे त्या लाओच्या समोरून काही पावलं मागे गेल्या. लाओ कोंगचा आणखी एक भलताच व्यवसाय असल्याचं या प्रसंगातून माझ्या लक्षात आलं. इंटिरिअर डेकोरेशनचा. ते रेस्तराँ त्याचं कर्जदार होतं. ''म्हणूनच मी इथे फुकट जेवतो. जितकं जास्त, तितकं बरं.'' लाओ म्हणाला. तो आम्हाला रेस्तराँमधल्या थक्क करणाऱ्या बोळातून घेऊन चालला होता. काही खोल्या उघडून दाखवत होता. काही खासगी खोल्या प्रचंड मोठ्या होत्या. भरपूर जण एकत्र बसून खाऊ शकतील, अशी टेबलं या खोल्यांमध्ये होती. 'हा तोंगकुआनचा राजा आहे.' बेनला लाओचा थाट पाहून नवल वाटलं.

रात्रीच्या जेवणाच्या वेळी आमच्यासोबत आणखी एक उद्योजक आला. त्याचे डोळे आणखीच थकलेले दिसत होते. तो आणि लाओ कोंग एकत्र लहानाचे मोठे झाले ('सांस्कृतिक क्रांतीच्या वेळी त्याच्या कुटुंबानं माझ्या वडिलांना गुलाम बनवलं', असं लाओ कोंगनं सांगितलं.) बाकी पाहुण्यांमध्ये एका स्थानिक बँकेचा मॅनेजर आणि एक शिक्षक होते. या शिक्षकाची ओळख लाओ कोंगने 'उत्तम कॅरओकी गाणारा, मिडल स्कूलमध्ये संगीत विभागाचा प्रमुख' अशी सांगितली. बेननी मला त्या सगळ्यांच्या आणि लाओ कोंगच्या मैत्रीच्या स्वरूपाविषयी सांगितलं. बँक मॅनेजरनं त्याचं व्यवसायासाठीचं कर्ज मंजूर केलं होतं, तर त्याच्या मुलाला शाळेत चांगल्या ग्रेड मिळतील, याची काळजी तो शिक्षक घ्यायचा.

रोंग रोंग नावाची तरुणी लाओ कोंगच्या बाजूला बसली होती. कुआंगचौमधल्या विद्यापीठात ती वरिष्ठ पदावर होती. तिचा विषय इंग्रजी होता. तिनं उंच टाचांच्या चपला आणि मातकट लोकरीचा ड्रेस घातला होता. हातात महागडी हँडबॅग होती. नोकरीसाठी मुलाखतीला आलेल्या एखाद्या महाविद्यालयीन तरुणीसारखी रोंग रोंग दिसत होती. अपवाद एकच होता, चीनमधल्या विद्यार्थिनी तिच्यासारखे कपडे घालत नसत. ती लाओ कोंगची 'खास मैत्रीण' होती, पण काही केल्या यावर माझा विश्वास बसेना. तिच्यासारख्या मुलीला एखाद्या बहुराष्ट्रीय कंपनीत नोकरी मिळू शकते किंवा ती परदेशात ग्रॅज्युएट स्कूलमध्ये जाऊ शकते. ''हिच्यासारखी मुलगी याच्यासारख्या माणसासोबत कशी काय?'' मी बेनला म्हटलं.

बेन तीन वर्षांपूर्वी लाओ कोंगसहित रोंग रोंगला भेटला होता. तेव्हा ती अगदीच नवीन होती. तो म्हणाला, ''तिला भेटवस्तू आवडतात.''

जेवणाचा बेत उत्तम होता. तोंगकुआनमध्ये मी इतकं लज्जतदार जेवले नव्हते. सशिमी, कोब बीफ, करी क्रॅब सगळंच तोंडाला पाणी सुटण्यासारखं होतं. जेवता जेवता पुरुष मंडळी कसलेसे कागद एकमेकांना देत होती. मी ते कागद पाहायला मागितले. त्यामध्ये आगामी इंग्लिश प्रीमिअर लीगमधल्या फुटबॉल सामन्यांविषयी काही मुद्दे काढलेले होते. हे सगळे पुरुष जुगार खेळण्यात पटाईत होते. वर्षातून कित्येकदा मकाउतल्या कसिनोमध्ये जाणारे होते.

चीनमध्ये अशा प्रकारच्या पुरुषांना ताखुआन म्हटलं जायचं. म्हणजे, स्वतःच स्वतःला घडवलेले व्यावसायिक. त्यांच्या अफाट संपत्तीतून भ्रष्टाचाराचा वास यायचा. त्यांचा दिखाऊपणा आणि सढळ खर्च यामुळे त्यांचा तिरस्कार केला जायचा. यातल्या एकाला जरी अटक झाली आणि त्यानं आतापर्यंत दिलेल्या लाचेमुळे खिसे भरलेल्यांनाही तुरुंगाची हवा खावी लागली तरी आनंद साजरा केला जायचा. लाओ कोंग आणि त्याच्या मित्रांनी माझं पुस्तक कशाविषयी आहे ते विचारल्यानंतर माझं उत्तर शांतपणे ऐकलं. ऐकताच त्यांनी मी कसं लिहावं याच्या सूचना सुरू केल्या नाहीत. चीनविषयी माझी एकनिष्ठता सिद्ध करण्यासाठी त्यांनी मला हैराण केलं नाही.

मिडल स्कूलमधला शिक्षक जरा वेगळा होता. प्रत्येक गोष्टीची वर्गवारी करायची, त्याचा अर्थ लावायचा, जुळवाजुळव करायची, असा त्याचा आग्रह असायचा. त्यानं सुरुवात माझ्यापासून केली. 'तुम्ही हे पुस्तक सकारात्मक दृष्टिकोनातून लिहिताय का?' त्यानं विचारलं.

मी सकारात्मक किंवा नकारात्मक लिहायचं असं काही ठरवून लिहीत नाहीये. जे खरं असेल ते शब्दबद्ध करणार आहे, हे त्याला स्पष्ट केलं. नंतर त्यानं कुणाला तरी सांगताना मी ऐकलं, ''त्या सकारात्मक दृष्टीनं पुस्तक लिहिताहेत.''

नंतर त्यानं बेनकडे मोर्चा वळवला. ''तू अमेरिकेला परत जाईपर्यंत तुला पाश्चिमात्य पद्धतीनं जेवायची सवय राहणार नाही ना?''

बेन म्हणाला की त्याला चिनी आणि पाश्चिमात्य असं दोन्ही पद्धतीचं जेवण आवडतं.

''तुला चिनी पद्धतीचं जेवण जास्त आवडतं की पाश्चिमात्य?'' शिक्षकानं विचारलं.

''चिनी पद्धतीचं.'' बेननं नाइलाजानं उत्तर दिलं. मला तो इंग्रजीत म्हणाला, ''हा विषय कुठे जातोय ते दिसतंय मला.''

''चिनी पद्धतीचं जेवण जगातलं सगळ्यात उत्तम जेवण आहे. आणि सगळे

चिनी लोक चांगले आहेत.'' शिक्षकानं जाहीर करून टाकलं.

''खरंच? सगळे चिनी लोक चांगले असतात?'' मी विचारलं.

''नाही.'' लाओ कोंग म्हणाला. तोपर्यंत तो या संभाषणात सहभागी झाला नव्हता. ''सत्तर टक्के चिनी लोक वाईट असतात.'' लाओ कोंगनं हे इतकं ठासून सांगितलं की त्या विरोधात काही बोलायची शिक्षकाची हिंमतच नाही झाली. सत्तर टक्के चिनी लोक वाईट असतात, या निष्कर्षावर हा विषय संपुष्टात आला. एक व्यक्ती तोंगकुआनच्या राजासारखा होता आणि दुसरा केवळ मिडल स्कूलमधला शिक्षक, हे स्पष्ट दिसत होतं.

सिल्व्हरवर्ल्ड हॉटेलमधल्या क्लबला स्वतःचं प्रवेशद्वार होतं. आम्ही तिथे गेल्यावर स्वागतासाठी सज्ज असलेल्या सोळा जणींनी कमरेपासून वाकून अदबीनं आमचं स्वागत केलं. तिथली लॉबी एखाद्या नाइटक्लबच्या लॉबीसारखी होती. काळ्या रंगाची अंतर्गत सजावट, जांभळ्या रंगाची फ्लुरोसंट प्रकाशयोजना, काचेचे कप्पे असलेली संपूर्ण भिंत. त्या कप्प्यांवर शिवाज रिगल, जॉनी वॉकर, ग्रेट वॉल वाइनच्या बाटल्या ठेवल्या होत्या. एखादी दुर्मिळ कलाकृती खास पद्धतीनं ठेवावी त्याप्रमाणे या बाटल्यांच्या मागच्या बाजूने प्रकाश सोडला होता. तीन टेलिव्हिजन स्क्रीन्सकडे तोंड करून बसण्यासाठी कोच ठेवलेल्या खास खोलीतही आम्हाला नेलं गेलं. मधला भव्य स्क्रीन कॅरओकी संगीत व्हीडिओसाठी होता. उजवीकडचा स्क्रीन गाणी निवडण्यासाठी आणि मद्य मागवण्यासाठी होता. लाओ कोंगच्या उद्योजक मित्रानं लिव्हरपूल-मँचेस्टर युनायटेड सामन्यासाठी डावीकडचा स्क्रीन सुरू केला. त्यानंतर रात्रभर त्यानं ते सोडून बाकी कोणाकडेही लक्ष दिलं नाही. पैसे मोजून शारीरिक सुख उपभोगलं जायचं. यात इथे काहीच वावगं नव्हतं.

रोंग रोंग आणि लाओ कोंग कोचावर बसले. तिनं टेबलावर ठेवलेल्या फळांच्या ताटलीतून एक द्राक्षं घेतलं आणि त्याला भरवलं. नोकरांनी फळांच्या ताटल्या, ग्लास, बर्फाचे तुकडे, लिंबाचे तुकडे, शिवाज, व्होडका असं सगळं आणलं. रात्रभर इथला कार्यक्रम चालणार होता. सिगारेटच्या निमित्तानं लोकांचं आत-बाहेर करणं, लाल गुलाबांचा गुच्छ, स्टफ्ड प्राणी, जुन्या पद्धतीची नृत्यं असा सगळा तामजाम सुरू होता. मामी म्हणवली जाणारी एक महिला तिथे आली. कोणकोणत्या ग्राहकांना शरीरसुख हवंय आणि कोणाला गाणं गायचंय, हे ती पाहत होती.

त्यानंतर तिथे मुली आल्या. त्यातल्या सात जणींनी चकाकते सोनेरी इव्हिनिंग गाउन घातले होते. त्यावर स्पॅगेटी स्ट्रॅप. यामुळे त्या प्रॉम नाइटला आलेल्या

हायस्कूलमधल्या मुलींसारख्या दिसत होत्या. त्या दाराजवळ उभ्या होत्या. एअर-कंडिशनरच्या प्रचंड गारव्यामुळे त्यांचे उघडे खांदे गार पडले होते. त्यातल्या काही जणी एकमेकींना रेटारेटी करत होत्या. खी खी करत होत्या. पण एकीनंही ग्राहकाकडे पाहण्यासाठी मान वर केली नाही. प्रत्येक मुलीच्या मनगटात प्लॅस्टिक टॅग होता. त्यावर चारआकडी नंबर लिहिलेला होता. इतक्या आकडी नंबरनं मला चकित केलं. सिल्व्हरवर्ल्ड हॉटेलात दहा हजारांपर्यंत मुलींना सामावून घेण्याची डिजिटल क्षमता होती. मंगोलियातल्या काही भागांत तर इतके लांब फोन नंबरही नव्हते.

पुरुषाला एखादी मुलगी आवडली तर तो मामीला तिचा नंबर सांगायचा. मग ती मुलगी कोचवर त्याच्या बाजूला येऊन बसायची आणि त्याच्या मांडीवर हात ठेवायची. ग्राहक अतिशय चोखंदळ असायचे. त्यामुळे मामी टप्प्याटप्प्यानं सारखी मुली पाठवत राहायची. एखादा सम्राट त्याच्या जनानखान्याला कंटाळावा, त्याप्रमाणे तिथे येणारा पुरुष एकेका मुलीला नाक मुरडायचा. अत्यंत चोखंदळ ग्राहकाची भूक शमवणारी कोणी ना कोणी तिथे असायचीच. तोंगकुआनच्या मानानं विचार करता सिल्व्हरवर्ल्ड हॉटेल भव्य नव्हतं. तिथे तीनशे मुली कामाला होत्या.

१८०२ क्रमांक असलेली आह लिन नावाची मुलगी माझ्या बाजूला येऊन बसली. 'यातल्या काही पुरुषांना बाहेर जायचं आहे का?' तिने हळूच म्हटलं. ती सतरा वर्षांची होती. गोरी आणि लहान मुलांसारखा गोल चेहरा असलेली. काम करण्यासाठी बाहेर पडण्यापूर्वी ती दोन वर्षं छोंगछ्यींगमधल्या हायस्कूलमध्ये जात होती. तिचे वडील स्थलांतरित होते. आई शेती करायची. आह लिननं कारखान्यात नोकरी करण्याचं ठरवलं होतं, पण त्यापेक्षा कॅरओकी बारमधलं काम जास्त आकर्षक असल्याचं तिच्या मैत्रिणींनी सांगितलं. कामाला सुरुवात केली तेव्हा ती कुमारिका होती. पुरुषांनी दाणगटपणे शारीरिक चाळे केल्यानंतर ती रडली होती. आता ती सरासरी आठवड्यातून चार रात्री ग्राहकासोबत संभोग करते.

सिल्व्हरवर्ल्डमध्ये कामाची सुरुवात सायंकाळी साडेसातला होते. रात्री साडेअकरापर्यंत काम चालतं. ग्राहकासोबत बसणं, त्याच्या ग्लासात मद्य ओतणं, त्याला फळं भरवणं, ग्राहकाच्या गाण्याला दाद देणं, ग्राहकाला मिठ्या, चुंबनं, शारीरिक चाळे करू देणं यासाठी या मुली एका संध्याकाळसाठी दोनशे युआन, म्हणजे साधारण पंचवीस डॉलर कमवायच्या.

"जास्त लोकप्रिय मुली याहून अधिक कमावतात." आह लिननं सांगितलं.

'जास्त लोकप्रिय' म्हणजे काय ते मी तिला विचारलं.

"तुमची छाती मोठी असेल किंवा तुम्ही जास्त स्टायलिश असाल." आह लिन म्हणाली.

एखाद्या पुरुषासोबत संभोग करण्यासाठी एखादी मुलगी बाहेर जाणार असेल तर क्लब एका वेळेसाठी आठशे युआन आकारायचं. याला ख्वायत्सान, म्हणजे फास्ट फूड म्हणतात. संपूर्ण रात्र तिथे घालवण्यासाठी ग्राहकांना एक हजार युआन मोजावे लागत. खूश झालेले ग्राहक आनंदानं टीप म्हणून यापेक्षा दुप्पट किंवा तिप्पट रक्कम द्यायचे. काही मुलींना सारखी सारखी पुरुषांची सोबत करायला आवडायचं नाही. ज्या हे न कंटाळता करायच्या, त्या महिन्याला सहज वीस हजार युआन, म्हणजे अडीच हजार डॉलर कमवायच्या. स्थलांतरितांसाठी ही रक्कम मजबूतच होती. या मुलींनी कामावर असताना धूम्रपान करू नये, ग्राहकांनी मागवलेल्या पदार्थांवर ताव मारू नये किंवा कॅरओकी खोलीतल्या कोणाहीबरोबर संभोग करू नये, अशी अपेक्षा होती. याव्यतिरिक्त, त्यांचं आयुष्य मोकळं व निवांत होतं. असंख्य जणांचं आयुष्य कारखान्याच्या घड्याळ्यावर चालत असलेल्या या शहरात इथल्या मुली मात्र त्यांना वाटेल तितका वेळ झोपायच्या. तोपर्यंत माझ्या ओळखीच्या झालेल्या बाकी अनेक जणींपेक्षा कमी तास काम करायच्या.

काही निष्कर्ष काढू शकण्याइतकपत जग आह लिननं नक्की पाहिलं होतं. तिच्या मते, शारीरिक लगट करण्याच्या बाबतीत सछुआनी पुरुष अगदीच वाईट होते. कंजूषही. चिनी पुरुषांपेक्षा परदेशी पुरुष अधिक दयाळू असत. काही ग्राहक या मुलींना त्यांची गर्लफ्रेंड होण्यासाठी विचारत. पण आह लिन कधीही ग्राहकांच्या या गाजराला भुलली नाही. पण तरीही, मनात कुठेतरी बॉयफ्रेंड असावा, लग्न व्हावं, असं तिलाही वाटायचं. अर्थार्जनासाठी आह लिन काय करते ते तिच्या घरी कुणालाच माहीत नव्हतं. ती कारखान्यात काम करते, असं तिनं आई-वडिलांना सांगितलं होतं. घरी कुणाला संशय येऊ नये म्हणून ती उत्पन्नातले थोडेसेच पैसे घरी पाठवायची. त्यातल्या काही मुली घरून बाहेर पडल्यावर काही दिवस कारखान्यात काम करत होत्या. पण आता त्यांना पुन्हा त्या रगाड्यात जायची इच्छा नव्हती.

कॅरओकी विश्वात मामी सर्वोच्च स्थानी होती. शरीरसंबंधांची इच्छा असलेल्या पुरुषांबरोबर मुली ठरवून देण्याचं काम ती करायची. एखाद्या मुलीची पाळी सुरू असेल किंवा बरं वाटत नसेल तर ती पुरुषासोबत न पाठवण्याची विनंती करायची. प्रत्येक मुलीच्या उत्पन्नात मामीचा साधारण १५ टक्के हिस्सा असायचा. मामी चांगली असेल तर या मुलींची तिच्यावर फार निष्ठा जडायची. ती एक क्लब

बदलून दुसऱ्या क्लबमध्ये गेली तर मुलीही तिच्यामागून तिथे जायच्या.

कॅरओकी खोल्यांमध्ये दोन प्रकारच्या स्त्रिया काम करायच्या. 'डीजे' खोल्यांचे व्यवस्थापन करणे, मद्य आणि खाद्य पदार्थ देणे, ग्राहकांना गाणी निवडण्यासाठी मदत करणे, अशी कामं करायच्या. ग्राहकांसोबत मद्य घेणाऱ्या महिलांना 'चुओथाय श्याओच्यीऐ म्हटलं जायचं. श्याओच्यीए अनेकदा ग्राहकांसोबत संभोग करायच्या. आणि काही डीजेसुद्धा. डीजेना त्यांच्या उत्पन्नातला हिस्सा मामीला द्यावा लागायचा नाही, पण त्यांना दर महिन्याला विशिष्ट संख्येने ग्राहक तिथे आणावे लागायचे किंवा क्लबला पैसे द्यावे लागायचे. अनेक क्लब त्यांच्याकडच्या खोल्यांच्या संख्येपेक्षा जास्त डीजे घ्यायचे. ग्राहकांना जास्तीत जास्त खूश करण्यासाठी आणि क्लबला भरपूर पैसा मिळवून देण्यासाठी त्यांच्यामध्ये चढाओढ लागलेली असायची. क्लबच्या उतरंडीमध्ये सगळ्यात तळाशी वेटर असत. त्यांचं अस्तित्व असून नसल्यासारखं होतं. देह व्यापारामध्ये त्यांचा कसलाही सहभाग नसायचा. त्यांची अर्थार्जनाची क्षमता अगदी कमी असायची.

कराओकी विश्व स्वप्नाळू आणि बेगडी असतं. इव्हिनिंग गाऊन परिधान केलेल्या तरुणी तुमच्या सगळ्या विनोदांवर हसतात. खुषामत त्यांच्यामध्ये इतकी भिनलेली असते! 'तुम्ही त्वचा किती छान राखलीय,' एका श्याओच्यीएनं माझी स्तुती केली. नंतर बेनला खूश करत म्हणाली, 'तुमचं चिनी किती सुंदर आहे.' या मुली ग्राहकांना छेडायच्या. त्यांना लाओकुंग म्हणायच्या. म्हणजे पती. पुरुषांनाही हे सगळं आवडतं, असं वाटायचं. कितीही कल्पनारंजन करायचं म्हटलं तरी बायकोशिवाय आयुष्य ही कल्पना त्यांना आवाक्याबाहेरची वाटत असावी. त्यामुळे कदाचित त्यांना हे क्षणिक सुख गुदगुल्या करणारं वाटत असावं. दर थोड्या वेळानं कोणीतरी गायला उभं राहायचं आणि दुसरं कोणीतरी टाळ्या वाजवून दाद द्यायचं. ही खोली अंधारी होती. एकही खिडकी नव्हती. हातातले ग्लास सतत भरलेले होते.

चरितार्थासाठी काय करतात, याविषयी इथल्या महिला कमालीच्या मोकळेपणाने बोलायच्या. सलग दोन रात्री वेगवेगळ्या क्लबमध्ये जाऊन मी या मुलींपैकी असंख्य जणींना भेटले. मला तोंगकुआनविषयी पुस्तक लिहायचंय, असं मी सांगितल्यावर त्यांच्यापैकी एकीनंही दुसरीचं अनुकरण न करता माझ्याशी गप्पा मारल्या. ग्राहकांशी लैंगिक संबंध असल्याचंही त्यांनी नाकारलं नाही. क्वचित काही ठिकाणी मला त्यांचं बोलणं संशयास्पद वाटलं. काही जणी उत्पन्नाचे आकडे अवास्तव सांगत होत्या किंवा त्यांना फसवून या मार्गाला लावण्यात आल्याचं म्हणत होत्या. उद्याच या गाळातून बाहेर पडण्याचा प्रयत्न करणार असल्याचा निश्चय बोलून दाखवायच्या. त्यांची ही वाक्यं मात्र पटणारी नव्हती. एक नक्की,

मला वाटलं होतं तशा त्या चिडचिड्या किंवा बोलतं करायला अवघड अशा नव्हत्या. बाकी मुलींसारखंच त्यांचंही भावविश्व जाणवलं. आम्ही गप्पा मारत असताना मध्येच त्या किशोरवयीन मुलींसारखं खळखळून हसायच्या. काही वेळा रडल्याही.

या मुलींविषयी नेमका काय विचार करावा, तेच कळत नव्हतं. तिथल्या लाउंजमध्ये ज्या प्रकारचे चिनी पुरुष सर्रास येत, त्यांच्याबरोबर लैंगिक संबंध ठेवणं खरंच भयानक होतं. त्यामुळे या बाबतीत इथल्या मुलींना नक्कीच सहानुभूती दाखवायला हवी. त्यांचा दिवसातला बराचसा वेळ आरामात जायचा, म्हणजे निवांतपणे कॉकटेलचे घोट घेणे, दाणे खाणे, म्युझिक व्हीडिओ पाहणे. यासाठी त्यांना बक्कळ पैसा मिळायचा. मिनसारख्या मुली कष्ट करून वर्षभरात जितकं कमवायच्या त्यापेक्षा जास्त कमाई यांची महिनाभरात व्हायची. या क्षेत्रात प्रवेश करण्याच्या बाबतीत मात्र या मुली आणि स्थलांतरित तरुणी यांच्यात साम्य असायचं. एखाद्या कारखान्यातलं किंवा शहरातलं कोणीतरी ओळखीचं आहे म्हणून स्थलांतरित होणाऱ्या तरुणींप्रमाणेच इथल्या बहुतांश तरुणी मैत्रीण किंवा चुलतबहिणीच्या मार्फत कराओके क्लबमध्ये आल्या. एकदा या मायाजालात पाय पडला की इथून बाहेर न जाण्यासाठी असंख्य कारणं मिळतात. काम सोपं होतं, पैसे चांगले मिळत होते, जगाची ओळख होते, एक ना अनेक.

माझी ओळख झालेल्या कारखान्यांतल्या मुलींपेक्षा कॅरओकी मुली चांगल्या परिस्थितीतून आलेल्या होत्या, हे जाणून नवलच वाटलं. शेतकी गावात नाही, तर त्यांचं बालपण लहानशा शहरात किंवा मोठ्या शहरात झालेलं असायचं. त्यांच्यावर कुटुंबाची आर्थिक जबाबदारी तशी कमी होती. काही जणी तर हायस्कूलमध्येही शिकलेल्या होत्या. यामुळे ग्रामीण भागात त्या उच्चभ्रू वर्गात मोडत. दोन वर्षं हायस्कूलमध्ये शिक्षण झालेली आह लिन तिच्या गावातली सगळ्यात जास्त शिकलेली तरुण व्यक्ती होती. ती म्हणाली, ''मी घरून बाहेर पडावं आणि यशस्वी व्हावं, अशी माझ्याकडून अपेक्षा होती. मी अशा ठिकाणी काम करतेय हे कळलं तर घराकडचे मला कधीच अजिबात माफ करणार नाहीत.''

कारखान्यात काम करणाऱ्या तरुणींच्या तुलनेत, या मुली मनासारखं वागायला मोकळ्या होत्या. शहरात येण्याचं सुस्पष्ट लक्ष्य त्यांच्यासमोर नसल्यानं काही प्रमाणात त्या भरकटलेल्या वाटल्या. वेश्याव्यवसायात येण्यासाठी त्यांना कोणीही भाग पाडत नाही. खरं तर, आयुष्याकडून त्यांच्या वेगळ्या अपेक्षा होत्या म्हणून त्यांनी या प्रकारचं काम निवडलं. त्यांतल्या बहुतांश जणींना शेवटी घरीच परतायचं असायचं. घरी परतल्यावर कपड्यांचं दुकान किंवा हेअर सलून सुरू करायचं असायचं. असं केलेलं कोणी ना कोणी त्यातल्या प्रत्येकीला माहीत असायचं. हे स्वप्न साकार

करण्यासाठी प्रेरित असलेल्या तरुणी यासाठी आवश्यक असलेली रक्कम वर्ष-दोन वर्षांत साठवायच्या. पण मार्गावरून भरकटण्याची शक्यता जास्त असायची.

पुढल्या रात्री, एका पंचतारांकित हॉटेलातल्या क्लबमध्ये मला तिंग श्यीया भेटली. ती तेवीस वर्षांची होती. उंच, रेखीव गाल, उंच नाक असलेली. केवळ शिडशिडीत आणि तरुण असलेल्या बाकीच्यांच्या तुलनेत ही खरंच जात्याच सुंदर होती. ती घराबाहेर पडून सहा वर्षं झाली होती आणि तिनं म्हणे तेव्हापासून सहा लाख युआन साठवले होते. एक लाख युआन साठवल्यावर तिनं ठरवलं होतं की कोणीही ओळखीचं नसलेल्या दुसऱ्या एखाद्या शहरात जायचं आणि तिथे एखादं दुकान सुरू करून साधं-सरळ आयुष्य सुरू करायचं. तिच्या स्वप्नांच्या इमल्यांमध्ये मला काही गोष्टी खटकल्या. तिंग श्यीया ज्या प्रकारचं दुकान सुरू करायचं म्हणत होती त्यासाठी इतक्या अफाट पैशांची गरज नव्हती. ती अजूनही इथे का राहत होती, याचं स्वतःच्या मनाला समाधान म्हणून ती हे खोटं बोलत असावी.

श्याओच्यीए नंतर मामी बनण्याची शक्यताही असायची. तिंग श्यीया काम करत असलेल्या क्लबमधली मामी ठेंगणी आणि व्यवहारकुशल होती. हातात वॉकी-टॉकी होती. तिच्या बिझनेस कार्डावर प्रमोशन्स मॅनेजर असं लिहिलेलं होतं. तिच्या हाताखाली साठ मुली होत्या आणि यापूर्वी ती कपड्यांचा व्यवसाय करायची, असं मला म्हणाली.

"बऱ्याच मुली श्याओच्यीएवरून मामी बनतात का?" मी तिला विचारलं.

"फार कमी. अगदी एक टक्का." ती म्हणाली.

"कसं काय?"

ती म्हणाली, "हे काम करण्यासाठी कौशल्य असावं लागतं." तिनं नम्रपणे माझ्या हातात बिअरचा ग्लास दिला आणि तिच्या कामाला निघून गेली. ती तिथून जाताच तिंग श्यीया तिथे आली आणि म्हणाली, "ती आधी इथे श्याओच्यीए होती." तिंग श्यीयानं या क्लबमध्ये तसं बराच काळ काम केलं होतं. त्यामुळे तिच्याकडे बऱ्यापैकी माहिती होती. पण बाकीचे लोक फार पटापट नोकऱ्या बदलायचे.

रात्र चढत जाते तसा तिथला रंग बदलू लागायचा. अन्नपदार्थ खाऊन झालेले असायचे. मद्याच्या बाटल्या रित्या झालेल्या असायच्या. प्रत्येक जण गाऊन गाऊन दमलेला असायचा. काही श्याओच्यीए कपडे बदलायला जायच्या. जीन्स आणि विंडब्रेकर्स घालून परत यायच्या. या कपड्यांत त्या खूपच तरुण दिसायच्या. जांभया देत, त्या पुरुषांच्या खांद्यावर डोकं ठेवून बसायच्या. एका क्षणी, या तरुणी

आपल्या प्रेयसी असल्याचा भास या पुरुषांना व्हायचा. पण झोपायची वेळ उलटून गेल्यावर त्यांना त्या झोप येत असलेल्या लाडक्या लेकी वाटायच्या.

शेवटी, या सगळ्या कार्यक्रमाचं बिल समोर यायचं. खोलीसाठी शुल्क असायचं, खाद्य पदार्थ आणि पेयाचं बिल असायचं. श्याओच्यीएंना दोनशे युआन दिले जायचे. स्टफ्ड ॲनिमल विकणारी तरुणी पैसे घेण्यासाठी त्या खोलीत आली. पण, बेनच्या सहकाऱ्यानं रात्रभर ज्या तरुणीची सोबत मनसोक्त अनुभवली तिच्यावर आता रात्र सरल्यानंतर, आणखी पैसे उधळण्याची त्याची इच्छा नव्हती. भविष्यात खोली राखून ठेवायची झाली तर म्हणून डीजेनी संपर्काचा तपशील या पुरुषांच्या हातात हळूच सरकवला. सगळे एकत्रित कराओकी खोलीतून बाहेर पडले. मामीसोबत पुरुष एलेव्हेटरच्या दिशेने गेले आणि तरुणी वेगळ्याच रस्त्यानं गायब झाल्या.

* * *

काही वेळा या तरुणींचं अचानक नशीब उघडतं. छुनमिंगच्या आह निंग नावाच्या मैत्रिणीनं नुकताच घटस्फोट घेतला होता आणि तोंगकुआनमधल्याच एका धनाढ्य पुरुषासोबत डेटिंग करायला सुरुवात केली होती. एकदा तिनं मला आणि छुनमिंगला रात्री जेवायला बोलवलं. ती राहायची त्या इमारतीचा परिसर बकाल दिसत होता. सगळीकडे कचऱ्याचं साम्राज्य. एअरकंडिशनरमधून टपकणारं पाणी इमारतीच्या बाजूलाच सोडलेलं होतं. आतमध्ये गेल्यावर मात्र वेगळा अनुभव आला. आतून घर ऐसपैस आणि टापटीप होतं. हलके रंग आणि लाकडी फ्लोअर्सनं छान सजवलेलं होतं.

आह निंगनं मोत्याच्या रंगाचा लांब स्कर्ट घातला होता. त्यावर लोकरीचं विणलेलं जाकीट. ती खूश आणि सुंदर दिसत होती. आमच्यासाठी तिनं वाफेवर शिजवलेले मासे, झणझणीत स्पेअर रिब्स आणि चिकन फीट, पपई, टॉमेटोचं सूप बनवलं होतं. जेवता जेवता ती तिच्या बॉयफ्रेंडविषयी सांगत होती. तो कामानिमित्त सतत बाहेर असायचा. तिच्यापेक्षा आठ वर्षांनी मोठा होता. दोघंही नुकतेच बीजिंगमध्ये सुटी घालवून परत आले होते. त्यानं तिथे बराचसा वेळ फुटबॉल सामन्यांवर सट्टा लावण्यातच घालवला.

"त्याचं उत्पन्नाचं साधन काय आहे?" छुनमिंगनं विचारलं.

"तो सगळं करतो." आह निंगनं उत्तर दिलं.

"सगळं?" छुनमिंगचे डोळे विस्फारले.

"तो लहानाचा मोठा इथेच झाला. इथे वाढलेले लोक जुगार आणि तस्करीच्या नादी लागतात. लहानपणापासूनच त्यांनी ते पाहिलेलं असतं." आह निंग म्हणाली.

तिच्या बॉयफ्रेंडच्या आग्रहाखातर तिनं माहजाँग खेळायला सुरुवात केली होती आणि नुकतेच एका खेळात सहा हजार युआन - साडेसातशे डॉलर - गमावलेही होते.

समोर येणारी प्रत्येक गोष्ट एकापेक्षा एक भयानक होती. "तो तुझ्याशी नीट वागतो ना?" मी तिला विचारलं.

"माझ्याशी एकदम छान वागतो" आह निंग म्हणाली.

छुनमिंगनं आणखी नेमका प्रश्न विचारला. "तुझ्याशी लग्न करण्यापूर्वी त्याचं लग्न झालं होतं का?"

या प्रश्नानं आह निंगचा आवाज लगेच खाली आला. "हो. त्याला सातेक वर्षांची मुलगी आहे."

त्या दिवशी छुनमिंगनं पुरुषांना भेटण्याचा वेगळाच मार्ग अनुभवला. लग्न जमवणाऱ्या एका वेबसाइटवर अत्यंत सुंदर मुलीच्या फोटोजवळ कुणीतरी छुनमिंगचा फोन नंबर लिहिला होता. हे चुकून झालं होतं की कुणी जाणूनबुजून केलं होतं माहीत नाही, पण दिवसभर छुनमिंग फोन उचलून हैराण झाली.

फोटोत आहात त्या तुम्हीच आहात का?

तुमचे केस लांबसडक आहेत का?

तुमची उंची १.६६ मीटर आहे का?

जेवण झाल्यानंतर छुनमिंग टीव्हीवर मालिका बघायला गेली. ही मालिका, कुष्ठरोग्यांच्या वसाहतीतल्या रहिवाशांना मदत करण्यासाठी संघर्ष करत असलेल्या प्राचीन कोरियातल्या डॉक्टरांविषयी होती. पण मालिका बघताना चित्रविचित्र पुरुषांचे कॉल तिला सतावत होते.

'हॅलो, कोण बोलतंय?' कॉल आल्यावर ती म्हणायची.

पलीकडच्याचं बोलणं ऐकल्यावर म्हणायची, "होय, कुणीतरी तो फोटो आणि माहिती दिलीय, पण ती मी नाही. फोन नंबर फक्त माझा आहे."

काही क्षण शांतता. "हरकत नाही. आपण अजूनही पुढे बोलू शकतो. मैत्री करू शकतो. तुम्ही कुठे असता? काय करता?" ती शक्य तितक्या गोड आवाजात बोलायची.

तिला कॉल करत असलेले पुरुष इंडस्ट्रिअल ऑटोमेशनमधले किंवा कारखान्यात काम करणारे होते. ते च्यीआंगसु किंवा कानसूचे होते. आणखी काही पुरुषांशी बोलल्यावर तिनं बाकींना टाळायचा प्रयत्न केला. 'आत्ता कामात आहे, पण नंतर नक्की संपर्क करा,' असं सांगितलं. संभाषण आटोपतं घेण्याचा प्रयत्न फक्त तीच करत होती. कॉल संपल्यावर तिनं मोबाइलवर आलेल्या मेसेजवर नजर टाकली.

"हॅलो, मी थांगश्यीयामध्ये फॅक्टरी मॅनेजर आहे. काही हरकत नाही. अजूनही

मी नवे मित्र बनवू शकते. आणि कदाचित त्यातले काही जण आमच्या कंपनीकडून सुटे भाग विकत घ्यायला तयारही होतील.'' तिच्या प्रयत्नांना दाद द्यायला हवी. वैयक्तिक जीवनात अपघातानं तिला मिळालेल्या नव्या चेहऱ्याचा उपयोग तिनं शिताफीनं केला. यातून तिनं, इंडस्ट्रिअल मोल्डसाठी तिच्या कंपनीकडून सुटे भाग घेण्यासाठी या पुरुषांची मनवळवणी करण्यासाठी संधी पाहिली.

''ती स्त्री खरंच फार सुंदर असेल.'' छुनमिंगनं मिस्ड कॉल आणि मेसेज चाळत म्हटलं.

''ती तू नाहीयेस हे तू सांगितल्यावरही हे पुरुष तुझ्याशी बोलत राहतात.'' मी म्हटलं.

आह निंग म्हणाली, ''या शहरातले असंख्य जण फार एकटे आहेत.''

त्या संध्याकाळी आम्ही स्थानिक नाइटलाइफ अनुभवण्याचं ठरवलं. तिथलं नाइटलाइफ क्लब आणि बारच्या नव्यानं सुरू झालेल्या शॉपिंग प्लाझाभोवती केंद्रित झालं होतं. आतमधली ठिकाणं काळोखी आणि एकाकी होती. जांभळे निऑन लाइट आणि ठणठणातं संगीत असा माहोल होता. प्रचंड मेकअप केलेल्या महिलांचे लहान लहान गट बसले होते. त्यांच्याकडे पाहूनच त्या वेश्या असल्याचं कळून येत होतं. चालता चालता छुनमिंगनं मोबाइलवरून मेसेज टाकले.

मी सरकारी अधिकारी आहे. इथे सहा वर्षं वास्तव्य करत आहे.

आज रात्री काय करताय?

हॅलो, आपण मैत्री करायची का?

आम्ही शेवटी आह निंगच्या घराजवळच्या बारमध्ये आलो. निरनिराळ्या कार्यालयांत काम करणाऱ्या तरुणाईची तिथे गर्दी होती. आम्ही तिथे बराच वेळ रेंगाळलो. त्यामुळे बरीच विचित्र दृश्यं बघायला मिळाली. भरपूर मद्यपान करून झाल्यावर एका स्त्रीनं स्वतःला एका पुरुषावर झोकून दिलं. तो कदाचित तिचा सहकारी असावा. त्याच्या गळ्याभोवती दोन्ही हात वेढून घेऊन तिनं त्याच्या छातीवर डोकं विसावलं. या प्रकारानंतर तो पुरुष स्तब्ध उभा होता. एखादा सैनिक कर्तव्य बजावत ताठ उभा असावा असा. माझी नजर त्या महिलेकडे परत फिरली तेव्हा ती सावरलेली होती. तिच्या मैत्रिणींशी गप्पा मारत होती. तो पुरुष संधी साधून तिथून गायब झाला होता. जवळच, जाडजूड मांड्या असलेली एक महिला बिबट्याच्या त्वचेसारखा दिसणारा मिनिस्कर्ट घालून धातूच्या बनवलेल्या पिंजऱ्यात नाचत होती. बऱ्याच गाण्यांवर नाचून झाल्यावर ती पिंजऱ्याच्या मागच्या बाजूला असलेल्या छोट्याशा चौकोनी दारातून बाहेर आली. बारच्या दिशेनं गेली. तिनं मद्य

मागवलं.

आह निंगची मैत्रीणही आमच्यासोबत होती. बिअरच्या पाच बाटल्या आमच्या टेबलावर ठेवण्यात आल्या. त्या महिलेनं मद्यपानाविषयी एक खेळ सुरू केला. आह निंग आणि तिच्या मैत्रिणीनं सर्वप्रथम मद्य घेतलं. सोंगट्यांच्या या खेळासाठी बाकी टेबलांवरचे बरेच पुरुष आमच्याइथे घिरट्या घालत होते. साधारण मध्यरात्र झाल्यावर छुनमिंगनं ती आणि मी आह निंगच्या घरी जाण्याचा विषय काढला. आम्ही दोघी त्या रात्री तिच्याकडेच राहणार होतो. छुनमिंगला अजूनही पुरुषांचे मेसेज येतच होते.

तू आत्ता कुठे आहेस?

काय करतेयस?

रात्री एक वाजता फोन खणखणला. आह निंगच्या मैत्रिणीचा फोन होता. आह निंग इतकी प्यायली होती की तिला धड चालताही येत नव्हतं. 'आम्ही तिला काही मदत करू शकतो का,' असं ती विचारत होती. छुनमिंग बाहेर पडली. आम्ही जिथे राहत होतो त्याच संकुलात आह निंगची ही मैत्रीणही राहत होती. छुनमिंग एकटीच परत आली. आह निंगला मित्राकडे एका कोचावर झोपवलं असल्याचं तिनं सांगितलं.

दोन वाजता पुन्हा फोन वाजला. आह निंग तिथे फेऱ्या मारत होती आणि ती झोपायला तयारच नव्हती. 'आम्ही मदत करू शकतो का,' असा पुन्हा प्रश्न आला. छुनमिंग परत तिकडे गेली. मी झोपण्याचा प्रयत्न करत होते.

अडीच वाजता छुनमिंग परत आली. मी झोपले होते त्या खोलीत आली. दिवा लावला आणि बेडवर बसली. "मला तुम्हाला काहीतरी सांगायचंय." ती म्हणाली. छुनमिंग तिकडे गेली तेव्हा आह निंग ग्लानीमध्ये असंबद्ध बडबडत होती. वरती जायचंय आणि त्याला सांगायचंय, असं काहीतरी बोलत होती. ती नेमकं काय बोलतेय ते छुनमिंग आणि मैत्रिणीला कळेना; पण त्या दोघींनी शेवटी तिला वरती घेऊन जाण्याची तयारी दाखवली. वर गेल्यावर अर्धी चड्डी आणि बनियन घातलेल्या एका हडकुळ्या आणि सावळ्या पुरुषानं दार उघडलं. तो आणि त्याच्यासारखेच कपडे घातलेले आणखी तीन पुरुष माहजोंग खेळत होते. त्या पुरुषानं आह निंग आणि तिच्या मैत्रिणींना आत घेतलं. या तिघींना एका खोलीत नेलं. तिथल्या बेडवर आह निंगला झोपवण्याची खूण केली आणि तो माहजोंग खेळायला निघून गेला.

तो पुरुष म्हणजे आह निंगचा बॉयफ्रेंड होता, असं छुनमिंगनं सांगितलं. तो कामानिमित्त कुठेही बाहेर गेलेला नव्हता. त्यापेक्षा भयानक म्हणजे, त्याला तिची

जराही पर्वा असल्याचं जाणवत नव्हतं. छुनमिंग मला म्हणाली, "ती खोटं बोलली आणि तो कामानिमित्त बाहेरगावी गेल्याचं सांगितलं. खरंतर तो मित्रांबरोबर माहजोंग खेळत बसला होता. तो तिच्याशी छान वागतो, असं ती कायम सांगत आलीय. हा तर किती वयस्कर आहे. किती कुरूप."

दुसऱ्या दिवशी सकाळी आम्ही आह निंगची पर्स देण्यासाठी त्या पुरुषाच्या घरापाशी थांबलो. त्यानंच दार उघडलं. त्याचा चेहरा अरुंद आणि राकट होता. काळसर लाल. तो चाळिशीत असावा. आम्हा दोघींशी एक शब्दही बोलला नाही. छुनमिंग बरोबर बोलत होती; तो दिसायला फार चांगला नव्हता. आह निंग अजूनही गाढ झोपलेली होती. तिला डोळेही उघडवत नव्हते. काही न बोलता तिनं पर्स स्वीकारली. छुनमिंग म्हणाली, "उठलीस की मला कॉल कर."

पुढल्या वेळी मला छुनमिंग भेटली तेव्हा मी तिच्याकडे आह निंगची चौकशी केली. ती त्या रात्रीविषयी काय बोलली? ती अजूनही त्याच बॉयफ्रेंडबरोबर आहे का? छुनमिंग मला म्हणाली, की आह निंगचा बॉयफ्रेंड तिच्याशी प्रामाणिक नाही. तरीही आह निंग डेटिंगविषयीच्या साइटवर कुठेही दिसत नाही. ती फक्त आनंदी असल्याचा आव आणते. एकंदर, तिचं हे नातं म्हणजे चुकीच्या ओळखीचाच आणखी एक प्रकार आहे.

असेम्ब्ली लाइनमधलं इंग्रजी

तोंगकुआनमध्ये अनेकदा मी एकटीच रेस्तराँमध्ये जायचे. खात असताना काहीतरी लिहायचे किंवा अमेरिकन मासिक वाचायचे. मी मूळचा चिनी बाणा तिथे सोडलेला नव्हता. तिथल्या वेट्रेस किंवा रेस्तराँच्या मालकाशी मी माझ्या मूळ भाषेत गप्पा मारू लागले की ते आदरानं म्हणायचे, ''तुमचं इंग्रजी एकदम छान असेल ना!''

माझा जन्म अमेरिकेत झालाय, असं मी त्यांना सांगायचे.

''मग तुमचं इंग्रजी कदाचित आठ ग्रेडचं असेल ना?''

'चीनमध्ये इंग्रजीसाठी ग्रेड दिल्या जातात तशा अमेरिकेत दिल्या जात नाहीत,' असं माझं त्यावर उत्तर असायचं. तुमच्यासाठी जशी चिनी भाषा, तशी माझ्यासाठी इंग्रजी, असंही मी त्यांना सांगायचे. पण यामुळे त्यांचा 'आ' अधिक वासला जायचा. बाकी काही फरक पडायचा नाही.

''मग तर तुमचं इंग्रजी किमान आठ ग्रेडचं तरी असेल.''

मी पत्रकार आहे, हे ऐकून लोकांची घोर निराशा व्हायची. माझी क्षमता पाहता, मी ट्रेडिंग कंपनीत लठ्ठ मानधन घेणारी अनुवादक बनू शकेन, असं मला सांगितलं जायचं. इंग्रजी म्हणजे श्रीमंतीचा आणि समाधानाचा मार्ग मानला जायचा. त्यांच्या दृष्टीनं मी म्हणजे, लॉटरी जिंकलेली; पण रक्कम नाकारलेली व्यक्ती होते.

चीनमधल्या प्रत्येकानं शाळेत असताना काही वर्षं इंग्रजी भाषा शिकलेली होती, पण ही भाषा सफाईदार बोलू शकणारी व्यक्ती सापडणं दुर्मिळ होतं. शाळेतल्या अभ्यासात व्याकरणावर आणि शब्दार्थाच्या पाठांतरावर भर असायचा. शिक्षक अनेकदा त्यांच्या विद्यार्थ्यांसारखे स्तंभित होत. सगळ्यांची मानसिकता अशी होती : तोंड उघडून नामुष्की ओढवून घेण्यापेक्षा सगळ्यांमध्ये मूक राहिलेलं बरं. अनेकदा प्रयत्नांची पराकाष्ठा करूनही आणि अपार परिश्रम घेऊनही चिनी मंडळींना इंग्रजी भाषा आत्मसात करता येत नव्हती. त्यामुळे इंग्रजीचा अभ्यास केवळ त्या प्रतीचा आदर वाढण्यासाठी केला जात असल्यासारखं वाटायचं.

तोंगकुआनमध्ये इंग्रजी हा व्यावसायिक जीवनाचा पाया होता. परदेशी ग्राहकांना सेवा देणाऱ्या हजारो कारखान्यांमध्ये व्यवसायासाठीची भाषा इंग्रजी हीच होती. याचा अर्थ तिथल्या लोकांना उत्तम इंग्रजी यायचं असं नाही; आपल्या क्षेत्रापुरतं आवश्यक असलेलं इंग्रजी तिथे काम करणाऱ्यांनी अवगत केलं होतं. बऱ्याचदा ते संक्षिप्त रूपात किंवा आद्याक्षरी शब्दांत बोलत. ऐकायला ते तुटक वाटायचं. त्यांचं विस्कळित इंग्रजी ऐकून कोणताही अमेरिकन गोंधळात पडला असता. ऑर्डर फॉर्मवर 'फ्री ऑन बोर्ड हाँगकाँग' यासाठीच्या वापरल्या जाणाऱ्या एफओबी एचके या अल्परूपातून, ग्राहकानं ऑर्डर दिलेल्या उत्पादनाच्या कोणत्या पातळीवर त्या उत्पादनाची मालकी ग्राहकाकडे जायची, ते सूचित केलं जायचं. एल, डब्ल्यू आणि एच यातून त्याची परिमाणं कळायची. प्लॅस्टिक पॅकेजिंग म्हणजे पीपी किंवा पीई. असेम्ब्ली लाइनवरची यंत्रही तोडक्यामोडक्या इंग्रजीतच काम करायची. कामगारांना रूट फाइंडर आणि कीबोर्ड टेस्ट आणि लूपबॅक क्यू क्विटमध्ये पाठवण्यासाठी कोणतंही बटण दाबा, अशा सूचना द्यायची.

तोंगकुआनमध्ये माझ्या परिचयाच्या जवळजवळ प्रत्येकीनं कधी ना कधी इंग्रजी भाषेवर ठरवून हल्ला चढवला होता. काही काळ, मिननं संध्याकाळचा वेळ एक जीर्ण झालेलं पुस्तक वाचण्यात घालवला. पुस्तकाचं शीर्षक होतं क्रेझी इंग्लिश क्रॅश कोर्स. त्यापूर्वी हे पुस्तक तिच्या मोठ्या बहिणीनं वापरलं होतं. इंग्रजी शिकण्याचा अयशस्वी प्रयत्न करत तिनं पुस्तकातला पहिला एक तृतीयांश भाग खुणा करून रंगवून ठेवला होता. च्यीआंग हाययानकडे खिशात ठेवता येण्याजोगं शब्दार्थाचं पुस्तक होतं. मी छन यिंगला शेवटचं भेटले तेव्हा तिनं स्वतःचा स्वतः इंग्रजीचा अभ्यास करायचं ठरवलं होतं. व्यावसायिक महाविद्यालयाची परीक्षाही तिला द्यायची होती. छन यिंग व्हाइट कॉलर वर्गातली होती, व्यवस्थापन क्षेत्रात शिरली होती. कॅरओकी मुलींनाही इंग्रजी हा उज्ज्वल भवितव्याकडे नेणारा मार्ग वाटत होता. इंग्रजी चांगलं असेल तर श्याओच्यीए, म्हणजेच क्लार्क किंवा सचिव म्हणून नियुक्ती होत असताना परदेशी ग्राहकांवर छाप पाडण्यासाठी उपयोग होईल,

अशी त्यांना आशा होती.

काही वेळा, इंग्रजी शिकण्यासाठी फार उत्सुक असलेली मंडळी मला सक्तीनं त्यांच्या संभाषणांमध्ये सहभागी करून घेत. हे संवाद खूपच असंबद्ध असायचे.

तुमचं वय किती?

अरे वा! तुमचं वय किती?

बरं.

छुनमिंगनं इंग्रजी शिकायचं ठरवलं तेव्हा मला बिलकूल आश्चर्य वाटलं नाही. वर्षभर अभ्यास केल्यानंतर चिनी विद्यार्थी अमेरिकेतल्या पाचवी ग्रेड झालेल्यासारखं फाडफाड इंग्रजी बोलू शकेल, असं आश्वासन देणाऱ्या भाषा शाळेत तिनं प्रवेश घेतला होता. ती म्हणाली, "मला हे वर्ग बरे वाटले. पाचवी ग्रेड शिकणाऱ्याला प्रत्येक गोष्ट व्यक्त करता येऊ शकते." या शाळेची पहिली जाहिरात होती ती संस्थापकांचा नऊ वर्षांचा मुलगा. तो व्यवस्थित इंग्रजी बोलत असल्याचं म्हटलं होतं. इंग्रजी शिकण्यासाठीची छुनमिंगची विशिष्ट कारणं होती. मला म्हणाली, "मी इंग्रजी शिकले तर मला नव्या परिघात प्रवेश करता येईल." तोपर्यंत मी तिला चांगली ओळखू लागले असल्यामुळे तिला नेमकं काय म्हणायचंय ते माझ्या लक्षात आलं : नवरा शोधण्यासाठी इंग्रजी हा आणखी एक मार्ग असू शकतो.

* * *

भाषाविषयक शाळा तोंगकुआन सायन्स म्युझिअममध्ये होती. एके दिवशी रात्री जेवणानंतर छुनमिंग मला तिथे घेऊन गेली. नूतनीकरणासाठी ते संग्रहालय बंद ठेवण्यात आलं होतं. भिंतीवर काहीतरी लटकवलेलं होतं ते आतमधल्या अंधाऱ्या भागात एखाद्या त्वचारोगासारखं दिसत होतं; सगळ्या इमारतीला खाऊन टाकत असल्यासारखं! जाता जाता दबक्या आवाजात छुनमिंग मला इथल्या शाळेबद्दल माहिती सांगत होती. शिकवण्याच्या पद्धतीत अचूकता आणण्यासाठी इथल्या संस्थापकानं वीस वर्षं घालवली होती. अलीकडेच त्यानं त्यावर शिक्कामोर्तब केलं होतं. पेटंट घेतलं होतं. शाळेत तीनशे विद्यार्थी होते. तिथली दरमहा सरासरी शिकवणी सहाशे युआन होती, अंदाजे पंचाहत्तर डॉलर.

संग्रहालयाच्या सगळ्यात वरच्या मजल्यावर एकच कार्यालय होतं. तिथले दिवे तेव्हाही सुरूच होते. प्रवेशद्वारावर लिहिलं होतं :

असेम्ब्ली लाइन लर्निंग मशिन

छप्पर कमी उंचीवर असलेल्या, फ्लोरोसंट प्रकाश असलेल्या खोलीत अर्धा डझन मुलं लांब लांब बसली होती. प्रत्येकासाठी एक लांब टेबल होतं. प्रत्येक टेबलावर एक एक धातूचं लंबवर्तुळाकार यंत्र ठेवलेलं होतं. त्यामध्ये गोल फिरणारं उभट पॅनल होतं. पॅनलवर कार्ड बसवली होती. या कार्डांवर उभ्या स्तंभांमध्ये शब्द लिहिले होते. हे शब्द विद्यार्थ्यांसमोर सतत फिरत राहायचे. या यंत्रांमुळे त्या खोलीत घरघर असा आवाज घुमत होता.

माझ्यासमोरून शब्दांचा पट हलला.

संभोग
स्वच्छ
कठोर
पिझ्झा
रांगणे

खोलीच्या एका बाजूला, एक वयस्क माणूस कॉम्प्युटरसमोर बसला होता. बसल्या बसल्याच त्यानं मला त्याचं बिझनेस कार्ड दिलं. त्यावर चिनी लिपीमध्ये लिहिलं होतं :

श्री. वु यांची डायनॅमिक एज्युकेशन टेक्नॉलॉजी लि.
वु कुआंगश्यी, अध्यक्ष

श्री. वु यांच्या डायनॅमिक लँग्वेज प्रोसेसिंग फॅक्टरीचे चीफ डिझाइनर
प्रोसेसिंग फॅक्टरी

श्री. वु यांच्या शैक्षणिक मदत सुविधेचे शोधक
श्री. वु यांच्या डायनॅमिक एज्युकेशनल सायन्सचे संस्थापक
श्री. वु यांच्या डायनॅमिक वर्ल्ड लँग्वेजचे संघटक
श्री. वु यांच्या डायनॅमिक इंग्लिश ॲडव्हान्स्ड सायमल्टेनिअस
इंटरप्रिटेशन ट्रेनिंग क्लासचे मुख्य प्रशिक्षक

वु पंचेचाळीस वर्षांचे होते. चौकोनी चेहरा, घोळदार जबडा आणि विस्कटलेले केस यामुळे ते झोपेत असल्यासारखे दिसायचे. त्यांचं वजनही काहीसं जास्त होतं. शिक्षक किंवा शहरी व्यक्ती या प्रतिमेला साजेसं त्यांचं व्यक्तिमत्त्व नव्हतं.

त्यांच्याकडे पाहून चीनमधल्या लहान लहान शहरांतल्या एखाद्या सरकारी अधिकाऱ्याला भेटल्यासारखं वाटायचं. अगदी नेमकं सांगायचं तर, त्यांच्यात आणि लहान चिनी शहरांतल्या सरकारी अधिकाऱ्यांच्या वाहनचालकांत कमालीचं साधर्म्य होतं. ते अजिबात चैतन्यमय दिसत नव्हते.

लोकांना यंत्रासारखं वागवणं ही इंग्रजीमध्ये यशस्वी होण्याची गुरुकिल्ली आहे, हे वु यांच्या वर्गाचं मूलभूत तत्त्व होतं. भाषेची मुळाक्षरं आणि उच्चार शिकून झाल्यावर त्या विद्यार्थ्याला यंत्रासमोर बसवलं जायचं. त्या यंत्रावर इंग्रजी शब्द दाखवले जायचे. समोर दिसणारा शब्द विद्यार्थी जोरात म्हणून दाखवायचा आणि त्याचा अर्थही न समजता वहीत लिहून काढायचा. आठवड्यामागून आठवडे हे असंच चालायचं, त्या विद्यार्थ्याचा वेग वाढेपर्यंत. त्यानंतर विद्यार्थ्याला आणखी एका यंत्रासमोर बसवलं जायचं. या यंत्रावर शब्दांचे चिनी अर्थ यायचे आणि त्यापुढच्या यंत्रावर छोटी छोटी वाक्यं यायची. या संपूर्ण प्रक्रियेतल्या प्रत्येक टप्प्यावर विद्यार्थ्यानं शब्द वा वाक्य मोठ्यानं म्हणायची असायची आणि त्यांचा अर्थ न समजून घेताच ती वहीत उतरवायची असायची. विद्यार्थ्यानं कमालीचा वेग साध्य केला- म्हणजे तो एका तासात साधारण सहाशे इंग्रजी वाक्यं लिहू लागला - की तो मूलभूत व्याकरणासाठी पात्र व्हायचा. व्याकरणाला सुरुवात केल्यावरच त्याला तो इतके महिने सातत्यानं खरडत असलेल्या शब्दांचे, वाक्प्रयोगांचे आणि वाक्यांचे अर्थ उमगायचे.

वु शिकवण्याच्या या पद्धतीला 'मार्गदर्शन पद्धतीचं शिकवणं' असं म्हणायचे. मला जितकं ते कळलं होतं, त्यानुसार या पद्धतीत शिक्षक नव्हतेच. विद्यार्थ्यांनी काय शिकायला हवंय ते यंत्रच समोर ठेवायची. वु यांचे आदर्श विद्यार्थी दिवसाला अकरा तासही अभ्यास करायचे : चार तास अभ्यास, दुपारचं जेवण, वामकुक्षी, आणखी चार तास अभ्यास, रात्रीचं जेवण, तीन तास अभ्यास. तोंगकुआन कारखान्याचं वेळापत्रकही तंतोतंत असंच होतं. वु म्हणाले, "असेम्ब्ली लाइनवर कामगार जराही विश्रांती न घेता सलग आठ किंवा दहा तास काम करू शकतात. आपण शिक्षणही त्याच प्रकारे घेतलं तरी किती बरं होईल!"

त्यांची शिकवण्याची पद्धत कोणतीही भाषा शिकवण्यासाठीच्या सर्वसाधारण पद्धतींची कत्तल करणारी होती. मुख्य म्हणजे, कोणतीही भाषा शिकवताना ती भाषा बोलणं, आकलन आणि शिक्षकांची भूमिका महत्त्वाची असते. वु यांनी या सगळ्याला कात्री लावली होती. 'चीनमध्ये शिकवण्याची पद्धत तोंडपाठ करण्यावर जास्त आधारित आहे,' असं वु म्हणाले. वर्गामध्ये मुलांना अक्रियाशील राहून केवळ समोर येईल ते स्वीकारणारं बनवलं जायचं. असेम्ब्ली लाइन इंग्रजी त्यांना प्रत्यक्ष कृती करण्यासाठी भाग पाडायचं.

"तुमचे हात, डोळे, मेंदू, तोंड यांनी झटकन आणि सजहगत्या प्रतिक्रिया द्यायला शिकलं पाहिजे. त्या शब्दाचं रूपांतर चिनी भाषेत करण्यासाठी किंवा तो शब्द पाठ करण्यासाठी आपल्याकडे वेळ नसतो. विचार न करता क्षणात प्रतिक्रिया द्यायला शिकलं पाहिजे." वु यांनी स्पष्ट केलं. त्यांचं म्हणणं होतं की, शरीरातले अनेक अवयव क्रियाशील केल्यामुळे असेम्ब्ली लाइन इंग्रजीनं मेंदूतल्या अनेक भागांना कष्ट करण्यासाठी उद्युक्त केलं. मानव त्यांच्या मेंदूचा केवळ पाच टक्के उपयोग करतात, असं विज्ञान सांगतं. वु यांच्याकडे अशा माहितीचा खजिना होता. सर्वसाधारण व्यक्ती एका तासात दोनशे वाक्यं लिहिते. महिला मिनिटाला नव्वद वाक्यं म्हणू शकतात, तर पुरुष मात्र फक्त पंचाहत्तर. एखाद्यानं दररोज दहा तास इंग्रजीचा अभ्यास केला तर तीन वर्षांत तो दुभाषी म्हणून काम करू शकतो. या बाबतीत, अवघं विश्व काही रासायनिक सूत्रांमध्ये समाविष्ट करणाऱ्या व्यक्तीसारखे वु भासू लागतात : त्यांचं कोणतंच म्हणणं चुकीचं नव्हतं, पण एकंदर विचार करता काहीतरी कमतरता जाणवत होती. तरीही त्यांच्या बोलण्यात एक महत्त्वाचा मुद्दा होता- चिनी वर्गांमध्ये शिकवल्या जात असलेल्या इंग्रजीच्या पद्धतीत एक चूक होती आणि विद्यार्थ्यांची निष्क्रियता हा महत्त्वाचा भाग होता. इंग्रजी भाषेसंबंधी घेतल्या जाणाऱ्या टोफेल परीक्षांमध्ये तुम्ही एक वेळ आवश्यक तितके गुण मिळवू शकाल; पण अशा पद्धतीनं अस्खलित इंग्रजी बोलू शकण्याइतकं कौशल्य मिळवणं कठीण आहे, मग त्यासाठी कितीही प्रयत्न करा.

वु यांच्या व्याख्यानानंतर मी आणि छुनमिंग वर्गाभोवती भटकलो. यापूर्वी ती या शाळेत आली होती तेव्हाच्या एका मुलीला तिनं ओळखलं. लिउ यिश्यीया एकवीस वर्षांची होती. गोल चेहरा. टपोरे डोळे. मशरूम कट. यामुळे ती बाहुलीसारखी दिसायची. ती वर्षभर इथे इंग्रजी शिकत होती. खोली, फळा आणि मोफत वर्ग या बदल्यात तिथलं कारकुनी काम करून द्यायची. लिउ यिश्यीया माझ्याशी इंग्रजीत बोलली. अमेरिकेतल्या पाचव्या ग्रेडसारखं ती अजिबात बोलत नव्हती, पण तिला इंग्रजीत बोलण्याची जराशीही भीती नव्हती. इंग्रजीतल्या चुकांमुळे ती हातानं तोंडही लपवत नव्हती किंवा चुकांची माफीही मागत नव्हती. छुनमिंगची तिच्या बोलण्याकडे बारीक नजर होती.

आता लिउ यिश्यीयाला कारखान्यातल्या अधिकाऱ्यांना इंग्रजी शिकवण्याचं काम मिळालं होतं. खरंतर, हे ऐकून मला आश्चर्य वाटायला नको होतं, तरीही वाटलं. तोंगकुआनमध्ये, "अत्यंत तोकडं ज्ञान असलेल्या व्यक्तीकडून तुम्ही शिकलात, तुझा आता पुढचा विचार काय आहे?" मी तिला विचारलं.

"तुम्ही 'आंतरराष्ट्रीय व्यापार' कसं म्हणता?" तिनं मला चिनीत विचारलं. तिच्या आकांक्षा जगाएवढ्या विशाल होत्या आणि त्या तिला केवळ मोठ्याने शब्द

उच्चारण्याइतक्या सोप्या वाटत होत्या.

छुनमिंग आणि मी इमारतीतून बाहेर आलो आणि विज्ञान वस्तुसंग्रहालयापुढचं मोठं हिरवंगार लॉन ओलांडून पुढे आलो. तोपर्यंत रात्र झाली होती. रस्त्यावरच्या दिव्यांमुळे वाटेत आमच्या मोठाल्या सावल्या पडत होत्या. छुनमिंग म्हणाली, ''मी संकल्प सोडायला हवा आता. या वर्षात मी एकतर इंग्रजी शिकेन किंवा स्वतःचा व्यवसाय सुरू करेन.''

* * *

घरातून बाहेर पडल्यानंतरच्या पहिल्या वर्षात इंग्रजी हेच लिउ यिश्यीयाचं जगणं होतं, श्वास घेणं होतं आणि झोप होती. दिवसभर ती कार्यालयात काम करायची, तर संध्याकाळनंतर वु यांच्या यंत्रांवर अभ्यास करायची. वर्गांच्या मागच्याच बाजूला ती आणखी दोन महिलांसोबत एका छोट्याशा खोलीत राहायची. या तिघीही इंग्रजी शिकत होत्या. पण लिउ यिश्यीया कमालीची मेहनत करायची. मला म्हणाली, ''मी या दोघींपेक्षा वर्षभरानं मोठी आहे. त्यामुळे त्यांच्यापेक्षा चांगलं काम करण्याचं दडपण माझ्यावर नेहमी असतं.'' ती गरीब च्यीआंगश्यी प्रांतातून आली होती. तिथे तिचे आई-वडील शेती करायचे आणि बदकं पाळायचे. भाषांवर तिचं विशेष प्रेम होतं. घरी तिचे आई-वडील वेगवेगळ्या बोली भाषा बोलायचे. तिलाही त्या भाषा यायच्या. एका भाषेतून दुसऱ्या भाषेत ती लीलया संचार करायची. त्यामुळेच मिडल स्कूलमध्ये असताना तिनं इंग्रजी भाषा शिकायला सुरुवात केल्यावर ही नवी भाषा लवकर आत्मसात केली. पण तिला महाविद्यालयात मात्र जाता आलं नाही. तिच्या पुढच्या शिक्षणासाठी आई-वडिलांकडे पुरेसा पैसाही नव्हता. त्यामुळे नाइलाजानं लिउ तोंगकुआनमध्ये अर्थार्जनासाठी आली. वु यांच्या वर्गांमध्ये तिनं उच्चार सुधारण्यावर भर दिला- तिच्या चुका दुरुस्त करण्यासाठी तिथे कोणीच नसताना तिनं हे कसं काय साध्य केलं माहीत नाही. ती वु यांच्या वर्गातली हुशार विद्यार्थिनी होती; पण त्यांचं नातं तितकं सरळ नव्हतं. लिउ म्हणाली, ''ते काही वेळा माझ्याशी फार दुष्टपणे वागतात. मला शब्दसंग्रह पाठ करण्यासाठी वेळ देत नाहीत.''

''ते तुला शब्दसंग्रह पाठ करण्यासाठी वेळ देत नाहीत, म्हणजे?''

''मी त्यांच्या पद्धतीनं इंग्रजी शिकावं, असा त्यांचा आग्रह असतो. त्यामुळे त्यांच्या नकळत मला शब्द पाठ करावे लागतात.''

लिउ यिश्यीया तिथून सोडून जाताना तिचं वु यांच्याशी पुन्हा भांडण झालं. ती म्हणाली, ''त्यांना माझा फोटो काढायचा होता; पण माझी इच्छा नव्हती.'' वु विद्यार्थ्यांच्या फोटोंचा उपयोग त्यांच्या वर्गांच्या प्रसिद्धिसाहित्यात करत असत. लिउ

यिश्यीयानं वर्गामध्ये जे साध्य केलं होतं, त्याचा तिला अभिमान होता. त्याचं श्रेय तिला बाकी कुणाला घेऊ द्यायचं नव्हतं. ती वु यांना म्हणाली, "सगळं काय ते मीच केलं. मी माझ्या हिमतीवर शिकले, तुमच्यामुळे नाही."

वु यांचा वर्ग सोडल्यापासून नऊ महिन्यांमध्ये तिनं शिकवण्याच्या सहा नोकऱ्या धरल्या होत्या. व्यवस्थापनाच्या बाबतीत किती भोंगळपणा, अकार्यक्षमता असू शकते, याचे अनेक अवतार तिनं पाहिले होते. एका नोकरीत तिनं शिकवण्याच्या विविध पद्धती जाणून घेण्यासाठी अन्य शाळांना भेट देण्यासाठी पुढाकार घेतला. याचा राग येऊन बॉसनं तिला नोकरीवरून काढून टाकलं. तिच्या पुढच्या नोकरीत कुणाला तरी वाटलं की, कोणत्याही वेळापत्रकाशिवाय भाषेचे वर्ग चालवावेत. त्यामुळे जेव्हा जेव्हा विद्यार्थी यायचे तेव्हा लिउ यिश्यीयाला त्यांना शिकवावं लागायचं. ती म्हणाली, 'मी दिवसातून पाच ते सहा तास शिकवण्याचं काम केलं. तेही वेगवेगळ्या पातळ्यांवर. आत्ता मी प्राथमिक स्तरावरच्या विद्यार्थ्यांना शिकवत असेन तर थोड्या वेळानं त्या पुढच्या पातळीवरच्या.' यामुळे ती इतकी थकून जायची की महिनाभरात तिनं पगारही न घेता ती नोकरी सोडून दिली.

सध्याच्या नोकरीत लिउ यिश्यीयाला संध्याकाळी दोन तास शिकवावं लागायचं. उरलेला अख्खा दिवस शिकवण्याची तयारी करण्यासाठी आणि तिच्या स्वतःच्या अभ्यासासाठी मिळायचा. ती दरमहा पंधराशे युआन, म्हणजे जवळजवळ दोनशे डॉलर कमवायची. ही रक्कम तशी वाईट नव्हती. पण शाळेच्या संचालकांशी तिचं फारसं पटत नव्हतं. तिनं बराचसा अभ्यासक्रम पटापट पूर्ण करावा, असं संचालकांना वाटत होतं, तर विद्यार्थ्यांना आधी बोलण्याचा आत्मविश्वास यायला हवा, असं तिचं म्हणणं होतं. खेळ आणि विद्यार्थ्यांचा सहभाग यांचा समावेश असलेल्या तिच्या शिकवण्याच्या पद्धतीत शाळा हस्तक्षेप करू लागली. शाळेच्या संचालकांना अन्य परकीय भाषा बोलता येत नसे. लिउ यिश्यीया इंग्रजीतल्या पदवीसह महाविद्यालयातली पदवीधर असावी, असं तिच्या शाळेतल्या कर्मचाऱ्यांना वाटलं होतं. नोकरीसाठी दिलेल्या मुलाखतीत तिनं तसंच सांगितलं होतं. तिच्यातली प्रभाव पाडणारी गोष्ट ही होती की कोणत्याही औपचारिक शिक्षणाविना ती परकीय भाषा आपलीशी करायची. यामागची मेख काय हे तिनं जवळजवळ प्रत्येकापासून लपवलं होतं.

आमची ओळख झाल्यानंतर सहा महिन्यांनी मी लिउ यिश्यीयाला शिच्यीए इथल्या तिच्या शाळेत भेटायला गेले होते. शिच्यीए हा तोंगकुआनमधला आणखी एक औद्योगिक जिल्हा होता, पण मी तिथे कधी गेले नव्हते. तिनं केस वाढवले होते. चंदेरी कडांचा चश्मा घातला होता. पिनस्ट्राइप ड्रेस आणि काळे हील्स. ती

थोडीशी मोठी झाल्यासारखी वाटत होती. फास्टफूड रेस्तराँमध्ये भात आणि बरगड्या खात असताना आम्ही इंग्रजीविषयी चिनी भाषेमध्ये बोलत होतो. लिउ यिश्यीयाला कारखान्यात अनुवादक म्हणून नोकरी हवी होती, जेणे करून तिला तिचं इंग्रजी सुधारता आलं असतं. पण अनुभव असल्याशिवाय तिला ती मिळणं अशक्य दिसत होतं. भाषांवर तिचं नितांत प्रेम होतं. रात्रीच्या जेवणाच्या वेळचा आमचा संवाद भाषांशिवाय पूर्णच व्हायचा नाही.

आमचं खाऊन झाल्यावर लिउ यिश्यीयाने माझ्याकडे पाहिलं आणि विचारलं, ‘‘तुमच्या मते, मी इंग्रजी सुधारण्यासाठी काय करायला हवं?’’

‘‘मूळची इंग्रजी भाषा असलेल्यांबरोबर जास्तीत जास्त इंग्रजी बोलायला हवं.’’ मी तिला म्हटलं. हे बोलून गेल्यावर माझ्या लक्षात आलं की माझा सल्ला निरर्थक होता. तोंगकुआनमध्ये शेरेटनच्या लॉबीच्या बाहेर मी क्वचितच कधी पाश्चिमात्य व्यक्ती पाहिली होती. खरं सांगायचं तर, इंग्रजी सुधारण्यासाठी सगळ्यात उत्तम पर्याय म्हणजे एखाद्या परदेशी व्यक्तीसोबत संवाद साधायचा. असंख्य श्याओच्यीएंनी अशाच प्रकारे अस्खलित इंग्रजी बोलण्याचं कसब साधलंय. पण हे मी लिउ यिश्यीयाला सुचवू शकत नव्हते.

‘‘पर्यटन उद्योगाचा विचार कसा वाटतो?’’ मी तिला विचारलं.

‘माझी उंची बघा. ट्रॅव्हल गाईड किमान १.६ मीटर उंच असतात. मी त्यांच्या उंचीच्या निकषात बसत नाही.’’

तिचं बरोबर होतं. मी आणखी एक निरर्थक पर्याय सुचवला होता. तोंगकुआनसारख्या ठिकाणी इंग्रजीचा वापर करत असताना उंची हा घटक अडथळा ठरू शकतो, याचे विविध पर्याय माझ्या डोक्यातून चुकून निसटले. दरम्यान, तोंगकुआनमधल्या व्यावसायिक शाळेत शिकवण्याचं काम करणं निरर्थक होतं. यामुळे आपल्या भाषेचा कस कमी होतोय, अशी भीती लिउ यिश्यीयाला वाटू लागली होती. अधिकृत शालेय व्यवस्था असलेल्या या शहरात शिक्षकांना मानसन्मान आणि लाभ मिळत असत; पण लिउ यिश्यीयाला या विश्वात कधीही प्रवेश मिळाला नाही. ती म्हणाली, ‘‘त्यांची स्वतःची अशी व्यवस्था आहे. मी याच समाजात अनुभव घेतलाय, हे ते कधीही स्वीकारणार नाहीत.’’

आमचं जेवण झाल्यावर लिउ यिश्यीया मला पुन्हा तिच्या शाळेत घेऊन गेली. ती चार मजली कार्यालयीन इमारत होती. त्या वेळी तिथे अक्षरशः शुकशुकाट होता. एका वर्गात काही शिक्षक पूल खेळत होते, तर एका वर्गात दोन पुरुषांचा कॅरओकीचा सराव सुरू होता. त्यांचा आवाज खालच्या मजल्यापर्यंत येत होता. संध्याकाळच्या वेळी विद्यार्थी कामावरून सुटले की इथल्या वर्गांमध्ये लगबग सुरू व्हायची. सर्वसाधारणपणे रात्रीच्या वेळी शाळांमध्ये नीरव शांतता असते.

तोंगकुआनमधल्या शाळांचं घड्याळ मात्र उर्वरित अर्ध्या जगाच्या घड्याळानुसार चालत असल्यासारखं उलट चालत होतं.

लिउ यिश्यीयानं तिच्या वर्गात गेल्यावर मला तिची इंग्रजीची क्रमिक पुस्तकं दाखवली. विद्यार्थ्यांनी घेतलेल्या ज्ञानाचा सराव करण्यास प्रोत्साहन देणारं एक पुस्तक तिला आवडायचं. प्रत्येक धड्यामध्ये फार कमी मजकूर असल्याबद्दल बाकी पुस्तकांवर ती सडकून टीका करायची. फ्रॉम एबीसी टू इंग्लिश कॉन्व्हर्सेशन नावाच्या पुस्तकात नमुना म्हणून एक संवाद दिला होता. त्याचा आणि तोंगकुआनमधल्या वास्तवाचा तीळमात्र संबंध नव्हता :

हे कारखाने आहेत का?
नाही. ते कारखाने नाहीत. ती उद्यानं आहेत.

लिउ यिश्यीयानं खडू उचलला आणि फळ्यावर शब्द लिहायला सुरुवात केली. तिनं मला विचारलं, टेलिव्हिजनमधला S आणि चेंज मधला ge यांच्या उच्चारात काय फरक आहे? कन्सल्टंट या शब्दामध्ये कोणत्या अक्षरावर जोर द्यायचा? Sea मधला S, Catsमधल्या tsपेक्षा वेगळा का आहे? टेलिव्हिजन. चेंज. सी. कॅट्स. हे सगळे प्रश्न विचित्र होते आणि त्यांचा एकमेकांशी काहीही संबंध नव्हता. एखादं मशिन तुमचा शिक्षक असेल तर यापेक्षा वेगळं काय होणार?

ती दोन महिलांसोबत वर्गाच्या वरच्या मजल्यावर डॉर्ममध्ये राहायची. खोलीत दोन बंक बेड, एक छोटंसं बाथरूम आणि प्रचंड पुस्तकं होती. लिउ यिश्यीयाच्या टेबलावर, बेडखाली, जमिनीवर, पिशवीत सगळीकडे पुस्तकंच पुस्तकं होती. तिला इंग्रजीविषयीच्या पुस्तकांचं प्रचंड वेड होतं. म्हणाली, "इंग्रजी शिकण्यासंदर्भातली माझ्याकडे तीस तरी पुस्तकं असतील. आपल्याला हवंय ते सगळं एका पुस्तकात मिळत नाही." एक फोटो अल्बमही तिनं जिवापाड जपला होता. बरेचसे स्थलांतरित ज्या पद्धतीनं फोटो काढायचे, तसे लिउ यिश्यीयानं काढले होते : पालिकेच्या प्रवेशद्वारासमोर. मैत्रिणींसोबत उद्यानाला भेट देत असताना. एका फोटोकडे बोट दाखवत ती म्हणाली, "या दोघींनी इंग्रजीला जणू वाहून घ्यायचं ठरवलंय. त्यांना पुढचं एक किंवा दोन वर्षं फक्त इंग्रजी शिकण्यासाठी द्यायची आहेत." तिच्या या दोघी मैत्रिणींनी वु यांच्या शाळेत प्रवेश घेतला होता. या निश्चयाप्रती असलेली समर्पणाची भावना व्यक्त करण्यासाठी त्यांनी डोक्याचे केसही काढले होते, विहारमध्ये जाण्यासाठी एखाद्या बौद्ध साधूनं मुंडन करावं तसे. इंग्रजी शिकण्यासाठी सगळीकडे गाजावाजा करणं गरजेचं होतं.

* * *

असेम्ब्ली लाइन इंग्रजी हा काही तोंगकुआनमधला भाषेचा एकमेव संशयास्पद बाजार नव्हता. कशा प्रकारे इंग्रजी शिकतोय, याचा सुतराम विचार न करता केवळ इंग्रजी शिकण्याच्या झपाटलेपणामुळे अनेक घोटाळ्यांना वाट करून दिली होती. लॅडर इंग्लिश नावाची कंपनी महत्त्वाकांक्षी पालकांना लक्ष्य करायची. साडेपाच हजार युआन, म्हणजे जवळजवळ सातशे डॉलरना ही शाळा मुलांसाठी इंग्रजी शिकण्याचं साहित्य द्यायची. मुलांच्या प्रगतीचा मागोवा घेण्यासाठी 'शैक्षणिक सल्लागार' नियमितपणे घरी येतील, असं गाजरही दाखवलं जायचं. अनेक चिनी कुटुंबांसाठी ही रक्कम मोठी होती. विपणन तंत्र म्हणून पालक आणि पाल्यांना मोफत वर्गांना बोलावलं जायचं. कमालीचं विक्रीकौशल्य या मोफत वर्गांमध्ये असायचं. मुलांच्या विकासाबाबतीतले तज्ज्ञ शाळेच्या एकंदर पद्धतीची तोंड भरून स्तुती करायचे. त्यानं भारावून पालक आपल्या पाल्याला त्याच शाळेत प्रवेश मिळण्यासाठी अक्षरशः 'तू तू मैं मैं 'करायचे. काही शिक्षक मुलांना अन्य खोलीत घेऊन जायचे आणि काही इंग्रजी वाक्यं शिकवायचे. खोलीतून बाहेर पडल्यावर आपल्या पोराला इंग्रजी झाडताना पाहिल्यावर पालक तिथल्या तिथे पोराचा शाळेतला प्रवेश नक्की करून टाकायचे.

खरं म्हणजे, लॅडर इंग्लिश म्हणजे मोठी फसवणूक होती. तिथले बालविकास तज्ज्ञ आणि मोफत वर्गांमधले काही उत्साही पालक वास्तविक कंपनीचे कर्मचारी होते, असं स्थानिक प्रेसचं मत होतं. त्यांचे 'शैक्षणिक सल्लागार' जेमतेम एखाद दोन वेळा विद्यार्थ्यांच्या घरी गेले असतील. मुळात, ते शिक्षक नव्हतेच, विक्रेते होते. त्यांना प्रत्येक ग्राहकामागे कमिशन मिळायचं. हे विक्रेते कंपनीत दाखल व्हायचे तेव्हा सुरुवातीला काही रक्कम खर्च करावी लागायची. हा खर्च शैक्षणिक मासिकं खरेदी करणं, वाहतुकीचं शुल्क भरणं आणि मोफत वर्गांसाठी भाड्यानं खोली घेणं यासाठी असायचा. लॅडर इंग्लिश ही पिरॅमिड स्कीम होती. इंग्रजी शिकण्याची तीव्र इच्छा, हे या योजनेचं इंधन होतं.

फ्रेंचाइजी मॉडेलवर आधारित असलेल्या या कंपनीतलं कुणीच माझ्याशी बोलायला तयार होईना. लिउ यिश्यीयानं काही काळ लॅडर इंग्लिशसोबत काम केलं होतं. तिनंच मला तिथल्या काही गोष्टी सांगितल्या. कंपनीच्या विक्रेत्यांना प्राथमिक शाळांच्या प्रवेशद्वाराबाहेर उभं केलं जायचं. लाडक्या पाल्यांना कारमधून शाळेत सोडायला आलेल्या पालकांना लॅडर इंग्लिशबद्दल माहिती देऊन जास्तीत जास्त मासे गळाला लावण्यासाठी विक्रेत्यांना तिकडे थांबवलं जायचं. लिउ यिश्यीया म्हणाली, "मुलं बाहेर येत तेव्हा त्यांच्याबरोबर विक्रेते खेळायचे. त्यानंतर पालक आणि मुलांना एकत्रितपणे लॅडर इंग्लिशचं व्याख्यान ऐकण्यासाठी आमंत्रित केलं जायचं." लिउ यिश्यीयानं दहाच दिवसांत ही कंपनी सोडून दिली. "मला वाटलं,

ही लोकांची फसवणूक आहे.'' लिउ म्हणाली.

आणखी एका लबाडीमध्ये परदेशी शिक्षकांचा सहभाग होता. कॅनडा किंवा इंग्लंडहून आल्याचं सांगून काळ्या रंगाचे पुरुष तोंगकुआनमधल्या शाळेत गेले. विद्यार्थ्यांना इंग्रजी शिकवण्याची तयारी त्यांनी दाखवली. यामुळे चीनमध्ये वांशिक वैविध्य येण्याची शक्यता होती, पण तसं झालं नाही. किंडरगार्डन वर्गातल्या एका मुलीच्या आईनं मला सांगितलं की, या वर्गातल्या मुलांनी इतकी काळी व्यक्ती कधी पाहिली नसल्यानं नव्या शिक्षकाला पाहून मुलांना रडूच कोसळलं. शाळेनं या शिक्षकाला काढून टाकलं.

एके दिवशी मी लिउ यिश्यीयाकडे गेले असताना जोसेफ नावाचा तिच्यासोबतचा शिक्षक अचानक खोलीत आला. तो कॅनडातला असल्यासारखा दिसायचा. काळा होता. साधारण तीस वर्षांचा. देखणा आणि मनमोकळा. रेकल्यासारख्या आवाजात त्यानं इंग्रजीतून माझ्याशी ओळख करून घेतली.

''तुम्ही विवाहित आहात?'' त्याचा पहिला प्रश्न होता.

''तुमचा मोबाइल नंबर काय आहे?'' दुसरा प्रश्न.

जोसेफ तिथून गेल्यावर मी लिउ यिश्यीयाला विचारलं, ''हा कुठून आलाय?''

''त्यानं सांगितलं की तो कॅनडाहून आलाय.''

मी म्हटलं, ''हा कॅनडाहून आलेला नाही. त्याच्या बोलण्याच्या पद्धतीवरून मी सांगू शकते.''

ती क्षणभर विचारात पडली. 'त्यानं अजून एका देशाचा उल्लेख केला. गॅन डा...'

''युगांडा?''

''हो, युगांडा.''

काळ्या शिक्षकांचं कोडं अखेर मला उलगडलं होतं. वास्तविक, हे शिक्षक आफ्रिकी होते. त्यांचा मूळ देश नेमका ओळखू न शकणाऱ्या शाळा प्रशासनांना ते मूळचे इंग्रजी भाषक असल्याचं भासवत होते. इतक्या वर्षांमध्ये, विकसनशील विश्वातील मित्रांना पाठबळ देण्याच्या बीजिंगच्या धोरणामुळे तीस हजारांहून अधिक आफ्रिकी विद्यार्थ्यांनी चीनमधल्या विद्यापीठात शिक्षण घेतलं होतं. परदेशी शिक्षक म्हणून चीनमध्येच तळ ठोकून राहणं त्यांच्यासाठी सोयीचं होतं. लिउ यिश्यीयाच्या शाळेत जोसेफ तिच्यापेक्षा कमी तास शिकवायचा, पण तिच्यापेक्षा जास्त पैसे कमवायचा.

जोसेफला माझा मोबाइल नंबर न देण्याबद्दल लिउ यिश्यीयानं मला सक्त ताकीद दिली होती. ती म्हणाली, ''तुम्ही काळजी घ्या. तो तुम्हाला सारखा कॉल करत बसेल.'' लिउ यिश्यीयानं सांगितलं की त्याच्या एका विद्यार्थिनीकडे त्यानं

मोबाइल नंबर मागितला. तो तिला इतक्यांदा फोन करायचा की तिनं जोसेफच्या तासाला येणं कायमचं सोडून दिलं. काही वेळा जोसेफची विद्यार्थिनी लिउ यिश्यीयाला एका वाक्याचं इंग्रजी रूपांतर विचारायची : मी एक वेळ तुमची मैत्रीण बनू शकते, पण गर्लफ्रेंड नाही.

* * *

गुरुवारी संध्याकाळी लिउ यिश्यीयानं एका जपानी मालकीच्या इलेक्ट्रॉनिक्स कारखान्यात इंग्रजीचा वर्ग घेतला. एका संध्याकाळी मीही तिच्यासोबत गेले होते. चार पुरुष आणि दोन स्त्रिया विक्री किंवा व्यवस्थापन विभागात काम करायच्या. ते सगळेच तिच्यापेक्षा वयानं मोठे होते.

त्यांचे परीक्षेचे तपासलेले पेपर तिनं त्यांच्याकडे दिले. "तुमच्या आजच्या गुणांचा फार विचार करू नका. तुमच्या इंग्रजीच्या ज्ञानाची ती खरी परीक्षा नाही. तुम्ही प्रत्यक्षात किती वापर करू शकता, ते खरं महत्त्वाचं आहे." चीनमध्ये हजारो वर्षं पूजल्या गेलेल्या ग्रेडशी फारकत घेत तिनं तातडीनं आपलं मत नोंदवलं.

विद्यार्थ्यांनी आठवडाभरापासूनच्या धड्यांची उजळणी करायला सुरुवात केली. पुढच्या रांगेत बसलेल्या एका विद्यार्थ्याला लिउ यिश्यीयानं इंग्रजीत विचारलं, "तुम्ही काय शिकलात?"

"मी इंग्रजीत उत्तर देणं अपेक्षित आहे का?" विद्यार्थ्यानं चिनी भाषेत विचारलं. इंग्रजी वाक्याची जुळवाजुळव करण्याचा त्यानं प्रयत्न केला. प्रयत्नांती इंग्रजीत उत्तर दिलं, I learned so me stories. It is very interesting.

Can you tell some english stories for me? तिनं विचारलं.

बराच वेळ एकदम शांतता होती. नंतर चिनी भाषेत आवाज आला, "आता लक्षात नाहीत."

पुढच्या विद्यार्थ्यानं सांगितलं, 'I learned some new words and expressons.

What else?

पुन्हा बराच वेळ एकदम शांतता होती. नंतर चिनी भाषेत आवाज आला, "कसं सांगावं ते कळत नाहीये."

"बरं, आता तुम्ही सांगा." लिउ यिश्यीयानं दुसऱ्या रांगेत बसलेल्या महिलेला विचारलं.

त्यांनीही चिनीमध्ये उत्तर दिलं, "हे सांगणं खरंच कठीण आहे."

लिउ यिश्यीयानं चिनीमधून बोलायला सुरुवात केली. "इंग्रजी शिकण्यासाठी इंग्रजीतून बोलणं आवश्यक आहे. तुम्ही इंग्रजी बोलत नसाल, तर ते शिकतही

नसता. बोलताना चुका होतील, याची भीती बाळगू नका. मीही बोलताना अनेक चुका करते, पण त्यामुळे कधीच थबकून जात नाही.''

हे खरंही होतं. लिउ यिश्यीयाला एल आणि आर या अक्षरांमधला फरक लक्षात यायचा नाही. प्रोनाऊन्सिएशन हा शब्दही तिला म्हणता यायचा नाही. ती प्रोनन्शन म्हणायची. काही वेळा तिचे विद्यार्थी काय म्हणताहेत, हेच तिला समजायचं नाही, तर काही वेळा ते बरोबर बोलत असतानाही ती त्यांची वाक्यं दुरुस्त करायची. काही वेळा ती विद्यार्थ्यांच्या प्रश्नांची उत्तरं चुकीची द्यायची. शिकवण्याच्या बाबतीत मात्र तिची पद्धत एकदम बरोबर होती. परदेशी भाषा आपलीशी कशी करायची, याचं गमक तिनं शोधून काढलं होतं, असं नक्की म्हणता येईल. यासाठीच्या तिच्या पद्धतीची सुरुवात 'आत्मविश्वास' या सूत्रापासून व्हायची.

वर्ग सुरू होत असताना मी इंग्रजीत माझी ओळख करून देत थोडं बोलले होते. माझं बोलणं सगळ्यांना समजावं म्हणून मी मुद्दाम सावकाश बोलले. त्यामुळे काही वेळाची विश्रांती झाल्यावर विद्यार्थ्यांनी मला गराडाच घातला. त्या सगळ्यांचं शिक्षण महाविद्यालयात झालेलं होतं. त्यांचा या वर्गातला अभ्यासक्रम महिनाभराचाच होता. पण अभ्यासक्रमातले धडे शिकताना त्यांची होत असलेली कसरत पाहिल्यावर वाटलं, मी इतकं हळू बोलूनही कदाचित माझं बोलणं त्यांना समजलेलं नसू शकतं.

माझ्याशी बोलताना पुरुषांनी पुढाकार घेतला. "तुम्हाला काय जास्त आवडतं, चीन की अमेरिका?''

"अमेरिकेतली शहरं अधिक सुरक्षित असतील ना? लोकही जास्त चांगली असतील.''

"तुम्हाला चीनची खूप आठवण येते का?''

"त्या चीनमध्ये सहा वर्षं राहिल्या आहेत.'' वर्गात त्यातल्या त्यात उत्तम इंग्रजी येत असलेल्या महिलेनं माझ्या वतीनं उत्तर दिलं. विद्यार्थ्यांनी मला अमेरिकेविषयी असंख्य प्रश्न विचारले, पण इंग्रजीत संवाद साधण्याचं धाडस एकाचंही झालं नाही.

सुट्टी संपल्यावर त्यांचा कॅम्पिंग ट्रिपविषयीचा वर्ग सुरू झाला. लिउ यिश्यीयानं त्यांना एक तर मोठ्या आवाजात परिच्छेद वाचून दाखवायला सांगितला किंवा स्वतःच्या शब्दांत कथा सांगायला सांगितली. प्रत्येक विद्यार्थ्यानं परिच्छेद मोठ्यानं वाचला. त्यांच्या इंग्रजी बोलण्यापेक्षाही त्यांनी परिच्छेद चांगले वाचले. त्यानंतर तिनं विद्यार्थ्यांना पुन्हा तेच परिच्छेद बोलून दाखवायला सांगितले. वर्गात सर्वांत चांगलं इंग्रजी असलेल्या महिलेनं तो संपूर्ण परिच्छेद शब्दन्शब्द लक्षात ठेवला

होता. त्यानंतरच्या विद्यार्थ्यानंही हीच क्लृप्ती वापरण्याचं ठरवलं. पण मधलाच एक शब्द विसरल्यावर तो अडखळला. लिउ यिश्यीयानं ते वाक्य पूर्ण करण्यासाठी मदत करेपर्यंत त्याची अडखळलेली गाडी पुढेच जाईना.

तोंगकुआनमधल्या कारखान्यात बसून, स्वतःच्याच बुजरेपणामुळे भांबावलेल्या आणि कचरणाऱ्या या तरुण मंडळींकडे पाहत बसणं मलाच कसंतरी वाटत होतं. गरजेपुरता विचार करायचा आणि ईप्सित साध्य करून घ्यायचं, या तत्त्वावर हे शहर आधारलेलं होतं. क्लार्कच्या नोकरीसाठी किंवा शिक्षक या पदासाठी वा अन्य जी नोकरी हवीय त्यासाठी आवश्यक असतील तेवढ्याच गोष्टी शिकून घ्यायच्या, हा इथला यशाचा मंत्र होता. लिउ यिश्यीयाच्या वर्गात मला या विचारसरणीला असलेल्या मर्यादा दिसून आल्या. परदेशी भाषा शिकायला वेळ लागतो आणि त्यासाठी पळवाटा नसतात. इंग्रजीच्या बाबतीत काही बनावटपणा करून चालत नाही.

* * *

वु यांच्या मागे दुर्दैवाचा फेरा लागला होता. मालकाशी भांडण झाल्यानंतर विज्ञान संग्रहालयातल्या इमारतीतून शाळा अन्यत्र हलवावी लागली. पटसंख्येला गळती लागली. असंख्य विद्यार्थी सोडून गेले. त्यांची पत्नी त्यांना आणि त्यांच्या नऊ वर्षांच्या मुलाला सोडून गेली. असेम्ब्ली लाइन इंग्रजीचा पसारा त्यांनी स्वतःच्या घरी हलवला. चार मजली इमारतीच्या सगळ्यात वरच्या मजल्यावर वर्ग भरवले जायचे. तिसऱ्या मजल्यावर त्यांचं छोटंसं कार्यालय होतं आणि दुसऱ्या मजल्यावर ते राहायचे. मी या इमारतीत गेले तेव्हा जिन्यात प्रचंड कचरा पडलेला होता. बराचसा कचरा जुनी वृत्तपत्रं आणि पुठ्ठ्याच्या खोक्यांचा होता. वु यांनी उत्साहानं माझं स्वागत केलं. मला त्यांच्या कार्यालयात घेऊन गेले. उन्हाच्या काहिलीत आम्ही धातूच्या स्टुलांवर बसून बोलत होतो. आजूबाजूला सगळी अडगळ होती.

वु यांनी उभारलेल्या भौतिक विश्वाला भले ओहोटी लागली होती, पण त्यांची महत्त्वाकांक्षा अजूनही पूर्वीच्याच शिखरावर होती. त्यांचं नवं संशोधन एका टेबलावर ठेवलं होतं. ते इंग्रजी भाषा शिकवणारं यंत्र होतं. त्याचं डिझाइन त्यांनी स्वतः तयार केलं होतं. असेम्ब्ली लाइन इंग्रजीने औद्योगिक काळात प्रवेश केला होता. या यंत्राची मोठ्या प्रमाणात निर्मिती करणं आता शक्य होतं. वु यांनी अगोदरच अशा पाचशे यंत्रांचं उत्पादन केलं होतं, असं माझ्या ऐकिवात होतं. ही यंत्रं वृत्तपत्रात गुंडाळून त्यांच्या इमारतीत ठेवून दिलेली होती. विद्यार्थ्यांना घरच्या घरी इंग्रजी शिकता यावं म्हणून ही यंत्रं विद्यार्थ्यांना भाड्यानं देण्याचा त्यांचा विचार होता. वु यांचा हा शोध

शिक्षकांच्या नोकरीवर गदा आणणारा होता आणि आता वर्गांचीही गरज भासणार नव्हती.

इंग्रजी शिकवण्याच्या या पद्धतीविषयी आणखी जाणून घेण्याची इच्छा मी त्यांच्याकडे व्यक्त केली.

"हे केवळ इंग्रजी शिकण्यापुरतं मर्यादित नाही." मी बोलत असताना त्यांनी मध्येच टोकलं. म्हणाले, 'मेंदू विकसित व्हायला हवा. मग यातून तुम्ही गणित, इतिहास असं वाट्टेल ते शिकू शकता. हीच याची जादू आहे." आपलं संशोधन अभिमानानं दाखवत ते म्हणाले.

त्यांनी मला समजावून सांगितलं, "समजा, इतिहासाच्या विद्यार्थ्याला जपाननं, सन १९३७ मध्ये चीनवर केलेल्या हल्ल्याविषयी अभ्यास करायचा असेल, तर तो सर्वप्रथम, कार्डावर छापलेला आणि यंत्राच्या सरकत्या पॅनेलवर लावलेला मजकूर वाचेल. त्यानंतरची कार्डं त्या विद्यार्थ्याचं ज्ञान चाचपणाऱ्या प्रश्नांसहित पुढे सरकत राहतील. हे प्रश्न असे असतील, हल्ला केव्हा झाला? त्यामागची कारणं काय होती? आणखीही काही संकेत दिसत राहतील. नव्या कल्पनांचा विचार करण्यासाठी विद्यार्थ्याला प्रेरित करतील. या कल्पना तो विद्यार्थी लिहून काढेल."

छापील पानांवरची माहिती वाचण्याऐवजी त्यांची ही कल्पना कशामुळे वेगळी किंवा सरस होती, हे मी वु यांना विचारलं.

त्यावर ते म्हणाले, "उजव्या हातानं लिहीत असताना डावा मेंदू कार्यरत असतो. डावा मेंदू काम करत असताना उजवं बुब्बुळ कार्यरत असतं. वाचत असताना बुब्बुळं पानांकडे एकटक पाहतात. पण या यंत्रांवरचं वाचत असताना मात्र बुब्बुळांची नजर फिरत राहते."त्यांनी यंत्रांसाठी समावेशक असा अभ्यासक्रम तयार करण्याचा आणि त्यासाठी गुंतवणूकदारांचा शोध घेण्याचा मनोदय बोलून दाखवला.

"कुणी गुंतवणुकीसाठी इच्छुक आहे का?" मी विचारलं.

"हो. एका अमेरिकन व्यक्तीनं यामध्ये रस घेतला होता."

"कोण?"

"तो सिॲटलमधला होता, मायकल नावाचा. माझ्याकडे त्याचं बिझनेसकार्ड आहे वाटतं." वु काहीतरी आठवत म्हणाले.

त्यांची शाळा दाखवण्यासाठी मला ते वरच्या मजल्यावर घेऊन गेले. असेम्ब्ली-लाइन इंग्रजीसाठीची दहा यंत्रं एका खोलीत दाटीवाटीनं ठेवली होती. यंत्रं ठेवलेल्या दोन टेबलांमध्ये जेमतेम फूटभर अंतर होतं. सहा-सात विद्यार्थी मोठ्याने शब्द आणि वाक्यं वाचत होती. बारकाईनं कान देऊन ऐकलं तर इंग्रजीसारख्या वाटणाऱ्या भाषेत पुटपुटणारे टेलिफोन ऑपरेटर एका खोलीत बसून बोलत असल्यासारखं ते दृश्य होतं. विद्यार्थ्यांमध्ये जवळजवळ सगळ्याच तरुणी होत्या. विज्ञान संग्रहालयातल्या

वु यांच्या शाळेपासून त्यांच्या घरात सुरू झालेल्या शाळेपर्यंत त्या एकनिष्ठ होत्या. यंत्रामध्ये शिरल्यासारख्या त्या अतिशय वाकून वाचत होत्या. इंग्रजी शिकण्याची भूक त्यांना अस्वस्थ करत होती. प्रत्येक मुलीसमोर संध्याकाळी पोटाला आधार म्हणून पाण्याची बाटली, तीन प्लम ठेवले होते. ती खोली अगदी कोंदट होती. मी वु यांच्या मागूनच फिरत होते. मला वाटलं ते काही विद्यार्थिनींशी माझी ओळख करून देतील, पण ते यंत्रांमध्येच रमलेले होते. मला काही यंत्रांकडे घेऊन गेले. म्हणाले, ''मी बनवलेल्या यंत्रांपेक्षा ही फार अवजड आहेत. ती उचलण्यासाठी दोघं जण लागतात.''

नुकतीच संध्याकाळ होऊ लागली होती, दिव्याशिवाय वाचण्यासाठी उजेड कमी होत असल्याचं मी त्यांना म्हटलं.

त्यावर ते म्हणाले, ''संधिप्रकाश डोळ्यांसाठी घातक नसतो; उलट, प्रखर सूर्यप्रकाशामुळे डोळ्यांना त्रास होतो.''

''प्रखर सूर्यप्रकाश डोळ्यांसाठी चांगला असतो, असं मी म्हणत नाहीये. अंधारात वाचणं बरं नाही, इतकंच मला म्हणायचंय.'' मी वु यांना म्हटलं.

''तसं नसतं.'' वु वैतागून म्हणाले. ''बुब्बुळं एका जागी स्थिर असतील तर त्रास होतो. पण ती फिरत राहिली तर प्रकाश कितीही कमी असला तरी डोळ्यांना काहीही फरक पडत नाही.''

त्या दिवशी मला वु यांच्याविषयी नवीन गोष्टी कळल्या. त्यांना कसलीही शैक्षणिक पार्श्वभूमी नव्हती. ही शाळा सुरू करण्यापूर्वी त्यांनी हीटिंग उपकरणे बनवणाऱ्या कारखान्यात काम केलं होतं. त्यांचं इंग्रजीही जेमतेमच होतं. बऱ्याच वेळा, आमच्या बोलण्यामध्ये मी इंग्रजी संज्ञा वापरल्या की ते फक्त मान हलवायचे आणि घाईघाईनं विषय बदलायचे. मी त्यांच्याकडून ऐकलेला एकमेव इंग्रजी शब्द म्हणजे 'ओके'. एखादं वाक्य ते चिनी भाषेत बोलत आणि शेवटी 'ओके'असं म्हणत. असं वाक्याच्या शेवटी एकुलता एक इंग्रजी शब्द कानाला खटकायचा.

लोकांशी वागण्या-बोलण्याची त्यांची पद्धतही तितकीशी चांगली नव्हती. विज्ञान संग्रहालयाच्या इमारतीत त्यांचं आणि मालकाचं वाजलं होतं. वु यांच्या वर्गातली सगळ्यात हुशार विद्यार्थिनी लिउ यिश्यीयावरही ते एकदा चिडले होते. ते पत्नीसोबत राहत नव्हते, हे तिचं नशीबच म्हणायचं. त्यांनी पाचशे असेम्ब्ली लाइन इंग्रजीची यंत्रं बनवल्यानंतर आणि ती घरात साठवून ठेवल्यानंतर ते पत्नीपासून विभक्त झाले होते की त्यापूर्वी, हे मात्र काही केल्या कळू शकलं नाही. थोड्याच काळात मीही त्यांना ओळखू लागले होते. एकदा तर मलाही त्यांचा राग आला होता. स्वतःच्या मतांवर इतकं अडून राहणाऱ्याशी बोलताना संताप होणं साहजिक आहे. मला सारखं वाटायचं की माणसांमुळे ते वैतागतात. लोकांशी त्यांना

वेगवेगळ्या तुकड्यांत बोलणं सोपं जायचं, म्हणजे बुब्बुळं, हात, मेंदू. अखंड माणूस त्यांच्यासाठी महत्त्वाचा नसायचा. 'लोक अकार्यक्षम असतात; ते आपल्या मेंदूचा फक्त पाच टक्के वापर करतात; भाषा शिकण्यासाठी त्यांना यंत्रासमोर दिवसातून अकरा तास बसवत नाही. मुळात लोक कामच करत नाहीत' - जणू निर्मात्यानं सगळे भाग चांगल्या दर्जाचे वापरले असावेत, पण ते एकत्र एकसंध करताना ढिसाळपणा केला असावा,' अशी बडबड ते सतत करायचे.

यंत्र हा त्यांचा आणखी एक जिव्हाळ्याचा विषय होता. भरपूर खटपटी केल्यानंतर एक दिवस वु असेम्ब्ली लाइन शिक्षणासाठी अचूक यंत्र तयार करतील, असं वाटतं. या यंत्रामुळे लोकांना घरातून बाहेरही न पडता सगळ्या प्रकारची आवश्यक कौशल्यं शिकता येतील. तंत्रज्ञानावर त्यांची गाढ श्रद्धा होती. यंत्र हा अविभाज्य पर्याय आहे, असं त्यांना वाटायचं. त्यांना विज्ञान संग्रहालयाच्या इमारतीतून अक्षरशः बाहेर घालवण्यात आलं, ही गोष्ट वेदनादायक होती.

* * *

स्वतःमध्ये केलेल्या बदलांमुळे लिउ यिश्यीयाच्या जीवनाला कलाटणी मिळाली. तोंगकुआन सार्वजनिक वाचनालय म्हणून काही अस्तित्वात आहे, असं मी कधीच ऐकलं नव्हतं. या वाचनालयात तिनं होल ब्रेन लर्निंग आणि दी बायबल ऑफ ज्यूइश होम स्कूलिंग अशी पुस्तकं पाहिली म्हणे. तिला स्मरणशक्ती वाढवायची होती. तालमुद यांच्या शिकवणीवर आधारित व्यवसाय कसा करायचा, ते शिकायचं होतं. मेंदू अधिक सक्षम करण्यासाठी तिनं गोळ्या घ्यायला सुरुवात केली. अति-कामामुळे डोक्यात कोंडा व्हायचा. त्यामुळे केस गळायचे, असं तिचं म्हणणं होतं. जपानी भाषा शिकण्याचा तिचा विचार होता.

"इंग्रजी भाषा शिकण्यासाठी एखाद्या चिनी व्यक्तीला वर्ष लागतं; पण जपानी शिकायला तीन महिने पुरेसे असतात, असं मी ऐकलंय." ती मला सांगत होती. 'बीजिंग महाविद्यालयातल्या पदवीधरांची त्याना अवगत असलेल्या प्रत्येक भाषेसाठी दरमहा हजार युआन अधिक कमाई होते, असं मी ऐकलंय. खरं आहे का ते?"

तिनं आधी तिचं इंग्रजी सुधारण्यावर भर द्यावा, असं मी तिला सुचवलं.

"माझा शब्दसंग्रह वाढवण्यासाठी मी भयंकर मेहनत घेतेय. रोज पन्नास शब्द पाठ करतेय." तिनं सांगितलं.

"रोज पन्नास शब्द?" मी आश्चर्य वाटून पुन्हा विचारलं.

"हे खूप आहेत की कमी आहेत?"

माझ्या आणि लिउ यिश्यीयाच्या गेल्या वेळच्या भेटीत तिनं आणखी एक

बदल स्वतःमध्ये केलेला मला दिसला. तिनं केसांना रंग लावला होता. कुरळे केले होते. त्यामुळे ते लांब आणि चुरगळलेले दिसत होते. सर्वसामान्य काळे केस असलेला इंग्रजी शिक्षक 'थु', म्हणजे 'असभ्य' दिसतो, असं तिनं ठरवून टाकलं होतं? ''जास्तीत जास्त पाश्चिमात्य दिसण्यासाठी मी असा बदल केलाय,'' ती म्हणाली. तिनं ग्रेड सिक्स शब्दार्थांचं अखंड पुस्तक पाठ केलं होतं. त्यामध्ये पाचेक हजार शब्द होते. इंग्रजी शिकण्याप्रतीची कमालीची निष्ठा व्यक्त करण्यासाठी वु यांच्या शाळेतल्या तरुणींनी पुन्हा मुंडन केलं होतं. वु यांनी त्यांच्या नव्या शाळेत लिउ यिश्यीयाला भागीदारी देऊ केली होती. नफ्यापैकी तृतीयांश भाग द्यायचं आश्वासन त्यांनी तिला दिलं. पण तिचा त्यांच्यावर अजिबात विश्वास नव्हता. लोकांसोबतच्या त्यांच्या वागण्यात काहीही सुधारणा झालेली नव्हती.

ते अलीकडेच तिला म्हणाले होते, ''एकंदर तुझ्या इंग्रजीचा दर्जा लक्षात घेता, शिक्षक म्हणून तू फार फार तर वर्षभर तग धरशील. त्यानंतर तुझ्यासाठी काहीच जागा शिल्लक राहणार नाही. तोपर्यंत या संपूर्ण क्षेत्रावर माझं वर्चस्व निर्माण झालेलं असेल. अजूनही तुला वाटलं तर बाकी कुठे शिकवायला जाऊ शकतेस.''

''ते असं का बोलतात?'' मी तिला विचारलं.

''मला वाटतं की मी त्यांच्यासाठी काम करावं म्हणून ते माझ्यावर दबाव आणायचा प्रयत्न करत असतील.''

''किती दुष्टपणा आहे हा.''

ती म्हणाली, ''हो ना. पण मला त्यांच्याबद्दल सहानुभूती वाटते. ते आज जे काही आहेत, ते स्वतःच्या हिमतीवर आहेत.''

तिनं वु यांचा प्रस्ताव फेटाळला. त्याऐवजी तिनं परदेशी ग्राहकांसाठी चालवल्या जाणाऱ्या इंग्रजी भाषेतल्या वेबसाइटची धुरा सांभाळण्यासाठी एका कंपनीत नोकरी पत्करली. पण ती तिथे गेल्यानंतर महिनाभरातच ती कंपनी बंद पडली होती. कंपनीचा मालक कर्मचाऱ्यांच्या पगारासाठीचे लाखभर युआन घेऊन पसार झाला होता. पगार मिळण्यासाठी कायद्याचं दार ठोठावणाऱ्या अन्य कर्मचाऱ्यांमध्ये लिउ यिश्यीयाही सहभागी झाली होती. या संघर्षाचा फार उपयोग होईल, असं वाटत नव्हतं, पण तरी त्यांनी प्रयत्न सुरू केला.

काही महिन्यांनी, २००७ सालच्या वसंत ऋतूत लिउ यिश्यीयाला मायक्रोफोनचे भाग बनवणाऱ्या एका कारखान्याच्या आंतरराष्ट्रीय व्यापार विभागामध्ये नोकरी मिळाली. परदेशी ग्राहकांचं आदरातिथ्य करणं, कारखान्याच्या भेटीदरम्यान त्यांच्या सोबत राहणे, ट्रेड फेअरना जाणं असं तिच्या कामाचं स्वरूप होतं. या कामासाठी ग्रेड सिक्स इंग्रजीची आणि महाविद्यालयीन डिप्लोमाची गरज होती. या नोकरीसाठी मुलाखत देताना तिनं सांगितलं ''माझ्याकडे या दोन्ही गोष्टी नाहीत.'' संध्याकाळच्या

वेळेत लिउ यिश्यीया तिच्या सहकाऱ्यांना इंग्रजी शिकवायची किंवा घरी इंग्रजीच्या शिकवण्या घ्यायची. तिची तिन्ही कामं मिळून दरमहा तिचं उत्पन्न पाच हजार युआन, म्हणजे ६२५ डॉलर होतं. तोंगकुआनच्या मानानं हे उत्पन्न मस्तच होतं. भरपूर पैसे साठवायचे आणि इंग्रजी भाषेसाठी किंडरगार्डन सुरू करायचं, असं तिनं ठरवलं. हे स्वप्न पाच वर्षांत पूर्ण करण्याचं तिचं नियोजन होतं.

आंतरराष्ट्रीय व्यापार विभागात नोकरी मिळाल्यानंतर लिउ यिश्यीयानं तिचा संपर्काचा नवा तपशील ईमेलद्वारा मला पाठवला होता. आमची ओळख झाल्यापासून तिनं मला दिलेला हा सहावा मोबाइल नंबर होता. तिनं लिहिलं होतं, काही वेळा मला फार थकल्यासारखं वाटतं, पण काही वेळा संपन्न असल्यासारखं वाटतं. तिच्या इंग्रजीत अजूनही भरपूर चुका होत्या. तिची घोडदौड इतक्या वेगात सुरू होती की क्षणभर थांबून चुका दुरुस्त करण्यासाठीही तिला उसंत नव्हती. पण तिच्यावर टीका करण्याचा मला काय अधिकार होता? तिला जे हवं होतं ते तिनं दोन वर्षांत मिळवलेलं होतं.

भाग दोन : खेडं

स्थलांतरितांची गावं

मिनचा मोबाइल सन २००४ मधल्या उन्हाळ्यात चोरीला गेल्यानंतर तिनं शून्यातून नवं आयुष्य उभं केलं. तिनं चुलतभावाला फोन केला. त्याचा एकट्याचाच नंबर तिला तोंडपाठ होता. यामुळे तिचा तिच्या मोठ्या बहिणीशी आणि माझ्याशी पुन्हा संपर्क होऊ शकला. मिन पुन्हा टॅलेंट मार्केटकडे वळली. हँडबॅग बनवणाऱ्या हाँगकाँगच्या एका कंपनीत मनुष्यबळ विकास (एचआर) विभागात तिला नोकरी मिळाली. पगार होता महिन्याला आठशे युआन. ओव्हरटाइम नाही. दर रविवारी सुट्टी. ती अठराची होती आणि वर्षभरात तिनं बदललेला हा चौथा कारखाना होता.

मी मिनला तिच्या नव्या डॉर्ममध्ये भेटायला गेले. डॉर्मेटरी नेटकी होती. नव्यानं रंग काढला होता. भिंतीवर चिनी चित्रपटांतल्या कलाकारांचे फोटो लटकवलेले होते. जवळच्या एका स्टॉलवर नूडल्स खाताना मी तिला तिच्या मित्राविषयी विचारलं.

''मित्र? म्हणजे माझा बॉयफ्रेंड?'' तिनं शंका विचारली. ''मी घरी गेल्यापासून मला त्याच्याबद्दल काहीच कळलेलं नाही.''

''फोनवरून तू मेसेज पाठवला नाहीस का?'' मी विचारलं.

''त्याचा नंबर माझ्या लक्षात नाही.''

''म्हणजे आता तो तुला आणि तू त्याला शोधणं कठीण आहे.''

तिनं होकारार्थी मान हलवली. ''तो कदाचित मला नव्या वर्षाच्या वेळी भेटू शकेल.''

आम्ही दोघी जणी भेटायला गेलो होतो त्या मिनच्या दोन मैत्रिणींविषयी मी

विचारलं. ‘‘त्यांच्यापैकी एकीला छांगफिंगमधल्या एका कारखान्यात नोकरी मिळाली. कोणत्या कारखान्यात ते मात्र माहीत नाही. दुसरी मैत्रीण साखरपुडा करण्यासाठी गावी परत गेली; पण तिचं घरं कुठे आहे याची कल्पना नाही.’’ मिननं माहिती दिली. गावामध्ये सगळे एकमेकांना ओळखायचे आणि विविध पद्धतीनं एकमेकांशी जोडलेले असायचे. पण शहरात मिनच्या मैत्रिणी केवळ तिच्यामार्फत एकमेकीच्या संपर्कात होत्या. एका फटक्यात तिचे जवळजवळ सगळे संपर्क हरवले होते. म्हणाली, ‘‘मला आता एकही मैत्रीण नाही.’’

त्यामुळेच तिनं नव्या उत्साहानं सुरुवात केली. नव्या कारखान्यात तिची ओळख आह च्यीएशी झाली. तो तिच्यापेक्षा तीन वर्षांनी मोठा होता. पटापट रेखाटलेल्या कार्टूनमधल्या पात्रासारखा दिसायचा. हडकुळा, हातपाय लांबसडक, लहानसा देखणा चेहरा, लाजाळू हास्य. अनोळखी व्यक्तींशी बोलताना त्याचे गाल, कान लाल व्हायचे. कारखान्यातील फ्लोअरवर तो सहायक म्हणून काम करायचा. मिनला जोडीदाराकडून असलेल्या सगळ्या अपेक्षा त्याच्यामध्ये दिसत होत्या : तो स्वभावानं चांगला होता, धूम्रपान करायचा नाही, मद्यपान करायचा नाही वा जुगार खेळायचा नाही, त्याची उंची १.७ मीटरहून जास्त होती. तिनं लग्नाला होकार द्यावा म्हणून आह च्यीए सारखा तिच्या मागे लागला होता. तिनं त्याला आधी थोडे पैसे बाजूला ठेवायला सांगितले. खरं तर तिला इतक्यात लग्नाचा विचारच करायचा नव्हता. तिनं मला सांगितलं, ‘‘मला थोडे पैसे साठवायचे आहेत. जमलं तर लहानसा व्यवसाय सुरू करायचाय. मी इतक्या लवकर लग्न केलं तर मला घरात बसावं लागेल. घरी बसण्यापेक्षा बाहेर राहणं आणि आयुष्यभर काम करणं परवडलं.’’

तिनं आई-वडिलांना नव्या बॉयफ्रेंडबद्दल सांगितलं. ‘‘कुठचा आहे तो?’’ त्यांनी विचारलं.

‘‘तो कारखान्यातला आहे.’’ मिननं उत्तर दिलं.

‘‘कुठचा आहे तो?’’ त्यांनी पुन्हा विचारलं.

तो हुपै प्रांतातला नव्हता आणि मिनच्या आई-वडिलांना हीच काळजी होती. पारंपरिक चीनमध्ये तरुण मुलगी लग्न करून तिच्या पतीच्या गावी जात असे; पण हे गाव इतपत जवळ असायचं की काही कारणांनिमित्त ती तिच्या घरच्यांना भेटायला सहज येऊ शकायची. स्थलांतरामुळे हजारो किलोमीटर दूर असलेल्या दोन शहरांतल्या दोन व्यक्ती एकमेकांना भेटणं आणि त्यांच्यात लग्नाची गाठ बांधली जाणं शक्य झालं होतं. तरुणींच्या आई-वडिलांना हे मोठं अरिष्टच वाटायचं. त्यांना एक तर इतक्या लांबच्या प्रवासाची सवय नसायची. इतक्या दूरवर मुलगी दिल्यावर ती कायमची आपल्या कुटुंबापासून दुरावणार नाही ना, अशी भीती

वाटायची.

मिनला मनाजोगता मुलगा भेटल्यावर त्याच्या घराण्याचं मूळ शोधण्याकडे तिनं फारसं लक्ष दिलं नाही. तिनं आह च्यीएला एकदा विचारलं होतं, "तुमचं कुटुंब गरीब आहे का?" त्यावर तो म्हणाला, "अतिशय गरीब." तिला इतकंच माहीत होतं आणि त्याबद्दल तिची काहीच हरकत नव्हती. "मला त्यांची कौटुंबिक स्थिती जाणून घ्यायची नाही आणि माझ्या कुटुंबाबद्दल त्यांना माहीत असावं, असंही वाटत नाही. शेवटी, आम्ही स्वतःवरच भिस्त ठेवून असायला हवं." ही स्पष्ट मतं तिनं मला सांगितली.

त्या शरद ऋतूत मिनला मी जितकं स्थिरावलेलं पाहिलं तितकं यापूर्वी कधी पाहिलं नव्हतं. ती जास्तीत जास्त मोकळा वेळ आह च्यीएसोबत घालवायची. तिची मोठी बहीण गुईमिन आता तोंगकुआनला आली होती. मिनच्याच कारखान्यात तिला शिपिंग विभागात नोकरी मिळाली होती. दोघी बहिणी डॉर्ममधल्या एकाच खोलीत राहायच्या. दुपारचं जेवणही रोज एकत्र करायच्या. हिवाळा जवळ आल्यावर दोघींनीही घरी जायचा बेत आखला. मिनच्या कुटुंबीयांशी ओळख करून घेण्यासाठी आपल्यालाही सोबत घरी न्यावं, यासाठी आह च्यीएनं धोशा लावला होता; पण मिन बधली नाही. हुनानमध्ये राहत असलेल्या गुईमिनच्या बॉयफ्रेंडसोबतचं तिचं बोलणं फार चिडचिडीचं झालं होतं. बराच काळ ती घरी जाणारच नाही, यावर अडून होती. नंतर एकाएकी तिचा विचार बदलला आणि तिनं बॉयफ्रेंडसह घरी जायचं ठरवलं. दोघींच्या आई-वडिलांना गुईमिनचा बॉयफ्रेंडही पसंत पडला नाही. पण ती मिनपेक्षा तीन वर्षांनी मोठी होती. आई-वडिलांच्या मताला आक्षेप घेणारी होती.

जानेवारीत एका रविवारी दुपारी मी आणि मिन तिच्या कारखान्याच्या बाजूला असलेल्या उद्यानात गेलो होतो. बास्केटबॉल मैदानाच्या बाजूला निवांत गप्पा मारत बसलो होतो. तिनं ट्रिपसाठी घेतलेले नवे कपडे ती घालून आली होती. जीन्स, डेनिम जाकीट आणि जाडजूड टाचा असलेले बूट. तिन्हीसांजेच्या वेळी आम्ही संत्री खात तिच्या गावी जायचे बेत आखले. नववर्षानिमित्त तिनं मला गावी येण्याचं आमंत्रण दिलं होतं. त्या दिवशी मिन फक्त आणि फक्त घर या एकाच विषयावर बोलत होती. गावातल्या भाज्यांना शहरातल्या भाज्यांपेक्षा जास्त चव असते, असं ती म्हणाली. रानातलं मश्रूम हातात फुटलं तर ते विषारी असतं; पण ते न फुटता चांगलं राहिलं तर खाण्यासाठी सुरक्षित असतं. डुकराला भूक लागली असेल तर ते मागच्या पायांवर उभं राहून किंकाळतं. नववर्षाच्या दरम्यान कोंबड्या चोरीला जाण्याची शक्यता असते. त्यामुळे त्यांच्यावर सतत लक्ष ठेवावं लागतं. फेशिअल

करण्यासाठी उत्तम पर्याय म्हणजे कोंबडीनं नुकत्याच दिलेल्या अंड्याच्या पांढऱ्या भागामध्ये मोत्यांचा चुरा टाकायचा. गावाकडचं आयुष्य निवांत, उल्हासाचं आहे. पण अखंड वर्ष सरतं आणि चार पैसेही गाठीशी येत नाहीत.

"तुम्ही कधी खेड्यांमध्ये जाऊन राहण्याचा विचार केला आहे का?" मिननं मला विचारलं.

"चीनमधल्या खेड्यांमध्ये? नाही कधी." मी उत्तर दिलं.

"मला वाटतं असं जीवन फारच एकाकी, शांत असेल." मीन म्हणाली.

* * *

अनोळखी ठिकाणी, वाट मिळेल तिथे केलेल्या स्थलांतरात एक गोष्ट मात्र दिलासा देणारी होती. स्थलांतरितांच्या विश्वात एक ठिकाण निश्चल होतं : त्यांची शेती आणि घर असलेलं गाव. शेतीतून आता आर्थिक फायदा फारसा होत नाही. कुटुंबांकडे सरासरी एक एकरापेक्षा कमी जमिनी असतात. या तुटपुंज्या जमिनीवरची शेती नफा मिळवून देत नाही. असं असलं तरीही चीनमध्ये सर्वत्र जमीन कसली जाते. उत्पन्नाच्या स्रोतापेक्षा ही जमीन विमा योजनेसारखी जास्त असते. जगण्यासाठी हक्काचा अधिकार असते. जमीन गाठीशी असताना उपासमार तरी नक्की होणार नाही, याची खात्री असते.

कौटुंबिक शेतीशी असलेले बंध यांनीच महाकाय स्थलांतराच्या लाटेत चीनला स्थिर राखलं आहे. चीनमधल्या मोठ्या शहरांनी विकसनशील देशांइतक्या प्रमाणात बकाल वस्तींना, झोपडपट्ट्यांना जन्म दिलेला नाही आणि याचं मुख्य कारण म्हणजे, शहरात अपयश आलेल्या स्थलांतरितांना पुन्हा घरी परतण्याचा मार्ग खुला असतो. गावी त्यांचं कोणी ना कोणी असतं. किशोरवयीन मुलगा नोकरी मिळवण्यासाठी शहरात गेला तर त्याचे आई-वडील माघारी असतात. पती शहरात स्थलांतरित झाला तर गावी त्याची पत्नी शेतीची जबाबदारी सांभाळत असते किंवा उलटही चित्र असतं. विवाहित जोडपं एकत्र शहरात गेलेलं असू शकतं आणि त्यांची मुलं आजी-आजोबांसह गावात राहत असू शकतात. शहरामध्ये स्थलांतरित अस्वस्थ, असमाधानी दिसत असतील कदाचित, पण त्यातल्या प्रत्येकाला विसंबून राहण्यासाठी गाव, घर आणि हक्काचं शेत असतं.

हिवाळ्यात ल्युनार नववर्ष साजरं करण्यासाठी गावी यायचं, हा तमाम स्थलांतरितांचा मुख्य कार्यक्रम असतो. या दरम्यान असलेल्या सहा आठवड्यांच्या सुटीमध्ये वीस लाख स्थलांतरित चीनमधल्या ट्रेनमधून प्रवास करतात. नवीन वर्ष जवळ येऊ लागलं की, गावी जाण्याचा प्रवास हा कारखान्यांच्या विश्वातला

सर्वव्यापी विषय बनतो. गावी दिमाखात आणि ऐटीत परतायचं असल्यानं कामगारांची त्यासाठी पैसे जमवायची लगबग सुरू असते. त्यामुळे या दरम्यान नोकऱ्यांची धर-सोड मंदावते. जोडप्यांमधले संवादाचे विषयही नाजूक होतात. कोणाच्या घरी जायचं... आपल्या नात्याची सद्यःस्थिती काय आहे... अशा चर्चा होतात. बोलण्याचा रोख वळतो. हे विचार काहींना त्रासदायक ठरू शकतात. आनंदी नसलेले स्थलांतरित कामगार गावी कदापि न जाण्याचाही निर्णय घेतात. ही सुट्टी म्हणजे जणू संपूर्ण वर्षासाठी बिजागर असतो. येणारं नवं वर्ष या सुट्टीवर अवलंबून असतं. नोकरी सोडणं, विश्रांती घेणं, साखरपुडा करणं, नव्यानं सुरुवात करणं या सगळ्यासाठी नववर्षाचा मुहूर्त साधला जातो.

शहरातून गावापर्यंतचा प्रवास म्हणजे सुरुवातीला घरातून बाहेर पडल्यावर शहराच्या दिशेनं केलेल्या प्रवासाइतका त्रासदायक असतो. त्या काळात सुरू असलेल्या चीनमधल्या मध्यवर्ती व्यवस्थापनामध्ये रेल्वे वाहतूक हा सर्वांत शेवटचा पर्याय होता. आज चीनमध्ये विमानप्रवास आणि रस्त्यांमार्गे प्रवास सर्वांत सुखाचा असतो. वाहतुकीच्या या दोन्ही माध्यमांनी काळाची गरज ओळखून त्यानुसार स्वतःला आमूलाग्र बदलले आहे. विमान कंपन्यांनी सेवेची गुणवत्ता कमालीची सुधारलीये आणि दरही कमी केलेत; उद्योगांना चांगली सेवा देण्यासाठी आणि वाढत्या गाड्यांची संख्या सामावून घेण्यासाठी महामार्गांचा वेळोवेळी विस्तार केला जातो. पण रेल्वे म्हणजे गरिबांची गाडी बनलीये. काही वेळा तर वाटतं, अतिशय कार्यक्षमपणे लोकांचे हाल करण्यासाठीच रेल्वे स्थापण्यात आलीय.

सुटीच्या मोसमात, योग्य दरात तिकीट मिळणं सर्वसामान्य व्यक्तीला जवळजवळ अशक्य असतं. रेल्वेची कार्यालयं त्यांच्याशी चांगल्या प्रकारे संपर्कात असलेल्यांना तिकिटं विकतात किंवा तिकिटांची विक्री करणाऱ्या एजंटांना तिकिटं देऊन टाकतात. एजंट दामदुप्पट किमतीला ही तिकिटं विकतात. तिकिटांचं संगणकीकरण केलेलं नसल्यानं प्रवासात कोणती सीट कुठे रिकामी होईल, याचा नेम नसतो. त्यामुळे सुरुवातीच्या स्थानकाचा अपवाद वगळता, तिकिटावर नमूद केलेली सीट तिकीटधारकाला मिळणं जवळजवळ अशक्य असतं. प्रत्यक्ष प्रवासाच्या काहीच दिवस आधी तिकीटविक्रीला सुरुवात होते. त्यामुळे तिकीट मिळवण्यासाठी असंख्य जण स्थानकाच्या परिसरातच रात्रीच्या वेळी ठिय्या मारून बसतात. ट्रेनचा प्रवास अनेक तास किंवा दिवस चालतो. ट्रेनमधली बाथरूम भरलेली असतात, नळ चालत नसतात. तिथल्या मार्गिकेत, जागा मिळेल तिथे प्रवासी बसलेले असतात. इतक्या भयानक स्थितीतून प्रवास करावा लागत असला तरी प्रवासी कसलीही तक्रार करत नाहीत की तोंड आंबट करत नाहीत. मजा सुरू असते त्यांची. प्रवासात त्यांना सामानाकडे बारकाईनं लक्ष ठेवावं लागतं. नववर्षादरम्यानच्या रेल्वेच्या सगळ्या

गाड्या भरलेल्या असण्याचं आणखी एक कारण असू शकेल- एकही स्थलांतरित भेटवस्तू न घेता गावी परतत नाही.

घरी आल्यावर या प्रवाशांची चाल शेतीच्या वेगानुसार मंदावते. गावातलं आयुष्य उतरंडीवर आधारित असतं. घरातले निर्णय घेणारी कुटुंबातली वयस्कर ज्येष्ठ मंडळी आपल्या समुदायासाठी काय योग्य ठरेल, याचाही निर्णय घेत असतात. अख्खं कुटुंब एकत्र जेवतं. एकत्रच शेतात काम करतं. रात्रीच्या वेळी लहान मुलं आई-वडिलांसोबत मोठाल्या खाटेवर झोपतात. मोठी मुलं लहान मुलांना शिस्त लावतात आणि लहान मुलं त्यांचं ऐकतात. पाहुणे अचानक येऊन दाखल होतात आणि भरपूर दिवस राहतात; एकत्र खाणं, टीव्ही पाहणं यामध्ये त्यांनाही सहभागी करून घेतलं जातं. गावांमध्ये गुपित असं काहीच नसतं.

शहरामधली जीवनशैली पूर्णतः वेगळी असते. लहान लहान कुटुंबं गगनचुंबी इमारतींत राहत असतात. त्यांच्या शेजारी नात्यागोत्याचे नसतात. ओळखीपाळखीच्या नसलेल्या लोकांसोबत नाती जोडली जातात. शहरात स्थलांतरित झालेली तरुण मंडळी अनोळखी व्यक्तींमध्येही सहजगत्या मिसळून गेलेली असतात; नोकरी मिळवण्यासाठी त्यांनी स्पर्धेला तोंड दिलेलं असतं; त्यांना भावलेल्या व्यक्तींबरोबर डेटिंग केलेलं असतं. खेड्यात व्यतीत केलेल्या बालपणाची ओढ त्यांना कितीही अस्वस्थ करत असली तरी त्यांचं गाव त्यांना पुन्हा खिळवून ठेवू शकत नाही किंवा रमवू शकत नाही, हे सत्य आहे.

ही कथा नवी नाही. घरी परतणाऱ्या प्रवाशाच्या वेदना चिनी साहित्यात यापूर्वीही चितारलेल्या आहेत. बालकं शिकत असलेल्या पहिल्या काही कवितांमध्ये आठव्या शतकातली कविता असते आणि ती आयुष्यभर आपल्या गावापासून लांब राहिलेल्या आणि त्या गावाच्या शोधात निघालेल्या पुरुषाबद्दल असते.

> तरुण असताना मी घरून बाहेर पडलो आणि वृद्ध व्यक्ती म्हणून परत आलो,
> माझे उच्चार बदललेले नाहीत, पण माझ्या कानशिलावरचे केस आता पांढरे झालेत.
> मुलं मला बघतात, पण मी कोण ते त्यांना माहीत नाही,
> ही अनोळखी व्यक्ती कुठून आलीय ते हसून विचारतात.

* * *

प्रवासासाठी मिननं डाऊन जाकीट, पारंपरिक औषधांचा डबा, तिच्या कारखान्यात बनवलेली गुलाबी रंगाची डोनी अँड बर्क पर्स, नेस्ले मिल्क पावडर, भेट देण्यासाठी

बिस्किटांचा खोका, पुरुषांसाठीचे दोन शर्ट, बदामाच्या आकाराचा कँडीचा प्लॅस्टिकचा डबा असं सामान बरोबर घेतलं. महिन्याचा पगार, एक हजार युआन - अंदाजे १२० डॉलरही बरोबर घेतले. स्वतःच्या वस्तूंपैकी तिनं केवळ मोबाइल फोन, एमपी३ म्युझिक प्लेअर आणि मेकअपसाठीचा आरसा इतक्याच वस्तू घेतल्या होत्या. बाकी तिच्याकडच्या सगळ्या वस्तू कोणाला ना कोणाला भेट म्हणून द्यायच्या होत्या. ती फेब्रुवारी २००५ मध्ये, ल्युनार वर्षाच्या आठवडाभर आधीच गावी निघाली होती.

कुआंगचौला जाणारी बस पाहता पाहता खचाखच भरली. खिडकीवर सावधगिरीचा इशारा दिला होता : या आलिशान बसमध्ये प्रवाशांचं स्वागत आहे. यापूर्वी काही प्रवाशांनी मौल्यवान वस्तू गमावल्या असल्याने कृपया बसमध्ये झोपू नका. अतिशय सावधगिरी बाळगा. बऱ्याचशा प्रवाशांनी याकडे दुर्लक्ष केलं आणि लगेचच झोपून गेले. रस्त्याच्या दुतर्फा एक एक कारखाना झपाझप मागे जात होता. मिनचं मन मात्र भलत्याच विचारांत हरवलं होतं.

'आम्ही लहान होतो तेव्हा एलिमेंटरी स्कूलसाठी अर्धा तास चालत जायचो. काही मुलं तर अगदी आडगावातून शाळेत यायची. डोंगर पार करत. तेव्हा त्या परिसरात रानडुक्कर आणि कोल्हे असायचे. कोल्हे दिसायचे नाहीत, पण त्यांचा आवाज ऐकू यायचा. आता मात्र त्यांचे आवाज ऐकू येत नाहीत.' मिन बालपणीच्या आठवणींमध्ये हरवली होती.

कुआंगचौ स्थानकात तोबा गर्दी होती. दर वर्षी या दरम्यान या स्थानकातून पंचेचाळीस लाख स्थलांतरित आपल्या घरी जातात आणि परत येतात. स्थानकाच्या समोरचा भव्य प्लाझा पोलिसांच्या गराड्यात होता. या परिसराला छावणीचं स्वरूप आलं होतं. पोलिस लाउडस्पीकरवरून मोठ्यामोठ्यानं सूचना देत होते. स्पीकरच्या त्या कर्कश आवाजामुळे ऐकणारे आणखी गोंधळून जात होते. मिनला आणि मला बसायला जागा मिळाली होती. यासाठी तिच्या चुलतभावाचे आभार मानायला हवेत. तो आमच्यासोबत अर्ध्या रस्त्यापर्यंत येणार होता. हक्काची जागा असूनही आम्ही बाकी प्रवाशांसारखं धावायला सुरुवात केली. त्या धावपळीतच आम्ही रात्रभर प्रवास करून वुछंगला जाणारी रेल्वे पकडली.

रेल्वेगाडीतलं वातावरण अजब होतं. गाडी स्थानकातून बाहेर पडता क्षणी बरेच जण घरातच पोहोचले असल्याच्या थाटात वावरू लागले. अनेकांनी पायातले बूट काढून टाकले. अंगातले शर्ट काढून टाकले. संत्र्यासारखी फळं सोलली. त्यांचे मोबाइल सतत सुरू होते. फोनच्या रिंगटोनही खणखणीत, विचित्र होत्या. आनंदाचा ऊत आल्यासारख्या. एका प्रवाशानं तर रेल्वेच्या डब्यातल्या मार्गिकेत वर्तमानपत्र पसरलं. आसनाखालीही त्यातले काही कागद टाकले आणि आसनाखाली सरपटत जात बिनधास्त पसरून दिलं स्वतःला. त्याची पावलं फक्त बाहेरून दिसत होती.

मार्गिका प्रवाशांनी गच्च भरली होती. बाथरूमच्या लगत असलेली जागाही प्रवाशांनी पटकावली होती. जागा मिळेल तिथे प्रवासी ठाण मांडून बसत होते. काळ्या कपड्यांमध्ये रांगेत बसलेले प्रवासी पाहून टेलिफोनच्या एखाद्या वायरवर कावळे बसल्यासारखं वाटत होतं.

धातूच्या हातगाड्या अधूनमधून येत होत्या. इकडे-तिकडे बसलेल्यांना त्यामुळे सारखं हलावं लागत होतं. या गाड्या चिकन लेग, बिअर आणि हॉट डॉग विकत होत्या. विक्रेते, 'गरम दूध, गरम दूध; तुमच्यासाठी उत्तम दूध' असं ओरडत फिरत होते. आर्थिक स्थिती चांगली असलेले प्रवासीच केवळ ट्रेनमध्ये पदार्थ विकत घेत होते. बाकी बऱ्याच जणांनी खाणं सोबत आणलं होतं. उकडलेली अंडी, वेफर कुकीज आणि ग्रीन टी असलेली बरणी. पावणेअकरा वाजता झाडूवाला आला. गाडीत चढून आम्हाला फक्त तीन तास झाले होते. पण झाडूवालीसमोर भूईमुगाच्या शेंगांची टरफलं, संत्र्यांची सालं, रिकाम्या प्लॅस्टिक बाटल्या यांची रास पडली होती. प्रवास करताना चिनी मंडळी जितका कचरा करतात तितक्या वेगानं या भूतलावर बाकी कोणीही कचरा करत नसेल!

मिनसाठी घड्याळाचे काटे स्तब्ध झाले होते. तिचा हा दुसराच मोठा ट्रेनप्रवास होता. मिनचं मन थाऱ्यावर नव्हतं. ती खिडकीतून बाहेर बघत होती; घड्याळात बघत होती; मोबाइलशी खेळत होती. 'आपल्याला पोचायला अजून नऊ तास आहेत...' तिची बडबड सुरूच होती. मी तिला गप्प राहायला सांगेपर्यंत तिचं माहिती देणं सुरू होतं. घरी खाऊ म्हणून बरोबर घेतलेला बिस्किटांचा खोका तिनं तिथेच उघडला. त्यातली काही बिस्किटं खाऊन टाकली आणि वर म्हणाली, 'असू दे, यामध्ये भरपूर आहेत. थोडी खाल्ली तरी चालतील' पोटपूजा झाल्यावर ती चुलतभावाला भेटण्यासाठी गायब झाली. थोड्या वेळानं परत आली तर हातात सॉल्टेड चिकनचा तुकडा होता. चोरांच्या हमखास योजिल्या जाणाऱ्या क्लृप्त्यांची माहितीही घेऊन आली होती. पैशांचं पाकीट सापडल्याचा आव आणायचा आणि प्रवाशांचं लक्ष वेधून घ्यायचं. संधी साधून त्यांची पाकिटं मारायची, अशी नवी शक्कल चोर लढवत असल्याची ताजी माहिती तिनं मला पुरवली.

मध्यरात्र उलटताच, हुपैमध्ये स्वागत करणारा मेसेज माझ्या मोबाइलवर आला. हुपै म्हणजे मिनचाच प्रांत. आम्ही जमेल तशी झोप काढत होतो. पहाटे तीनच्या दरम्यान, एक कुटुंब अचानक जागं झालं. दुपारचे तीन वाजल्यासारखं त्यांचं मोठमोठ्यानं हसणं-खिदळणं, गप्पा सुरू झाल्या. ६.५७ वाजता आम्ही स्थानकात उतरलो. तिथे मिनच्या चुलतभावाला निरोप दिला आणि तिच्या घरी जाण्यासाठी बसमध्ये चढलो. १०.१२ वाजता बसनं यांगत्झ नदी ओलांडली आणि मिन खाडकन जागी झाली. तिथून पुढे येणाऱ्या प्रत्येक शहराचं नाव ती मला सांगत

होती : हुआंगशी, मेछुआन, हुआंगमे. 'आपण पोहोचतच आलो आहोत.' तिच्या आवाजात उत्साह संचारला होता.

ताचिन नावाच्या शहरात रस्त्याच्या कडेला मिनची आई छन मेरोंग आमची वाट बघत थांबली होती. आईचं वय बेचाळीस होतं. खोलवर दिसणारे तपकिरी डोळे. गालाची हाडं वर आलेली. त्या खळखळून हसल्या. मिन घरी आल्याच्या पहिल्या दिवशी त्यांचं हसणं थांबल्याचं मला आठवतही नाही. या दोघींनी भेटल्यावर एकमेकीला आनंदानं मिठी मारली नाही. चिनी लोकांमध्ये अशी पद्धतही नाही. मिननं तिच्या आईच्या दंडाला स्पर्श केला आणि कान हळुवार थोपटले. जवळजवळ दोन वर्षांनी ती घरी येत होती.

ताचिन शेतीप्रधान होतं. तिथे प्राण्यांसाठी खाद्य आणि कीटकनाशकं पुरवणाऱ्यांची संख्या मोटरसायकल आणि मोबाइल फोनची विक्री करणाऱ्या दुकानांपेक्षाही जास्त होती. रस्त्यालगत वेगवेगळ्या प्रकारचे व्यवसाय करत असलेल्या मंडळींकडून 'काहीही टाकून द्यायचं नाही', या ग्रामीण भागातल्या विचारसरणीची प्रचीती यायची. ताचिनमध्ये भिंतीवरचं आणि हातातलं घड्याळ, टीव्ही, स्टोव्ह, फोन अशा वस्तूंची दुरुस्ती तिथून करून घेता यायची. शहरामध्ये असं दृश्य दुर्मिळच झालं होतं. अशा प्रकारचे व्यवसाय जणू हद्दपारच झाले होते. जुन्या वस्तू दुरुस्त करून घेण्यापेक्षा शहरी लोकांचा कल नव्यानं खरेदी करण्याकडे अधिक होता. बाहेर लावण्यात आलेल्या स्टॉलमध्ये सगळ्यात लोकप्रिय उत्पादन होतं ते म्हणजे 'सूटकेस'. 'या शहरात करण्यासारखा सर्वांत उत्तम पर्याय म्हणजे इथून लवकरात लवकर बाहेर जाणं', असं सुचवणारं!

घर जास्तीतजास्त छान करण्यासाठी मिनच्या डोक्यात असंख्य विचार रुंजी घालत होते. घरासाठी तिला डीव्हीडी प्लेअर खरेदी करायचा होता. म्हणाली, 'हॉट वॉटर डिस्पेन्सरही घेऊ या. सोयीचा पडतो तो.'

मिनची आई दर थोड्या वेळानं माझ्याकडे कटाक्ष टाकत होती. चेहऱ्यावर मोठं हसू आणत म्हणाली, "हे ठिकाण भयानक आहे आणि आम्ही फार गरीब आहोत."

गावाकडे जायच्या रस्त्यावर मिनच्या आईनं स्थानिक टॅक्सी बोलावली. ही टॅक्सी म्हणजे, दोन चाकांवर बसवलेला धातूचा खोका एक मोटरसायकल ओढून नेत होती. त्यामध्ये बसण्यासाठी अरुंद फळी ठेवली होती. आम्ही ही टॅक्सी थांबवली तेव्हा त्यामध्ये आधीच पाच तरुणी बसलेल्या होत्या. त्यांनी तंग जीन्स घातल्या होत्या. त्याही मिनसारख्या स्थलांतरित होत्या. सुटीसाठी घरी जात होत्या. टॅक्सी कच्च्या रस्त्यावरून जाऊ लागल्यावर मिननं घरी परतणाऱ्या रस्त्यावरच्या मंडळींकडे बघायला सुरुवात केली. काळी लेदर पँट आणि हील बूट घातलेली तरुणी भाताची शेतं मागे टाकत चालत जात होती; सूट घातलेला पुरुष दोन्ही

हातांनी एकेका बालकाला खेचत चालला होता. या बालकांनी जीर्ण कपडे घातले होते. बाइकवरून जाणाऱ्या पुरुषानं हसून हात दाखवला. "ते एलिमेंटरीमधल्या माझ्या वर्गमैत्रिणीचे वडील. त्यांचं वय झालं आता." मिननं मला सांगितलं.

विटांनी बांधलेल्या दुमजली घरांजवळ आम्ही टॅक्सीतून उतरलो. आम्हाला पाहताच मिनचे वडील स्वागतासाठी पुढे आले. बारीक, ओढलेला चेहरा, थकलेलं हास्य. तेही म्हातारे झाले असल्याचं मिनला जाणवलं. मिनचं घर एकदम शांत होतं. तिची लहान बहीण आणि भाऊ नातेवाइकांना भेटण्यासाठी गेले होते. तिची आणखी एक धाकटी बहीण घरी होती. टीव्ही बघत बसली होती. मिन घरात येताच तिनं मिनकडे फक्त बारीकसा कटाक्ष टाकला आणि पुन्हा टीव्हीच्या पडद्याकडे नजर वळवली. मिनच्या कुटुंबीयांसोबत लिव्हर आणि एग नूडल्स खाल्ल्यावर मिननं गप्पा, माहिती काढणं सुरू केलं. मिन घरी आल्याबद्दल तिच्या आईनं तीन अंडी प्रेमानं खाऊ घातली तिला! मोटरसायकल घ्यायची होती, अशी इच्छा तिच्या वडिलांनी व्यक्त केली.

"त्यासाठी किती खर्च येईल?" मी त्यांना विचारलं.

"सात किंवा आठ हजार." मिननं वडिलांच्या वतीनं उत्तर दिलं.

"बापरे!" माझी प्रतिक्रिया.

तीन हजार युआनपेक्षा कमी किमतीला एक मोटरसायकल मिळू शकते, अशी माहिती मिनच्या वडिलांनी पुरवली.

त्यावर मिन म्हणाली, "ती चांगली नसते हो. तुम्हाला आयुष्यभर ती दुरुस्त करून करून वापरायचीय का?"

तितक्यात फोन वाजला. तोंगकुआनहून मिनच्या मैत्रिणीचा फोन होता. ती नीट पोहोचली की नाही ते बघण्यासाठी. "मला बघण्यासाठी आई आतुर झालेली होती. माझे आई-वडील आता फार म्हातारे दिसू लागलेत. घरही अगदी अस्ताव्यस्त झालंय. थंड पडलंय. काही करू नये, फक्त झोप काढावी, असं वाटतंय." मिननं लगेच मैत्रिणीला सगळ्या बातम्या पुरवल्या.

पुन्हा फोन वाजला. तो आह च्यीएचा होता. तो नवीन वर्षासाठी घरी आलेला नव्हता. तोंगकुआनमध्येच थांबला होता. "मी आत्ता बोलू शकत नाही. आजूबाजूला खूप जण आहेत." मिननं दबक्या आवाजात त्याला सांगितलं. मिनची निवड तिच्या आईला अजिबात पसंत न पडल्यानं मिननं फारसं विरोधात न जाण्याचं धोरण स्वीकारलं होतं. घरी कटकट होऊ नये म्हणून तिनं आह च्यीएशी संबंध तोडल्याचं सांगितलं होतं. आता मात्र तिला जपून राहावं लागत होतं. दर वेळी त्याचा फोन खणखणला की आपलं पितळ उघडं पडणार नाही, याची काळजी घ्यावी लागत होती.

थोड्याच दिवसांत गुईमिन तिच्या बॉयफ्रेंडला घेऊन घरी येणार होती. तिनं

माझ्या फोनवर पाठवलेल्या मेसेजमध्ये म्हटलं होतं, 'इतक्या लांबच्या मुलाशी मी डेटिंग करणं घरी मान्य नसल्यानं मी निवडलेल्या मुलाला घरच्यांनी नाकारलं असलं तरीही घरी येताना बॉयफ्रेंडला सोबत घेऊन येतेय.' त्यानंतर एके दिवशी तिनं मला लिहिलं, 'मी आता मोठी झालेय. परिस्थिती कशी हाताळायची, ते समजण्याइतकी जाणती झालेय. घरच्यांनी खरंच कशाचीही काळजी करू नये.' वाचून मला वाटलं की ती घरी आल्यावर उसळणार असलेल्या वादळाला तोंड देण्याची तयारी करतेय.

* * *

घरी येताच मिननं घरच्यांना चांगल्या सवयी लावण्यास सुरुवात केली. सकाळी धुकं पडलेलं असताना तिनं घरातल्या सगळ्या खिडक्या बंद केल्या. ओलावा आरोग्यासाठी चांगला नसतो, असं तिनं आईला सांगितलं. सकाळचा नाश्ता झाल्यावर तिच्या वडिलांनी सिगारेट पेटवल्यावर तिनं वडिलांची शिकवणी घेतली. वडिलांनी अजिबात सिगारेट ओढायची नाही आणि रोज सकाळी चहानं खळखळून चूळ भरायची; नाहीतर दात खराब होतील. घरात फिरून तिनं आणखी काही गोष्टी हेरल्या. तिला अपेक्षित असलेल्या सुधारणा सुचवल्या. हॉट वॉटर डिस्पेन्सर, वॉशिंग मशिन, अंगणातल्या चिखलातून चालण्यासाठी काँक्रीट ओतून छोटा रस्ता तयार करणं या गोष्टी हव्याच, असं तिला वाटलं. ग्रामीण भागातल्या घरांमध्ये जमिनीवर थुंकणं, कचरा टाकणं, सिगारेट विझवणं सर्रास आढळतं. घरातलं कोणीतरी केर काढतं आणि सगळा कचरा अंगणात टाकला जातो. मिननं मुलांच्या खोलीत एका कोपऱ्यात प्लॅस्टिकची पिशवी ठेवली. सगळा कचरा त्यामध्ये एकत्र टाकण्याची सूचना केली. हीच सूचना तिनं तिच्या आईलाही केली.

लवकरच गुईमिन येणार होती ते तिला अस्वस्थ करत होतं. गुईमिनच्या बॉयफ्रेंडशी आई-वडील नीट बोलले नाहीत तर, या विचारानं तिला भीती वाटत होती. गावाकडच्या माणसांना अनोळखी व्यक्तींशी बोलण्याची सवय नसते. त्यामुळे, त्यांचा तसा हेतू नसला तरी नकळत त्यांच्याकडून गुईमिनच्या बॉयफ्रेंडचा अपमान होऊ शकतो, असं तिला वाटत होतं. गावात सगळीकडे गुईमिनचीच चर्चा होती. गावातली कोणतीही तरुणी आजवर आपल्या बॉयफ्रेंडला इतक्या लांबून थेट घरी घेऊन आलेली नव्हती. 'माझी बहीण तिच्या बॉयफ्रेंडला घेऊन येतेय', असं मिन भेटेल त्या शेजाऱ्याला सांगत सुटली होती.

'मुलगा कुठचा आहे?' हा प्रश्न सगळ्यांत आधी विचारला जायचा. 'हुनान.' तिनं असं सांगितल्यावर संवाद तिथेच संपून जायचा.

लु यांचं घर १९८६ मध्ये बांधलं गेलं. मिनचा जन्मही त्याच वर्षीचा. मुख्य खोलीच्या दोन्ही बाजूंना एक एक बेडरूम होती. मुलांसाठीच्या खोल्यांमध्ये दोन डबलबेड आणि एक टीव्ही होता. तिथला टीव्ही सदैव कर्णकर्कश आवाजात सुरू असायचा. मुख्य खोलीमध्ये जेवणासाठी लाकडी टेबल होतं. त्यामागे देव्हारा होता. मिनच्या आजीचा फोटो होता. भिंतीवर सुवर्णाक्षरांत विश्वातला उतरता क्रम लिहिलेला होता म्हणजे, स्वर्ग, पृथ्वी, देश, पालक, शिक्षक. देव्हाऱ्यालगतच्या भिंतीवर घरातल्या दोन सगळ्यात लहान मुलांनी शाळेत मिळवलेली बक्षिसं अभिमानानं ठेवली होती. लु श्यीउ तिच्या वर्गात पाचवी आली. लु श्युआनछ्यींगही विद्यार्थी होता. राहण्यासाठीच्या खोल्यांच्या आजूबाजूला असलेल्या सगळ्या गोष्टी नीट कार्यरत होत्या. धान्य साठवण्याच्या खोलीमध्ये मोठा खड्डा होता. खुंटीवर डुकराचं कच्चं मांस आणि मासे टांगले होते. खोलीत गुडघाभर उंचीचे कापसाचे ढग अवतरले होते. यंदा हाती आलेलं पीक होतं ते. अजून त्याची बाजारात विक्री व्हायची होती. घराच्या एका बाजूला स्वयंपाकघर होतं. धुरामुळे तिथल्या भिंती काळवंडल्या होत्या. दुसऱ्या बाजूला बैल, डुकरीण आणि तिच्या पिल्लांसाठी राहायची सोय केली होती. इकडे तिकडे फिरणाऱ्या कोंबड्या सारख्या पायाखाली येत. स्वयंपाकघरातल्या ओट्याखालीच त्यांनी अंडी घातली होती. पैसे वाचवण्यासाठी विजेचा वापर काटकसरीनं केला जात होता. विजेची बचत इतकी केली जात होती की रात्रीचं जेवण जवळजवळ अंधारातच व्हायचं. कडाक्याच्या थंडीपासून ऊब मिळण्यासाठी तिथे काहीच सोय दिसत नव्हती. हुपैमधल्या गोठवणाऱ्या थंडीत मिनच्या कुटुंबानं कोट आणि हातमोजे घातले होते. सिमेंटच्या भिंती आणि लादीने एखाद्या स्पंजसारखी थंडी शोषून घेतली होती. बराच वेळ एकाच जागी बसल्यावर पायाच्या टाचा बधिर व्हायच्या. बोटंही निर्जीव व्हायची. यावर उतारा होता गरम पाण्याचा. गरमागरम पाण्यानं थंडी पळवण्याचा प्रयत्न करायचा. हातात पाण्याचं भांडं धरल्यामुळे तोंडावरही सुखद गरम वाफ यायची. टाचा धरू नयेत म्हणून मुलं अनेकदा उभ्यानं टीव्ही पाहायची किंवा सारखी उड्या मारायची.

घरी मिन एकदम खूश होती. जेवणाच्या वेळी मुलं पटापट आपापलं जेवण संपवून तिथून पळत. मिन आई-वडिलांशी आणि माझ्याशी गप्पा मारत रेंगाळे. जेवण बनवणं, कपडे धुणं, घरातली साफसफाई अशी कामं मिनची आई आणि लहान बहिणी करायच्या. तिचे वडील डुकरांना खाऊ घालणं, घराभोवतालीची कामं उरकणं, या गडबडीत असायचे. मिन मात्र घरातल्या एकाही कामाला हातही लावायची नाही. दिवसभर तिचा बराचसा वेळ फोनवर जायचा. सुटीनिमित्त घरी आलेल्या मैत्रिणींना भेटण्याचे बेत आखण्यात ती गुंग असायची. ताज्या घडामोडी मिनला कळवण्यासाठी आह च्वीएचे फोन अध्येमध्ये सुरूच असायचे : त्यानं

गुईमिनला तिकीट मिळवून देण्यासाठी मदत केली. त्याला मिनची फार आठवण आली. ती दुसऱ्या कोणा मुलासोबत निघून गेल्याचं स्वप्न त्याला पडलं... वगैरे!

* * *

नवीन वर्षाच्या दोन दिवस आधी, मिन तिच्या आईवर चिडली. मिनच्या एका काकानं सगळ्यांचं स्नेहसंमेलन आयोजित केलं होतं. त्यानिमित्त सगळ्यांना जेवायला बोलावलं होतं. या सुटीतला हा एक मुख्य कार्यक्रम असतो. पण तितक्यात तिचा फोन वाजला आणि मिनचं लक्ष विचलित झालं. वुश्युएमध्ये हेअर सलून चालवणारी तिची तरुण, स्मार्ट आत्या नुकतीच घरी आली होती. शहरात खरेदीला जाऊ या, असं बोलावणं तिनं मिनला केलं.

"पाऊस पडत असताना बाहेर कशाला जायचं?" असं मिनची आई तिला म्हणत होती. मिनचा एकूण कठोरपणा तिला अजिबात आवडला नव्हता.

मिन तिचा हेका सोडत नव्हती. 'हा माझा निर्णय आहे, माझ्या आईचा नाही. त्यामुळे काकांना वाईट वाटलं तर ते माझ्यामुळे वाटणारे; त्यात आईचा काही संबंध नसेल.' मिनकडे कारण तयार होतं. आम्हाला नेण्यासाठी मिनची आत्या हुआंग त्सायश्यीया मिनच्या घरी आली होती. ती साधारण पंचविशीची असेल. चिक बेल्टेड जॅकेट, सॅटिन पँट आणि रनिंग शूज असा तिचा पोशाख होता. आल्या आल्या तिनं मोबाइल फोन बाहेर काढला. एखाद्या मेकअप साधनासारखा तो उघडला गेला. सगळ्यांनी स्तुती करावी म्हणून ती कौतुकानं दाखवत होती. बसनं शहराकडे जाताना मिन आणि तिची आत्या केसाला रंग देण्याच्या टिप्सविषयी चर्चा करत होत्या. नंतर त्यांनी मिनच्या एमपी३ प्लेअरवर पॉप गाणी ऐकली-गायली. तिच्या आत्याला बरेच शब्द माहीत होते.

> प्रेमाची छत्तीस धोरणं
> एखाद्या खेळासारखी असतात.
> मला स्वतःवर अंकुश हवाय.
> प्रेमाची छत्तीस धोरणं
> जास्तीत जास्त गुण मिळवायला आणि टिकायला
> स्वतःतली जादू टिकून ठेवा.

वडिलांनी घरात बाथरूम बांधून घ्यावं, अशी इच्छा मिननं आत्याकडे बोलून दाखवली. "त्यांना तिथे वॉशिंग मशिन ठेवता येईल आणि अंघोळीसाठीही जागा

मिळेल. त्यांना हवं तर आणखी टाइल्स बसवून शॉवरचीही सोय करून घेता येईल.'' मिन तिला म्हणाली.

''आणि गरम पाण्यासाठी विजेवरचा गिझरही लावता येईल.'' मिनची आत्या म्हणाली.

''आणि गरम पाण्यासाठी विजेवरचा गिझरही लावता येईल.'' मिननं आत्याचंच वाक्य पुन्हा म्हटलं, ''आम्हाला थंडीतही न कुडकुडता गरम पाण्यानं अंघोळ करता येईल.''

या सगळ्यासाठी साधारण पाच हजार युआन, म्हणजेच सहाशे डॉलर खर्च येईल, असा अंदाज मिनच्या आत्यानं दिला. मिनची आत्या मला म्हणाली, ''तुम्ही शहरात राहिलात की तुमची विचारसरणी बदलते. गावाकडचं जीवन कसं बदलता येईल, याचा सतत विचार तुमच्या डोक्यात सुरू होतो.'' ती आणि तिचा नवरा वुश्युएमध्ये काम करायचे. त्यांनी तिथे भाड्यानं घरही घेतलं होतं.

त्यांची चार वर्षांची मुलगी मात्र गावात तिच्या आजीजवळ राहायची. स्वतःचं घर घेण्याइतके पैसे जमले की त्यांनी मुलीला शहरात घेऊन यायचं ठरवलं होतं. मिनची आत्या म्हणाली, ''गाव म्हणजे आमच्या घरासारखं आहे. पण मला तिथे अजिबात जमत नाही.''

त्या दुपारी गुईमिन तिच्या बॉयफ्रेंडसह घरी आली. ती मिनपेक्षा उंच होती. चेहरा सुंदर होता. मोठ्या कुटुंबातलं पहिलं अपत्य जसं असतं तशी ती होती. तिचा बॉयफ्रेंड आत येताच मिनच्या वडिलांच्या दिशेनं गेला. त्यांना काका अशी हाक मारत त्यांची भेट घेतली आणि त्यांच्या हाती सिगारेट दिली. बास, इतकीच काय ती पहिली भेट. नीट ओळख नाही, संवाद नाही की काही नाही. फक्त एक सिगारेट. चिनी पुरुषांच्या विश्वातला हा ठळक शिष्टाचार होता.

रात्री जेवताना, मिनचे आई-वडील त्यांच्या मुलीच्या बॉयफ्रेंडशी फार काही बोलले नाहीत. एक तर ते बुजले असावेत किंवा हा मूक निषेध असावा. मिनला ज्याची भीती वाटत होती तेच घडत होतं. इतक्या लांबून आलेल्या पाहुण्याला योग्य प्रकारे आदर दाखवला जात नव्हता. स्थानिक बोलीभाषा येत नसलेला गुईमिनचा बॉयफ्रेंड काही न बोलता विनम्र बसला होता. घरगुती मद्य ऑफर केल्यानंतर मिननं ताबा घेतला. ती बहिणीच्या बॉयफ्रेंडला आधीच खासगीत मेहुणा म्हणाली होती. त्याच्याकडे पाहत तिनं ग्लास उंचावला आणि म्हणाली, ''आमच्या घरी स्वागत आहे.''

* * *

गावातल्या बऱ्याचशा दिवसांची सुरुवात पहाटे पहाटे खणखणाऱ्या फोननं झाली. फोनची खणखण पहाटेच्या नीरव शांततेचा भंग करायची. मिनचे आई-वडील लवकर उठायचे. घरात बाकीचे झोपले आहेत, याचा जराही विचार न करता ते घरभर मोठमोठ्या आवाजात बोलायचे, दारांचे आवाज करायचे. गावात बाकीच्यांचा विचार करण्याची फारशी पद्धत नव्हती. लोक दिवसातला बराचसा वेळ एकमेकांसोबत, गटागटानं घालवायचे. त्यामुळे समूहाला प्राधान्य दिलं जायचं, वैयक्तिक अस्तित्व विसरलं जायचं.

त्यांच्या समुदायात जवळजवळ सगळ्याच गोष्टी एकत्र केल्या जायच्या. सगळी पोरं एकत्र उठायची आणि दात घासायला शेताच्या बांधावर रांगेत उभी राहायची. दात घासताना शेजारच्यांच्या शेतात थुंकायची. सगळी जेवणं एकत्रच व्हायची. जेवणात भाज्या, भात असायचा. नेहमी डुकराचं मटण असायचं. घरांमध्ये साधारण थंडीच्या सुरुवातीला डुकरांची कत्तल केली जायची आणि संपूर्ण हिवाळ्यात त्यांचं मटण खाल्लं जायचं. सगळ्यांच्या अंघोळीही एकत्रच व्हायच्या. संध्याकाळच्या वेळी घरातल्या महिला पाणी गरम करून द्यायच्या. घरातली पोरं अंघोळीच्या ठिकाणी सगळी एकत्रच अंघोळीला जायची. त्याच पाण्यात ती एक एक करून खासगी अवयव आणि पाय धुवायची. ते पाणी बदललंही जायचं नाही. मुलांचा अंघोळीचा कार्यक्रम आटोपला की घरातले पुरुषही तिथेच अशाच प्रकारे अंघोळ करायचे. खूपदा घरातली मंडळी स्पंज बाथ घ्यायची. कितीतरी दिवसांतून एकदा ते केस धुवायचे. शरीराचे सगळे अवयव स्वच्छ केले पाहिजेत, असं त्यांना वाटायचं खरं; पण ही भावना क्वचितच त्यांना जाणवायची.

आला-गेला दिवसभर सुरूच असायचा. काही पाहुणे तर अनेक दिवस मुक्काम ठोकायचे. मिनची नऊ वर्षांची चुलत बहीण कित्येक दिवस आम्हा दोघींच्या मध्ये झोपत होती. नंतर तिच्या आईकडची दोन भावंडं आली, मग वडिलांकडची दोन भावंडं आली. वु च्यीएनहान नावाचा मुलगा बरेच दिवस राहिला. त्याला मिन आवडायची, पण ती त्याला अजिबात भाव द्यायची नाही. मिनच्या वडिलांना आणि घरातल्या मुलांना झोपता यावं म्हणून मिनची आई मिनच्या खोलीत राहायला गेली.

त्या रात्री मिन, तिची आई आणि मी मिनच्या खोलीतल्या डबलबेडवर दाटीवाटीनं झोपलो.

ग्रामीण भागातल्या जीवनात टेलिव्हिजनला अनन्यसाधारण महत्त्व होतं. घरातली लहान मुलं दिवसभर टीव्हीला डोळे लावून बसलेली असायची. शेजारच्या घरात गेलात तर टीव्ही बघण्यासाठी सगळ्यात पुढची खुर्ची दिली जायची. बाकी कुठेतरी तुम्ही बघत असलेल्या मालिकेचा भाग शेजारी पुढे पाहता यायचा. इतिहासकालीन

वेषभूषा असलेलं, बादशाही राजपरिवाराच्या जीवनावर आधारित नाट्य पाहणं, हा अनेकांचा आवडता विषय होता. या सोप ऑपेरातून इतिहासाचा मर्यादित भाग समोर येत असला तरी, त्या निमित्तानं गावातल्या मंडळींची ओळख इतिहासाशी व्हायची. जादू, परी, संप्रदाय, हत्या, चमत्कार, विवाहबाह्य संबंध... असं सगळं पाहून मुलं विस्मयचकित व्हायची. कम्युनिस्ट पक्ष नैतिकता, बुद्धिवाद आणि शास्त्रीय विकासाची शिकवण देत असताना टीव्हीवरचं मनोरंजन मात्र बहुतेकदा बरोब्बर याविरुद्ध विचारांचं दर्शन घडवायचं.

एकीकडे गाव आणि दुसरीकडे टीव्हीसारख्या इलेक्ट्रॉनिक उपकरणांतून दिसणारं कल्पनाविश्व अशा दोन्ही जगतांत ही मुलं रमलेली दिसायची. ही मुलं काही वेळा त्यांच्या आयांना नदीत कपडे धुवायला मदत करायची, पण ते झालं रे झालं की टेट्रिस नावाच्या गेममध्ये डोकं खुपसायची. काही वेळा तर ही पोरं टेलिव्हिजन नावाच्या परग्रहावरून नुकतीच पृथ्वीवर उतरल्यासारखी भासायची. फिल्म बदलण्यासाठी मी माझा कॅमेरा बाहेर काढल्यावर मिनचा नऊ वर्षांचा चुलतभाऊ उत्सुकतेनं बघायला आला. 'फिल्म कशी दिसते? टीव्ही जसा दिसतो तशीच दिसते का?' तो कुतूहलानं विचारत होता. त्यांच्यातली नात्यांची गुंतागुंत इतकी क्लिष्ट होती की चिनी भाषेनंही त्यापुढे हात टेकले होते. मिनच्या घरी आलेला एक पुरुष म्हणजे मिनच्या आजोबांच्या लहान भावाचा जावई होता. एके दिवशी आम्ही मिनच्या आजोबांच्या भावाच्या सुनेच्या बहिणीला आणि त्यांच्या वडिलांना भेटायला गेलो होतो. मिनच्या घरी टीव्हीच्या समोर ठाण मांडून बसलेले बाळगोपाळ शेजारी राहणारी असावीत, असा माझा अंदाज होता. पण आम्ही एकदा दुसऱ्या एका गावात मिनच्या आजीला भेटायला गेलो होतो. तिथेही हीच मुलं टीव्हीसमोर बसलेली दिसली. म्हणजे हे सगळे मिनचे नातेवाईकच होते. शेजारी राहणारा आणि वनझौच्या शू फॅक्टरीत काम करणारा एक तरुण इतक्या वेळा यायचा की तो मिनच्या मागे लागला असल्याची माझी जवळजवळ खात्री झाली होती. मी तिला हे सांगणारच होते इतक्यात मला आणि एक शोध लागला की तो तिच्या वडिलांचा चुलतभाऊ होता.

माझ्याबद्दल गावकऱ्यांच्या प्रतिक्रिया वेगवेगळ्या प्रकारच्या होत्या. शहरात काम करत असलेल्या गावातल्या मंडळींनी संवादाचा रोखच बदलला. माझ्याशी अमेरिका, बीजिंग याविषयी बोलायला सुरुवात केली. त्यांनी माझ्या वहीत डोकावलं आणि माझं अक्षर जुळवून वाचण्याचा प्रयत्न केला. गावातले अन्य लोक, जे गावाबाहेर कधीच पडले नाहीत, ते मिनच्या आई-वडिलांसारखेच नम्र पण बुजरे होते. माझ्या प्रश्नांची उत्तरं द्यायची त्यांची तयारी असायची. ते आपलंच घोडं दामटवत नसत. वृद्ध व्यक्तींपैकी कोणीही माझ्याशी बोललं नाही. तरुणी आणि

बाहेरून आलेली म्हणून मला महत्त्व द्यावंसं त्यांना वाटलं नाही.

वर्तमानपत्र वाचताना किंवा संध्याकाळी बातम्या बघताना मात्र कोणीही दृष्टीस पडलं नाही. सरकारचंही फार कमी अस्तित्व जाणवायचं. मिनच्या घरातल्या माझ्या दोन आठवड्यांच्या मुक्कामात एकाही अधिकाऱ्याशी माझी भेट झाली नाही. खेड्यांपर्यंत येईपर्यंत कायद्याची तीव्रताही कमी झालेली जाणवली. देशभर, कुटुंबात एक किंवा दोन मुलं असण्याचं धोरण साधारण दोन दशकं पाळलं जात होतं; खेडेगावात मात्र या धोरणाचा प्रभाव शून्य होत गेलेला होता. तिथे सरासरी दोनपेक्षा जास्त मुलं असल्याचं मिनच्या वडिलांनी सांगितलं. लु यांना पाच मुलं होती, तर गावातल्या अन्य एका कुटुंबात सहा, एका कुटुंबात सात. सात मुलांचा पिता गावाचा प्रमुख होता. गावातल्या सर्वोच्च स्थानावर विराजमान होता.

घरी आल्यावर मिन घराभोवतीच्या विश्वात पटकन एकरूप झाली; पण तिनं काही गोष्टी सगळ्यांपासून लपवूनच ठेवल्या होत्या. बॉयफ्रेंडविषयी किंवा कारखान्याविषयी ती अजिबात बोलायची नाही. गावी काय करायचं हे तिचं तिचं ठरलेलं होतं. मित्रमंडळींच्या गाठीभेटी ठरलेल्या होत्या. या बाबतीत काही वेळा ती आईच्या इच्छेविरुद्ध जाऊन आपलंच म्हणणं खरं करायची. बोलताना, तिला न आवडणाऱ्या वयस्क नातेवाइकांचा मुलाहिजा राखायची नाही. तिच्या मनाविरुद्धची एकही गोष्ट करताना मी तिला पाहिलं नाही. कारखान्यात काम करण्यासाठी आपल्या चौदा वर्षांच्या मुलीला नेण्याबद्दल मिनची आत्या तिला म्हणाली; पण मिननं सरळ नकार देऊन टाकला. एकदा सकाळी नाश्ता आटोपल्यानंतर मिनचे वयस्कर काका घरी आले आणि एखाद्या झंझावातासारखे मिनच्या वडिलांनी घातलेल्या नव्या डाउन जाकिटावर तुटून पडले.

"याची किंमत किती आहे? वीस युआन?" काकांनी विचारलं.

"तुमच्याकडे तीनशे आणि वीस युआन असले तरीही तुम्ही ते खरेदी करू शकणार नाही. हे डाऊन जाकेट आहे." मिननं फटकारलं.

गावातल्या अनेक वयस्कर व्यक्तींशीही मिन कुत्सितपणे वागायची. याचं कारण नंतर तिनं मला सांगितलं, "या लोकांना मी किती कमावते आणि घरी किती देते याच्या चौकश्या असतात. पण ही माझी खासगी गोष्ट आहे. त्यांनी त्यात पडण्याची गरज नाही."

गावात नववर्षाच्या धामधुमीवर तरुण स्थलांतरितांचं वर्चस्व होतं. ते कमावत आणि पुरवत असलेल्या पैशांमुळे आलेल्या अधिकाराचा आनंद ते उपभोगताना दिसत होते. नवे कपडे आणि मोबाइल फोन मिरवत होते; आपापल्या नोकऱ्यांची

तुलना करत होते. स्वतःसाठी आणि बाकीच्यांसाठीही लग्न जुळवण्याच्या मोहिमेत त्यांचा हिरिरीनं पुढाकार होता. गरजू वयस्कर नातेवाइकांना त्यांनी पैशांची मदत दिली. पूर्वीच्या काळी, ही सगळी कामं ज्येष्ठ मंडळी करत. पण या जबाबदाऱ्या पूर्ण करण्यासाठी वयस्कर पिढीकडे पैसे आणि अधिकार दोन्ही नव्हते. आपल्या मुलांची कमाई आणि लग्नाचं बघणं या बाबतीत पालकांना फार वाव उरलेला नव्हता.

मिनकडून काय अपेक्षा आहेत, असं मी विचारल्यावर तिची आई म्हणाली, "तिचं काम सुरळीत सुरू राहावं, इतकंच. भविष्यात काय घडणारे, तो तिचा प्रश्न आहे." मिन आणि गुईमिनला जवळच्या घरांमधलेच बॉयफ्रेंड मिळावेत, अशी त्यांच्या आईची इच्छा होती; पण आपल्या मुली मदत करण्याच्या किंवा त्यांना समजून घेण्याच्या फार पलीकडे गेल्यात, हे मिनच्या आईनं मनोमन स्वीकारल्यासारखं वाटत होतं.

माझ्यासाठी मिनच्या गावी राहण्यात सगळ्यात अवघड गोष्ट होती ती गावातली एकत्रितपणाची जीवनपद्धती. कोणीही कधीही एकटं नसायचं. एखादी व्यक्ती टीव्ही बघायला बसली की आजूबाजूच्या सगळ्यांना बोलावलं जायचं. तोंड धुण्यासाठी मिननं पाणी गरम केलं की मलाही तोंड धुवावं लागायचं. बाजूला कर्कश आवाजात सुरू असलेल्या टीव्हीच्या आवाजाकडे दुर्लक्ष करून मी पुस्तक वाचण्याचा प्रयत्न केला की एक एक करून घरातली मुलं माझ्याशी बोलायला यायची, चेहऱ्यावर गंभीर भाव घेऊन.

मिनच्या गावात राहिल्यामुळे मी माझ्या कुटुंबाविषयी विचार करण्यासाठी प्रवृत्त झाले. बऱ्याच वर्षांपूर्वी, माझे आई-वडील त्यांच्या बालपणी चीनमध्ये राहत होते तेव्हा तेही अशाच पद्धतीनं लहानाचे मोठे झाले होते. अमेरिकेत त्यांनी मला आणि माझ्या भावाला मात्र एकदम वेगळ्या प्रकारे वाढवलं होतं. आमचं संगोपन करताना आमच्या स्वातंत्र्याला प्राधान्य दिलं होतं. कुटुंबाच्या निर्बंधातून मुक्त केलं होतं. आम्ही नातेवाइकांकडे जावं, अशी अपेक्षा त्यांनी कधीही व्यक्त केली नाही. आम्ही शाळेत काय शिकावं, हेही त्यांनी कधी लादलं नाही. मी इतकी वर्षं परदेशात राहिले, पण माझ्या आई-वडिलांनी कधीही मी घरी परत यावं म्हणून दबाव आणला नाही. मिनच्या गावात आलेला अनुभव माझ्यासाठी अगदीच नवा होता. त्यामुळेच आतापर्यंत मला मिळालेलं स्वातंत्र्य त्यापुढे मोलाचं वाटू लागलं.

एकदा सकाळच्या वेळी भल्यामोठ्या कुटुंबाचं एकत्रित खाणं झाल्यावर, शहराच्या दिशेनं जाणाऱ्या मातकट रस्त्यावर मी एकटीच चालू लागले. मी यापूर्वी

कधीच न पाहिलेल्या काही गोष्टी दृष्टीस पडल्या : शाळेतली फी आणि गुरांच्या लसीकरणाचे दर लिहिलेला फळा, फक्त सिगारेट आणि फटाके असलेली दुकानं, लायटरसोबत खेळणारी जेमतेम चार वर्षांची पोरं. पुढच्या गावात, पांढऱ्या टाइल्स बसवलेलं चार मजली घर मी पाहिलं. किनाऱ्यालगतच्या श्रीमंत परिसरात अशा प्रकारे पांढऱ्या लाद्या असलेली अखंड गावंच होती. इथे मात्र असं एकच घर होतं.

मी तासभर एकटीच फिरत होते. मोबाइल वाजल्यावर भानावर आले. "तुम्ही कुठे आहात? आम्ही तुमची वाट बघतोय. तुम्ही आलात की सगळ्यांना एकत्र जेवायला बसता येईल." मिन म्हणाली.

मी घाईघाईनं मागे फिरले. थक्क करणारे प्रश्न अंगावर आदळत होते, "तुम्ही जेवला नाहीत? कुठे गेला होतात? रस्त्यावर एकट्याच फिरत काय करत होतात?"

चीनमधल्या ग्रामीण भागात जिवाला अजिबात शांतता नसते. एकमेकांमध्ये मिसळणं, संवाद साधणं, बोलणं हे सगळं सतत सुरू असतं. हे असंच चालत आलेलं आहे आणि यापुढेही असंच सुरू राहणार आहे. स्थलांतरित तरुण पहिल्यांदा गाव सोडून शहरांकडे येतात तेव्हा त्यांना एकटं का वाटतं ते मिनच्या गावात राहिल्यावर माझ्या लक्षात आलं. पण त्यांना शहरात मिळत असलेलं स्वातंत्र्य किती मोलाचं वाटतं, हेही मी पाहिलं.

* * *

सरत्या वर्षाच्या शेवटच्या दिवशी, मिनचं कुटुंब आणि तिच्या सगळ्या काकांची कुटुंबं त्यांच्या पूर्वजांना आदरांजली वाहण्यासाठी कबरीजवळ गेली. ते सगळे जण भाताच्या शेतातून जात होते. वाटेत चिखलानं माखलेली तळी होती. गावकरी कपडे धूत असलेला प्रवाह ओलांडून सगळी मंडळी पुढे गेली. डोंगराकडे जाणाऱ्या चढावाच्या रस्त्यावर कापूस, चहाचे मळे होते. देवदार वृक्षांनी वेढलेल्या जागेमध्ये मिनच्या वडिलांच्या आईचं थडगं होतं. मिनची आजी दोन वर्षांपूर्वी वारली. तिच्या आजोबांचं थडगंही तिथेच होतं. त्या डोंगराचं नाव होतं लु ग्रेव्ह्ज माउंटन. मिन म्हणाली, "आमच्या घरातल्या सगळ्या वयस्क व्यक्तींवर अंत्यसंस्कार इथेच केले आहेत."

मिनच्या आईनं खजूर आणि दाण्याच्या वाट्या ठेवल्या. इहलोक सोडून गेलेल्या पूर्वजांसाठी होत्या त्या! मिनच्या वडिलांनी कागदी चलनं जाळली. 'पृथ्वीवर आणि स्वर्गात वापरण्यासाठी चलन' असं त्यावर लिहीलं होतं. त्यांनी थडग्याच्या समोर जमिनीवर मद्य ओतलं. युवकांनी चहाच्या मळ्यांतून फटाके नेले. उपनगरांतल्या घरांमध्ये ख्रिसमस दिवे सजवलेल्या झाडांसारखे दिसत होते. ओल्या

जमिनीवर ढोपरांवर बसून सगळ्यांनी तीन वेळा थडग्यासमोर माथा टेकला. दफनविधी, फटाके, कागद जाळणं हे सगळं सरकारच्या धोरणांच्या विरोधी अंगानं जाणारं होतं. अशा परंपरांना कायमचा छेद देण्यासाठी सरकारनं अंत्यसंस्कारांना प्रोत्साहन देण्याचा प्रयत्न केला. दफनविधी करणाऱ्या प्रत्येक कुटुंबासाठी हजारो युआनचा दंड आकारायला सुरुवात केली. मिनच्या गावातल्या सगळ्या कुटुंबांनी हा दंड भरला; पण मृत व्यक्तीचा दफनविधीच केला. ही कुटुंबं मग कितीही गरीब का असेनात!

घरामध्ये, मिनच्या वडिलांनी लाल रंगाच्या कागदाच्या चौकोनी तुकड्यावर, स्वयंपाकघरातल्या देवासाठी काळजीपूर्वक संदेश लिहिला. घराच्या पुढच्या दारावर त्यांनी तशाच लाल रंगाच्या पट्ट्या लावल्या. नवीन वर्ष साजरं करण्यासाठी या पट्ट्यांवर छानशा ओळी लिहिल्या. मिननंही शहरातून अशा पट्ट्या विकत आणल्या होत्या. त्यावर काय लिहिलंय ते तिनं उघडूनही पाहिलं नव्हतं, पण त्यावरचा मजकूर त्या निमित्ताला अगदी साजेसा होता. त्यावर लिहिलं होतं -

संपत्ती घरी आणण्यासाठी ड्रॅगन चार समुद्र पार करत प्रवास करतो
इथे खजिना आणण्यासाठी फिनिक्स दहा हजार मैल उडत येतो

त्या संध्याकाळी मिनच्या कुटुंबानं फटाके उडवले. टीव्हीवर नववर्षानिमित्त सुरू असलेले खास कार्यक्रम पाहिले. रात्रभर फटाक्यांचे आवाज ऐकू येत होते. उंच उडणाऱ्या फटाक्यांचा आधी सुरसुर असा आवाज यायचा. मग काही काळ शांतता. नंतर अचानक धडाम असा आवाज व्हायचा. खोलीतला दिवा रात्रभर जळत होता. वर्षातल्या पहिल्या तीन दिवशी दिवा तेवत ठेवणं बंधनकारक होतं. या प्रथेचा नेमका अर्थ कुणालाच ठाऊक नव्हता. पण पिढ्यान्‌पिढ्या ही प्रथा चालत आलेली होती. खोऱ्यामध्ये विखुरलेल्या त्या गावातली घरं रात्रीच्या वेळी दिव्यांनी उजळून निघाली होती. या घरांमधले निळे दिवे तोंगकुआनमधल्या कारखान्यांची आठवण करून देत होते.

ल्युनार नववर्षाच्या पहिल्या दिवशी घरातली बच्चेकंपनी लवकर उठली. एक एक करून आरशात बघणं चाललं होतं त्यांचं. मिन आणि तिच्या बाकी बहिणींचंही नटणं, मेकअप सुरू होता. मिननं केसांची पोनी बांधली. हिरव्या-पिवळ्या रंगाचा चाप लावला. तिघी बहिणींनी मेबलाइन कंपनीचा लिप ग्लॉस लावला. परंपरेनुसार, नववर्षाच्या पहिल्या दिवशी गावात फेरफटका मारण्याची पद्धत आहे. बच्चेकंपनी

घराघरांना भेटी देत गोडधोडावर ताव मारत होती, तर घरातली मोठी माणसं मात्र बाकी घरांतल्या मोठ्यांसोबत साखर घातलेलं गरम पाणी घेत गप्पांचा फड जमवत होती. कोणाही शेजाऱ्यांकडे जाण्यापूर्वी तिथे सध्या असलेल्या वयस्क मंडळींविषयी मिन आपली बहीण सार हिच्याशी बोलून घ्यायची. गावातल्या जुन्या ओळखीपाळखींपैकी ती बरंच काय काय विसरलेली होती.

मिनच्या आईच्या आत्याच्या का मावशीच्या घरी या तिघी बहिणी थोडा वेळ थांबल्या होत्या. गुईमिननं शंभर युआनची नोट काढून म्हाताऱ्या आजीला दिली. पाय अधू असलेल्या चुलत आजोबांच्या घरीही त्यांनी छोटीशी मदत दिली. परंपरेनुसार, मोठी माणसं तरुण पिढीला होंगपाओ म्हणजे रोख रक्कम असलेला लाल लिफाफा देतात. इथे मात्र पैशांचा ओघ उलट दिशेनं गेलेला दिसला.

गावातल्या स्थलांतरितांनी स्वतःचीच नवी पद्धत सुरू केली होती. नवीन वर्षाचा पहिला दिवस या एकमेव दिवशी घरातले सगळे जण एकत्र आलेले होते. सगळी तरुणाई डोंगरातल्या बौद्ध मंदिरात एकत्र जमली. सकाळच्या हलक्या रिपरिप पावसात मीही मिन, गुईमिन आणि सार यांच्यासोबत गेले. रस्त्यावर एके ठिकाणी छोटासा घोळका त्यांच्यासाठी थांबला होता. ती सगळी गावातली तरुण मंडळी होती. त्यांतले काही विवाहित होते, काही अविवाहित; लेदरचं काळं जाकीट आणि जीन्स घातलेले आणि या तिघी बहिणी आणि मी येत असल्याचं पाहूनही निवांतपणे सिगारेट ओढत असलेले! तरुणांनी भरपूर फटाके सोबत घेतले होते. एकानं तर चश्म्याच्या आधारानं कानालगत चार सिगारेट खोचल्या होत्या.

मंदिर हलक्या बदामी रंगाचं होतं. मंदिराचे काळ्या रंगाच्या छपराचे कोपरे वरच्या दिशेनं अप्रतिम पद्धतीनं वक्राकार झाले होते. मंदिरात प्रवेश करण्यापूर्वी आमच्यासोबतच्या तरुणांनी कानाचे पडदे फाटेपर्यंत फटाक्यांची आतषबाजी केली. मंदिरातल्या पहिल्या खोलीत, मंदिराच्या नूतनीकरणासाठी पैसे दान देणाऱ्या सर्वांची नावं लाकडी फलकावर कोरली होती. 'पन्नास दिले' या शीर्षकाखाली या यादीत मिनला तिच्या वडिलांसह अन्य सर्व काकांची नावं सापडली.

त्या सगळ्या तरुण मंडळींमध्ये, मिन एकटीच मंदिराच्या सर्वांत आतल्या भागात असलेल्या पवित्र स्थानापर्यंत गेली. दानपेटीत तिने काही रक्कम टाकली. तिच्या लग्नाच्या बाबतीत चांगल्या भवितव्यासाठी प्रार्थना करता येईल का, असं तिनं तिथल्या मध्यमवयीन ननला विचारलं. नननं होकार दिला. मिन गुडघ्यावर बसून, तिची जन्मगाठ ज्याच्याशी बांधली आहे त्या व्यक्तीची भेट होण्यासाठी प्रार्थना करू लागली. नन मिनजवळ आली आणि तिच्या खांद्यावर हात ठेवून म्हणाली, 'भरपूर पैसे कमाव. तुला चांगला जोडीदार मिळू दे.'

लग्नासाठी पहिल्यांदाच मिन अशा प्रकारे प्रार्थना करत होती. यावर तिचा

कितपत विश्वास आहे ते तिला माहीत नव्हतं, पण त्या वेळी हे फारसं महत्त्वाचं नव्हतं. म्हणाली, 'आपला विश्वास नसला तरी या गोष्टीचा आदर करायला हवा.' ननंनं मिनला लाल रंगाचा कापडाचा तुकडा दिला. तिनं तो सुरक्षित ठिकाणी ठेवणं अपेक्षित होतं. यामुळे तिचं संरक्षण झालं असतं. मिनचं सगळं चांगलं झालं तर ती वर्षभरात पुन्हा या मंदिरात येणार होती आणि कुआनयिन या बौद्ध देवतेचे आभार मानणार होती. ही देवता समुद्रातले खलाशी, निपुत्रिक महिला आणि संकटात असणारे सगळे जण यांची तारणहार होती.

* * *

नवीन वर्ष सुरू होऊन काही दिवस झाल्यानंतर, मिननं घरात सुधारणा करण्याचा विचार रद्द केला. वॉटर डिस्पेन्सर सुकून गेला; दररोज पुन्हा तेच चिनी मातीचे कप वापरले जाऊ लागले. कोपऱ्यात ठेवायच्या प्लॅस्टिकच्या पिशव्या कोपऱ्यातच विसरल्या गेल्या आणि एके दिवशी तिथून गायबच झाल्या. मिनचं लक्ष पुन्हा तिच्या वाटचालीकडे खेचलं गेलं.

त्या दिवशी बर्फ पडत होता. मिन मोटरसायकल-टॅक्सी आणि मिनिबसमधून तासभर प्रवास करून दोन बहिणींना भेटायला गेली. या दोघी बहिणी म्हणजे तिच्या मिडल स्कूलमधल्या मैत्रिणी होत्या. त्या दोघीही स्थलांतरित होऊन काम करत होत्या. त्यांचे पालक गावाकडे राहून शेती करायचे, मानसिक आजार असलेल्या त्यांच्या किशोरवयीन मुलाला सांभाळायचे. या दोघी सुटीनिमित्त घरी आल्या होत्या. मिन घरी गेली तेव्हा या दोघींच्या हातात दोनेक वर्षांची, चालायला शिकत असलेली चिमुकली पाहून मिनला आश्चर्य वाटलं. तिनं त्या लहानगीला कडेवर घेतलं. एखाद्या गुप्तहेरानं गुन्ह्याच्या ठिकाणी जाऊन परिस्थितीचं निरीक्षण आणि तपासणी सुरू करावी, अशा रीतीनं माझ्याकडे पाहत मला परिस्थितीची कल्पना दिली. त्या मुलीला खेळवताना, मिननं हळूच मला सांगितलं, "त्यांचा मुलगा मानसिकदृष्ट्या अपंग आहे. त्यामुळे त्यांना दुसरा मुलगा हवा होता, पण नेमकी मुलगी झाली. पण तिच्यावरही त्यांचं तितकंच प्रेम आहे."

"तू कुठे काम करतेस?" मिनच्या मैत्रिणीनं तिला विचारलं.

"तोंगकुआनमध्ये, एका कार्यालयात." मिननं त्यांना उत्तर दिलं.

"काय काम करतेस?" धाकट्या बहिणीनं विचारलं.

"क्लर्क आहे." मिन म्हणाली.

"अरे वा!" त्या मुलींची आई म्हणाली.

मिननं थोरल्या बहिणीकडे, छंग मेलिनकडे वळून विचारलं, "तुझं कसं

चाल्लंय?'' वीस वर्षांच्या मेलिनचा चेहरा सुंदर, नाजूक होता.

''फार चांगलं नाही. मी रेस्तराँमध्ये काम करते.'' मेलिन म्हणाली.

''वेट्रेस?'' मिननं विचारलं. मेलिननं उत्तर न देताच नजर अन्यत्र वळवली. तिची धाकटी बहीण छंग ली हनान सुपरमार्केटच्या हाउसवेअर्स विभागात काम करायची. त्यामुळे मिनशी तुलना केली तर या दोन्ही बहिणी स्थलांतरितांच्या उतरंडीमध्ये तळाशी होत्या. कुणाची तरी सेवा करण्याचं काम दमवणारं होतं. फारसं प्रतिष्ठेचं नव्हतं.

जेवत असताना, छंग लीनं तिच्या कामाविषयी मिनला सांगितलं. ती दिवसाला तेरा तास काम करायची. महिन्यातनं फक्त दोन दिवस सुटी मिळायची. त्याचेही पैसे तिच्या पगारातून कापून घेतले जायचे.

''माझ्याबरोबर माझ्या कारखान्यात ये,'' मिन अचानक म्हणाली. ''आमच्या कारखान्यात हँडबॅग तयार केल्या जातात. सर्वसामान्य कामगारांना दरमहा सातशे ते आठशे युआन मिळतात आणि आम्हाला रविवारी सुटी असते.''

छंग लीनं तिच्या आईकडे पाहिलं. तिची आई म्हणाली, ''तुझे वडील काय म्हणतात बघू.''

त्याच गावात मिन तिच्या आणखी एका वर्गमैत्रिणीच्या घरी गेली. मैत्रीण घरी नव्हती. तिनं तिच्या वयापेक्षा दुप्पट वयाच्या पुरुषाशी लग्न केलं होतं. आता ती तान्ही मुलगी सांभाळत घरी असल्याचं शेजाऱ्यांकडून कळलं. 'तिचा नवरा बुटका आहे. वयानं बराच मोठा आणि कुरूप आहे. त्यांच्या लग्नाला घरच्यांची परवानगी नव्हती.''

पुढच्या दारातच उभं राहून मिनच्या मैत्रिणीची शेजारीण मोठ्या आवाजात हा सगळा तपशील देत होती.

ही बातमी ऐकून मिन अस्वस्थ झाली. गावातून चालत असताना मला म्हणाली, ''ही मुलगी काहीतरी करेल असं वाटलं होतं. स्थलांतरित करत असलेलं काम ती बराच काळ करत राहील, इतकी क्षमता तिच्यामध्ये दिसत होती.''

मिन आणि तिची मोठी बहीण घरून परत निघण्याच्या आदल्या रात्री घरातले सगळे जण एकत्र टीव्ही बघत बसले होते. गुईमिनचा बॉयफ्रेंड आउटहाउसमध्ये जाण्यासाठी तिथून निघून गेला. तो तिथून जाताच तिथलं वातावरण अचानक बदलून गेलं. गुईमिन आणि तिची आई दबक्या आवाजात खुसपूस करू लागल्या. दोघी आवेगानं बोलत होत्या. एखादा वाद शांततेमागे अनेक दिवस धुमसत असल्यासारखं वाटत होतं.

मिनचं कुटुंब राहत असलेल्या हुपैतल्या भागातल्या नसलेल्या मुलासोबत सूत जुळवल्याबद्दल गुईमिनवर आई नाराज होती. "तू त्याच्याशी लग्न केलंस तर कदाचित मी तुझं तोंड पुन्हा पाहणार नाही." मिनच्या आईनं बजावलं. तिच्या आवाजाची धार वाढत होती.

यामुळे गुईमिनचाही पारा चढला. तावातावानं ती आईला म्हणाली, "प्रत्येक व्यक्तीला स्वतःचं खासगी आयुष्य असतं. त्यावर फक्त त्या व्यक्तीचीच मालकी असते. त्याच्यासोबतचं नातं मी तोडून टाकावं असं तुला वाटत असेल, तर मी आत्ताच सोक्षमोक्ष लावून टाकते. पण यानंतर मात्र मी बाकी कुणाशीही कधीच लग्न करणार नाही." हे ऐकल्यावर तिच्या आईनं रडायलाच सुरुवात केली.

तिचा बॉयफ्रेंड पुन्हा खोलीत येऊन बसला. पुन्हा शांतता पसरली. काहीच क्षणापूर्वीची चिडचिड एकाएकी गायब झाली. कोणीच काही बोलेनासे झाले. गुईमिन संतापानं टीव्हीच्या पडद्याकडे डोळे रोखून पाहत होती. तिची आई तिथून सरळ निघून गेली. "जा, तुझ्या आईला मदत कर." मिनला तिच्या वडिलांनी सांगितलं. ती उभी राहिली. डोळे वटारलेले होते, त्यामध्ये कसलीशी उत्सुकता दिसत होती. त्याच उत्साहात ती बाहेर गेली. गुईमिननं तिचं सामान भरायला सुरुवात केली. तिचे वडील काहीच घडलं नसल्यासारखे टीव्ही पाहत राहिले.

मिननं तिच्या आईला समजावण्याचा प्रयत्न केला. ती म्हणाली, "प्रत्येकानं आपापला मार्ग शोधायचा असतो. तिचं त्या मुलाशी पटलं नाही तर ती इथे आपल्याकडेच येईल. ती त्याच्यासोबत आनंदी असेल तर मात्र तू तिच्या या आनंदाच्या आड येतेयस, असं होईल."

उरलेली रात्र गुईमिन आणि तिच्या आईनं एकमेकींशी अबोला धरला होता. तरीही त्या एकाच बेडवर झोपल्या होत्या. गुईमिन सुटीसाठी घरी आल्यापासून रोज रात्री झोपायच्या तशा. दुसऱ्या दिवशी सकाळी लवकर, तिच्या आईनं निघण्याची तयारी करण्यासाठी तिला मदत केली. आदल्या रात्री काहीच घडलं नव्हतं, अशा थाटात दोघी वावरत होत्या. गुईमिनचा बॉयफ्रेंडही तसाच वागत होता. काय घडलंय ते त्याला कोणीही सांगितलं नव्हतं. गुईमिन आणि तिचा बॉयफ्रेंड चिखलभरल्या रस्त्यावरून चालू लागले. गुईमिननं सगळ्यांचा निरोप घेतला. मात्र, तिनं आईच्या नजरेला नजर दिली नाही. 'आम्ही आता ऑक्टोबरच्या सुट्यांमध्ये येऊ परत.' गुईमिनचा बॉयफ्रेंड निरोप घेताना तिच्या आई-वडिलांना म्हणाला. त्यांनी मान हलवली आणि स्मितहास्य केलं. जणू काय त्या घरात अजूनही त्याचं स्वागतच केलं जाणार होतं.

* * *

नवीन वर्षाच्या पाचव्या दिवशी, मिन घरून निघाली. हु थाओ हा तिचा वर्गमित्र आम्हाला आश्वासन दिल्याप्रमाणे तोंगकुआनकडे जाणाऱ्या दुपारी ३.२० च्या रेल्वेची तिकिटं घेऊन आला होता. ती धीमी ट्रेन होती. प्रवासासाठी सोळा तास घेणारी. प्रवाशांच्या नावानुसार निश्चित ठरलेली आसनं नसलेली. पण ही तिकिटं सुटीसाठीची गर्दी संपल्यानंतर मिळाली होती. आम्ही मिनच्या आई-वडिलांचा निरोप घेतला आणि आम्हाला शहरात सोडणार असलेल्या तिच्या काकांच्या मोटरसायकलवर येऊन बसलो. "घट्ट धरून बसा." तिची आई आम्ही निघताना म्हणाली.

मिन ट्रेनच्या वेळेच्या तासभर आधीच रेल्वे स्थानकात पोहोचली. तिच्या दोन मैत्रिणी तिला सोडायला आल्या होत्या. ट्रेन तिथे येतानाच खचाखच भरून येणार होती आणि या तिघींना कसरत करून त्यामध्ये शिरावं लागणार होतं. प्रतीक्षा कक्षातही तणाव होता, एखादी शर्यत सुरू होण्याच्या काही क्षण अगोदर असतो तसा. हु थाओच्या येण्याची काही चिन्हं दिसेनात. मिन त्याच्या मोबाइलवर सतत कॉल करत होती. पण मोबाइल बंद असल्याचंच दर वेळी तिला ऐकू येत होतं.

२.४५ वाजता फलाट क्रमांकाची घोषणा करण्यात आली. ही घोषणा होताच तोपर्यंत गर्दीनं फुललेला प्रतीक्षा कक्ष एकदम रिकामा झाला. मिन हु थाओला शोधण्यासाठी बाहेर गेली. थोड्या वेळानं ती एकटीच परत आली. वाटेत तिला लिउ लिया नावाची मैत्रीण भेटली. आम्ही दोघींनी आधी ट्रेनमध्ये चढणं गरजेचं होतं. एकदा ट्रेनमध्ये शिरल्यानंतर तिकिटांचं काय करायचं ते बघता आलं असतं. पण लिउ लियाला जरा शंका होती. म्हणाली, "आपल्याकडे तिकिटं नसतील तर आपल्याला तिथल्यातिथे खाली उतरवतील."

तीन वाजून काही मिनिटं होताच हु थाओ आला. त्याच्या चेहऱ्यावर निर्विकार भाव होते. लहानशी मिशी ओठांवर रुळत होती. तो येताच मिन आणि तिच्या मैत्रिणी त्याच्यावर अक्षरशः तुटून पडल्या.

"कुठे होतास तू?"

"वाजले किती पाहिलेस? तीन वाजून गेलेत."

त्याला कल्पनाच नव्हती. त्याचा फोन बंद पडला होता आणि त्यानं घड्याळ घातलं नव्हतं.

"तुझा फोन बंद का आहे? तुला आम्ही किती वेळा फोन केला. तुझ्याशी संपर्कच साधता येत नव्हता."

फोनची बॅटरी संपली होती, असं त्यानं सांगितलं.

"तुझ्या मुस्कटात दोन लावाव्याशा वाटतायत!" मिन त्याला म्हणाली. मिनच्या या अनपेक्षित बोलण्यानं हु थाओ भांबावल्यासारखा पाहत राहिला. त्यानं

तिकिटं मिनच्या ताब्यात दिली.

फलाटावरच्या मेटल दारातून जाण्यासाठी प्रतीक्षेत असलेल्या इतर प्रवाशांसोबत आम्हीही जाऊन उभ्या राहिलो. धक्काबुक्की करू नका, असं पोलिस इकडेतिकडे फिरत सर्व प्रवाशांना ओरडून सांगत होते. मिन आणि मी त्या दारातून झटकन निघून गेलो. हु थाओ मात्र मागे राहिला. "त्याचा विचार अजिबात करू नका," मिन म्हणाली. ट्रेन येताच लोकांची अक्षरशः झुंबड उडाली. परंतु, जवळजवळ प्रत्येक दार बंद होतं. एक दार उघडलं गेलं आणि त्याभोवती गर्दी जमा झाली. गर्दीचा लोंढा आवरण्यासाठी शर्थीचे प्रयत्न सुरू होते. आतमधले प्रवासी बाहेरच्या प्रवाशांना आतमध्ये येण्यापासून थोपवत होते. कदाचित, ट्रेनचा तो डबा भरलेला असल्यामुळे असेल किंवा त्यांच्या मित्रमंडळींसाठी त्यांना जागा राखून ठेवायची असेल. कुणाच्या तरी पोटात जोरदार लाथ बसली; त्यावर संताप व्यक्त करणारे आवाज उमटले. हा सगळा गोंधळ दहाएक मिनिटे सुरू होता आणि ही परिस्थिती हाताळण्यासाठी पोलिस कुठेही दिसत नव्हते. इतक्या महत्त्वाच्या क्षणी जणू गायब झाले होते.

या सगळ्या सावळ्या गोंधळात, काही डबे सोडून असलेल्या डब्याचं दार उघडं दिसलं. आम्ही त्या दिशेनं धावलो. घुसलोच त्यामध्ये. डबा तोबा भरलेला होता. साधारण तासाभरात, कसंबसं बसण्यासाठी सीटच्या टोकाशी मी आणि मिननं जागा मिळवली. हु थाओ आमच्यासोबत होता. त्याला बसायला जागा मिळाली नाही. मिननं तिला मिळालेली जागा त्याला दिली. ती त्याच्या मांडीवर बसली. दोघं तिच्याकडच्या एमपी३मधली गाणी एकत्रित ऐकत होते. त्यांच्यातली ही लगट माझ्यासाठी नवी होती. थोड्या वेळानं मिन माझ्याकडे आली. म्हणाली, "माझा आधीचा बॉयफ्रेंड असलेला हाच मुलगा आहे."

"कोण? हु थाओ?"

वर्षभरापूर्वी, हु थाओ तोंगकुआनमध्ये असताना मिन त्याच्यासोबत डेटिंग करत होती. तिचा मोबाइल हरवल्यानंतर ती याच मुलाला शोधत होती. त्यांचं नातं जिथे निसटलं होतं तिथून पुन्हा पुढे सुरू करण्यासाठी हु थाओनं तिला पहिल्या दिवशी घरी बोलवलं होतं. मिननं हे गुपित मनाच्या कोपऱ्यात इतकं खोलवर दडवून ठेवलं होतं की मला याचा थांगपत्ताच लागला नाही कधी. आता त्या दोघांना समोर पाहताना मी सगळे विखुरलेले तुकडे एकत्र जुळवण्याचा प्रयत्न करत होते.

"तुला बॉयफ्रेंड आहे, हे त्याला माहीतेय का?" मी मिनला विचारलं.

"नाही."

"त्याला सांगण्याबद्दल काही ठरवलं आहेस का?"

यावर मिन म्हणाली, "त्याला सगळ्यात आधी कारखान्यात काम मिळावं, असं मला वाटतं. नंतर मी त्याला याबद्दल सांगीन. मग त्याचं तो बघेल काय ते.

आम्ही फक्त चांगले मित्र म्हणून राहू शकतो.'' तिचं तिलाच यावर हसू येत होतं. ''तो आता माझ्या बॉयफ्रेंडइतका चांगला नाही वाटत. त्याच्यापेक्षा माझा बॉयफ्रेंड जास्त विश्वासार्ह आहे.''

तिनं आणखी बऱ्याच गोष्टी लपवलेल्या होत्या. गुईमिन तोंगकुआनला परत जाणार नव्हती. तिच्या आई-वडिलांना मात्र तसं वाटत होतं. त्या सकाळी ती छांकशाला जाणाऱ्या ट्रेनमध्ये चढली होती. छांकशामध्ये तिचा बॉयफ्रेंड राहायचा. तिथून ते दोघे पुढे एकत्र असणार होते आणि तिचा बॉयफ्रेंड तिथे तिला नोकरी मिळण्यासाठी मदत करणार होता. मिन म्हणाली, ''फक्त मलाच हे सगळं माहीतेय. माझ्या आईला अजिबात कळायला नको. ती आधीच चिडलेली आहे. हे कळलं तर आणखी भडकेल.'' मिन आल्या पावली परत गेली. नंतर, तिला मी हु थाओच्या मांडीवर बसलेलं पाहिलं. तो तिच्या केसांच्या बटांमधून बोटं फिरवत होता. केस आणि हातांच्या आडून तिनं माझ्याकडे पाहिलं, तेव्हाचं तिचं हास्य आनंद आणि लाज यांनी भरलेलं होतं.

त्या दिवशी संध्याकाळी उशिरा माझ्या मोबाइलवर गुईमिनचा मेसेज आला. मी तिला दिलासा देण्याचा प्रयत्न केला. आम्ही ट्रेनमध्ये होतो आणि तिच्या आई-वडिलांच्या बाबतीत असलेला तिढा लवकर सुटेल, अशी आशा व्यक्त केली. त्यावर तिचा पुन्हा मेसेज आला : 'धन्यवाद. मी काळजी करणार नाही. माझ्या मार्गाने पुढे जात राहीन.'

दुसऱ्या दिवशी सकाळी आठ वाजता, ट्रेन तोंगकुआनला पोहोचली. दक्षिणेकडे हवा उबदार होती. मिननं स्वेटर काढला. तिला उकाडा जाणवत होता. घरी असताना थंडीमुळे झालेले हाल विसरून, इथे उकाडा जाणवू लागताच तिनं लगेच कुरकुर सुरू केली. ती आणि हु थाओ तिच्या कारखान्याकडे जाण्यासाठी बस पकडण्यासाठी स्थानकाच्या बाहेर पडले. मिनला लवकरातलवकर अंघोळ करायची होती. केस धुवायचे होते. तिच्या घरी रेग्युलर पाणी नसल्यामुळे अनेक दिवस मिनला असं करता आलं नव्हतं. नंतर तिला चांगली झोप काढायची होती. दोन-दोन बॉयफ्रेंडचा प्रश्न कसा सोडवायचा, याचा विचार तिनं अद्याप केलेला नव्हता. त्याच सकाळी मिन तिचा बॉयफ्रेंड आणि हु थाओ यांची ओळख करून देणार होती. त्यानंतर ते दोघे एकमेकावर संतापणार हे सरळच होतं. तिच्या कारखान्यात हु थाओला नोकरी मिळवून देण्यासाठी ती धडपडणार होती, पण त्यात तिला यश येणार नव्हतं. मग तिचा बॉयफ्रेंड तिला म्हणणार होता, ''हा तीन दिवसांत इथून गेला नाही तर त्याच्या मागे मी काही माणसं सोडेन.' मग मिन हु थाओला तीनशे युआन देऊ करणार होती आणि तो तिच्या आयुष्यातून नाहीसा होणार होता,

कदाचित तिच्या चांगल्यासाठी!

परंतु, परतणाऱ्या स्थलांतरितांनी तुडुंब भरलेल्या बसमध्ये मात्र मिनचे विचार भरकटले होते. घरी टीव्ही पाहण्याशिवाय दुसरं काहीही करण्यासारखं नव्हतं, असं तिनं सांगितलं. जवळच्या वुशुए शहरात किती मर्यादा आहेत, याची यामुळे आठवण झाल्याचं तिनं मला सांगितलं. घरातले सगळे दिवस, सगळ्या आठवणी तिच्या डोळ्यांसमोरून तरळत होत्या. बसच्या खिडकीतून तोंगकुआनमधले कारखाने नजरेस पडू लागताच ती काहीही न बोलता एकामागून एका कारखान्याकडे पाहू लागली. बराच वेळ मूकपणे केवळ पाहत राहिल्यानंतर अखेरीस तिच्या तोंडून आलं, ''घरी खरंच मस्त वाटतं. पण काही दिवसच तिथे राहावंसं वाटतं.''

माझ्या कुटुंबातला खरा इतिहासकार

उन्हाळा सुरू होण्याच्या सुरुवातीच्या काळात, वसंत ऋतूच्या दरम्यान मी आमच्या पूर्वजांच्या गावी गेले होते. चिनींमध्ये या कृतीला 'हुईच्यीआ' असं म्हणतात. मग आपण मूळ गावी कधीही गेलेलो-राहिलेलो नसलो तरीही 'हुईच्यीआ' म्हणतात, म्हणजे 'घरी परतणं'. माझे वडील पहिल्यांदा लिउथायला परत गेले तेव्हा त्यांचं वय साठ होतं. चीनमध्ये राहायला येऊन मला सात वर्षं झाली होती, पण इतक्या वर्षांत माझे पाय माझ्या गावची ओढ घेऊन त्या वाटेला वळले नव्हते. मिनसोबत तिच्या गावी जाताना मात्र मला माझ्या गावची आठवण झाली. गाव कसं असेल, याचं कुतूहल जागृत झालं. माझ्या आजोबांनी लिउथाय सोडून तब्बल नव्वद वर्षं उलटली होती. त्यांच्या मृत्यूनंतर घुसळून निघालेलं वातावरण आता कशा प्रकारे शांत झालं असेल, याचीही कल्पना येत नव्हती. माझ्या बाबतीत हुईच्यीआविषयी नेमका काय विचार करावा, हेही कळत नव्हतं. हा अधिकार असतो की कर्तव्य, तेच समजत नव्हतं. या सगळ्याला आता काही अर्थ आहे का, हाही प्रश्न होताच.

टॉलस्टॉयच्या कादंबरीतल्यासारखे, लिउथायकडे जाणाऱ्या रस्त्याच्या लगत रुपेरी भोजवृक्ष होते, तर दुसरीकडे सुपीक काळी भूमी क्षितिजापर्यंत पसरली होती. उन्हाळी पेरणी सुरू व्हायला अजून वीस दिवस बाकी होते. शेतकरी बैलांच्या मदतीनं नांगरणी करताना दिसत होते; काही शेतकरी भाजावळ करत होते. त्याचा धूर आसमंतात पसरला होता. मंच्युरिआतल्या या गवताळ प्रदेशानं माझ्या पूर्वजांना आकृष्ट करून घेतलं. पण काही केल्या, छ्यींग राजवटीतलं विश्व मला डोळ्यांसमोर

उभं करता येईना. माझ्या मनात 'गवताळ प्रदेशातलं छोटंसं घर' अशी पुस्तकं यायची. मी लहान असताना प्रचंड आवडलेली. त्या घरांचं चित्रंही माझ्या डोळ्यांसमोर यायचं; पण ते खोटं होतं, हे मला नंतर कळलं. छ्यींग समाजातल्या ग्रामीण भागात अशी पुस्तकं कधीच लिहिली गेली नव्हती. आपल्या पूर्वजांचा इतिहास सांगण्यासारखा आहे, यावर अगदी आजही बहुतांश चिनी मंडळींचा विश्वास नाही.

रस्ता अरुंद झाला, चिखलाच्या डबक्यातून गेला आणि दोन खुर्च्यांच्या मागे झाडू ठेवलेल्या ठिकाणी एकाएकी थांबला. एका वृद्ध महिलेनं पैसे मागितले. ग्रामीण भागात असे अनुभव सर्रास यायचे. हे बदलते टोलनाके होते. पण ते कोण्या मोठ्या व्यवस्थेच्या अंतर्गत नव्हे; तर गरिबी आणि आडमुठेपणा या जोरावर चालवले जात होते.

"कृपया, आम्हाला पुढे जाऊ दे. आजचा दिवस आमच्यासाठी फार त्रासदायक होता." आमच्या कारच्या चालकानं सुटकेसाठी आर्जव केलं.

ती महिला मागे हटायला तयार नव्हती. "माझा पाय अधू आहे. माझं जीवन हालाखीचं आहे," असं म्हणाली. मी तिला एक युआन, बारा सेंट दिल्यावर आमच्या मार्गातला झाडू बाजूला झाला.

लिउथायमधलं पहिलं विस्कळित घर नजरेस पडलं. मला केवळ एकच नाव ठाऊक होतं, चांग लिक. माझे आई-वडील १९९५ मध्ये इथे आले होते तेव्हा अचानक त्यांची या लांबच्या नातेवाइकांशी भेट झाली होती. चांगलिक यांनी माझ्या आई-वडिलांना घरी बोलावलं होतं. रस्त्याच्या बाजूला असलेल्या एका तरुणाला मी विचारलं, "चांग लिक इथे राहतात का अजून?"माझ्या प्रश्नाचा खरा अर्थ होता, "चांग लिक अजूनही हयात आहेत का?"

तो तरुण म्हणाला, "ते आता इथे नसतात, पण त्यांची पत्नी इथेच असते." त्यानं रस्ताही दाखवला. विशीतल्या दोघी तरुणींनी घराचं दार उघडलं. उत्तरेकडच्या चिनींसारखं त्यांचं सौंदर्य होतं. दोघीही दिसायला सुंदर होत्या. रुंद बांधा, वाऱ्यामुळे गालांवर आलेली लाली. त्या आम्हाला काकूआजीच्या घराकडे घेऊन गेल्या.

शन च्यींगची ८३ वर्षांच्या झाल्या होत्या. तरुण असताना त्या आमच्या घराच्या बाजूच्याच घरात राहायच्या. मी कोण आहे, हे ओळखल्यावर त्या गावाकडच्या बोलीभाषेत भरभरून बोलू लागल्या. त्यांचा चेहरा बारीकसा आणि सुरकुतलेला होता. डोळे निस्तेज दिसत होते. मला काहीच कळत नाही, असं त्या सांगत होत्या. त्या काय बोलतायत ते त्यांचा साधारण पन्नाशीतला एक नातेवाईक मला मँडरिनमध्ये भाषांतरित करून सांगत होता.

"भिंत इथे होती. मी भिंतीच्या त्या बाजूला राहायचे." त्या सांगत होत्या. साठेक वर्षांपूर्वीच्या नाहीशा झालेल्या कुंपणाकडे आपले काटकुळे हात दर्शवत

त्या बोलत होत्या. "तुमचं कुटुंब मोठ्या अधिकाऱ्यांचं असलं तरी आमच्यापैकी कोणी दिसलं की आपुलकीनं बोलत. समोरचा माणूस आपल्यापेक्षा कमी असल्यानं किंवा त्याचे कपडे मळकटलेले असल्यानं त्यांना काही फरक पडायचा नाही."

माझे आजोबा किंवा त्यांचे भाऊ किंवा त्यांचे वडील आठवतात का, हे मी त्यांना विचारलं. मी कुठलंही नाव घेतलं की त्या लक्षपूर्वक ऐकायच्या आणि मान हलवायच्या. "ते सगळे नेहमी बीजिंगमध्ये होते," असं त्या म्हणाल्या.

शन चनफा या तरुणाला मात्र सगळी माहिती होती. माझे वडील अमेरिकेत राहतात, त्यांनी हाँगकाँगमधल्या विद्यापीठात काम केलं होतं, माझी चुलत भावंडं हार्बिनमध्ये होती, हे सगळं त्याला ठाऊक होतं. त्याला चांग होंग नावाचा एक नातेवाईक माहीत होता. त्याचा काही संपर्क मिळतो का तो पाहणार होता. हा तरुण माझ्या आजोबांनाही ओळखायचा. शन चनफा म्हणाला, "तुमचे आजोबा महान होते. त्यांना चीनसाठी काहीतरी करायचं होतं आणि फुशन खाणीमध्ये त्यांनी देशासाठीच बलिदान दिलं."

माझ्या कुटुंबाविषयी इतकं कसं माहीत, हे मी शन चनफाला विचारलं.

त्यावर तो म्हणाला, "माझे वडील या सगळ्या इतिहासाबद्दल भरपूर बोलायचे. त्यांनी तुमच्या कुटुंबासाठीही काम केल्याचं सांगितलं होतं. त्यांनी डुकरं आणि मेंढ्या दिल्या होत्या."

माझे वडील येऊन गेल्याचंही शन चनफाच्या लक्षात होतं. "त्यांच्यासोबत आणखी एक जण होते. मला वाटतं, सरकारपैकी कोणीतरी होतं. तुमच्या वडिलांचे खांदे रुंद आहेत. हो ना?"

"इतके नाहीत." माझे वडील बारीकसे आहेत. त्यांच्या खांद्यांची ठेवण चिनी पद्धतीची आहे.

"रुंद खांदे आणि मोठे डोळे. बरोबर ना?" शन चनफा त्याच्या मतावर अडून बसला होता.

हे मात्र बरोबर होतं. माझ्या वडिलांचे डोळे मोठे आहेत.

"तुमचे वडील आल्यानंतर परंपरागत मंदिर जाळण्यात आलं."

त्या आजीबाईंनी सांगितलं की सरकारी अधिकारी आले होते आणि आमच्या कुटुंबाचा मागच्या तीन शतकांचा इतिहास सांगणारं वंशशास्त्राचं पुस्तक घेऊन गेले. या प्रकारानं आजीबाईंना घाबरवून सोडलं. "वंशावळ माहीत नसणं धोक्याचं आहे. कारण विविध पिढ्यांमधले नातेवाईक चुकून एकमेकाशी विवाह करू शकतात." त्या म्हणाल्या.

"माझे आई-वडील चीनमधल्या आमच्या गावात येऊन गेल्यानंतर त्यांच्यासोबत आलेले सरकारी अधिकारी नंतर पुन्हा गावात आले होते आणि आमच्या कुटुंबाची

वंशावळ घेऊन गेले. त्यांनी वंशावळीचा तपशील माझ्या वडिलांना ईमेलनं पाठवला होता. मी त्याची प्रत तुमच्यासाठी आणू का?'' असं आजीबाईंना म्हटलं.

यावर त्या दोन तरुणींमधली एक म्हणाली, ''तशी काही आवश्यकता नाही. इथेही आता चांग परिवारातलं कोणीही राहत नाहीत.''

माझं गाव माझ्यासारखं नाक, माझ्यासारखे डोळे असलेल्या लोकांचं असेल. प्रत्येकाचं आडनाव माझ्या आडनावासारखंच असेल, अशी माझी कल्पना होती. पण अशी सगळी माणसं फार पूर्वी दूर निघून गेली होती. डोंगराळ भागात असलेलं माझ्या पणजोबांचं थडगं सांस्कृतिक क्रांतीच्या काळात खणण्यात आलं आणि उद्ध्वस्त करण्यात आलं. आमचं वंशपरंपरागत मंदिर आगीच्या भक्ष्यस्थानी पडलं होतं. तरीही त्या मंदिराच्या जागी मोटरसायकलवरून नेण्याची तयारी शनने दाखवली. आम्ही तिकडे जायला निघाल्यावर आजीबाई अचानक उभ्या राहिल्या. त्यांनी माझे दंड पकडले. काहीशा व्याकूळ दिसत होत्या. अजूनही त्या विविध पिढ्यांमधली नात्यांची सुसंगती लावण्याचा प्रयत्न करत होत्या. ''मी तुला काय म्हणून हाक मारू, आणि तू मला काय म्हणशील?'' त्यांनी अस्वस्थपणे मला विचारलं. मी फक्त त्यांचे हात हातात घेतले आणि त्यांचा निरोप घेतला.

आम्ही शनच्या मोटरसायकलवरून गावातून फेरफटका मारत होतो. लिउथायमधली घरं गोलाकार टेकड्यांच्या कुशीत वसलेली होती. प्रत्येक घर पुढच्या घरापासून स्वतंत्र होतं आणि वेगळ्या दिशेला तोंड करून होतं. विटा-चिखलांच्या घरांप्रमाणेच, काही नवीन घरं पांढऱ्या फरशा लावलेली होती. गावातली बरीचशी तरुण मंडळी बाहेर अन्यत्र कार्यरत होती किंवा शहरांच्या दिशेला वळली होती. ''अलीकडच्या वर्षांत गाव कमालीचं बदललंय.'' शननं माहिती दिली.

घरं विरळ होत गेली. आम्ही एका उतारावरून शेताच्या दिशेनं गेलो. शेतात अजूनही मागच्या वर्षीच्या मक्याचा भुसा शिल्लक दिसत होता. शेताच्या तिन्ही बाजूंनी आमच्या घराण्याच्या मंदिराच्या भोवतीची भिंत दृष्टीस पडत होती. भिंतीचा खालचा भाग दगडांनी बांधलेला होता आणि वरचा चिखलानं. उरलीसुरली भिंत जेमतेम चार फुटांची होती. भिंतीच्या पलीकडे मक्याची शेतं दिसत होती.

तो परिसर प्राचीन अवशेषांसारखा भासत होता. केवळ शतकभरापूर्वीचा असेल, असं वाटतच नव्हतं. तेराव्या शतकातली, मंगोलांची काराकोरम राजधानी वाटावी, असा भास होत होता. सॅन फ्रान्सिस्कोमध्ये माझे भाऊ ज्या शतकभर जुन्या घरात राहायचे, त्यापेक्षा ही जागा नक्कीच जुनी नव्हती. या जागेचं क्षेत्र मोठं होतं, तसंच इथे राहणारी माणसं खूप दूर निघून गेली होती, त्यामुळे या जागेला वार्धक्य

आलं असावं.

शेतातल्या भुश्याकडे निर्देश करत मी शनला विचारलं, "इथे मका कोणी लावला?"

"आम्ही शेजाऱ्यांना ही जागा कसायला देतो." शननं तत्परतेनं उत्तर दिलं. जणू काय, मी त्या शेतावर वारसाहक्काचा दावा करणार होते. आम्ही त्या उघड्या जमिनीकडे निःशब्दपणे पाहत होतो. शन म्हणाला, "तिथे तीन अंगणं होती. जुनी मंडळी सांगायची की, पाऊस पडत असताना जराही न भिजता पुढच्या दारातून मागच्या दारात जाता यायचं." इथलं घर किती भव्य होतं ते सांगायची त्याची ही पद्धत होती.

चीनमधल्या लहान ठिकाणांचा इतिहास लिहिणं जवळजवळ अशक्य होतं. याचं मुख्य कारण म्हणजे, अशा ठिकाणची बुद्धिमान किंवा महत्त्वाकांक्षी मंडळी तिथून बाहेर पडत. त्यामुळे उल्लेख करण्याजोगा इतिहास अन्यत्र कुठेतरी घडायचा. मी आमच्या मूळ घरी पोहोचले तेव्हा तिथे कोणीच नव्हतं. आठवणींचे विरलेले धागे असलेली एक वृद्ध महिला आणि एके काळी आमच्या कुटुंबाला डुकरं आणि मेंढ्या पुरवलेला एक माणूस तेवढे तिथे होते. आमचं कुटुंब मंच्युरिआत, जगात इतरत्र विखुरलेलं होतं. जे कोणी मागे उरले होते त्यांच्याकडे भूतकाळाच्या तुटपुंज्या पाऊलखुणा शिल्लक होत्या. संपूर्ण कथा सांगण्यासाठी तसं काहीच उरलेलं नव्हतं. मला माहीत नसलेलं नवं असं शननं काहीच सांगितलं नव्हतं. त्याच्याही इतिहासाचे तुकडे माझ्यासारखे विखुरलेले होते, इतकंच काय ते वेगळं म्हणाला होता.

मला वाईट वाटलं नाही. इथे येण्यासाठी मी बराच काळ प्रतीक्षा केली होती. आता मला थोडं थोडं कळू लागलं होतं. श्यीनफायुआन, म्हणजे उत्तम ठिकाण. मी ते सगळं अनुभवत होते. कुटुंब म्हणजे जमिनीचा तुकडा नव्हे. कुटुंबात असलेली माणसं म्हणजे कुटुंब. विविध प्रसंगांमुळे त्यांच्या जीवनाला आकार मिळतो. हे प्रसंग आता कधीतरी गवसत होते. माझी आता हीच भूमिका आहे. माझं कुटुंब म्हणजे एखादं ठिकाण नव्हतं, एक कथा होती. ही कथा लिहिण्यासाठी इथे लिउथायमध्ये मला उद्देश सापडला होता.

मी गावात जेमतेम तासभर होते. पण इतकाच वेळ थांबून परत जावं लागणार होतं. मी टॅक्सी थांबवून ठेवली होती तिथे शन चनफानं मला पुन्हा आणून सोडलं. म्हणाला, "यापुढे जेव्हा परत इथे याल तेव्हा थेट माझ्या घरी या." त्याच्या वाक्यातले अदृश्य शब्द होते, "कारण तुमचं स्वतःचं घर आता शिल्लक राहिलेलं नाही.'

* * *

इथे आता चांग उरले नाहीत, हे माझ्या पूर्वजांच्या गावातल्या तरुणीनं म्हटलं होतं. चीनमधले माझे अगदी जवळचे नातेवाईक, म्हणजे माझ्या वडिलांच्या सोबत लहानाचे मोठे झालेले माझे काका लिच्याओ आणि त्यांचं कुटुंब तिथे होतं. उन्हाळ्याच्या दरम्यान, लिउथायहून आल्यावर तीनेक महिन्यांनी मी पहिल्यांदाच काकांना भेटायला हार्बिनला गेले. हार्बिन हे रशियासोबतच्या सीमेपासून साधारण दोनशे मैलांवर वसलेलं मंच्युरिआतील शहर आहे.

हे काका इथेच राहिले होते आणि त्यासाठी त्यांनी फार भोगलंही होतं. काही अंशी याचं कारण आम्हीच होतो. आमच्या कुटुंबाच्या मालकीची जमीन असल्यामुळे लिच्याओंचे शत्रू वाढले आणि त्यांना, त्यांच्या पत्नीला आणि दोन मुलांना दशकभर ग्रामीण भागात मजुरी करण्यासाठी सक्तीनं पाठवण्यात आलं. माझ्या वडिलांच्या कुटुंबातली मंडळी तैवानला निघून गेल्यानं परिस्थिती आणखी चिघळली. सांस्कृतिक क्रांतीच्या काळात, या सगळ्या संदर्भांमुळे लिच्याओंवर हेरगिरीचा संशय व्यक्त करण्यात आला.

मी या सगळ्यांना भेटायला गेले तेव्हा काकांचं कुटुंब त्यांच्या मुलीच्या तीन बेडरूमच्या घरात एकत्र जमलं होतं. लिच्याओंची तीन्ही मुलं खरं तर माझ्या पिढीतली होती, पण तिघांनीही पन्नाशी ओलांडली होती. त्यांचा मोठा मुलगा उंच, आडव्या अंगाचा होता. काळा जाडजूड चश्मा घातलेला. त्याच्याकडे पाहून मला च्यीआंग त्चमिनची आठवण झाली. दुसरा मुलगा त्याच्यापेक्षा थोडा बारीक होता. गाल छान होते त्याचे, जबड्याकडे येताना पातळ होत गेलेले. त्याची ही ठेवण मला माहितीची वाटली. माझे वडीलही असेच दिसायचे. दोन्ही भावांचं कमालीचं सख्य होतं. ते मिडल स्कूलमध्ये असताना सांस्कृतिक क्रांती सुरू झाली आणि दहा वर्षांसाठी त्यांची रवानगी ग्रामीण भागात करण्यात आली. ते शहरात परत आल्यावर थोरल्या भावाला स्प्रिंग बनवणाऱ्या कारखान्यात नोकरी मिळाली, तर धाकट्या भावाला लाकूडतोड कारखान्यात काम मिळालं. सगळ्यात धाकटी यिनछ्याओ थोडी वेगळी होती. तिनं १९७१ मध्ये मिडल स्कूलमधील शिक्षण पूर्ण केलं. तोपर्यंत सांस्कृतिक क्रांतीचा सगळ्यात जहाल भाग संपलेला होता, शिवाय तिच्या भावांप्रमाणे ती ग्रामीण भागातही गेली नव्हती. तिनं कॉलेज डिप्लोमा पूर्ण केला. ती आता विद्यापीठात उच्च प्रशासकीय पदावर कार्यरत होती. चीनमधल्या असंख्य कुटुंबांसारखंच, लिच्याओंच्या कुटुंबात जन्माच्या क्रमवारीनुसार प्रत्येकाच्या नशिबानं आकार घेतला होता.

लिच्याओंची पत्नी चु शुलान मला बेडरूममध्ये घेऊन गेली. तिथल्या खाटेवर एक वयस्कर व्यक्ती झोपलेली होती, निश्चल. एक डोळा फक्त उघडा होता. त्यांचं शरीर टम्म फुगल्यासारखं वाटत होतं. डोक्याला टक्कल पडलं होतं. मान आणि

चेहऱ्यावरचं मांस उकडलेलं अंड नुकतंच सोलल्यासारखं भासत होतं. त्यांचं वाढलेलं पोट सुती कापडाखाली लपत नव्हतं. हे होते लिच्याओ.

"ते कुणालाही ओळखत नाहीत." त्यांच्या पत्नीनं सांगितलं.

"त्यांना काहीही माहीत नाही." दुसऱ्या मुलाच्या पत्नीनं उत्साहानं सांगितलं. लिच्याओंच्या गालावर हळुवार चापट मारत तिनं जोरात विचारलं, "मला ओळखलंत का?"

उघड्या असलेल्या डोळ्यावरची भुवई थोडी हलली. दोघीही हसल्या. लिच्याओंना मूर्ख मुलासारखंच वागवलं जायचं. ते म्हणजे केवळ एक जबाबदारी उरली होती. घरची मंडळी लिच्याओंचं सगळं करायची. त्यांना मऊसर खायला द्यायची, त्यांच्या चादरी बदलायची, त्यांना लावलेल्या ऑक्सिजनची पातळी तपासायची. आदल्या वर्षी त्यांना झटका आल्यापासून ते अशा अवस्थेत होते. श्वास सुरू होता म्हणून केवळ जिवंत असल्यासारखे होते.

त्यांची काळजी घेण्यासाठी कोणाची मदत घेता येईल का ते मी यिनछ्याओला विचारलं. "आम्ही कुटुंबीयांनी त्यांची काळजी घेतली नसती तर ते केव्हाच मरण पावले असते." तिनं थंडपणे म्हटलं.

तो अखंड दिवस मी माझ्या कुटुंबीयांसोबत घालवला. लिच्याओ अंथरुणाला खिळलेले होते. त्यांच्याकडे पाहून मला वाईट वाटलं. पण त्यांचं आयुष्य सार्थकी लागलं होतं. त्यांनी सांस्कृतिक क्रांतीच्या लाटेत आपलं कुटुंब वाचवलं, जपलं. कुटुंब एकसंध ठेवलं. १९८०च्या दरम्यान, पूर्वी काम केलेल्या कृषी विद्यापीठात नोकरी मिळावी म्हणून त्यांनी त्यांच्या प्रत्येक अपत्याला मदत केली होती. त्यांची तिन्ही मुलं अजूनही तिथे काम करत होती. हे लिच्याओंचं मोठं यश होतं. वयाच्या एकोणनव्वदाव्या वर्षी ते अंथरुणातच शांतपणे अखेरचा श्वास घेणार होते.

जेवणाच्या टेबलावर ताटल्यांची गर्दी झाली होती. यिनछ्याओनं छुनपिंग नावाचा माझा आवडता पदार्थ बनवला होता. हा उत्तरेकडचा पदार्थ आहे. पिठूळ पॅनकेकमध्ये चमचमीत सारण भरलेलं असतं. माझी आई माझ्या वाढदिवसाला बनवायची. मी लिउथायला जाऊन आल्याबद्दल या सगळ्यांना सांगितलं. ते फारच खूश झाले.

"आमच्यापैकी कोणीच कधीही घरी जाऊन आलेलं नाही." यिनछ्याओनं सांगितलं. त्यांच्या वडिलांना दोन बहिणी होत्या. त्यांच्याशी त्यांची भेट फक्त एकदा लहानपणी झाली होती.

गावामध्ये कुटुंबातलं कोणीही आता उरलेलं नाही. पण शेजाऱ्यांनी चांग

होंगचा फोन नंबर दिल्याचं मी सांगितलं.

माझ्या चुलतभावंडांनी एकमेकाकडे पाहिलं. ''तुला चांग होंगबद्दल काय माहीतेय?'' थोरल्या भावानं मला विचारलं.

''मला वाटतं, तो कशावरून तरी आपल्या कुटुंबावर चिडलाय,'' मी सावधपणे उत्तर दिलं. या तिरसट नातेवाइकाबद्दल माझ्या वडिलांनी काहीतरी सांगितलं होतं एकदा!

''त्याला काहीतरी मानसिक समस्या आहे.'' धाकट्या भावाची बायको बोलून गेली.

चांग होंग माझ्या वडिलांचा चुलतभाऊ होता. लिच्याओ आणि माझे वडील माझ्या पणजोबांच्या पहिल्या पत्नीची अपत्यं होती, तर चांग होंग तिसऱ्या पत्नीपासून झाला होता. त्यानं बरंच सोसलंही होतं. १९५७मध्ये, त्यांच्या वडिलांवर उजव्या विचारसरणीचे असा शिक्का लावण्यात आला. यामुळे त्यांना शनयांगमधली विद्यापीठातली नोकरी गमवावी लागली होती. सांस्कृतिक क्रांतीच्या काळात या कुटुंबाला दहा वर्षं ग्रामीण भागात पाठवण्यात आलं. तिथून शहरात परतल्यानंतर चांग होंगचे वडील त्यांच्यावर लागलेला शिक्का पुसण्यासाठी झगडत होते. कम्युनिस्ट पक्षानं हा शिक्का कायमचा पुसावा, असं त्यांना वाटत होतं. त्यासाठी त्यांनी अनेक वर्षं पत्रव्यवहार करण्यात आणि अपील करण्यात घालवली. गमावलेल्या पगाराबद्दल विद्यापीठाशी सुरू असलेल्या संघर्षात त्यांनी बाजी मारली आणि भरपाईचा हक्क मागितला. वडिलांच्या मृत्यूनंतर चांग होंगनं सूत्रं स्वीकारली. त्यानं त्यांच्या वडिलांच्या संघर्षाबाबत संशोधन केलंच, शिवाय माझे आजोबा आणि आमच्या विस्तारलेल्या कुटुंबांची पाळंमुळंही खणून काढली. सगळा मोकळा वेळ त्यानं जुनी वृत्तपत्रं वाचण्यासाठी आणि कागदपत्रांची जुळवाजुळव करण्यासाठी वापरला. लिच्याओच्या पत्नीनं सांगितलं, ''तो जिथे जिथे जातो तिथे दोन बॅग भरून कागदपत्र घेऊन जातो.''

मी अशा प्रकारच्या लोकांना यापूर्वीही भेटले होते. चीनमधला प्रत्येक वार्ताहर अशांना भेटलेला असतो. चांग होंग निषेधक होता, याचिकाकर्ता होता. चुकीच्या गोष्टी बरोबर करण्यावर तो इतका भर द्यायचा की त्याच्या या प्रयत्नांनी त्याचं अवघं जीवन खाऊन टाकलं. त्याला एका वेगळ्याच विश्वात ढकललं. त्या विश्वात तो एकटाच होता. प्रशासन आणि विलंब यामुळे आपल्या सहनशक्तीचा अंत बघणाऱ्या कायदाव्यवस्थेशी संघर्ष करण्यासाठी अशा प्रकारची झपाटलेली मानसिकता गरजेची होती. अशा व्यक्ती लांबूनच चांगल्या दिसतात, त्या जवळ आल्या तर असह्य होतात. तो '३-७ केसेस' किंवा '१२-१४' निकालांविषयी तो तासन्तास बोलत होता. कायदेशीर निकाल मिळालेले असलेल्या काही विशिष्ट तारखांविषयी भरभरून

बोलण्याची लोकांची सवय मी अनुभवली.

चांग होंगनं एक एक करून कुटुंबातल्या सगळ्यांशी नात्याचे बंध छाटून टाकले. त्यानं लिच्याओंना संतापून एक पत्र धाडलं. त्यानंतर त्यांना तो केव्हाही भेटला नाही. बीजिंगमध्ये माझ्या पणजीसोबतही तो भांडला. माझ्या काकाला आणि वडिलांना त्यानं विखारी पत्रं लिहिली. ही पत्रं यिनछ्याओनं जपून ठेवली होती. तिनं काहीशा अनिच्छेनं मला दिली. त्यामध्ये वापरलेल्या भाषेमुळे तिला अपमानास्पद वाटत होतं.

यिनछ्याओ म्हणाली, ''त्यानं पत्रात उजव्या विचारसरणीचा शिक्का मारल्याचा आरोप तुझ्या आजोबांवर केलाय. दहा लाख जणांवर असा शिक्का मारण्यात आला होता. ते काय तुझ्या आजोबांना ओळखत होते म्हणून का? देशाचे अध्यक्ष लिउ शाओछ्यी यांनाही वाचवता आलं नाही. मग आपल्यासारख्या सर्वसामान्यांचा विचारही नको करायला.'' बोलतानाही तिचे गाल संतापानं लाल झाले होते.

मोठा मुलगा म्हणाला, ''तो आमच्या वडिलांना बघायला कित्येकदा आला. माझ्या वडिलांनी त्याला वेळोवेळी सांगितलं की केवळ तुमचीच नाही; तर अनेक जणांची ससेहोलपट झाली. तुम्ही मागचं सगळं विसरून पुढे जायला हवं. पण त्याला हे जमलंच नाही.''

त्या दिवशी आमच्या बोलण्यामध्ये चांग होंगचाच विषय होता. चांग होंगविषयी नेहमी त्याला मानसिक समस्या आहे अशा प्रकारे निराशावादीच बोललं जायचं. पण काही गोष्टी आश्चर्यकारकही होत्या. तो व्यक्त करत असलेल्या तक्रारी कदाचित एके काळी या सगळ्यांच्या मनातही खोलवर रुतून राहिलेल्या असू शकतील. कदाचित त्यांनी त्याविरुद्ध आवाज न उठवता ती खदखद दाबून टाकली असेल आणि आयुष्य पुढे सरकू दिलं असेल. त्याचं बरोबर असावं, असंही त्यांना वाटत असावं.

'त्याला तुझ्या वडिलांकडून आणि काकाकडून काहीतरी अपेक्षा असावी', असं यिनछ्याओ सारखं सारखं मला सांगत होती. ''त्याला तो त्याचा हक्कच वाटत असावा. तुझ्या आजोबांमुळे त्याला कित्येक वर्षं त्रास भोगावा लागला. आता त्याला वाटतं की हे कुटुंब त्याचं काही देणं लागतं. पण पुन्हा तुझ्यासोबत एकत्र आल्याचा आम्हाला अतिशय आनंद होतोय.''

त्यांचं एकंदर बोलणं ऐकल्यावर, चीनमध्ये चांग होंग संख्येनं फार नाहीत, याचं आश्चर्य वाटलं. विशिष्ट वयाच्या व्यक्तींना भेटल्यावर जवळजवळ प्रत्येकाचीच राजकीय लाटेमध्ये अनेक वर्षं वाया गेल्याचं ऐकू येतं. असंख्य जण अजूनही निकृष्ट आरोग्य किंवा कमी शिक्षण अथवा कुटुंबातल्या सदस्याचा मृत्यू अशा स्वरूपात किंमत मोजत असल्याचं दिसतं. आश्चर्य म्हणजे, कडवटपणा मात्र कुठे

आढळत नाही. वैयक्तिक अनुभव विचारले तर लोक सामूहिक उत्तर देणं पसंत करतात. खूप लोकांचे हाल झाले. हे उत्तर म्हणजे प्रत्येक गोष्टीचं सार्वत्रिकीकरण केल्यासारखं होतं. माझी चुलतभावंडं चीनचे अध्यक्ष राहिलेले आणि माओंचे वारस असलेले लिउ शाओछ्यी यांचा सारखा उल्लेख करायची. इतक्या उच्च स्तरावर असूनही त्यांनी दोन वर्षं मारहाण आणि संघर्षाला तोंड दिलं. त्यांचा मृत्यू सन १९६९ मध्ये हनानमधल्या तुरुंगात झाला. या व्यक्तीचं महत्त्व आणि त्यांच्या शेवटानं झालेली नामुष्की यामुळे माझे नातेवाईक कमालीचे प्रभावित झाले होते. ते त्यांना जणू चिनी ख्रिस्त समजू लागले होते. त्यांनी त्यातून विचार जपला होता की, इतक्या मोठ्या व्यक्तीचा अंत अशा प्रकारे होऊ शकतो, तर त्यापुढे आमची काय कथा? आम्ही कितीसे महत्त्वाचे?

चांग होंग मात्र वेगळाच होता. त्यानं जे गमावलं होतं त्याबद्दल तो चवताळलेला होता. काही केल्या शांत होत नव्हता. त्याचं एकट्याचंच दुःख महत्त्वाचं असल्यासारखं वागत होता. त्याची व्यथा त्यानं राष्ट्राध्यक्ष लिउ शाओछ्यी यांच्या त्रासाच्या तोडीइतकी भव्य केली होती. चांग होंगची कथाही महत्त्वाची होती आणि ती ओरडून ओरडून सांगण्यासाठी तो जीव ओतत होता. मला नेहमी एका गोष्टीचं आश्चर्य वाटायचं, सांस्कृतिक क्रांतीच्या चटक्यांनी झालेल्या आघातानं खूप लोक वेडेपिसे कसे नाही झाले? इथे मात्र एक जण असा होता.

दुपारी जेवण झाल्यानंतर मी थोरल्या भावासह आमच्या कुटुंबाचा इतिहास जाणून घ्यायला बसले. आम्ही बसलो होतो त्या खोलीवरून जाता-येता बाकीचे नातेवाईक मध्येच संभाषणात भाग घ्यायचे. काही वेळानं निघून जायचे. ''तुला माझ्या आजोबांविषयी काय माहीतेय?'' मी त्याला विचारलं.

''तुझ्या प्रश्नाचं उत्तर देण्यासाठी सर्वोत्तम व्यक्ती म्हणजे...'' असं म्हणत त्यानं निःशब्द, मरणासन्न लिच्याओ झोपले होते त्या खोलीच्या दिशेनं बोट केलं.

''तुला तुझ्या आजोबांविषयी काय माहीतेय?''

''त्यांनी नंतर त्यांचं नाव चांग शंगपो असं करून घेतलं.''

महाविद्यालयासाठी ते बीजिंगला गेले. त्यांनी बीजिंगमध्ये काम केलं.

नाही, त्यांनी हाळपिनमध्ये काम केलं. ''

तो दिवस इतका मोठा वाटला! नऊ तासांमध्ये सहा नातेवाईक माझ्याशी अखंड बोलत होते. मी कुठलाही प्रश्न विचारला की चर्चेचा रोख भलतीकडेच वळायचा. कुणाचं तरी नाव किंवा जन्मतारीख किंवा कुणीतरी कुणाविषयी काय बोललं होतं, असा कुठेतरी भरकटायचा. तपशिलामध्ये आम्ही वाहत जायचो.

तारखांच्या जंजाळात अडकून पडायचो. या सगळ्या घटना, तारखा, तपशिलाची सुसंगत कथा जोडण्याच्या प्रयत्नात हरवून जात होतो. कुणालाही हे तुकडे जोडून अखंड चित्र तयार करणं जमत नव्हतं. वर्षागणिक माझ्या नातेवाइकांनी काय पाहिलं, सोसलं होतं याची कल्पना करणंही कठीण होतं. ते आपल्याच कहाणीमध्ये गुंतून पडले होते, त्यांनी मोठे काळ जणू वगळले होते आणि महत्त्वाच्या घटना त्यांच्या विस्मरणात गेल्या होत्या. असंख्य जणांनी हाल सोसल्यानंतर एकट्याचं दुःख कितीसं मोठं असणार! देशाचे अध्यक्ष लिउ शाओछ्यी स्वतःचं रक्षण करू शकले नाहीत, तिथे आपल्यासारख्या सर्वसामान्यांची काय कथा?

शेवटी, मी प्रश्न विचारण्याचा नाद सोडून दिला. सात तासांच्या आमच्या संवादातून माझ्या लक्षात आलं की, या मुलांची आजी, म्हणजे लिच्याओंची आई, लिउथायमध्ये राहत होती आणि १९४०च्या दशकातल्या जमीन सुधारणांच्या काळात तिची हत्या करण्यात आली. रात्री जेवत असताना यिनछ्याओ मला म्हणाली, "आमच्या आजोबांनी आत्महत्या केली होती. हे माहीतेय तुला?" मी काही बोलले नाही. मला काय जाणून घ्यायचं होतं ते मी सोडून दिलं होतं आणि संवाद जातोय तिकडे जाऊ दिला होता.

* * *

बीजिंगला परतल्यानंतर, लिच्याओंच्या लेकीनं माझ्यासाठी जपून ठेवलेलं चांग होंगचं पत्र मी वाचलं. त्यामध्ये माझे वडील, काका आणि आत्या यांना उद्देशून दोन पानं भरलेली होती. त्यामध्ये किती गरळ ओकलीय ते चिनी भाषा न जाणणाऱ्या व्यक्तीनंही ताडलं असतं. पत्रातला मजकूर ठसठशीत अक्षरांत होता. काही ठिकाणी मोठ्या आकारातली अक्षरं, अधोरेखित केलेला मजकूर, कित्येक उद्‌गारवाचक चिन्हं पेरलेली होती. जणू, एकाच आकाराच्या फाँटमध्ये टाइप करताना चांग होंगच्या भावना नीट व्यक्तच झाल्या नसत्या. चिनी लिखाण शक्यतो असं असू नये.

> 'मी तुम्हाला भेटू नये, असं तुम्ही मला कित्येकदा सांगितलंत... किंबहुना तुम्ही आमच्या त्रासाकडे दुर्लक्ष केलंत आणि आमच्या कमनशिबाकडे पाहून हसलात."
>
> काही वर्षांपूर्वी मी एक पत्र लिहिलं होतं. वास्तविक, आम्ही किती तणावाखाली आहोत, हे सांगण्याचा तो प्रयत्न होता. ते वाचून तुम्ही

माझ्या वडिलांना आणि त्याच वेळी तुमच्या वडिलांनाही मदत करायला पुढे याल, अशी अपेक्षा होती. पण तुम्ही जराही लक्ष दिलं नाही. कमालीच्या प्रतिकूल परिस्थितीत असलेल्या आमच्याकडे निर्दयपणे पाठ फिरवलीत.

लिउथायमधलं चांग कुटुंब भूतकाळातल्या वाईट प्रथा आजही पाळत आहे. मानवाधिकारांवर गदा आणत आहे. कुटुंबाच्या कायदेशीर आणि बेकायदा शाखा या बाबतीत फसवणूक करत आहेत.

अपत्याने देवाची सेवा करण्याची परंपरा आणि आमच्या आजोबा-पणजोबांनी सुरू केलेली, एका पिढीकडून दुसऱ्या पिढीकडे चालत आलेली घराण्याची प्रथा पुनरुज्जीवित करणं, हे माझं उद्दिष्ट होतं.'

दुसऱ्या पानाच्या वरच्या भागात त्याने माझ्यावर नेम साधला होता :

चांग थोंगहला अजूनही कुटुंबाचा इतिहास लिहायचाय का? ती या सगळ्या गोष्टीही लिहिणार आहे का? नसेल तर, त्या इतिहासाला काय अर्थ उरेल?

हे पत्र म्हणजे, आजवरच्या देवाण-घेवाणीचा सारांश होता, असं माझ्या वडिलांशी झालेल्या चर्चेतून समोर आलं. पण ही देवाण-घेवाण जवळजवळ एकतर्फीच होती. १९९०च्या दशकाच्या उत्तरार्धात, चांग होंगनं माझ्या वडिलांना पत्र लिहिलं होतं. माझ्या आजोबांच्या संबंधी दिलेला राजकीय निकाल मागे घेण्यासाठी कम्युनिस्ट पक्षाकडे अर्ज करावा, असं त्याला वाटतं होतं. या प्रक्रियेला फिंगफान असं म्हणतात. म्हणजे, सांस्कृतिक क्रांतीच्या दरम्यान टीकेची झोड उठवल्या गेलेल्या लोकांना त्यांची प्रतिष्ठा परत मिळवून देण्यासाठी संमती देणं. आपल्या वडिलांच्या बाबतीतही याचा उपयोग होईल, असं चांग होंगला वाटलं. त्यासाठी त्यानं माझ्या वडिलांचा पाठिंबा मागितला. पण त्याचा हा प्रयत्नच विचित्र होता. माझ्या आजोबांची हत्या कम्युनिस्टांनी केली, असा माझ्या कुटुंबाचा दावा होता आणि त्याच पक्षाला आजोबांची प्रतिष्ठा पुन्हा मिळवून देण्यासाठी साकडं घालणं त्यांना पटत नव्हतं. त्यामुळे त्यांनी नम्रपणे नकार देत, यामध्ये पडणार नसल्याचं स्पष्ट केलं.

चांग होंगनं माझ्या वडिलांना आणि काकांना संतापानं पत्र खरडलं. काही वर्षांनी, त्यानं आणखी पत्रं पाठवली. त्याच्या नशिबी आलेल्या दुर्दशेचं खापर पत्राद्वारा माझ्या वडिलांच्या कुटुंबाच्या डोक्यावर फोडलं. त्याच्या त्रासाकडे त्यांनी दुर्लक्ष केल्याचा आरोपही केला. सूडभावनेनं तो इतका वेडापिसा झाला होता की

या पत्राच्या प्रती त्यानं माझे वडील आणि त्यांचे भाऊ काम करत असलेल्या विद्यापीठातल्या त्यांच्या सहकाऱ्यांनाही पाठवल्या. माझे वडील मला म्हणाले, "आपल्याला चांग होंगची, त्याच्या कुटुंबासोबत काय घडतंय याची जराही पर्वा नाही, असं त्याला वाटतं बहुधा." थोडं थांबून पुढे म्हणाले, "कदाचित ते खरंही असेल."

कुटुंबाचा इतिहास शोधून काढण्यात चांग होंगनं कित्येक वर्षं घालवली. सांस्कृतिक क्रांतीच्या काळात त्याची रवानगी लिउथायला करण्यात आली. तिथे गेल्यावर पहिल्यांदाच त्याची आणि काही नातेवाइकांची भेट झाली. त्यानं कम्युनिस्ट पक्षाच्या अर्काइव्हला भेट दिली होती. फुशान कोळसा खाणीच्या निवृत्त संचालकाची त्यानं मुलाखत घेतली. याच खाणीमध्ये माझ्या आजोबांची हत्या झाली होती. आमचं वंशपरंपरागत मंदिर आगीच्या लोळामध्ये बेचिराख होण्यापूर्वी त्या मंदिराची छायाचित्रं त्यानं घेतली होती. इमारतींची रचना दाखवणाऱ्या आकृत्याही त्यानं मिळवल्या होत्या.

चांग होंगबद्दल जितकी माहिती कळत होती, तितकी त्याला भेटण्याची गरज तीव्र होत होती. तो भूतकाळातल्या घटनांनी झपाटलेला असला तरी माझ्या कुटुंबातला तो अस्सल इतिहासकार होता. त्याच्याकडे दस्तावेज आणि छायाचित्रं होती; त्यानं बरंच संशोधन केलेलं होतं. मी या विषयाचा अभ्यास तसा उशिरा सुरू केला होता. त्यामध्ये नवखीही होते. त्याला काय माहीतेय, हे मला कधीच कळलं नसतं. त्याला भेटण्याचा विचारही अंगावर शहारे आणून गेला.

चांग होंगनं माझ्या कुटुंबीयांना पाठवलेलं शेवटचं पत्र २००४ सालातलं होतं. त्या वेळी मी बीजिंगमध्ये वार्ताहर म्हणून काम करत होते. तोपर्यंत मी आमच्या मूळ गावीही गेले नव्हते वा आमच्या कुटुंबाचा इतिहास लिहिण्याचा विचारही मला शिवलेला नव्हता. तरीही चांग होंगला मात्र भविष्याचा वास लागल्यासारखं त्याच्या पत्रातल्या उल्लेखावरून मला वाटून गेलं.

चांग थोंगहला अजूनही कुटुंबाचा इतिहास लिहायचाय का? ती या सगळ्या गोष्टीही लिहिणार आहे का?

* * *

इतिहास ही आजच्या चिनी मंडळींची दुखरी नस आहे. वरकरणी त्यांना इतिहासाचा अभिमान वाटतो. मी अमेरिकेहून आलेय म्हणून, चीनला पाच हजार वर्षांचा समृद्ध इतिहास आहे, अशी जो तो सारखी जाणीव करून देतो. पण प्रत्यक्षात त्यांना

छ्यींग घराण्याच्या चांगल्या दिवसांच्या पलीकडे जायचा तिटकारा वाटतो. पाश्चिमात्यांशी संपर्क आल्यानंतर इतकं मोठं नागरीकरण इतकं धाडधाड कसं कोलमडलं? १९५० आणि १९६०च्या दशकातल्या राजकीय चळवळीच्या दरम्यान लोकांनी कामाच्या ठिकाणी, गावांमध्ये, कुटुंबांमध्ये एकमेकाला लक्ष्य करण्यासारखं काय घडलं? इतकं होऊनही, त्यानंतर मात्र, काहीच घडलं नसल्याच्या आविर्भावात ते कसे काय वागू शकतात?

शेवटचा प्रश्न सगळ्यात सोपा आहे. त्याचं उत्तर म्हणजे, 'सगळं काही विसरून.' कम्युनिस्ट पक्षानं १९५०च्या उत्तरार्धातली दुष्काळासारखी मोठी आपत्ती आणि सांस्कृतिक क्रांती या घटनांची व्याप्ती लक्षात घेतली नाही. १९८०मध्ये, गेल्या तीस वर्षांतला अधिकृत इतिहास 'सर्वसाधारण असावा, फार तपशीलवार असू नये', अशी सूचना तंग श्याओफिंग यांनी केली. देशाच्या एकतेच्या दृष्टीनं त्यांनी हा आदेश दिला. या दृष्टिकोनामुळे घटनांच्या, गोष्टींच्या मुळांशी जाण्याची सवयच धूसर झाली. त्यामुळेच, सांस्कृतिक क्रांतीसाठी काही मूठभर कट्टर नेत्यांना सर्रास दोष दिला जातो. थिएनआनमन निषेध म्हणजे, 'लोकांची मने कलुषित करणाऱ्या थोडक्या काळ्या हातांनी केलेलं कृत्य समजलं जातं.' हे विषय समोर आले की लोक म्हणतात, 'याचा निर्णय इतिहासाने घ्यायचा.' जणू काय, त्यांनी अनुभवलेल्या, पाहिलेल्या आणि स्वतः केलेल्या घटनांऐवजी बऱ्याच काळापूर्वीविषयी काहीतरी बोललं जात असल्यासारखं!

विसरून जाणं हाही वैयक्तिक निवडीचा भाग होता, भूतकाळाला विस्मरणात ढकलण्याचा अदृष्य करार बहुसंख्य लोकांमध्ये झाला असल्यासारखा. चीनमधून अन्यत्र वास्तव्याला गेलेल्या माझ्या कुटुंबासाठी माझ्या आजोबांच्या बलिदानावर दुःखाश्रू गाळण्यापेक्षा झालं गेलं विसरून पुढे सरकणं सोयीचं होतं. मागे राहिलेल्या आमच्या कुटुंबीयांना लिउ शाओछ्यीविषयी बोलणं जास्त श्रेयस्कर होतं; आपला सुवर्णकाळ वाया का घालवला, याचा जाब विचारण्यापेक्षा! स्थलांतरितांसाठी तर हे सगळं फारच साधंसोपं होतं. कुटुंब, इतिहास आणि भूतकाळ यांच्या कचाट्यातून सुटणं सहज शक्य होतं. अगदी नाव बदलल्यासारखं किंवा एखादा शब्द मोठ्याने म्हटल्यासारखं.

भूतकाळाच्या पोटात कदाचित केवळ वेदनादायक गोष्टी दडलेल्या असाव्यात. युद्धानंतर एका रेल्वे स्थानकात एका पुरुषाची हत्या करण्यात आली. एका गावात महिलेला मरेपर्यंत मारझोड करण्यात आली. एक स्त्री मंदिरात गेली आणि तिनं दुर्दैवच ओढवून घेतलं. प्रचंड यातना म्हणजे एके दिवशी इतिहासाच्या संदर्भात दखल घेतली जाण्याची शक्यता होती.

लिउथायजवळच्या काउंटी सीटमध्ये मी कुओ तहुई या ब्याण्णव वर्षीय व्यक्तीला भेटले. त्यांचे डोळे ठाशीव होते, भुवया भरगच्च होत्या. ओघळलेले मोठे कान प्रश्नचिन्हासारखे दिसत होते. चीनमध्ये मोठे कान म्हणजे चांगल्या नशिबाचं प्रतीक होतं. मंच्युरिआ जपानच्या ताब्यात होतं तेव्हा कुओ तहुई पोलिस अधिकारी होते. त्यानंतर केएमटी लेजिस्लेटर. ते माझ्या कुटुंबीयांना ओळखायचे. माझ्यासोबत एक स्थानिक अधिकारी आले होते. मी चांग शनफु यांची नात असल्याचं या अधिकाऱ्यांनी तहुईंना सांगितलं. एखाद्या बालकाप्रमाणं दक्ष असल्यासारखं त्यांनी विचारलं, "तू चांग लियूची मुलगी की चांग लिकांगची?"

"मी तुझ्या घरी गेलेलो आहे. बीजिंगमध्ये आहे ना. श्यीछंग जिल्हा, फनत्च हुथोंग, क्रमांक पंचवीस." त्यांनी खटाखट पत्ता सांगितला. जणू काय आम्ही टॅक्सी पकडून तिकडेच जायला निघणार होतो. नंतर मी शोधाशोध केल्यावर कळलं की पत्ता सांगताना त्यांनी तीनच नंबर इकडे-तिकडे केले होते. पण पन्नास एक वर्षांनीही त्यांना इतका पत्ता आठवत होता, हे विशेष होतं. सन १९४७मध्ये ते त्या घरी गेल्याचं त्यांना अजूनही आठवत होतं. तेव्हा त्यांनी माझ्या आजोबांना आणि त्यांच्या भावांना शेवटचं पाहिलं होतं. १९३०च्या दशकात लिउथाय परिसरात तहुई आणि माझे काकाआजोबा यांची मैत्री होती. या परिसरात तहुई पोलिस होते आणि माझे काकाआजोबा महापौर. "ते स्वभावानं अतिशय चांगले होते. लोकांचं त्यांच्यावर विशेष प्रेम होतं. त्यामुळे क्रांतीनंतरही त्यांना काही त्रास झाला नाही."

"ते सांस्कृतिक क्रांतीच्या दरम्यान परत आले," मी म्हटलं. "त्यानंतर तुमची आणि त्यांची भेट झाली का?"

त्यांनी नकारार्थी मान हलवली. "मी त्यांना नंतर भेटलो नाही."

सन १९५४ मध्ये, 'एलिमिनेशन ऑफ काउंटर-रिव्होल्यूशन' मोहिमेदरम्यान तहुई यांच्यावर तैवानी हेर असल्याचा ठपका ठेवण्यात आला. वायव्येकडच्या कान्सु प्रांतात, कार कारखान्याच्या मागच्या बाजूला एका शेडमध्ये त्यांना कैदेत ठेवण्यात आलं. हा काळ त्यांनी वृत्तपत्र वाचण्यात, सफरचंद-पीच झाडांची देखभाल करण्यात घालवला. त्यांनी अशी वीस वर्षं काढली. १९७५ मध्ये ते शहरात परतले तेव्हाच निवृत्तीच्या वयाचे झाले होते. म्हणाले, "आता मला देशाचा आधार मिळतो." त्यांच्या दीर्घायुष्याचं रहस्य मी त्यांना विचारलं. म्हणाले, "मी मांस खातो; पण चरबी खात नाही. वयाची ऐंशी वर्षं होण्यापूर्वी मी रोज अर्धा तास धावायचो. अजूनही मी दररोज चालतो. पण सगळ्यात महत्त्वाचं आहे ते तुमचं विचार करणं. तुमचे विचार मोकळे असायला हवेत. एखादी गोष्ट भूतकाळात जमा झाली की तिच्याविषयी अजिबात विचार करायचा नाही. नेहमी, प्रत्येक

गोष्टीची चांगली बाजू विचारात घ्यावी.''

* * *

त्या वर्षीच्या शिशिर ऋतूत मी पुन्हा आमच्या मूळ गावी गेले. मक्याचं शेत डोलत होतं. पुरुषभरापेक्षा जास्त उंचीचं झालं होतं. महिनाभरात कापणीची वेळ आली असती. गावात आता चांग उरलेले नाहीत, हे खरं नसल्यानं मी गावात पुन्हा गेले होते. मी पहिल्यांदा गावात जाऊन आल्याचं कळल्यावर चांग थोंगश्यीएन हे जवळच्या गावात राहणारे आमचे एक नातेवाईक संपर्कात आले. गावाजवळच्या बाजाराच्या गावातच त्यांची माझी भेट झाली. थोंगश्यीएनचा चेहरा लांब, देखणा होता. त्यांनी काळा पिनस्ट्रिप सूट घातला होता. ते एलिमेंटरी स्कूलमध्ये शिकवायचे.

थोंगश्यीएन मला त्यांच्या घरी घेऊन गेले. ते आणि त्यांची पत्नी दोन एकरामध्ये मका पिकवायचे. त्यांच्या दोन्ही मुली शहरातल्या शाळेत होत्या. मी खांगवर बसले. खांग म्हणजे पारंपरिक ऊबदार जागा होती. उत्तरेकडच्या चिनी गावांमध्ये त्याचा वापर झोपण्यासाठी बिछाना म्हणून केला जातो. त्यांनी माझ्या हातावर एक पुस्तक ठेवलं. ते आमच्या घराण्याच्या वंशावळीविषयी होतं. १९२३ मध्ये माझ्या पणजोबांच्या मार्गदर्शनाखाली ते संपादित करण्यात आलं होतं. पुस्तक दोऱ्यानं एकत्र बांधलं होतं. मुखपृष्ठावर पाण्याच्या शिंतोड्यांचे डाग होते. पुस्तकाच्या कडा फाटलेल्या, सैलावलेल्या होत्या. थोंगश्यीएन म्हणाले, ''सांस्कृतिक क्रांतीच्या काळात, माझ्या वडिलांनी ते प्लॅस्टिकमध्ये गुंडाळून जमिनीत पुरून ठेवलं होतं.''

मंच्युरिआला स्थलांतरित झालेल्या आमच्या पूर्वजांपर्यंत, आमच्या घराण्यातल्या मागील अकरा पिढ्यांचा वेध वंशावळीमध्ये घेतलेला होता. १९९३ सालापासून आवश्यक बदल केलेल्या आवृत्तीमध्ये आणखी तीन पिढ्यांचा समावेश करण्यात आला होता. वंशावळीत हे बदल करण्याच्या कामात थोंगश्यीएननी सहभाग घेतला होता. याच वंशावळीची प्रत गावातून घेण्यात आली. माझ्या वडिलांना पाठवण्यात आली.

वंशावळीचा अभ्यास करण्याचा उद्देश काय होता, असं मी थोंगश्यीएनना विचारले. ते हळू आवाजात म्हणाले, ''वांशिक नाती जोपासण्यासाठी याची मदत होते. काही लोकांनी आपापसांत लग्न केलीत. यातलं काही लिहू नको हा.'' कोणी अशी लग्न केलीत त्या गावाचं नावही त्यांनी सांगितलं.

''त्यांचं एकमेकाशी नातं आहे हे त्यांना माहीत नव्हतं का?'' मी त्यांना विचारलं.

''त्यांना तशी स्पष्ट कल्पना नव्हती. ते शिकलेलेही नाहीत. पुढच्या पिढीला

शिकवण्याच्या दृष्टीनं हा प्रयत्न आहे.'' त्यांनी सांगितलं.

त्यांनी पुठ्ठ्याचा खोका बाहेर काढला. त्यामध्ये छायाचित्र, पत्रं आणि आमच्या कुटुंबाच्या कुंपणाची, मंदिराची आकृती होती. गावातल्या वयस्क मंडळींच्या जुन्या आठवणींच्या मदतीने त्यांनी ही आकृती तयार केली होती. आकृतीच्या मध्यभागी असलेल्या खोल्या घरातल्या मंडळींना झोपण्यासाठी होत्या. बाजूला असलेल्या शेडमध्ये नोकर मंडळी राहायची. वॉशबेसिन आणि दगडी टेबल असलेल्या ठिकाणी खुणा केलेल्या होत्या. प्रचंड मेहनत घेऊन हे सगळे तपशील जमा केलेले होते. एकत्र मांडलेले होते. थोंगश्यीएननं लिहिलेला आमच्या कुटुंबाचा तेवीस पानी इतिहासही त्यांनी मला दिला. त्यांना माहीत असलेल्या सगळ्या तपशिलांचा सारांश त्यात होता.

त्या दिवशी, लिच्याओचे वडील चांग फंगअन यांच्याविषयी मला बरंच काही कळलं. राजकीय हल्ल्यांना सुरुवात झाल्यावर लिच्याओने सुरक्षेच्या कारणाने लगेचच त्याच्या वडिलांना लिउथायला पाठवून दिलं. निर्वासितांसाठी गाव हे पारंपरिक सुरक्षेचं ठिकाण असल्याचं त्याला वाटलं. त्याचा हा अंदाज चुकीचा होता. रेड गार्ड ग्रामीण भागात शिरू लागले होते. वर्गभेदाची हिंसक पद्धत त्यांनी ग्रामीण भागात सोबत आणली होती. १९४०च्या दरम्यानच्या भूसुधारणेदरम्यान, अशा हल्ल्यांतून लिच्याओचे वडील कसेबसे सुटले. यातून त्यानं धडा घेतला असेल- दीर्घ काळापासून ओळख असलेल्या व्यक्तीकडेच कदाचित तुमचा तिरस्कार करण्यासाठी सर्वांत मोठं कारण असू शकतं.

वयाच्या आठव्या वर्षी, थोंगश्यीएननी सारं काही पाहिलं होतं.

सांस्कृतिक क्रांतीच्या दरम्यान, लिच्याओला राजकीयदृष्ट्या वाईट शिक्का लावण्यात आला. त्याला ग्रामीण भागात पाठवण्यात आलं. फंगन लिउथायला परत आले. त्यांच्या पुतणीच्या घरात राहिले.

सन १९६९ मध्ये, दोन गट छ्यीथामुला आले. उन्हाळ्याचा काळ होता. फंगनना तिथे आणण्याचा आदेश त्यांनी धाडला. गावात म्हण होती, when you throw a meat bun at a dog, it is gone forever. फंगन यातला मटणाचा तुकडा होता, तर ते दोन गट म्हणजे कुत्रा.

त्या रात्री, त्यानं झाडाला गळफास लावून घेतला.

त्यापूर्वी, त्यानं याविरोधात अगोदरच संघर्ष केला होता. त्यांनी त्याला गरगर फिरवलं. त्याच्यावर टीका करणाऱ्या व्यक्तींपैकी एक व्यक्ती म्हणजे चांग लिक.

मला हे नाव माहीत होतं. माझी आई आणि वडील १९९५ मध्ये गावाला गेले असताना चांग लिक या नातेवाइकाला भेटले होते. ते या व्यक्तीच्या घरी पाहुणे म्हणून राहिले होते. कुटुंबातली ही एकमेव व्यक्ती उरलेली होती. म्हणजे या व्यक्तीनं लिच्याओच्या वडिलांना दोष दिला होता. त्यांना मृत्यूच्या दारापर्यंत ढकललं होतं.

> चांग लिक अतिशय आळशी होते. त्यांनी कधीही कोणतंही काम केलं नाही. त्यांना लग्नाचा काहीही खर्च करावा लागू नये, म्हणून सगळी तयारी करण्यासाठी फंगननी मदत केली होती. त्यानंतर सांस्कृतिक क्रांतीच्या दरम्यान, चांग लिक यांनी त्यांच्यावर ठपका ठेवला होता. तुम्ही एखाद्याच्या भल्यासाठी काही करता आणि ती व्यक्ती अशी परतफेड करते. चांग लिक आणि इतरांनी घोषणा दिल्या: *चांग फंगनचा निषेध असो! जमीनदारांचा निषेध असो!*
>
> मी गर्दीत एका बाजूला उभा होतो. हे सगळं पाहत होतो. रडत होतो. चांग फंगन आमच्या घरी खूपदा यायचे. मला आवडायचे. मी त्यांना सहावे काका म्हणायचो.
>
> शाळेच्या आवारात मी त्यांना कोपरं-ढोपरांवर रांगताना पाहिलं. त्यापेक्षा भयंकर दृष्य लिउथायकरांसमोर बघावं लागलं. त्यांना इतकी मारहाण करण्यात आली की ते रक्तबंबाळ झाले होते. तो काळाकुट्ट दिवस होता.
>
> मी तेव्हा लहान होतो. पण मोठ्या माणसांपैकीही कुणाची काही बोलायची हिंमत नव्हती. कुणी बोललं तर त्याचे परिणाम भयानक व्हायचे.

मी तिथून निघण्यापूर्वी थोंगशिएनला मला काहीतरी दाखवायचं होतं. त्याच्या मोटरसायकलवर बसवून तो मला विटांचं साधं घर असलेल्या एका शेतकऱ्याच्या घरी घेऊन गेला. हा शेतकरी आमचा लांबचा नातेवाईक होता. प्रवेशद्वारात मार्बलचे दोन मोठे तुकडे होते. हे दगड आमच्या परंपरागत मंदिरातले होते. सांस्कृतिक क्रांतीच्या वेळी इमारतीची नासधूस करण्यात आली तेव्हा कोणा एका वयस्क व्यक्तीने सुटका करून घेतली आणि हे मार्बलचे दगड इथे आणून ठेवले. तिथे ठेवलेले ते दोन दगड म्हणजे माझ्या कुटुंबाच्या घराच्या उरल्यासुरल्या आठवणी होत्या. मार्बलचे हे दगड ग्रीक मंदिरातल्या स्तंभांप्रमाणे बर्फासारखे शुभ्र होते. प्रत्येक दगडावर 'शौ' अशी चिनी लिपीतली अक्षरं कोरलेली होती. याचा अर्थ 'दीर्घायुष्य'

* * *

पारंपरिक चिनी वंशशास्त्रामध्ये, एखादं कुटुंब आपल्या वंशावळी 'शिछ्यीएनत्वु' म्हणजे 'स्थलांतर केलेला पहिला पूर्वज' शोधतं. हा पूर्वज अन्य कुठल्याशा ठिकाणचा असतो आणि त्याचे वारसदार सध्या राहत असलेल्या ठिकाणी येऊन स्थायिक झालेले असतात. सामाजिक दर्जाविषयी अतिशय जागरुक असलेले लोक जुन्या काळातल्या एखाद्या लोकप्रिय व्यक्तीशी नातं असल्याचा दावा करतात; परंतु, अशी खोटी नाती जुळवण्याचं पितळ वंशावळीमध्ये मात्र उघडं पडतं. स्थलांतर करणाऱ्या पहिल्या पूर्वजानंतरच्या नोंदीच केवळ ग्राह्य धरल्या जातात. स्थलांतरामुळे एखादी व्यक्ती विशिष्ट ठिकाण आणि काळ यांच्याशी बांधली जाते. ही व्यक्ती घर सोडून बाहेर पडली की त्या कुटुंबाचा इतिहास सुरू होतो.

साधारण हजार वर्षांपूर्वी सोंग साम्राज्याच्या काळापासून चिनी वंशावळीचं पेव फुटलं. ही वंशावळ म्हणजे अतिशय काटेकोर कन्फ्युशिअन दस्तावेज असतं. एखाद्या कुळातल्या व्यक्तींचे गुण आणि प्रामाणिकपणा नोंदवून ठेवणं, हा यामागचा उद्देश. जसं की कम्युनिस्ट पक्षाचा प्रचार, सकारात्मक गोष्टींना प्राधान्य दिलं जायचं. पतीच्या निधनानंतर पुनर्विवाह करणाऱ्या स्त्रियांना सहसा वंशावळीमध्ये स्थान दिलं जायचं नाही. हेच निपुत्रिक असलेली विवाहबाह्य पत्नी आणि साधू झालेल्या मुलांच्या बाबतीतही लागू व्हायचं. कोणत्या गुन्ह्यांमुळे वंशावळीमध्ये स्थान दिलं जायचं नाही, याची यादी मोठी होती. छ्यींग घराण्याच्या काळात जाहीर करण्यात आलेल्या काही नियमांमध्ये यासंबंधी नमूद करण्यात आलं होतं. नियमांत नमूद केलेले गुन्हे होते : पूर्वजांच्या थडग्याचं नुकसान करणं, हिंस्रपणा करणं, वेश्याव्यवसाय, सशस्त्र बंडखोरांमध्ये सहभागी होणं, सामाजिक वर्ग विचारात न घेता विवाह करणे, सम्राटापासून सत्य लपवून ठेवणं, देशद्रोह किंवा सर्वमताला विरोध, कारणाशिवाय एखाद्याला गळा दाबून मारणं, किंवा चाकर, अभिनेत्री, गुलाम वा वेश्येशी विवाह करणं. इतिहासाचा उद्देश केवळ वास्तवाशी संबंध जोडणं किंवा तत्कालीन कथा नमूद करणं नसून, लोकांना मार्गदर्शन करण्यासाठी नीतिमूल्यं प्रस्थापित करणं, हा आहे. इतिहास म्हणजे भूतकाळात काय घडलं इतकंच नसून, लोक जसे वागायला हवेत तसे वागले असते तर काय घडायला हवं होतं याचं मंथन असतं, हा चीनमधला पारंपरिक विचार वंशावळीमध्येही डोकावलेला दिसून येतो.

स्थलांतर करणारा पहिला पूर्वज
हुआलोंग
लिउशी विवाह
फंगतिएन खाययुआन काउंटी स्मशानात एकत्रित दफन
दोन मुलगे यिच्युन यिछन

माझा नातेवाईक थोंगश्यिएननं मला दिलेल्या च्यीलिन चांग कुटुंबाच्या वंशावळीमध्ये चांग हुआलोंग या आमच्या पहिल्या स्थलांतरित पूर्वजाची नोंद पाच ओळींची होती. त्यानंतरच्या बऱ्याचशा नोंदीपण अशाच प्रकारे संक्षिप्त होत्या. पुरुषाचे पहिले नाव, त्याच्या पत्नीचे आडनाव, त्याच्या मुलांची नावं आणि त्याच्या थडग्याचं ठिकाण. पूर्वजांच्या बाबतीत इतक्याच गोष्टी जाणून घेण्यासारख्या होत्या- त्या व्यक्तीनं कुटुंबाचा वारसा पुढे सुरू ठेवला होता का आणि योग्य पद्धतीनं श्रद्धांजली वाहण्यासाठी नेमकं कुठे जायचं. त्यानंतरच्या नोंदींमध्ये जन्म आणि मृत्यूच्या तारखाही दिल्या होत्या. काही वेळा त्यांच्या यशाचाही उल्लेख असायचा, पण फक्त पदवी, पुरस्कार, पद इतकाच. पण बहुतांश नोंदींमध्ये नाव, पत्नी व मुलांचे नाव, थडगे इतकीच माहिती दिलेली होती. अन्य कोणताही तपशील नसणे म्हणजे त्या व्यक्तीनं आयुष्यात अन्य काही लक्षणीय मिळवलं नसल्याचं प्रतीक होतं, याचाच अर्थ ती व्यक्ती शेतकरी असल्याचंच ते प्रतीक होतं.

वंशावळीत सर्वांत मोठी नोंद माझ्या आजोबांविषयी होती.

छुनअन
अनौपचारिक नाव श्यींगफु, नंतर शनफु असं नामकरण
नॅशनल पेकिंग युनिव्हर्सिटी
अर्थशास्त्र विभागात पदवीधर
अमेरिकेला गेले
युनिव्हर्सिटी ऑफ शिकागोच्या अर्थशास्त्र विभागात पदवीधर
चीनला परतल्यानंतर च्यीलिन प्रोव्हिन्स ब्यूरो ऑफ इंडस्ट्रीमध्ये टेक्निकल डायरेक्टर
(वरिष्ठ तज्ज्ञापेक्षाही वरचे पद)
मुलिंग कोळसा खाणीचे संचालक व मुख्य अभियंते
च्याओत्चुओ कोळसा खाणीचे मुख्य अभियंते
थांगशन अभियांत्रिकी संस्थेमध्ये शिकवले
जपानींना रोखण्यासाठी, पारा, टिन व टंगस्टच्या राष्ट्रीय धोरणात्मक धातू उत्पादनचे नेतृत्व
जन्म १८९९
मृत्यू १९४६
पत्नी ली श्यीआंगहंग
पेकिंग विमेन्स नॉर्मल कॉलेजमधून पदवीधर
मुले लियु लिकांग

माझ्या वडिलांच्या पिढीत, आमच्या कुटुंबाच्या वारसांमध्ये केवळ एकच नाव समाविष्ट झालं- लिच्याओ. जन्म १९१७. उर्वरित पान कोरं होतं.

पण वंशावळीमध्ये कुटुंबातल्या एकेका सदस्याचा फारसा उल्लेख केलेला नव्हता. सदस्यांमध्ये काही वेगळं आढळलं की त्यांना सरळ वंशावळीतून बाद केलं जायचं. च्यीलिन चांग कुटुंबाची वंशावळ वाचणं म्हणजे माझ्या आजोबांची डायरी वाचण्यासारखं होतं- व्यक्ती सापडतील अशी मला जिथे जिथे सर्वाधिक अपेक्षा होती तिथे तिथे व्यक्तीचं अस्तित्व दिसत नव्हतं. माझ्या आजोबांविषयीच्या तपशिलातून - मृत्यू १९४६ - सरकारच्या उतरंडीमध्ये त्यांचं असलेलं विशिष्ट स्थान नमूद केलेलं होतं, पण ते मंचुरिआला परत आले तेव्हा त्यांची हत्या करण्यात आली हे लिहिलेलं नव्हतं, किंवा त्याच्या विधवा पत्नीनं एकटीनं पाच मुलांना लहानाचं मोठं केलं हाही उल्लेख नव्हता, की ही मुलं एक दिवस मोठी होतील आणि तैवान, अमेरिकेला जातील, पण माझ्या नल्ली आत्यासारखी राहतील, याचीही दखल घेतलेली नव्हती -

> तुमचं मूल सागरातल्या एका बेटावर भटकत आहे...
> त्याच्या मनापासूनच्या इच्छा तुमच्याकडे व्यक्त करत आहे...

सन १९६९ मध्ये मरण पावलेले माझे काका-आजोबा चांग फंगन यांचा मृत्यू कसा झाला, याचा जराही उल्लेख केलेला नव्हता. उन्हाळ्यातल्या एका रात्री, प्रचंड मारहाण झाल्यावर आणि स्वतःच्याच कुटुंबीयांनी झिडकारल्यावर गावातच त्यांनी स्वतःच्या हातानं स्वतःचं जीवन संपवलं. वंशावळीच्या पंच्चावन्नाव्या पानात लिहिलेल्या दहाव्या पिढीच्या माहितीत, छळ करणाऱ्यांमध्ये चांग लिख आघाडीवर होते, याविषयीही शब्दही लिहिला नव्हता. लहान असताना ही घडलेली घटना चांग थोंगश्यीएन यांनी डोळयांदेखत पाहिली होती, याचाही उच्चार सदतिसाव्या पानावरच्या अकराव्या पिढीच्या माहितीत केलेला नव्हता.

कदाचित वंशावळीचं हे गुपित असावं. खासगी पद्धतीनं अशा नोंदी ठेवण्याची पद्धत हजारो वर्षं चालली. नाव, पत्नी, मुलगा, थडगं अशा आवश्यक बाबींचा समावेश कायम ठेवत, वंशावळीनं आदेश आणि ऐक्य लादलं. कसं वागायला हवं, यापेक्षा फार वेगळं वागणारं जगातलं वास्तव त्यात दूरच ठेवण्यात आलं. असा वास्तवाचा उल्लेख त्यात कधीच केला गेला नाही. वंशावळीमध्ये राखलेलं सातत्य कमालीचं होतं. आमच्या पूर्वजांनंतर चौदा पिढ्या मंचुरिआमध्ये आल्या. यांपैकी बहुतांश पिढ्यांच्या उल्लेख योग्य क्रमाने केलेला होता, माझ्या पणजोबांपूर्वीच्या सहा पिढ्यांनी ठरवून दिलेला होता तसा.

वंशावळीमध्ये एक छुपं गुपित होतं. स्थलांतरित झालेल्या आमच्या पहिल्या पूर्वजानं मंचुरिआला जाण्यासाठी हपै प्रांतातली वानफिंग काउंटी सोडली होती. मी या ठिकाणांवर नजर टाकली तेव्हा लक्षात आलं, वानफिंग म्हणजे आत्ताच्या बीजिंगचा एक भाग होता. देशाला वाचवता यावं म्हणून अमेरिकेत अभ्यास करण्यासाठी माझे आजोबा १९२० मध्ये बीजिंग सोडून गेले. देश जवळजवळ गमावल्यात जमा होता तेव्हाच्या काळात, शहरातून सुटलेल्या शेवटच्या विमानानं माझे वडील सन १९४८ मध्ये बीजिंग सोडून अमेरिकेला गेले. आणि मी अमेरिकेहून बीजिंगला राहायला आले, तीनशे वर्षांपूर्वी स्थलांतर करणारे माझे पहिले पूर्वज जिथून गेले होते त्या ठिकाणी.

* * *

२००५ मधल्या हिवाळ्यात, माझ्या कुटुंबाविषयी सुडाची भावना असलेल्या व्यक्तीला भेटण्यासाठी मी शनयांगला गेले होते. शनयांग तंत्रज्ञान विद्यापीठाच्या प्रवेशद्वारात माझी आणि चांग होंग यांची भेट झाली. ते तिथे कॉम्प्युटर वर्गांना शिकवायचे. त्यांचा चेहरा लांबट, अशक्त होता. नाक मोठं होतं. सुरकुत्या चेहऱ्याच्या पार टोकापर्यंत गेलेल्या होत्या. माझ्या वडिलांसारखा काहीसा चेहरा होता त्यांचा. फक्त, सुरकुत्या अधिक स्पष्ट झाल्यानं त्यांचा चेहरा दुःखी दिसायचा. केस कुरळे होते. त्यांनी गडद रंगाची पँट आणि पोलो स्वेटर घातला होता. चेहऱ्यावरची रेषही न हलवता चांग होंग यांनी माझ्याशी हस्तांदोलन केलं. चश्म्यामागचे त्यांचे डोळे मला रोखून पाहत होते. ते फारसे कधी हसत नसावेत, असं त्यांना पाहून मला वाटलं.

ते मला एका रिकाम्या इमारतीत घेऊन गेले. इमारतीच्या जिन्यामध्ये अंधार होता. त्यांचं कार्यालय तसं मोकळंच होतं. दोन लाकडी टेबलं तेवढी होती, एकमेकाकडे तोंड करून ठेवलेली.

तुम्ही आमच्या त्रासांकडे दुर्लक्ष केलंत आणि आमच्या दुर्दैवावर हसलात.

शेवटी तुम्ही माझ्या वडिलांचा बळी द्याल, असं मला कधीच वाटलं नव्हतं.

चांग होंग यांनी एक छोटासा टेपरेकॉर्डर बाहेर काढला. "आपलं बोलणं मी रेकॉर्ड केलं तर तुमची काही हरकत नाही ना? माझी स्मरणशक्ती तितकी चांगली नाही." त्यांनी विचारलं. मी कदाचित नापसंतीच्या नजरेनं पाहिलं असेल, त्यांनी लगेचच तो टेपरेकॉर्डर बाजूला ठेवून दिला.

"तुम्ही कोणत्या दृष्टिकोनातून पुस्तक लिहीत आहात? चिनी लोकांच्या दृष्टिकोनातून?" चांग होंग यांनी मला पुढचा प्रश्न विचारला.

मी या प्रश्नावर विचार करत होते. अगदी चिनी पद्धतीचा प्रश्न होता हा. शेवटी मी म्हटलं, "मी माझ्या स्वतःच्या दृष्टिकोनातून हे पुस्तक लिहितेय." तेसुद्धा एक पुस्तक लिहीत होते, आमच्या कुटुंबाच्या इतिहासावर. त्यांनीच मला सांगितलं. हे पुस्तक तीन भागांमध्ये असणार होतं– भरभराट, उतरती कळा, पुनरुज्जीवन. यासाठी ते पंधरा वर्षं संशोधन करत होते.

मी दोन दिवस चांग होंग यांच्यासोबत होते. दोन्ही दिवस ते अत्यंत नम्रपणे वागत होते. त्यांच्या पत्नीला आणि मुलाला भेटायला ते मला त्यांच्या घरी घेऊन गेले. एकदा रात्रीचं जेवण आम्ही एकत्र घेतलं. त्यानंतर दुसऱ्या दिवशी दुपारचं जेवणही एकत्र झालं. आमच्या झालेल्या गप्पा म्हणजे वर्षभरातली सगळ्यात महत्त्वाची गोष्ट असल्याचं त्यांनी म्हटलं. त्यांनी गेल्या काही वर्षांत माझ्या वडिलांना लिहिलेल्या तिरस्काराच्या पत्रांबद्दल त्यांनी काहीच सांगितलं नाही, मीही विचारलं नाही.

'चांग होंग यांच्या वडिलांवर उजव्या विचारसरणीचे' असा शिक्का मारण्यात आला तेव्हा ते केवळ तीन वर्षांचे होते. लहान असतानाही त्यांना या राजकीय दर्जाची लाज वाटायची. कोणी प्रौढ व्यक्ती भेटली की ते लगेच सांगून टाकायचे, माझे वडील उजवे आहेत. जणू काय हा त्यांच्या कुटुंबांचा गुन्हाच होता. पण आजूबाजूला कोणीही नसताना मात्र हा मुलगा बेंबीच्या देठापासून ओरडत निंदा करत सुटायचा. "कम्युनिस्ट पक्षाचा धिक्कार! चिनी क्रांतीचा पराभव झाला आहे!' चांग होंग म्हणाले, 'कदाचित माझ्या व्यक्तिमत्त्वाच्या दोन बाजू होत्या. हे असं सगळं ओरडणारी एक बाजू असावी आणि माझे वडील उजवे आहेत असं सांगणारी दुसरी बाजू असावी. लहान असताना डोक्यात काय सुरू असतं, हे सांगणं अवघड आहे."

चांग होंग यांच्या वडिलांनी विद्यापीठातली प्राध्यापक पदाची नोकरी गमावली. मजुरीचं, शारीरिक कष्टांचं काम करण्यासाठी त्यांना खेड्यात धाडण्यात आलं. त्यांच्या आईला स्किझोफ्रेनिया हा मानसिक आजार झाल्याचं निदान झालं. त्यांना मानसोपचारांसाठी रुग्णालयात भरती करण्यात आलं. चांग होंग म्हणाले, "माझ्या वडिलांच्या राजकीय दर्जामुळे ही परिस्थिती ओढवली." नंतर त्यांच्या वडिलांनाही रुग्णालयात भरती करावं लागलं. चांग होंग आणि त्यांच्या लहान भावाला बरीच वर्षं कोणी सांभाळलं ते होंग यांना अजिबात आठवत नव्हतं. एका सेमिस्टरला, ही मुलं शाळेत गेल्यानंतर शिक्षकांनी काळजी घेतली, तर शाळेच्या सुटीच्या काळात विद्यापीठातल्या सुरक्षारक्षकांनी त्यांना सांभाळलं. चांग होंग आठ वर्षांचे असताना त्यांच्या आई-वडिलांचा घटस्फोट झाला. त्यानंतर तीन वर्षांनी त्यांची आई स्वतःचं

आयुष्य जगण्यासाठी निघून गेली.

सांस्कृतिक क्रांती सुरू झाल्यानंतर त्यांच्या आईला अटक करण्यात आली. त्यानंतर सहा महिने महाविद्यालयाच्या संकुलात ठेवण्यात आलं. सन १९७० मध्ये, चांग होंग सोळा वर्षांचे झाल्यावर, त्यांना आणि त्यांच्या भावाला लिउथायला त्यांच्या वडिलांसोबत राहायला पाठवण्यात आलं. त्यांनाही शेतात राबवण्यात आलं. टीका, दोषारोप सहन करत असताना काही दिवस चांगलेही यायचे. गावातले लोक त्यांच्याशी प्रेमानं वागायचे. त्यांतले बरेचसे त्यांचे नातेवाईक होते. काहींनी चांग होंग यांना पारंपरिक चिनी भाषेची पुस्तकं दिली. ही पुस्तकं श्यीनफायुआन या कुटुंबाच्या ग्रंथालयातून गुपचूप आणलेली होती. काहींनी माहीत असेल तितका कौटुंबिक इतिहास चांग होंग यांना सांगितला.

सन १९७९ मध्ये, हे कुटुंब पुन्हा शनयांगला राहायला आलं. चांग होंगच्या वडिलांना ज्या विद्यापीठानं काढून टाकलं होतं, तिथे ते परतले. नंतर चांग होंग यांनाही तिथेच नोकरी देऊ करण्यात आली. त्याच ठिकाणी आता त्यांचा मुलगाही शिकतो.

चांग होंग सलग तीन तास बोलत होते. तरी आम्ही फक्त सन १९६८ पर्यंतच्या आठवणींपर्यंतच पोहोचलो होतो. इतका वेळ बोलल्यानंतर आम्ही तिथल्या संकुलात फेरफटका मारायला गेलो. एक तीनमजली इमारत ओलांडल्यावर त्यांनी एका खिडकीकडे बोट दाखवलं. ''माझ्या वडिलांना अटक झाल्यानंतर तिथे ठेवलं होतं.'' एका दाराकडे निर्देश करून ते म्हणाले, ''मी त्यांना भेटायला गेलो तेव्हा त्या दारातून आत गेलो होतो.'' चांग होंग यांना अन्य ठिकाणाहून नोकरीच्या संधी आल्या होत्या; पण त्यांनी नेहमीच या संधी नाकारल्या. पन्नाशी झाली तरी ते याच ठिकाणी खिळून राहिले होते. त्यांच्या आयुष्यात जे जे वाईट घडलं ते याच ठिकाणी घडलेलं असलं तरीही!

सांस्कृतिक क्रांतीचा फटका बाकी कोणत्याही ठिकाणांपेक्षा शाळांना जास्त बसला. या क्रांतीचे बळी ठरलेल्यांना शाळांच्या वर्गांमध्ये अक्षरशः बडवून काढण्यात आलं. मैदानाभोवती चालवण्यात आलं. शिक्षकांनी शक्य तितका पाणउतारा केला. माजी विद्यार्थ्यांनीही छळ केला. पारंपरिक चिनी संस्कृतीनं शिक्षणाचा नेहमीच नितांत आदर केला होता. अशा शाळा लक्ष्य करण्यात आल्या. तिथे कमालीची अवहेलना केली जायची. यातना, जाच केला जायचा. यामुळे सांस्कृतिक क्रांतीला असह्य, भयावह स्वरूप आलं होतं.

चांग होंग यांच्या वडिलांवर हल्ला चढवलेली मंडळी संकुलात त्यांना काही

वेळा भेटायची. चांग होंगप्रमाणेच या मंडळींनीही ती जागा सोडलेली नव्हती. एक माणूस विद्यार्थी असताना मारहाण करण्यासाठी संकुलात कुप्रसिद्ध होता. सांस्कृतिक क्रांती संपुष्टात आल्यानंतर तो चांग होंग यांच्या वडिलांना भेटायला आला होता. त्यानं त्यांची माफीही मागितली होती.

आमच्या भेटीदरम्यानच्या एका संध्याकाळी मी चांग होंग यांच्या कुटुंबीयांसोबत हॉट-पॉट रेस्तराँला गेले होते. त्यांच्या पत्नीचा चेहरा गोल, जाडजूड होता. तिनं केस घट्ट बांधले होते. ती एका रिअल इस्टेट कंपनीच्या फायनान्स विभागात काम करायची. त्यांचा मुलगा ज्युनिअर कॉलेजमध्ये अकाउंटन्सी शिकत होता. जेवत असताना चांग होंग माझ्याशी कम्युनिस्ट पक्ष आणि कन्फ्युशिअस याविषयी दोन तास बोलत होते. बोलताना ते इतक्या जुन्या म्हणी आणि वाक्प्रचार वापरत होते की त्यांतले बरेचसे मला कळलेच नाहीत. त्यांच्या बोलण्यात शेक्सपिअर येऊन गेला, टॉलस्टॉय, बीथॉव्हन येऊन गेले. चांग होंग यांनी केवळ सातव्या ग्रेडपर्यंतचं शिक्षण घेतलं होतं.

कम्युनिस्ट पक्ष म्हणजे गुंडांचा पक्ष आहे.

माओ त्वतोंग म्हणाले : तुमच्या लष्करात केवळ एकच जवान उरला असेल तरी त्या एका जवानाला हल्ला करू द्या.

बीथॉवन म्हणतात : नेते हजारो आहेत, पण बीथॉवन एकच आहेत.

चांग होंगची पत्नी आणि मुलगा या संवादात सहभागी झाले नव्हते. त्यांची पत्नी केवळ एकदाच बोलली. मला काही कन्फ्युशिअस म्हणी माहीत आहेत का, असं चांग होंग यांनी विचारलं. मला माहीत नव्हत्याच. त्यांची पत्नी इतकंच म्हणाली, ''व्यक्ती जिथे लहानाची मोठी होते, तिथली संस्कृती आत्मसात करते.''

चांग होंग यांचा मुलगा अजिबात बोलला नाही. तो दिसायला छान होता. गोलसर चेहरा, गडद डोळे, छोटे केस. जेव्हा जेव्हा माझी आणि त्याची नजरानजर व्हायची तेव्हा तो प्रामाणिकपणे हसायचा. पण त्याच्या हसण्यामागे एक अर्थ होता. त्याचे वडील आणि मी जे काही बोलतोय ते निरर्थक असल्याचा भाव त्याच्या डोळ्यांत दिसत होता. पण तो काहीही बोलला नाही. चांग होंग यांचा मुलगा एक दिवस आपल्या वडिलांचं नाव स्वच्छ करण्यासाठी संघर्ष करेल असं वाटतं का, असं मी चांग होंग यांना विचारलं. त्यावर ते 'नाही' असं म्हणाले. त्या बाप-लेकांमधलं या संदर्भातलं बोलणंही त्यांनी मला सांगितलं. त्यांचा मुलगा त्यांना म्हणाला होता, ''हे आर्थिक युग आहे. पक्षाला केवळ व्यवसायाची काळजी आहे. तुमचा प्रश्न राजकीय आहे. त्याचं उत्तर मिळण्यासाठी तुम्ही पक्षाकडे आशेने पाहत

असाल तर तुम्हाला उत्तर कधीही मिळणार नाही.''

सांस्कृतिक क्रांतीच्या काळात चांग होंग यांनी जे सोसलं ते फार वेगळं नव्हतं. घटस्फोट, स्किझोफ्रेनियाचं निदान अशा त्यांना गंभीर वाटणाऱ्या घटनाही त्या काळात निराळ्या नव्हत्या. अनेक व्यक्ती आणि कुटुंब या क्रांतीमध्ये होरपळलेली होती. छळ, जाचाच्या तणावाखाली भरडली जात होती. चांग होंग यांचा अनुभव बऱ्याच अंशी लिच्याओच्या कुटुंबासारखा होता. उजव्या विचारसरणीचा शिक्का, विद्यापीठातली नोकरी गमावणं, दशकभर शेतात राबणं दोघांच्याही बाबतीत सारखंच होतं. तसं म्हटलं तर लिच्याओच्या कुटुंबानं जास्त भोगलं होतं. त्यांच्या आई-वडिलांचा गावातल्या हिंसाचारात मृत्यू झाला होता. चांग होंग यांच्या आई-वडिलांच्या नशिबी असं मरण आलं नव्हतं.

एका बाबतीत चांग होंग यांचं कुटुंब वेगळं होतं - या कुटुंबानं संघर्षाचा सामना केला होता. त्यांच्या वडिलांना उजव्या विचारसरणीचे असं म्हणण्यात आलं तेव्हा त्यांनी 'वाट्टेल ते बोलू नका' असं बजावलं. रेड गार्डनी त्यांच्या चेहऱ्यावर ठोसा मारल्यावर त्यांनीही उलट ठोसा मारला. त्यांनी निषेध करणारी पत्रं लिहिली. सुरुवात शनयांग कम्युनिस्ट पक्षासोबत केली आणि ते वरपर्यंत निषेध करत गेले. १९७०च्या दशकाच्या सुरुवातीला, चांग होंग यांचे वडील माओ आणि त्यांच्या पत्नीला, म्हणजे च्यीआंग छ्यींग यांना पत्र लिहीत असत. त्यांच्या नावाचा बट्टा काढून टाकावा म्हणून अर्ज करण्यासाठी ते बीजिंगला गेले.

सन १९७८ मध्ये, दोन दशकांच्या राजकीय अस्थिरतेचे बळी ठरलेल्या हजारो जणांचा आढावा घेण्यासाठी आणि त्यांचं पुनर्वसन करण्यासाठी कम्युनिस्ट पक्षानं आयोगांची स्थापना केली. पक्षाच्या मते, उजव्यांविरोधीची चळवळ विनाकारण पसरत गेली. असंख्य जणांना उजवे असा शिक्का चुकून मारण्यात आला म्हणे! त्यानंतर, ही सगळी चळवळच चुकीची होती की नाही, याविषयी ब्रही न काढता टप्प्याटप्प्यानं व्यक्तींचा दर्जा बदलायला सुरुवात करण्यात आली. अखंड चीनमध्ये किमान पाचेक लाख जणांना 'उजवे' असं ठरवण्यात आलं होतं.

चांग होंग यांच्या वडिलांनी गमावलेल्या पगाराची भरपाई मिळावी, अशी मागणी केली होती. विद्यापीठानं त्यांना अकरा हजार युआन देऊ केले. म्हणजे, अंदाजे तेराशे डॉलर. नव्वदच्या दशकाच्या मध्यात ही प्रचंड रक्कम होती. शाळेनं चांग होंग यांचं नाव दोन वर्षांसाठीच्या कॉम्प्युटर प्रशिक्षण कार्यक्रमासाठी घातलं. पदवीधर झाल्यावर त्यांना शिक्षकाची नोकरीही देण्यात आली. उजवे हा शिक्का पुसण्याचा प्रयत्न करण्यात आला, पण चांग होंग यांच्या वडिलांनी नकार दिला.

त्यांची इच्छा होती, ही व्यक्ती कधीही उजव्या विचारसरणीची नव्हती असं शाळेनं म्हणावं; पण कोणताही अधिकारी अशा प्रकारचं विधान करायला तयार नव्हता.

कुटुंबाचा तर्क विचित्र होता. पन्नासच्या दशकात कुणालाही उजवा असा शिक्का मारला की त्याची पुष्टी शहरातल्या कम्युनिस्ट पक्ष समितीकडून करून घ्यावी लागायची. चीनमध्ये काहीही करायचं असलं तरी विशिष्ट पद्धत, प्रक्रिया यांचं पालन करावं लागायचं. चांग होंग यांच्या वडिलांच्या बाबतीत मात्र, उजवे हा शिक्का औपचारिकपणे मंजूर केलेला नव्हता. त्यांच्याबाबत घेतलेला निर्णय चुकीचा आहे, असं त्यांचं म्हणणं नव्हतं; तर हा निर्णय घेताना आवश्यक तो शिष्टाचार पाळलेला नाही, असा त्यांचा दावा होता.

१९८५ मध्ये एक दुर्घटना घडली. त्या वर्षी बीजिंगमध्ये, चांग होंग यांचा धाकटा भाऊ बीजिंगच्या उत्तरेकडच्या बाह्यभागात असलेल्या नाल्यात वाहून गेला. वरकरणी ही आत्महत्या असल्याचं दिसत होतं. २००१ मध्ये चांग होंग यांच्या वडिलांचं निधन झाल्यावर, त्यांनी वडिलांचा लढा आपल्या हाती घेतला. त्यांनी शाळेला, शहरातल्या सरकारला, कम्युनिस्ट पक्षाच्या इतिहास विभागाला, न्यायालयाला, तसंच पंतप्रधानांच्या मंत्रिमंडळालाही पत्रं लिहिली. आपले वडील उजवे नव्हते, असं त्यांनी या सगळ्यांना सांगितलं. कारण, त्यांच्यावर योग्य प्रक्रियेनं शिक्का बसवलेला नव्हता. कोणत्या ना कोणत्या कारणानं हा प्रश्न हाताळू शकत नाही, असा प्रतिसाद काही कार्यालयांनी दिला. बहुतांश जणांनी प्रतिसादच दिला नाही. चांग होंग एखाद्या कैद्यासारखे होते, स्वतः निरपराध असल्याचं सारखं सारखं सांगणारे.

मी शनयांगमधून बाहेर पडण्यापूर्वी चांग होंग आणि त्यांच्या एका मित्रासोबत दुपारचं जेवण घेतलं. त्यांचा हा मित्र श्यीनहुआ न्यूज एजन्सीच्या तंत्रज्ञान विभागात काम करायचा. तो तीन वर्षांच्या एका कामासाठी लवकरच इजिप्तला जाणार होता. श्यीनहुआच्या वतीनं परदेशात पाठवलेले बहुतेकसे जण श्यीनहुआसाठी हेर म्हणून काम करत असल्याचं म्हटलं जायचं. पण त्याविषयी बोलण्याची ही योग्य वेळ नसल्याचं मला वाटलं. त्यामुळे मी त्या विषयाला हात घातला नाही. पुस्तकाचं काम कसं सुरू आहे, ते मी चांग होंग यांना विचारलं.

चांग होंग म्हणाले, ''मी आतापर्यंत साठ हजार शब्द लिहिले आहेत. पण अजून खूप लिखाण बाकी आहे. पुस्तक किमान सहाशे हजार शब्दांचं तरी असायला हवं.''

'अजून बाकी आहे.' मी नकळत त्यांचे शब्द बोलून गेले. ते ऐकूनच मला

दमल्यासारखं वाटलं.

मी चांग होंग यांना विचारलं, "तुम्ही अजूनही लिखाण पूर्ण का नाही केलंय?"

यावर ते म्हणाले, "माझी तब्येत बरी नसते. त्यामुळे मला शक्य असेल तेव्हा मी पुस्तकाचं काम करतो." बोलताना ते थोडं थांबले. म्हणाले, "खरं सांगायचं तर, या कथेकडे कोणत्या दृष्टिकोनातून पाहायचं तेच ठरत नाहीये. भूतकाळाकडे कशा प्रकारे बघू? तेव्हा जे घडलं ते सगळं चुकीचं होतं असं म्हणू का? की मी त्याचा स्वीकार करू?"

"पूर्वी घडलेल्या सगळ्या वाईट गोष्टींबाबत तुम्हाला खेद वाटत नाही का?" मी विचारलं.

"त्या काळामध्ये काही माणसं आमच्याशी चांगलीही वागली. त्या काळावर नजर टाकल्यावर, नेमकी काय भूमिका घ्यावी तेच लक्षात येत नाही. कधी वाटतं दोन्ही भूमिका एकत्रितपणे घ्याव्यात. पण मग असं लिखाण रंजक नाही वाटणार."

जेवण झाल्यावर चांग होंग मला पुन्हा त्यांच्या घरी घेऊन गेले. त्यांच्याकडे माझ्या आजोबांविषयी काही कागदपत्र होती. त्यांना ती मला द्यायची होती. त्यांच्या कार्यालयातून त्यांनी दोन प्लॅस्टिकच्या पिशव्या बाहेर काढल्या. खरेदीच्या पिशव्या असतात तशा. त्यातलं सामान त्यांनी बाहेर काढायला सुरुवात केली. जीर्ण झालेले फोटो, वर्तमानपत्रातलं संपादकीय, पत्र, असं बरंच काही होतं त्यात! फक्त कागद, कागद आणि कागद. चांग होंग यांची सगळ्या वस्तू ठेवण्याची एकंदर पद्धत पाहून माझ्या मनात आलं, त्यांचं पुस्तक कधीही पूर्ण होणार नाही.

कागदपत्रांच्या त्या ढिगाऱ्यात बरीच पत्रं होती. चांग होंग यांच्या वडिलांनी वेगवेगळ्या सरकारी कार्यालयांना लिहिलेली पत्रं; १९६०च्या दशकाच्या मध्यात त्यांच्या वडिलांना मानसोपचारांसाठी रुग्णालयात भरती केल्याची कागदपत्रं; चांग होंग यांच्या भावाच्या आत्महत्येनंतर, तो अतिशय परिश्रमी होता हे सांगणारं त्याच्या सहकाऱ्यांचं पत्र– चांग होंग यांच्या वडिलांना अधिकृतपणे उजवे असा शिक्का मारला होता की नाही, हे ठीकसं आठवत नसलेल्या ८१ वर्षीय निवृत्त अधिकाऱ्याच्या स्वाक्षरीचं विधान त्यामध्ये होतं. घटस्फोटाचे कागद, पोटगी, रिपोर्ट कार्डही होतं. माझ्या आजोबांशी संबंधित वर्तमानपत्रातली जुनी कात्रणं त्यांच्याकडे होती. ती माझ्याकडेही होती. आजोबांच्या मृत्यूविषयी अटकळी बांधणारे दोन लेखही त्यांच्याकडे होते.

चांग होंग यांनी वडिलांच्या वतीनं जेव्हा जेव्हा पत्रं लिहिली किंवा अपील केलं, त्या सगळ्याच्या नोंदी ठेवल्या होत्या. १९९३ ते २००५ या कालावधीदरम्यान अशा एकावन्न नोंदी होत्या, २००२ मध्ये अशा अकरा नोंदी होत्या आणि २००३

मध्ये बारा. अगदी अलीकडचं पत्र सुप्रीम पीपल्स कोर्टाला लिहिलं होतं. मी त्यांना भेटण्यापूर्वी पाच दिवस!

चांग होंग यांना प्रत्यक्ष भेटेपर्यंत मला ते एखाद्या नायकासारखे वाटत होते. परिस्थितीपुढे हात टेकून गप्प बसण्याचा किंवा सर्व विसरून जाण्याचा मार्ग स्वीकारणाऱ्या लोकांमध्ये चांग होंग मात्र वेगळे वाटत होते. ते धाडसानं उभे राहिले आणि त्यांनी आवाज उठवला होता. संपूर्ण चीनभर अशा व्यक्ती होत्या, खासगी पद्धतीनं इतिहास लिहिणाऱ्या. स्वतःच्या बाबतीतल्या घटना लिहून काढणाऱ्या. चांग होंग यांना त्यांच्या स्वतःच्या कथेचं महत्त्व अनन्यसाधारण वाटत होतं. जो कुणी ऐकायला तयार असेल त्याला त्यांनी हा इतिहास ऐकवला होता.

पण त्यांच्या या प्रयत्नामुळे कोणतीही सुस्पष्टता निर्माण नव्हती झाली. उलट, त्यांच्या मनात गोंधळ निर्माण झाला होता. त्यांचे वडील उजव्या विचारसरणीचे नव्हते, असा त्यांचा हट्ट होता. उजव्यांविरोधातली सगळी चळवळच निरर्थक होती, हे मात्र त्यांना दिसत नव्हतं. त्यांच्यामध्ये व्यक्तिवादाचेही विचार होते. जगात एकच बीथॉवन आहे आणि जगात एकच चांग होंग आहे, असं ते म्हणत. पण त्यांचे विचार मात्र संभ्रमानं भरलेले होते. 'मी भूतकाळाकडे कशा प्रकारे पाहू?' असं त्यांनी मला विचारलं होतं. जणू काय मी त्यांना याचं उत्तर देऊ शकले असते.

दक्षिणेकडच्या कारखान्यांच्या शहरांत, मी तरुणींना भेटत होते. व्यक्तिवाद कसा जपायचा, ते त्या शिकत असल्याचं पाहत होते. या तरुणींनी नोकऱ्या शोधल्या, त्यांच्या बॉसचा सामना केला, नवी कौशल्यं शिकण्याचा प्रयत्न केला. त्यांची पार्श्वभूमी काहीही असली तरी व्यक्ती म्हणून त्या कोण आहेत, हे महत्त्वाचं आहे, यावर त्यांचा विश्वास होता. आपण सर्वसामान्य स्थलांतरित कामगार आहोत म्हणून स्वतःतला हीन समजण्याची गरज नाही, असं छुनमिंगनं तिच्या डायरीत लिहिलं होतं. स्वतःला निकृष्ट समजण्याचं काहीच कारण नाही. चांग होंगच्या विश्वात, अजूनही १९५७ साल सुरू होतं. ते स्वतःच्याच प्रेमात होते, ते स्वतःचाच तिरस्कार करायचे. ते माओंचा राग करायचे, ते बोलता बोलता सहज माओंची विधानं उदाहरणादाखल सांगायचे. ते पक्षाचा तिरस्कार करायचे, ते पक्षाचा भाग असायचे. *'चिनी क्रांती पराभूत झालीये. माझे वडील उजव्या विचारसरणीचे आहेत,' असं सतत ठासून बोलत राहायचे.*

दक्षिण चीनमधला मॉल

छुनमिंगसाठी तोंगकुआनचा नकाशा म्हणजे तिच्या आजवरच्या आयुष्याचा आरसा होता. तेरा वर्षांच्या काळात ती सात शहरांमध्ये राहिली होती. साधारणतः तिला आठवत असलेल्या संख्येनुसार, सतरा वेळा राहण्याचं ठिकाण बदललं होतं. छ्यींगश्यीमध्ये तिनं फॅक्टरी क्लर्कपासून विभागप्रमुखापर्यंत मजल मारली. पाचशे युआनची वाढही मिळवली. चोंगशानमध्ये ती डायरेक्ट सेल्समध्ये सहभागी झाली. कुआंगचौमध्ये ती खंडणी वसूल करण्याचं कसब असलेली वार्ताहर होती. शहरातल्या डाऊनटाउनमध्ये तिनं बॉयफ्रेंडसोबत एक कंपनी सुरू केली- तोंगकुआन डबल जॅकपॉट नावाची. पण ही कंपनी डब्यात गेली. छुनमिंगला पुन्हा नव्या उत्साहानं सुरुवात करावी लागली.

नव्वदच्या दशकाच्या अखेरपासून ती बांधकाम साहित्याची विक्री करत होती. रोजच्या कामाचा बराचसा वेळ बांधकामाच्या ठिकाणी किंवा रंग, पाइप, चुना, गोंद यांचे व्यवहार करणाऱ्या औद्योगिक शॉपिंग मॉलमध्ये घालवायची. हे विश्व खरंतर पुरुषांचं प्रभुत्व असलेलं होतं; पण तिला ते आवडायचं आणि त्यात ती लीलया वावरायची. कार्यालयात कोंडून घेण्यापेक्षा बाहेर फिरून काम करणं तिला बरं वाटायचं. माझ्यासाठी बांधकाम म्हणजे सगळ्यात बांधून घेतल्यासारखं काम होतं; छुनमिंगसाठी मात्र हे स्वातंत्र्य देणारं काम होतं.

काही ठिकाणी ती एकापेक्षा जास्त वेळा राहिली होती. त्यातही, त्या ठिकाणी नंतर राहिलेल्याच्या आठवणी तिच्यासमोर स्पष्ट आहेत. कॉम्प्युटरमधल्या एखाद्या

डॉक्युमेंटमध्ये सुरुवातीचं जाऊन केवळ नंतरचं साठवलं जावं त्याप्रमाणे. उन्हाळ्यात एका रात्री ती आणि मी मोटरसायकल टॅक्सी घेऊन हुमन नावाच्या जिल्ह्यातून गेलो होतो. वाटेत आम्हाला आठशे खोल्या असलेलं आलिशान हॉटेल दिसलं होतं. हॉटेलच्या छतावरून लाल, हिरव्या, निळ्या रंगांच्या दिव्यांचे झोत आकाशाला गवसणी घालत होते. छुनमिंग म्हणाली, "मी हे हॉटेल उभं राहताना पाहिलंय. त्यात बसवलेले पाण्याचे पाइप मीच विकलेत त्यांना." ही घटना सात वर्षांपूर्वीची आहे. तेव्हा ती नुकतीच बांधकाम साहित्याच्या व्यवसायात उतरली होती. हेअर सलूनमधून सटकल्यानंतर ती हुमनमध्येही घराविना वणवण भटकली होती. गावातून बाहेर पडल्यावर पहिल्यांदा तिनं तिथेच काम केलं होतं.

तोंगकुआनमध्ये काही वर्षं राहिल्यानंतर छुनमिंगला ते तिच्या घरासारखं वाटू लागलं. तिचा भूतकाळ शहरातल्या इमारतीत, तिथल्या एका भव्य हॉटेलला पाणी पुरवणाऱ्या पाइपमध्ये विसावला होता; तिचा वैयक्तिक इतिहास प्लॅस्टर, स्टील आणि दगडांवर कोरलेला होता.

* * *

एकदा दुपारी मी छुनमिंगबरोबर एका लांबच्या, बस स्टेशनच्या जवळ असलेल्या ठिकाणी गेले होते. छुनमिंग म्हणाली, "जगातले सर्वांत मोठे पाचशे ब्रँड इथे दिसतील. केएफसी आणि मॅकडॉनल्ड असे." पण साउथ चायना मॉल तिच्यासाठी डोकेदुखी ठरला होता. तिच्या कंपनीनं पुरविलेल्या रंगाला तडे जात होते, अशी तक्रार कंत्राटदारानं केली होती. रंगाचं सगळं काम पुन्हा करण्याचीही त्याची मागणी होती. तोपर्यंत त्यानं १४०,००० युआनचं किंवा १७,००० डॉलरचं पेमेंट रोखून धरलं होतं.

चीनमधल्या रिटेल क्षेत्रात शॉपिंग मॉल नवे होते. चिनी भाषेत त्यांना 'मो' म्हटलं जातं, म्हणजे 'मोतंग', म्हणजे 'आधुनिक'. विकासकांना पाश्चिमात्यांसारख्या चमचमाटाची आकांक्षा असायची, पण त्यांतलं ओ की ठो कळत नव्हतं. मॉलमध्ये रिटेल क्षेत्र कसं काम करतं, हेच मुळात त्यांना माहीत नव्हतं. मॉलचं नियोजन करताना सगळ्यात महत्त्वाचा मुद्दा होता, 'मॉल शक्य तितका भव्य करणं.' साउथ चायना मो सत्तर लाख चौरस फुटांचा होता. त्यामध्ये १.३ मैल कृत्रिम नदी होती. त्यात छोट्या नौकाही होत्या. मॉलच्या माहितीपत्रकात मो म्हणजे 'डायनॅमिक एन्टरटेन्मेंट थीम पार्क' असल्याचं म्हटलं होतं. रोलर कोस्टर, बास्केटबॉल मैदानाइतका मोठा पडदा असलेलं आयमॅक्स थिएटर आणि टेलिटबीज एड्युटेन्मेंट सेंटर या खास आकर्षणांचा विशेष उल्लेख केला होता.

मी आणि छुनमिंग कंत्राटदाराची वाट बघत थांबलो होतो. मोच्या अनेक इमारती आधीच उभ्या राहिल्या होत्या. त्यांचं दर्शनी भागातलं आर्किटेक्चर सुरेख होतं. तिथे घुमट, मनोरे, स्तंभ होते. एक इमारत ख्रिश्चन पद्धतीच्या क्रॉसनी सजवलेली होती. रस्त्याच्या कडेला फलकांची रांग होती, मोची जाहिरात करणारी. प्रत्येक फलकावर एक इंग्रजी शब्द होता. उत्तर नसलेल्या शब्दकोड्यासारखा.

स्पिरिट
स्टिंक
इल्युजिव्ह
नेचर
स्पोर्टफुल
पॉपल
ग्लोरियस

"मी इथे आल्याचं त्यांना नक्की चालेल ना? तुला खात्री आहे ना?" मी छुनमिंगला विचारलं.

"तुम्ही काळजीच करू नका याबद्दल. हे लोक कमी दर्जाचे असतात." छुनमिंग मोठ्या आवाजात बोलली.

तितक्यातच एक बारीकसा तरुण माउंटन बाइकवरून आला. खाटकन ब्रेक दाबून आमच्या पायांवर सगळी माती उडवत थांबला.

"तुम्ही श्री. मु का?" छुनमिंग जरा अस्वस्थपणे म्हणाली.

"हो, मी प्रकल्प व्यवस्थापक."

"मग, श्री. वांग कोण आहेत? तेच जे जेमतेम चालतात, ते माहीतेत का तुम्हाला?" तिनं हळूच विचारलं.

"ते अध्यक्ष आहेत."

"बरं. ते अध्यक्ष आहेत आणि श्री. हुआंग व्यवस्थापकीय संचालक आहेत का?"

"श्री. हुआंग नावाचे कोणीच नाहीत इथे. फक्त श्री. वांग आहेत."

छुनमिंगच्या कंपनीचा प्रतिनिधी आला आणि आम्हाला मॉलच्या पाहणीकरिता घेऊन गेला. बांधकामाच्या जागी चिखल साचला होता. पावलं टाकण्यासाठी त्यावर लाकडी फळ्या टाकलेल्या होत्या. एकेका इमारतीला मोठाले तडे गेलेले होते. काही ठिकाणी तर ते दर्शनी भागापर्यंत होते. पण छुनमिंगच्या सहकाऱ्यानं याचं खापर बांधकामाच्या दर्जावर फोडलं. तो म्हणाला, "इमारतीच्या पृष्ठभागाला

प्रतिस्पर्धी कंपनीकडचा रंग दिलाय. त्यावर पुन्हा हात फिरवावा लागणारे.'' छुनमिंगनं होकारार्थी मान हलवली. ''ते फक्त पैसे द्यायला लागू नयेत म्हणून टाळाटाळ करताहेत.'' तिनं निष्कर्ष काढून टाकला.

तिचा सहकारी आम्हाला एका इमारतीच्या कोपऱ्यात घेऊन गेला. ''हे बघा.'' पायापासूनच गेलेल्या मोठ्या तड्याकडे बोट दाखवत तो म्हणाला. छुनमिंगनं गुडघ्यावर बसून कोपऱ्यावर बोटांनी चाचपून पाहिलं. जगातल्या सर्वांत भव्य मोचा लचका तिच्या हातात आला.

तिला भ्रष्टाचाराचा वास येऊ लागला. कच्च्या मालाच्या किमती वाढत होत्या. अनेक बांधकाम कंपन्या कर्ज बुडवीत होत्या. जोखीम उचलणाऱ्याचं मोठं कौतुक असलेल्या व्यावसायिक विश्वात प्रत्येक जण कमालीच्या ताणाखाली वावरत होता. आम्ही त्या संकुलाभोवती पुन्हा फिरून आलो. छुनमिंगनं गगनचुंबी मेटल टॉवरकडे पाहिलं. लवकरच ॲम्युझमेंट पार्क राइड दोनशे फूट उंचीवरून प्रवाशांना खाली आणणार होती. 'याच्या बांधकामाचा दर्जा तरी चांगला असेल, अशी आशा आहे.' छुनमिंग म्हणाली. कंत्राटदार त्याच्या बाइकवरून पुन्हा तिथे आला. ''मला वाटतंय रंगामध्ये नाही; इमारतीच्या बांधकामात गडबड आहे.'' छुनमिंग त्याला म्हणाली.

कंत्राटदाराला त्याचा हताशपणा लपवता येत नव्हता. मोच्या पहिल्या टप्प्याचं उद्‌घाटन अवघ्या दोन आठवड्यांवर आल्याचं तो म्हणाला. मोची सद्यःस्थिती पाहता, हे लक्ष्य साध्य करणं महाकठीण वाटत होतं. पण तिथे ज्या प्रकारे सगळं घडतं त्यानुसार हे अशक्य वाटत नव्हतं. ''ही जबाबदारी कारखान्याची आहे की अन्य कोणाची आहे ते मला माहीत नाही. आम्ही वेळेत काम पूर्ण केलं नाही, तर आमचे पैसे मिळणार नाहीत. आणि ही रक्कम हजारांत नाही, काही लाखांत आहे.''

ही कोंडी फोडण्यासाठी त्यांनी विविध अधिकाऱ्यांना त्यांच्या मोबाइलवर फोन लावले. छुनमिंगचा आवाज मोठ्याने येत होता. ''मी आधीच त्याला बोललेय हे सगळं.'' असह्य होऊन छुनमिंग मोठ्यानं ओरडली. ते तिघंही तरुण होते. मँडरिन भाषा बोलत होते. त्यांच्या आवाजात ग्रामीण बाज बराच होता. त्यांच्यापैकी एकानेही व्यवसाय, बांधकाम किंवा इमारत यापैकी कशाचंही काडीचंही प्रशिक्षण घेतलेलं नसावं. छुनमिंग कंत्राटदाराशी शांतपणे बोलू लागली, ''मला वाटतंय, रंगाच्या बाबतीत काही समस्या नसावी. पण तरीही तुम्हाला काही शंका असेल तर मी आमच्या तांत्रिक विभागातल्या लोकांना पाठवून देते.'' शेवटी, तिच्या कंपनीनं काही डागडुजी करण्याची तयारी दाखवली. कंत्राटदारानं त्याच्या जबाबदारीनुसार रक्कम दिली. आणि दोन आठवड्यांनी, ठरलेल्या दिवशी मोचं उद्‌घाटन झालं.

दोन वर्षांनी एका सुटीच्या दिवशी दुपारी मी साउथ चायना मो जवळ थांबले. मॅकडॉनल्ड आणि पिझ्झा हट यांचा व्यवसाय उत्तम चालला होता. बाकीच्या ठिकाणी मात्र शांतता होती. काही दुकानं एक तर निर्जन होती, किंवा बंद होती. बरेचसे गाळे रिकामेच होते. केवळ प्लॅस्टरच्या भिंती आणि बंद केलेले काचेचे दरवाजे, जणू काय अजूनही बांधकाम सुरू असावं. मुख्य मजल्यावरच्या दोन मोकळ्या भागांमध्ये फुगवलेल्या, किल्लेवजा वाड्यासारखं काहीतरी ठेवलेलं होतं. मुलांना त्यावर उड्या मारता याव्यात म्हणून तिथे येणारे पालक काही युआन देत होते. ते एक प्रकारचं नावीन्य वाटत होतं. संपूर्ण रिटेल क्षेत्राचा विचार करता, मो मधल्या आतल्या जागेचा हा सगळ्यात निरर्थक उपयोग होता.

साउथ चायना मो मला आणखी एका तोंगकुआन इतिहास संग्रहालयासारखा वाटला. इमारत बांधणं सोपं होतं; पण आतमध्ये काय असणार, हे ठरवणं आव्हानांचं होतं. शेवटी, रंग हा मो चा फार मोठा प्रश्न नव्हता. दुपारच्या सूर्यप्रकाशात इमारतीचा बाह्यभाग चकाकत होता आणि नवा वाटत होता. मो अयशस्वी होण्यासाठी अनेक कारणं होती.

* * *

भ्रष्टाचारानं तोंगकुआनला पोखरलेलं होतं. पादचाऱ्यांना मोटरसायकलवरून नेण्याची तयारी दाखवलेल्या मंडळींनी जाकीट घातलं होतं. त्यावर स्वयंसेवक सुरक्षा अधिकारी असं लिहिलं होतं. नफा मिळवण्यासाठीच्या गोष्टींसाठी मोटरसायकलचा वापर करण्यावर बंदी घालणाऱ्या कायद्यांच्या कचाट्यातून सुटण्यासाठी चुकीचं नाव धारण केलं जायचं. सरकारी समारंभांमध्ये 'चार पदार्थ आणि एक सूप' असा नियम होता, पण सरकारी अधिकारी हजारो युआन किंमत असलेलं सीफूड मागवायचे. चालकांसाठी परवाने हा एक पैसे खाण्याचा विषय होता. परवाने हवे असलेल्यांना सरकारशी संलग्न असलेल्या संस्थेत पन्नास तासांचे धडे घ्यावे लागायचे; तरीही त्यांना गाडी चालवण्याच्या चाचणीच्या वेळी ती चाचणी घेणाऱ्यांना लाच द्यावी लागायची. कारखान्यातल्या अधिकाऱ्यानं मला सांगितलं, ''प्रत्येक कारमध्ये चाचणी देणारे चौघे जण असायचे. त्यातल्या एकानं जरी पैसे दिले नाहीत तरी कारमधले चौघेच्या चौघे नापास व्हायची शक्यता असायची.''

बनावट परवाने मिळवणं काही कठीण नव्हतं. काही वर्षांपूर्वी, छुनमिंगनंही असा परवाना मिळवला होता. गाडी चालवण्याचं थोडंफार प्रशिक्षण तिनं घेतलं होतं. ''गाडी कशी पुढे घ्यायची ते मला माहीतेय.'' छुनमिंग म्हणाली. इतकं शिकल्यानंतर, गाडी चालवण्यासाठी आवश्यक असलेल्या बाकी गोष्टी नंतर

गरजेनुसार शिकता येतील, अशी तिची ठाम धारणा झाली होती. ''गाडी चालवणं काही कठीण नसतं. यातलं मर्म म्हणजे, बाकीच्या लोकांवर चिडायचं नाही.'' तिनं माझ्या माहितीत भर घातली.

तिच्या क्षेत्रात खिसे गरम करणं सर्रास चालायचं. विक्री करण्यासाठी तिला ग्राहकाला टेबलाखालून दहा टक्के द्यावे लागायचे. म्हणजेच, उत्पादन विकत घेणारी व्यक्ती अनेकदा ती विकणाऱ्या कारखान्यापेक्षा जास्त कमवायची. काही संभाव्य ग्राहक छुनमिंगला उघडपणे विचारायचे- 'तुम्ही मला किती देणार?' काही जण इतकी थेट बोलणी करायचे नाहीत. पण त्यांची घरं आणि गाड्या पाहिल्यावर तेही धुतल्या तांदळासारखे नसल्याचं कळून चुकायचं. भाषेतही भ्रष्टाचाराचा प्रभाव होता. 'कमिशन' किंवा 'योंगचिन' म्हणजे, 'विक्रेत्याला मिळालेली कायदेशीर टक्केवारी', पण याचाच अर्थ 'ग्राहकाला दिलेली बेकायदा लाच' असाही होता. भाषेचा विचार करता, कायदेशीर आणि बेकायदा व्यवहारांमधला फरक ओळखणं तितकं सोपं नव्हतं. ल्युनार नववर्षाच्या वेळी ग्राहकांना 'होंगपाओ' - रोख पैसे असलेला लाल रंगाचा लिफाफा- दिला जायचा. सोबत चहा, मद्य, सिगारेट यांचा मोठा खोकाही. याला 'लि' म्हटलं जायचं, म्हणजे 'भेटवस्तू'. 'लाच' या शब्दासाठी चिनी शब्द मी कोणाकडून कधी ऐकला नाही.

छुनमिंग म्हणाली, ''हे सगळं चुकीचं जरी असलं आणि तुम्ही स्वतः हे करत नसलात तरी तुम्ही हे बदलूही शकत नाही.'' तिची स्वतःची स्वतःपुरती काही तत्त्वं होती- कुणाला तरी इजा पोहचवू शकतील अशी कोणतीही दुय्यम दर्जाची उत्पादनं विकण्यास ती स्पष्ट नकार द्यायची. पण बोलणी वा व्यवहार करताना ती ग्राहकाच्या भूमिकेत असेल तर ती लाच मागायची नाही, पण कोणी दिली तर नाकारायचीही नाही, असं तिनं सांगितलं.

एके दुपारी, तिचा लहान भाऊ शन्चनला गेल्याचं तिनं सांगितलं. ''तो तिथं काय करतो?'' मी विचारलं.

''त्याचं काम काही तसं धड नाहीये.'' छुनमिंग काहीशी अस्वस्थ झाली. म्हणाली, ''तो जे काही काम करतो ते कायदेशीर नाहीये.'' तिचा भाऊ सेकंडहँड मोबाइल विकण्याचं काम करायचा. बऱ्याचदा हे फोन चोरलेले असायचे. ते नवे वाटावेत म्हणून त्यांचं कीपॅड बदललेलं असायचं. यासाठी छुनमिंग भावाला दोष द्यायची नाही. 'घरी असताना त्यानं व्यवसाय करण्याचा प्रयत्न केला होता; पण तो फारसा चालला नाही,' असं छुनमिंगनं सांगितलं.

''तुझ्या गावापेक्षा तोंगकुआन जास्त भ्रष्ट आहे का?'' मी तिला विचारलं.

छुनमिंगने होकारार्थी मान हलवली. ''भ्रष्टाचार सगळीकडे सारखाच; इथे त्यासाठी जास्त संधी मिळते इतकंच.''

दुसऱ्या दिवशी, छुनमिंगच्या मैत्रिणीच्या भावानं प्रशासकीय सेवा परीक्षेत चांगले गुण मिळवल्याची बातमी दिली. ''कोणत्या प्रकारच्या व्यक्तींना अधिकारी होण्याची इच्छा असते,'' असं मी तिला विचारलं. ''योग्य ठिकाणी संपर्क असलेल्या अधिकाऱ्यांची मदत मोठमोठ्या बॉसना लागते. आणि हे अधिकारी कंपन्यांसोबत काम करतात. हे सहकार्याचं एक स्वरूप आहे. त्यामुळे सरकारी अधिकारी व्हायचं ठरवणं म्हणजे व्यवसाय करण्याचाच एक मार्ग निवडणं आहे.'' छुनमिंगनं मला माहिती दिली. सुरक्षित नोकरी किंवा प्रतिष्ठेचं काम किंवा देशाची सेवा करण्याची संधी अशी कारणं मात्र तिनं दिली नाहीत. सरकारी सेवेत असणं म्हणजे मार्केट इकॉनॉमीमध्ये जाण्याचाच एक मार्ग होता. कोणतीही व्यक्ती सरकारी सेवेत का जाते, याचं चीनमध्ये ऐकलेलं सर्वोत्तम स्पष्टीकरण होतं ते... !

* * *

छुनमिंगच्या बॉसनं त्याची हिरवीगार टोयोटा एसयूव्ही एके ठिकाणी उभी केली. ती आणि मी जिथे वाट बघत थांबलो होतो तिथे तो चालत आला. चाळिशीतला असावा. चौकोनी चेहरा, चश्मा, ग्रे सूट आणि मळकट शर्ट घातलेला, व्यावसायिकांसारखा दिसणारा. त्यानं छुनमिंगला हॅलो केलं आणि माझ्याकडे दुर्लक्ष केलं.

''अध्यक्ष छन, ही माझी मैत्रीण.'' छुनमिंग पुढे होऊन म्हणाली. अध्यक्ष छन यांचा चेहरा पंधरा अंशात वळला. मी त्यांच्या दृष्टिक्षेपात येईपर्यंत! त्यांनी हसून माझ्याशी हस्तांदोलन केलं. अगदी अशा प्रकारे जसं की मी जणू अचानक तिथे दिसू लागले होते. एका सेल्स एजंटशी कराराविषयी वाटाघाटी करण्यासाठी छुनमिंग आणि तिचा बॉस शन्चनमध्ये आले होते. सगळ्यात आधी ते दुकानाच्या मुख्य प्रशासकीय कार्यालयात गेले. तिथे वाट बघत बसले. तिथेच 'टाइल ग्राउट' आणि 'वॉटरप्रूफिंग स्लरी' असं लिहिलेल्या बादल्या ठेवल्या होत्या. बराच वेळ ते वाट बघत होते. सकाळचे दहा वाजले होते. बॉस श्यीए यांना यायला आधीच उशीर झालेला होता.

चीनमध्ये व्यवसाय करण्याचे काही नियम होते : फार पुढचं नियोजन कधीच करायचं नाही. मोबाइल फोन कधीही बंद ठेवू नये. वेळा कधीच पाळायच्या नाहीत.

तिथे तिष्ठत बसावं लागलेला वेळ छुनमिंगनं त्या कार्यालयात काम करणाऱ्या तरुणीकडून बातम्या काढण्यासाठी वापरला. ''आम्ही आत येत असतानाच डाव्हकोची मोठी ऑर्डर बाहेर पडताना दिसली.'' छुनमिंगनं प्रतिस्पर्धी ब्रँडचा उल्लेख करत विचारलं.

"हो."

"कुठे पाठवली जात होती? बांधकामाच्या साइटवर का?"

"हो." त्या तरुणीनं प्रकल्पाचं नावही सांगितलं.

"आता विक्री चांगली होतेय, नाही का?"

"हो."

"तुम्ही इथे आत्ताच आलात ना?" छुनमिंगनं विचारलं.

"गेल्या महिन्यात."

अध्यक्ष छन यांनी हातातलं वर्तमानपत्र बाजूला सारत विचारलं,

"या महिन्यात विक्री कशी काय आहे?"

"बऱ्यापैकी." तिथल्या तरुणीनं उत्तर दिलं.

"पण तुम्ही महिनाभरापासूनच इथे आहात तर मग विक्री चांगली झाली की नाही, हे कसं माहीत?" यावर ती तरुणी केवळ हसली, काहीच बोलली नाही.

तोंगकुआनमधल्या नव्या दुकानासाठी चांगली जागा मिळाली का ते अध्यक्ष छननं छुनमिंगला विचारलं. तिनं काही संभाव्य ठिकाणं सांगितली. छन वर्तमानपत्रात डोकं खुपसूनच ऐकत होता. तिच्याकडे न बघताच मध्येच एखादा प्रश्न विचारत होता. ती बोलत असतानाच त्यानं मोबाइल फोन काढला आणि नंबर डायल करायला सुरुवात केली. आता संभाषण संपलं, हे ती यातून समजून गेली.

बॉस श्यीए तासभर उशिरा आले. एका सूटमधलं तांबडं जाकीट आणि दुसऱ्या सूटमधली काळी पँट घालून. बॉस श्यीए तासभर उशिरा तेथे आले आणि एका ग्राहकाला त्यांनी १ लाख युआनचं कर्ज दिल्याचा बढाया मारू लागले. व्यवसायाच्या रिटेल विभागातून बाहेर पडणार असल्याचं त्यांनी छुनमिंग आणि अध्यक्ष छन या दोघांना सांगितलं. त्यांनी सर्वप्रथम ग्राहकांची संपूर्ण यादी ताब्यात द्यावी, असं छुनमिंगनं सुचवलं. तर, बॉस श्यीएनं छुनमिंगची कंपनी बनवत असलेल्या उत्पादनांवर टीका करायला सुरुवात केली. हातात काही टाइल्स घेऊन त्यावर त्यानं छोटासा दगड घासला आणि म्हटलं "पाहिलंत? लाद्यांचा दर्जा चांगला नाही." या प्रकाराचा चांगलाच सराव असल्याचं टाइल्सवरच्या जुन्या ओरखड्यांवरून जाणवत होतं.

छुनमिंग लगेच लाद्यांचा बचाव करण्यासाठी सरसावली, "हा फक्त नमुना आहे."

"याच प्रत्यक्षातल्या टाइल्स आहेत."

अध्यक्ष छन खुर्चीत रेलून आरामात बसला होता. बाकीच्यांना सिगारेट देऊ करण्याचा शिष्टाचार न पाळताच सिगारेट ओढत होता. तो जेव्हा जेव्हा बोलायचा तेव्हा छुनमिंगच्या बोलण्याला विरोध करणारी वाक्यं टाकायचा.

"आपण करार करू या..."

"करार करणं महत्त्वाचं नाहीये. ग्राहकांची यादी तयार करणं जास्त गरजेचं आहे."

छुनमिंग अध्यक्ष छनसोबत ब्लाइंड डेटवर गेली तर ती काय बोलेल, याची कल्पना मी करत होते.

तो जितका वेळ माझ्याशी बोलत होता त्या वेळेत त्याने एकदाही माझ्याशी नजरानजर केली नाही.

त्यानं ग्रे सूट आणि मळखाऊ शर्ट घातला होता.

तो इतका खालच्या दर्जाचा आहे.

पण कसाही असला तरी तो बॉस होता. त्यामुळे ती गप्प बसली.

त्याच दिवशी दुपारी छुनमिंग आणि तिचा बॉस आणखी एका सेल्स एजंटकडे गेले. त्यांनी बॉस लुओसोबत भेट ठरवली होती. मॉलमध्ये बांधकाम साहित्य विकणाऱ्या त्यांच्या दुकानात त्यांनी भेटायचं ठरवलं होतं. ते दोघं रंगांच्या दुकानात लुओंना शोधत होते; पण लुओंचं दुकान पाण्याच्या तोट्या आणि दाराच्या हँडलचं होतं. व्यवसायाचा हा आणखी एक कानमंत्र होता : शक्य तितकं वैविध्य आणा.

आपल्या शन्चन रिटेल व्यवसायाचे सगळे खास अधिकार लुओंना बहाल करण्याची तयारी असल्याचं छुनमिंगनं जाहीर केलं. बॉस लुओंना त्यामध्ये रस होता, उत्सुकता होती.

"विक्रीची सगळी माहिती कॉम्प्युटरमध्ये भरली आहे का?" छुनमिंगनं विचारलं.

लुओ म्हणाले, "नाही. आमचे विक्रेते बाजारात आहेत. ते एकदा तिकडे गेले की काय कसं चाल्लंय ते त्यांना सगळं कळतं."

"असं घडेलच असं नाही. तुमच्याकडे अचूक आकडेवारी असेल तर विक्री कशी होतेय, याचं नेमकं चित्र माहीत असतं." छुनमिंग त्यांना म्हणाली.

बॉस लुओ यावर काहीच बोलले नाहीत. कागदांवर पुरावा ठेवायचा नाही.

अध्यक्ष छन बोलू लागले. "या व्यवसायातून बाहेर पडण्याबाबत काय वाटतं? यामुळे चुकीची प्रतिमा निर्माण होते." त्यांनी विचारलं.

"मला तसं नाही करता येणार." लुओ त्रासदायकपणे म्हणाले. "माझ्या उत्पन्नातला बराचसा भाग या व्यवसायातून मिळतो."

छुनमिंग बॉस लुओंना त्यांनी विक्रीचं लक्ष्य किती ठेवलंय ते विचारलं. पण तिच्या बॉसनं पुन्हा मोडता घातला. "ते नंतर पाहता येईल."अपात्र नेत्याची काय काय वैशिष्ट्यं असू शकतात ते अध्यक्ष छन पुरेपूर दर्शवत होते. पण चौकोन आणि

गोल पुस्तक वाचल्यावर माझ्या लक्षात आलं, पुस्तकात नमूद केलेले यशाचे नियम त्यांच्या वागण्याचं तंतोतंत वर्णन करत होते.

> समोरासमोर बसलेले असताना सगळ्यात पहिल्यांदा जो कोणी बोलण्याचा रोख बदलतो, तो पुढाकार घेतो.

> स्वतःभोवती वलय निर्माण करण्यासाठी आणि स्वतःचं महत्त्व वाढवण्यासाठी तुम्ही शक्य तितकं कमी दिसलं पाहिजे. तुमच्या जागी सक्षम सहकारी पाठवावा. सगळं ठीक झाल्याची खात्री झाली की शेवटच्या क्षणी केवळ अंतिम निर्णय घेण्याच्या वेळी तुम्ही जावं.

दिवसाचा शेवट आणखी एका बांधकामाच्या ठिकाणी झाला. तिथे छुनमिंगची भेट आणखी दोन सहकाऱ्यांशी झाली. तिथे आणखी तापदायक विषय झाला. ग्राहकानं तक्रार केली की छुनमिंगच्या कंपनीकडून विकलं जाणारं बेस-कोट उत्पादन अगदी भुकटीसारखं होतं. हे उत्पादन इमारतीला रंग देण्यापूर्वी इमारतीच्या पृष्ठभागावर पसरवलं जायचं. प्रकल्पाचा प्रमुख त्या बैठकीला उपस्थित होता. एके दिवशी, छुनमिंग मला म्हणाली होती की, त्या ठिकाणी आलिशान इमारतींचं जंगल उभं राहणार आहे. दुपारच्या वेळचा सूर्याचा तळतळाट काहीसा कमी झाल्यानंतर छुनमिंग आणि तिच्या सहकाऱ्यांच्या गावाकडच्या गप्पा सुरू झाल्या. प्रत्येक जण आपापल्या गावाबद्दल भरभरून बोलू लागला. गावाकडचे जुने दिवस त्यांना आठवायचे; पण तेवढ्यापुरतेच. बालपणासारखे तेही आता आठवणीपुरते उरले होते.

आमच्या गावी माझ्या घराच्या मागेच स्मशान आहे. बऱ्याच काळापूर्वी मरण पावलेल्या व्यक्तींची मला भीती वाटत नाही. पण नुकत्याच दफन केलेल्या लोकांविषयी...

आमच्याही गावात माझ्या घरामागे स्मशान आहे. एका थडग्यातून दुसऱ्या थडग्यात जाणारी निळी आग मी माझ्या डोळ्यांनी पाहिलीय. तो मरण पावलेल्यांचा आत्मा असतो असं म्हणतात.

तुमचं गावी जाणं किती वेळा होतं?

गेल्या आठ वर्षांत माझं गावी जाणं झालेलं नाही.

शेवटी फोरमन आला. बेस उत्पादनानं रंगवलेल्या भिंतीजवळ सगळे जण जमले. तो रंग मऊसर आणि कोरडा वाटला आणि तो तसाच असायला हवा होता. छुनमिंगनं पुढाकार घेतला. म्हणाली, "काही वेळा उत्पादनांच्या काही बॅचमध्ये

थोडासा फरक पडू शकतो. यामुळे गुणवत्तेमध्ये किंचितसा फरक येऊ शकतो.''

''गुणवत्तेच्या बाबतीत काही प्रश्न असेल तर तो माझ्यासाठी जास्त महत्त्वाचा आहे.'' फोरमननं सांगितलं.

''गुणवत्तेविषयी काही प्रश्न असेल तर तो आमच्यासाठीही अतिशय महत्त्वाचा आहे. तुम्ही आमच्यासाठी फार महत्त्वाचे आहात.'' छुनमिंगनं सावरून घेतलं.

''पण उत्पादनांवर लिहिलेल्या तारखेवरून ती सगळी उत्पादनं एकाच दिवशी तयार केल्याचं स्पष्ट होत होतं; मग गुणवत्तेमध्ये फरक कशामुळे आला?''

दिवसभरात कारखान्यात विविध बॅचमध्ये उत्पादनं तयार होत असल्याचं लाय कुंग या छुनमिंगच्या तांत्रिक विभागातल्या सहकाऱ्यानं सांगितलं.

छुनमिंग म्हणाली, ''ही उत्पादनं योग्य प्रकारे वापरली जात असल्याची खात्री तुमच्या कामगारांनी करायला हवी. बेस आणि रंग यांच्या वापरामध्ये फार काळाची तफावत असून चालणार नाही. नाहीतर बेस जास्त कोरडा होऊ शकतो. सध्या शन्चनमध्ये फार कोरडेपणा आहे. लोकांना तो जाणवतही असेल.'' रंगाच्या पृष्ठभागाला मानवी स्वरूप दिलं तिनं; वाह!

फोरमननं माफी मागायला सुरुवात केली. बैठक किंवा चर्चा संपुष्टात आल्याचं सुचवणारी एक पद्धत चिनी उद्योग विश्वात रूढ होती. ''तुम्हाला इथपर्यंत यावं लागलं, याचा मनापासून खेद वाटतो.''

छुनमिंग म्हणाली, ''असं काही नाही. काहीही अडचण आली तरी थेट लाय कुंग यांना कॉल केला तरी चालेल. लाय कुंग तुमचं कार्ड द्या त्यांना. हे तुम्हाला मदत करतील.'' टॅक्सी पकडण्यासाठी मी आणि छुनमिंग महामार्गापर्यंत चालत गेलो. रात्रीच्या जेवणाच्या वेळी तिच्या मित्रालाही भेटायचं होतं. आम्ही बोलावू, अशी अपेक्षा असलेले दोन तरुण रस्त्याच्या अन्य दिशेला जाताना दिसले. निराश आणि भुकेले.

त्या रात्री मी आणि छुनमिंग टॅक्सीनं तोंगकुआनला गेलो. छुनमिंग म्हणाली, ''कधी कधी मला वाटतं की मला नव्यानं उमेद मिळवण्याची गरज आहे. सगळी ताकद संपल्यासारखं वाटतंय. माझ्यात अनेक कमतरता आहेत. मला इंग्रजी येत नाही. मला कॉम्प्युटर वापरता येत नाही. या कंपनीत आले तेव्हा दोन वर्षांत इंग्रजी शिकण्याचं आश्वासन माझ्या बॉसला दिलं होतं. कंपनीत मला आता तीन वर्षं झाली तरी अजूनही इंग्रजीचा पत्ता नाही.'' असेम्ब्ली लाइन इंग्लिश स्कूलमध्ये परत जायचा तिचा विचार होता. तिथे तिनं काही धडे घेतले होते आणि सोडले होते. रंगांची कंपनी सोडण्याचाही तिचा विचार होता.

"तू नेमकं काय करणारेस?" मी विचारलं.

"एके काळी स्वतःच्या ट्रेडिंग कंपन्यांचे बॉस असलेली माझी मित्रमंडळी मी स्वतःची कंपनी सुरू करावी, असं म्हणताहेत. ते महिन्याला वीस ते तीस हजार युआन कमावतात. पण मी हा मार्ग स्वीकारला तर माझं आयुष्य फक्त पैसे कमावण्यापुरतं राहील. मला जीवनाची गुणवत्ता वाढवत राहायची आहे. नव्या प्रकारचा आनंद मिळवायचा आहे."

तोंगकुआनमध्ये प्रत्येक गोष्ट आकडेवारीमध्ये सांगता येते, असं दिसायचं. जसं की, विक्री, भ्रष्टाचार, भाषेची क्षमता, बॉयफ्रेंडची अपेक्षित उंची. बोलायला सुरुवात आकड्यांनी होऊ शकते - तुझं वय किती? महिन्याला किती कमावता? ओव्हरटाइम किती मिळतो? यानंतर तुमच्या प्रगतीविषयीही काही आकड्यांमधले प्रश्न असतात : पगार, घराचे चौरस फूट, नव्या कारची किंमत.

मोजता येणार नाही, असं काहीतरी छुनमिंग शोधत होती. अंधाऱ्या महामार्गावरून वेगानं जात असताना दोन्ही बाजूंनी छांगानचे कारखाने मागे जात होते. छुनमिंग म्हणाली, "अजूनही दिवे जळताना दिसताहेत, म्हणजे अजूनही कामगार ओव्हरटाइम करताहेत. अनेक लोक एकाच कारखान्यात असंख्य वर्षं काम करतात." रात्रीचे अकरा वाजले होते. काही कारखान्यांतले दिवे अजूनही सुरूच होते.

* * *

त्यानंतर लगेचच दोन महत्त्वाच्या गोष्टी घडल्या. एक म्हणजे, छुनमिंगच्या बॉसनं तिला स्पष्टीकरण न देता विक्रीवरच्या कमिशनला कात्री लावली. दुसरी म्हणजे, लिउ हुआछुन या छुनमिंगच्या अतिशय चांगल्या मैत्रिणीनं महागडी गाडी खरेदी केली. ती सव्वीस वर्षांची होती. छुनमिंग मला म्हणाली, "ती शू फॅक्टरीत क्लर्क होती. त्यानंतर तिनं तिच्या भावाच्या गुंतवणुकीच्या आधारे स्वतःचा कारखाना सुरू केला. इत्थंभूत शिकून घेतलं. आणि वर्षभरातच ती कार खरेदी करू शकली."

या घटनांमुळे छुनमिंगच्या विचारांना कृती करण्याची प्रेरणा मिळाली. २००५ मधल्या उन्हाळ्याच्या सुरुवातीला, तिने मोल्ड पार्ट्सची खरेदी आणि विक्री करण्यासाठी मित्रासोबत व्यवसाय सुरू केला. म्हणजे, पाणी उडवण्याच्या पिस्तुलांपासून कपड्यांच्या हँगरपर्यंत वैविध्यपूर्ण वस्तू बनवणाऱ्या 'प्लॅस्टिक-इंजेक्शन मोल्डिंग मशिन'च्या आतल्या भागांचा व्यवसाय त्यांनी सुरू केला. त्यासाठी त्यांनी बचतीतले पैसे आणि कर्ज मिळून शंभर हजार युआनची, म्हणजे अंदाजे १२,५०० डॉलरची गुंतवणूक केली. छुनमिंगच्या व्यवसायातल्या भागीदारानं हार्डवेअर कारखान्यातल्या वित्तीय विभागात सहा महिने काम केलं होतं. छुनमिंगला मोल्डविषयी एकमेव

अनुभव होता, तोही दशकभरापूर्वी असेम्ब्ली लाइनवर काम करतानाचा होता. तेव्हा ती प्लॅस्टिकच्या खेळण्यातल्या कार आणि रेल्वे बनवायची.

नोकरी सोडतेय हे तिनं बॉसला सांगितलं नव्हतं. वास्तविक, तिनं नोकरी सोडली नव्हती. तसंही ती फार क्वचित कंपनीच्या कार्यालयात जायची. त्यामुळे कंपनीतली धडाडीची विक्रेती कंपनीच्या पेरोलवर राहून, बाहेर स्वतःची कंपनी चालवतेय, हे अध्यक्ष छन यांना कळण्याचा मार्गच नव्हता. तिनं ग्राहक जोडून ठेवणं आणि दरमहा पैसे मिळवत राहणं सुरू ठेवलं. हे सर्व बाजूंनी चिनी वृत्तीचं प्रतीक होतं : कमिशनला का कात्री लावली ते बॉसनं तिला सांगितलं नाही. तिनं बॉसची कंपनी सोडली असल्याचं त्याला सांगितलं नाही.

तिनं डेण्टिस्टकडे जायलाही सुरुवात केली. तिचे पुढचे दोन दात किंचित बाहेर आले होते. त्यामुळे तिला दातांच्या सौंदर्याची चिंता लागून राहिली होती. तिनं 'दातांचं सुशोभीकरण' करायचं ठरवलं. म्हणजे, वाईट दिसणारे दात काढून टाकायचे. त्या जागी खोटे दात बसवायचे. पण हे केल्यानंतर कडक पदार्थ खाता येणार नव्हता. छुनमिंगनं दात आणखी बळकट करण्याचाही विचार केला होता. पण त्यासाठी वर्ष लगणार होतं. त्यापेक्षा सुशोभीकरण झटपट होणारं होतं. तिच्या मैत्रिणीच्या मैत्रिणीनं तसं करून घेतलं होतं. 'तिचा चेहराच बदलून गेलाय. तिचं आयुष्यच पालटलंय.' छुनमिंगनं माहिती पुरवली. पुढच्या वेळी मी तोंगकुआनला गेल्यानंतर छुनमिंगनं मला यातल्या सगळ्या बातम्या सांगितल्या. पण तिनं सुरुवात दातांपासून केली. मोल्ड म्हणजे तिच्या करिअरमध्ये आलेलं परिवर्तन होतं. तिचे दात म्हणजे सौंदर्याच्या बाबतीत झालेला बदल होता. दोन्ही विषय वेगळे होते; पण तिच्यासाठी मात्र या दोन्ही बाबी एकाच प्रकल्पाचा भाग होत्या. ती पुन्हा एकदा व्यक्तिमत्त्व पालटून टाकण्यासाठी सज्ज झाली होती.

नव्या व्यवसायाची सुरुवात लबाडीनं झाली. भागीदारांनी चिनी आणि इंग्रजी भाषांमध्ये कार्ड तयार करून घेतली. त्यावर तोंगकुआन युश्यींग हार्डवेअर अँड मोल्ड पार्ट्स कॉर्पोरेशन असं लिहिलं होतं. तोपर्यंत अशा नावाची कोणतीच कंपनी नव्हती. जी होती ती केवळ दुकानं होती. छुनमिंग म्हणाली, ''कॉर्पोरेशन असा शब्द वापरला की काहीतरी मोठं असल्यासारखं वाटतं.''

छुनमिंग आणि तिचा व्यवसायातला भागीदार फु कुई शन्चनला चालले होते. सहाव्या 'चायना इंटरनॅशनल मशिनरी अँड मोल्ड्स इंडस्ट्री एक्झिबिशन'चा पहिला दिवस होता. टॅक्सीमध्ये, छुनमिंगला तिच्या जुन्या नोकरीतून सतत फोनकॉल येत होते. ''पुट्टी ॲडिटिव्ह असा शिक्का असेल तर त्याचा अर्थ ते वापरता येईल.''

ती मोबाइल फोनवर अक्षरशः ओरडत म्हणाली. ''मी तुम्हाला किमतीची यादी देऊ शकते, पण ती बाकी कुणालाही देऊ नका.'' दरम्यान, तिनं घराकडची एक वाईट बातमी सांगायला तिच्या भावाला फोन केला. ''काकांना पोटाचा कर्करोग झालाय. आपल्याला घरी पैसे पाठवायला हवेत.'' तिनं थोडक्यात भावाला सांगून टाकलं. प्रदर्शन 'शन्चन कन्व्हेन्शन अँड एक्झिबिशन सेंटरमध्ये' आयोजित केलं होतं. या केंद्राचं काम अजून पूर्ण झालेलं नव्हतं आणि त्याचं औपचारिक उद्घाटनही तोपर्यंत झालेलं नव्हतं. तरीही तिथे तोबा गर्दी झाली होती. छुनमिंग आणि फु कुईही त्या गर्दीशी एकरूप झाले.

''यातील काही यंत्रं दहा लाखांची असू शकतात,'' छुनमिंगनं सांगितलं. तिचा चेहरा उत्साहानं खुललेला होता अन् डोळे बटाट्याएवढे मोठे झाले होते. प्लॅस्टिक कोट हँगर तयार होत असलेल्या यंत्राकडे ती गेली. ''वा, मी कारखान्यात काम करायचे तेव्हा तिथे अशा प्रकारची यंत्रं होती.'' तिथल्या एका पुरुषानं अजूनही गरम असलेला हँगर तिच्या हातात दिला. छुनमिंग आणि फु कुई प्रदर्शनभर हिंडत होते. आपली कार्ड देत होते. उत्पादनांची माहितीपत्रकं गोळा करत होते. त्यांचा हेतू सुट्या भागांचे उत्पादक किंवा थेट कंपनीतून खरेदी करणाऱ्या आणि कमी किमतीत विक्री करणाऱ्या मुख्य वितरकांना भेटायचा होता. प्रत्येक जण स्वतः मुख्य वितरक असल्याचा दावा करत होता; पण त्यांनी किंमत सांगितली की त्यांचं भांडं फुटत होतं.

''तुम्ही काय करता?'' एके ठिकाणच्या बूथवरच्या पुरुषानं छुनमिंगला विचारलं. तिने विविध प्रकारच्या सॉ ब्लेडचा उल्लेख केला. पण नंतर थोडी गोंधळून म्हणाली, ''आम्ही अनेक गोष्टी करतो. आमच्या कार्डमध्ये लिहिलंय सगळं.'' फार क्वचित ती घासाघीस करत होती. ''याचे किती?'' ड्रिल बिट उचलत आणि हातानं त्याचं वजन चाचपत तिनं विचारलं, जणू काय ती कांदे-बटाटे घ्यायला बाजारात आली होती. ''किती आहेत याचे? आम्ही खरेदी करायला येऊ तेव्हा आम्हाला नीट भाव सांगा.''

माझ्यासाठी मोल्ड्स प्रदर्शन गोंधळात टाकणारं होतं. एका बूथवर कदाचित मोठ्या आकाराच्या गोल्ड बॅटरीसारखं दिसणारं काहीतरी ठेवलं होतं, तर अन्य एका बूथवर जुन्या पद्धतीच्या हेअर कर्लरसारखे दिसणारे मेटल सिलिंडर होते. प्रदर्शनाभोवतीच्या जाहिराती फारशा उपयोगाच्या नव्हत्या. जाहिरातींसाठीच्या फलकावर, निळ्याशार आकाशाच्या किंवा शहरातून दिसणाऱ्या आभाळाच्या पार्श्वभूमीवर धातूचे भाग दर्शवले होते, तर काही ठिकाणी ग्रहांच्या कक्षांसारखे दिसतील अशा पद्धतीनं गोलामध्ये गीअर्स दाखवले होते. काही चिन्हं इंग्रजीमध्ये होती, पण ते इंग्रजी भयानक होतं. इंग्रजीतली नामं सक्तीनं रांगेत एकत्र बसवल्यासारखं वाटत होतं. जसं की, मॅक ट्रक पाइलअप. ट्रॅक्शन ड्राइव्ह स्पीड ॲक्सिलरेटर. तिथे

इलेक्ट्रिकल डिस्चार्ज मशिन्स आणि सेंटरलेस ग्राइंडिंग आणि अलॉय क्वेंचिंग फर्नेसेसही होतं.

तिथे धष्टपुष्ट दिसणारे बरेच पुरुष होते. अंगरक्षकांसाखे भासणारे. काही वेळा, कारखान्याच्या मार्केटिंग विभागातल्या महिला सेवेत असायच्या. प्रदर्शनात 'इव्हा प्रिसिजन इंडस्ट्रिअल मोल्डिंग्स'चा बूथ प्रचंड लक्ष वेधून घेत होता. घट्ट शर्ट घातलेल्या तीन तरुणी माहितीपत्रकं वाटत होत्या. त्यांच्या मागे मोठ्या पडद्यावर, गिअर पार्ट आणि डिस्को संगीत असलेला व्हीडिओ सुरू होता.

सकाळच्या वेळी, ख्रिसमसनिमित्त घाईघाईनं खरेदी करणाऱ्या ग्राहकांप्रमाणे छुनमिंग आणि फु कुई पिशव्या भरभरून कॅटलॉग घेऊन आल्या. त्यांनी पिशव्या रिकाम्या केल्या आणि पुन्हा भटकायला गेल्या. दुपारच्या दरम्यान, मोल्ड्सचा व्यवसाय सुरू करण्यास उत्सुक असलेल्या आणि त्यामध्ये छुनमिंगला भागीदार करण्याची इच्छा असलेल्या एका मैत्रिणीला छुनमिंगनं कॉल केला. ती मैत्रीण अजून घर सोडून निघालीही नव्हती. त्यामुळे फु कुईला सोबतीला घेऊन व्यवसायासाठी अचूक भागीदार निवडल्याची खात्री छुनमिंगला झाली.

त्यांचं नवं दुकान पुपुकाव इलेक्ट्रॉनिक्स कारखान्याच्या जवळ, 'छांगरोंग इंटरनॅशनल मशिनरी अँड हार्डवेअर सेंटर' या मशिन-पार्टच्या दुकानांच्या मॉलमध्ये होतं. अगदी त्यासारखीच अन्य दुकानं असलेल्या दुकानांच्या रांगेत मध्यभागी ते वसलेलं होतं. खालच्या बाजूला लोकांना भेटण्यासाठी जागा ठेवलेली होती, तसंच उत्पादनांचे नमुने ठेवण्यासाठी कपाटं केली होती. दुसऱ्या मजल्यावर कदाचित त्यांची राहायची जागा असेल. जमिनीवर एकच जाजमासारखं काहीतरी घालून फु कुई झोपली होती. पुढच्या महिन्यात छुनमिंग आणखी पुढे गेली. तिनं आणि कुईनं भिंतींचा रंग पुन्हा काढून घेतला. स्वच्छ पांढरा रंग निवडला त्यांनी. छोटसं स्वयंपाकघरही करून घेतलं. त्यामध्ये छुनमिंगनं तिची भांडी, डिश आणि भाताचा कुकर आणला. त्यांनी तिचा डबल बेड वरच्या मजल्यावर नेला आणि बैठकीची खोली छान सजवली. टीव्ही, सोफा, कपाटं सगळंच थाटलं तिथे. "मी जिथे राहते ती जागा स्वच्छ आणि आरामशीर नसेल तर मला कामच करता येणार नाही," छुनमिंग म्हणाली. तिनं रंगरंगोटी आणि सजावट कितीही केलेली असली तरी शेवटी ती राहत होती मशिन पार्टच्या मॉलमध्ये. त्यामध्ये पैसे कमावण्याव्यतिरिक्त काही आयुष्य असलंच तरी ते बाहेरून तरी दिसत नव्हतं.

* * *

राहण्याच्या नव्या सोयीबद्दल छुनमिंगची एक तक्रार होती. 'माझ्या प्रियकरांना मी आता घरी आणू शकत नाही.' असं असलं तरी तिच्या डेटिंगवर काही परिणाम होईल, असं दिसत नव्हतं. वित्तीय क्षेत्रात काम करत असलेल्या एका पुरुषासोबत तिनं अखंड दिवस समुद्रकिनाऱ्यावर घालवला. हा किस्सा मला सांगताना त्या पुरुषाची वैवाहिक स्थिती "त्याचं केव्हाच लग्न झालंय" इथपासून "तो विवाहित आहे" अशी बदलली. एका रेस्तराँमध्ये तिची भेट एका देखण्या तरुणाशी झाली. त्याला गर्लफ्रेंड असूनही तिनं त्याच्यासोबत नातं सुरू केलं. त्याच्या घराचं नूतनीकरणाचं काम सुरू झाल्यावर तिनं हे बंध तोडून टाकले. त्याच्या घरी सुरू होणारं काम म्हणजे त्याचं लवकरच लग्न होणार असल्याचा छुनमिंगला इशारा होता. कुणा ऑनलाइन भेटलेल्यासोबत तिनं सलगी केली.

मला म्हणाली, "तो सर्जन आहे. जाडजूड आहे, पण मनानं फार चांगला आहे. बहुधा त्याचं नक्की लग्न झालेलं असणार."

"त्याचं नक्की लग्न झालेलं असणार?" मी विचारलं.

"मला नेमकं माहीत नाही. तो मला सांगणार नाही."

"तू त्याला विचारलंस का?"

तिनं विचारलं होतं– "तू विवाहित आहेस, बरोबर ना?"

"माझं लग्न झालंय असं तुला वाटत असेल तर आहे मी विवाहित."

लग्न झालेलं नसल्याचं दाखवणारे विवाहित पुरुष तोंगकुआनमध्ये डेटिंगमधले सर्वांत घातक होते. छुनमिंगची व्यवसायातली भागीदार फु कुईही अशा प्रकारच्या एका पुरुषामध्ये गुंतली होती. नुकतीच महागडी कार खरेदी केलेली तिची मैत्रीण लिउ हुआछुनला दोनदा फसवली गेली होती. कामासाठी खोटं बोलणाऱ्या लोकांचा दांभिकपणा त्यांच्या वैयक्तिक नात्यांमध्येही झिरपायचा. खोटं बोलल्यामुळे त्यांना हवं ते साध्य होत असल्यामुळे साहजिक त्याला झुकतं माप दिलं जायचं. कधीतरी खोटं पकडलं जाईल, ही भावना असायची, पण काहींना वाटायचं पुढचं पुढे बघू. अशी वेळ यायला फार उशीर आहे.

अशा प्रकारच्या प्रेमप्रकरणांसाठी छुनमिंगचे स्वतःचे खास नियम होते. दोघांपैकी कुणीही दुखावलं जाऊ नये आणि कुणीही मागणी करू नये, असं तिचं म्हणणं होतं. ती मला म्हणाली, "निश्चितच मला चांगला मुलगा बघायचाय आणि लग्न करायचंय. पण अजून तसं कोणीही सापडलं नाही. त्यामुळे ज्यांच्यावर आपण प्रेम करत नाही, त्यांच्यासोबतही थोडा वेळ घालवायला हरकत नाही. प्रेम नसलं तरीही हा सहवास आनंददायी होऊ शकतो. थकल्यानंतर त्या व्यक्तीच्या खांद्यावर डोकं टेकवताही येतं आणि त्यातून नक्कीच सुरक्षित वाटतं."

छुनमिंग तिच्यापेक्षा वयाने मोठ्या असलेल्या आणि अविवाहित पुरुषाला कधी

भेटलीये का, असं मी तिला एकदा विचारलं होतं. मी हे विचारता क्षणीच किती मूर्खपणाचा प्रश्न विचारलाय हे मला जाणवलं. ती उत्तर देण्यापूर्वीच माझ्या लक्षात आलं होतं, की निश्चितच तिनं असं नातं अनुभवलंय.

''फार फार कमी.'' तिनं सांगितलं. ती थोडा वेळ विचारात पडली. ''माझ्या जुन्या बॉससोबत. लग्न न झालेले असे पुरुष चांगले नाहीत.'' याचा अर्थ, विवाहित चांगले होते, असा अजिबात होत नाही.

मशिन पार्टच्या मॉलमध्ये राहत असताना, छुनमिंग आणि फु कुई यांनी पुरुषांना जाळ्यात अडकवण्यासाठी एक मार्ग शोधला. त्यांनी एका स्थानिक वेबसाइटवर, इंटरनेटवरून डाउनलोड केलेल्या सुंदर महिलेच्या फोटोच्या शेजारी, चोवीस वर्षांच्या तरुणीची काल्पनिक वैयक्तिक माहिती दिली. '१.६५ मीटर उंच, इंग्रजी व फ्रेंच बोलू शकणारी, आंतरराष्ट्रीय व्यापारामध्ये काम, जॅझ आवडते', असं छुनमिंगनं मला सांगितलं. बोलता बोलता काही क्षण ती थांबली. ''मला तर जॅझ म्हणजे काय तेही माहीत नाही.'' हे वर्णन पाहून तिच्याशी गप्पा मारण्यासाठी पुरुषांच्या अक्षरशः उड्या पडल्या. त्यांपैकी अनेकांना छुनमिंग ओळखत होती. 'महिलांना ऑनलाइन कधीही भेटत नाही,' असं म्हणालेला तिचा क्षणिक प्रेमीही होता. काल्पनिक जॅझ फॅनसोबत लगट करताना पाहिल्यावर तिनं त्याच्यासोबतचे पाश तोडून टाकले. तिचे सूर जुळले असलेला एक शहर नियोजकही- तो फार कुरूप होता, तोदेखील या सुंदर ललनेकडे ओढला गेला होता. पण छुनमिंगचं मन त्याच्या विरोधात गेलेलं होतं. त्यानं अनेकींची शय्यासोबत केल्याचं तिला आढळलं होतं. छुनमिंग म्हणाली, ''पुरुष आमच्याशी बोलण्यासाठी पुढाकार घेतात. मग आम्ही त्यांच्यावर हल्ला चढवतो. पण ते गेंड्याच्या कातडीचे आहेत. अजूनही संधी आहे का, अशी निर्लज्ज चाचपणी ते करतात.''

वेबसाइटवरची ती महिला आणि शहर नियोजक यांच्यातला नुकताच झालेला संवाद तिनं मला दाखवला.

तिनं लिहिलं, *'मला वाटतं तू कदाचित डुकरासारखा दिसत असशील. जाडजूड डुकरासारखा.*

खरं तर मी उंदरासारखा जास्त दिसतो.

उंदीर? हे डुकरापेक्षा भयानक नाही वाटत?'

तिनं त्याला असंख्य वेळा जाडजूड डुक्कर असं म्हटलं, तर त्यानं काही ना काही युक्ती करून त्यांच्यातला संवाद पुढे सुरू ठेवण्याचा प्रयत्न केला. नंतर मी पाहिलं की, छुनमिंगनं एकाच वेळी दोन प्रकारे लॉग ऑन केलं. एक म्हणजे ती

स्वतः आणि दुसरी म्हणजे एक तरुणी. लॉग ऑन करताच तरुणीवर मेसेजेसचा भडिमार झाला.

तू हुनानची आहेस का?

तू काय करतेस?

फोटोत तू चोवीस वर्षांपेक्षाही तरुण दिसतेस!

छुनमिंगनं या सगळ्या मेसेजेसकडे दुर्लक्ष केलं. ती स्वतः म्हणून बोलताना, एका संभाव्य डेटसंबंधी बोलणं करत होती. खरं तर तो पुरुष तसा अनुरूप नव्हता. बेचाळीस वर्षांचा, घटस्फोटित, पदरात लहान मुलगा असलेला.

तुला उद्या सुट्टी आहे का?

हो, तुला? आपण भेटू शकतो का?

मी उद्या मित्रमंडळींना भेटायला जाणार आहे.

मग रात्री जेवायला भेटायचं का?

तिनं मान्य केलं. पण पुढे लिहिलं, आपण एकमेकांना भेटल्यावर एकमेकांना पटलो नाही, तर एकत्र नको जेवू या.

छुनमिंगनं आणखी एक काळजी घेतली होती. ती कधीही अनोळखी पुरुषांना तिचा मोबाइल क्रमांक द्यायची नाही, जेणेकरून त्यांच्यात काही जमलं नाही तर तो पुरुष तिचा माग घेत यायला नको. तिनं तर त्याला तिचं नावही सांगितलं नव्हतं. हे नियम स्पष्ट केल्यावर आणि तिची तपशीलवार योजना सांगितल्यावर छुनमिंग म्हणाली, "आता मला कधीही ऑनलाइन न गेलेल्या पुरुषाला भेटायचंय."

"कोण कधीही ऑनलाइन गेलं नाहीये?" फु कुई म्हणाली.

छुनमिंग म्हणाली, "इंटरनेट आल्यापासून माणसांमधले नातेसंबंध बेगडी झाले आहेत."

फु कुई म्हणाली, "मोबाइल फोन आल्यापासून नातीगोती बेगडी झाली आहेत. तुम्ही केव्हाही खोटं बोलू शकता आणि कुठेतरी अन्यत्र असल्याचं सांगू शकता."

पुढच्या वेळी माझी आणि छुनमिंगची भेट झाली तेव्हा मी तिला बेचाळीस वर्षांच्या पुरुषाशी डेट कशी झाली ते विचारलं.

तोंड वेंगाडत ती म्हणाली, "काही खास नाही."

"त्याच्याशी काय बिनसलं आता?"

तिनं टाळूकडे हात करत म्हटलं, "त्याच्या टाळूवर एके ठिकाणी..."

"म्हणजे? त्याला तिथे टक्कल आहे?"

ती म्हणाली, "त्या जागी त्याला अगदी विरळ केस आहेत. कमी किंवा विरळ

केस असलेले पुरुष मला आवडत नाहीत. त्यानं मला पाठवलेल्या फोटोत मात्र हे दिसत नव्हतं.'' त्या पुरुषाला सतरा वर्षांची मुलगीही होती. पण तिच्याविषयी त्यानं चॅटिंग करताना काहीच लिहिलं नव्हतं. टाळूवर केस विरळ असणं आणि एवढी मोठी मुलगी असणं, यामुळे छुनमिंगला तो पुरुष पसंत पडणारा नव्हता. यांपैकी कोणतीही गोष्ट बराच काळ लपवून ठेवता येईल, असं वाटलेल्या त्या पुरुषाचं नवल वाटतं.

* * *

रंगांच्या कंपनीसाठी छुनमिंगनं काम करणं थांबवल्यानंतर तिचे आणि तिच्या बॉसचे संबंध बिघडू लागले. एप्रिल २००५ मध्ये- ती मशिन पार्ट मॉलमध्ये गेल्याच्या काळापासून- अध्यक्ष छननं तिचा पगार पाचशे युआननं कमी केला. शन्चनमध्ये नवे ग्राहक मिळवण्यावर तिला बंदी घातली. मे महिन्यात तिला अधिकृतपणे काढून टाकण्यात आलं. जूनमध्ये तिला समजलं की, तिनं त्या वर्षात अगोदर मिळवलेलं कमिशन कंपनी देणार नाहीये. कंपनीमध्ये तिचे साधारण अकरा हजार युआन, म्हणजे तेराशे डॉलर अडकलेले होते. छुनमिंग अध्यक्ष छन यांच्याशी संपर्क साधण्याचा प्रयत्न करत होती; पण अध्यक्ष छननं तिचे फोनकॉल न घेण्याचं धोरण अवलंबलेलं होतं. *तुमच्याभोवतीचं वलय कायम राखण्यासाठी आणि तुमचं महत्त्व वाढवण्यासाठी शक्य तितकं कमी हजर राहा.* मी आणखी एका मित्रासोबत दुपारी जेवताना तिनं डोक्यात काय चाललंय ते सांगितलं. म्हणाली, ''बॉस मला किती रक्कम देतात, ते मला बघायचंय. ती रक्कम पुरेशी नसेल तर कायद्याचा इंगा दाखवीन मी.''

छुनमिंगचा मित्र म्हणाला, ''कायद्यानं दाद मागणं फार त्रासाचं आहे. तुझे पैसे परत मिळवण्यासाठी इतरही मार्ग आहेत.'' त्याचा चेहरा अगदी बारीक होता. गालावरची त्वचा काहीशी ताणल्यासारखी घट्ट होती, केस इतके लहान होते की त्यामुळे तो कायम आश्चर्यचकित होऊन बघत असल्यासारखे भाव चेहऱ्यावर दिसायचे. तो शिपिंग क्षेत्रात काम करायचा.

''अन्य मार्ग कोणते?'' मी विचारलं.

तो सांगत होता, त्याच्या चुलतभावाचे पैसे त्याच्या ग्राहकाकडे थकलेले होते. ''एक दिवस मी ग्राहकाच्या कंपनीच्या वाहनतळामध्ये उभा होतो. तिथे बेन्झ गाडी उभी केलेली दिसली. 'ही कंपनीची कार आहे का?' असं मी आजूबाजूच्या लोकांना विचारलं. ती कंपनीचीच गाडी होती.'' छुनमिंगच्या मित्रानं आणखी थोडं संशोधन केलं. नंतर कंपनीच्या अध्यक्षाला फोन केला. ''मी त्याला त्याच्या घराचा पत्ता सांगितला. त्याच्या मुलांची वयं सांगितली. कंपनीकडे थकलेल्या रकमेपैकी नव्वद

टक्के रक्कम कंपनीनं तातडीनं देऊन टाकली.''

काही आठवड्यांनी, छुनमिंगनं कुआंगचौ या प्रांताच्या राजधानीत कामगार विभागात कायदेशीर तक्रार करायचं ठरवलं. मला म्हणाली, ''अशा प्रकारच्या तक्रारींचा कंपन्यांवर मोठा परिणाम होतो. कामगार विभागानं तपास करण्यास सुरुवात केली की, सगळे कर्मचारी विचार करायला सुरुवात करतात. 'कंपनी मला देणं लागत असलेल्या पैशांचं काय?' असा प्रश्न कर्मचाऱ्यांना पडतो. कंपनीला त्यांना उत्तरं द्यावी लागतात.'' तिच्यामध्ये उत्साह संचारला होता; तिच्यामुळे माझ्यातही. जीवनात कितीतरी गोष्टी चुकीच्या, अन्याय्य घडतात. छुनमिंगलाही याची कल्पना होती. तरीही तिला होत असलेला त्रास तिला फार महत्त्वाचा वाटत होता. त्या विरोधात न्याय मागण्यासाठी तिला न्यायालयाचं दार ठोठवायचं होतं.

दुसऱ्या दिवशी सकाळी, आम्ही कुआंगचौला जाणाऱ्या बसमध्ये बसलो. छुनमिंगनं नेहमीप्रमाणे ऐटदार कपडे घातले होते. काळा स्लिम स्वेटर, खाकी पँट, हाय हील्स. प्रांताच्या कामगार विभागापर्यंत आम्ही सबवेनं प्रवास केला. तिथून तातडीनं जिल्ह्याच्या कामगार विभागाकडे जावं लागलं.

कार्यालयात टेबलांची मोठी रांग होती. टेबलांच्या एका बाजूला तिथे भेटायला आलेल्या लोकांना बसण्यासाठी खुर्च्या ठेवल्या होत्या, तर दुसऱ्या बाजूला सरकारी कर्मचाऱ्यांसाठी खुर्च्या होत्या. सरकारपर्यंत पोहोचणं अधिक सोपं व्हावं म्हणून ही व्यवस्था केलेली होती. पण एका सरकारी अधिकाऱ्यासमोर फक्त एकच माणूस बसलाय, अशी स्थिती कुठल्याच टेबलावर दिसत नव्हती. अधिकाऱ्यासमोरच्या एका खुर्चीच्या भोवती किमान अर्धा डझन मंडळी उभी होती. त्यामुळे एखादा माणूस आपली फिर्याद नोंदवत असताना बाकीचेही ती ऐकत. त्यावर टिप्पणी करत. आम्ही तिथे पोहोचलो तेव्हा एक मध्यमवयीन पुरुष खुर्चीत बसला होता. त्याला पैसे न देता त्याचा बॉस कसा गायब झाला, याची लांबण त्यानं लावली होती. छुनमिंग पुढे आली आणि त्याच्या शेजारी जाऊन उभी राहिली. खुर्चीतल्या त्या पुरुषानं दीर्घ श्वास सोडल्यावर तिचा धीर सुटला. ''जरा ऐकता का. आमचं छोटंसंच काम आहे.''

त्या अधिकाऱ्यानं तिची कागदपत्रं चाळली. नोकरीविषयक तिचा करार, तिला काढून टाकल्याचं पत्र, तिच्या कंपनीच्या नोंदणी प्रमाणपत्राची प्रत. एखाद्या सर्वसामान्य कामगारासाठी तक्रार दाखल करणं जवळजवळ अशक्य कसं होतं ते तिच्या कागदपत्रांतून दिसत होतं. सर्वसामान्य कामगारांनी कंत्राटावर क्वचितच कधी सह्या केल्या असतील. कंपनीची नोंदणीविषयक कागदपत्रं मिळवणंही त्यांना शक्य

नव्हतं. छुनमिंगच्या ग्राहकांना काही वेळा या कागदपत्रांची गरज लागायची, म्हणून छुनमिंगकडे ही कागदपत्रं होती. कंपनीच्या कुआंगचौमधल्या शाखेच्या परवान्याची प्रत द्यावी लागेल, असं त्या अधिकाऱ्यानं तिला सांगितलं.

हे सगळं घडेपर्यंत दुपार झाली होती. शहरभरातली सरकारी कार्यालयं बंद होऊ लागली होती. प्रत्येक जण उसंत न घेता कामात गुंतलेला असताना चिनी सरकारी अधिकारी मात्र दुपारच्या जेवणासाठी आणि वामकुक्षीसाठी दोन तासांच्या सुटीचा आनंद घेत असत. पटकन प्रश्न विचारण्यासाठी छुनमिंग एका कार्यालयापाशी थांबली असता, ''सगळे अधिकारी अजूनही झोपलेत,'' असं सांगताना कार्यालयाबाहेरच्या रक्षकालाच कसंतरी वाटलं.

दुपारी एके ठिकाणी सूप आणि भात खात असताना, छुनमिंगनं पुढची योजना सांगितली. तिनं बिझनेस कार्ड असलेला खोका बाहेर काढला आणि त्यातलं एक कार्ड हातात घेतलं. गॉरन विडस्टॉर्म, समूह अध्यक्ष. तिच्या जुन्या कंपनीच्या मुख्य कंपनीच्या प्रमुखाचं ते कार्ड होतं. ही मुख्य कंपनी स्वीडनमध्ये होती. काही वर्षांपूर्वी हा प्रमुख तोंगकुआनमधल्या कार्यालयात आला होता. छुनमिंगवर त्याचा चांगला प्रभाव पडला होता.

''माझ्याकडे वे-स-थ-लिंगचं कार्ड आहे, हे अध्यक्ष छन यांना माहीत नाही.'' छुनमिंगनं त्या प्रमुखाच्या स्वीडिश नावाचं भाषांतरित नाव घेतलं. बिझनेस कार्ड प्रेमानं बोटांमध्ये फिरवत होती ती. कंपनीत काय चाललंय हे वे-स-थ-लिंग यांना समजलं की ते तिच्या मदतीला धावून येतील, तिचे पैसे परत मिळवून देतील, अशी आशा होती. मी त्यांना कॉल करू का?'' असं छुनमिंगनं मला विचारलं. मी घड्याळ्याकडे पाहिलं. चिनी अधिकाऱ्यांप्रमाणे स्वीडनमधले अधिकारीही झोपले असतील. मी थोडी घाई केली. भरपूर ग्लास कडक चहा प्यायले.

''कधी कधी मला वाटतं, मी इतके परिश्रम का करतेय. यश म्हणजे, तुम्हाला जे म्हणायचं आहे ते म्हणणं. तुम्हाला करायच्या आहेत त्या गोष्टी करणं. पण मला आता तसं वाटतं नाही.'' छुनमिंग म्हणत होती.

''तुला काय करायला आवडेल?'' मी विचारलं.

''मला अभ्यास करायला आवडेल. मला खरंच इंग्रजी शिकायला आवडेल.'' अचानक तिचे डोळे भरून आले. तिनं टिश्यूनं जोरात डोळे पुसले.

नेहमीप्रमाणे, मी तिच्या डोळ्यांतून पाणी येताना पाहिलं नाही. मी म्हटलं, ''तू आधीच खूप केलंयस. तुझी डायरी वाच. तू किती मोठा प्रवास केला आहेस ते तुझ्या लक्षात येईल.''

“माझ्याकडे लक्ष देऊ नका. मला चटकन रडू येतं. मी विचित्र आहे, असं लोकांना वाटतं.” तिनं पुन्हा एकदा डोळे पुसले. माझ्याकडे पाहून हसली आणि प्रशासनाच्या विरोधात लढण्यासाठी पुन्हा सज्ज झाली.

छुनमिंगनं अगोदरच्या कंपनीच्या शाखेचा परवाना शोधण्यासाठी तीन कॉमर्स ब्यूरो पालथे घातले. शहरातल्या कॉमर्स ब्यूरोनं तिला प्रांताच्या कॉमर्स ब्यूरोकडे धाडलं. प्रांतानं जिल्ह्याच्या. कोणत्याही दोन अधिकाऱ्यांच्या बोलण्यात सारखेपणा नव्हता. शेवटी, जिल्ह्याच्या कॉमर्स ब्यूरोतल्या एका महिलेनं साठ युआनच्या बदल्यात परवान्याची प्रत देण्याची तयारी दाखवली. संभाषणात पैशांचा संदर्भ आला की काम फत्ते होण्याच्या आशा बळावतात. हातात परवान्याची प्रत घेऊन छुनमिंग तक्रार दाखल करण्यासाठी शहराच्या कामगार विभागाकडे धावली तेव्हा दुपारचे ४.१० वाजले होते. कृपया आवाज करू नका. धूम्रपान करू नका. थुंकू नका. अशा सूचना लिहिलेल्या ठिकाणाहून पुढे गेली. ती पुन्हा चुकीच्या ठिकाणी आली होती. शहरातल्या नाही, जिल्ह्यातल्या विभागात परदेशी कंपन्यांच्या शाखा कार्यालयांबाबतच्या तक्रारी हाताळल्या जातात, असं तिला एका अधिकाऱ्यानं सांगितलं. याबद्दल माहिती देणारं पत्रक त्यानं तिच्या हातात ठेवलं.

पाच वाजण्यापूर्वी काहीच वेळ ती जिल्ह्याच्या कामगार विभागात पोहोचली. दिवसभरात त्या कार्यालयात तिची ही तिसरी खेप होती. तिसऱ्यांदा, त्याच टेबलाशी बसलेल्या त्याच अधिकाऱ्यानं पुन्हा नकारघंटा वाजवली. ‘तुम्ही शहराच्या कामगार विभागाकडे जायला हवं. परदेशी कंपन्यांचे विषय तिथे हाताळले जातात.’

“तिथे परदेशी कंपन्यांच्या शाखांचे विषय नाही पाहिले जात,” असं म्हणून छुनमिंगनं त्या अधिकाऱ्याचं म्हणणं खोडण्याचा प्रयत्न केला. त्याच्या टेबलावर माहितीपत्रकही आपटलं. त्यानं ते उचललं. अशी लेखी कागदपत्रं चिनी मंडळींना नेहमी प्रभावित करतात. अधिकाऱ्यानं ते पत्रक वाचलं आणि खाली ठेवून दिलं. आज खरंच काही काम करावं लागणार की काय, अशी चिन्हं त्याला दिसू लागली. त्यानं तिला शेवटच्या टेबलाशी जाऊन लवादाबाबतचा अर्ज आणायला सांगितला. छुनमिंगनं तो अर्ज भरायला सुरुवात केल्यावर, हा अर्ज तिच्या अपेक्षेपेक्षा जास्त गुंतागुंतीचा आहे, असं तिला वाटलं. जुन्या बॉसकडे जाऊन बोलणी करावी लागणार, असं तिला वाटू लागलं. शेवटी तिला हेच अपेक्षित असणार. तिला वाटाघाटी करण्यासाठी कुआंगचौला परत यावं लागणार होतं. तिला पैसे मिळोत वा नको, तिला शुल्क भरावं लागणार होतं. पण यापैकी कशाविषयीही विचार करण्यासाठीही वेळच नव्हता. तिला पटापट अर्ज भरायचा होता. अर्ज चार पानांचा

होता. तिथले अधिकारी घरी जायला निघत होते. महिलाही घरी निघण्याच्या तयारीत सामानाची आवराआवर करत होत्या.

"थांबा, मी आज हा अर्ज सादर करणार आहे." छुनमिंग त्यांना म्हणाली.

कार्यालयात उरलेल्या शेवटच्या महिलेनं कॉम्प्युटर बंद करून टाकला. "५.२८ वाजलेत. तुम्ही दोन मिनिटांत अर्ज भरून पूर्ण करणार आहात का?"

"तुम्ही थोडी मदत कराल का? आम्ही केवळ एवढ्यासाठी सकाळी तोंगकुआनहून आलो आहोत." मी विचारलं.

"मीही फार लांब राहते." ती महिला उत्तरली.

शेवटी छुनमिंगनं नाद सोडला. तिला पुन्हा कधीतरी परत यावं लागणार होतं. "या लोकांना त्यांच्या कामाच्या जबाबदारीची जराही जाणीव नाही." छुनमिंग मला म्हणाली. आम्ही जायला वळलो तर कार्यालयाचं धातूचं प्रवेशद्वार लावून घेतल्याचा खाडकन आवाज आला.

रस्त्याच्या कडेनं जात असताना, छुनमिंगच्या मनात शंका येऊ लागल्या. लवाद हा मुद्दा कमालीचा क्लिष्ट होता. कायदेशीर तक्रारीमुळे वे-स-थ-लिंग अडचणीत येईल, असं तिला वाटलं. चीनमध्ये परकीय गुंतवणूकदार नेहमीच असुरक्षित होते. हजारो मैल दूरवर बसलेल्या आणि केवळ तोंडओळख असलेल्या व्यक्तीपेक्षा छुनमिंगचा स्वतःच्या बोलण्यावर अधिक विश्वास होता. "मी एकदा त्यांना फोन केला की ते मला नक्की ओळखतील. मग आम्हाला या विषयावर बोलता येईल. " छुनमिंगला विश्वास होता.

फोन त्यांचा सचिव उचलण्याची शक्यता जास्त आहे, असा अंदाज मी तिला बोलून दाखवला. वे-स-थ-लिंग कदाचित कामात असतील. त्यामुळे छुनमिंगनं फार अपेक्षा वाढवू नयेत, असं मी तिला म्हटलं.

"मी त्यांना चीनमध्ये भेटले होते तेव्हा ते फार कामात किंवा फार महत्त्वाची व्यक्ती असतील, असं वाटलं नव्हतं. जगावं कसं, हे खऱ्या अर्थाने जाणत असलेली व्यक्ती, असं मला त्यांच्याकडे पाहून वाटलं." तिचा स्वतःवर, स्वतःला असलेल्या महत्त्वावर गाढ विश्वास होता. प्रयत्नांती तिचा वे-स-थ-लिंग यांच्याशी, स्वीडिश पेंट कंपनीच्या जागतिक अध्यक्षांशी संपर्क झाल्यावर ते दोघं मित्र असल्यासारखे, एकाच स्तरावर असल्यासारखे एकमेकाशी बोलतील, अशी तिला खात्री होती. पण हा नक्कीच तिचा आंधळा विश्वास होता. यामुळेच ती आजच्या ठिकाणी घसरत आली होती.

कार्डवर लिहिलेला नंबर मी फिरवला. त्यांच्या सचिवाच्या आवाजात आधीच

रेकॉर्ड केलेलं उत्तर ऐकायला मिळालं. माझ्या अपेक्षेप्रमाणे. त्यावर मी निरोप देणं अपेक्षित होतं. छुनमिंगनं मला जे बोलायला सांगितलं होतं त्यानुसार मी निरोप ठेवला.

> मी तोंगकुआन विक्री विभागातल्या वु यांच्या वतीने बोलते आहे. २००३च्या अखेरीस, तोंगकुआनमध्ये झालेल्या एका बैठकीत ती तुम्हाला भेटली होती. तिने ती कंपनी आता सोडली आहे; परंतु ती नेहमीच तुमचे कौतुक करत असते.
>
> तिला कोणत्याही कारणाविना कंपनीतून काढून टाकण्यात आले आहे. कंपनीने तिचे कमिशनही दिलेले नाही. तिला कामगार लवादांतर्गत कार्यवाही करायची होती. पण याचा तुमच्यावर आणि कंपनीवर काय परिणाम होईल, याची तिला कल्पना नाही. आपण तिला मदत केलीत तर बरे होईल.

वे-स-थ-लिंग यांनी कधीही कॉल केला नाही.

लवादाचा अर्ज भरण्यासाठी छुनमिंग पुन्हा कधीही कुआंगचौला गेली नाही. तिच्या पूर्वीच्या बॉसनं तिच्या थकीत रकमेपैकी निम्मी रक्कम देण्याची तयारी दाखवली. ही रक्कमही तिच्यासाठी पुरेशी होती. तिच्या जीवनात असंख्य बदल घडत होते. तिनं मोल्ड्स कंपनी सोडायचं ठरवलं. तिचा हिस्सा ती फु कुईला देऊन टाकणार होती. त्या बदल्यात कुई तिला तिची गुंतवणूक नंतर परत करणार होती. कंपनीनं दोन नियमित ग्राहक जोडलेले होते. उत्पन्न-खर्चाचा ताळमेळ बसू लागलेला होता. छुनमिंग म्हणाली, ''आम्ही अजून बक्कळ पैसा कामावलेला नाही. आम्ही खूप पैसे जमवले तरीही त्यानं माझं समाधान होणार नाही. पैसे कमावणं, इतकाच जीवनाचा अर्थ नसतो.''

शरद ऋतूतल्या महोत्सवासाठी तिनं घरी जायचं ठरवलं. ल्युनार कॅलेंडरनुसार या महोत्सवाच्या काळात, उन्हाळ्यात हाती आलेल्या पिकाचा आनंद साजरा केला जातो. शहरात अनेक वर्षं राहिल्यानंतर, अजूनही छुनमिंगला वर्षातल्या विविध कालावधींमध्ये साजऱ्या केल्या जाणाऱ्या निरनिराळ्या महोत्सवांचं भान होतं. तिच्या आयुष्यातला एक-एक टप्पा पार करत असताना, हे महोत्सव तिच्यासाठी विश्रांतीचे नैसर्गिक क्षण होते. तोंगकुआनला परतल्यानंतर दोन वर्षं इंग्रजी शिकण्यासाठी द्यायची, असं तिनं ठरवलं होतं. यासाठी तिनं मनाची तयारीही केली होती. मला म्हणाली, ''मला इंग्रजी शिकायचंय, म्हणजे मी आनंदी जीवन जगू शकेन.''

प्रेम आणि पैसा

नव वर्ष घरी साजरं करून परतल्यानंतर मिनला आयुष्यात काहीच समाधानकारक वाटत नव्हतं. नोकरीत काहीही नवं शिकायला मिळत नव्हतं. पगारही कमी होता. आयुष्य खुंटल्यासारखं झालं होतं. ती कंपनीच्या मनुष्यबळ विकास विभागात काम करत असल्यानं कंपनीत कोणाचा पगार किती आहे, याची तिला पुरेपूर कल्पना होती. बॉयफ्रेंडबाबतही ती खूश नव्हती. फॅक्टरी फ्लोअरवर सहायक म्हणून काम करणारा आह च्यीए मिनपेक्षा दरमहा तीनशे युआन जास्त कमवायचा. पण त्याचं काम रटाळ होतं. तो केवळ मिडल स्कूल ग्रॅज्युएट होता. मिननं हे यापूर्वी कधीच सांगितलं नव्हतं. एकदा तर त्यानं बीजिंगला जाण्याचा विचार तिला बोलून दाखवला. तिथे त्याला सुरक्षारक्षकाची नोकरी मिळेल, असा त्याला विश्वास होता. तिलाही सोबत ये म्हणाला. तिनं हा विचार धुडकावून लावला. ती मला म्हणाली, ''सुरक्षारक्षकाकडे सगळे जण हीन दृष्टीनं पाहतात. सर्वसामान्य कामगारापेक्षाही खालच्या दर्जाचं काम आहे हे!''

आह च्यीएचा बुजरेपणा त्रासदायक ठरत होता. मिनच्या पूर्वीच्या कारखान्यातली मैत्रीण लिन च्यीआ आणि तिच्या दोन बहिणी यांच्याबरोबर रात्री जेवत असताना संपूर्ण जेवण होईपर्यंत तो एक शब्दही बोलला नाही. त्यानंतर लिन च्यीआनं मिनला तिच्या मोबाइलवर मेसेज करून तिचं मत कळवलं : मी माझ्या दोघी बहिणींशी बोलले. आम्हाला सगळ्यांनाच वाटतंय की तो फारच सौम्य आहे. तुझ्या तोडीचा वाटत नाही. मिनची मोठी बहीण गुईमिनचं म्हणणं होतं : या जगात फार चांगलं

वागणारी लोकंही टिकू शकत नाहीत. गुईमिन छांगशापासून हेच म्हणत होती. तिथे तिला बँकेसाठी विक्रीसंबंधीची नोकरी मिळाली होती.

आह च्यीए अजिबात महत्त्वाकांक्षी नसणं अडथळा ठरेल, अशी भीती मिनला वाटत होती. "आम्ही एकमेकांसोबत वेळ घालवायला लागल्यापासून मी जराही अभ्यास केलेला नाहीये. मला ही अशी धमालही करता येत नाही. आणखी वर्ष दोन वर्षं असं सुरू राहिलं तर आयुष्यभर मी याच दुष्टचक्रात अडकेन." मिननं तक्रारीचा सूर लावला. आह च्यीए मात्र जसा आहे तसा खूश होता. यासाठी एक कारणही होतं. कंपनीतले दोन तृतीयांश कर्मचारी आणि वरच्या पातळीवरचे सगळे अधिकारी हनानचे होते. आह च्यीएही हनानचाच होता. कारखान्यात त्याची अनेक मित्रमंडळी होती. मिन मात्र बहीण तिथून गेल्यानं आधीपेक्षा एकटी पडली होती. कारखान्यात तिच्या मित्रपरिवारातलं कोणी नव्हतं. तिचं म्हणणं होतं, "आपण कोणाच्याही जवळ गेलो की त्यांना आपल्याला बिथरवणं आणखी सोपं होतं."

बराच काळ मला मिनच्या कारखान्याविषयी फारसं माहीत नव्हतं. कारखाना हाँगकाँगचा आहे आणि त्यामध्ये हँडबॅग बनवल्या जातात, इतकंच तिनं सांगितलं होतं. तिच्या गावी ट्रेननं जाताना मला नववर्षाची भेट देऊन तिनं चकित केलं. माझ्यासाठी कोच चेंज पर्स आणली होती. त्यावर सी या इंग्रजी अक्षरातला कंपनीचा विशिष्ट लोगो होता. कडांवर मातकट रेष होती. तोंगकुआनमधल्या अन्य अनेक गोष्टींप्रमाणे, मला ती पर्सही बनावट वाटली. मिन काम करत असलेल्या कारखान्यात कोच, लास्पोर्ट्सॅक, डूनी अँड बोर्क, लाकोस्टे अशा काही मोठ्या ब्रँडसाठी उत्पादन केलं जायचं, असं मला कुठून तरी कळलं. त्यामुळे तिनं मला भेट म्हणून दिलेली पर्स अस्सलच होती. अमेरिकेत या पर्सची किंमत कदाचित पन्नास डॉलर असेल.

मिन तोंगकुआनला परत आल्यानंतर एके रात्री मी तिला आणि आह च्यीएला ही पर्स कशी मिळाली त्याबद्दल विचारलं. आह च्यीए म्हणाला, "सुरक्षारक्षकांशी चांगली ओळख असेल तर हँडबॅग कारखान्याच्या बाहेर नेता येते."

"म्हणजे तुम्ही ही पर्स चोरून आणलीत?" मी विचारलं.

"आम्ही फॅक्टरी फ्लोअरवर काम करतो." एखादी गोष्ट सहज घडावी अशा प्रकारे आह च्यीएनं उत्तर दिलं. "प्रॉडक्शन लाइननं ऑर्डर पूर्ण केली असेल तर काही जास्तीच्या बॅग असू शकतात. सुरक्षारक्षकांशी ओळख असेल तर सहज या वस्तू कारखान्याबाहेर नेता येतात."

"कारखान्याला काही फरक पडत नाही का?" मी विचारलं.

"ऑर्डर पूर्ण झाली की कारखान्याला काहीही फरक पडत नाही."

आह च्यीए म्हणाला, "मी आजच एक पर्स कारखान्यातून बाहेर नेली. अमेरिकेत ती किमान दोनशे डॉलरला विकली जाईल. तुम्हाला हवीय का? तुम्ही एकदा बघा ना ती कशी वाटते."

मला आता हँडबॅगची तशी गरज नसल्याचं मी संकोचून सांगितलं. त्याला म्हटलं, "तू ती तुझ्या आईला भेट म्हणून दे ना."

मिन म्हणाली, "त्याची आई शेतावर राहते. त्यांना हँडबॅगचा काय उपयोग?"

मिन आणि आह च्यीएच्या डॉर्ममध्ये भरपूर कोच बॅग होत्या. इंग्रजीतलं सी अक्षर असलेल्या. काळ्या लेदरच्या. काळ्या रंगावर उठून दिसेल अशा रंगाची शिवण असलेल्या. जांभळ्या रंगातच हँडल असलेल्या. "पर्स हातात नीट धरता यावी म्हणून आहे ते," असं म्हणत मिन तिथे आली. एका पर्सच्या आतल्या कप्प्यामध्ये मला इंग्रजीत मजकूर लिहिलेलं कार्ड मिळालं. त्यावर लिहिलं होतं :

अमेरिकन क्लासिक

सन १९४१ मध्ये, बराच काळ वापरून झालेल्या अमेरिकन बेसबॉल ग्लोव्हच्या चकाकत्या पृष्ठभागामुळे कोचच्या संस्थापकाला ग्लोव्हच्याच मऊसूत, काळपट लेदरपासून नव्या हँडबॅग तयार करण्याची प्रेरणा मिळाली. या लेदरवर प्रक्रिया केल्यानंतर, लेदरचे काम करणाऱ्या सहा कुशल कामगारांनी अचूक प्रमाण असलेल्या आणि अत्यंत सुंदर बारा खास हँडबॅग तयार केल्या. या हँडबॅग आकर्षक, उपयोगी होत्या. ठिकठिकाणच्या महिलांना त्या फार आवडल्या. नव्या अमेरिकन क्लासिकचा जन्म झाला.

मिनच्या दृष्टीनं कोच बॅगचं मूल्य कमी-अधिक होत असे. तिनं सी अक्षर असलेली पर्स लिन च्यीआ नावाच्या तिच्या मैत्रिणीला दिली. मिन नोकरीच्या शोधात असताना या मैत्रिणीनं तिला राहायला जागा दिली होती. लिन च्यीआच्या मोठ्या बहिणीचं लग्न शहरातल्या सगळ्यात आलिशान हॉटेलमध्ये झालं. तेव्हा मिननं यातलीच सुंदर हँडबॅग तिला भेट म्हणून दिली. पण अमेरिकेत शेकडो डॉलरना विकल्या जाणाऱ्या या पर्सचं तसं काहीच महत्त्व नव्हतं. कारण, मिनच्या मित्रपरिवारातल्या कुणालाच या पर्सचा उपयोग नव्हता किंवा त्याच्या मूल्याची माहिती नव्हती. मिन तिचं ओळखपत्र आणि किल्ली तिच्या आवडत्या पर्समध्ये ठेवायची. हिरव्या रंगाच्या लाकोस्टे होबो पर्समध्ये. पण या पर्सनं कधीही मिनच्या खोलीबाहेरचं जग पाहिलं नव्हतं.

मिननं आहे तिथेच राहण्याचा निर्णय केला. पर्ल नदीच्या खोऱ्यामध्ये कडाक्याचा उन्हाळा सुरू झाला होता. तापमापकाचा पारा नव्वदी पार गेला होता. रात्रीच्या वेळी डॉर्ममध्ये गुदमरल्यासारखं व्हायचं. कारखान्यातल्या फ्लोअरवर रसायनांचा वास इतका उग्र असायचा की दर थोड्या काळानं एखाद्या तरुणीला त्याचा प्रचंड त्रास व्हायचा. उन्हाळ्याच्या काळात वैयक्तिक महत्त्वाकांक्षा बाजूलाच ठेवल्या जायच्या.

मिनच्या या निर्णयामागे हवामानापेक्षाही वेगळं एक कारण होतं. जून २००५ मध्ये एके रात्री जेवत असताना मिननं मला तिच्या बॉसला नोटीस दिल्याचं सांगितलं. पण नोकरी सोडू नकोस, असा तगादा आह च्यीएनं लावल्यानं नोटीस मागे घेतल्याचंही ती म्हणाली. मिन म्हणाली, "मी आह च्यीएला म्हटलंय की या वर्षी मी कारखान्यात राहीन, पण नव्या वर्षी मी त्याच्याबरोबर त्याच्या घरी जाईन. नववर्षानंतर मी ही नोकरी सोडेन आणि नवं काम शोधीन. आणि पुढच्या नववर्षाला तो माझ्याबरोबर माझ्या घरी येणार आहे."

आमचं बोलणं सुरू असताना ती नुकतंच काय म्हणाली ते हळूहळू माझ्या ध्यानात आलं की, तिनं पुढच्या दोन वर्षांचं नियोजन केलं होतं. उरलेल्या आयुष्याचाही विचार केला होता. वयाच्या एकोणिसाव्या वर्षी तिनं आह च्यीएसोबत लग्न करण्याचा निर्णय घेतला होता.

"तू लग्न केव्हा करणारेस?" मी विचारलं.

"बहुतेक आणखी तीन वर्षांनी."

"तुझ्या घरच्यांना सांगितलंस का?"

"नाही. नव्या वर्षासाठी मी आह च्यीएला घरी घेऊन जाईपर्यंत घरी सांगायची आवश्यकता नाही. यासाठी दोन वर्षं तरी आहेत."

"पुढच्या वर्षी तू घरी गेली नाहीस तर कसं करणार?"

"मी घरी इतकंच सांगणार की कारखान्यातून सुट्टी मिळत नाहीये."

"म्हणजे तू खोटं बोलणार?"

"हो." आई-वडिलांपासून लपवाछपवी करणं मिनसाठी नित्याचं झालं होतं. तिची मोठी बहीण छांगशा इथे तिच्या बॉयफ्रेंडसोबत राहायची; पण घरच्यांशी फोनवर बोलताना मात्र ती तोंगकुआनमध्ये असल्याचं भासवायची. त्यासाठी मिनलाही मदतीला घ्यायची. बहिणीच्या या खोट्यापुढे मिनचं फसवणं काहीच नव्हतं.

* * *

मिनच्या साखरपुड्याकडे कोणीही गांभीर्यानं पाहिलं नाही. तिची मैत्रीण लिन च्यीआ आणि तिच्या दोन मोठ्या बहिणींनी आह च्यीएची निंदा करणं सुरूच ठेवलं. हनानमधले

लोक फार गरीब असतात. त्यांच्याकडे ठोस अशी कोणतीच कौशल्यं नाहीत. कोणीतरी दुसरं बघ. जुलैमधल्या एका वीकेण्डला, लिन च्यीआनं तिच्या गावच्या एका वर्गमित्राची ओळख मिनशी करून द्यायचं ठरवलं. हा वर्गमित्र छ्यींगश्यी नावाच्या एका दुर्गम जिल्ह्यात काम करायचा, पण काही कामानिमित्त शहरात येणार होता. 'मला बॉयफ्रेंड आहे', असं म्हणून मिननं लिनच्या विचारांना हरकत घेतली. पण तिला त्या मुलाला भेटायची उत्सुकता होती, म्हणून ती नाहीही म्हणाली नाही.

आदल्या रात्री ती झोपायला माझ्या घरी आली होती. काहीही सामान न घेता मिन बसमधून उतरली. गावाकडच्या लोकांनी रिकाम्या हाती एखाद्याच्या घरी अचानक जावं तशी. झोपताना घालण्यासाठी मी तिच्यासाठी टी-शर्ट आणि शॉर्ट्स शोधली. दात घासायला नवीन ब्रश घेण्यासाठी मी तिला घेऊन बाहेर गेले. आम्ही टीव्ही बघत असताना साधारण दहाच्या सुमारास तिचा फोन वाजला. काही वेळ ती फोनवर बोलली. 'आम्ही उद्या लिन च्यीआला भेटायला जाणार आहोत', तिनं फोनवर सांगितलं.

तिचा फोन पुन्हा वाजला. दोन्ही फोन आह च्यीएनं केलेले असावेत, असा माझा अंदाज आहे. पण माझा अंदाज चुकीचा होता. दोन्ही वेळा, कदाचित होऊ घातलेला नवा बॉयफ्रेंड बोलत होता. तो मिनला भेटलाही नव्हता, तरीही तिला सतत कॉल करत होता. मिन म्हणाली, ''मी किती स्मार्ट आणि सुंदर आहे ते लिन च्यीआनं त्याला सांगितलंय. त्यामुळे त्याला मनापासून मला भेटायचंय.'' संपूर्ण वेळ मिनचा मोबाइल त्या मुलाच्या कॉल आणि एसएमएसनी खणखणत होता. आम्ही झोपायला जायच्या तयारीत असताना, रात्री साडेअकराच्या दरम्यान तिला फोनकॉल आला. मिन म्हणाली, ''आम्ही आता झोपायच्या तयारीत आहोत. तू मला फोन करणं थांबवलं नाहीस तर मला मोबाइल बंद करून ठेवावा लागेल.''

या दोघांची भेट कर्णकर्कश आवाज असलेल्या रेस्तराँमध्ये झाली. लिन च्यीआ, तिची सर्वांत मोठी बहीण लिन श्युए, लिन श्युएचा नवरा आणि चार वर्षांची मुलगी, लिन च्यीआची दुसरी बहीण, मुलीचे वडील आणि नुकताच गावाकडून आलेला चुलतभाऊ अशा लवाजम्यासह तिथे आधीच हजर झाली होती. त्या मुलाचं नाव चांग पिन होतं. रुंद चेहरा, गोल ठाशीव डोळे आणि आत गेलेले गाल. त्यानं पांढरा शर्ट आणि निळी पिनस्ट्राइप पँट घातली होती. तो कारखान्यातल्या त्याच्या मित्राला सोबत घेऊन आला होता. ही एक प्रकारे ब्लाइंड डेट होती, अकरा जणांच्या उपस्थितीतली.

मी आणि मिन तिथे पोहोचताच लिन श्युए आमच्याकडे वाकून पाहू लागली.

लगेच तिची खुसपूस सुरू झाली. म्हणाली, ''तो कॉलेज ग्रॅज्युएट आहे आणि कारखान्यात लाइन लीडर आहे. अतिशय कष्टाळू आहे.''

लिन श्युएचा नवरा मिन आणि त्या मुलाच्या मध्ये काहीसा संकोचून बसला होता. जेवण संपेपर्यंत ते दोघे एकमेकांशी शब्दही बोलले नाहीत. टेबलाच्या दुसऱ्या टोकाला बसलेली लिन च्यीआ खट्याळ हसत होती. दोघांना काहीतरी सुचवत होती. ''आज इतकी शांत का आहेस? यानंतर काय करायचा विचार आहे?'' जेवण सुरू असताना मध्येच तो मुलगा उठला आणि रेस्तराँच्या खिडकीपाशी जाऊन बाहेर एकटक पाहत राहिला. चिनी टीव्हीवरच्या सोप ऑपेरातल्या रोमँटिक नायकासारखा तो दिसत होता. नाट्यमय पद्धतीनं भावना व्यक्त करण्याच्या बेतात असल्यासारखा. सोप ऑपेरा असता तर मिनही गेली असती आणि त्याच्या शेजारी जाऊन उभी राहिली असती. प्रत्यक्षात मात्र तिनं माझ्याकडे पाहिलं आणि दबक्या आवाजात म्हणाली, ''साधारणतः अशा प्रकारचे तरुण मला आवडत नाहीत.''

जेवण झाल्यावर, लिन श्युएच्या पतीनं कामासंदर्भातल्या कोणाला तरी पकडलं आणि बोलण्यासाठी निघून गेला. त्या मुलानं सगळा धीर एकवटला आणि आमच्या दिशेनं आला. मिनला म्हणाला, ''तुला आणि तुझ्या मैत्रिणीला भेटून आनंद वाटला.'' आम्ही चहाचा एक भुरका घेतला. मिन मात्र काहीही बोलली नाही.

तिनं मला रात्री अकरा वाजता कॉल केला. ''आम्ही नुकतेच परत आलोय.'' अक्षरशः धापा टाकत म्हणाली. जेवण झाल्यानंतर ती आणि लिन च्यीआ तो मुलगा आणि त्याच्या मित्रासह बागेत गेल्या होत्या. हे सगळे जण टेकडी चढून टीव्ही टॉवरकडे गेले. त्यानंतर शहरात फेरफटका मारून आले.

''कसा वाटला मुलगा?'' मी विचारलं.

''चांगला. तुमचं काय मत झालं?''

''मी त्याला ओळखत नाही, पण बरा वाटला.''

''आह च्यीएपेक्षा बरा वाटला का?'' तिनं अंदाज घ्यायचा प्रयत्न केला.

''तुला काय वाटतं?''

''चांगला वाटला. कसं वागायचं याची जाण आहे त्याला.''

त्या रात्रीही त्या मुलानं मिनला कॉल केला. मिनला बॉयफ्रेंड असल्याचं तिनं पहिल्यांदाच त्याला सांगितलं. त्यावर तो मुलगा म्हणाला, ''मला फक्त एक संधी दे.''

* * *

यानंतर वेगानं चक्रं फिरू लागली. मिननं नवं सीमकार्ड विकत घेतलं. आह च्वीएसोबत तिचं नातं निर्माण होऊ लागल्यापासून ते दोघंही त्याचा मोबाइल फोन वापरत होते. आता तिनं स्वतःचा नंबर घेणं म्हणजे स्वतःचं स्वातंत्र्य जाहीर करण्यासारखं होतं.

काही दिवसांनी लिन श्युए माझ्या शेजारी राहायला आली. आम्ही एकदा दुपारी जेवायला भेटलो होतो. "आता तिला आह च्वीएपासून सुटका करून घेण्यासाठी कारखान्यातली नोकरी सोडायची आहे." लिन श्युए अतिशय खूश दिसत होती; पण या दोघांची जोडी जमवण्याबद्दल काहीशी सावधही होती. म्हणाली, "इतकी अधीर होऊ नकोस, असं मी तिला बजावलं. तिला खात्री आहे का याबद्दल?"

मिननं दुसऱ्या दिवशी मला कॉल केला. तिला तातडीनं मला कसलीशी बातमी द्यायची होती, पण तिच्याकडची बातमी मला अपेक्षित असलेली नव्हती. ती म्हणाली, "मी आत्ताच माझ्या आई-वडिलांशी बोलले."

"कसे आहेत ते?" मी विचारलं.

"मी घरी जातेय. मला डिप्लोमा पूर्ण करायचाय."

डिप्लोमा या विषयावरून तिचे आई-वडिलांशी बराच काळ मतभेद होते. मिननं एक सेमिस्टर अगोदरच शाळा सोडल्यानं तिनं बाहेर पडण्यापूर्वी डिप्लोमा घेतला नव्हता. नोकरी देताना कंपन्या सर्रास डिप्लोमाची चौकशी करायच्या. डिप्लोमा नसतानाही मिननं आजवर तिला जे हवंय ते मिळवलं होतं, पण शाळा सोडून दोन वर्षं झाली तरीही तिनं डिप्लोमा कसा मिळवला नाही, हे पटवून देताना ती हैराण व्हायची. तिनं वडिलांना शाळेत जाऊन डिप्लोमा घेऊन यायला सांगितलं होतं; पण त्यांनी नाही म्हटलं. यामुळे तरी मिनच्या सतत नोकऱ्या बदलण्यावर चाप बसेल, अशी त्यांना आशा होती. मिनला नोकरी आहे, हेच तिच्या आई-वडिलांसाठी पुरेसं होतं. काही नोकऱ्या, अन्य काही नोकऱ्यांपेक्षा जास्त चांगल्या असतात हे त्यांच्या लक्षात यायचं नाही. मिन त्यांना समजावून सांगण्याचा प्रयत्न करायची. 'या नोकरीत मला पुढे फारशी संधी नाहीये,' असं तिनं घरी फोन करून सांगितलं.

तिची आई म्हणाली, "तू अजून कॉलेजलाही गेलेली नाहीस. तू भविष्यातल्या संधीबद्दल काय बोलतेस?" हे ऐकून मिन फार नाराज झाली. आईशी भांडली.

काही दिवसांनी रात्री एकत्र जेवत असताना मिननं मला त्या मुलाविषयी सांगितलं. तो चोवीस वर्षांचा होता. डिजिटल कॅमेऱ्यांच्या कारखान्यात चीफ सुपरवायझर होता. मिन म्हणाली, "तो खरंच चांगला आहे. त्याला एक दर्जा आहे. कसं वागावं, याचे शिष्टाचार त्याला कळतात. तो लोकांची काळजी घेतो. या

सगळ्याच बाबतींत तो आह च्यीएपेक्षा सरस आहे.'' मिननं काही गोष्टी ठरवल्या होत्या. त्या महिन्यात पगार झाल्यानंतर ती घरी जाणार होती, डिप्लोमा घेणार होती आणि नंतर परतणार होती. आल्यावर ती त्या मुलाच्या कारखान्याच्या जवळच्याच कारखान्यात नोकरी शोधणार होती.

''ताबडतोब नोकरी का सोडायचीय,'' असं मी तिला विचारलं.

त्यावर ती म्हणाली, ''आह च्यीएसोबतचं नातं तोडून टाकण्याची हिंमत माझ्यात नाही. त्याची प्रतिक्रिया काय असेल, याचा अंदाज नाहीये.''

''तुला नेमकं काय म्हणायचंय?''

काही दिवसांपूर्वी लिन च्यीआला अनोळखी व्यक्तीचा कॉल आला होता. एका पुरुषानं तिला कॉल करून म्हटलं, ''तुझ्याशी संबंधित नसलेल्या गोष्टींमध्ये ढवळाढवळ करू नको. आह च्यीए मिनच्या तोडीचा नाही, हे तिला सांगू नको.''

''म्हणजे तू आह च्यीएला काहीही सांगायचं नाही असा विचार करतेयस का?'' मी विचारलं.

''कारखान्यातली नोकरी सोडली की मी त्याला कॉल करीन. मी नोकरी सोडतेय आणि मला शोधायचा प्रयत्न करू नकोस, असं मी त्याला सांगेन.''

''तो ते मान्य करून शांत बसेल का?''

ती विचारात पडली. ''नक्की सांगता येत नाही; पण मला शोधायचं कसं ते त्याला माहीत नसेल.'' ती कोणत्या कारणासाठी नोकरी सोडतेय याचा कुणालाही संशय येऊ नये म्हणून तिनं एकही गोष्ट सोबत न घेता नोकरी सोडायचं ठरवलं. मिन म्हणाली, ''मी बदलायला कपडे आणि यंदा मिळवलेला अनुभव इतकंच बरोबर घेऊन जाणारे. बाकी सगळ्या गोष्टी मी पुन्हा विकत घेऊ शकेन.''

तिनं ठरवलं होतं तसं काही घडलं नाही. ऑगस्टच्या सुरुवातीला मिननं मला ईमेल केला. ती अजूनही त्याच कारखान्यात होती. तिनं ईमेलमध्ये म्हटलं होतं, 'माझा नवा मित्र चांगला आहे, पण आमच्यामध्ये फार बरं नाही चाललेलं. कदाचित आम्ही दोघं एकमेकांचे केवळ मित्र म्हणूनच चांगले आहोत.' 'सार' या तिच्या धाकट्या बहिणीनं व्होकेशनल हायस्कूलमधून ग्रॅज्युएशन पूर्ण केलं. तिला तोंगकुआनमध्ये काम करण्यासाठी यायचं होतं. मिननं तिच्या कारखान्यातल्या शिपिंग विभागात ओळख काढली. तिथे काम करणारा एक तरुण तिच्या गावाजवळच्या गावातला होता. तो सारला शिपिंग क्लर्क म्हणून नोकरी मिळवू देऊ शकत होता. पण यात एक अडचण होती. सार फक्त सतरा वर्षांची होती. त्यामुळे नोकरी देण्यासाठी ती बरीच लहान होती. सरकारनं जारी केलेल्या ओळखपत्रांवरची जन्मतारीख बदलण्यात

हातोटी असलेल्या व्यक्तीला मिननं तीस युआन देऊ केले. आता सारची जन्मतारीख जून १९८६ झाली होती. मिनचा जन्म त्याच वर्षी फेब्रुवारीतला होता. दोघी बहिणींची ओळखपत्रं कोणी पाहिली असती तर चक्रवायला झालं असतं. पण तशी वेळ कधी ओढवली नाही.

मिननं मला लिहिलं, 'आधीपेक्षा तणाव कमी झाल्यासारखं वाटतंय मला. खरंच.'

२००५ मधला सप्टेंबर संपत आला होता. हवा थंड होऊ लागली होती. सार येऊन महिना होतोय तोच मिननं पुन्हा नोकरी बदलली. एका हार्डवेअर कारखान्यात खरेदी विभागात सहायक म्हणून तिला नोकरी मिळाली. सार जिथे काम करत होती तिथपासून हा कारखाना बसनं दोन तासांच्या अंतरावर होता. आह च्यीएबाबत कोणताही निर्णय घेण्यापूर्वी वा त्याचा विषय मिटवण्यापूर्वीच मिन तिथून दुसरीकडे गेली. दुसऱ्या मुलाशीही तिचा काहीही संपर्क नव्हता. अशा पेचांतून मार्ग काढण्याचा पर्याय तिला बरोब्बर ठाऊक होता- पुढे चालत राहणं.

मिन अखेर डिप्लोमा घेऊन आली होती, त्यामुळे ही नोकरी मिळवताना तिला फार त्रास झाला नाही. तिचे वडील तिच्या शाळेतून डिप्लोमा घेऊन आले होते; पण त्यांनी तो तिला ईमेलनं पाठवायला नकार दिला. तिनं नोकरी बदलू नये म्हणून त्यांचा हा कसोशीचा प्रयत्न होता. मिननं त्यांना थाप मारली. डिप्लोमा नसलेल्या कर्मचाऱ्यांना नोकरीवरून काढून टाकण्याचा नवा नियम कारखान्यानं केला असल्याचं सांगितलं. हे ऐकल्यावर तिचे वडील घाबरले. त्यांनी जास्तीचे पैसे खर्च करून शक्य तितक्या जलद तिचा डिप्लोमा पाठवून दिला. मला हा किस्सा सांगताना मिनला हसू आवरत नव्हतं.

* * *

मिननं ज्या कारखान्यात नवी नोकरी पत्करली होती तिथे वीजपुरवठ्यासाठीचे भाग, कॉम्प्युटरचे मॉनिटर आणि डीव्हीडी प्लेअर्ससाठी धातूचे भाग बनवले जायचे. तिचं काम रोज अकरा तास चालायचं. एक आड रविवारी सुट्टी असायची. मिन तिथे महिन्याला हजार युआन कमवायची. तिनं तिथे चांगलं काम केलं तर तिला पर्चेसिंग सप्लाइज विभागामध्ये बढती मिळण्याची संधी होती. तिनं प्रॉडक्शन प्लॅनिंग अँड मटेरिअल्स पर्चेसिंग नावाचं पुस्तक वाचायला सुरुवात केली.

आदल्या वर्षी तिनं घरी पाच हजार युआन पाठवले होते. म्हणजे अंदाजे सहाशे डॉलर. ही रक्कम फार कमी आहे, असं तिच्या आई-वडिलांना वाटलं होतं. तिचे वडील म्हणाले होते, "बाकीच्यांच्या मुलांनी तुझ्यापेक्षा कमी शिक्षण घेतलंय.

तरीही ते तुझ्यापेक्षा जास्त रक्कम कशी पाठवतात घरी?''

''इतर लोकांचे वडील पुरेसे पैसे कमावतात, त्यामुळे त्यांच्या मुलांना पैसे मिळवण्यासाठी घराबाहेर पडावं लागत नाही,'' मिननं उलट उत्तर दिलं होतं.

आजकाल ती आई-वडिलांविषयी अधिक टीकात्मक झाली होती. नव्वदच्या दशकात मिनच्या वडिलांनी काही काळ वनचौतल्या शू फॅक्टरीत काम केलं होतं. ते तिथे आजारी पडले. त्यामुळे नाइलाजानं घरी परतले होते. तिच्या आईनंही वर्षभर बाहेर काम केलं होतं. पण गाठीशी काहीही पैसे जमवले नव्हते. ते दोघंही ज्या बाबतीत अपयशी ठरले होते, तिथे मिन मात्र यशस्वी झाली होती. पहिल्यांदाच हा विचार मिनच्या मनात डोकावला होता. मला म्हणाली, ''त्यांनी स्थलांतराचा अनुभव घेतलाय. असं जिणं किती आव्हानात्मक असतं ते त्यांना माहीत असायला हवं. असं असूनही, आम्ही घराबाहेर पडून काम करणं आणि रग्गड पैसे कमावणं सोपं आहे, असं त्यांना वाटतं.''

नोकरी सुरू केल्यानंतर पाच महिन्यांत मिनला तिच्या कारखान्यातल्या पर्चेसिंग मोल्ड पार्ट्समध्ये बढती मिळाली. तिच्यासाठी ही मोठी संधी होती. तिला ज्या पदी बढती मिळाली होती तिथे काम करणारी तरुणी तिच्या गावी गेली होती. शहरात तिचा बॉयफ्रेंड आहे, याचा पत्ता तिच्या घरच्यांना लागला होता. मिन म्हणाली, ''तिच्या घरचे तिला पुन्हा शहरात पाठवायला तयार नाहीत. त्यांनी तिला घरातच थांबवून ठेवलंय. त्यामुळे ही संधी मला मिळाली.'' नव्या कामात तिला पगार म्हणून दरमहा बाराशे युआन मिळायचे. चिरीमिरी म्हणून महिन्याला सहा हजार ते दहा हजार युआन. सहा महिन्यांच्या काळात तिने तीस हजार युआन साठवले. अंदाजे चार हजार डॉलर. घरी साधारण तेराशे डॉलर पाठवले तिनं. पहिल्यांदाच तिनं शहरात बँक खातं उघडलं. हेही तिच्या आई-वडिलांना पटलेलं नव्हतं. तिनं सगळे पैसे त्यांनाच पाठवावेत, अशी त्यांची अपेक्षा होती.

मिन मला म्हणाली, ''मी चिरीमिरी घेते हे कंपनीला कळलं, तर मला तिथल्या तिथे नोकरीवरून काढून टाकतील.''

''पण बरेच जण असं करतात ना?'' मी विचारलं.

''हो, पण याविषयी कधीच चर्चा होत नाही.''

आम्ही तिच्या कारखान्याजवळच्या शॉपिंग मॉलमधल्या मॅकडॉनल्डमध्ये बसलो होतो. मिननं आइस्ड कॉफी आणि फ्राइज असं मागवलं होतं. आता ती व्यवस्थित खायला लागली होती. मला आठवतं, दोन वर्षांपूर्वी ती पहिल्यांदाच मॅकडॉनल्डमध्ये गेली होती तेव्हा तिनं सँडविच घेतलं होतं. आणि त्यातला फक्त पहिला थर खाल्ला होता. आजूबाजूला कोणी सहकारी ऐकत वा पाहत नाही हे पाहून तिनं दबक्या आवाजात तिच्या नोकरीविषयी सांगितलं. पुरवठादार साधारणतः खरेदीच्या

दहा टक्के रक्कम लाच म्हणून द्यायचे. ही रक्कम रोख असायची. पैसे घेण्यासाठी मिन त्यांना कारखान्यापासून लांब कुठेतरी भेटायची. तिनं खातं उघडलं ती बँकही कारखान्यापासून दूर होती. ती खात्यात पैसे भरायला गेल्याचं कुणाला कळू नये म्हणून ही खबरदारी घेतली होती. खरेदी विभागातल्या लोकांचं काम फार आकर्षक असायचं. त्यामुळे त्यांच्या कामात ते सहसा समाधानी असायचे. कारखान्यातले सहकारी बाहेर भेटले की मिन त्यांच्याशी छान वागायची. स्वतःविषयी त्यांचं मत चांगलं राखण्यासाठी.

यश एकटं आलं नाही. ताण सोबत घेऊन आलं. ती म्हणाली, ''यापूर्वी, मला माझं काम आवडलं नाही तर मी सरळ सोडून निघून जायचे. पण आता, कंपनीला मी नकोशी झाले तर, या विचारानं पोटात गोळा येतो.''

मिननं बक्कळ पैसा कमवायला सुरुवात केल्याबरोबर आई-वडिलांसोबतच्या तिच्या नात्याला वेगळे आयाम मिळू लागले. ती घरी किती कमी पैसे पाठवते, अशी तक्रार करणं तिच्या पालकांनी सोडून दिलं. तिनं बचत केलेले पैसे कसे खर्च करायचे, याची स्वप्नं ते पाहू लागले. गावाजवळच्या वुश्युए शहरात घर घेण्याची त्यांची इच्छा होती. यासाठी किमान एक लाख वीस हजार युआन म्हणजे, साधारण पंधरा हजार डॉलर गरजेचे होते. तिच्या वडिलांना खेकड्यांबाबतची कसलीशी योजना सुरू करायची होती. त्यासाठी तीस ते पन्नास हजार युआन हवे होते. आदल्या वर्षीच्या कापसाच्या पिकात त्यांचं नुकसान झालं होतं. स्वतःचं असं काहीच भांडवल त्यांच्याकडे शिल्लक नव्हतं. मिनने दोन्ही योजनांना लाल झेंडा दाखवला. ''तुम्हाला चुटकीसरशी पैसे कुठूनही मिळणार नाहीत. हळूहळू, टप्प्याटप्प्यानंच पुढे जावं लागतं,'' तिनं वडिलांनाच जीवनाचे चार धडे दिले.

मिननं किती झटकन कुटुंबातलं सत्तास्थान बदललं, हे पाहून मला नवल वाटायचं. अमेरिकेत सात वर्षं वास्तव्य केल्यानंतर माझे आजोबा घरी परतले होते तेव्हा घरच्यांना न विचारता अभ्यासाचा विषय बदलला म्हणून त्यांच्या वडिलांनी त्यांना काठीनं बडवून काढलं होतं. माझे आजोबा इतके आधुनिक, परदेशात शिकलेले प्रतिष्ठित बनले होते; पण तरीही त्यांच्या वडिलांच्या दृष्टीनं त्यांनी जराही दर्जा प्राप्त केला नव्हता. याउलट चित्र मिनच्या घरी दिसत होतं. मिन गावापासून दूर शहरात राहूनही घरच्या गोष्टी नियंत्रित करू शकत होती. मिननं वडिलांनी ठरवलेल्या योजना तपासल्या आणि त्या हाणून पाडल्या. तिनं घरी तेराशे डॉलर दिलेले असल्यानं, तिला हा अधिकार मिळाला होता.

समाजातल्या विविध स्तरांमध्येही फरक जाणवायचा. चीनमध्ये हे वर्ग प्रामुख्यानं

व्यक्तीच्या शैक्षणिक पातळीवर आधारित आहेत. माझ्या आजोबांचे वडील शिकलेले होते. यामुळे त्यांना एक दर्जा, अधिकार प्राप्त झाला होता, भले ते घरापासून, गावापासून फार लांब कधी गेले नसतील. मिनसारखे स्थलांतरित कामगार समजातल्या निम्न स्तरातले होते. त्यांना शहरामध्ये यश मिळालं की कुटुंबातलं त्यांचं स्थान सगळ्यात वरचं बनायचं. लवकरच मिननं तिच्या भावंडांचं आयुष्य नियंत्रित करायलाही सुरुवात केली. तिच्या धाकट्या भावानं शाळेत चांगला अभ्यास केला तर उन्हाळ्याच्या सुट्टीत त्याला तोंगकुआनमध्ये इंग्रजीच्या वर्गांना जाऊ देण्याचं आश्वासन दिलं. मिनची आर्थिक स्थिती सुधारल्यानं तिची धाकटी बहीण श्यीऊचं नशीब पालटलं. हायस्कूलमध्ये प्रवेश मिळण्यासाठीच्या परीक्षेत श्यीऊ नापास झाली होती. तीनही मोठ्या बहिणी नापास झाल्यानंतर तिघींनीही व्होकेशनल स्कूलमध्ये प्रवेश घेतला होता. त्यानंतर त्या नोकरी करण्यासाठी बाहेर पडल्या होत्या. नापास होऊनही श्यीऊचं नाव हायस्कूलमध्ये नोंदवण्यासाठी जास्तीचं शुल्क भरणं मिनला परवडणारं होतं. तीन वर्षांत तिची बहीण महाविद्यालयासाठी प्रवेशपरीक्षा देण्यासाठी सज्ज झाली असती.

"तुला कोणत्या ग्रेड मिळाल्या?" मिननं घरी फोन केला होता तेव्हा बहिणीकडे विचारपूस केली.

"मला माहीत नाही," श्यीऊ म्हणाली. ती फारच लाजाळू होती.

"मी इथे ठीकठाक नोकरी करतेय. त्यामुळे तुला अजून शिकता येईल, हे माहीत आहे ना?" मिननं विचारलं. "तू चांगला अभ्यास कर, चांगल्या ग्रेड मिळव आणि माझा अपेक्षाभंग करू नकोस."

"हो, माहीतेय. मी नक्की चांगला अभ्यास करेन." तिची बहीण म्हणाली.

मिननं तिच्या मोठ्या बहिणीच्या आयुष्यातही लक्ष घातलं होतं. गुईमिनची नोकरी आणि नातेसंबंध असं दोन्ही विस्कळीत झालं होतं. एका हॅमर फॅक्टरीत काम करण्यासाठी ती पुन्हा तोंगकुआनला परतली होती. 'सारख्या नोकऱ्या बदलण्यासाठी तिचं वयही निसटत होतं,' असं मिनचं म्हणणं होतं. मिन तिला म्हणाली, "तू आता एका जागी स्थिर राहायला हवंस. स्वतःच्या प्रगतीकडे लक्ष द्यायला हवंस."

२००६ मधल्या उन्हाळ्यात मिन घरी जाऊन आली. घरी तिनं छांगहोंग ब्रँडचा टीव्ही, डीव्हीडी प्लेअर आणि पाच हजार युआन दिले. वडिलांसाठी तिनं ऐंशी युआनचा शर्ट घेतला. आजवर त्यांनी इतका छान शर्ट घेतला नव्हता. मिन जितके दिवस घरी राहिली तितके दिवस त्यांनी तोच शर्ट घातला. मिनच्या वडिलांनी नुकताच पन्नासावा वाढदिवस साजरा केला होता. ते भविष्य पाहणाऱ्याकडे गेले होते. ज्योतिष्यानं त्यांना सांगितलं की, पन्नाशीनंतर त्यांचं नशीब उजळेल. त्यांच्या

दुसऱ्या क्रमांकाच्या मुलीमुळे ज्योतिष्याची भविष्यवाणी प्रत्यक्षात साकारत असल्याचं जाणवू लागलं होतं.

* * *

२००७ मधल्या ल्युनार नववर्षासाठी मी पुन्हा मिनच्या गावी गेले. घरी लग्न असल्यानं तिनं दोन आठवडे रजा काढली होती. मिनच्या शेजारी राहणारा तिचा चुलतभाऊ एका दूरच्या गावातल्या तरुणीशी विवाहबद्ध होणार होता. वर्षभर तो युरुछ्यी नावाच्या अत्यंत दूरच्या शहरात बांधकामाच्या ठिकाणी काम करत होता. तिथे पोचायला ट्रेननं चव्वेचाळीस तास लागायचे. त्याची होणारी बायको बसनं तीन तासांच्या अंतरावर असलेल्या वुहानमधल्या एका कारखान्यात कपडे शिवण्याचं काम करायची. आदल्या वर्षी, एका मॅचमेकरनं त्यांची ओळख करून दिली. लागलीच त्यांचा साखरपुडाही झाला. त्यानंतरच्या वर्षात त्यांनी फोनवरून थान लिएनआय केलं, म्हणजे प्रियाराधना केली. मला ही पद्धत मागास वाटली. आधी साखरपुडा करायचा, नंतर डेटिंग करायला सुरुवात करायची. पण तरीही, यामुळे दोन व्यक्तींना लग्नापूर्वी एकमेकाला जाणून घ्यायची संधी मिळायची.

मी तिच्याकडे पोहोचले त्याच रात्री मिन मला तिच्या चुलतभावाची ओळख करून द्यायला त्याच्या घरी घेऊन गेली. दोन वर्षांपूर्वी, मिनच्या कुटुंबाच्या या घरातली मुख्य बेडरूम रिकामीच होती. आता मात्र तिचं रूप पालटलं होतं. नव्या फरश्या लावण्यात आल्या होत्या, फर्निचरची भाऊगर्दी झाली होती : कपड्यांचं कपाट, कोच, कॉफी टेबल. गुलाबी गादी असलेल्या डबलबेडवर इंग्रजीमध्ये हॅपीनेस हा शब्द आकर्षक अक्षरांत सगळीकडे लिहिला होता. त्या वरच्या बाजूला मिनचा चुलतभाऊ आणि त्याच्या वागदत्त वधूने खास स्टुडिओमध्ये जाऊन काढलेला फोटो लावला होता.

"किती सुंदर दिसते ही," मिन कौतुकानं म्हणाली.

"उद्या ती अशीच सुंदर दिसेलच असं नाही," मिनच्या चुलतभावानं विनोद केला.

"तुला नेमकं काय म्हणायचंय? कोणतीही मुलगी तिच्या लग्नाच्या दिवशी सगळ्यात छान दिसते." मिन त्याला म्हणाली.

लग्नानंतर मुलगा आपल्या पत्नीसह आई-वडिलांच्या घरात राहतो, अशी परंपरा असली तरी मिनचा चुलतभाऊ आणि त्याची बायको काहीच दिवस आई-वडिलांच्या घरी राहणार होते. नंतर ते कामानिमित्त निघून जाणार होते. उत्तम फर्निचर केलेली त्यांची खोली रिकामीच पडून राहणार होती. चीनच्या ग्रामीण

भागामध्ये असंख्य घरांमध्ये अशा खोल्या दिसायच्या. भरपूर खर्च करून फर्निचर केलेल्या आणि सजवलेल्या या खोल्यांच्या नशिबी वर्षातले बहुसंख्य दिवस एकाकीपणाच आलेला होता.

दुसऱ्या दिवशी सकाळी लवकर गावातली तरुण मंडळी वधूच्या घराकडे जायला निघाली. लग्नातला हुंडा वधूकडून घेऊन येण्यासाठी त्यांच्या खांद्यावर पारंपरिक टोपल्या होत्या. इथले शेतकरी अनेक शतकं खांद्यावर असा भार वाहत आले होते. तरुणांचा मात्र बराचसा उमेदीचा काळ शहरात स्थलांतरित होऊन काम करण्यात गेलेला होता. प्रामुख्यानं कारखान्यांत. खांद्यावर बांबूंचं संतुलन साधण्याचं कसब फक्त एका वयस्क व्यक्तीनं लीलया साधलं होतं. निळा पिन-स्ट्राइप सूट आणि आवडीचे लेदर शूज घातलेला नवरा मुलगा संधी मिळेल तेव्हा त्याच्या होणाऱ्या पत्नीच्या त्या दिवशीच्या सजण्या-नटण्याची खिल्ली उडवत होता. मला म्हणाला, ''आज तुम्ही तिला पाहिलंत की घाबरून जाल.'' मिन आणि तिची मोठी बहीण नवऱ्या मुलीला नव्या गावात आणताना तिची सोबत करायला गेल्या होत्या. यापूर्वी त्या गावाकडच्या लग्नात कधीही सहभागी झाल्या नव्हत्या.

नववधूच्या घरी सोहळा पाहण्यासाठी शेजारी उत्साहात जमले होते. अंगणात सगळा चिखल झाला होता. घरातल्या एका खोलीत हुंड्याचं सामान ठेवलं होतं. घरगुती उपकरणांच्या दुकानातला माल संपवण्यासाठी एखादा सेल लागावा त्याप्रमाणे खोली भरलेली होती. फ्रिज, एअर कंडिशनर, हॉट-वॉटर डिस्पेन्सर, वॉशिंग मशिन, हाय डेफिनिशन टीव्ही, स्टीरिओ अशा वस्तू होत्या. बाजूच्या खोलीत नववधू सजून, खाली मान घालून बसली होती. तिची आई, आजी आणि आत्या रडत, दुःख करत बसल्या होत्या. मुलीची पाठवणी करताना दुःख व्यक्त करण्याची गावातली पद्धतच होती.

हुंड्यातल्या वस्तू पळवून नेण्यासाठी तरुण एक एक करून घरात धावत येत होते, तर त्यांना रोखण्यासाठी वधूचे कुटुंबीय आणि मित्रपरिवार प्रतिकार करत होते. सगळ्या वस्तू अंगणात आणून ठेवण्यासाठी तासभरापेक्षा जास्त वेळ लागला. या वस्तू अंगणात टोपलीत ठेवण्यात आल्या किंवा बांबूला घट्ट बांधण्यात आल्या. नवऱ्या मुलाला सक्तीनं एक मुखवटा घालण्यात आला. त्या मुखवट्याला मिशा लावलेल्या होत्या. डोळ्यावर चश्मा रंगवलेला होता. गळ्याभोवती भांडी लटकवली होती. या सगळ्या लव्याजम्याच्या सर्वांत पुढे नवरदेव होता. अशाच अवतारात ही वरात गावाच्या बाहेर आली. सांस्कृतिक क्रांतीच्या काळात बळी पडलेल्यांचीही अशीच धिंड काढली जायची. लग्नातल्या या प्रसंगात, नवऱ्या

मुलाच्या चेहऱ्यावर हास्य होतं, इतकाच काय तो फरक.

विवाहानिमित्त भोजनसमारंभ मुलीच्या घरीच झाला. परंपरांनुसार साग्रसंगीत. जेवायला बारा प्रकारचे पदार्थ होते. अध्येमध्ये फटाक्यांची आतषबाजीही सुरू होती. मेजवानीमध्ये प्रत्येक टेबलासाठी एक संपूर्ण मासा होता. चिकनभोवती डझनभर उकडलेली अंडी सजवलेली होती. तांदळाचा एक गोड पदार्थही होता. त्याचा गोल आकार परिपूर्ण आनंदाचं प्रतीक होतं.

दुपारच्या वेळी नववधू नवऱ्या मुलाच्या घरी जाण्यासाठी तयार झाली. मिन आणि तिची बहीण नववधूच्या सुरक्षेसाठी तिच्यासोबत होत्याच; पण लग्नाला आलेली इतर काही पाहुणे मंडळीही नवरीला कोणी हिरावून नेऊ नये म्हणून तिच्यासोबत चालत होती. हे सगळं वऱ्हाड काहीच पावलं चाललं आणि रस्त्यावर अचानक थांबलं. सगळ्यांनी मिन आणि गुईमिनला गाणं म्हणण्यासाठी जोरदार आग्रह केला. दोघींचं गाणं झाल्यावर वऱ्हाड किंचित पुढे गेलं; पुन्हा थांबलं. पुन्हा गाण्याचा आग्रह सुरू झाला. मिन आणि गुईमिनची अशी फिरकी घेण्यासाठी आणि धमाल करण्यासाठी जवळजवळ अखंड गाव लोटलं होतं.

आणखी मोठ्यानं गा ना!

एकच गाणं पुरेसं नाही हां!

सगळे जण गांभीर्याचा आव आणून दोघींची फिरकी ताणत होते. दोन आडदांड व्यक्ती आणि मध्यम वयाच्या असंख्य महिलांनी यासाठी हिरिरीनं पुढाकार घेतला होता. त्यांच्या आग्रहापुढे मिन आणि गुईमिन हतबल झाल्या. दोघींनी नजर जमिनीकडे खिळवत, लहान मुलांसारखं गाणं म्हटलं. त्यांच्या या धमालीमध्ये अचानक मला एकाकी वाटू लागलं. कुणीतरी परकी असल्यासारखं. चिनी मंडळी आपापल्या गोतावळ्यात रममाण झाल्याचं दृश्य मला नवं नव्हतं. मी लांबून ते निरखत होते. माझ्या मनात विचार सुरू झाले होते. सांस्कृतिक क्रांतीची पाळंमुळं कदाचित चीनमधल्या गावांच्या वैशिष्ट्यांमध्ये दडलेली असणार. गावांमधल्या वेगवेगळ्या परंपरांमुळे, घोळक्यात सगळ्यांना सुरक्षित वाटत असणार. एकटं राहणं धोक्याचं होतं. घोळक्यात असताना ताकद आणि आत्मविश्वास दुणावतो. मोठ्या आवाजात गाण्यासाठी गावकरी मिन आणि गुईमिनच्या अंगावर ओरडत होते किंवा त्यांच्या गाण्यावर टीका करत होते, तेव्हा ज्याचा आवाज सगळ्यात मोठा त्याची चलती असल्याचं दिसत होतं. या गर्दीच्या मध्यभागी मान खाली घालून उभ्या असलेल्या मिन आणि गुईमिन ते सगळं कधी संपतंय याची वाट बघत होत्या.

शेवटी, नवऱ्यामुलाकडची माणसं आमच्या दृष्टीस पडली. नववधूला सोडावं

म्हणून वाटाघाटी करण्यासाठी नवऱ्यामुलाच्या वऱ्हाडातले एक एक तरुण पुढे येत होते. सिगारेट देऊ करत होते. उत्स्फूर्तपणे परफॉर्म करत होते. वधूकडचे गावकरी मात्र बधत नव्हते; उलट त्या तरुणांचा अपमान करत होते. शेवटी नवरा मुलगाच सरसावला आणि वधूला घेऊन निघू लागला. या खास समारंभासाठी भाड्यानं घेतलेल्या काळ्या सेदान गाडीमध्ये वधूला घेऊन गेला.

आधीची मेजवानी पोटातून हलली नसतानाही, नवऱ्या मुलाच्या घरी वऱ्हाडी मंडळी पुढच्या मेजवानीसाठी सरसावून बसली होती. विवाह संपन्न झाल्याची औपचारिक घोषणा किंवा लग्नाची गाठ बांधण्यासाठी एखादा विधी होण्याची मी वाट बघत होते; पण तसं काहीच घडलं नाही. त्यांच्या या रीतिरिवाजांमधून त्यांच्या दृष्टीनं लग्नाचे वेगवेगळे अर्थ दिसून येत होते- कुटुंबांमध्ये मालमत्तेची देवाण-घेवाण, शत्रुत्व असलेल्या गावांनी समोरासमोर येणं. पण कोणत्याही प्रथेमध्ये नवरा मुलगा आणि मुलगी यांच्या नव्या नात्याला सुरुवात होत असल्याची चिन्हं दिसत नव्हती. या सगळ्या रीतींचा परिपाक म्हणून अपघातानं ती दोघं एकत्र असल्यासारखं दिसत होतं. त्यानंतर मद्य देण्यात आलं. गुईमिन तिच्या चुलतभावाकडे आणि नव्या नवरीकडे गेली. परंपरेचं पालन करत म्हणाली, "आता लवकरात लवकर छानसा मुलगा होऊ दे."

माझ्या मुक्कामातले उरलेले दिवस पटापट निघून गेले. मिनचं कुटुंब त्यांच्या पूर्वजांना आदरांजली वाहण्यासाठी पूर्वजांच्या कबरी असलेल्या पर्वताच्या दिशेनं गेलं. मिन तिच्या काकांचं घर पाहायला गेली. तिचे काकाही स्थलांतरित गवंडी होते. त्यांनी स्वतःच्या कमाईतून तीन मजली घर बांधलं होतं. घरामध्ये फर्निचर करण्यासाठी पुढल्या वर्षी तिचे काका पैसे घेऊन येईपर्यंत ते घर रिकामंच राहणार होतं. दुसऱ्या दिवशी ती तिच्या आत्याला भेटायला गेली. ही आत्या शहरात कपडे विकायची. एकत्रितपणे दुकानात गुंतवणूक करता येईल का, याची शक्यता चाचपण्यासाठी मिन गेली होती. एका संध्याकाळी, मिनच्या काकांनी तिच्या मोठ्या बहिणीसाठी एक मुलगा दाखवायला आणला. संपूर्ण संध्याकाळ गुईमिन त्याच्याशी एकही शब्द बोलली नाही; पण रात्री तो झोपायला गेल्यानंतर म्हणाली, "याच्या मेंदूची वात तेवत नाही वाटतं पटकन." तो मुलगा सकाळी नाश्ता करण्यापूर्वीच तिथून निघून गेला.

तिथल्या माझ्या मुक्कामातल्या शेवटच्या दिवशी, मिन सकाळी मला सोडण्यासाठी बस स्थानकापर्यंत आली होती. तिला तोंगकुआनला परतण्यासाठी आणखी एक आठवडा होता. दोन वर्षांपूर्वी मिन शहरात घेऊन गेली होती तो तिचा जुना बॉयफ्रेंड

हु थाओ पुन्हा तिच्या संपर्कात आला होता. त्या दोघांनी पुन्हा एकत्र यावं, असं त्याला वाटत होतं. त्याच दिवशी तो त्याच्या आईशी तिची भेटही घालून देणार होता.

मिन म्हणाली, ''मला बाकी कोणी भावलं नाही तर काही वर्षांनी मला याच्याशी लग्न करायला काही हरकत नाही.'' शहरात दुकान सुरू केलेल्या गावाकडच्या एका तरुणालाही ती भेटणार होती. लग्नाचं काय होईल, याची फार चिंता मिनला लागलेली दिसत नव्हती. घरातल्या चारही मुलींची लग्नं त्यांच्या वयाच्या क्रमानुसार होणं अपेक्षित होतं. गुईमिनचं लग्न होईपर्यंत मिनच्या मागे लग्नासाठी कोणी लकडा लावणार नव्हतं.

बस स्थानकात मी तिकीट काढलं आणि वुहानला जाणारी बस पकडली. खिडकीतून मिनला हात दाखवला. मिन हसली आणि तिनंही मला हात केला. पावसाला सुरुवात होणार होती. भिजायला नको म्हणून ती आडोशासाठी जवळच्या दुकानात शिरली. माझी बस स्थानकातून बाहेर जात असताना, मी मिनला मोबाइल फोनवर पटापट मेसेज टाइप करताना पाहिलं. आता कुठे जायचं, हे ती ठरवत होती. नेहमीप्रमाणेच तिनं चोख नियोजन केलेलं असणार होतं.

सम्राटाचं थडगं

सन १९८७ मधल्या शरद ऋतूमध्ये, माझ्या वडिलांचा चुलतभाऊ लिच्याओने ईशान्येकडच्या दोन प्रांतांच्या राजकीय सल्लागार समित्यांना पत्र लिहायला घेतलं. पत्राचं शीर्षक होतं- 'चांग शनफु यांच्या शिळेवर तातडीने शिलालेख लिहिण्याच्या आवश्यकतेसंबंधी.' एक्केचाळीस वर्षांपूर्वी हे जग सोडून गेलेल्या आपल्या काकांच्या कबरीबाजूच्या शिळेवर शब्द कोरले जातील, अशी आशा लिच्याओला होती.

> चांग शनफु म्हणजे माझे काका. त्यांच्या थडग्यावरील शिलालेखाचा प्रश्न लवकरात लवकर सोडवला जावा, अशी माझी प्रामाणिक अपेक्षा आहे. यामुळे परदेशातील युनायटेड फ्रंटचे कार्य उभारण्यात आम्हाला मदत होईल.

लिच्याओच्या मुलांनी हाती लिहिलेल्या एका पत्राचा मसुदा माझ्या हातात दिला. तब्बल बारा पानी होता तो. या मुलांना आमच्या कुटुंबाची माहिती देणं जमत नव्हतं, पण या पत्रामध्ये लिच्याओनं बरंच लिहून ठेवलं होतं- माझे आजोबा अमेरिकेत असतानाच्या आठवणी, चीनमधल्या खाणकाम क्षेत्रातलं त्यांचं उल्लेखनीय योगदान, त्यांची हत्या आणि अंत्यविधी. या सगळ्या घटनांबद्दलचा लिच्याओच्या दृष्टीनं असलेला इतिहास त्यामध्ये होता.

अगोदर थडगं म्हणजे केवळ मार्बलचा काळा दगड होता. त्यावर 'श्री. चांग शनफु यांचं थडगं' इतकंच लिहिलेलं होतं. प्रत्येक अक्षर दहा बाय दहा सेंटिमीटर आकारात कोरलेलं होतं. थडग्याच्या समोर उजव्या बाजूला शिळा होती. त्यावर काहीच कोरलेलं नव्हतं...

सन १९४८ मधल्या पानगळीच्या काळात, शनयांगला स्वातंत्र्य मिळालं. बीजिंगमध्ये आधारहीन झालेल्या शीळांनजीक चांग शनफु यांचे थडगे आणि शिळा निःशब्द होते... लि श्यीआंगहंग त्यांच्या मुलांना घेऊन तैवानला गेल्या... त्यांचा पुतण्या चांग लिच्याओ त्यांच्यासोबत गेला नाही; तो चीनच्या मुख्य भूमीतच राहिला. जानेवारी १९४९ नंतर, त्याचा त्यांच्याशी काहीच संपर्क राहिला नव्हता.

सन १९७९ मध्ये, लिच्याओ तीस वर्षांत पहिल्यांदाच थडग्याकडे परतला. थडगं तिथून नाहीसं झालं होतं अन् माझ्या आजोबांचे अवशेष इतस्ततः पसरलेले होते. नाव नसलेली शिळा मात्र तशीच्या तशी होती- तिचं भविष्य माझ्या आजीनं जणू काय आधीच पाहिलं होतं. थडग्याजवळच्या शिळेवर नाव नसल्यानं ती सुरक्षित राहिली होती. लिच्याओनं त्याच्या पत्रात हे थडगं पुन्हा दुरुस्त करण्याची, तसंच तपशिलासह नवी शिळा उभारण्याची परवानगी संबंधित अधिकाऱ्यांकडे मागितली होती. कबर सार्वजनिक ठिकाणी अतिशय मोक्याच्या जागी असल्यानं लिच्याओला या बाबतीत स्वतःचा स्वतः निर्णय घेणं शक्य नव्हतं.

चांग शनफु यांचा दुसरा मुलगा आणि थोरला मुलगा या दोघांनाही मातृभूमीबद्दल निस्सीम प्रेम होतं. दोघंही अनेकदा मायदेशी येत. राष्ट्रनिर्मितीसाठी त्यांनी लक्षणीय योगदान दिलं... अलीकडेच, पक्षाच्या केंद्रीय समितीनं युनायटेड फ्रंटचं काम परदेशात वाढवण्याचा आणि परदेशातून जनाधार, मित्रपरिवार मिळवण्याचा महत्त्वाचा ठराव मांडल्याचं म्हटलं जातं.

'युनायटेड फ्रंट' म्हणजे कम्युनिस्ट पक्षानं पक्षाबाहेरच्या चिनी मंडळींची मनं, विश्वास जिंकण्यासाठी आखलेलं धोरण होतं. ही चिनी मंडळी हाँगकाँग, तैवान आणि परदेशातलीही होती. आपल्या काकांच्या नावानं केलेली वैयक्तिक स्वरूपाची विनंती फारशी प्रभावी ठरणार नाही, याची कल्पना राजकीय चळवळींचा अनुभव असलेल्या लिच्याओला होती. देशभक्तीला साद घालणं गरजेचं होतं. हा सगळा विषय कौटुंबिक नाही, तर देशापुढचा प्रश्न असल्याचं अधोरेखित करणं महत्त्वाचं होतं. माझ्या आजोबांचं संपूर्ण आयुष्य अशा प्रकारच्या चौकटीत ढकललं गेलं होतं.

आता त्यांच्या मृत्यूनंतरही तीच परिस्थिती होती.

लिच्याओच्या पत्राला नोकरशाहीनं तातडीनं प्रतिसाद दिला नाही. दोन महिन्यांनी त्यानं पुन्हा एक पत्र लिहिलं. पुन्हा अधिकाऱ्यांचा पाठिंबा मागितला. थडग्यावर कोरण्यासाठी लागणारा सगळा खर्च स्वतः समाविष्ट करण्याचंही पत्रात स्पष्ट केलं. नंतरच्या वर्षातल्या नोव्हेंबरमध्ये मंजुरी मिळाल्यानंतर अखेरीस, माझ्या आजोबांच्या थडग्याच्या जागी नवं थडगं उभारण्यात आलं. लिच्याओनं आणखी एक अंतिम पत्र लिहिलं, 'माझं आणि चीनमधल्या आणि चीनबाहेरच्याही माझ्या नातेवाइकांचं दीर्घ काळापासूनचं स्वप्न प्रत्यक्षात साकारलं', अशा आशयाचं.

> शब्द नसलेल्या शिळेचं रूपांतर शब्द असलेल्या शिळेमध्ये झाल्यामुळे आमच्या पूर्वजांना आदरांजली वाहण्यासाठी सर्व वंशजांना निश्चित जागा मिळाली आहे. त्यामुळे ते स्वतःला नशीबवान समजत आहेत.

लिच्याओचा मृत्यू फेब्रुवारी २००६मध्ये झाला. हर्बिनमधल्या त्याच्या घरी मी जाऊन आल्यानंतर वर्षभराच्या आत. त्याला तसं दीर्घायुष्य मिळालं. त्यानं ज्या विद्यापीठात शिकवलं तिथेच त्याची तीनही मुलं स्थिरावलेली त्यानं पाहिली. त्याच विद्यापीठात त्याच्या नातीलाही प्रवेश मिळाला. सन १९८५ मध्ये, त्याला प्रांत-स्तरीय शिक्षणविषयक पुरस्कारानं गौरवण्यात आलं. हा सन्मान मिळालेला त्याच्या विद्यापीठातला तो एकमेव होता. त्याच्या कुटुंबीयांसाठी मात्र त्याला झालेल्या वेदनांची खपली या पुरस्कारामुळे पुन्हा काढली गेली. त्याची मुलगी यिनछ्याओ मला म्हणाली, "मला वाटतं, त्या काळात माझे वडील ज्या प्रकारे जगले, त्यासाठी विशाल मनच असायला हवं. लोकांनी त्यांच्या सभ्यतेचं आणि मर्यादशीलतेचं कौतुक केलं. त्यांच्या अंत्ययात्रेला जवळजवळ चारशे लोक आले होते. इतके जण येतील, अशी आम्ही अपेक्षाच नव्हती केली."

ती म्हणाली, अखेरच्या श्वासापर्यंत लिच्याओनं कम्युनिस्ट पक्षावर निष्ठा कायम ठेवली. राजकीय हल्ल्यांमुळे त्याचे वडील आत्महत्येस प्रवृत्त कसे झाले, याविषयी लिच्याओनं कधीही अवाक्षर काढलं नाही. त्यांना जे सोसावं लागलं त्याचं भांडवल कधीच केलं नाही. सांस्कृतिक क्रांतीच्या दरम्यान आलेल्या अनुभवांविषयी माझ्या वडिलांनी त्याला असंख्य वेळा विचारलं, पण लिच्याओनं कधीच काही सांगितलं नाही. 'तो जेव्हा जेव्हा याविषयी बोलायचा, तेव्हा फक्त चांगलंच बोलायचा. कम्युनिस्ट पक्ष किती चांगला होता, याचं गुणगान गायचा. मला वाटतं, जीवनाच्या अखेरीपर्यंत तो घाबरलेला होता. त्रास भोगलेल्या त्याच्यासारख्या असंख्य लोकांना वाटायचं की, वर्तमानकाळ म्हणजे केवळ आणखी एक राजकीय

चळवळ आहे. पूर्वीसारखी परिस्थिती परत निर्माण होणार नाही, यावर त्यांचा विश्वासच बसत नाही.'

लिच्याओच्या मुलीचं मत वेगळं होतं. 'माझ्या वडिलांनी तुझ्या वडिलांना या सगळ्या गोष्टी कधीच सांगितल्या नाहीत. कदाचित त्यांना वाटलं असेल की तुझे वडील परदेशात राहिलेले आहेत. आणि हा सगळा विषय देशातला कौटुंबिक कलह होता', असं त्याच्या मुलीनं मला सांगितलं. तिच्या वडिलांना भीतीमुळे नाही, तर लाजेमुळे शांत राहणं योग्य वाटलं असावं, असं मला तिच्या विचारांमधून जाणवलं.

* * *

२००५ वर्षाच्या शेवटच्या दिवशी, मी शनयांग पार्कमध्ये माझ्या आजोबांच्या थडग्याजवळ गेले. थंडगार सकाळी, हवेत कोळशाच्या जळण्याचा वास पसरला होता. पार्कमध्ये गर्दी होती. निवृत्त मंडळींचं प्रमाण जास्त होतं. अनेक आजोबा जॉगिंग करत होते आणि आज्या थाय छीचा सराव करत होत्या. पादचारी पुलावरून जात असताना पुलाखालचा तलाव पाहण्यासाठी मी क्षणभर थांबले. लंबवर्तुळाकार रुंद रस्ता करण्यासाठी तिथला बर्फाचा ढीग दूर करण्यात आला होता. चॅम्पिअन रेसरसारख्या स्थितीत लोक स्केटिंग करत होते. मध्यम वय ओलांडलेल्या एका महिलेनं अंगावर कपड्यांचे अनेक थर चढवले होते. तिनं चेहऱ्यावर सर्जिकल मास्क घातला होता. शनयांगमधल्या बोचऱ्या हिवाळ्यात या मास्कचा वापर सर्रास केला जातो. माझं तिच्याकडे लक्ष जाताच तिनं एका पायावर सगळा तोल सावरत दुसरा पाय मागे नेत ताणला. असं करताना ती पुढे फार झुकली होती, पुन्हा सावरली. हे करताना आपल्याला कुणी पाहिलं का, या विचारानं ती इकडे-तिकडे बघत होती.

पडलेल्या शिळा येईपर्यंत मी चालत राहिले. मंच्यु लिपीमध्ये काहीतरी कोरलेले दोन स्तंभ दृष्टीस पडले. छ्यींग सम्राटाच्या कबरीच्या दिशेनं जाणाऱ्या मार्गाची ही सुरुवात होती. एका बाजूला, सभोवताली देवदार वृक्ष असलेल्या लहानशा जागेत मी एक कबर पाहिली. माझ्या आजोबांची कबर दर्शवणारी शिळा वीस फूट उंच होती. करड्या रंगाच्या सिमेंटवर लाल रंगात अक्षरं कोरली होती :

चांग शनफु यांचे स्मारक
चीनच्या खाणकाम उद्योगाचे शिल्पकार
च्यीलीन प्रांत, च्यौथाय काउंटी, लिउथाय गाव
१८९८-१९४६

मी हा मजकूर सावकाश वाचला. शब्दन्‌शब्द. हा मजकूर अगदीच त्रोटक होता. केवळ चार ओळींचा. पण त्यात लिहिलेला सगळा तपशील खरा होता. कोणत्याच माहितीत फेरफार केलेली नव्हती. हा मजकूर लिहिताना त्यामध्ये राजकीय वैमनस्याचा हस्तक्षेप झालेला नव्हता. एखाद्या व्यक्तीचं जीवन चिनी भाषेतल्या अवघ्या पस्तीस अक्षरांत लिहायचं असेल तर हा मजकूर बरोबर होता - व्यक्तीचा जन्म-मृत्यू, व्यक्तीचं काम, मूळ ठिकाण आणि व्यक्तीचं नाव.

या शिळेसमोर मी नुसतीच उभी होते. नेमकं काय करावं ते सुचत नव्हतं. आजोबांना आदरांजली वाहण्यासाठी मी गुडघ्यावर टेकले नाही, की प्रथेप्रमाणे काही जाळलं नाही. काही काळ मी आजोबांच्या थडग्यासमोर नुसती उभी राहिले. कुणीही कसलाही अडथळा आणला नाही. काही पुरुषांनी पडक्या शिळेजवळ शटलकॉक फेकलं. पण त्यामुळे मी जराही विचलित झाले नाही. खूप वेळ तिथे थांबल्यावर थंडी वाजायला लागली म्हणून शेवटी मी तिथून निघाले.

मी तिथून निघत असताना एक माणूस सायकलवरून गेला. त्याच्या सायकलच्या मागच्या बाजूला टेपरेकॉर्डर लावला होता. त्यावर, स्थलांतरितांसाठीचं त्या वर्षीचं गीत वाजत होतं. प्रत्येक रस्त्यावर कारखाना असलेल्या आणि माओ यांचा कुठेही उल्लेख नसलेलं ऐतिहासिक वस्तुसंग्रहालय असलेल्या खूप लांबवरच्या ठिकाणचं हे गीत होतं.

माझं तुझ्यावर प्रेम आहे.
खूप प्रेम आहे.
उंदराला भाताचं प्रेम असावं इतकं.
कितीही वारा आणि पाऊस येऊ दे
मी कायम तुझ्यासोबत असेन

मी माझ्या आजोबांचा जीवनपट डोळ्यांसमोर आणला तेव्हा संधी गमावण्याचं त्यांचं दुःख पावलोपावली जाणवलं. तरुण असताना त्यांनी घर सोडलं. एकदा बीजिंगला जायला, मग अमेरिकेला जायला. आधी ते अभ्यासासाठी घरून बाहेर पडले, नंतर देशसेवा करण्यासाठी घरापासून दुरावले. ते परकीय वातावरणात राहिले. त्यांचं लक्ष्य निश्चित करण्यासाठी भरपूर संघर्ष केला. नेहमीच त्यांना प्रचंड कष्ट उपसावे लागले. कर्तव्यनिष्ठतेमुळेच ते फुशुन खाणीकडे ओढले गेले, धोक्याच्या सूचना कितीही दिसत होत्या तरीही! हिवाळ्यातल्या शेवटच्या रात्री, ते ज्या ट्रेनमधून प्रवास करत होते, त्याच ट्रेनमध्ये काही सशस्त्र पुरुष चढले. त्यांनी

संगिनीने त्यांच्यावर हल्ला चढवला. त्यांना भोसकलं. त्यांचं सगळं शिक्षण, सगळे प्रयत्न एका क्षणात होत्याचे नव्हते झाले. अशा धारदार शस्त्रांपुढे व्यक्तीचा आदर्शवाद निष्प्रभ ठरतो. माझ्या आजोबांच्या मृत्यूनंतर काही वर्षांनी, त्यांच्या स्वप्नातल्या चीनचं आश्वासनही मरण पावलं.

ज्या प्रकारे सगळ्या घडामोडी घडल्याचं समोर आलं, त्यातून हा अपघात असेल, असं वाटत नव्हतं. माझ्या आजोबांची रोजनिशी वाचल्यानंतर किंवा गावातल्या लग्नामध्ये मिन आणि तिच्या बहिणीवर ज्या प्रकारे जमाव तुटून पडला, त्यातून चीनमध्ये काय चुकतंय ते सारखं अधोरेखित होत असल्याचं मला जाणवलं. कुटुंब आणि देशाचं दडपण जबरदस्त होतं. यामुळेच असंख्य लोक अशा जीवनात ढकलले गेले, जे त्यांनी अन्यथा कधीच निवडलं नसतं. देशासाठी काहीतरी करायचं, हा मुद्दा कळीचा नसता तर माझे आजोबा कधीही खाणकाम अभियंते बनले नसते आणि ते फुशुन खाणीतही कधी गेले नसते. पण ते चिनी असल्याचं दडपण घेऊन जन्माला आले होते. त्या दबावामुळेच त्यांचं आयुष्य अशा प्रकारे घडलं. याच कारणामुळे, सन १९४८ मधल्या शरद ऋतूत लिच्याओ आणि चाओ होंगची जायचे थांबले. याच कारणामुळे माझ्या वडिलांनी अनेक भावना दाबून ठेवल्या होत्या. माझी आत्या नल्लीनं तिच्या भावना काव्याद्वारे व्यक्त केल्या होत्या. आणि, यामुळेच लिच्याओच्या मुलांनी भूतकाळाला कायमचं विस्मरणात टाकलं होतं. फक्त चांग होंगनं आठवणी जाग्या ठेवायचं ठरवलं होतं. त्याच्यासाठी ही स्मरणशक्ती यातनादायी ठरली होती.

कदाचित याचमुळे, मला माहीत होतं त्याहीपेक्षा मी जास्त चिनी होते. आता मी या सगळ्या माणसांना ओळखू लागले असल्यानं एक एक कोडं उलगडत होतं. एखादी व्यक्ती आपली कथा न सांगण्याचं का ठरवते किंवा कथा का सांगू शकत नाही, किंवा कोणतीही भावना व्यक्त का करत नाही, ते मला समजू लागलं होतं. असं केलं तर भावनांचं वर्चस्व वाढण्याचा धोका असायचा. नल्ली आत्यानं तिच्या वडिलांसाठी लिहिलेल्या कवितेचा अर्थही आता मला उमगत होता. मनात खदखदत असलेला भावनावेग रोखण्यासाठी तिनं मनाच्या कोपऱ्यात दडवलेलं सगळं दुःख योग्य आणि ठोस पद्धतीनं कवितेमार्फत कागदावर उतरवलं होतं. शेवटच्या कडव्यामध्ये तिच्या भावनांचा बांध फुटला होता. आजवर सगळ्यांपासून लपवलेल्या जखमांची खपली निघून त्या जगासमोर भळभळू लागल्या होत्या. 'पण, बाबा, मला या सगळ्याचा तिरस्कार वाटतो!' असं तिनं शेवटी लिहिलं होतं.

माझ्या कुटुंबाची कहाणी जाणल्यानंतर, दक्षिणेकडच्या शहरांतल्या कारखान्यांकडे पाहण्याचा माझा दृष्टिकोनच बदलून गेला. मिन आणि छुनमिंग वावरत असलेल्या स्थलांतरितांच्या विश्वातल्या असंख्य गोष्टी आवडणार नाहीत, अशा होत्या. जसं

की, भौतिकवाद, भ्रष्टाचार, दररोजच्या संघर्षातला निकृष्टपणा. पण आता तुमचं गाव सोडण्याची, तुमचं नशीब बदलण्याची संधी निर्माण झाली होती. वेगळ्या जीवनाची स्वप्नं बघणं आणि ती प्रत्यक्षात आणणं शक्य होत होतं. माझ्या आजोबांनी जो जीवनप्रवास करायचं धाडस केलं, ते आता हे लाखो स्थलांतरित दररोज करत होते - या तरुणांनी घरं सोडली, ते अनोळखी भूमीमध्ये गेले, त्यांनी कठोर परिश्रम केले. पण आजकाल, या सगळ्यामागचं उद्दिष्ट चीनचं नशीब बदलणं हा नव्हता; त्यांना फक्त स्वतःच्या नशिबाची चिंता होती. त्यांनी स्वतःचे निर्णय स्वतः घेतले. घरातल्या मोठ्या माणसांच्या दबावाला बळी पडून नाही. हे विश्व वाईट असलं तरी किमान त्यांनी ते स्वतः निवडलेलं होतं.

कदाचित, एकविसाव्या शतकात चीनमध्ये इतकं भयानक चुकीचं काहीतरी घडलं की लोकांना नव्यानं सुरुवात करावी लागली. या वेळी ही नवी सुरुवात व्यक्तिकेंद्रित होती. कुटुंब, इतिहास, देश यांचं दडपण झुगारणारी होती. दीर्घ काळ मी तोंगकुआनकडे भूतकाळ नसलेलं शहर म्हणून पाहत होते; पण माझा हा समज चुकीचा असल्याचं मला जाणवलं. भूतकाळाची सावली कायमच होती. या वेळी तरी आपण त्याकडे योग्य दृष्टीने पाहू, अशी आशा करत.

* * *

माझ्या कुटुंबातल्या व्यक्तींपैकी माझं सगळ्यात शेवटी बोलणं झालं ते माझ्या एका आत्याशी. आयरिनशी. माझ्या बाबांची सगळ्यात धाकटी बहीण. तिचे वडील वारले तेव्हा ती अवघ्या सात वर्षांची होती. वडिलांची केवळ एकच आठवण तिच्याकडे होता- ट्रिपहून घरी येत असताना ते मोठ्या मिश्या वाढवून आले होते. तिच्या पोटाचा पापा घेऊन त्यांनी तिला खूप हसवलं होतं.

माझ्या आजोबांच्या मृत्यूनंतरही ते त्यांच्या मुलांच्या आयुष्यात जणू जिवंतच होते. आयरिनला अभ्यास करून दमायला झालं की तिची आई म्हणायची, 'तुझ्या वडिलांनी देशासाठी प्राणही गमावले. तुम्ही भरपूर कष्ट करून त्यांच्यासारखं मोठं व्हायला हवं.' बीजिंगमध्ये बारा इलेक्ट्रिक ट्रामलाइन होत्या. त्यांपैकी प्रत्येक ठिकाणी देशासाठी शहीद झालेल्यांची नावं देण्यात आली. माझ्या वडिलांचा भाऊ लुख याला लहान असताना चांग शनफु ट्राममध्ये बसल्याचं अजूनही आठवतं. फुशुन संकुलातल्या खाणीला शनफु खाण असं नाव दिलं होतं. शनयांगमधला रस्ता शनफु मार्ग नावानं ओळखला जाऊ लागला. आणि, त्यांना ज्या स्थानकावर रेल्वेगाडीतून खाली खेचण्यात आलं आणि जिवानिशी मारण्यात आलं, त्या एकाकी स्थानकाचं नामकरण चांग शनफु असं करण्यात आलं. माझ्या आजोबांचं

नाव चीनच्या नकाशावर कोरण्यात आलं होतं. कम्युनिस्टांनी देशाचा ताबा घेतल्यावर मात्र सगळी नावं बदलून टाकण्यात आली.

आयरिन तैवानमधल्या मिडल स्कूलमध्ये होती तेव्हा त्यांचा वर्ग ट्रिपला गेला होता. त्यांनी एका व्यक्तीच्या हत्येविषयी प्रदर्शन पाहिलं. त्यामध्ये त्या व्यक्तीच्या हत्येचा तपशील आणि जखमी अवस्थेत असलेल्या त्याच्या शवाची छायाचित्रंही होती. आयरिनला हा प्रसंग आठवतो, ''मला वाटलं, कुणीतरी बिचारा असेल; पण त्यानंतर मी माझ्या वडिलांचं नाव पाहिलं.'' तिला भोवळ आली. ही छायाचित्रं म्हणजे सरकारच्या कम्युनिस्टविरोधी प्रचाराचा भाग होता. आयरिननं ती छायाचित्रं कधीच पाहिली नव्हती. तिनं तिच्या वडिलांचा चेहराही ओळखला नव्हता- त्यांचं नावच केवळ तिच्या लक्षात आलं होतं.

चीनमधून बाहेर पडलेल्या त्यांच्या भावंडांपैकी केवळ आयरिननं त्यांच्या आईसोबत जास्त काळ घालवला होता. आयरिनची मोठी बहीण आणि भाऊ चीन सोडून अमेरिकेला गेल्यावर बराच काळ आयरिन एकटीच आईसोबत होती. या काळात तिनं आईकडून अनेक कथा, प्रसंग ऐकले. काही काळानं आयरिनही अमेरिकेला गेली. नंतर ती तैवानला परतली. माझ्या आजीच्या मृत्यूच्या दरम्यानच्या उन्हाळ्याच्या काळात ती काही वेळ आजीसोबत होती. अनेक जणांनी माझ्याशी बोलताना जुन्या आठवणींना उजाळा दिला, पण आयरिनचं आठवणींचं विश्व वेगळंच होतं. तिच्या आठवणींनुसार, तिची आई अतिशय स्वतंत्र विचारांची होती. ती परंपरांना भेदून परदेशात जाण्याच्या निर्णयावर ठाम राहिली. तिचे वडील बंडखोर होते. त्यांच्या देशभक्तिपर ध्येयवादामुळे कुटुंबात दरी निर्माण झाली होती. प्रत्येक गोष्ट राजकीय दृष्टिकोनातून पाहायची, असं माझ्या आजोबांच्या पिढीचं दडपण होतं. पण आयरिनच्या कथा मात्र त्यांच्या जीवनातल्या वैयक्तिक पैलूंवर प्रकाश टाकणाऱ्या होत्या.

अखेरीपर्यंत खेद राहील. माझ्या पणजोबांच्या अंत्ययात्रेदरम्यान कपड्यांवर कोरलेल्या या शब्दांतून, जपानने मंचुरियावर घेतलेल्या ताब्याबाबत पणजोबांचा खेद स्पष्ट होत असल्याचं अनेकांनी मला सांगितलं होतं. याचा आयरिननं लावलेला अर्थ मात्र वेगळा होता. माझे आजोबा सात वर्षं अमेरिकेत राहून परतल्यानंतर त्यांनी लिउथायमध्ये राहून मालमत्तेची जबाबदारी घ्यावी, अशी त्यांच्या वडिलांची इच्छा होती. पण माझ्या आजोबांनी तिथून बाहेर पडण्याचा निर्णय घेतल्यावर त्यांचे वडील संतापले होते. जपानींनी केलेल्या हल्ल्यामुळे वडील आणि मुलगा यांच्यातील संवाद आटला होता. त्यांना एकत्र येण्याची संधीच मिळाली नाही. 'त्यांनी आपल्या मुलांना ज्या प्रकारे वागवलं त्यासाठी एक प्रकारे खेद होता', आत्या म्हणाली. माझ्या आजोबांच्या मृत्यूबाबतही तिचं म्हणणं

इतरांपेक्षा वेगळं होतं. शरीरावरच्या जखमांमुळे मरणासन्न असताना माझे आजोबा देशसेवेचा विचार करत होते. ते म्हणाले होते, "मी केंद्र सरकारात आहे. माझं कर्तव्य बजावत असताना मरण आलं तर माझी काहीही तक्रार नाही." पण आयरिन मला म्हणाली की त्यांनी स्वतःच्या रक्तानं कागदावर काहीतरी लिहिण्याचा प्रयत्न केला. त्यांच्यापैकी एक जण सुखरूप बचावला होता आणि त्यानं तो कागद माझ्या आजीकडे दिला होता. त्यामध्ये केवळ काही अक्षरं लिहिली होती. आयरिन म्हणाली, "माझ्या आईला त्यातलं फार काही वाचता आलं नाही, पण तिला त्यावर तिचं नाव मात्र वाचता आलं."

माझ्या आजोबांविषयी माझ्या जे वाचनात-ऐकिवात आलं होतं ते सर्व काही केवळ चीनला वाचवण्यावर केंद्रित केलेलं होतं. व्यक्तिकेंद्रित असं मला काहीच सापडलं नाही. त्यांची अशीच प्रतिमा त्यांच्या पत्रांमध्ये, डायरीमध्ये उमटलेली होती. त्यांच्याविषयी माझी उत्सुकता वाढली होती. पण जसजसं मला त्यांच्याविषयी कळत गेलं, तसतसे ते मला परदेशातले वाटू लागले. स्वतःच्याच कथेतून ते स्वतःच हळूहळू नाहीसे होत गेल्यासारखं भासत होतं. माझ्या दृष्टीनं हे घातक होतं. पण कदाचित, माझ्या विचार करण्यापलीकडे आणखी काहीतरी असावं. आयरिननं दिलेल्या माहितीव्यतिरिक्त, कदाचित मी ते पाहू शकत नसावे.

मी आयरिनशी बोलायचं असं आधीपासून काही ठरवलेलं नव्हतं. कारण, तिच्या वडिलांच्या आयुष्याविषयी आणि मृत्यूविषयी घटना स्मरणात राहण्यासाठी ती वयानं फारच लहान असावी. मी माझ्या वडिलांशी बोलले, आत्या नल्ली, काका लुख, लिच्याओचं कुटुंब आणि बाकी बऱ्याच नातेवाइकांशी बोलले. या सर्वांकडच्या आठवणी धूसर होत्या.

कुटुंबाच्या इतिहासाविषयी मला फारशी कल्पना नाही. त्याविषयी बोलण्याची कधी संधीच मिळाली नाही.

वास्तविक, चीनविषयीचा माझा अनुभव अतिशय वरवरचा, उथळ आहे.

माझ्या आजोबांचे वडील. कोणालाच त्यांचं नाव माहीत नाही.

या सगळ्या जणांशी बोलून झाल्यानंतर काही महिन्यांनी आयरिननं मला कॉल केला. मी पुस्तक लिहीत असल्याचं तिच्या कानावर आलं होतं. तिला माझ्या आजीविषयी काहीतरी बोलायचं होतं.

ती म्हणाली, "मी आजीला जितकी ओळखते ना तितकं माझे बाकीचे भाऊ आणि बहिणी ओळखत नाहीत." माझ्या आजीबद्दल मुद्दाम काही विचारण्याची वेळ आली नव्हती. आजी घरापासून लांब फारशी कधीच गेली नव्हती. तिनं लेखी नोंदी

काहीच ठेवल्या नव्हत्या. तिच्या जीवनाविषयी अशी कितीशी माहिती होती? पण माझ्या आजीबद्दलच्या बऱ्याच गोष्टी माझ्या आत्याकडून समोर आल्या. आजीचे तिच्या सासऱ्यांसोबतचे वाद, माझ्या आजोबांना च्यीआफानं दिलेला मार असे प्रसंग मला आत्यानंच सांगितले. आयरिन आत्याशी एकदा फोनवर माझं बोलणं झाल्यानंतर तिनं मला ई-मेल पाठवला. तिनं त्यामध्ये व्यक्त केलेल्या भावना बाकी कुटुंबीयांच्या भावनांपेक्षा वेगळ्या होत्या.

> माझी आई (तुझी आजी) अतिशय पारंपरिक चिनी कुटुंबातली होती. कुटुंबाचे नियम फार कडक होते. ती उच्चशिक्षित होती. त्या काळी महिलांनी इतकं शिकणं दुर्मिळ होतं. नंतर तिनं करिअरही उत्तम आणि यशस्वी केलं. तिनं अत्यंत प्रगतिशील विचारांनी, सगळ्या प्रतिकूलतेवर मात करत आणि कमीत कमी संसाधनांमधून जवळजवळ एकटीनंच सगळ्या मुलांची शिक्षणं केली. मला तिच्याबद्दल कमालीचा आदर आणि प्रेम आहे. माझे मोठे भाऊ आणि बहीण घर सोडून अन्यत्र गेल्यानंतरच मला तिला चांगल्या प्रकारे ओळखता आलं.
>
> आपलं बोलणं झाल्यानंतर, मी चिनी महिलांना तोंड द्यावं लागणाऱ्या बदलांचा, आव्हानांचा विचार करत होते. यामुळेच कदाचित चिनी महिला खूप कणखर असतात. आपल्या कुटुंबात आजी, मी आणि तू अशा तीन पिढ्या जगभरातल्या आणि प्रामुख्याने चीनमधल्या जवळजवळ शंभर वर्षांच्या कालावधीतल्या महत्त्वाच्या बदलांच्या साक्षीदार आहोत. या काळात आपण खूप सोसलं, त्यागलं आणि पुन्हा उभं राहिलो.
>
> तुझ्याशी आणखी बोलायला नक्की आवडेल.
>
> तुझीच आयरिन आत्या

माझी आत्या म्हणाली होती की एका अमेरिकन बायोटेक्नॉलॉजी कंपनीच्या मुख्य कार्यकारी अधिकारी पदाच्या जबाबदारीतून 'निम-निवृत्त' झालीये. पण तरीही फोनवर बोलण्यासाठी आम्हाला आठवडाभर आधी वेळ ठरवून घ्यावी लागली. तिच्या पतीनं पूर्णपणे निवृत्ती स्वीकारलेली होती. त्यांनी तिच्यासाठी वाहतुकीची व्यवस्था केली. आज चीनमध्ये माझ्या आत्यासारख्या कर्तृत्ववान स्त्रियांना 'नु छ्यीआंगरन' किंवा 'सुपरवुमन' म्हटलं जातं. आधी ठरलेल्या वेळी, मी आयरिन आत्याला फोन केला. आणि अशा प्रकारे तिनं तिच्याकडच्या आठवणींचा खजिना उलगडण्यास सुरुवात केली. : मला जे माहितेय ते मी तुला सांगेन.

उत्तम आरोग्य

काही वेळा छुनमिंग झोपेत इंग्रजी बोलायची. तोंगकुआन ग्रंथालय अथवा अन्य कोणत्या तरी ठिकाणी ती परदेशी लोकांसोबत आहे, असं तिला स्वप्नात दिसायचं. त्यांच्याशी ती इंग्रजीत बोलत असायची. तेही तिच्याशी इंग्रजीतूनच संवाद साधायचे.

आपल्याला अवगत नसलेल्या भाषेतून स्वप्न कसं बघता येतं, ते मी छुनमिंगला विचारलं.

त्यावर ती म्हणाली, "ते मला शब्दात सांगता येणार नाही. मी स्वप्नात इंग्रजी बोलतेय इतकंच मला ठाऊक असतं."

असेम्ब्ली लाइन इंग्लिशमध्ये घेतलेल्या इंग्रजीच्या काही धड्यांमधून ती अजून मुळाक्षरंही नीटशी ओळखू लागली नव्हती. उच्चार शिकण्यासाठी ती 'इंटरनॅशनल फोनेटिक अल्फाबेट' या पद्धतीचा वापर करायची. परदेशी भाषा शिकण्यासाठी देशात सर्रास ही पद्धत वापरली जायची. विचित्र दिसणारी ही चिन्हं तिच्यासाठी इंग्रजीची गुरुकिल्ली बनली होती. छुनमिंग मला म्हणाली, "मला वाटतं, इंग्रजी शिकण्यासाठी फोनेटिक सिम्बॉल हा कानमंत्र आहे." अनेक जणांकडून मी इंग्रजी शिकण्याची इच्छा ऐकली, पण त्याला छुनमिंगइतकं वलय कुणीच दिलेलं जाणवलं नाही.

मी इंग्रजी शिकले तर मला आणखी जग पाहता येईल. जीवनात भरपूर आनंद घेता येईल. मला नव्या प्रकारचा आनंद शोधायचाय. इंग्रजी आलं नाही तर आयुष्यात अनेक मर्यादा जाणवतील.

सप्टेंबर २००५ मध्ये, 'तोंगकुआन सायन्स म्युझिअम'ला गेल्याच्या नऊ महिन्यांनंतर छुनमिंग पुन्हा वु यांना भेटायला गेली. इंग्रजीचे वर्ग अजूनही त्यांच्या घरीच सुरू होते आणि त्यासाठी डझनभर तरुणींनी नावं नोंदवली होती. त्या मोफत अभ्यास करायच्या आणि राहायच्या. आळीपाळीनं स्वयंपाक करायच्या. या बदल्यात, वु यांच्या क्रमिक पुस्तके प्रकल्पासाठी अभ्यासक्रम तयार करण्याचं काम करायच्या. विद्यार्थी वर्गाच्या मागे असलेल्या लहानशा खोल्यांमध्ये राहायचे. प्रत्येक खोलीत चार बंक बेड होते. बेडच्या काठांवर कपडे टाकलेले असायचे. पाण्याच्या बादल्याही खोलीत असायच्या. एखाद्या कारखान्यातल्या कामगारांच्या डॉर्मसारखी ती खोली दिसत होती.

आम्ही तिकडे पोहोचलो तेव्हा वु तिथे नव्हते. त्यांची माजी विद्यार्थिनी आणि तिथली इंग्रजीची शिक्षिका लिउ यिश्यीयानं आजूबाजूचा परिसर दाखवला. दिवसभर विजेचा पत्ता नव्हता. एकेका खोलीतून फिरताना छुनमिंगच्या अंगाची लाही लाही होत होती.

"आम्ही इथे बराचसा वेळ असतो. वु आम्हाला कुठे बाहेर जाऊ देत नाहीत." श्याओ योंगली नावाच्या तिथल्या एका विद्यार्थिनीनं सांगितलं.

"तुम्हाला बाहेर जाऊ देत नाहीत?" छुनमिंगनं काहीसं काळजीनं विचारलं.

"अभ्यासाच्या दृष्टीनं ते चांगलं नाही, असं त्यांना वाटतं."

लिउ यिश्यीयानं सांगितलं, "एकदा बाहेर पडलं की मनात शंका यायला सुरुवात होते. त्यामुळेच सगळ्या मुली केस इतके बारीक कापतात."

"प्रत्येकीला केस कापावे लागतात का?"

"हो, जेणे करून सुंदर दिसण्याच्या विचारानं त्यांचं लक्ष विचलित होणार नाही."

मी श्याओ योंगलीशी इंग्रजीत बोलत होते. ती पटापट आणि आत्मविश्वासानं बोलत होती. ती वीस वर्षांची होती. सछुआन प्रांतातली. तिनं सॅमसंग कारखान्यात काम केलं होतं. वर्षभरापूर्वी असेम्ब्ली लाइन इंग्रजीत आली होती. आता ती दिवसाला दहा तास अभ्यास करायची.

"तुम्ही वीकेण्डलाही अभ्यास करता का?" मी विचारलं.

'वीकेण्ड' म्हणजे काय ते तिनं मला चिनीमध्ये विचारलं.

ती तोंगकुआनला का आली होती ते मी तिला विचारलं. काही क्षण ती शांत राहिली. कदाचित माझा प्रश्न कळला नसेल म्हणून मी इंग्रजीऐवजी चिनीमध्ये विचारलं.

त्यावर ती पटकन म्हणाली, "ही मोठी कहाणी आहे. नेमकी कशी सांगावी याचा मी विचार करतेय."

शेवटी ती इंग्रजीत म्हणाला- "मी तोंगकुआनला काम करण्यासाठी आले."

तिला दुभाषक व्हायचं होतं. संयुक्त राष्ट्रांच्या तोडीच्या अनुवादकांनाही फार मागणी नसलेल्या तोंगकुआनमध्ये हा पर्याय तसा चाकोरीबाहेरचा होता. ती म्हणाली, "आमचे शिक्षक म्हणतात की कोणतीही भाषा शिकण्याची तीच सर्वोच्च पातळी असते. मलाही तितक्या उंच स्तरापर्यंत पोहोचायचंय." इंग्रजी शिकून काय करायचं, याचा विचार श्याओ योंगलीनं खरंच केलेला नव्हता. नंतर तो तिच्या मनात डोकावला. आता मात्र तिचा पक्का निश्चय झालेला होता.

नंतर आम्ही वु यांना त्यांच्या घराजवळच्या एका कॉफी शॉपमध्ये भेटलो. ते छुनमिंगशी कपाळ, डावा हात, उजवा हात, बुब्बुळ याविषयी बोलत असताना मी अर्धवट ऐकलं. प्रत्येक वाक्य बोलल्यानंतर हसण्याची त्यांची लकब मी हेरली होती. असं केल्यामुळे यश मिळत असल्याचं त्यांनी कदाचित एखाद्या पुस्तकात वाचलं असावं.

"आमचे विद्यार्थी एका तासात सहाशे वाक्यं लिहू शकतात." असं म्हणून ते पुन्हा हसले.

"सहाशे वाक्यं..."

"सगळे विद्यार्थी नाही, पण त्यांच्यापैकी काही जण लिहू शकतात." वु यांनी पटकन आपलं विधान दुरुस्त केलं.

"म्हणजे याचा अर्थ, ते एका तासात सहाशे वाक्यं वाचू शकतात?" छुनमिंगनं विचारलं.

"वाचू शकतात? नाही! ते एका मिनिटात एकशे आठ वाक्यं वाचू शकतात! मी वाक्यं लिहिण्याविषयी बोलतोय."

छुनमिंग माझ्याकडे वळून म्हणाली, "तुम्ही एका तासात सहाशे वाक्यं लिहू शकाल?"

"मला खात्री आहे, त्यांना नाही लिहिता येणार." वु म्हणाले. पुन्हा हसले.

"बऱ्याच जणांची ही क्षमता विकसित झालेली नाही, असं तुम्हाला म्हणायचंय का? मीही तुमच्याशी सहमत आहे." छुनमिंग म्हणाली. वु यांच्या बोलण्यानं तिला भुरळ घातली असावी, असं मला वाटतं. नंतर तिनं त्यांना त्यांच्या सर्वोत्कृष्ट विद्यार्थ्याविषयी विचारलं. "लिउ यिश्यीया कशी आहे? तीही छान शिकलीय असं तुम्हाला वाटतं का?"

यावर वु म्हणाले, "ठीक आहे ती. शेवटी, वर्षभर माझ्या शाळेत शिकलीय. पण वाक्यं लिहिण्याच्या बाबतीत मात्र ती माझ्या विद्यार्थ्यांशी स्पर्धा करू शकत

नाही. श्याओ योंगलीला एका तासात सहाशे वाक्य लिहिता येतात.'

छुनमिंगनं शाळेच्या नियमांविषयी विचारलं. वु त्यांच्या विद्यार्थ्यांना रात्री खोलीत बंद करून ठेवायचे आणि पहाटे सहा वाजता व्यायामासाठी उठवायचे. वैयक्तिक गोष्टींची खरेदी करण्यासाठी विद्यार्थ्यांना आठवड्यातून एकदा किंवा रविवारी संध्याकाळी बाहेर जाण्याची मुभा असायची. महिन्यातून एकदाच त्यांना घरी कॉल करता यायचा. बाहेरच्यांना तिथे मज्जाव होता. अर्थात, छुनमिंगसारख्या मोठ्या विद्यार्थ्यांना जवळच भाड्याने घर घेऊन दिवसा वु यांच्याकडे शिकण्यासाठी जायची मुभा होती. पण पूर्णपणे झोकून देऊन शिकल्याशिवाय छुनमिंगला प्रावीण्य मिळवता येणार नाही, असं त्यांचं म्हणणं होतं. "शिकण्यासाठी फार त्रास घ्यावा लागतो." वु म्हणाले. मात्र, या वाक्यानंतर ते हसले नाहीत.

छुनमिंगला पूर्ण झोकून देण्याची आणि कौशल्य मिळवण्याची कल्पना आवडली; पण शाळेत राहण्याबाबतच्या अटी तिला जाचक वाटल्या. शिवाय, तिथे शेजारही मिळणार नव्हता. दरम्यान, नुकतीच तिनं एका नव्या कंपनीत गुंतवणूक केली होती. त्यातून बाहेर पडायचं आणि पूर्ण वेळ इंग्रजी शिकण्यासाठी द्यायचा, या निर्णयानं तिच्या मित्रमंडळींना धक्काच बसला असता. तिथून बसनं घरी परतत असताना छुनमिंगनं हा विषय काढला, "मी एक कंपनी सुरू केली आणि इंग्रजीचा अभ्यास करण्यासाठी लगेचच ती सोडूनही दिली, हे माझ्या मित्रपरिवाराला कळलं तर ते मला विचित्र समजतील."

"पण त्यांना ईर्षाही वाटेल." तिला हे सांगताना, माझ्या इंग्रजीमुळे अनोळखी व्यक्तीही कशा प्रभावित होत असतील, ते माझ्या मनात आलं.

छुनमिंग म्हणाली, "मला माहीत नाही. पण मी इंग्रजी शिकल्यावर आणि नवी नोकरी मिळवल्यावर मी काय साध्य केलंय, हे त्यांच्या लक्षात येईल." बसच्या खिडकीतून बाहेर पाहताना कारखान्यांतले दिवे उजळू लागल्याचं दिसत होतं. 'मी दोन वर्षांसाठी माझ्या सगळ्या मित्रमैत्रिणींपासून संपर्क तोडून टाकू शकते. एकदा माझं शिकून पूर्ण झालं की पुन्हा पूर्वीप्रमाणे त्यांच्याशी संपर्क ठेवीन.' छुनमिंगच्या विचारांची चक्रं फिरू लागली होती. ती ज्या विश्वात वावरत होती त्याचा दोन वर्षांसाठी त्याग करण्यासाठी खरं तर तिची मानसिक तयारी सुरू होती. पण लगेच तिच्या मनात वेगळ्या विचारानं प्रवेश केला. शंका यायला सुरुवात झाली की तिला नेहमीच असं व्हायचं.

* * *

छुनमिंगला भेटून दोन महिने झाले होते. ती कुटुंबीयांना भेटण्यासाठी घरी गेली होती. ('घर तेच होतं. पूर्वीपेक्षाही अधिक गरीब होतं.'). दातांचं काय करायचं, याचा एकदाचा निर्णय घेतला तिनं. बनावट दातांऐवजी तिनं आहेत ते दात बळकट करून घ्यायचं ठरवलं होतं. एके रात्री तोंगकुआनमध्ये मित्राच्या टोयोटामधून जात असताना गाडीला अपघात झाला. गाडी वेगात येऊन रस्त्यावर कशावर तरी आपटून थांबली. एका पुरुषाच्या डोक्याला टाके पडले. कार ज्या बाजूनं आपटली त्याच बाजूला मागच्या सीटवर छुनमिंग बसली होती. तिच्या खांद्याला मार बसला होता.

अपघातानंतर दोन दिवसांनी मी तिला भेटायला गेले. तेव्हाही तिला फार त्रास होत होता. हात उचलता येत नव्हता. ती म्हणाली, "अपघाताचा विचार केला तरी माझ्या अंगावर काटा येतो. वाटतं, आपल्याकडे जे आहे त्यातच आनंद मानावा." आम्ही यंत्रांचे भाग ठेवलेल्या खोलीच्या वरच्या खोलीत असलेल्या कोचवर बसून बोलत होतो. छुनमिंग म्हणाली, "माझ्यासाठी नवी संधी चालून आलीय. त्याविषयी विचार केला की वाटतं माझं स्वप्न पुन्हा माझ्या दिशेनं येतंय."

मी क्षणभर थांबले.

दबक्या आवाजात तिनं केवळ दोन शब्द उच्चारले, "डायरेक्ट सेल्स."

तिनं १९९६ मध्ये वानमे नावाच्या कंपनीमध्ये काम केलं होतं. सरकारनं छुआनश्याओ वर, नेटवर्क सेल्सवर बंदी घालूनही ही कंपनी बंद झाली नव्हती. कंपनीनं आपल्या व्यवसायात आवश्यक ते बदल केले होते. ॲमिनो ॲसिट टॅब्लेट, हाय फायबर मील, पोलन सप्लिमेंट्स अशा विविध प्रकारच्या आरोग्यविषयक उत्पादनांमध्ये आपले पाय रोवले होते. कंपनी उत्तम सुरू होती. कंपनीच्या तीनही मलेशिअन-चिनी संस्थापकांकडे मर्सिडिझ बेन्झची ऐट होती. छुनमिंगनं रोज सकाळी वानमे न्यूट्रिशनल पावडर पाण्यात मिसळून घ्यायला सुरुवात केली. त्यांची विक्री तिच्या मित्रमंडळींमध्ये सुरू केली.

एका रात्रीत ती आरोग्य क्षेत्रातली जाणकार बनली होती. तिनं मला सांगितलं की केवळ पाच टक्के लोकसंख्याच निरोगी आहे आणि ७० टक्के लोकसंख्या 'निम-निरोगी' आहे. तिच्याकडे आलेल्या आरोग्यविषयक नव्या पुस्तकांतल्या एका पुस्तकात म्हटल्यानुसार 'निम-निरोगी'ची लक्षणं होती, लवकर थकवा येणं, खूप स्वप्न असणं, उत्तेजित होणं, सर्दी होणं, एकाग्रता कमी असणं. तिच्या संभाषणामध्ये बरेचसे संदर्भ शरीराच्या अवयवांच्या कार्याबाबत येऊ लागले. त्यामध्ये अनेकदा तिच्या गोतावळ्यातल्या व्यक्तींची उदाहरणं यायची किंवा पूर्वीची आकडेवारी यांचे उल्लेख यायचे. जसे की, छ्यीआंग खाय-शक यांची पत्नी. चार दिवस माझ्या एका मैत्रिणीचा अंतर्भाग स्वच्छ झाला नव्हता. सूंग मेलिंग शरीरातलं विष बाहेर

टाकण्यासाठी अनेकदा तिचं आतडं स्वच्छ करायची.

छुनमिंगनं वानमे उत्पादनांची विक्री करणाऱ्यांसाठीच्या प्रोत्साहनपर व्याख्यानांना हजेरी लावण्यास सुरुवात केली. तिनं माझं पेन घेतलं आणि लिहिलं-

> १०,००० पुस्तकं वाचणं म्हणजे १०,००० मैल चालण्यासारखं नाही.
> १०,००० मैल चालणं म्हणजे १०,००० लोकांना भेटण्यासारखं नाही.
> १०,००० लोकांना भेटणं म्हणजे तुम्हाला मार्ग दाखवण्यासाठी एखादी यशस्वी व्यक्ती असण्यासारखं नाही.
> तुम्हाला मार्ग दाखवण्यासाठी एखादी यशस्वी व्यक्ती असणं म्हणजे त्या व्यक्तीच्या सोबतीने यशाच्या दिशेने चालण्यासारखं नाही.

हे लिहून झाल्यावर तिनं पेन खाली ठेवलं. 'ही व्याख्यानं अशा विषयांची असतात.'

छुनमिंग पुन्हा या क्षेत्राकडे कशी वळली ते मी तिला विचारलं. काही महिन्यांपूर्वी, छुआनश्याओ दिवसांतल्या एका जुन्या मित्रानं छुनमिंगशी संपर्क साधला होता. तो वानमे परिवारात सहभागी झाला होता. तिनं त्याच्या नेटवर्कमध्ये यावं अशी त्याची इच्छा होती. विक्रेत्यांनी जोडलेल्या आणखी विक्रेत्यांनी केलेल्या विक्रीवर त्यांना कमिशन मिळत असे. छुनमिंगच्या या मित्राला तिचं विक्रीकौशल्य ठाऊक होतं. डायरेक्ट सेल्स या क्षेत्राला कायदेशीर स्वरूप मिळालं आहे, असं त्यानं तिला सांगितलं. वानमेची जाहिरात करणारी डीव्हीडीही दिली. छुनमिंगनं मात्र त्याला नकार दिला. तिनं सगळं लक्ष तिच्या नव्या कंपनीवर केंद्रित केल्याचंही सांगितलं.

एके दिवशी, सरकारनं डायरेक्ट सेल्सला कायदेशीर स्वरूप देत या संदर्भात कायदा तयार केल्याचं छुनमिंगच्या कानावर आलं. तिच्या मित्रानं तिला खरी माहिती दिली होती, याची खात्री तिला पटली. त्यानं दिलेली डीव्हीडी तिनं शोधून काढली. ती पाहिली. त्या व्हीडिओमध्ये म्हटलं होतं, '१९८०च्या दशकात, टेपरेकॉर्डरची निर्मिती केलेल्या लोकांनी प्रचंड पैसा कमावला. ९०च्या दशकात, इंटरनेटनं लक्षाधीश घडवले. एकविसावं शतक म्हणजे डायरेक्ट सेल्सच्या भरभराटीचा काळ आहे. तुम्ही डायरेक्ट सेल्सवर प्रभुत्व मिळवलंत तर यशाकडे नेणाऱ्या संधीवर स्वार होता येईल.' लोकांना या क्षेत्राविषयी साशंकता होती, हेही या व्हीडिओनं नाकारलेलं नव्हतं. वास्तविक, लोकांकडून व्यक्त केले जाणारे संशय व्हीडिओनं केंद्रस्थानी ठेवले होते. जितक्या लोकांनी वानमेला नाकारलं होतं, तितकीच सुरुवातीला स्वीकार करणाऱ्यांसाठी संधी अधिक होती. हे ख्रिश्चन धर्मतत्त्वांवर आधारलेलं आवाहन होतं. फक्त फरक इतकाच होता, तुम्ही आयुष्यात उशिरा

जीझसकडे आलात तरी त्याची कृपादृष्टी तुम्हाला मिळू शकते; पण तुम्ही डायरेक्ट सेल्सच्या कक्षेत उशिरा प्रवेश केलात तर तुम्ही येण्यापूर्वी यामध्ये आलेल्या प्रत्येकाच्या तुलनेत तुमचं आर्थिक नुकसान होईल.

व्हीडिओत म्हटलं होतं, 'आज, तुम्हाला या संधीविषयी चांगलंच माहीत आहे. काही कल्पना नाही, असा आव आणण्याचा प्रयत्न अजिबात करू नका.'

छुनमिंगनं मोल्ड्स पार्ट कंपनीतला तिचा हिस्सा तिची व्यवसायातली भागीदार असलेल्या फु कुईला विकला. ती दुकानातून बाहेर पडली. डाउनटाऊन तोंगकुआनमध्ये ऐसपैस घर भाड्यानं घेतलं. प्रवेशद्वारातच तिनं जवळजवळ छतापर्यंत जाईल इतकं उंच पोस्टर लावलं होतं. त्यावर 'परफेक्ट कॉझ, परफेक्ट लाइफ' असं कंपनीचं ब्रीद झळकत होतं. त्याखालीच वानमे कारखान्याचं संकुल दाखवलेलं होतं. ती बाजारातून काचेचं उंच कॅबिनेट घेऊन आली. शॉवर जेल, पोषण आहार, पावडरर्ड ड्रिंक मिक्स यांनी ते कॅबिनेट भरून टाकलं. घरभर अॅलोव्हेरा, बी पोलन, रॉयल जेली, आरोग्यवर्धक चहा अशा उत्पादनांची पोस्टर लावली होती. छुनमिंग म्हणाली, 'गार्लिक सॉफ्ट कॅप्सुल स्थूल व्यक्तींसाठी चांगली असते, शिवाय ती कर्करोगावरही गुणकारी आहे.' यंत्राचे भाग असलेल्या मॉलमधून ती उत्पादनांचं शोरूम वाटावं अशा ठिकाणी राहायला गेली होती.

आता ती कंपनीची चार उत्पादनं दररोज वापरत होती- पचनसंस्थेचा भाग स्वच्छ करण्यासाठी तंतुमय पदार्थांचं प्रमाण अधिक असलेले पदार्थ; आरोग्यवर्धक चहा; त्वचेसाठी चांगली असलेली कोरफड, खनिजे आणि परागकण असलेली पावडर; आणि सकाळी नाश्त्यासाठी पोषणमूल्यं असलेली पावडर. तिच्या आरोग्यामध्ये आधीपेक्षा काहीही फरक पडलेला दिसला नाही; पण तिनं दातांचे उपचार करून घेतले होते. केस कुरळे केले होते. 'डायरेक्ट सेल युवर वे टू वेल्थ : मेजर आर्ग्युमेंट्स' हा तिचा जणू नवा मार्गदर्शक धर्मग्रंथ बनला होता. कोणते पदार्थ एकत्र आल्यानं पोषणतत्त्वं शोषून घेण्यामध्ये अडथळे येऊ शकतील, ते ती आठवण्याचा प्रयत्न करायची. काहीही झालं तरी मी कुत्र्याचं मटण आणि आलं एकत्र खाऊ नये असं तिनं मला बाजवलं होतं. तसंच, ज्वारीपासून तयार केलेलं मद्य आणि कॉफी एकाच वेळी घ्यायलाही तिनं मनाई केली होती. आरोग्याविषयीच्या शंभर सूचनांमधून कोणालाही हायपोचोंड्रिया (अकारण स्वतःच्या प्रकृतीबाबत फाजील काळजी वाटल्यानं येणारी विषण्णता) व्हायची दाट शक्यता होती. छुनमिंग मला म्हणाली, "त्वचा कोरडी आहे की तेलकट? मला वाटतं तुम्ही हे उत्पादन घ्यावं." तोंडाचा वास, शीघ्रकोपीपणा, अस्वस्थ झोप, लक्ष केंद्रित

न होणं, डोळ्यांतनं चटकन पाणी येणं... सगळ्यावर तिच्याकडे काहीतरी उत्तर होतं.

या सगळ्या विषयावरची छुनमिंगची दोन सत्रं ऐकल्यानंतर एक गोष्ट मात्र मला पटली, वानमेचे संस्थापक- मग ते मर्सिडिज चालवणारे मलेशिअन असतील किंवा अन्य कोणी- अत्यंत बुद्धिवान असणार. चीनमध्ये आरोग्याला अनन्यसाधारण महत्त्व दिलं जातं. बहुतांश लोकांकडे आरोग्य विमा नाही. आजारांमुळे दिवाळखोरीत जाऊ, या भीतीचं सावट सतत त्यांच्यावर असतं. चिनी मंडळींना वेगवेगळ्या आजारांविषयी आणि त्यावर पारंपरिक उपायांविषयी गप्पा मारायला फार आवडायचं. जननक्षमता आणि आतडं याविषयीही सहज बोललं जातं. अगदी नुकतीच ओळख झालेली मंडळीही यावर बोलायला कचरायची नाहीत. पारंपरिक औषधांची हजार वर्षांपासूनची परंपरा विविध पदार्थ आणि औषधी वनस्पती यांचं योग्य संतुलन साधण्यावर बेतलेली आहे. हे संतुलन साधण्याचं कसब असलेल्या व्यक्तीला तज्ज्ञ समजलं जायचं. असं असूनही, एकाएकी चिनी मंडळी विपुलतेच्या अनोळखी विश्वात शिरली. या नव्या जगात जंक फूड म्हणजे त्यांच्यासाठी विषाणूच होता. तो सहन करण्यासाठीची प्रतिकारक्षमता त्यांच्यामध्ये विकसित झालेली नव्हती. त्यांच्यासाठी काय उपयोगी ठरेल ते प्रत्येकाला जाणवत होतं - धूम्रपान सोडणं, व्यायाम, मेदाचं कमी प्रमाणात सेवन. पण वानमेनं दिलेला तपशील अतिशय आकर्षक होता.

छुनमिंग म्हणाली, ''आर्थिक स्वावलंबनाचं आणि स्वातंत्र्याचं माझं उद्दिष्ट मी तीन वर्षांत साध्य करीन. सन २००८ पर्यंत माझं उत्पन्न दरमहा किमान शंभर हजार युआन किंवा दोनशे हजार युआन तरी असेल. तोपर्यंत माझी स्वतःची चारचाकी गाडी आलेली असेल. माझा वेळ कसा खर्च करायचा, याचं स्वातंत्र्यही मिळालेलं असेल. मला वाटेल तेव्हा, वाटेल तिथे जाता येईल.''

शेवटी, मी तिला माझ्या मनातला प्रश्न विचारला. ''तू इंग्रजीऐवजी डायरेक्ट सेल्सची निवड का केलीस?''

तिनं मान हलवली. ही तिची नवी सवय होती. मी केव्हाही प्रश्न विचारला की ती मान हलवायची. कारण तिच्याकडे आता सगळ्या प्रश्नांची उत्तरं होती. ''हे आज नाही केलं तर उद्या करायची संधी मिळणार नाही,'' छुनमिंगनं उत्तर दिलं. ती म्हणाली, ''मी यामध्ये आज सहभागी झाले तर माझ्या मित्रमंडळींना माझ्या नेटवर्कमध्ये सहभागी करून घेईन; पण मी उद्यापर्यंत वाट बघत बसले तर मला त्यांच्या नेटवर्कचा एक भाग बनावं लागेल. एक-दोन वर्षांत पैसा कमावल्यानंतर मला अधिक चांगल्या प्रकारे इंग्रजी शिकता येणार नाही का?'' तिच्या विश्वात नव्या संकल्पनेनं प्रवेश केला होता. तिनं आपलं आयुष्य त्याभोवती गुंफलं होतं.

इंग्रजी धडे, निरनिराळी उत्पादनं, आरोग्य हे सगळे पर्याय म्हणजे ती होती त्यापेक्षा वेगळी काहीतरी बनण्यासाठीचे मार्ग होते.

* * *

वानमेमध्ये रुजू झाल्यानंतर लगेचच छुनमिंगनं कंपनीच्या विक्रीसंबंधी एका परिषदेला उपस्थिती लावली. तोंगकुआनच्या दक्षिणेला तासाभराच्या अंतरावर, कंपनीचं मुख्यालय, उत्पादन प्रकल्प आणि स्वतःचं पंचतारांकित हॉटेल असलेल्या चोंगशानला देशभरातल्या बस आल्या होत्या. सगळ्यात जास्त पैसा कमावलेल्यांनाच केवळ आमंत्रित करण्यात आलं होतं; पण तरीही अनेक मॅनेजर त्यांच्या हाताखालच्या मंडळींना प्रत्यक्ष अनुभव मिळण्यासाठी खास बस करून तिथे आले होते. अजूनही लक्षावधी चिनी मंडळींना रात्रभर बसप्रवास करून कारखान्यात जाणं म्हणजे एखाद्या पिकनिकसारखं वाटतं.

तिथे आलेला प्रत्येक जण कमालीचा भारावून गेला होता. आरोग्य उत्पादनांतल्या अत्यंत यशस्वी कंपनीलाच केवळ स्वतःच्या मालकीचं आलिशान हॉटेल उभारणं परवडण्यासारखं होतं. ''प्रशिक्षणासाठी आलेले मॅनेजर याच हॉटेलमध्ये राहतात. मी पण लवकरच ज्युनिअर मॅनेजर होईन.'' छुनमिंग म्हणाली. तिनं स्टायलिश ट्विल ब्लेझर घातला होता. केसांचा घट्ट पोनी बांधला होता. पिप्पी लाँगस्टॉकिंग स्टाइल म्हणतात याला. बाहेरगावी गेल्यानंतर पहिल्याच दिवशी उत्साहानं अन् उत्सुकतेनं डोळे विस्फारलेल्या एखाद्या मुलीसारखी छुनमिंग दिसत होती. गोल्डन डायमंड हॉटेलचा पार्किंग लॉट माणसांनी फुलून गेला होता. वयस्कर लोक, मोठं सामान हातात असलेले स्थलांतरित, गृहिणी, शेतात तासन्तास राबल्यानं राठ झालेली त्वचा आणि खांदे उतरलेल्या महिला शेतकरी त्यामध्ये होत्या. ही समाजातली सगळ्यात वंचित लोकं होती. वानमेप्रतीच्या नितान्त श्रद्धेमुळे एकत्र आली होती. त्यांची ही परिषद मला टॅलेंट मार्केटविरोधी वाटली. सेलेब्रिटींचा वेध घेत छुनमिंग त्यांच्या भेटी घेत होती. ''मी यांना फक्त फोटोंमध्ये पाहिलंय. त्या महिन्याला पाचशे हजार युआन कमावतात.'' तिच्या डोक्यात आकडेमोड वेगात सुरू होती. ती अन्य एक मध्यमवर्गीय महिलेकडे गेली. ''मी तुमचं 'दी प्रॉडक्ट्स चेंज्ड माय लाइफ' याविषयीचं बोलणं ऐकलंय. अतिशय प्रभावी आहे ते.''

ती महिला विनम्रतेनं हसली.

छुनमिंग पुन्हा माझ्याकडे आली. म्हणाली, ''ही महिला आधी ताटं विसळायची.''

त्यानंतर आम्ही हॉटेलमध्ये गेलो. लॉबीमध्ये मार्बल लावला होता. लेडिज रूममध्ये जाण्यासाठी भली मोठी रांग होती. रांगेत ताटकळण्याच्या वेळेचा छुनमिंगनं

अधिकाधिक लोकांना भेटण्यासाठी उपयोग केला. तुआनलिएन यासाठी, म्हणजेच स्वतःला प्रशिक्षित करण्यासाठी. "आपण कुठून आलात?" गुलाबी ड्रेस घातलेल्या एका महिलेला तिनं विचारलं.

"हुनान" त्या महिलेनं उत्तर दिलं.

"हुनानमध्ये कुठे?"

"छांगशा."

"मी ऐकलंय की छांगशामध्ये व्यवसायानं मोठी झेप घेतलीय! तुमची त्वचा फार छान आहे!" गुलाबी ड्रेसमधली ती महिला स्टॉलमध्ये गेली. ती जाताच छुनमिंग तिच्यामागे बसलेल्या महिलेकडे वळली. "तुम्ही कुठून आला आहात?"

सकाळी सकाळी वानमेच्या मुख्यालयात उत्साहाला उधाण आलेलं होतं. उत्साहानं सळसळते समूह इमारतीच्या प्रवेशद्वारात हौशीनं फोटो काढून घेत होते. लॉबीमध्ये टीव्हीच्या मोठ्या पडद्यावर वानमेच्या जाहिराती सुरू होत्या. लॉबीही माणसांनी फुलून गेली होती. सकाळी साडेदहा वाजता, सगळ्यात जास्त कमावलेले मॅनेजर लाल गालिच्यावरून चालत येत होते. हा गालिचा पार्किंग लॉटच्या मध्यात घातला होता. त्याच्या दोन्ही बाजूंना रिक्रूट्स होते. अनेकांच्या हातात आघाडीच्या विक्रेत्यांच्या नावाचे फलक झळकत होते. वानमे उत्पादनांची अधिकाधिक विक्री करण्यासाठी तीन दिवसांच्या प्रशिक्षण कार्यक्रमाला सुरुवात करण्यासाठी सगळ्या मॅनेजरनी इमारतीत प्रवेश करताच एकच जल्लोष करण्यात आला.

मी दुकानात गेलो आणि मालकाला म्हटलं, "मी वानमेकडून आलोय."

तो म्हणाला, "बाहेर जा."

मी कुठून आलोय ते पुन्हा सांगितलं.

त्यानं मला शिवी दिली आणि बाहेर जायला सांगितलं.

(हशा उसळला.)

मी बाहेर पडलो. पुढच्या दुकानातला मालक इतक्या खालच्या थराचा नसेल, असा मी विचार केला आणि पुढच्या दुकानात गेलो. तिथल्या मालकाशी बोललो. तो मालक माझा ग्राहक झाला आणि त्यानं माझ्याकडून साठ हजार युआनची उत्पादनं खरेदी केली.

(टाळ्यांचा कडकडाट)

त्याच दिवशी, छुनमिंगनं विक्रेत्यांसाठी असलेल्या देवाण-घेवाणीविषयीच्या सत्रामध्ये हजेरी लावली. प्रेरणादायी व्याख्यान ऐकण्यासाठी शंभरहून अधिक जण उपस्थित होते. क्रीम रंगाचा पँटसूट घातलेल्या महिलेनं व्यासपीठाचा ताबा घेतला. तिनं

१९९६ मध्ये वानमेमध्ये प्रवेश केला. सरकारनं कंपनीवर बंदी आणल्यावर ती कंपनीतून बाहेर पडली आणि छुनमिंगप्रमाणेच कंपनीत परतली.

"मला प्रेक्षकांत बसलेल्या महिलांना एक प्रश्न विचारायचाय- तुमचं आत्ता जे आयुष्य आहे त्याबद्दल तुम्ही समाधानी आहात का? तुम्हाला तुमच्या जीवनात बदल करायचा आहे का?"

"हो!"

"केवळ चांगला पती मिळाला म्हणून तुम्ही समाधानी आहात का?"

"नाही!"

"माझा तुमच्यावर विश्वास नाही. प्रेक्षकात बसलेल्या काही महिलांना चांगला पती मिळणं पुरेसं असतं असं वाटतं. बहुधा! पण तुमच्याकडे ज्ञान आणि सुसंस्कृतपणा नसेल तर तुम्ही त्याच पतीसोबत राहणं पसंत कराल का?"

"नाही!"

"बरोबर. आपण अतिशय लुडबुड्या सामाजात राहतो.

सगळे वक्ते समोर भाषण वा मुद्द्यांचा कागद न ठेवता उत्स्फूर्तपणे बोलले. त्यांनी हातवारे केले, डोळ्यांत डोळे घालून पाहिलं आणि हास्यही केलं. बोलण्याची एक लय निर्माण होण्यासाठी आणि प्रेक्षकांमध्ये उत्साहाची लहर आणण्यासाठी कोणती वाक्यं पुन्हा पुन्हा बोलायची ते त्यांना माहीत होतं. त्यांचे हात थरथरत नव्हते. एक निवृत्त संगीत शिक्षिका व्यासपीठावर गेल्या. पुस्तक उघडून ठेवण्यासाठी केलेल्या उंच स्टँडमागून त्या दिसतच नव्हत्या. त्यांचे चंदेरी केस तेवढे दिसत होते. त्या साठीच्या होत्या. अतिशय हळुवार बोलत होत्या.

पूर्वी, माझ्या वयापेक्षा मी मोठी दिसायचे. मला खूप सर्दी झाली होती. मी कायम थकलेली असायचे. डोक्यापासून पायापर्यंत, माझ्या आरोग्याच्या अनेक तक्रारी होत्या : रक्तसंचय, आतड्यांसंबंधी समस्या, फुफ्फुसाचे त्रास, त्वचेविषयी प्रश्न, निद्रानाश, हृदयाचे विकार, डोळ्यांचा थकवा. मी न थकता अर्धा तासही चालू शकत नव्हते.

नोव्हेंबर २००३ मध्ये, माझ्या एका सहकाऱ्यानं वानमेशी माझी ओळख करून दिली. वानमे उत्पादनं एक आठवडा घेतल्यानंतर माझ्या नाकाची एक बाजू मोकळी झाली. दुसऱ्या आठवड्यानंतर दुसरी बाजूही मोकळी झाली.

(टाळ्यांचा आवाज.)

दोनच आठवड्यांत, वानमेमुळे सर्दीपासून माझी सुटका झाली. महिनाभरानंतर मी दिवसभर चालू लागले होते.

(टाळ्यांचा आवाज.)

मी रात्रभर झोपू शकत होते.

(टाळ्यांचा आवाज.)

मी मॅनेजर छन यांची आभारी आहे. माझे वैद्यकीय प्रश्न अतिशय गंभीर होते. विविध उत्पादनं कशी वापरायची आणि किती प्रमाणात वापरायची ते त्यांनी मला शिकवलं.

चीनमध्ये, अशी नम्र पार्श्वभूमी असलेल्या व्यक्ती सार्वजनिक ठिकाणी क्वचित बोलत. इथे मात्र या व्यक्ती बोलल्या. प्रत्येक व्यक्तीला वाटत होतं की आपले वैयक्तिक अनुभव अतिशय रंजक आहेत. मी पाहिलेल्या अनेक चिनी प्राध्यापक आणि अधिकाऱ्यांपेक्षाही ते चांगलं बोलत होते - वर्षातून एकदा लाइव्ह पत्रकार परिषदेत बोलणाऱ्या आणि एखाद्या संग्रहालयातल्या मेणाच्या पुतळ्याप्रमाणे भासणाऱ्या त्यांच्या देशातल्या आघाडीच्या नेत्यांपेक्षाही बरं.

शेतकऱ्यांसारखी त्वचा असलेली एक महिला व्यासपीठावर आली. कर्णकर्कश आवाजात बोलू लागली. तिच्या कँटोनीज पद्धतीच्या उच्चारामुळे ती काय बोलतेय ते समजतही नव्हतं.

पूर्वी माझं आरोग्य बरं नव्हतं. सर्दी, अस्वस्थपणा, डोकेदुखी अशा तक्रारी घेऊन मी वारंवार रुग्णालयात जायचे. एका मैत्रिणीनं मला वानमेबद्दल सांगितलं. त्यानंतर मी व्याख्यानांना जायला सुरुवात केली. वानमेच्या प्रशिक्षणामार्फत माझ्यामध्ये मी अनेक बदल केले.

पूर्वी मला मँडरिन बोलता येत नव्हतं. इथे उभं राहण्याचं आणि माझे अनुभव सांगण्याचं माझं धाडस कधीही झालं नसतं. मी स्वतःला अत्यंत कमी लेखायचे. आम्ही सगळे सर्वसामान्य लोक आहोत. पण वानमेमार्फत आम्ही निरोगी झालो आहोत, आम्ही प्रशिक्षणं घेतली आहेत, मित्रमंडळी मिळाली आहेत. या गोष्टी पैशांतून विकत घेता येऊ शकत नाहीत.

* * *

विक्रीविषयक परिषदेनंतर, छुनमिंग सरकार वानमेला व्यवसाय परवाना केव्हा देतंय, याची वाट पाहत होती. या परवान्याशिवाय छुनमिंगला विक्रेत्यांचं जाळं उभारणं अशक्य होतं. या विक्रेत्यांमुळेच तिला भरपूर पैसा मिळण्यास मदत होणार होती. पण तिच्या कानावर त्रासदायक अफवाच येत होत्या. वानमेच्या वरिष्ठ व्यवस्थापकांना उत्पादनांची विक्री करून नव्हे; तर प्रशिक्षण कार्यक्रमांसाठी लठ्ठ शुल्क आकारून बक्कळ पैसा मिळत असल्याचं तिच्या ऐकिवात आलं. वानमे म्हणजे पिरॅमिड योजनांपेक्षा फार वेगळं काही नसावं, असं दिसत होतं.

पुन्हा एकदा, डायरेक्ट सेल्सनं छुनमिंगवर मोहाचं घट्ट जाळं टाकलं होतं. घर भाड्यानं घेण्यासाठी आणि त्यामध्ये फर्निचर आणण्यासाठी तिनं मित्रमंडळींकडून पैसे उधार घेतले होते. तिनं कौटुंबिक मालकी असलेल्या कारखान्यात विक्रेती म्हणून नोकरी धरली. या कारखान्यात बूट आणि हँडबॅगसाठी गोंद बनवला जायचा. ती या गोंद कारखान्याजवळ एकच खोली घेऊन राहू लागली. आयुष्यातल्या या नव्या बदलांबरोबरच छुनमिंगची केशरचना आणखी एकदा बदलली. तिनं कुरळे केस लांब वाढवले. टोकाला अप्रमाणबद्ध कापून घेतले.

पण हताश होण्यासाठी तिच्याकडे वेळच नव्हता. तिच्या जीवनात नवा पुरुष आला होता, अमेरिकन, पन्नाशीच्या मध्यात असलेला, हा-वे ताय-मंग-द नावाचा.

तुम्ही इतकी वर्षं जे शोधत होतात ते लवकरच तुमच्यासमोर येणार आहे.

हार्वे डायमंड अमेरिकेतले आरोग्य गुरू होते. बहुतांश औषधं विषारी असतात, तसंच मानवी शरीरामध्ये स्वतःचं स्वतः बरं होण्याची क्षमता उपजतच असते, असा त्यांचा विश्वास होता. शरीरशुद्धतेसाठी आणि आजारांचा सामना करण्यासाठी प्राणीविषयक उत्पादनांमध्ये कपात करण्याचा आणि नियमित 'मोनोडाएटिंग'चा, म्हणजे अनेक दिवस फक्त फळं, भाज्या, फळांचा रस किंवा कच्चे पदार्थ खाण्याचा सल्ला ते देत. 'फिट फॉर लाइफ' या मालिकेतल्या त्यांच्या पुस्तकांनी १.२ कोटींहून अधिक प्रतींची विक्री केली होती. ही पुस्तकं तेहतीस भाषांमध्ये भाषांतरित करण्यात आली होती.

२००६ मधल्या उन्हाळ्यात, तोंगकुआनमधल्या पुस्तकांच्या दुकानात छुनमिंगच्या वाचनात त्याच्या संकल्पना आल्या. हा-वे ताय-मंग-दच्या कहाणीनं लगेचच तिच्यावर गारूड केलं. हा-वे ताय-मंग-द यांचं आयुष्य बदलून टाकणारे वैद्यकीय उपाय गवसण्यापूर्वी त्यांचं आयुष्य अक्षरशः पोखरलं गेलेलं होतं. त्याचं नवं पुस्तक छुनमिंगनं दोनदा वाचून काढलं होतं. पुस्तकात दिलेल्या सूचनांप्रमाणे आहारात आमूलाग्र बदल केले. सकाळी नाश्ता म्हणून फळं किंवा फळं-भाज्यांचा

रस घ्यायला सुरुवात केली. दुपारी आणि रात्रीच्या जेवणात ती फक्त भाज्या आणि भात खायची. दिवसभर भरपूर पाणी प्यायची. कुठेही जाताना पाण्याची बाटली बरोबर ठेवायची. त्यांची विचारसरणी तिला तंतोतंत पटली होती. *तुमच्या आरोग्याची सूत्रं तुमच्या हातात घ्या. तुमचं आयुष्य पुन्हा घडवा. तुमच्या प्रत्येक कृतीचे परिणाम होत असतात.* असे विचार त्यानं लिहून ठेवले होते. हे सगळे अमेरिकतल्या सेल्फ-हेल्प चळवळीतले सिद्धान्त होते. पुन्हा दुसऱ्यांदा संधी देण्यावर त्यामध्ये विश्वास व्यक्त केला होता. ही मूल्यं चीनमधल्या ग्रामीण भागातून आलेल्या तरुण स्थलांतरित मंडळींना साजेशी होती. त्यांची तर ही पहिलीच संधी होती. फळे आणि भाज्यांचे सेवन करण्याबरोबरच, त्यांनी जे लिहिलं होतं ते अमेरिकेतल्या शाळकरी पोरालाही नवं नव्हतं : फळं आणि भाज्या खाव्यात; मांस खाऊ नये. छुनमिंगसाठी मात्र मोठा शोध लागल्यासारखं वाटत होतं. हा-वेसारखं, याच विचाराभोवती गुंफलेलं नवं आयुष्य तिला साकारायचं होतं.

छुनमिंगचं राहण्याचं नवं ठिकाण बरं होतं. खोलीतला बराचसा भाग डासांपासून संरक्षणासाठी मच्छरदाणी लावलेल्या बेडनं व्यापला होता. उरलेल्या जागेत एक टेबल होतं आणि पुस्तकं ठेवण्यासाठी छोटी केस. त्या घरात लहानसं बाथरूम होतं. स्वयंपाकघर नव्हतं. दाराजवळच्या लहानशा टेबलावर गाजरं, संत्री, सफरचंद, टॉमेटो ठेवलेले होते. तिच्या या नव्या घरी मी पहिल्यांदा गेले तेव्हा छुनमिंगनं माझ्यासाठी काही फळं बाथरूम सिंकमध्ये चिरली. अचानक, फळं आणि भाज्या म्हणजे विश्वातला नैसर्गिक आहार बनला होता, तर ती उत्क्रांतीविषयक जीवशास्त्रातली तज्ज्ञ बनली होती.

धारदार दात मांस खाण्यासाठी साजेसे असतात; पण आपल्याला दोनच धारदार दात आहेत. याचा अर्थ, आपण बहुतांश करून भाज्या आणि क्वचित कधीतरी मांस खाणं अपेक्षित आहे.

मला जे कोणी भेटतात त्यांना मी जास्तीत जास्त पाणी प्यायला सांगते. आता एखाद्या व्यक्तीकडे नुसतं पाहिलं तरी त्या व्यक्तीच्या त्वचेवरून त्या व्यक्तीला आरोग्याच्या काही समस्या आहेत का, ते सांगू शकते.

एकंदरित, चिनी मंडळी औषधांच्या आहारी गेलेली असतात. एखाद्या बालकाला ताप आला की त्याला लगेच औषध दिलं जातं. पण, ताप येणं म्हणजे आजाराशी सामना करण्याची शरीराची पद्धत आहे, हे लक्षात घेतलं जात नाही. आपल्यासाठी ताप चांगला असतो.

ती जे काही सांगत होती, त्यातल्या अनेक गोष्टी मला पटत होत्या. चिनी

लोक औषधांवर प्रचंड प्रमाणात अवलंबून राहत होती आणि पाणी पिण्याविषयी त्यांच्या मनात कमालीची भीती होती. मला तर नेहमी हा अखंड देश पाण्याविना शुष्क झालेला वाटायचा. महिलांनी थंड पाणी पिऊ नये, असं म्हटलं जायचं. यामुळे त्यांच्या गर्भाशयाला हानी पोहोचू शकते. रात्रीच्या वेळी पाणी प्यायल्यानं पोटाचा त्रास व्हायचा. पण नेहमीप्रमाणे छुनमिंग टोकाला जात होती. मला म्हणाली, "ते पुस्तक वाचल्यानंतर मी एक आठवडा भात खाल्ला नाही. फक्त फळं आणि भाज्यांचा रस काढून तितकंच पित होते." त्या दिवशी तिनं दोन ग्लास टॉमेटो ज्यूस घेतला होता आणि एक सफरचंद.

हा-वेनी हळूहळू त्यांच्या वाचकांचं मतपरिवर्तन कच्च्या अन्नाचं सेवन करण्यापर्यंत केलं होतं. आरोग्य सुधारणं आणि आजारी न पडण्यासाठी प्रयत्न करणं ही वाटचाल तणावपूर्ण असण्याची गरज नाही. हा प्रवास आनंदाचा असू शकतो. ही काही शर्यत नाही! हा-वे कदाचित छुनमिंगसारख्या कुणाला भेटले नसावेत. तिला या आहाराचे फायदे दिसू लागले होते : तिचं नाक आता तेलकट राहिलं नव्हतं. तिला आता बद्धकोष्ठतेचा त्रास होत नव्हता आणि पापण्या गळत नव्हत्या. तिचे तीळ लहान होत होते, पायावरचे व्रण फिकट होत होते, दात आणखी शुभ्र होत होते. तिनं टूथपेस्ट वापरणं सोडलं होतं.

आरोग्याकडे जाणीवपूर्वक, कटाक्षानं लक्ष देण्याची छुनमिंगची धडपड तिच्या नव्या नोकरीसाठी फार उपयोगी ठरली. दिवसभराचं काम संपलं की ती हँडबॅग किंवा बुटांच्या कारखान्याच्या गेटबाहेर जाऊन उभी राहायची. कामगारांना त्यांच्या कारखान्याच्या बॉसचं आडनाव, उत्पादन विभागाच्या प्रमुखाचं नाव विचारायची. नंतर ती नावं टिपून घेतलेल्या सगळ्या अधिकाऱ्यांना फोन करायची. या सगळ्यांबरोबर तिनं पूर्वी काम केलं असल्याच्या किंवा मैत्री असल्याच्या थाटात ती त्यांच्याशी बोलायची. तोंगकुआनमधल्या कार्यालयांतल्या भोंगळ कारभारात, तिला कुणीही याबद्दल काहीही विचारलं नाही. जवळजवळ प्रत्येकानं तिला भेटण्याची तयारी दर्शवली. एखाद्या अधिकाऱ्याची भेट घेतल्यावर छुनमिंग त्यांना धन्यवाद मानणारं पत्र पाठवायची आणि भेट म्हणून आरोग्याविषयी काही पुस्तकं पाठवायची. ती पत्रात लिहायची :

> तुम्ही कामात फार व्यग्र आहात, याची मला कल्पना आहे. ही आरोग्यविषयक पुस्तके आवर्जून वाचण्यासारखी आहेत. फावल्या वेळात तुम्ही ती चाळाल, अशी अपेक्षा करते. ही पुस्तकं नक्कीच तुम्हाला फायदेशीर ठरतील. अगदी मनापासून या पुस्तकांची शिफारस करावीशी वाटते. आरोग्याविषयी मी आजवर वाचलेली ही सर्वोत्तम पुस्तकं आहेत, असं मला वाटतं.

> आपण एकत्रित काम करू की नाही, माहीत नाही; पण मित्र म्हणून तर नक्कीच राहू शकतो. प्रत्येक कंपनीची स्वतःची पसंती असते. अर्थात, तुम्ही मला एक संधी दिलीत तर मी तिचं सोनं करेन आणि तुमच्या कंपनीला जास्तीत जास्त समाधानकारक सेवा देण्यासाठी सर्वतोपरी प्रयत्न करेन.

अशा प्रकारे ती शंभरएक संभाव्य ग्राहकांना भेटली होती. अगोदरच चार ग्राहकही तिला मिळाले होते.

हा-वेच्या अमेरिकन वाचकांचं चित्र डोळ्यांसमोर उभं करण्याचा मी प्रयत्न करत होते. हे वाचक कसे असतील?.....माझ्या मनात आलं. कदाचित, अनेक वर्षं आहाराच्या पथ्याला कंटाळलेला एखादा अति वजन असलेला पुरुष असेल किंवा कुटुंबात स्तनाच्या कर्करोगाचं प्रमाण जास्त असल्यानं घाबरलेली मध्यमवयीन महिला असेल अथवा दररोज सकाळी उठून औषधाच्या भरपूर गोळ्या खाव्या लागत असलेली निवृत्त व्यक्ती असेल. या सगळ्या व्यक्ती आधुनिक जीवनशैलीच्या, तंत्रज्ञान आणि वैद्यकीय क्षेत्रातील प्रगतीच्या, प्रक्रिया केलेल्या अन्नपदार्थांच्या बळी होत्या, असं म्हणता येईल. छुनमिंग ग्रामीण भागात वाढली होती. तिथे लोकांना भाज्या, भात खायची सवय होती. जवळजवळ कोणालाच कधी डॉक्टरांकडे जायची गरज पडली नाही किंवा त्यांनी कधी दुकानातून आणून वस्तू खाल्ल्या नाहीत. आता तिला अमेरिकन लोकांचं अनुकरण करत वागायचं होतं. हे चांगलं असेल वा वाईट, पण तिनं कुठवर प्रवास केलाय, याचं ते एक माप होतं.

* * *

तोंगकुआनमध्ये मला माहीत असलेली जवळजवळ प्रत्येक व्यक्ती संघर्ष करत होती. बऱ्याच अंशी हा संघर्ष त्यांच्या पसंतीनुसार होता. त्यांनी स्वतः निवडलेला. मोठी स्वप्नं पाहणाऱ्या व्यक्ती नवनव्या गोष्टींचं स्वागत करताना दिसायच्या. माझ्याशी बोलणं हाही त्यांच्या नव्या गोष्टींचाच भाग होता. मिन आणि छुनमिंग चीनमधल्या स्थलांतरित कामगारांच्या प्रचंड लोकसंख्येतल्या दोन प्रतिनिधी होत्या, असं मी म्हणत नाहीये. केवळ या दोघींना मी चांगली ओळखत होते. त्यांच्यासोबत होते त्यामुळे त्यांची काळजी वाटायची, त्यांच्याविषयी मी लिहिलं इतकंच. पण त्यांचा संघर्ष आणि जीवन त्यांच्या देशातल्या आजच्या स्थितीचं सूचक होतं - आणि माझ्या कुटुंबाला अभिप्रेत असलेल्या चीनचंही. मागे सुटलेल्या किंवा गमावलेल्या प्रत्येक गोष्टीसाठी झगडणाऱ्या माझ्या कुटुंबाचं. शेवटी, कोणताही

वर्ग असो आणि कोणताही काळ, ही सगळी कहाणी चीनचीच आहे : घर सोडायचं, प्रचंड कष्ट करायचे, आणि नवीन आयुष्य घडवायचं. अनेकांनी अडथळ्यांची शर्यत पार करत हे लक्ष्य साध्य केलं आहे. पण, कदाचित ही आव्हानं शतकापूर्वी अमेरिकेत वास्तव्यास गेलेल्या लोकांना तोंड द्याव्या लागलेल्या भयानक परिस्थितीपेक्षा जहाल नसावीत.

यशस्वी होवो किंवा न होवो, स्थलांतरामुळे नशीब बदलतं हे नक्की. स्थलांतरित मंडळींपैकी बहुतेकसे पुन्हा शेतीकडे वळत नाहीत, असं त्यांच्याविषयी नुकत्याच करण्यात आलेल्या एका अभ्यासातून स्पष्ट झालंय. ज्यांचं सगळं चांगलं सुरू असतं ते त्या संबंधित शहरात घर घेतात आणि तिथेच स्थायिक होतात. बाकीचे त्यांच्या गावाजवळ असलेल्या एखाद्या लहान-मोठ्या शहरात जातात आणि एखादं दुकान, रेस्तराँ सुरू करतात किंवा हेअरड्रेसिंग सलून, शिवणकाम असा लहानसा व्यवसाय सुरू करतात. या व्यवसायांमध्ये, स्थलांतर करून माघारी आलेल्या लोकांना रोजगार मिळतो. कधीही गावाबाहेर न गेलेल्या लोकांपेक्षा पूर्वी स्थलांतराचा अनुभव घेतलेल्यांची क्षमता अधिक असते.

कारखान्यातल्या या मुलींचं विश्व कळल्यानंतर मला त्यांची काळजी वाटली. या मुली कमालीची जोखीम पत्करतात. अप्रामाणिक आणि भ्रष्ट लोकांमध्ये वावरत असतात. त्यांच्या काही शोकांतिकाही असतात- स्वप्न पूर्ण करण्यासाठी उपयोगी ठरलेला त्यांचा निर्भयपणा काही वेळा त्यांच्या अस्तालाही कारणीभूत ठरला आहे. मिननं तिच्या आयुष्याचे काही महत्त्वाचे निर्णय चुटकीसरशी घेतले; छुनमिंगनं समोर येणाऱ्या प्रत्येक छंदाला आपलंसं केलं. लिउ यिश्यीलाला ज्या पद्धतीनं इंग्रजी सुधारायचं होतं, त्यानुसार सुधारणा करण्यासाठी तिनं वेग धरला. काही वेळा, या मुलींच्या मैत्रिणींपेक्षाही मी त्यांना चांगलं ओळखायचे. मी त्यांच्या गोतावळ्याच्या बाहेरची असल्यानं असेल कदाचित; पण त्यांना माझ्याशी विश्वासानं बोलायला बरं वाटायचं. माझ्या जगाविषयीही त्यांना कमालीची उत्सुकता होती. अमेरिकन मंडळी कसं खातात, डेटिंग कसं करतात, त्यांची लग्नं कशी होतात, मुलांना कसं वाढवतात आणि पैसे कसे कमावतात, असं सगळं जाणून घ्यायची इच्छा त्यांना असायची. उलट, मी तिथे असल्याचं त्यांना दिलासा देणारं, प्रेरक वाटायचं. त्यांच्या संघर्षाविषयी कुणाला तरी काळजी आहे, माहिती आहे, याचं समाधान वाटायचं. पण मला त्या जितक्या माहीत आहेत, त्या काळात स्थलांतरित मुलींनी कधीही माझी मदत मागितली नाही. सल्लाही फार क्वचित विचारला असेल. आयुष्याचा सामना त्यांना एकटीलाच करायला आवडायचं. आम्ही भेटल्याच्या पहिल्या दिवसापासूनच त्या तसं सांगायच्या. मी फक्त माझ्या स्वतःवर अवलंबून राहू शकते, असं.

मी वु छुनमिंगला पहिल्यांदा भेटले तेव्हा ती एका परदेशी कंपनीमध्ये काम करत होती. महिन्याला हजार डॉलर कमावत होती. डाउनटाउन तोंगकुआनमध्ये थ्री बीएचके घरात राहत होती. त्यानंतर अडीच वर्षांनी, माझी आणि तिची शेवटची भेट झाली तेव्हा ती चिनी कंपनीत दरमहा दीडशे डॉलरवर काम करत होती. बुटांच्या लहान कारखान्यासाठी ओळखल्या जाणाऱ्या, कामाची स्थिती चांगली नसलेल्या शहरातल्या कुठल्याशा भागात ती एका खोलीत राहत होती. तिची घसरण होत होती. पण मी तिला आधी पाहिलं होतं त्यापेक्षा ती फारच शांत दिसत होती. मर्सिडिज हे सगळ्याचं माप मानल्या जाणाऱ्या शहरात छुनमिंगनं स्वतःचे काही नियम बनवले होते.

मला म्हणाली, ''यापूर्वी मला फार भूक लागली असेल, माझ्या आवडीचा स्वेटर कुठे दिसला असेल तर मी ताबडतोब खरेदी करायचे. पण आता छान खायला नाही मिळालं किंवा उत्तमोत्तम वस्तू खरेदी नाही केल्या तरी मला काहीही फरक पडत नाही. माझे मित्र-मैत्रिणी किंवा कुटुंबीय आनंदी असलेले पाहणं मला जास्त महत्त्वाचं वाटतं.'' बत्तिसाव्या वर्षीही एकटीच असल्याची चिंता तिला आता उरली नव्हती. ऑनलाइन भेटणाऱ्या पुरुषांसोबतची प्रेमप्रकरणंही तिनं थांबवलेली होती. म्हणाली, 'मी आणखी सुंदर होईन, अधिकाधिक निरोगी होईन आणि माझी आर्थिक स्थितीही जास्तीत जास्त सुधारत जाईल.'

कधीतरी आपल्याला मुलं व्हावीत, असं छुनमिंगचं स्वप्न होतं. अमेरिकेत मुलांना कसं वाढवतात, हेही ती मला विचारायची. ''आयुष्य आनंदी होण्यासाठी आणि समाजात योगदान देण्यासाठी मला एखाद्या अपत्याचं पालनपोषण करायला आवडेल,'' असं ती म्हणाली.

''समाजासाठी योगदान?'' मी तिला आश्चर्यानं विचारलं. ''तुला नेमकं काय म्हणायचंय?''

त्यावर छुनमिंग म्हणाली, ''मला शास्त्रज्ञ किंवा असं कोणीतरी मोठं व्हायचं नाहीये. इतकं मोठं होणं सगळ्यांना जमतं का? आपण आनंदी राहत असू आणि एक चांगली व्यक्ती असू, तर ते समाजासाठी योगदान ठरतं, असं मला वाटतं.''

* * *

मी तोंगकुआनला फेब्रुवारी २००७ मध्ये शेवटची गेले होते. वातावरण धुरकट आणि थंड होतं. नवीन वर्ष साजरं करण्यासाठी गावाकडे जाणाऱ्या कामगारांनी रस्ते फुलून गेले होते. छुनमिंगच्या कारखान्यातला चालक होंगपाओ– म्हणजे आठशे युआन असलेला लाल रंगाचा लिफाफा – ग्राहकांकडे पोहोचवण्यासाठी आणि

नवीन वर्षानिमित्त आयोजित कार्यक्रमाला जाणार होता. त्यानं छुनमिंगला सोबत यायची विनंती केली. ग्राहकांसोबत कसं बोलायचं ते तिला माहीत असल्यानं त्यानं तिला सोबत घेतलं. तिनं मला आमंत्रण दिलं. रात्रीचं जेवण एखाद्या शानदार रेस्तराँमध्ये असणार होतं. हल्ली बहुतेकसे कारखाने असंच करतात.

वंडर फॅशन लेदर कारखान्याजवळ पोहोचल्यावर तिचा हिरमोड झाला. कामगार कारखान्यातल्या कॅफेटेरियात गोल टेबलाभोवती बसून जेवत होते. इथेच बसून हे सगळे जण एकत्र जेवायचे. या दिवशी मात्र प्रत्येकासाठी एका अखंड माश्याची मेजवानी होती. सगळे पदार्थ तेलात घोळलेले होते. छुनमिंगनं भाज्या घेतल्या. त्यांनाही भरपूर तेल होतं. खोलीच्या समोरच्या भागात, कारखान्याच्या बॉसनं कामगारांसाठी संगीत खुर्ची आणि टेलिफोन असे खेळ आयोजित केले होते. बॉस ापल्या कर्मचाऱ्यांना त्यांच्या नावानं ओळखायचा. ज्यांना अगोदरच गर्लफ्रेंड किंवा फ्रेंड आहे त्यांना चिडवायचा. छुनमिंग म्हणाली, "मला वाटतं हा बॉस, ा' म्हणून चांगला आहे."

ण आटोपल्यानंतर लकी ड्रॉ होता. एखाद्या सैन्याच्या तुकडीला आगेकूच सूचना दिल्यासारखे, सगळे कामगार जेवण आणि बिअर टाकून पुढे आल. शभर एक कामगार तरी होते. बहुतांश किशोरवयीन होते. अर्ध्या बाह्याचे कारखान्यातले शर्ट घातलेले. त्यातली काही मुलं तर इतकी लहान होती की ती मुलींसारखीच दिसायची. प्रत्येक कारखान्यात लकी ड्रॉ हे नववर्षाच्या जल्लोषाचं ठळक आकर्षण होतं. माझ्यासाठी ते विचित्र कोडं होतं; कामगारांसाठी, काहीही न देता चांगलं काहीतरी मिळण्याची छान संधी होती. त्या रात्री सगळ्यात मोठं बक्षीस होतं लोकरीच्या ब्लँकेटचं. आणि त्यानंतर कम्फर्टर. याशिवाय, पन्नास, शंभर आणि दोनशे युआनची रोख बक्षिसंही होती. काहीच बक्षीस न मिळालेल्यांना उत्तेजनार्थ बक्षीस मिळण्याची संधी होती. एका मोठ्या बॅगेत फेस टॉवेल आणि कपडे धुण्याचा साबण ठेवला होता. या वस्तू मिळण्याची संधी होती. ही संधी कानावर पडताच कामगारांनी एकच जल्लोष केला.

कारखान्याची एक पुरवठादार म्हणून छुनमिंगला शंभर युआनच्या बक्षिसाचं तिकीट जिंकण्यासाठी ड्रॉमध्ये सहभागी होण्याचं आमंत्रण होतं. ती खोलीच्या समोरच्या भागात गेली, माइक हातात घेतला आणि सगळ्या कार्यक्रमाचा अलगद ताबा घेतला.

"२००७ मध्ये कारखाना चांगली कमगिरी करत आहे, असं तुम्हाला सगळ्यांना वाटतं का?"

"हो!"

"कारखान्याचे मालक बक्कळ पैसे कमवत आहेत, त्यामुळे तुम्हाला चांगले पगार आणि अधिक बक्षिसं मिळायला हवीत, असं वाटतं का?"

"हो!"

"या इच्छा पूर्ण करण्यासाठी तुम्ही सगळे या वर्षी कठोर परिश्रम घेण्यासाठी तयार आहात का?"

"हो!"

छुनमिंग मला म्हणाली होती, कारखान्यात काम करण्याच्या दिवसांत कारखान्याबाहेरच्या कोणालाही भेटणं अतिशय दुर्मिळ होतं. बाहेरच्या व्यक्ती भेटल्या की ताजंतवानं वाटायचं. त्यातून शक्य तितकं शिकण्याचा प्रयत्न केला जायचा. आता, या तरुण मंडळींना आयुष्यभर ओळखत असल्याच्या थाटात ती त्यांच्याशी बोलली. तिचा आवाज खोलीभर घुमत होता. *मीपण तुमच्यासारखीच एक आहे.* कामगारांनीही या पाहुण्यांना उत्स्फूर्त प्रतिसाद दिला. टाळ्यांचा कडकडाट केला. जणू काय, त्यांना ही जल्लोषाची रात्र कधी संपूच नये, असं वाटत होतं.

'वाइल्ड स्वान्स : थ्री डॉटर्स ऑफ चायना'
या इंग्रजी पुस्तकाचा अनुवाद

मुक्त विहंग
चीनच्या तीन कन्या

अनन्वित अत्याचाराच्या व अमानुष राजवटीच्या पार्श्वभूमीवरची हृद्य कहाणी

लेखक
युंग चँग

अनुवाद
डॉ. विजया बापट

ही कहाणी आहे हिंसाचार, अमानुष छळ, अनन्वित अत्याचार आणि जुलमी व्यवस्था यांच्या काळ्याकुट्ट गर्तेमध्ये सौंदर्याची आस धरणाऱ्या, नवनिर्मितीचा आणि आधुनिकतेचा ध्यास घेणाऱ्या स्त्रियांची, त्यांच्या आयुष्यांची.
या कहाणीला पार्श्वभूमी आहे चीनमधल्या राजकीय, सामाजिक स्थित्यंतरांची, बदलांची. यात क्रांतीमुळे चीनी जनतेच्या आयुष्यावर झालेले परिणाम आहेत; श्रीमंत-गरीब लोकांचं जीवन आहे; समाजजीवनातल्या कथा, मिथकं, चालीरीती यांचे संदर्भ आहेत; आदर्शवादाने भारलेले आणि तो आदर्शवाद फोल ठरल्यानंतर कोसळून गेलेले स्त्री-पुरुषही आहेत.
ही कहाणी चीनच्या इतिहासातील एक व्यापक कालखंड तपशीलवारपणे डोळ्यांसमोर उभा करून आपल्याला अंतर्मुख करते.